எம்.சி.ராஜா

- மறைக்கப்பட்ட மாபெரும் ஆளுமை -

ம.வெங்கடேசன்

எம்.சி.ராஜா - மறைக்கப்பட்ட மாபெரும் ஆளுமை
- ம.வெங்கடேசன் ©

முன்னட்டை ஓவியம்: ஜீவா

சுவாசம் பதிப்பகம்

M.C.Raja - Maraikkappatta Maaperum Aalumai
by M.Venkatesan ©

ISBN: 978-81-983414-3-3
Title Number: Swasam 238

First edition: Dec 2024

Published by:
Swasam Pathippagam,
An imprint of Swasam Publications Private Limited,
52/2, Near B.S Mahal,
Ponmar,
Chennai, Tamil Nadu – 600127
Email: swasam.publications@gmail.com

Printed by: Adyar Students Xerox, Chennai – 600 002

To buy the book: Swasam Bookart - +91-8148066645
Website: https://www.swasambookart.com/

உள்ளே...

முன்னுரை 5

1. புரட்சிகர வாழ்வின் தொடக்க காலம் 15
2. ஆதிதிராவிட மகாஜன சபை 26
3. 1921 54
4. 1922 85
5. 1923 110
6. 1924 113
7. 1925 123
8. 1926 127
9. 1927 133
10. 1928 155
11. 1929 164
12. 1930 - 1931 185
13. 1932 188
14. ராஜா - மூஞ்ஜே ஒப்பந்தம் 254
15. பூனா ஒப்பந்தம் 341
16. 1933 352
17. 1934 362
18. 1935 364
19. 1936 379
20. 1937 403
21. 1938 424
22. 1939 - 1941 440
23. 1942 442
24. 1943 448
25. எம்.சி.ராஜாவின் ஆக்கங்கள் 465

முன்னுரை

பட்டியல் சமூக மக்களுக்காக, பட்டியல் சமூகத்தைச் சேர்ந்த எண்ணற்ற தலைவர்கள் போராடியிருக்கின்றனர், உரிமைகளைப் பெற்றுத் தந்திருக்கின்றனர். அவர்களின் பெயர்கள் எல்லாம் இப்பொழுதுதான் ஒவ்வொன்றாகப் பொதுவெளியில் மீள்வாசிப்பு செய்யப்பட்டு வருகின்றன.

1990க்குப் பிறகுதான் டாக்டர் அம்பேத்கரின் எழுத்துகள்கூட வெளிவரத் தொடங்கின. அவரின் ஆளுமை பற்றிய பல்வேறு தகவல்கள் இன்றுவரைகூட மூடி மறைக்கப்பட்டு வருகின்றன.

அதுபோலவே தமிழ்நாட்டிலிருந்து உருவான பட்டியல் சமூகத் தலைவர்கள் பலரின் வரலாறுகள் இன்றுவரை வெளியில் வராமலேயே இருக்கின்றன. பல பட்டியல் சமூக எழுத்தாளர்கள் தற்போது பெருமுயற்சி செய்து அவர்களுடைய வரலாறுகளை வெளிக்கொணர்ந்து கொண்டிருக்கின்றனர்.

அந்த வகையில் 'எம்.சி.ராஜா சிந்தனைகள்' என்ற புத்தகம் பலரது கவனத்தைப் பெற்றது. ஏனென்றால் எம்.சி.ராஜா என்ற பன்முகத்தன்மை கொண்ட ஆளுமையாளர், தமிழ்நாட்டில் திட்டமிட்டுத் துரோகியாக்கப்பட்டார். அவரது தியாகங்கள் மூடி மறைக்கப்பட்டுவிட்டன. அவற்றை முதலில் வெளிக்கொணர்ந்தது வே.அலெக்ஸ் அவர்கள் தொகுத்த 'எம்.சி.ராஜா சிந்தனைகள்' என்ற புத்தகம்தான்.

நான் எழுதியிருக்கிற இந்தப் புத்தகமும், 'எம்.சி.ராஜாவின் சிந்தனைகள்' என்ற புத்தகம் இல்லையென்றால் மிகுந்த சிரமத்திற்கு உள்ளாகியிருக்கும். இந்தச் சந்தர்ப்பத்தில்

வே.அலெக்ஸ் அவர்களுக்கு என்னுடைய நன்றியைத் தெரிவித்துக் கொள்கிறேன்.

எம்.சி.ராஜா ஆகச் சிறந்த ஆளுமையாளர். டாக்டர் அம்பேத்கருக்கு முன்பே அகில இந்திய அளவில் பிரபலமான தலைவராகத் திகழ்ந்தவர். பட்டியல் சமூக மக்களுக்காகப் பல்வேறு ஆணையங்களில் பங்கெடுத்தவர். காந்திஜியுடனும் ராஜாஜியுடனும் அரசியல் செய்தவர். 'பெருந்தலைவர் எம்.சி.ராஜா' என்று பட்டியல் சமூகத் தலைவர்களாலும் மக்களாலும் நினைவுகூரப்படுகிற ஒருவர், வரலாற்றில் மறைக்கப்பட்டுக் காணாமலேயே போய்விட்டார் என்ற நிலை தமிழ்நாட்டில் இருக்கிறது. வரலாற்றில் மறைக்கப்பட்டுக் காணாமல் போய்விட்டார் என்றாலும்கூட பரவாயில்லை, அவர் திட்டமிட்டுத் துரோகியாக்கப்பட்டார் என்பதுதான் மிகவும் சோகமான நிகழ்வு.

முனைவர் பேராசிரியர் நா.க.மங்களமுருகேசன் 'விடுதலை' இதழில் 23-10-2010 அன்று ஒரு கட்டுரை எழுதினார். அதில் கீழ்க்கண்டவாறு எழுதியிருக்கிறார்:

> 'ராஜா அவர்களை, 1916இல் ஆதிதிராவிட மகாஜன சபை செயலாளராக இருந்தவரை ஈர்த்தது நீதிக்கட்சிதான். சென்னை சட்டமன்றத்திற்கு 1920இல் தேர்தல் நடைபெற்றபோது முதல் தேர்தலில் 1920 நவம்பரில் நீதிக்கட்சி வேட்பாளராக நின்றுதான் சட்டமன்றம் சென்றார். நீதிக் கட்சியின் துணைத் தலைவராக சட்டமன்றத்தில் தேர்ந்தெடுக்கப் பெற்றார். சென்னை சட்டமன்றத்திற்கு உறுப்பினராகத் தேர்ந்தெடுக்கப்பட்ட முதல் தாழ்த்தப்பட்டவர் எம். சி.ராஜாதான். அதுவும் தேர்ந்தெடுத்தது நீதிக்கட்சிதான். இதையெல்லாம் மறைத்துவிடுகிறார்கள்.
>
> 1922இல் தாழ்த்தப்பட்ட சகோதரர்களைப் பறையன், பஞ்சமன் என அழைத்ததை மாற்றி ஆதிதிராவிடர், ஆதிசூத்திரர் என்று தீர்மானம் கொண்டுவந்தபோது, அதனை ஏற்று நிறைவேற்றியது நீதிக்கட்சிதான். 1921-க்குப் பிறகு 1923இல் நீதிக் கட்சியிலிருந்து வெளியேறித் தனிவழி காணவேண்டும்; தாழ்த்தப்பட்டோர் தலைவராக வேண்டும் என்று, நீதிக்கட்சியின் தலைவர்களில் ஒருவர் என்பதைவிட தாழ்த்தப்பட்டோர் தலைவராக வேண்டுமென்று

அனைத்து இந்திய தாழ்த்தப்பட்டோர் அமைப்பினை 1928இல் உருவாக்கி, அதன் தலைவரானார். 1926 முதல் 1937 வரை டில்லி சட்டப்பேரவையில் விளங்கினார். 1937இல் ஏற்பட்ட கூர்மா வெங்கட ரெட்டி நாயுடு (கே.வி.ரெட்டி நாயுடு) அமைச்சரவையில் சென்னை மாநில வளர்ச்சித்துறை அமைச்சரானார்.

ஆனால், எம்.சி.ராஜாவின் வாழ்க்கை வரலாற்றில் இரண்டு சறுக்கல்கள். ஒன்று, நீதிக்கட்சி தொடங்கிய காலத்திலிருந்து இணைந்து பணியாற்றிய எம். சி.ராஜா; குறுகிய காலத்தில் சட்டமன்ற உறுப்பினர், துணைத் தலைவர் பதவிகளைப் பெற்ற எம்.சி.ராஜா; நீதிக்கட்சியையும், தியாகராயரையும் விமர்சித்தார்.

இரண்டாவது, அம்பேத்கரின் வழிக்கு மாறுபட்ட சறுக்கல். ஒடுக்கப்பட்ட மக்களின் அரசியல் பிரதிநிதித்துவம் என்பது தனி நியமனமாக இல்லாமல் தனி ஒதுக்கீடாக மாறவேண்டும் என்ற, 1927இல் மத்திய சட்டசபையில் அகில இந்திய தாழ்த்தப்பட்டோர் உறுப்பினராக நியமனம் செய்யப்பட்டு 1928இல் மத்தியக் குழுவிற்குத் தேர்ந்தெடுக்கப்பட்ட ராஜாவின் அறிக்கைகள், அம்பேத்கர் அவர்களின் எழுத்துக்கள் ராஜாவின் அறிக்கையின் தொடர்ச்சி என்பவர்கள், அம்பேத்கரின் எண்ணம், செயலுக்கு எதிராகச் சென்ற மாபெரும் துரோகத்தை எப்படி மன்னிக்கிறார்கள் என்பது வரலாற்றாசிரியர்கள் வியக்கின்ற ஒன்று.

இந்திய தேசிய காங்கிரஸின் இரண்டு வலதுசாரிகளான டாக்டர் பி.எஸ்.மூஞ்ஜேயுடன், ஜாதவுடன் உடன்பாடு மேற்கொண்டார். ராஜா கொடுத்த ஆதரவிற்காக மூஞ்ஜே தாழ்த்தப்பட்டவர்களுக்கு இட ஒதுக்கீடு செய்தார். அனைத்து இந்திய அளவில் தாழ்த்தப்பட்டவர்களுக்குத் தனித் தொகுதிக்காகப் போராடி வந்த வேளையில், தாழ்த்தப்பட்டோர் தலைவராக ஆன எம்.சி.ராஜா மேற்கொண்டது சறுக்கல் என்பதைவிடத் துரோகம் என்று சொல்லலாம்.'

திராவிடர் கழகத்துக்காரரான மங்களமுருகேசன் எழுதிய இந்தக் கட்டுரையில் எம்.சி.ராஜாவைத் துரோகியாகவே சித்திரித்திருக்கிறார். இந்தக் கட்டுரையைப் படித்த பிறகு திராவிடர் கழகத்தால் 'துரோகி' என அழைக்கப்படுகிற எம்.

சி.ராஜாவைப் பற்றிப் படிக்கிற ஆர்வம் எனக்கு ஏற்பட்டது. ஏனென்றால் திராவிடர் கழகம் என்றைக்குமே உண்மையை உரைக்காது என்பதில் எனக்கு ஆழ்ந்த நம்பிக்கை உண்டு. அந்த நம்பிக்கை இந்தப் புத்தகம் எழுதி முடித்தபோது இன்னும் உறுதியானது.

ஒருவர் இந்தப் புத்தகத்தை முழுமையாகப் படித்து முடிக்கிறபொழுது, மங்களமுருகேசன் பொய் கலந்து அனைத்தையும் எழுதியிருக்கிறார் என்பதை உணர்வார்.

உதாரணத்திற்கு ஒன்றை இப்போதே சொல்லலாம். மங்களமுருகேசன் அந்தக் குறிப்பிட்ட கட்டுரையின் இரண்டாவது பத்தியில், 'சிலர் குறிப்பிடுவதுபோல், அவர் செயின்ட் தாமஸ் மவுண்ட்டில் பிறக்கவில்லை. மயிலாப்பூரில் அல்லது அந்நாளில் மயிலாப்பூருடன் சேர்ந்திருந்த ராயப்பேட்டையில் பிறந்து, பின்னர் செயின்ட் தாமஸ் பகுதிக்குக் குடியேறினார்' என்று குறிப்பிடுகிறார்.

ஆனால், எம்.சி.ராஜா உயிருடன் இருந்தபோது அவருடைய மாணவர் ஜே.சிவசண்முகம் பிள்ளை அவர்கள் எழுதி 1930ல் வெளியிடப்பட்ட 'The Life, Select Writings and Speeches of Rao Bahadur M.C.Rajah, MLA' என்ற ஆங்கில நூலில் 'It was on Friday the 17th June 1883, that the Hero of this book first say the light in his maternal grand father's house at St. Thomas Mount, in South India' என்று குறிப்பிடப்பட்டுள்ளது. எம்.சி.ராஜா உயிருடன் இருந்தபோது வெளிவந்த புத்தகத்தில் செயின்ட் தாமஸ் மவுண்ட் என்று குறிப்பிடப்பட்டுள்ளது. எழுதியது அவருடைய மாணவர், அவருடன் அரசியலில் ஈடுபட்டவர். தமிழ்நாட்டின் முதல் தலித் மேயர் திரு ஜே.சிவசண்முகம் பிள்ளை. ஆனால் எம்.சி.ராஜாவைத் துரோகி என்று சொல்கிற மங்களமுருகேசன் அவர்களோ, அவர் ராயப்பேட்டையில் பிறந்தார் என்று சொல்கிறார். யார் சொல்வது உண்மை என்பதைப் படிப்போர் உணர்ந்துகொள்ளலாம். மேலும் இந்தக் கட்டுரையில் வரலாறு என்கிற பெயரில் எவ்வளவு பொய்களை எழுதியிருக்கிறார் என்பது, நீங்கள் இந்தப் புத்தகத்தை ஆழ்ந்து படிக்கிறபோது தெரியவரும்.

எம்.சி.ராஜா ஆசிரியராகப் பணியாற்றிய காலத்திலும் அதற்குப் பிறகும்கூட தமிழ்நாட்டில் தலித் தலைவர்களிடையே பௌத்தம் பற்றிய

தத்துவ உரையாடல்களும் செயல்பாடுகளும் நிகழ்ந்துகொண்டிருந்தன. பண்டிதர் க.அயோத்திதாசர் அவர்கள் 1907ல் ‘தமிழன்’ இதழைத் தொடங்கி பௌத்த மீட்புக்கான செயல்பாடுகளை நடத்திக்கொண்டிருந்தார். அந்த இதழ்களில் எம்.சி.ராஜா எழுதிய புத்தகங்களைப் பற்றிய செய்திகளும் வந்திருக்கின்றன. 1914 வரை ‘தமிழன்’ வெளிவந்துகொண்டிருந்தது. அதற்குப் பிறகு அவருடைய மகன் பட்டாபிராமன், பின்பு அப்பாதுரை போன்றவர்கள் பௌத்த மீட்புப் பணிகளைத் தொடர்ந்து கொண்டிருந்தார்கள்.

‘சாக்கிய பௌத்த சங்கம்’ ஆரம்பிக்கப்பட்டுத் தாழ்த்தப்பட்ட மக்களிடையே பிரசாரம் செய்யப்பட்டு வந்தது. அதே காலகட்டத்தில் எம்.சி.ராஜா பௌத்தம் பற்றியும், பௌத்த வளர்ச்சிக்கான பணிகளிலும் எவ்விதத்திலும் ஆர்வம் காட்டாதது வியப்புக்குரிய செய்தியாக இருக்கிறது. எம்.சி.ராஜா பௌத்தத் தத்துவங்களிலும் பௌத்த மீட்புப் பணிகளிலும் ஈடுபட்டதற்கான சான்றுகள் இதுவரையிலும் கிடைக்கவில்லை.

க.அயோத்திதாசர் வாழ்ந்த பகுதியில்தான் எம்.சி.ராஜாவும் வாழ்ந்திருக்கிறார். இருவரும் ஒருவரை ஒருவர் சந்தித்துக்கொண்டனரா என்ற கேள்வி எழுகிறது. சந்தித்துக் கொண்டிருந்தால் பௌத்தம் பற்றிய உரையாடல் நிகழ்ந்திருக்கும். ஆனால் அதற்கான தரவுகள் எதுவும் தற்போது இல்லை.

பௌத்த உரையாடல்களிலும் செயல்பாடுகளிலும் எம்.சி.ராஜா ஈடுபடவில்லை. காரணம், அவர் தத்துவ உரையாடல்களுக்கு அதிக கவனம் கொடுக்கவில்லை. அதாவது பண்பாட்டு விஷயங்களில் அவர் அதிக நாட்டம் கொள்ளவில்லை. தாழ்த்தப்பட்டவர்களுக்குப் பண்பாடு, தத்துவம் எல்லாம் இரண்டாம் நிலைதான் என்று அவர் கருதியதே காரணமாக இருக்கலாம்.

தாழ்த்தப்பட்டவர்களின் வாழ்வியல் உரிமைகள், பின்பு அரசியல் அதிகாரம் போன்றவற்றில் அவர் அதிக கவனம் செலுத்தினார். அவருடைய செயல்பாடுகள் அதை நோக்கியே இருந்தன. ஒரேவொரு வருடத்தில் மட்டுமே மதம் பற்றிய விவாதத்தில் அவர் அதிகமாக ஈடுபட்டார். டாக்டர் அம்பேத்கர் மதம் மாறப் போவதாக அறிவித்தபோது மட்டுமே அது நிகழ்ந்தது. மற்றபடி அவருடைய வாழ்க்கை

முழுவதும் தாழ்த்தப்பட்டவர்களின் பொது உரிமைகள், அரசியல் அதிகாரம் பற்றியதாகவே இருந்திருக்கிறது.

டாக்டர் அம்பேத்கர் எம்.சி.ராஜாவைக் குறித்துக் கீழ்க்கண்டவாறு விமர்சனம் செய்திருக்கிறார்:

> ‘தீண்டப்படாதோர் சமூகத்தின் முக்கிய பிரமுகர் காலஞ்சென்ற திவான் பகதூர் ராஜா தீண்டப்படாதோர் விஷயத்தில் மிகவும் வருந்தத்தக்க பங்காற்றினார் என்பதை இங்கு கூறாமல் இருக்க முடியாது. திவான் பகதூர் 1927ஆம் ஆண்டு முதல் மத்திய சட்டமன்றத்தில் ஒரு நியமன உறுப்பினராக இருந்து வந்தார். சட்டமன்றத்திற்கு உள்ளேயோ வெளியேயோ அவருக்கு காங்கிரஸுடன் எந்த ஒட்டும் உறவும் இல்லை. தற்செயலாகவோ, தவறுதலாகவோ காங்கிரஸ் பக்கம் சாய்ந்ததில்லை. உண்மையில் அவர் காங்கிரஸிடம் வெறும் குறைகாணுபவராக மட்டுமன்றி, அதன் கடுமையான பகைவராகவும் இருந்தார். அவர் அரசாங்கத்தின் தீவிர ஆதரவாளராக, அதன் தூண்களில் ஒருவராக இருந்து வந்தார்; அரசாங்கத்தை ஆதரிப்பதற்கு, அதனைத் தாங்கிப் பிடித்து நிற்பதற்கு அவர் என்றுமே தயங்கியதில்லை. தீண்டப்படாதோருக்கு தனித் தொகுதிகள் ஒதுக்க வேண்டும் என்ற கோரிக்கையை உறுதியாக ஆதரித்து நின்றார். ஆனால் காங்கிரசோ அக்கோரிக்கையைக் கடுமையாக எதிர்த்தது. 1932ஆம் வருட நெருக்கடியின்போது திவான் பகதூர் திடீரென்று அரசாங்கத்தைக் கைகழுவிவிட்டு காங்கிரஸின் பக்கம் சேர்ந்துகொண்டார். கூட்டுத் தொகுதி முறையையும் ஆலயப் பிரவேசத்தையும் ஆதரித்து காங்கிரஸ் நடத்திய இயக்கத்தின் ஈட்டிமுனையானார். பொதுவாழ்க்கையில் ஒருவர் இத்தகைய திடீர் மாற்றத்தை மேற்கொள்ளும் போக்கை காண்பது அரிது. இதில் மிகவும் மோசமான, அருவருக்கத்தக்க விஷயம் என்னவென்றால் இந்தப் போக்குக்குப் பின்னால் கடைந்தெடுத்த சுயநலம் பதுங்கியிருந்தது என்பதே ஆகும். வட்டமேஜை மாநாட்டுக்குத் தீண்டப்படாதோரின் பிரதிநிதியாக அரசாங்கம் அவரை நியமிக்காமல் திவான் பகதூர் ஆர்.சீனிவாசனை நியமித்ததானது அவரை பெரிதும்

> விரக்தியும் ஏமாற்றமும் சீற்றமும் கொள்ளச் செய்தது. இந்திய அரசாங்கம் அவரை நியமிக்காததற்குப் போதிய காரணங்கள் இருந்தன. சைமன் கமிஷன் உறுப்பினர்களையோ, மத்திய சட்டமன்றக் குழு உறுப்பினர்களையோ வட்டமேஜை மாநாட்டுக்கு அனுப்புவதில்லை என்று தீர்மானிக்கப்பட்டது. திவான் பகதூர் ராஜா மத்திய சட்டமன்றக் குழு உறுப்பினர். எனவே அவர் நியமிக்கப்படவில்லை. இது நியாயமான விளக்கமாகும். ஆனால் திவான் பகதூர் ராஜாவின் தற்பெருமை உணர்வு இந்த நியாயத்தைக் காண மறுத்தது. எனினும் விரைவிலேயே அவருக்கு உண்மை புலப்பட்டது. சென்னையில் காங்கிரஸ் அமைச்சரவை அமைக்கப்பட்டபோது அவரது எதிராளி அமைச்சராக்கப்பட்டார்; காங்கிரஸுக்கு எவ்வளவோ சேவை செய்திருந்தபோதிலும் இவர் கைவிடப்பட்டார். அவர் ஆதரித்த பூனா ஒப்பந்தம் மிதித்துத் துவைக்கப்பட்டது. இதனை எல்லாம் கண்டபோது தாம் செய்தது மிகப் பெரிய தவறு என்ற கசப்பான உண்மையை அவர் நிதர்சனமாகக் கண்டார்! எனினும், நெருக்கடி மிகுந்த 1932ஆம் ஆண்டில் திவான் பகதூர் ராஜா காங்கிரஸுக்கு தனது முழு ஆதரவை அளித்தார் என்ற எதார்த்தத்தை மறந்துவிட முடியாது. காங்கிரஸ் கூட்டத்தோடு சேர்த்து ஓடியதோடு நில்லாமல், தீண்டாமைக்கு எதிராக சட்டம் இயற்றும் போட்டியில் தான் பின்தங்கிவிடாதபடி மிகக் கவனமாகப் பார்த்துக்கொண்டார். இது சம்பந்தமாக அவரும் இரண்டு மசோதாக்களை முன்மொழிந்தார். அவற்றில் ஒன்று தீண்டாமை ஒழிப்பு மசோதா, மற்றொன்று குற்ற நடைமுறை திருத்த மசோதா. (பாபாசாகேப் டாக்டர் அம்பேத்கர் நூல் தொகுப்பு, தொகுதி 16, பக்.186.)

டாக்டர் அம்பேத்கரின் இந்த விமர்சனம் ஆய்வுக்குரியது. சைமன் கமிஷன் உறுப்பினர்களையோ, மத்திய சட்டமன்றக் குழு உறுப்பினர்களையோ வட்டமேஜை மாநாட்டுக்கு அனுப்புவதில்லை என்று தீர்மானிக்கப்பட்டது உண்மையானால், அந்தத் தகவல் பிரிட்டிஷ் அரசாங்கத்திற்கு ஆதரவு நல்குபவராகவே இருந்துவந்த எம்.சி.ராஜாவுக்கு அரசாங்கத்தால் தெரியப்படுத்தப்பட்டிருக்கும். எம். சி.ராஜாவின் அப்போதைய பேச்சுகளைப் பார்க்கும்போது விரக்தியோ, ஏமாற்றமோ, சீற்றமோ கொண்டிருப்பதுபோல்

எண்ணிவிட முடியாது. அவருடைய சீற்றம் காங்கிரஸ் மீதும் காந்தியின் மீதும் இருந்ததை அவருடைய பேச்சு எடுத்துரைக்கிறது. மேலும் இரண்டாம் வட்டமேஜை மாநாட்டின்போது டாக்டர் அம்பேத்கரைப் பகிரங்கமாகவே ஆதரித்து வந்தார். அச்செய்திகள் இந்தப் புத்தகத்தில் விரிவாகவே விவரிக்கப்பட்டுள்ளன.

எம்.சி.ராஜா பூனா ஒப்பந்தத்திற்கு முன் மூஞ்ஜே உடன் செய்துகொண்ட ஒப்பந்தம் எதனால் ஏற்பட்டது, பூனா ஒப்பந்தத்தை ஏன் ஆதரித்தார் என்பன போன்ற செய்திகளை அப்போதைய சூழ்நிலையைக் கணக்கிட்டே அவதானிக்க வேண்டும். பூனா ஒப்பந்தத்தில் கையெழுத்திட்ட அம்பேத்கர், பூனா ஒப்பந்தத்தையும் காந்தியையும் மற்ற பலரையும் வானளாவப் புகழ்ந்து பேசிய பேச்சைக்கூட அப்போதைய சூழ்நிலையைக் கணக்கிட்டே நாம் புரிந்துகொள்ள வேண்டும். 1919லேயே தாழ்த்தப்பட்ட மக்கள் தெருக்களில் நடக்கத் தீர்மானத்தைக் கொண்டுவந்தவர் என்பதை ஆய்வுக்குட்படுத்திப் பார்த்தோமானால், எம். சி.ராஜா கொண்டுவந்த தீண்டாமை ஒழிப்பு மசோதா, குற்ற நடைமுறை திருத்த மசோதாக்களின்மீது அவநம்பிக்கை பிறக்காது.

'காங்கிரஸை எதிர்த்து வந்த எம்.சி.ராஜா காங்கிரஸின் பக்கம் சேர்ந்துகொண்டார். பொது வாழ்க்கையில் ஒருவர் இத்தகைய திடீர் மாற்றத்தை மேற்கொள்ளும் போக்கைக் காண்பது அரிது' என்பது உண்மையானால் அது டாக்டர் அம்பேத்கருக்கும் பொருந்தும்தானே!

'எம்.சி.ராஜா இந்து மகாசபையின் துணைத் தலைவராக இருந்தார்' என்று Prime Ministers' Museum & Library (PMML) வெளியிட்டுள்ள PMML MANUSCRIPTS – AN INTRODUCTION எனும் நூலில் பக்.410ல் சொல்லப்பட்டுள்ளது. எம்.சி.ராஜா அகில இந்திய இந்து மகாசபையின் துணைத்தலைவராக இருந்தாரா அல்லது தமிழ்நாட்டின் துணைத் தலைவராக இருந்தாரா என்ற தகவல் இல்லை. மேலும் அவர் இந்து மகாசபையில் இருந்தாரா என்பதிலும் மேலதிகத் தகவல்கள் இல்லை. ஆனால் அவர் இந்து மகா சபைத் தலைவர்களுடன் மிக நெருக்கமாக இருந்தார் என்பது மட்டும் உண்மை. அவர்களுடன் ஒப்பந்தமும் (ராஜா – மூஞ்ஜே ஒப்பந்தம்) செய்துகொண்டார் என்பதைப் பார்க்கும்பொழுது,

அவர்களுடனான நட்பு, அந்த அமைப்பில் சேரும் அளவிற்குப் போயிருக்குமோ என்பதும் ஆய்வுக்குரியது.

மேலும் அந்நூலில் அவர் மெட்ராஸ் கோவில் நுழைவுச் சங்கத்தின் தலைவராகவும் இருந்தார் என்று கூறப்பட்டுள்ளது. இதுபற்றிய ஆதாரபூர்வமான தகவல் கிடைக்கவில்லை. இத்தகவல் உண்மையாகக்கூட இருக்கலாம். ஏனென்றால் கோவில் நுழைவு என்பதைத் தீண்டாமை ஒழிப்பில் ஒரு கட்டம் என்பதாகவே எம்.சி.ராஜா கருதி வந்தார். கோவில் நுழைவு பற்றிய மசோதாவைப் பலர் கொண்டுவந்தபோது அதைத் தீவிரமாக ஆதரித்தார். மேலும் தானும் ஒரு மசோதாவைக் கொண்டுவந்தார் என்பதை நோக்கும்போது அச்செய்தி உண்மையாக இருக்கலாம்.

எம்.சி.ராஜா அப்போது செயல்பட்டுக்கொண்டிருந்த சுயமரியாதை இயக்கத்துடன் எந்தவிதமான தொடர்பும் கொண்டிருந்ததாகத் தகவல் இல்லை. ஈவெராவுடன் இரண்டு அல்லது மூன்று நிகழ்வுகள் தவிர, நெருக்கமான உரையாடல்கள், தொடர்புகள், செயல்பாடுகள் எதுவும் இருந்ததாகவும் தெரியவில்லை. ஈவெராவைப் பற்றியும் பெரிதாக எம்.சி.ராஜா பேசவில்லை என்பதையும் கவனத்தில் கொள்ளவேண்டும்.

எம்.சி.ராஜாவின் வாழ்வில் சில வருடங்களுக்கான தகவல்கள் உடனடியாக எனக்குக் கிடைக்கவில்லை. அவர் இறந்தபோது எப்படிப்பட்ட நிகழ்வுகள் நடைபெற்றன என்ற தகவலும் கிடைக்கவில்லை. அதுபோலவே தமிழ்நாட்டு தலித் தலைவர்கள் உடனான உரையாடல்கள், சேர்ந்து வேலைசெய்தல் எந்த அளவிற்கு இருந்தன என்ற தகவல்களும் கிடைக்கவில்லை. இவற்றையெல்லாம் இன்னும் தேடிக்கொண்டிருக்கிறேன்.

நான் இப்புத்தகத்தில் பட்டியல் சமூகம், பட்டியலிடப்பட்ட சமூகம், அட்டவணைப்படுத்தப்பட்ட சமூகம் என்ற பெயர்களைத்தான் பெரிதும் பயன்படுத்தியுள்ளேன். என்றாலும், சில இடங்களில் தாழ்த்தப்பட்டவர்கள் என்றும், தீண்டப்படாதவர்கள் என்றும், தீண்டத்தகாதவர்கள் என்றும், ஹரிஜனர்கள் என்றும் பயன்படுத்தியிருக்கிறேன். காரணம் என்னவென்றால் அன்றைய சூழ்நிலையில் பயன்படுத்திய சொல்லைப் பயன்படுத்தும்போது அதனுடைய பொருள், பயன்படுத்தப்பட்டிருக்கும் விதம்,

நோக்கம் போன்றவற்றை அப்படியே வாசகர்களுக்கு உணர்த்த வேண்டும் என்பதால்தான்.

இந்நூலை எழுதப் பல நண்பர்கள் எனக்கு உதவியிருக்கிறார்கள். சுவாசம் பதிப்பகத்தின் திரு ஹரன் பிரசன்னா, எழுத்தாளர் திரு அரவிந்தன் நீலகண்டன், பேராசிரியர் திரு பாலசுப்பிரமணியம் (மதுரை), எழுத்தாளர் திரு ஜெகநாதன் (மதுரை), எழுத்தாளர் திரு ஏ.பி.ராஜசேகரன், திரு ஆதிமன்னன், திரு சிவாஜி (மதுரை), படூர் திரு எஸ். ஆர்.புருஷோத்தமன், திரு ஜெகன், தமிழ்நாடு ஆவணக் காப்பகம், செல்வி சஞ்சனா, NCSK, திரு சந்தீப், NCSK, திரு பாஸ்கர், New India Forum, திரு P.சாமுவேல் ராஜ், திருமதி சுமதி மேகவர்ணம் போன்றவர்கள் நான் கேட்கின்ற புத்தகங்களை வாங்கிக் கொடுத்தும், ஆங்கிலத்தில் இருந்து தமிழில் பல செய்திகளை மொழிபெயர்த்துக் கொடுத்தும் உதவியிருக்கிறார்கள். அவர்களுக்கு என் மனமார்ந்த நன்றிகளைத் தெரிவித்துக்கொள்கிறேன்.

- ம.வெங்கடேசன்

புரட்சிகர வாழ்வின் தொடக்க காலம்

இந்துப் புராணத்தின்படி, பிருங்கி முனிவர் சிவனைக் காணும் முயற்சியில் மலையில் தங்கித் தியானம் செய்தார். அந்த இடம் 'பிரிங்கி மலை' அல்லது 'பிருங்கி மலை' என்று அறியப்பட்டது. விஜயநகர மன்னர்களின் ஆட்சிக் காலத்தில் பிருங்கி மலை மீது ஓர் அழகான சிவாலயம் வழிபாட்டில் இருந்ததாகவும், பின்னாளில் இப்பகுதியை ஆட்சி செய்த போர்ச்சுகீசியர்களால் இத்தலம் அழிக்கப்பட்டு, தற்போதுள்ள 'புனித தோமையார் தேவாலயம்' கட்டப்பட்டது என்றும் வரலாறு தெரிவிக்கின்றது.

இம்மலை மீது பிற்காலச் சோழர்களின் காலத்தைச் சார்ந்த பல கல்வெட்டுகள் இருந்ததாகவும், காலப்போக்கில் இக்கல்வெட்டுகள் அழிக்கப்பட்டதாகவும் இப்பகுதி மக்கள் தெரிவிக்கின்றனர். எஞ்சிய இரண்டு கல்வெட்டுகள் தற்போதுள்ள ஆலயத்தில் வைக்கப்பட்டுப் பாதுகாக்கப்பட்டுள்ளன. சோழ மன்னர்களில் ஒருவரான 'ஆதணி' என்பவர் காலத்தில் இந்த ஆலயம் கட்டப்பட்டதாகவும், இம்மன்னனின் பெயரால் 'ஆதணி' என்று அழைக்கப்பட்ட இப்பகுதி பின்னர் மருவி 'ஆதம்பாக்கம்' என்று அழைக்கப்படுவதாகவும் கூறப்படுகிறது. வரலாற்று முக்கியத்துவமும் புராதனப் பெருமையும் கொண்ட இம்மலை 1910ம் ஆண்டு வரை 'பிருங்கி மலை' என்றே வழங்கப்பட்டு வந்துள்ளது குறிப்பிடத்தக்கதாகும்.

சென்னைக்கு அருகே உள்ள பிருங்கிமலை இந்தியாவின் மிகப் பழமையான சரித்திரச் சின்னம். இந்திய நிலவியல் வரைபடத்தைத் தயாரித்த ஆங்கிலேயர்கள்

இந்த மலையிலிருந்துதான் அளவைப் பணிகளைத் தொடங்கினர் என்கிறது வரலாறு. காலப்போக்கில் இந்த பிருங்கிமலை 'பரங்கிமலை' ஆக மாறியது.

இப்படிப்பட்ட புராண, சரித்திரப் புகழ்வாய்ந்த பரங்கிமலைப் பகுதியில்தான் எம்.சி.ராஜாவின் தாய்வழிப் பாட்டனார் வீடு இருந்தது. இவ்வீட்டில்தான் எம். சி.ராஜா அவர்கள் 1883ம் ஆண்டு ஜூன் மாதம் 17ம் நாள் வெள்ளிக்கிழமை அன்று பிறந்தார்.

எம்.சி.ராஜாவின் பாட்டனார் மிகச் சிறப்பு வாய்ந்த போர் வீரர். முன்னாள் ராணுவ வீரர். 1922ம் ஆண்டு எம்.சி.ராஜா அவர்களுக்கு ராவ் பகதூர் பட்டம் அளிக்கப்பட்டபோது சென்னை மாவட்ட அதிகாரியாக இருந்த திரு ஏ.ஆர். காக்ஸ் ஐ.சி.எஸ் அவர்கள் எம்.சி.ராஜாவின் தாத்தாவைப் பற்றிக் கூறும்போது, 'உங்கள் பாட்டனார் இந்தியப் புரட்சி வீரர் என்பதை நான் நன்கறிவேன். போர்க் காலத்தில் அவர் காட்டிய துணிவையும் சகிப்புத் தன்மையையும் நீங்கள் அமைதிக் காலங்களில் காட்டக் காண மகிழ்கிறேன்' என்று பெருமையாகக் கூறிக் கௌரவப்படுத்தினார்.

எம்.சி.ராஜாவின் தந்தை திரு M.C.சின்னத்தம்பி பிள்ளை, தற்போது அரசு அச்சகம் என்று அழைக்கப்படும் சென்னை லாரன்ஸ் அஸைலம் அச்சகத்தின் மேலாளராகவும் கணக்கராகவும் பணியாற்றி வந்தார். (Asylum press Almanack and Directory for 1924.) ஆதிதிராவிட மக்களுக்குத் தொண்டு செய்ததன் மூலம் சமூகத்தில் நன்கு அறிமுகமானவர். அனைத்திந்திய ஆதிதிராவிட மகாஜன சபை என்றழைக்கப்படும் சென்னை ஆதிதிராவிட மகாஜன சபையின் கௌரவச் செயலாளராகவும் அவர் பணியாற்றினார்.

மாணவராக...

எம்.சி.ராஜா தனது ஆரம்பக் கல்வியை சென்னை வெஸ்லி கல்லூரியில் (Wesley College Lower School) பயின்றார். அப்போது திருவிகவும் அதே வெஸ்லி கல்லூரியில் வேறு வகுப்பில் பயின்று வந்தார். எம்.சி.ராஜா உயர்கல்வியை சென்னை கிறித்துவக் கல்லூரியில் பயின்றார். கல்லூரிப் பருவத்தின்போது எம்.சி.ராஜா அறிவில் சிறந்து விளங்கிய மாணவராகத் திகழ்ந்தார். கிறித்துவக் கல்லூரியின் முதல்வராய் இருந்த முனைவர் அருள்திரு ய.மில்லர் மற்றும் அவருக்குப் பிறகு முதல்வராய் வந்த முனைவர் ய.ஸ்கின்னர்,

முனைவர் மக்ஃபெயில், முனைவர் மெஸ்டன் ஆகியோரின் அன்புக்கும் நன்மதிப்புக்கும் உரியவரானார்.

கல்லூரிக் காலங்களில் பல விவாதப் போட்டிகளில் ஆர்வமுடன் எம்.சி.ராஜா கலந்துகொள்வார். அறிவுப் போட்டிகளில் மட்டுமல்ல, விளையாட்டுப் போட்டிகளிலும் எம்.சி.ராஜா பங்கெடுத்துக்கொண்டார். கல்லூரியின் கிரிக்கெட் அணியின் தலைவராகவும் இருந்தார். விளையாட்டில் அதிக ஆர்வம் உள்ளவராதலால் சிறந்த டென்னிஸ் விளையாட்டு வீரராகவும் விளங்கினார்.

சென்னை கிறித்துவக் கல்லூரியின் முதல்வராக இருந்த அருள்திரு இ.எம்.மக்ஃபெயில் எம்.சி.ராஜாவைப் பற்றிக் கூறியதாவது:

> ‘நான் பள்ளித்துறைப் பொறுப்பினை வகித்து வந்தபோது திரு ராஜா கிறித்துவக் கல்லூரியின் வகுப்பறைகளில் இருந்தார். அவர் மிகச் சிறந்த கிரிக்கெட் வீரர். தமது ஆரம்ப காலங்களிலேயே துடிப்புடன் இருந்தார். திரு ராஜா ஒரு கவிஞர் என்பதும் என் நினைவிலுள்ளது. பந்து வீசும் முறை, விக்கெட்டுகளைக் காத்தல் போன்ற கிரிக்கெட் அணியின் வீரர்கள் கடைப்பிடிக்க வேண்டிய விதிகளைச் செய்யுள் வடிவில் அவர் எழுதியிருந்த நூலின் ஒரு பிரதி இன்னமும் என்னிடத்தில் உண்டு. பள்ளிக்கூடத்தில் திரு ராஜா பள்ளிச் செயல்பாடுகள் பலவற்றிலும் முக்கியப் பங்கெடுத்தார். கல்வியாளர் என்ற முறையில் திரு ராஜாவின் பணியைக் கவனித்து வந்துள்ளேன். அவரது பணி ஏற்கெனவே சொல்லப்பட்டபடி மிக உறுதியானதும் சிறப்பு வாய்ந்ததுமான நற்பணியாகும்.’

எம்.சி.ராஜாவின் கிரிக்கெட் ஆட்டத்தைப் பற்றி திரு. வி.க. அவர்கள், ‘ராஜா கிரிக்கெட் ஆட்டத்தில் வல்லவர். அவரது கிரிக்கெட் திறம் என் உள்ளங் கவரும்; நண்பகல் வெயிலையுங் கருதச் செய்யாது’ என்று தன்னுடைய வாழ்க்கை வரலாற்றில் கூறுகிறார்.

கல்லூரிப் படிப்பிற்குப்பின் தம் மனத்திலிருந்த ஆசிரியர் கனவுக்கான பயிற்சியை மேற்கொள்ளலானார். சென்னை சைதாப்பேட்டையில் உள்ள ஆசிரியர் பயிற்சிக் கல்லூரியில் சேர்ந்து ஆசிரியர்களுக்கான பயிற்சியைப் பெறலானார். பயிற்சிக் காலத்திலேயே தம்முடன் பயின்ற

மாணவர்களுக்குக் கல்லூரி நிலையிலும், உயர்நிலைப் பள்ளி அளவிலும் உள்ள பாடங்களைக் கற்பிக்கும் முறைகளை விளக்கிடும் அளவுக்கு ஆகப்பெரும் மாணவராக வலம் வந்தார். சென்னை மாநிலக் கல்வித் துறையால் ஒழுங்கு செய்யப்பட்டிருந்த பயிற்சி வகுப்புகளை கிறிஸ்துமஸ் விடுமுறைக் காலத்திற்கு முன் நடத்துவதற்கும் அவர் நியமிக்கப்பட்டார்.

'பூலோக வியாஸன்' இதழின் ஆசிரியர் பூஞ்சோலை முத்துவீரன் பிள்ளையிடம் எம்.சி.ராஜா மற்றும் சுவாமி ஏ.எஸ்.சகஜானந்தர் ஆகியோர் தமிழ் இலக்கியம் கற்றனர். (சூரியோதயம் முதல் உதயசூரியன் வரை, ஜெ.பாலசுப்பிரமணியம், பக்.97.)

எம்.சி.ராஜாவின் மனைவி லட்சுமி அம்மாள். இவர்களுக்கு மூன்று பெண் குழந்தைகளும் நான்கு ஆண் குழந்தைகளுமாக மொத்தம் ஏழு குழந்தைகள். 1. பத்மாபாய், 2. யாதவ ராஜா, 3. சுசீலாபாய், 4. மாதவ ராஜா, 5. கோபால் ராஜா, 6. தேசகுமார ராஜா, 7. ரமா பாய்.

ஆசிரியராக...

ஆரம்பத்தில் எம்.சி.ராஜா சித்தூரிலுள்ள அரசு பயிற்சிப் பள்ளியில் துணை ஆசிரியராகப் பணியாற்றினார்.

ஹெலெனா பிளவாட்ஸ்கி அம்மையாரும் கர்னல் ஹென்றி ஸ்டீல் ஆல்காட் அவர்களும் இணைந்து 1875ல் பிரம்மஞான சங்கத்தை உருவாக்கினார்கள்.

ஆல்காட் 1879ல் மும்பை வழியாகச் சென்னைக்கு வந்தார். 1882லிருந்து சென்னை அடையாற்றில் இருந்த பிரம்மஞான சங்கமே தலைமைச் செயலகமாக அமைந்தது. ஆல்காட், பறையர்களின் வாழ்நிலையையும், சமூக அழுத்தத்தின் காரணமாகக் கல்வியில் அவர்கள் பின்தங்கியிருப்பதையும் பார்த்து அவர்களின் குழந்தைகளுக்குக் கல்வி அளிப்பதற்காக 1895ல் 55 மாணவர்களோடு பஞ்சமர் இலவசப் பள்ளியைத் தொடங்கினார். இவர் The Poor Pariyah என்ற நூலையும் எழுதியுள்ளார்.

ஐந்து ஆண்டுகளில் ஐம்பதாயிரத்துக்கும் மேற்பட்ட பஞ்சமர் மாணவர்களுக்குக் கல்வி என்ற திட்டத்தோடு ஆல்காட் செயல்பட்டு வந்தார். 1906ம் ஆண்டு 5 பள்ளிக் கூடங்களாக விரிவடைந்து, சென்னையில் சில இடங்களில் இப்பள்ளிகள் ஆரம்பிக்கப்பட்டு நடத்தப்பட்டு வந்தன.

பள்ளிகளின் பெயர்களாக தாமோதர் பள்ளி (Damodar School), ஆல்காட் பள்ளி (Olcott School), HPB நினைவுப் பள்ளி (HPB Memorial School), புதிய பள்ளி (New School) மற்றும் திருவள்ளுவர் பள்ளி (Tiruvallurvar School) எனப் பெயர்கள் வைக்கப்பட்டன. (https://www.theosophy.world/encyclopedia/olcott-panchama-free-schools)

இப்பள்ளிகளில் ஆங்கிலம், இந்துஸ்தானி ஆகிய இரண்டு மொழிகளிலும் பாடங்கள் நடத்தப்பட்டன. பஞ்சமர் இலவசப் பள்ளிகளில் மழலையர் வகுப்பு (Kindergarten) போன்ற பயிற்றுவிப்பு முறைகள் அப்போதுதான் அறிமுகமாயின. என்.ஏ.கோர்ட்ரைட் கொண்டுவந்த நவீன மழலையர் பள்ளி அணுகுமுறைகள் அறிவியல் பூர்வமானவையாக, பகுத்தறிவுக்கு ஏற்றவையாக இருந்தன.

ஐந்து பள்ளிகளில் ஒன்றான தாமோதர் பள்ளி சென்னை தேனாம்பேட்டையில் இயங்கி வந்தது. அப்பள்ளியில்தான் எம்.சி.ராஜா தலைமை ஆசிரியராக 1906-1907ம் ஆண்டுகளில் பணியாற்றி வந்தார். 1907ம் ஆண்டு எம்.சி.ராஜா குழந்தைகளுக்காக ஒரு புத்தகத்தை எழுதினார். அதுபற்றிய செய்தியைப் பண்டிதர் அயோத்திதாசர் தம்முடைய 'தமிழன்' இதழில் 'புத்தக வரவு' என்ற தலைப்பில் எழுதினார்:

> 'நீதிமார்க்கக் கதைகளும் பாடல்களும் அமைந்தவோர் புத்தகம் நம்பால் வரப்பெற்றோம். இதை கர்னல் ஆல்காட் தரும பாடசாலைகளில் ஒன்றாகிய தேனாம்பேட்டை தாமோதர் கலாசாலை பிரதம உபாத்தியாயர் M.C.ராஜா என்பவர் தம் பெரு முயற்சியால் சிறு பிள்ளைகள் கலைவிருத்திக்குத் தக்கவாறு சிறு சிறு நீதிமார்க்கக் கதைகளையொட்டி உதவியுபாத்தியாயர் D.M.வெங்கடபதியவர்களால் அதற்குரித்தான பாடல்களுமைத்து கலாசாலைகளின் சூப்பிரெண்டெண்ட் C.கோப்பல் துரைச்சானியவர்களின் சாட்சியமூன்றி மூன்றாவது சர்க்கில் கலாசாலைகளின் இன்ஸ்பெக்டர் ஆர்த்தர், இன்னீஸ் மாத்தியு இஸ்கொயர் M.A.F., M.U அவர்களின் ஆதாரமும் பெற்று வெளியிட்டிருக்கின்றார். இப்புத்தகத்தை சிறுவர்களும் சிறுமிகளும் வாங்கி வாசிப்பரேல் எளிதிற் தமிழ்நடையை உணர்வார்களென்பது திண்ணம்.' *(தமிழன், 21.08.1907.)*

மேலும் ஆல்காட் நடத்திவந்த பஞ்சமர் இலவசப் பள்ளிகளின் ஆசிரியர்களுக்கான பயிற்சி இயக்குநராகவும் மாதம் 30 ரூபாய் சம்பளத்திற்கு எம்.சி.ராஜா பணியாற்றி வந்தார்.

அப்போதுதான் எம்.சி.ராஜாவின் அண்ணன் எம்.சி.முருகேசம் பிள்ளையை உரிமையாளராகவும், எம்.சி.ராஜாவை ஆசிரியராகவும் கொண்டு 1909ல் 'ஆல்காட் கிண்டர்கார்டன் ரிவியூ' (Olcott Kindergarten Review) என்ற பத்திரிகை கொண்டுவரப்பட்டது. எம்.சி.முருகேசம் பிள்ளைக்குச் சொந்தமான எம்.சி.எம்.பிரஸ் (உட்ஸ் சாலை, இராயப்பேட்டை, மெட்ராஸ்) எனும் அச்சகத்தில் இப்பத்திரிகை அச்சானது. ஒரு வருடம் வெளிவந்த இப்பத்திரிகை டிசம்பர் 1909ல் நின்றுபோனது. இதுபற்றிய செய்தியை தியோசபிகல் சொசைட்டியின் தியோசபிஸ்ட் மேகசின் (Theosophist Magazine, February-March,1909, p.75) வெளியிட்டுள்ளது:

> '1908ஆம் ஆண்டில் ஆல்காட் ஆசிரியர்கள் சங்கம் தொடங்கப்பட்டது. இங்குள்ள ஐந்து ஆல்காட் பள்ளிகளில் உள்ள ஆசிரியர்கள் தங்கள் அறிவைப் பகிர்ந்துகொள்ள இச்சங்கம் ஆரம்பிக்கப்பட்டது. இந்த வருடம், ஒவ்வொரு மாதமும் நடைபெற்ற சங்கக் கூட்டத்தில் கட்டுரைகள் வாசிக்கப்பட்டு விவாதிக்கப்பட்டன. இந்த சங்க வெளியீடாக ஆல்காட் கிண்டர்கார்டன் ரிவ்யூ எனும் ஆங்கில - தமிழ் பத்திரிகை வெளிவந்துள்ளது. தென்னிந்தியாவிலேயே இதுபோல வெளிவந்த முதல் பத்திரிகையாகும். தாமோதர் பள்ளியின் தலைமை ஆசிரியராகவும் பயிற்சி வகுப்புகளின் இயக்குநராகவும் பணியாற்றிவருபவர் இதன் ஆசிரியராவார்.' (சூரியோதயம் முதல் உதயசூரியன் வரை, ஜெ.பாலசுப்பிரமணியம், பக்.124-125.)

அமெரிக்காவின் சீர்திருத்த தேவாலயத்தின் கிளையான அமெரிக்கன் ஆர்காட் மிஷனரிகளின் (AAM) மூலம் வூர்ஹீஸ் கல்லூரி 1898ல் வேலூரில் தொடங்கப்பட்டது. கல்லூரியின் அசல் கட்டடங்கள் அமெரிக்கத் தம்பதிகளான ரால்ப் மற்றும் எலிசபெத் ரோட்மேன் வூர்ஹீஸ் ஆகியோரின் நன்கொடையுடன் கட்டப்பட்டன. அவர்களின் நினைவாக இந்தக் கல்லூரிக்கு 'வூர்ஹீஸ் கல்லூரி' என்று பெயர் சூட்டப்பட்டது.

இந்த வூர்ஹீஸ் கல்லூரியில் எம்.சி.ராஜா அவர்கள் 1911ம் ஆண்டில் மேற்பார்வையாளராக மாதம் 50 ரூபாய் சம்பளத்தில் பணியாற்றினார். அப்போது 'கிண்டர்கார்டன்' (Kindergarten) என்ற பத்திரிகையை எம்.சி.ராஜா ஆரம்பித்தார். ஒரு இதழ் மட்டுமே வெளிவந்ததாக ஜெ.பாலசுப்பிரமணியம் தன்னுடைய புத்தகத்தில் குறிப்பிடுகிறார். பத்திரிகை பற்றிய செய்தியை 'தமிழன்' இதழ் வெளியிட்டிருக்கிறது:

> '1911ஆம் வருடம் ஜூலை மாதம் வேலூர் வோரீஸ் காலேஜிலிருந்து எம்.சி.இராஜா அவர்களால் வெளியிடப்பட்டுள்ள கிண்டர்கார்டன் சஞ்சிகையென்னும் மாதாந்திரப் பத்திரிகையொன்று நம்பால் வரப்பெற்றோம். அதனுள் குழந்தைகளுக்குக் கல்வி கற்பிக்க வேண்டிய சுருக்க வழியும், சிறுவர்கள் நடந்துகொள்ள வேண்டிய நல்லொழுக்கங்களும், தவளையென்னும் மண்டூகத்தின் சீவியச் செயலும், இலக்கண பாகுபாடுகளும், விவசாய விருத்தியும் தெள்ளற விளக்கி வருகின்றபடியால் இச்சஞ்சிகை பாடசாலை சிறுவர்களுக்குப் பெரும் பேற்றையளிப்பதுடன் பெரியோர்களுக்கு முதவக்கூடியதாதலின் கண்ணோக்கி மன்பர்கள் ஒவ்வொருவரும் இப்பத்திரிகைக்கு சந்தாதாரர்களாகி யப்பத்திராதிபர் கருத்தை விருத்தி பெறச் செய்யுமென்று நம்புகிறோம்.' (தமிழன், 23-8-1911.)

பத்திரிகை மட்டுமல்ல, படிக்கும் இளைஞர்களுக்குத் தாவரங்களைப் பற்றி மிக எளிமையாகப் புரியும் வண்ணம் ஒரு புத்தகத்தையும் எழுதினார். அதுபற்றிய செய்தியை 1911ல் வெளிவந்த 'பிழைக்கும் வழி' பத்திரிகையில் புத்தக மதிப்புரையாக Beginners' Botany என்ற தலைப்பில் எழுதியிருக்கிறார் அதனுடைய பத்திராதிபர் ஜி.ஏ.வைத்தியராமன்:

> 'இளைஞர் தாவர நூல்:- இது வேலூர் வூர்ஹீஸ் காலேஜில் ஸ்யூபர்வைஸராயிருக்கும் எம்.ஸி.ராஜா அவர்களால் இயற்றப்பட்டது. எலிமெண்டரி, ட்ரெயினிங், ஹைஸ்கூல் முதலிய பள்ளிக்கூடத்துப் பிள்ளைகளுக்கும் உபாத்தியாயர்களுக்கும் உபயோகமானது. விலை 6 அணா.' (பிழைக்கும் வழி, ஜனவரி 1911.)

இளைஞர் தாவர நூல் தமிழில் எழுதப்பட்டாலும் அதனுடைய முகவுரையை ஆங்கிலத்தில் எழுதியிருக்கிறார்

எம்.சி.ராஜா. அதனுடைய முக்கியத்துவம் கருதி அதை அப்படியே இங்கு பார்க்கலாம்.

PREFACE

One of the most encouraging features of the recent educational movement is the increasing importance attached to what is called, Nature Study; and the value of an introduction to Elementary Science, during the early school years, in all schools, is now fully recognised. Formerly Elementary Science was considered a study adapted only to the pupils of higher classes.

Nothing is more charming to the mind of man than the study of Nature. The child's mind is peculiarly alive to the charm in Nature, and through her it can be trained to observe accurately in detail, and to reason logically.

The acquisition of the bare facts of Natural History is not the chief aim of Nature Study, but it is to teach the child to open his eyes and see carefully what he looks at and to think about what he sees.

Adopting these general views, the author has written this book avoiding technical terms as far as possible and no previous knowledge of Botany on the part of the reader is assumed. Throughout this course, care has been taken to select, types for study, plants that can be obtained easily or with a little trouble.

Since all the plants mentioned in the book can be easily procured for study, there is no need for any illustration - illustrations should never usurp the place of actual specimens. The blank pages at the beginning of each chapter are intended for Drawings from pure observations of Nature Forms.

Iam very much intended to Mr. P.K.Sreenivasa Chariar, the Tamil Pandit, Voorhees College, who was kind enough to go through my MSS and proofs.

Vellore,
M.C.RAJAH.

இப்புத்தகத்தில் விதை முளைத்தல், வேர், அடிமரம், இலை, புஷ்பம், கனியும் வித்தும், விதைகள் ஆங்காங்கு பரவி

முளைக்கும் விதம், மற்றை மரங்களில் தோன்றி வளர்கின்ற செடிகள், செடிகளின் வகைகள் போன்றவற்றைச் சிறுவர்களுக்கும் இளைஞர்களுக்கும் புரியும் வண்ணம் எழுதியிருக்கிறார். 1917ம் ஆண்டிலும் மறுபடியும் இந்நூல் வெளியானது.

பின் எம்.சி.ராஜா சென்னையில் உள்ள வெஸ்லி கல்லூரியில் முதல் வகுப்பு முதல் ஐந்தாம் வகுப்புவரை உள்ள பகுதிக்குக் கண்காணிப்பாளராக வேலையில் சேர்ந்தார். அதே கல்லூரியில் எம்.சி.ராஜாவுடன் படித்த திருவிக அவர்களும் தமிழ் ஆசிரியராக வேலையில் சேர்ந்து, இருவரும் அங்கு பணியாற்றினர்.

எம்.சி.ராஜா ஆசிரியராக எப்படிச் செயல்பட்டார் என்பதை அவருடைய மாணவர் ஜே.சிவசண்முகப் பிள்ளை கூறுகிறார்:

> 'திரு. இராஜா ஒரு பிறவி ஆசிரியர். அவரிடம் கல்வி கற்கும் பேறு பெற்றவன் நான். மாணவர்களின் கஷ்டங்களைப் புரிந்து செயல்பட்டார் அவர். அவர் கற்பிக்கும் முறை எளிமையானது, வகுப்பிலுள்ள கடைநிலை மாணவனாலும் அவர் சொல்லுவதைப் புரிந்துகொள்ள முடியும். கடினமான கேள்விகளுக்கு எளிமையான தீர்வுகளை நேரடியாகவே தருவார். மாணவர்களின் மனங்களை ஈர்க்கும் வழிமுறைகளைப் பின்பற்றியதால் அவரிடம் நல்ல பெயர் வாங்குவதில் மாணவரிடையே கடும் போட்டி நிலவும். மாணவர்களிடம் கடுமையாகவோ கோபமாகவோ நடந்துகொள்ளாமல் அவர்களை உயிர்த் துடிப்புள்ளவர்களாக இருக்குமாறு பார்த்துக்கொள்வார். நகைச்சுவையுணர்வு மிக்கவராயும், எல்லோரையும் வசீகரிக்கும் தன்மை உடையவராகவும் இருந்தபடியால், அவர் மாணவரிடையே மிகுந்த செல்வாக்கு உடையவராய்த் திகழ்ந்தார். அவரது திறமையை உணர்ந்திருந்த அவர்தம் உடன் ஊழியர்களும் அவர்மாட்டுப் பெருமதிப்புக் கொண்டிருந்தார்கள். தமது பணியைத் திட்டமிட்டுச் செய்தார். அவரது பணியில் அவரது மனத்தின் ஆளுமை வலிமையானதொரு இடம்பெற்றிருந்தது.'

ஜெ.சிவசண்முகம் பிள்ளை மட்டுமல்ல, வெஸ்லி கல்லூரியின் தலைமை ஆசிரியர் அருள்திரு ஃபெனல்கர்,

பி.ஏ., அவர்களும் எம்.சி.ராஜாவின் ஆசிரியப் பணியின் திறத்தை வியந்து பாராட்டினார். சட்டப்பேரவைக்கு நியமிக்கப்பட்டவுடன் ஃபெனல்கர் கூறுகிறார்:

> 'தாம் ஒரு கைதேர்ந்த பள்ளி நிர்வாகி என்பதையும் தற்காலிக வழிமுறைகளைப் பின்பற்றிடும் கல்வியாளர் என்பதையும் திரு.இராஜா வெகு விரைவிலேயே நிரூபித்துவிட்டார். தமது பணிக்காலத்தில் பலராலும் ஒப்புக்கொள்ளப்படத்தக்கத் திறம் வாய்ந்த பாடப்புத்தகங்கள் பலவற்றை எழுதினார். தொடக்கக் கல்வியில் ஏற்பட்ட புதிய வழிமுறைகளை ஏற்றுக்கொள்வதில் துடிப்புடன் செயல்பட்டுச் சூழ்நிலைகள் சரியாக இருந்த வேளைகளில் அம்முறைகளை அறிமுகப்படுத்துவதில் ஆர்வங் காட்டினார். இளம் மாணவர்களை வழிநடத்துவதற்கு ஏற்புடைய 'சுதந்திரமான கட்டுப்பாடு' முறையைப் பின்பற்றுவதில் வெற்றிகரமாகச் செயல்பட்டார்.'

எம்.சி.ராஜா ஆசிரியராக இருந்தபொழுது பல பாடநூல்களை எழுதியிருக்கிறார். ஆனால் முழுவதுமாக அவையெல்லாம் கண்டுபிடிக்கப்படவில்லை. அவர் எழுதிய King George V for pupils in high schools and colleges என்ற புத்தகம் 1912ல் வெளியாகி இருக்கிறது. Prince Edward என்ற நூலையும், குழந்தைகளுக்காக Stories and Action Songs என்ற நூலையும் எழுதியிருக்கிறார்.

சென்னையில் உள்ள சென்னை ஆதிதிராவிட தரும பாடசாலையின் கௌரவக் கண்காணிப்பாளராக இருந்த திருமதி ரங்கநாயகி அம்மையாருடன் இணைந்து Kindergarten Room என்ற நூலையும் எழுதியிருக்கிறார் எம்.சி.ராஜா. (The Madras Year Book 1923, P.1056.)

ஆல்காட் பஞ்சமர் இலவசப் பள்ளியின் தலைமை ஆசிரியர் மற்றும் வெஸ்லி கல்லூரியில் (Wesley College Lower School) முதலாம் வகுப்பு முதல் ஐந்தாம் வகுப்பு வரை உள்ள பகுதிக்குக் கண்காணிப்பாளராக இருந்ததால், சிறு குழந்தைகளுக்கு எப்படிப் பாடம் நடத்துவது என்பதில் ஆற்றல் மிகுந்தவராக இருந்தார் எம்.சி.ராஜா. சிறு வயதில் இசையோடும் ராகத்தோடும் பயிலும் பாடங்கள் மனத்தில் என்றும் அழியாமல் இருக்கும் என்பதை அறிந்தவர் அவர். அதனால் அவர்களுக்காகவே சில புத்தகங்களை ராகத்தோடு எழுதினார்.

1923ம் ஆண்டுக்கு முன்பே Kindergarten Room என்ற புத்தகம் வெளிவந்துவிட்டது. இதில் உள்ள சில பாடல்கள் இன்றைக்கும் தமிழ்நாடு முழுவதும் அறியப்பட்ட, மனத்துக்குப் பிடித்த பாடல்களாக உலா வந்துகொண்டிருக்கின்றன.

'கைவீசம்மா! கை வீசு
கடைக்குப் போகலாம் கை வீசு'

என்ற பாடலும்

'நிலா! நிலா! வா வா,
நில்லாமல் ஓடிவா
மலைமேல் ஏறிவா
மல்லிகைப்பூ கொண்டுவா'

என்ற பாடலும் காலத்தால் அழிக்க முடியாத பாடல்கள். இவை குழந்தைகளுக்குப் பாடங்கள் மீது ஈர்ப்பும் கவனமும் வர எழுதப்பட்டவை.

பள்ளிக்கூடங்களில் மட்டும் இப்பாடல்கள் சொல்லித் தரப்படவில்லை. மாறாக தங்களுடைய வீடுகளிலும், குழந்தைகளுடன் சாப்பிடப் போகும்போதும், அவர்களுடன் விளையாடும்போதும் பெற்றோர்களாலும் பெரியோர்களாலும் இப்பாடல்கள் பாடப்பட்டன. அந்த அளவிற்கு இப்பாடல்கள் எல்லோருடைய மனத்திலும் இடம்பிடித்தன.

சென்னை மாநிலத்தில் சாரணர் இயக்கத்தை வடிவமைப்பதில் எம்.சி.ராஜா தலைமையேற்றுப் பணியாற்றியதாக ஜெ.சிவசண்முகம்பிள்ளை எழுதுகிறார். மேலும் அவர் பள்ளிகளில் சாரணர் இயக்குநராகவும் பணியாற்றினார்.

ஆதிதிராவிட மகாஜன சபை

சங்க காலத்திலிருந்து பறையர்கள் எனப்படும் ஆதிதிராவிடர்கள் தீண்டாமைக்கு உட்படாத சமூகமாகவே இருந்து வந்துள்ளனர். ஆனால் நாளடைவில் தீண்டாமைக்கு உட்படுத்தப்பட்டுத் தீண்டத் தகாதவர்களாகக் கருதப்பட்டனர். இதன் காரணமாகப் பல்வேறு இன்னல்களுக்கு ஆளாயினர். நாட்டில் ஆறில் ஒரு பங்காக இருக்கக்கூடிய ஆதிதிராவிடர்களின் நிலைமையை மாற்ற, இன்னல்களைக் களைய, பல்வேறு ஆதிதிராவிடத் தலைவர்கள் முடிவெடுத்துச் செயலாற்றி வந்தனர்.

அதில் சென்னை காசிமேடு ஷட்டாவதானம் வைரக்கண் வேலாயுத புலவர், ஸ்ரீமான் அரங்கையதாசப் பண்டிதர் முதலிய பலர் கூடி, ‘ஆதிதிராவிடர் மகாஜன சபை’ என்றொரு பெருங்கழகத்தை 1890ம் ஆண்டில் ஆரம்பித்தனர். 1892ம் ஆண்டு 1860ம் வருடத்திய XXI-ம் சட்டத்தின்படி பதிவும் செய்தனர். ஆதிதிராவிட மகாஜன சபையானது அரசியலமைப்பின் அடிப்படையில் உருவாக்கப்பட்டது.

ஆதிதிராவிட மகாஜன சபைக்கு ஆயுட்காலத் தலைவராக இருந்து வந்தார் ஸ்ரீமான் ஷாப்பு P.V.சுப்பிரமணியம் பிள்ளை. அனைத்துத் தாழ்த்தப்பட்ட வகுப்பினரும் அடிப்படைக் கல்வியைப் பெறவேண்டும் என்பதே P.V.சுப்பிரமணியத்தின் விருப்பமாக இருந்தது. பள்ளிகளுக்குச் செல்ல நிதியுதவி வழங்கி அவர்களை ஊக்கப்படுத்தினார். அவரே பள்ளிகளைத் தொடங்கினார். ஆதிதிராவிட வகுப்பினரின் விழிப்புணர்வுக்காகக் கூட்டங்கள் மற்றும்

மாநாடுகளை நடத்தினார். ஆளுநரிடமும் வைஸ்ராயிடமும் முறையீடு செய்து, அன்றாட நடவடிக்கைகளில் தாழ்த்தப்பட்ட வகுப்பினர் எதிர்கொள்ளும் இடையூறுகளை நீக்க முயன்றார்.

ஆதிதிராவிட மகாஜன சபை, ஆதிதிராவிட வகுப்பினரின் சமூக-அரசியலுக்கான முன்னோடி அமைப்புகளில் ஒன்றாகும். ஆதிதிராவிட வகுப்பினரின் சமூக மற்றும் அறிவுசார்நிலையை உயர்த்துவதற்காக ஆரம்பிக்கப்பட்டது இச்சபை.

பதிவுபெற்றபின் சென்னை ஆதிதிராவிட மகாஜன சபையாக உருவாகியது. சென்னை ஆதிதிராவிட மகாஜன சபைக்கு எம்.சி.ராஜாவின் தந்தை சின்னத்தம்பி பிள்ளை கௌரவச் செயலாளராகப் பணியாற்றி வந்தார். இதனால் எம்.சி.ராஜாவும் அதனுடன் தொடர்பில் இருந்து வந்தார். ஆனாலும்கூட சில காரணங்களால் மகாஜன சபையில் தொய்வு ஏற்பட்டது. பின்னர் 1916ல் சென்னை ஆதிதிராவிட மகாஜன சபையைச் சீரமைப்பதில் பெரும்பங்கு ஆற்றினார் எம்.சி.ராஜா.

ஆதிதிராவிட மகாஜன சபையின் தலைவராக விளங்கிய ஸ்ரீமான் ஷாப்பு P.V.சுப்பிரமணியம் பிள்ளையவர்களின் தலைமையின்கீழ், இம்மகாசபைக்குக் கௌரவக் காரியதரிசியாக ஒருமனதாகத் தேர்ந்தெடுக்கப்பட்டார் எம். சி.ராஜா.

இங்கு மற்றொரு விஷயத்தைக் குறிப்பிட வேண்டும். டாக்டர் அம்பேத்கர் 1915ல் அமெரிக்காவில் படித்துக்கொண்டிருந்தார். இந்த வருடத்தில்தான் ‘பண்டைய இந்தியாவில் வாணிபம்’ என்ற ஆய்வுக் கட்டுரைக்காக எம்.ஏ. பட்டம் பெற்றார் டாக்டர் அம்பேத்கர். 1916ல் ‘இந்தியாவில் சாதிகள்: அவற்றின் இயக்கம், தோற்றம், வளர்ச்சி’ என்ற ஆய்வுக் கட்டுரையைச் சமர்ப்பித்தார். அதாவது எம்.சி.ராஜா தாழ்த்தப்பட்ட சமூக மக்களின் முன்னேற்றத்திற்காக அரசியலில் ஈடுபட்டபோது டாக்டர் அம்பேத்கர் படித்துக்கொண்டிருந்தார்.

சுயமரியாதை இயக்கத்தை ஆரம்பித்த ஈ.வெ. ராமசாமி 1916களில் தன் அப்பாவின் தொழிலைக் கவனித்துக்கொண்டும், தன் பொருளாதாரச் செல்வாக்கினால் ஈரோட்டில் சில உள்ளூர்ப் பதவிகளை வகித்துக்கொண்டும் இருந்தார். 1919ல்தான் காங்கிரஸில் சேர்ந்தார்.

எம்.சி.ராஜா செயலாளராகத் தேர்ந்தெடுக்கப்பட்ட பின் மகாஜன சபையை வளர்த்தெடுப்பதில் மும்முரம் காட்டினார். இந்தச் சபையின் முக்கிய நோக்கம், ஆதிதிராவிட வகுப்பினரை மேம்படுத்துவதே. சபை ஆதிதிராவிட வகுப்பினரின் கண்களைத் திறப்பதாக இருந்தது. சபை ஆதிதிராவிட மக்களை ஒழுங்கமைக்கவும், அவர்களுக்குச் சரியான முறையில் கல்வி கற்பிக்கவும் முடிவு செய்தது. தங்கள் மக்களை உயர்த்துவதற்காக அரசியல், சமூக, அறிவியல், பொருளாதாரம் மற்றும் இலக்கியம் போன்ற பல்வேறு தலைப்புகளில் பத்திரிகைகள், புத்தகங்கள் மற்றும் துண்டுப் பிரசுரங்களை வெளியிடச் சபை முன்வந்தது. அறிவுஜீவிகள் மற்றும் அறிஞர்கள் பல்வேறு துறைகளில் தங்கள் படைப்புகளை வெளியிடச் சபை ஊக்கப்படுத்தியது.

தாழ்த்தப்பட்ட வகுப்பினருக்கு ஏற்படும் பிரச்சினைகள் குறித்துப் பல்வேறு இடங்களில் பொதுக்கூட்டங்களை ஏற்பாடு செய்து நடத்தும் பணி சபையின் அலுவலகப் பொறுப்பாளர்களிடம் ஒப்படைக்கப்பட்டது. படிப்பறிவில்லாத ஆதிதிராவிட வகுப்பினர் தங்களின் மோசமான நிலையைப் பற்றி அறிய நூலகங்கள், இலவச வாசிப்பு அறைகள் மற்றும் இரவுப் பள்ளிகளைத் திறந்து பராமரிக்கச் சபை திட்டமிட்டது. இந்த நோக்கங்களுடன், ஆதிதிராவிட மகாஜன சபைச் செயல்பாடுகளில் அதன் உறுப்பினர்கள் ஊக்கத்தோடும் சமுதாயப் பார்வையோடும் பங்கேற்க வலியுறுத்தப்பட்டது.

பதினெட்டு வயதை எட்டிய ஆதிதிராவிட வகுப்பைச் சேர்ந்த தனிநபர்களுக்குச் சபையின் உறுப்பினர் ஆகும் உரிமை உண்டு. மகாஜன சபை நடத்தும் மாநாட்டில் தீர்மானங்களை நிறைவேற்றும் பொறுப்பை செயற்குழு ஏற்றுக்கொண்டு, சமுதாயத்தின் நன்மைக்காக நிறைவேற்றப்பட்ட தீர்மானங்களை அரசுக்கு அனுப்பி வைத்தது.

தமிழ்நாடு முழுவதும் பல கிளைகள் இருந்தன. சபையின் கிளைகள் தலைமை அலுவலகத்துடன் இணைக்கப்பட்டன. சபை கிராமப்புறங்களில் நூற்றுக்கணக்கான கிளைகளைக் கொண்டிருந்தது. சபையின் தலைமையகம் சென்னை நுங்கம்பாக்கத்தில் இருந்தது.

ஆதிதிராவிட மகாஜன சபை அதன் விவகாரங்களை ஒழுங்குபடுத்துவதற்காக ஒரு சேவை ராணுவத்தையும்,

சாரணர் பிரிவையும் பராமரித்து வந்தது. சேவை ராணுவம் சபையின் ஒரு சிறப்புப் பிரிவாக இருந்தது. அதன் உறுப்பினர்கள் பெரும்பாலும் இளைஞர்களாக இருந்தார்கள். ஆதிதிராவிட வகுப்பினரின் உரிமைகள் மற்றும் நலன்களைப் பாதுகாக்கும் பொறுப்பு, சேவை ராணுவத்திடம் ஒப்படைக்கப்பட்டது. போராட்டங்கள் மற்றும் ஆர்ப்பாட்டங்களை ஏற்பாடு செய்வதும் இந்த ராணுவத்தின் பணியாக இருந்தது.

எம்.சி.ராஜா தமிழ்நாட்டின் பல்வேறு இடங்களுக்குப் பயணப்பட்டுச் சபையை வலுவாகக் கட்டமைத்தார். தொடர்ந்து ஆதிதிராவிட மக்களுக்கு விழிப்புணர்வை ஏற்படுத்தி வந்தார். ஆதிதிராவிட மக்களை ஒருங்கிணைத்துக் கூட்டங்களை நடத்தினார். இதனால் ஆதிதிராவிட மக்களிடையே மாபெரும் விழிப்புணர்வு ஏற்படலாயிற்று.

ஆதிதிராவிடர்களின் கல்விக்கு அதிக முக்கியத்துவம் கொடுத்து வந்தார். கல்வியால் மட்டுமே ஒரு சமூகம் முன்னேற முடியும் என்பதில் அசைக்க முடியாத நம்பிக்கை வைத்திருந்த எம்.சி.ராஜா, 1916ல் சென்னை நுங்கம்பாக்கம் ஜகந்நாதன் சாலையில் ஆதிதிராவிட மகாஜன சபையின் இலவசப் பள்ளியைத் தொடங்கினார்.

1916ம் ஆண்டு எம்.சி.ராஜா ஆதிதிராவிட மகாஜன சபையின் செயலாளராக உருவாகுவதற்கு முன்பும் பின்பும் ஆதிதிராவிடர்களுக்கான அவருடைய தன்னலமற்ற பணி பல்வேறு தரப்பினராலும் கூர்ந்து நோக்கப்பட்டு வந்தது. 1916ம் ஆண்டில்தான் பிராமணரல்லாதார் ஒன்றிணைந்து ஓர் இயக்கத்தைக் கட்டமைக்க முயன்றார்கள். அப்போது பிராமணர்கள் எல்லாத் துறைகளிலும் செல்வாக்குப் பெற்று முன்னணியில் இருந்தார்கள். பிராமணரல்லாதோருக்கு இது பெரும் பின்னடைவாகவே கருதப்பட்டது. தாங்கள் பல துறைகளிலும் ஒதுக்கப்படுகிறோம் என்பதை உணர்ந்தார்கள். அதனால் எல்லோரையும் இணைத்து ஓர் இயக்கத்தை உருவாக்க 20-11-1916ல் ஒரு கூட்டம் ஏற்பாடாகியது.

சென்னை வேப்பேரியில் இருந்த எதிராஜுலு முதலியார் இல்லத்தில் நடந்த இக்கூட்டத்தில், 1. திவான் பகதூர் பிட்டி தியாகராயச் செட்டியார், 2. டாக்டர் டி.எம்.நாயர், 3. திவான் பகதூர் பி.இராஜரத்தின முதலியார், 4 டாக்டர் சி.நடேச முதலியார், 5. திவான் பகதூர் பி.என் சிவஞான முதலியார், 6. திவான் பகதூர் பி.இராமராய நிங்கார் (பனகல் அரசர்),

7. திவான் பகதூர் எம்.ஜி.ஆரோக்கியசாமி பிள்ளை, 8. ராவ் பகதூர் நாராயணசாமி செட்டி, 9. ராவ் பகதூர் தணிகாசலம் செட்டி, 10. ராவ் பகதூர் எம்.சி.ராஜா, 11. டாக்டர் முகமது உஸ்மான் சாயுபு, 12. ஜே.எம்.நல்லசாமி பிள்ளை, 13, ராவ் பகதூர் வெங்கட ரெட்டி நாயுடு, 14. ராவ் பகதூர் ஏ.பி. பாத்ரோ, 15. டி.எத்திராஜுலு முதலியார், 16. ந.கந்தசாமி செட்டியார், 17. ஜே.என். இராமநாதன், 18, கான்பகதூர் ஏ.கே.ஜி. அகமது தம்பி மரைக்காயர், 19. திருமதி அலமேலு மங்கைத் தாயாரம்மாள், 20. த.இராமசாமி முதலியார், 21. திவான் பகதூர் கருணாகர மேனன், 22. டி.வரதராஜுலு நாயுடு, 23. மதுரை வக்கீல் எல்.கே.துளசிராமன், 24. கே.அப்பாராவ் நாயுடுகாரு, 25. எஸ்.முத்தையா முதலியார், 26. மூப்பில் நாயர் போன்ற முக்கியமான தலைவர்கள் அனைவரும் கூடி, 'South Indian Liberal Federation' எனும் பெயரைத் தெரிவு செய்தனர். தமிழில் 'தென்னிந்திய நலவுரிமைச் சங்கம்' என்று அழைத்தனர். பின்னாளில் அது 'நீதிக்கட்சி' என்று அழைக்கப்படலாயிற்று.

இந்தத் தலைவர்களில் எம்.சி.ராஜா மட்டுமே ஆதிதிராவிடர் ஆவார். மற்றவர்கள் வெவ்வேறு வகுப்புகளைச் சார்ந்தவர்கள். அன்று எம்.சி.ராஜா ஆதிதிராவிடர்களின் முன்னேற்றத்திற்காகச் செயல்பட்டு வந்த மாபெரும் தலைவராக விளங்கி வந்தார். ஆதிதிராவிடர்களின் ஆதரவு நீதிக்கட்சிக்குத் தேவையென்பதால் அவரை அழைத்திருந்தனர். அதிலிருந்து எம்.சி.ராஜாவும் ஆதிதிராவிட மக்களும் நீதிக்கட்சிக்கு ஆதரவளித்து வந்தனர். ஆயினும் தங்களுக்கான தனித்த அடையாளத்தோடு ஆதிதிராவிடர்கள் செயல்பட்டு வந்தார்கள்.

எம்.சி.ராஜா ஆசிரியர் துறையில் எல்லோரும் வியக்கும் வகையில் தன் ஆளுமையை நிரூபித்துக் காட்டினார். அதனால் 1917ம் ஆண்டு மேதகு ஆளுநர் பென்ட்லாண்ட் பிரபுவால் ஆரம்பக் கல்விக் குழுவிற்கு எம்.சி.ராஜா உறுப்பினராக நியமனம் செய்யப்பட்டார்.

இந்தியாவின் சீர்திருத்தம் தொடர்பாக வைஸ்ராயான செம்ஸ்போர்டு மற்றும் ஆங்கிலேய அரசின் இந்தியாவுக்கான உள்துறைச் செயலர் மாண்டேகு இருவரும் 1917 டிசம்பர் 14ம் தேதி சென்னை வந்தடைந்தனர். அரசமைப்புச் சட்டச் சீர்திருத்தங்கள் பற்றித் தங்களுடைய கருத்துகளைத் தெரிவிக்கப் பல்வேறு அமைப்புகள், கட்சிகள் அழைக்கப்பட்டன. அதில் சென்னை மாகாணச் சங்கம்,

தென்னிந்திய நல உரிமைச் சங்கம், சென்னைத் திராவிடர் சங்கம், தென்னிந்திய கத்தோலிக்க இந்தியர் சங்கம், சென்னை மாகாண முஸ்லிம் லீக், தென்னிந்திய இஸ்லாமிய லீக், முத்தியால்பேட்டை முஸ்லிம் அஞ்சுமான், சென்னை மாகாணத்தின் ஜமீன்தார்கள் மற்றும் நிலக்கிழார்கள் போன்ற பல்வேறு தரப்பினர் தங்களுடைய கருத்துகளைத் தெரிவித்தனர்.

1917ல் சென்னைக்கு வந்திருந்த H.E.Lord Chemsford, Right Honourable Mr. E.S.Montagu ஆகியோரிடம் ஆதிதிராவிடர் எனும் பெயரைப் பற்றியும், ஆதிதிராவிடர்களின் முன்னேற்றத்தைப் பற்றியும் குறிப்பாணைகளைக் கொடுக்கவும், அதுபற்றி முடிவெடுக்கவும் சென்னை விக்டோரியா பொதுக்கூடத்தில், திருமயிலை திவ்ய கவி ராகவதாசர் அவர்களின் தலைமையின்கீழ் ஆதிதிராவிடர்களின் பெருங்கூட்டமொன்று கூடித் தீர்மானங்களை நிறைவேற்றினர். அப்பத்திரத்தில் ஸ்ரீமான் P.V.சுப்பிரமணியம் பிள்ளை, V.முகுந்துபிள்ளை, M.C.ராஜா, T.ஓங்காரம், M.சண்முகம் பிள்ளை, ஸ்ரீமதி திருப்புகழ் அம்மாள், K.முனிசாமிப்பிள்ளை, V.ராஜரத்தினம் பிள்ளை, V.G.வாசுதேவபிள்ளை, V.G.வேணுகோபால பிள்ளை ஆகியோர் தங்களது கையொப்பம் இட்டு, பின்பு இந்திய மந்திரியாகிய மாண்டேகு பிரபுவிடம் சமர்ப்பித்தனர். அதில் 'இவர்கள் எங்களைக் குறிப்பிடும் பெயர்களே அவமதிப்பை உண்டுபண்ணுகிறது. எனவே, இனிமேல் அனைத்து அரசு தகவல் தொடர்புகளிலும், நாங்கள் ஆதிதிராவிடர்கள் அல்லது அசல் திராவிடர்கள் என்று ஆணைகளைப் பிறப்பித்து, சமூக உயர்வை அடைவதற்கான எங்கள் முயற்சிகளுக்கு உதவுமாறு நாங்கள் அரசாங்கத்தை கேட்டுக்கொள்கிறோம்' என்ற கோரிக்கையை முக்கியக் கோரிக்கையாக வைத்திருந்தனர்.

ஆதிதிராவிடர்கள் தங்களுக்கான தனித்த அடையாளத்தோடு செயல்பட்டு வந்த காலத்தில் நீதிக் கட்சிக்கும் ஆதரவு அளித்து வந்தனர். காரணம், அதில் இருந்த டி.எம். நாயர்தான். நீதிக்கட்சியானது உயர் சாதிக்கான கட்சி என்ற பிம்பத்தை அகற்றி எல்லா வகுப்பாருக்குமான கட்சி என்று கட்டமைத்ததில் ஆதிதிராவிடர்களுக்கும் எம்.சி.ராஜாவுக்கும் ஒரு பெரிய பங்கு இருந்தது.

7-10-1917ல் சென்னை எழும்பூர் ஏரிக்கரை மைதானத்தில் (ஸ்பர்டாங் சாலை) நீதிக்கட்சியைச் சார்ந்த டி.எம்.நாயரை

அழைத்து வந்து, எம்.சி.ராஜா அவர்களும் ஜான் ரத்தினம் அவர்களும் மற்றும் சிலரும் மாபெரும் கூட்டம் நடத்தினர். அக்கூட்டத்தில் டி.எம்.நாயர் ஆவேசமான உரை ஒன்றை நிகழ்த்தினார். கடைசியில் எம்.சி.ராஜா நன்றிகூறக் கூட்டம் முடிவுற்றது.

இக்கூட்டத்தில் உரையாற்றியவர்களின் பேச்சு பிராமணர்களை வெறுக்கும்படியும் அடிக்கும்படியாகவும் அமைந்திருந்ததாகப் பேசப்பட்டது. இதன் காரணமாக பறையர்கள் சில பிராமணர்களை அடித்ததாகவும் 'இந்து' உள்ளிட்ட சில பத்திரிகைகளில் செய்தி வந்தது. இதன் அடிப்படையில் சட்டசபையில் சட்டமன்ற உறுப்பினர் டி.ரங்க ஆச்சாரியார் என்பவரால் கேள்வியும் எழுப்பப்பட்டது. அரசாங்கம் பதிலும் அளித்தது.

இச்சம்பவம் குறித்து மகாகவி பாரதியார் இரண்டு கட்டுரைகளில் எழுதியிருக்கிறார். 'பறையர்' என்ற கட்டுரையில் எழுதுகிறார்:

> 'என்னடா இது! ஹிந்து தர்மத்தின் பஹிரங்க விரோதிகள், பறையரைக் கொண்டு பிராமணரை அடிக்கும்படி செய்யும்வரை சென்னைப் பட்டணத்து ஹிந்துக்கள் பார்த்துக் கொண்டிருந்தார்கள்! அடே! பார்ப்பானைத் தவிர மற்ற ஜாதியாரெல்லாம் பறையனை அவமதிப்பாகத்தான் நடத்துகிறார்கள். எல்லாரையும் அடிக்கப் பறையரால் முடியுமா? பறையருக்கு அனுகூலம் மற்ற ஜாதியார் செய்யத் தொடங்கவில்லையா? எதற்கும் ஹிந்து மதவிரோதிகளின் பேச்சைக் கேட்கலாமா? நந்தனாரையும், திருப்பாணாழ்வாரையும் மற்ற ஹிந்துக்கள் கும்பிடவில்லையா? பறையருக்கு நியாயம் செலுத்த வேண்டியது நம்முடைய முதற்கடமை.'

மேலும் இதுகுறித்து 'பஞ்சமர்' என்ற கட்டுரையில் எழுதுகிறார்:

> 'சென்னைப்பட்டணத்தில் நாயர் கக்ஷிக் கூட்டமொன்றில் பறையரை விட்டு இரண்டு மூன்று பார்ப்பனரை அடிக்கும்படி தூண்டியதாகப் பத்திரிகைகளில் வாசித்தோம். ராஜாங்க விஷயமான கொள்கைகளில் அபிப்பிராய பேதமிருந்தால், இதை ஜாதி பேதச் சண்டையுடன் முடிச்சுப்போட்டு அடிபிடிவரை கொண்டு வருவோர் இந்த தேசத்தில்

ஹிந்து தர்மத்தின் சக்தியை அறியாதவர்கள். இது நிற்க. அடுத்த நவம்பர்மாதம் பட்டணத்தில் பறையரை உயர்த்த வேண்டுமென்கிற நோக்கத்துடன் மகாசங்கம் நடத்தப் போவதாகக் கேள்விப்பட்டு மிகவும் சந்தோஷமடைந்தேன். முற்காலத்தில் நந்தனார் தோன்றியதுபோலவே, இப்போது மேற்படியார் குலத்தில் ஸஹஜாநந்தர் என்ற ஸந்யாஸி ஒருவர் நல்ல பக்தராயும் ஸ்வனாபிமானம் உடையவராகவும் தோன்றியிருக்கிறார். அவருடைய முயற்சிகளை முன்னுக்குக் கொண்டுவரும்படி உதவி செய்ய விரும்புவோர் குத்திபில் ஸ்ரீ கேசவப் பிள்ளை திவான் பகதூருக்கு எழுதி விவரங்கள் தெரிந்துகொள்ளலாம். மேற்படி ஸஹஜாநந்தர் சிதம்பரத்திற்கு அருகே ஒரு கிராமத்தில் பறைப் பிள்ளைகளுக்காக ஒரு பள்ளிக்கூடம் போட்டிருக்கிறார். அந்தப் பள்ளிக்கூடம் மே மாதம் திறக்கப்பட்டது. இப்போதைக்கு மண் கட்டடம்; கூரை வேய்ந்திருக்கிறார்கள். அதில் நானூறு பிள்ளைகள் வரை ஏற்கெனவே சென்று படிக்கிறார்கள். தியஸாபிகல் சங்கத்தார் சில பஞ்சம பாடசாலைகளை ஏற்படுத்தி அந்த ஜாதியாரை மேன்மைப்படுத்தும் பொருட்டு மிகுந்த சிரத்தையுடன் உழைத்து வருகிறார்கள். ஸ்ரீமதி அனிபெஸண்டுக்கு இந்த விஷயத்தில் ஏற்பட்டிருக்கும் அன்பும் உத்ஸாஹமும் மெச்சத் தகுந்தன.'

இக்கூட்டம்தான் நீதிக்கட்சிக்குத் தாழ்த்தப்பட்டவர்களின் மத்தியில் வெகுஜனக் கட்சி என்ற பெயரைப் பெற்றுத் தந்ததால், இன்றும் திராவிட இயக்கங்கள் இக்கூட்டத்தைப் பெருமையாக நினைவுகூர்வர்.

1917ல் எம்.சி.ராஜா மாணவர்களுக்காக 48 பக்கங்கள் கொண்ட 'இலக்கணப் பாடங்கள்' என்ற நூலை எழுதி வெளியிட்டார்.

எம்.சி.ராஜாவுக்கு கல்வி கற்பித்தல் பற்றிய துறையில் அபாரமான ஆற்றல் இருந்தது. அதனால் 1919ம் ஆண்டு ஆரம்பக் கல்வி மசோதாவுக்கான பொதுக்குழுவில் அவர் நியமிக்கப்பட்டுத் துடிப்புடன் பணியாற்றினார். பின்பு உயர்நிலைக் கல்வி மறுசீரமைப்புக் குழுவிலும், செங்கல்பட்டு மாவட்ட ஆரம்பக் கல்விக் குழுவிலும் இடம்பெற்றிருந்தார்.

எம்.சி.ராஜாவின் அளப்பறிய அறிவாற்றலைக் கண்ட பிரிட்டிஷார் 1919ல் அவரைக் கௌரவ மாநில நீதிபதியாக நியமித்தனர். அவர் ஒருபக்கச் சார்புத்தன்மை கொள்ளாமல் நீதி வழங்குவதில் முனைப்புடன் செயலாற்றினார். எம்.சி.ராஜா நீதிபதியாக எப்படிச் செயலாற்றினார் என்பதை ஜெ.சிவசண்முகம்பிள்ளை கூறுகிறார்:

> ‘1919இல் திரு.எம்.சி.ராஜா கௌரவ மாநில நீதிபதியாக நியமிக்கப்பட்டார். ஒவ்வொரு ஆண்டும் இந்நியமனம் புதுப்பிக்கப்பட்டு வந்தது. நீதிபதியாக அவர் உறுதியானவராகவும், நியாயமாய்ச் செயல்படுபவராகவும், அரும்பாடுபட்டு உண்மையைக் கண்டுபிடிப்பவராகவும், தாமதமின்றி நீதி வழங்குபவராகவும், பொறுமையும் பரிவும் கொண்டவராகவும் விளங்கினார். எந்தச் சூழ்நிலையிலும் தம்முடைய உணர்ச்சிகளைக் கட்டுப்பாட்டுக்குள் வைத்திருக்கும் வழக்கம் உடையவர். அவர் எப்போதும் உண்மையின் மையப்பகுதியைத் தேடுவதில் கவனம் செலுத்தினார். அவரைப்போல் வேறெந்த நீதிபதியும் தமது பணியில் கவனம் செலுத்தியதில்லை. வழக்கின் முழுப் பரிமாணத்திற்கும் வழக்கில் தொடர்புடையவர்கள் அனைவர் மீதும் முழு கவனம் செலுத்தினார். ஒரு நீதிபதி சில வேளைகளில் தமது ஆசனத்தின் இருக்கையிலேயே அமர்ந்துவிடுவதுண்டு. ஆனால் திரு. ராஜாவோ அத்தகையவரல்லர். அவர் இங்கிலாந்தில் பிறந்திருந்து சட்டத் துறையைத் தமது தொழிலாகத் தேர்ந்தெடுத்து இருப்பாரானால் மிக உயர்ந்த பதவியில் அமர்ந்திருப்பார்.’

பிரிட்டிஷ் இந்திய ஆட்சியில் பங்குபெறும் இந்தியப் பிரதிநிதிகளைத் தேர்ந்தெடுப்பதற்கான தேர்தல் முறையைக் கொண்டு வருவதற்காக பிரிட்டிஷார் ‘சௌத்பாரோ குழு’ என்ற குழுவை 1918ல் அமைத்தனர். இக்குழுவில் லார்டு சௌத்பாரோ தலைவராகவும், ஜி.பிராங்க், அப்தர் அஹமத் கான், ஹெய்லி, சுரேந்திரநாத் பானர்ஜி, மால்கோம், சீனிவாச சாஸ்திரி ஆகியோர் உறுப்பினர்களாகவும், பி.சி.டால்லென்ட்ஸ் என்பவர் செயலாளராகவும் நியமிக்கப்பட்டனர்.

1919ல் பம்பாயில் சௌத்பாரோ குழுவிடம் டாக்டர் அம்பேத்கர் சாட்சியம் கொடுத்தார். ஆனால் தமிழ்நாட்டில்

எம்.சி.ராஜாவினால் இயக்கப்பட்ட ஆதிதிராவிட மகாஜன சபை அதே ஆண்டில் சௌத்பாரோ குழுவைப் புறக்கணிப்பதாகக் கடிதம் எழுதியது. அதற்கான காரணத்தையும் சொல்லியது.

> 'வாக்குரிமைக் குழுவில் திரு வி.எஸ்.ஸ்ரீனிவாச சாஸ்திரியாரும் திரு சுரேந்திரநாத் பானர்ஜியும் இடம்பெற்றிருப்பதை நாங்கள் ஏற்கெனவே எதிர்த்துள்ளோம். இவ்விருவரும் நீக்கப்படும்வரை இக்குழுவை நாங்கள் சந்திக்கமாட்டோம். திரு ஸ்ரீனிவாச சாஸ்திரியார் பிரிட்டிஷ் நிர்வாகத்தைக் காட்டிலும் பிராமணர் ஆளுகையே மேலானது என்று பேசிவருபவர். செம்ஸ்ஃபோர்டு பிரபுவுக்கும் மேதகு மாண்டேகுவுக்கும் நாங்கள் சமர்ப்பித்த கோரிக்கை மனுவில், 'இந்த நாட்டின் ஆட்சிபீடத்தை பிரிட்டிஷாரின் கரங்களிலிருந்து கடந்த காலங்களில் எங்களை ஒடுக்கி வந்த மேல்சாதியினர் என்றழைக்கப்படும் இந்துக்களின் கரங்களுக்கு மாற்றும் எந்த முயற்சியையும் எங்களுடைய கடைசிச் சொட்டு இரத்தம் இருக்கும்வரை எதிர்ப்போம்' என்று குறிப்பிட்டிருந்த காரணத்தால் திரு பானர்ஜி எங்களது சபையையும் சமுதாயத்தையும் பார்த்து 'சுதந்திரத்தையும் நாகரிகத்தையும் எதிர்த்துப் போராடிவரும் ஜெர்மன் இராணுவத்தில் போய்ச் சேருங்கள்' என்று சொல்லிப் பழித்தார். இவ்விருவரும் நாங்கள் கூறும் கருத்துகள் பற்றி தீர்ப்பு சொல்லத் தகுதியற்றவர்கள். அவர்கள் தொடர்ந்து இக்குழுவில் இடம் பெறுவார்களேயானால் பிரிட்டிஷ் அரசின் உண்மையுள்ள சுயமரியாதையுள்ள குடிமக்கள் என்ற முறையில் மேற்குறிப்பிடப்பட்ட குழுவினர் முன்னிலையில் கருத்துத் தெரிவிக்க மறுப்பதைத் தவிர வேறு மரியாதையான வழி எங்களுக்குத் தெரியவில்லை'. (Report of The Franchise Committee 1918-1919, Appendix XV).

20-6-1919ல் மாதம் இருமுறை வெளிவரக்கூடிய 'மெட்ராஸ் ஆதிதிராவிடன்' என்ற இதழை ஆரம்பித்தார் எம்.சி.ராஜா. பத்திரிகையின் உரிமையாளரும் வெளியீட்டாளரும் அவரே. நானூறு பிரதிகள் விற்ற இப்பத்திரிகையின் வருடச் சந்தா 1 ரூபாய் ஆகும். இப்பத்திரிகை வெளிவருவதற்கு முன்பு இலங்கையிலிருந்து 'ஆதிதிராவிடன்' என்ற

இதழ் வெளிவந்துகொண்டிருந்தது. பெயர்க் குழப்பம் ஏற்பட்டுவிடக்கூடாது என்பதற்காக மெட்ராஸ் ஆதிதிராவிடன் என்ற பெயர் சூட்டப்பட்டது. காலனிய வருடாந்திர அறிக்கையில் 'இப்பத்திரிகை ஆதிதிராவிடர்களின் கோரிக்கைகளுக்காகப் பாடுபடுகிறது. அரசியல் செய்திகளையும் பொதுச் செய்திகளையும் வெளியிடுகிறது' எனக் குறிப்பிடப்பட்டுள்ளது. 1920ல் இப்பத்திரிகை நின்றுபோனது. (சூரியோதயம் முதல் உதயசூரியன் வரை, ஜெ.பாலசுப்பிரமணியம், பக்.134-135)

முதல் தலித் சட்டமன்ற உறுப்பினராக...

மிண்டோ – மார்லி சீர்திருத்தங்களின் அடிப்படையில் பொருளாதார முன்னேற்றமடைந்த சாதியினருக்கும், எல்லா முக்கிய மதத்தினருக்கும் பிரதிநிதித்துவம் அளிக்க வாய்ப்பு ஏற்பட்டது. மார்லியினுடைய சீர்திருத்தச் சட்டங்கள் 1909ம் ஆண்டு நடைமுறைக்கு வந்தது. சென்னையில் 19 பிரதிநிதிகள் மக்களால் தேர்ந்தெடுக்கப்பட அனுமதிக்கப்பட்டனர். கவர்னர் 23 அங்கத்தினர்களை நியமனம் செய்ய அதிகாரம் வழங்கப்பட்டது. அதில் 16 பேருக்கு அதிகப்படாமல் அதிகாரிகளாக இருக்க வேண்டும் என்று குறிப்பிடப்பட்டது. தேர்ந்தெடுக்கப்பட்ட அங்கத்தினர்கள் எண்ணிக்கை நாளடைவில் 23 ஆக மாறியது. கவர்னர் தம் விருப்பப்படி இரண்டு நிபுணர்களைச் சட்டமன்றத்தில் நியமனம் செய்யவும் அதிகாரம் வழங்கப்பட்டது.

சென்னையில் 1909ம் ஆண்டு பாராளுமன்றச் சட்டத்தின் அடிப்படையில் மொத்தம் அதிகப்படியான அங்கத்தினர்கள் 42 என நிர்ணயிக்கப்பட்டது. இதில் 19 பேர் பொதுத் தொகுதிகளால் தேர்ந்தெடுக்கப்படுவர். எஞ்சிய 23 பேரும் அரசாங்கத்தாரால் தேர்ந்தெடுக்கப்படுவர். இந்த 23 பேர்களில் 16க்கு அதிகப்படாமல் அதிகாரிகளாக இருப்பர். இதில் ஒருவர் இந்திய வியாபாரச் சமுதாயத்தைச் சேர்ந்தவராக இருப்பர். நாளடைவில் தேர்ந்தெடுக்கப்பட்ட அங்கத்தினர்கள் எண்ணிக்கை 23 ஆக அதிகரித்தது. மொத்தம் எனக் குறிப்பிட்ட அங்கத்தினர்கள் எண்ணிக்கை 44 ஆக மாறியது.

இதில் அரசு தலித்துகளைத் தேர்ந்தெடுக்கவோ அல்லது நியமனம் செய்யவோ இல்லை. 1910ம் ஆண்டு தலித்துகள் தங்களுக்குச் சட்டமன்றத்தில் பிரதிநிதித்துவம் வேண்டும்

எனக் கேட்டதற்கு அவர்கள் தீண்டாமையால் ஒதுக்கப்பட்ட சாதியினர் எனக் கருதி, 1909ம் ஆண்டுச் சட்டத்தின்படி சட்டமன்றத்தில் அவர்களுக்குப் பிரதிநிதித்துவம் அளிக்கப்படவில்லை. இந்தியச் சாதி இந்துக்களின் மனநிலையை பிரிட்டிஷாரும் பின்பற்றினர்.

இதைப் பற்றி எம்.சி.ராஜா, '1861ஆம் ஆண்டிலேயே மக்கள் செல்வாக்கு பெற்ற பிரதிநிதிகள் சட்டமன்றங்களில் இடம் பெற்றிருந்தார்களெனினும் இவைபோன்ற மன்றங்களில் இடம்பெற்றுப் பணியாற்றும் வாய்ப்பினை எந்தவொரு காலகட்டத்திலும் ஒடுக்கப்பட்ட இனத்தவர் பெற்றிருந்ததில்லை. மிண்டோ-மார்லி மன்றங்கள் மக்கள் செல்வாக்கு பெற்ற பிரதிநிதிகளின் எண்ணிக்கையைப் பெருக்கும் வகையில் அமைக்கப்பட்டிருந்த போதிலும்கூட ஒடுக்கப்பட்ட இனத்தவர் எவருக்குமே அவற்றில் இடம் இல்லை' என்று தெரிவிக்கிறார்.

மாண்டேகு - செம்ஸ்போர்ட் சீர்திருத்த விதிகளின்படியும், 1919 சீர்திருத்த சட்டத்தின்படியும் சட்டசபை உறுப்பினராக தலித்துகளை நியமிப்பது என்று அரசு முடிவெடுத்தது. 1919 ஆகஸ்ட் 1ம் தேதி எம்.சி.ராஜாவை நியமன உறுப்பினராக அறிவித்தார் வில்லிங்டன் பிரபு. இந்தப் பதவி 1920 டிசம்பர் 16ம் தேதிவரை கொடுக்கப்பட்டிருந்தது. முதன்முதலாக தலித் நியமன உறுப்பினராக நியமிக்கப்பட்டார் எம்.சி.ராஜா. இதற்குமுன் யாரும் தலித் சமூகத்திலிருந்து உறுப்பினராக நியமிக்கப்படவில்லை. இது வரலாற்றுச் சிறப்புவாய்ந்த நிகழ்வாக கருதப்பட்டது.

ஆனால் ஹோம் ரூல் இயக்கத்தைச் சார்ந்தவர்கள் எம்.சி.ராஜாவை நியமித்ததற்கு எதிர்ப்பு தெரிவித்தனர். அவர்கள் தங்கள் எதிர்ப்புக்கு இரண்டு காரணங்களை முன்வைத்தனர். எம்.சி.ராஜா இந்தியாவை நம்பாமல் இந்தியத் தேசியத்திற்கு எதிராக இருப்பதாலும் மற்றும் பிராமண எதிர்ப்பைக் கொண்டிருப்பதாலும் எதிர்ப்பதாக 'நியு இந்தியா' பத்திரிகையில் எழுதி எதிர்ப்புத் தெரிவித்தனர். (New India, 2-8-1919) எம்.சி.ராஜாவுக்குப் பதிலாக காங்கிரஸ் கட்சியைச் சேர்ந்த ஆதிதிராவிடரான வி.யு.வாசுதேவ பிள்ளையைச் சட்டசபை உறுப்பினராக்கலாம் என்று பரிந்துரைத்தார்கள்.

ஹோம் ரூல் அமைப்பினர் எம்.சி.ராஜாவை எதிர்ப்பதற்கு முக்கியக் காரணம் இருந்தது. எம்.சி.ராஜா காங்கிரஸை

நம்பாமல் – அதில் சேராமல் தனித்துவமான ஆதிதிராவிட அரசியலை முன்னெடுத்தார். தங்களுக்கான தனி அடையாளத்தை அவர் வீறுகொண்டு நிறுவிப் பல்வேறு தளங்களில் செயல்பட்டார். இந்தத் தனித்த அடையாளம் பெருவாரியாக இருக்கும் ஆதிதிராவிட மக்களை ஒருங்கிணைத்துவிட்டால் அது காங்கிரஸுக்குப் பேராபத்தாகவே முடியும் என்பதையும் அவர்கள் உணர்ந்திருந்தனர். அதனாலேயே ஆளுமை கொண்ட எம். சி.ராஜாவை நியமிக்க எதிர்ப்பு தெரிவித்தனர். இதுபோலவே சில விமர்சனங்கள் எழுந்தன. அவை பாராட்டியும், எதிர்ப்பு தெரிவித்தும், பிற தலைவர்களைப் பரிந்துரை செய்தும் இருந்தன.

புதிய சட்டசபையின் அரசியலமைப்பு குறித்து கருத்து தெரிவிக்கையில், ஆகஸ்ட் 1ம் தேதி சுதேசமித்திரன் இதழ் குறிப்பிடுகிறது:

> ‘ஏற்கெனவே பத்து நியமனங்கள் செய்ததில் எங்களுக்கு எந்த ஆட்சேபனையும் இல்லை. ஆனால் மேலும் நியமனங்கள் தேவை என்று நாங்கள் நினைக்கவில்லை. குறிப்பிட்ட சமூகங்களுக்குப் பிரதிநிதித்துவத்தைப் பெறுவதற்காக மட்டுமே நியமனங்கள் செய்யப்படுகின்றன என்று நாங்கள் நினைக்கிறோம். அப்படியானால், முதன்மையாக பிரதிநிதித்துவத்திற்கு தகுதியான ஒன்று அல்லது இரண்டு சமூகங்கள் கருத்தில் கொள்ளப்பட வேண்டும். இந்த மாகாணத்தில் ஒரு முக்கியமான சமூகமாக உருவாகி பல பிரச்சினைகளைக் கொண்டு உழைக்கும் நாடார்களுக்கு ஒரு பிரதிநிதி உறுப்பினர் இருக்க வேண்டும் என்பது நியாயமானது. அவர்களும் ஆண்டுதோறும் அத்தகைய பிரதிநிதித்துவம் கேட்டு வருகின்றனர்.
>
> அந்தச் சமூகத்தில் உறுப்பினர் ஆவதற்குத் தகுதியுள்ள பலர் உள்ளனர்; மேலும் ஆளுநர், அவர்கள் மீதும் அவர்களின் குறைகள் குறித்தும் தனது அனுதாபத்தை வெளிப்படுத்தி அவர்களின் சமூகத்தைச் சேர்ந்த ஒருவரை சபைக்கு நியமிப்பார் என நம்புகிறோம். பஞ்சமர்களைப் பிரதிநிதித்துவப்படுத்த ஒருவரை நியமிக்க வேண்டும் என்றால், சுவாமி சகஜானந்தா அதற்கு மிகவும் பொருத்தமானவர் என்பதை நாங்கள் குறிப்பிட விரும்புகிறோம்.

பஞ்சமர்களில் பெரும்பகுதி கிராமங்களில் உள்ளனர். மேலும் அவர்கள் மிகவும் கஷ்டங்களை அனுபவிக்கின்றனர். சுவாமி சகஜானந்தாவுக்கு அவர்களின் நிலை நன்கு தெரியும். அவருக்கு ஆங்கிலம் தெரியாது என்றாலும், அவர் ஓரியண்டல் படைப்புகளில், குறிப்பாக இயற்கை தத்துவத்தில் நன்கு தேர்ச்சி பெற்றவர் மட்டுமல்லாமல் கவுன்சிலுக்கு கூடுதலாக மதிப்புமிக்கவராகவும் இருப்பார். அவரது நியமனம், கவுன்சிலின் நடவடிக்கைகளை வட்டார மொழிகளில் நடத்துவது மட்டுமே சரியான வழி என்ற கொள்கையை லார்ட் வில்லிங்டன் ஏற்றுக்கொண்டதை மீண்டும் சுட்டிக்காட்டும். ஆங்கிலக் கல்வி பெற்றவர்களும், பெரிய மனிதர்களும் வாக்காளர்களின் நம்பிக்கையைப் பெற்று, அவர்களின் உதவியின் மூலம் பேரவையில் இடம்பெற வேண்டும்.

பாதிக்கப்படுபவர்களின் பிரதிநிதிகளை மட்டுமே கவர்னர் நியமிக்க வேண்டும். ஆளுநர் இரண்டு கூடுதல் நியமனங்களைச் செய்யும்போது இந்தக் கருத்துகள் பரிசீலிக்கப்படும் என்று நாங்கள் நம்புகிறோம். இதையெல்லாம் எழுதிய பிறகு, பஞ்சமர்கள் மற்றும் தியாக்களைப் பிரதிநிதித்துவப்படுத்துவதற்கு முறையே திரு.எம்.சி.ராஜா மற்றும் திரு.சி.கிருஷ்ணன் (கோழிக்கோடு) ஆகியோரின் நியமனம் பற்றி அறிகிறோம். முன்னவர் பிராமணரல்லாத காரியத்தில் பணியாற்றியவர், சென்னையிலுள்ள பஞ்சமர்களின் நிலையை மட்டுமே அறிந்திருக்கலாம். கிராமங்களில் பஞ்சமர்கள் மீது அரசுக்கு ஏதேனும் அனுதாபம் இருந்தால், அரசு சுவாமி சகஜானந்தாவை பரிந்துரைக்க வேண்டும்.' (Report on native papers in the Madras presidency, 9-8-1919, P.1202)

திரு சிதம்பரநாத முதலியார் மற்றும் திரு கேசவப் பிள்ளை ஆகியோர் வாக்கெடுப்பில் தோல்வியடைந்ததற்கு வருந்திய அதேவேளையில், திரு பி.வி.நரசிம்ம அய்யர் மீண்டும் சபைக்குத் தேர்ந்தெடுக்கப்பட்டதற்குத் தனது திருப்தியைத் தெரிவித்து, ஆகஸ்ட் 1ம் தேதியின் 'தேசபக்தன்' இதழ் இந்த விஷயத்தைக் குறிப்பிடுகிறது:

'இந்த கவுன்சில் ஒரு வருடத்திற்கு மட்டுமே இருக்கும் என்பதைக் கண்டு நாங்கள் மகிழ்ச்சியடைய முடியாது. மற்ற மாகாணங்களில் செய்தது போல் சபையின்

பதவிக்காலம் நீட்டிக்கப்பட்டிருக்கலாம். ....சபையை சிறப்பாக அமைத்ததற்காக முதல்வருக்கு நாங்கள் நன்றியுள்ளவர்களாக இருக்கிறோம். அரசாங்கம் தங்களால் இயன்றவரை அனைத்து சமூகங்களையும் திருப்திப்படுத்த முயற்சித்துள்ளது. சில வேட்புமனுக்கள் பொதுமக்களிடம் வரவேற்பை பெறும் என்பதில் சந்தேகமில்லை. இந்திய கிறிஸ்தவர்களை பிரதிநிதித்துவப்படுத்த திரு.தேவதாஸைவிட திரு.சக்கரை செட்டியார் சிறந்த தேர்வாக இருந்திருப்பார். பஞ்சமர்களின் முன்னேற்றத்தை விரும்பியவரும், கல்விப் பணியில் நீண்ட அனுபவம் கொண்டவருமான திரு.எம்.சி.ராஜாவின் நியமனம் எங்களுக்கு மிகுந்த மகிழ்ச்சி அளிக்கிறது. அவர் எந்தக் கட்சிக்கும் பக்கபலமாக இல்லாமல், தன் சமூகத்தின் முன்னேற்றத்தை மட்டுமே குறிக்கோளாகக் கொண்டு நாட்டுக்கு சேவை செய்தால் அவர்களுக்கு அவர் பெரும் வரமாக அமைவார் என்பதில் ஐயமில்லை. தமிழ்நாட்டைப் பொறுத்தவரையில், ஹோம் ரூல் போராட்டத்தில் தீவிர ஆர்வம் கொண்ட பலர் புதிய கவுன்சிலில் இல்லை என்பது வருத்தம் அளிக்கிறது.' (Report on native papers in the Madras presidency, 9-8-1919, P.1203)

ஆகஸ்ட் 2ம் தேதி 'ஆந்திரா பத்திரிகை' இதழ் (The Andhra Patrika) எழுதியது:

'மாண்புமிகு வில்லிங்டன் பிரபு அவர்கள் திரு. சி.கிருஷ்ணன் மற்றும் திரு.ராஜா ஆகியோரை முறையே தியாக்கள் (Thiyyas) மற்றும் ஆதிதிராவிடர்களை சட்டசபையில் பிரதிநிதித்துவப்படுத்த பரிந்துரைத்திருப்பது பாராட்டத்தக்கது. சென்னைவாசிக்கு பதிலாக, ஒரு கிராமத்தில் வசிப்பவரை பஞ்சமர்களின் பிரதிநிதியாக பரிந்துரை செய்திருந்தால், நியமனம் அதிக அங்கீகாரத்தைப் பெற்றிருக்கும். பஞ்சமர்களுக்கு கிராமங்களில் உள்ள குறைபாடுகள் மெட்ராஸில் இல்லை. கிராமங்களில் பஞ்சமர்கள் படும் கஷ்டங்களை திரு. ராஜாவால் பிரதிபலிக்க முடியாமல் போகலாம். புதிய வேட்புமனுத் தாக்கல் செய்யும்போது ஆந்திர பஞ்சமர்களின் பிரதிநிதித்துவத்தை அரசாங்கம் மறந்துவிடக் கூடாது என்று நாங்கள் பிரார்த்தனை

செய்கிறோம்.' (Report on native papers in the Madras presidency, 9-8-1919, P.1209)

'லோகோபகாரி' இதழ் ஆகஸ்ட் 4ம் தேதி எழுதிய கட்டுரையில் எம்.சி.ராஜாவை கடுமையாகவே தாக்கி எழுதியிருந்தது:

> 'இந்த கவுன்சிலில் 16 தேர்ந்தெடுக்கப்பட்ட இடங்கள் பயன்படுத்தப்படுகின்றன. இந்த சபையில் இந்துக்களுக்குக் கிடைக்கும் 16 தொகுதிகளில் 11 இடங்கள் பிராமணர் அல்லாதவர்களுக்கு கிடைத்துள்ளன. அதே சமயம் 5 இடங்கள் மட்டுமே பிராமணர்களுக்கு கிடைத்துள்ளன. பிராமணர் அல்லாதவர்கள் விழிப்புடன் இருந்தால், பிராமண செல்வாக்கு உயர்ந்துவிடாது என்று பிராமண எதிர்ப்புக் கட்சி கூறுகிறது. இது ஒருவகையில் உண்மைதான் என்றாலும், உலக நாடுகளைப் போல் இந்தியாவும் விழித்துக்கொண்டதை யாரும் மறந்துவிடக் கூடாது. பிராமணரல்லாதவர்களும் பிராமணர்களைப் போல் சுறுசுறுப்பாகவும், உறுதியான நடவடிக்கைகளை எடுத்து, கல்வியிலும் மற்ற விஷயங்களிலும் முன்னேறினால், பிராமணரல்லாதவர்களின் செல்வாக்குதான் எதிர்காலத்தில் மேலோங்கும். இந்தியாவிற்கு ஹோம் ரூல் வழங்கினால் அது பிராமண ஆட்சியாகிவிடும், எனவே இந்தியா இப்போது ஹோம் ரூலுக்கு ஏற்றதல்ல என்று சிலர் வெளிப்படுத்தும் முட்டாள்தனமான, தேசபக்தியற்ற கருத்தை மறுப்பதற்கு இந்தத் தேர்தல் முடிவுகள் போதுமானவை. புதிய சபையின் நியமன உறுப்பினர்களில் பெரும்பாலானோர் உத்தியோகஸ்தர்கள் அல்லாதவர்கள் என்பதும், தற்போது முதன்முறையாக தியாக்கள் மற்றும் பஞ்சமர்கள் பிரதிநிதித்துவத்தை பெற்றுள்ளமை விசேஷ அம்சமாகும். ஆனால், பஞ்சமர்களின் நியமனப் பிரதிநிதியான திரு.ராஜாவுக்கு, சபையில் ஒரு இடத்தை நிரப்பத் தேவையான தகுதிகள் இருப்பதற்கான அறிகுறிகள் எதுவும் இல்லை. சபைக்கு உயர்த்தப்படுவதற்கு முன்பே, அவர் தாராள மனப்பான்மை கொண்டவர் அல்ல என்பதைக் காட்டினார். வர்க்க வெறியையும், கட்சிக் கலவரத்தையும் அதிகம் செய்யும் ஒருவர்,

நாட்டுக்கு எப்படி சேவை செய்யப் போகிறார் என்று தெரியவில்லை.' (Report on native papers in the Madras presidency, 9-8-1919, P.1203)

ஆகஸ்ட் 5ம் தேதியன்று ஆதிதிராவிடன் இதழ், சென்னை சட்டசபைக்கு திரு எம்.சி.ராஜாவின் நியமனம் குறித்துத் தனது மகிழ்ச்சியை வெளிப்படுத்தியது. உள்ளூர்ச் சட்டசபைக்கு திரு எம்.சி.ராஜாவைப் பரிந்துரைத்ததன் மூலம், ஆதிதிராவிடர்களின் சமூகத்தைப் பிரதிநிதித்துவப்படுத்த, அதே சமுதாயத்திலிருந்து ஒரு பிரதிநிதி தேர்ந்தெடுக்கப்பட்டது அந்தச் சமூகத்திற்குப் பெரும் நன்மை என்று குறிப்பிட்டது. இந்த நியமனத்தை வழங்கிய மாண்புமிகு கவர்னர் மற்றும் அரசாங்கத்திற்குத் தனது நன்றியைத் தெரிவித்துக்கொண்டது. (Report on native papers in the Madras presidency, 23-8-1919, P.1275)

எல்லோராவிலிருந்து வெளிவரும் 'ஹிதகாரிணி' இதழ் 10 ஆகஸ்ட் 1919ல், உள்ளூர்ச் சட்ட மேலவையின் உறுப்பினராக திரு எம்.சி.ராஜாவின் நியமனத்தைப் பற்றி எழுதும்போது, 'அவரது கருத்துகள் வெளிவரும் வரை அவரைப் பற்றி எந்தக் கருத்தையும் கூற முடியாது என்றாலும், நீதிக்கட்சியுடனான அவரது தொடர்பு, நாட்டின் முன்னேற்றத்தை முன்னெடுப்பதற்காக இயங்கும் இயக்கங்களுக்கு அவர் அவ்வளவு அனுதாபமாக மாட்டார் என்ற அச்சத்திற்கு இடமளிக்கிறது. பஞ்சம சமூகத்தை பாதிக்கும் விஷயங்கள் உட்பட அனைத்து விஷயங்களிலும் அவர் பொதுமக்களின் கருத்துடன் நிற்பார். இதனால் மக்களின் மதிப்பைப் பெறுவார் என்று நாங்கள் நம்புகிறோம்' என்று குறிப்பிட்டது. (Report on native papers in the Madras presidency, 23-8-1919, P.1276)

புதிதாக அமைக்கப்பட்ட உள்ளூர்ச் சட்டசபையில் தாழ்த்தப்பட்ட வகுப்பினரையும் தியா சமூகத்தையும் பிரதிநிதித்துவப்படுத்துவதற்கான உறுப்பினர்களின் நியமனங்களைக் குறிப்பிட்டு, ராஜமுந்திரியிலிருந்து வெளிவரும் 'கோதாவரி' பத்திரிகை, ஆகஸ்ட் 5ம் தேதி எழுதியது:

'நிர்வாக விஷயங்களில் ஜாதி, மதம் தலையிடாத கொள்கையை கடைப்பிடித்து வரும் பிரிட்டிஷ் அரசு, ஒரு வகையில் ஜாதி வேறுபாடுகளைக் கடைப்பிடித்து வருவதைக் குறித்து நாம் மிகவும் வருந்துகிறோம். இது

அதன் கைகளில் உள்ள உரிமையாக இருப்பதால், அது விரும்பும் யாரையும் நியமிக்கலாம். ஆனால் அத்தகைய அலுவலகங்களுக்கு முறையான தகுதி வாய்ந்த ஆட்களை நியமிப்பது அதன் கடமை என்று நாங்கள் சமர்ப்பிக்கிறோம். தகுதியற்ற ஆட்களை நியமிப்பது உலகத்திற்கோ, இந்த நாட்டிற்கோ அல்லது அவ்வாறு பிரதிநிதித்துவம் செய்யப்படும் சாதியினருக்கோ அல்லது நியமனம் செய்த பிரிட்டிஷ் அரசாங்கத்திற்கோ என்ன நன்மையை ஏற்படுத்தும் என்பதை நாம் காணத் தவறுகிறோம். அவர்களில் பஞ்சம சமூகத்தை பிரதிநிதித்துவப்படுத்த முன்மொழியப்பட்டவர் திரு. ராஜா. அவர் அதிகம் படித்தவராகத் தெரியவில்லை. தான் ஆதிதிராவிட சமூகத்தை சேர்ந்தவன் என்று கூறுகிறார். பிராமணர்களுக்கு எதிரான வெறுப்பால் தூண்டப்பட்டவர்களில் இவரும் ஒருவர் என்று 'புதிய இந்தியா' சுட்டிக்காட்டுகிறது. இவர் சென்னை ராயபுரம் கிறிஸ்தவ பள்ளியில் ஆசிரியராக உள்ளார். பி.ஏ போன்ற படிப்புகள்கூட எதுவும் அவரிடம் இருப்பதாகத் தெரியவில்லை. அவர் இந்த பதவிக்கு தகுதியற்றவர் என்றும், இந்த சாதியில் திறமையான மனிதர்கள் அதிகம் என்றும் சொல்லும் நியூ இந்தியா கருத்துடன் நாங்கள் உடன்படுகிறோம். தியா சமூகத்தின் பிரதிநிதியாக திரு.கிருஷ்ணன் நியமனம் செய்யப்பட்டதற்கு நாங்கள் அரசாங்கத்தை வாழ்த்துகிறோம். திரு.ராஜா அவர்களும் இவ்வளவு உயர்கல்வி பெற்ற மனிதராக இருந்திருந்தால் நாங்கள் வருத்தப்பட்டிருக்க மாட்டோம். அவருடைய இதயம்கூட அவ்வளவு விசாலமானதாகத் தெரியவில்லை. சாதிய பாரபட்சங்களுக்கு அவர் ஓரளவுக்கு ஆளாகக்கூடியவராகத் தோன்றுகிறார். சட்ட மேலவையில் அப்படிப்பட்ட மாண்புமிகு ஒருவர் இருப்பது நாட்டுக்கு நன்மையைவிட தீமையே செய்யும் என்பது எங்கள் கருத்து. (Report on native papers in the Madras presidency, 23-8-1919, P.1287)

திரு. எம்.சி.ராஜாவை உள்ளூர்ச் சட்ட மேலவை உறுப்பினராக நியமித்ததையும், ஆதிதிராவிடர்களின் முன்னேற்றத்திற்காக அரசை அணுகுவதற்கு அவர் மேற்கொண்ட தீவிர முயற்சிகளையும் குறிப்பிட்டு, ஆகஸ்ட் 6ம் தேதி திராவிடன் இதழ், இந்த நியமனத்தை வழங்கியதில் வில்லிங்டன் பிரபுவின் பெருந்தன்மைக்கு நன்றி தெரிவித்தது.

(Report on native papers in the Madras presidency, 16-8-1919, P.1234)

மங்களூரிலிருந்து வெளிவந்த 'கந்திரவா' இதழ், ஆகஸ்ட் 19ம் தேதி பின்வருமாறு எழுதியது:

'தாழ்த்தப்பட்ட வகுப்பினரின் சார்பாக சட்ட மேலவைக்கு நியமிக்கப்படுவதற்குத் தகுதியானவர் திரு. எம்.சி.ராஜா என்று அவர்களுக்கு எப்படித் தெரிந்தது? இந்த மாண்புமிகு உறுப்பினர் ராயப்பேட்டை வெஸ்லியன் கீழ்நிலைப் பள்ளியின் மேலாளர். ஆரியர்களின் முன்னேற்றத்தை தடுக்கின்ற ஆதிதிராவிட சபையின் முன்னணி உறுப்பினர். ஸ்பர்டேங்கில் வரலாற்றுச் சிறப்புமிக்க கூட்டத்தின் தலைவரும், மருத்துவர் நாயரின் உடன் பணியாளருமானவர் இவர். ரௌலட் சட்டத்திற்கு ஆதரவு, சர் மைக்கேல் ஓ'டுவயர் நிர்வாகத்தின் மீதான அனுதாபம், தொழிலாளர் வேலைநிறுத்தங்களுக்குக் கண்டனம், வெளிநாட்டு மிஷனரிகளை நாட்டின் ஒரே உண்மையான நன்மை செய்பவர்கள் என்று புகழ்ந்து பேசுவது இவையனைத்தும் யாராலும் பேச முடியாத விஷயங்களாகத் தெரிகின்றன. இந்தியர்கள் ஒரு தேசம் என்பதையும், அவர்கள் அனைவரும் சீர்திருத்தங்களை விரும்புவதையும் அவர் ஒப்புக்கொள்ளவில்லை. கேள்வி கேட்டால், 'அப்படித்தான்' என்று பதில் சொல்கிறார்! ஈசோப் கதையில் வரும் சம்பவத்தைப் போல, ஒரு உறுப்பினருக்கு இவ்வளவு பெரிய பொறுப்பு கிடைத்தது நமது அதிர்ஷ்டம்! சரி, ஏற்கெனவே பல முக்கிய உறுப்பினர்கள் இல்லாததால் உயிரற்ற நிலையில் உள்ள தற்போதைய கவுன்சில், இத்தகைய உறுப்பினர்களின் நியமனத்தால் மீண்டும் உயிர்பெற முடியுமா! இந்த நியமனம் தொடர்பாக அரசுக்கு ஆலோசனை வழங்கியவர்களுக்கு எங்களது மனமார்ந்த வணக்கங்கள்!' (Report on native papers in the Madras presidency, 23-8-1919, P.1288)

சட்டசபையில் எம்.சி.ராஜாவை நியமித்ததற்கு ஆதரவும் எதிர்ப்பும் இருந்தன. அவருடைய சமுதாயப் பணிகளைச் சீர்தூக்கி ஆதரவை வழங்கியவர்கள் சிலர். ஆனால் அவர் கொண்டிருந்த அரசியல் பார்வையை மதிப்பிட்டு எதிர்த்தவர்கள் சிலர். எதிர்த்தவர்களில் சிலர், எம்.சி.ராஜா பிரிட்டிஷாருக்குச் சாமரம் வீசுபவர், ஆதரவாளர் என்றும்

பிராமணர்களுக்கு எதிரி என்றும் தேசத்திற்கு எதிரானவர் என்றும் வாதத்தை முன்வைத்தனர்.

இந்தியா முழுக்க அப்போது இருந்த தலித் தலைவர்கள், அதற்குப்பின் உருவான தலித் தலைவர்கள் எல்லோருமே ஒருவகையில் ஆரம்பத்தில் பிரிட்டிஷாருக்கு ஆதரவாளராகவே இருந்துள்ளனர். ஏனென்றால் இங்கு இருந்த படிநிலையான சாதி அமைப்புமுறைதான். சாதி அமைப்புமுறையினால் அதிகமாகப் பாதிக்கப்பட்ட சமுதாயம் தலித் சமுதாயம் மற்றும் பழங்குடிச் சமுதாயங்களும்தான்.

ஆதிதிராவிடர்கள் ஏன் பிரிட்டிஷாரை ஆதரித்தும், சாதி இந்துக்களை எதிர்த்தும் வருகிறார்கள் என்பது பற்றி எம். சி.ராஜா தன் 'ஒடுக்கப்பட்ட இந்துக்கள்' புத்தகத்தில் விரிவாகவே எழுதியுள்ளார். அதில்,

> '...ஆதிதிராவிட, பழங்குடி மக்களுக்குப் பொதுக்கிணறுகள், சாலைகள் ஆகியவைகளைப் பயன்படுத்தும் உரிமை மறுக்கப்பட்டு விட்டது. அவர்கள் கோவில்களில் நுழைய முடியாது. அரசாங்க உதவிபெறும் சில பள்ளிகள், கல்லூரிகள் ஆகியவைகளில்கூட அவர்கள் சேர முடியாது. கடிதங்களை அஞ்சல் அலுவலகங்களில் போடவோ தபால் வில்லைகள் வாங்கவோ அஞ்சல் அலுவலகங்களுக்குப் போகவே முடியாது. அவர்கள் சத்திரங்களில் அனுமதிக்கப்படுவதில்லை. இந்த தர்ம வீடுகள் முக்கியமாக ஏழைகள், உதவி வேண்டி வருவோர், துன்பப்படுவோர் ஆகியவர்களின் துயர் துடைப்பதற்கென்றே ஏற்படுத்தப்பட்டுள்ளன. இருந்தாலும், ஆதிதிராவிடர் இவைகளின் உதவிகளைப் பெற முடியாமல் மறுக்கப்படுகின்றனர். நாய்கள், பூனைகள், பன்றிகள், கழுதைகள், எருமைகள் ஆகியவைகளுக்கு அளிக்கப்படும் உரிமைகள் இவர்களுக்கு மறுக்கப்பட்டுள்ளன. மனிதனை மனிதன் மனிதத் தன்மையற்று நடத்தும் போக்கு கணக்கற்ற ஆயிரக்கணக்கானவர்களைத் துயருறச் செய்கிறது. இன்னும் எவ்வளவு காலத்திற்கு இந்த அவலநிலை தொடர்ந்து வர இருக்கிறதோ?'

என்று ஆதிதிராவிட மக்கள் சாதி இந்துக்களால் அனுபவிக்கின்ற துன்ப துயரங்களை அடுக்கிக்கொண்டே போகிறார்.

அவர்கள் அனுபவிக்கின்ற துயரங்கள் தமிழ்நாட்டில் மட்டுமல்ல இந்தியா முழுவதுமே என்பதை வரலாறு தன் ஆயிரக்கணக்கான பக்கங்களில் பதிவுசெய்து வைத்துள்ளது. தொட்டால் தீட்டு என்பது மட்டும் நடைமுறையில் இருந்திருக்கவில்லை; மாறாகப் பார்த்தாலே தீட்டு என்று ஒரு சமுதாயத்தை தள்ளி வைத்திருந்த காலமும் உண்டு. எம்.சி.ராஜா சிலவற்றை மட்டுமே தன் புத்தகத்தில் உதாரணங்களாகக் கொடுத்துள்ளார். அதுபோலவே அண்ணல் அம்பேத்கரும் தலித் மக்கள் பட்ட துயரங்களை அடுக்கடுக்காக ஆதாரங்களுடன் தான் எழுதிய புத்தகங்களில் வெளியிட்டுள்ளார்.

துயரங்களையும் துன்பங்களையும் மட்டுமே கொண்ட தலித் மக்கள் ஏன் பிரிட்டிஷாரை ஆதரித்தனர் என்பதையும் எம்.சி.ராஜா தன் 'ஒடுக்கப்பட்ட இந்துக்கள்' புத்தகத்தில் விவரிக்கிறார்:

> 'வெள்ளையரின் வருகைக்கு முன்னாலிருந்த இந்திய அரசர்களின் ஆட்சியின் கீழ் தாழ்த்தப்பட்ட பழங்குடி மக்களின் நிலையுடன் இன்றைய அவர்களின் நிலையை ஒப்பிட்டுப் பார்க்கும்போது வணக்கமான நன்றியுடன் கூடிய உணர்ச்சிதான் முதன்மையாக நிற்கிறது. ஆங்கிலேயரின் வருகையுடன் ஆதிதிராவிடர்களின் அடிமைத்தளை அறுபடத் தொடங்கிவிட்டது. அடிமைத் தனத்திலிருந்து விடுதலையடையத்தான் ஆரம்பமாகியிருக்கிறதே தவிர முழுமையாகப் பூர்த்தியாகவில்லை. சிலர் அந்நிய ஆங்கிலேயரைப் பற்றி வெறுப்புடன் பேசுவதை நாம் கேட்கிறோம். ஆனால், இந்த கல்வி, பொருளாதார முன்னேற்றம், தனி மனித உரிமை, ஆகியவை சிறிதளவாவது எய்தியமைக்குக் காரணம் அந்நியர்கள்தான் என்பதற்கு, இந்த மக்கள் அவர்களுக்குக் கடமைப்பட்டவர்களாக இருக்க வேண்டாமா? அதை விடுத்து, சாதிவெறி, தன்னலம் கொண்ட சாதி இந்து ஒப்புக்காக ஒரே மரபு இனம் என கூறிக்கொண்டு நப்பாசையும் பேராசையும் கொண்டு தாழ்த்தப்பட்டோரின் உழைப்பை உறிஞ்சி, உழைப்புக்கேற்ற ஊதியம் தராமல் மிகவும் சொற்ப கூலி கொடுக்கும் சாதி இந்துக்காக பழங்குடி மக்கள் எப்படி கடமைப்பட்டவர்களாக இருக்க முடியும்?
>
> மேலும், பல மாவட்டங்களில் விவசாயக் கூலிவேலை பார்க்கும் தொழிலாளி கடன் பளுவினால்

சாதி இந்துவாகிய தன்னுடைய முதலாளியுடன் இணைக்கப்பட்டு விடுகிறான். இந்த எஜமானர்கள், கடன் திருப்பித் தராமலிருக்க வேண்டிய எல்லா முயற்சிகளையும் செய்வார்கள். நடைமுறையில் அவன் ஒரு அடிமை என்ற நிலையிலேயே இருக்க வேண்டும். இந்த கொத்தடிமையினால் (ஆள்-அடகுமுறை) விவசாயத் தொழிலாளி நிலக்கிழாருடன் கட்டுப்பட்டு விடுவதோடு தனக்குப் பிறகும் தன் சந்ததியார்கள் கடனை அடைத்து தீரும்வரை கொத்தடிமையாக இருந்து உழைக்க வேண்டும் என்ற முறை எல்லோருக்கும் நன்றாகத் தெரிந்ததாகும். பல மாவட்டங்களில் தாழ்த்தப்பட்ட இனத்தைச் சார்ந்த ஒருவர் அரசாங்கப் புறம்போக்கு நிலத்தை விலைக்கு வாங்க விரும்பினால் சாதி நிலவுடைமையாளர்களின் பொறாமைத் தீ கனன்றெழுகிறது. அதன் பின்னர் நடப்பது என்ன? பரம்பரை நிலவுடைமையாளர்களின் ஆழ்மனங்களில் உள்ள பலத்த சதித் திட்டத்திற்கு அவர் தொடக்கம் முதலே பதிலைக் கண்டுபிடிக்க வேண்டும். பல வேளைகளில் தங்களது மண்ணாசைக்குப் பலியாகவிருப்பவரை ஏமாற்றி அழித்திட அவர்கள் கையாளும் கீழ்த்தரமான நடவடிக்கையும் ஏமாற்று வேலையும் தரம் தாழ்ந்த தந்திரமும் எந்த வகையான சதியையும் செயல்படுத்திடும் தீரமும் விவரிக்கவியலாதவை.

ஏறத்தாழ ஆதிதிராவிட மக்கள் கல்வியறிவற்று, சமுதாயத்தில் கொடுமைகளுக்கு ஆளாக்கப்பட்டிருப்பதால் கிராம மணியக்காரர் விவசாயம் செய்யும் தாழ்த்தப்பட்டோரிடமிருந்து மிகையான வரிவசூலிப்பது, வாங்கிய வரிப் பணத்திற்கு ரசீது தராமலிருப்பது, பல முறைகள் அவர்கள் பேரில் கட்டணம் விதிப்பது, பெறப்பட்ட பணத்தைக் கொடுக்கவில்லை என்று மறுப்பது, வயலிலிருந்து அறுவடை செய்யவிடாமல் தடுப்பது அல்லது இம்மாதிரியான நியாயமற்ற செயல்களுக்கு உடன்படவில்லையானால் அவர் நிலங்களை ஏலத்தில் விடுவது போன்ற நிகழ்ச்சிகள் மிகச் சாதாரணமாகும். சில சமயங்களில் நன்செய் சாகுபடிக்குரிய வரியை, புன்செய் சாகுபடிக்கும் செலுத்த வற்புறுத்தப்படுகிறார்கள்.

அரசாங்கப் புறம்போக்கு நிலங்களைத் தங்களுக்களிக்க வேண்டி, தாழ்த்தப்பட்டோரிடமிருந்து வரும் விண்ணப்பங்கள் தற்போது எப்படி கையாளப்பட்டு நிராகரிக்கப்படுகின்றன என்பதை பலர் அறிய அக்கறை கொள்வர் என்பதில் ஐயமில்லை. இந்த மனுக்கள் எல்லாம் 'ஊருணிக்கரை, நீர்த்தேக்கம், கிராம பொதுவிடம் என்று தொடர்பில்லா நொண்டிக் காரணங்களைக் காட்டித் தள்ளப்படுகின்றன. இவை, நிலங்களையுடைய வசதி படைத்த சாதி இந்துக்களுக்காக ஒதுக்கி வைப்பதற்கான வெறும் சாக்குப் போக்குகளேயாகும். விண்ணப்பங்கள் அனைத்தும் கிராம கணக்குப் பிள்ளை, கிராம மணியக்காரர் ஆகியோர்களின் அபிப்பிராயங்களுக்கு அனுப்பப்படுகின்றன. அநேகமாக ஒரு பெருமளவுக்கு அவர்களின் கருத்தை பொறுத்துத்தான் மனுக்களின் தலைவிதி நிர்ணயிக்கப்படுகிறது. இந்த அரசாங்க அதிகாரிகள் எல்லோருமே சாதி இந்துக்கள். எனவே, அவர்கள் தாழ்த்தப்பட்ட பழங்குடி மக்களிடம் எந்தவித இரக்கமும் கொள்வதில்லை.

இவ்வாறு நிலங்களை வழங்கி பட்டா செய்வதற்கு எதிராக வற்புறுத்தப்படும் மற்றொரு மிகச் சாதாரணமான தடை மேய்ச்சற்கால்; மிராசு போன்ற நிலக்கிழார்களாகிய சாதி இந்துக்களின் கால்நடைகளின் மேய்ச்சலுக்காக வேண்டப்படுகிற நிலம் என்றெல்லாம் கூறி தடை செய்கிறார்கள். செல்வத்தில் புரளும் இந்த சாதி இந்துக்கள் தங்கள் கால்நடைகளுக்கு தங்களிடமுள்ள பெருமளவு நிலத்தின் ஒரு பகுதியையே ஒதுக்கிவிடலாம். அதைவிடுத்து, அரசாங்க நிலங்களை மேய்ச்சல் நிலமாக இலவசமாக பெறவேண்டுமென்று விரும்புகிறார்கள். தாழ்த்தப்பட்டோரிடமிருந்து பயிரிட விரும்பிக் கோரிவரும் மனுக்களைக்கூட இவ்வாறு காரணம் கூறி வேண்டாவெறுப்புடன் நிராகரிக்கிறார்கள். ஆண்டவனின் படைப்பில் பழங்குடிமக்கள் ஆடு மாடுகளைவிடக் கீழான பிறவிகள் என்று அவர்கள் நினைக்கிறார்கள்.'

இவ்வாறு விலாவாரியாகவே விவரிக்கிறார் எம்.சி.ராஜா. பிரிட்டிஷார் எப்படி உதவினார்கள் என்பதையும் விவரிக்கிறார். அதனால் பெரும்பாலான தலித் தலைவர்கள்

பிரிட்டிஷாருக்கு அனுசரணையாகவோ அல்லது ஆதரவாளராகவோ இருப்பது புரிந்துகொள்ளக்கூடியதுதான். பிரிட்டிஷார் தங்களுடைய வாழ்க்கையை உயர்த்துகிறார்கள் என்பதைவிட தங்களை மனிதர்களாக நினைக்கிறார்கள் என்பதே இத்தலைவர்களுக்குப் பெரும் உந்துசக்தியை அளித்திருக்கிறது. அதன் விளைவுதான் பிரிட்டிஷார் ஆதரவு மனப்பான்மை.

எம்.சி.ராஜா தொடர்ந்து ஆதிதிராவிட சமுதாய வேலைகளுக்காகப் பயணப்பட்டுக் கொண்டே இருந்தார். ஏற்கெனவே பல மாநிலங்களில் எம்.சி.ராஜாவைப் பற்றியும் அவருடைய சமுதாயப் பணிகள் பற்றியும் பலரும் அறிந்து வைத்திருந்தனர். எம்.சி.ராஜாவை அழைத்துப் பல்வேறு இடங்களில் மாநாடு நடத்தினர் தலித் மக்கள். அவரும் சளைக்காமல் பங்கெடுத்துக் கொண்டிருந்தார்.

> 'குடிமை மற்றும் சமூக முன்னேற்ற சங்கத்தின் சார்பில் பஞ்சம மாநாடு மைசூரில் உள்ள டவுன் ஹாலில் 1919 அக்டோபர் 1 மற்றும் 2 தேதிகளில் நடைபெற இருக்கிறது. மாநிலத்திலுள்ள அனைத்து தாலுகாக்களிலிருந்தும் பிரதிநிதிகள் அழைக்கப்பட்டு, மத்திய பஞ்சம நிறுவனத்தில் தங்குவதற்கும் ஏற்பாடுகள் செய்யப்பட்டுள்ளன. திரு.எம்.சி.ராஜா, சென்னை சட்டப் பேரவை உறுப்பினர், தலைமை தாங்குவதற்கு அன்புடன் சம்மதம் தெரிவித்துள்ளார். மேலும் சிதம்பரம் நந்தனார் மடத்தின் சுவாமி சகஜானந்தா அவர்களுக்கும் அழைப்பு விடுக்கப்பட்டுள்ளது. பஞ்சமர்களின் எழுச்சியில் ஆர்வமுள்ள அனைத்து அன்பர்களும் கலந்துகொண்டு இயக்கத்தில் ஒத்துழைக்குமாறு கேட்டுக் கொள்ளப்படுகிறார்கள்.' (The Indian Social Reformer, Sep.28, 1919, p.58)

தான் சட்டசபை உறுப்பினராக நியமிக்கப்பட்டவுடன் ஆதிதிராவிட மக்களுக்காகத் தொடர்ந்து சட்டசபையில் குரலெழுப்பி வந்தார். 21-11-1919 அன்று எம்.சி.ராஜா சென்னை சட்டசபையில் ஒரு தீர்மானத்தைக் கொண்டுவந்தார்:

> 'கல்வி இலாகாவின் 102வது விதியின் கடைசி பிரிவை அடியிற் கண்டவாறு திருத்த வேண்டும்:
>
> 'எல்லாப் பள்ளிக்கூடங்களிலும் முகம்மதியர்களிடத்திலும் ஒரியாக்காரர்களிடத்திலும், பெண்களிடத்திலும் அரைச்

சம்பளம் வாங்க வேண்டும்; தாழ்ந்த வகுப்பினர், ஜாதியாரிடம் அரைச் சம்பளத்திற்கு அதிகமாக வாங்கக்கூடாது.'

எம்.சி.ராஜா கொண்டுவந்த இந்தத் தீர்மானத்தை கனம் அகமது தம்பி மரக்காயர் ஆதரித்துப் பேசினார். மேலும் அரைச் சம்பளம் வசூலிக்கலாம் என்பதை வசூலிக்க வேண்டும் என்று மாற்றிவிட வேண்டுமென்று திருத்தப் பிரேரணை கொண்டுவந்தார் மரக்காயர்.' (சட்டசபையில் எட்டு வருஷ வேலை, கனம் கான்பகதூர் அ.க.கு.அகமது தம்பி மரக்காயர், பக்.335-336)

மேலும் எம்.சி.ராஜா வரலாற்றுச் சிறப்புமிக்க ஒரு முக்கியமான தீர்மானத்தைக் கொண்டுவந்தார்.

'பொதுக்கிணறு, சத்திரம் ஆகியவற்றை தாழ்த்தப்பட்ட மக்கள் பயன்படுத்திக் கொள்வதில் இருக்கின்ற எல்லாத் தடைகளையும் நீக்குவதை இந்த மாகாணத்திலுள்ள அனைத்து நகராட்சிகளுக்கும் உள்ளாட்சி வாரியங்களுக்கும் கட்டாயமாக்க வேண்டும்'

என்ற தீர்மானத்தை முன்மொழிந்தார். இதன்பேரில் எம்.சி.ராஜா பேசும்போது, 'தாழ்த்தப்பட்ட மக்களின் பங்களிப்பும் இருக்கின்ற பொது நிதியிலிருந்து நிர்மாணிக்கப்படும் அனைத்து கிணறு, சத்திரம் போன்றவற்றைப் பிரிட்டிஷ் இந்தியாவின் குடிமக்கள் என்ற அடிப்படையில் பயன்படுத்திக்கொள்வதற்கு நாங்கள் உரிமையுடையவர்கள் என்று நம்புகிறோம். நாங்களும் பங்களிக்கின்ற பொது நிதியிலிருந்து நிர்மாணிக்கப்படும் கிணறு, சத்திரம் போன்றவற்றை பயன்படுத்துவதிலிருந்து எங்களை விலக்குகிறபோது பிறர் ஏன் அதில் பயனடைய வேண்டும்' என்று விமர்சித்தார்.

எம்.சி.ராஜாவின் இந்தத் தீர்மானத்தை வழிமொழிந்த என். சுப்பாராவ், 'தாழ்த்தப்பட்ட மக்கள் செலுத்தும் வரியின் அளவு குறைவாக இருக்கலாம். ஆனாலும் அவர்கள் குறிப்பிட்ட தொகையை வரியாக செலுத்துகின்றனர். இருப்பினும் அவர்கள் பஞ்சமர்கள், தாழ்த்தப்பட்ட மக்கள் என்ற காரணத்திற்காக கிணறு, சத்திரம் போன்றவற்றைப் பயன்படுத்துவதிலிருந்து விலக்கப்பட வேண்டுமா?' என்று காட்டமாக கேள்வி எழுப்பினார். மேலும் அவர், 'வைதீகப் பிராமணரிடம் மட்டுமின்றி

பிராமணரல்லாதோரிடமிருந்தும் இத்தீர்மானத்திற்கு எதிர்ப்பு வரும் என்பதை நான் அறிவேன்' என்றார். அதுபோலவே பிராமணரல்லாதோரிடமிருந்தும் எதிர்ப்பு வந்தது.

எம்.சி.ராஜா ஒருபடி மேலே போய், 'இந்த தாழ்த்தப்பட்ட ஏழை மக்கள் சட்டரீதியான உரிமையை அடைவதற்கு காவல்துறையும் நீதிமன்றமும் பாதுகாப்பைத் தரவில்லையென்றால் அதை அழித்துவிடுங்கள். உரிமையை அடைய முற்படும்போது மோதல் உருவானால் பிரிட்டிஷ் இந்திய இராணுவத்தில் பணியாற்றி பிரிட்டிஷ் ஆட்சிக்காக எங்கள் இரத்தத்தைச் சிந்திய நாங்கள் உரிமை, சுதந்திரம் ஆகியவற்றைப் பெறுவதற்காகக் கடைசிச் சொட்டு இரத்தம் இருக்கும்வரை போராடுவோம்' என்று ஆவேசமாகக் கூறினார்.

பொது மக்களின் கருத்து சாதமாக இல்லை என்று காரணம் சொல்லப்பட்டபோது அதை விமர்சித்து எம்.சி.ராஜா, 'பொது மக்கள் கருத்து சாதகமற்று இருப்பதால் இத்தீர்மானத்தை அமல்படுத்துவது கடினம் என்று அரசாங்கம் கூறலாம். அவ்வாறென்றால் தங்களுக்குத் தேவையான சட்டத்தைச் செயல்படுத்துவதற்கு எதிரான பொது மக்களின் கருத்தை அரசாங்கம் புறக்கணிக்கவில்லையா என்ற கேள்வியை எழுப்புகிறேன். குடிமக்களுக்கான அடிப்படை உரிமையைக்கூட தாழ்த்தப்பட்டோர் அனுபவிப்பதற்கு எதிராகப் பொதுமக்களின் கருத்தானது இருக்கிறது என்றால் இந்தியா பிரதிநிதித்துவ அரசாங்கத் திட்டத்துக்கு பொருத்தமுடையதா?' என்று காட்டமாகக் கேட்டார்.

பிராமண, பிராமணரல்லாதோர் கூட்டணி எதிர்ப்பால் எம்.சி.ராஜா கொண்டுவந்த தீர்மானம் பலத்த எதிர்ப்புக்கு உள்ளாகியது. அதனால் அத்தீர்மானம் நிறைவேற்றப்படாமல் பின்வாங்கப்பட்டது.

5-2-1920ல் சென்னை சட்டசபையில் நாகப்பட்டினம் பஞ்சமப் பாடசாலை சம்பந்தமாக ஒரு தீர்மானம் கனம் அகமது தம்பி மரக்காயர் அவர்களால் கொண்டுவரப்பட்டது. 'நாகப்பட்டணம் முனிசிபாலிட்டியில் இருந்துவரும் பஞ்சமப் பாடசாலைக்குக் கட்டடம் கட்டுவதற்காக '22 கல்வி' என்கிற தலைப்பின் கீழ் 12,000 ரூபாய் ஒதுக்கிவைக்க வேண்டுமென்றும், தாழ்ந்த வகுப்பினரின் பள்ளிக்கூடங்களை ஏற்படுத்துவதற்காக ஒதுக்கி வைத்திருக்கும் 1½ லட்சம்

ரூபாயிலிருந்து இந்தத் தொகையைக் குறைத்துக்கொள்ள வேண்டுமென்றும் இந்த சபை ஆலோசனை சபையுடன் கூடிய கவர்னருக்கு சிபார்சு செய்கிறது' என்ற தீர்மானத்தை எம்.சி.ராஜா ஆமோதித்தார்.

'நாகப்பட்டணம் முனிசிபாலிட்டியார் பஞ்சமர்களுக்காக 1917ம் வருஷத்தில் ஏற்படுத்திய பாடசாலை கூரைக் கட்டிடத்தில் இயங்கி வந்தது. அதில் 70 பிள்ளைகள் படித்து வந்தார்கள். அதனால் கூரைக் கட்டிடத்தில் இருந்து மாற எம்.சி.ராஜா இத்தீர்மானத்திற்கு ஆதரவளித்தார். முனிசிபாலிட்டி தாழ்ந்த வகுப்பினரின் முன்னேற்றத்தை கவனிப்பதற்காக ஏற்படுத்தப்பட்டிருக்கும் பாடிஸன் அவர்களுக்கு விண்ணப்பம் செய்யவேண்டும் என்று அரசாங்கம் சார்பில் பதில் சொல்லப்பட்டதால் மரக்காயர் தீர்மானத்தை வாபஸ் வாங்கிக்கொண்டார்.' (சட்டசபையில் எட்டு வருஷ வேலை, கனம் கான்பகதூர் அ.க.கு.அகமது தம்பி மரக்காயர், பக்.266-268)

30-3-1920 அன்று சென்னை சட்டசபையில் மேலும் ஒரு தீர்மானத்தை கொண்டுவந்தார் எம்.சி.ராஜா அவர்கள். மைலாப்பூர் வீரப் பெருமாள் தெருவிலிருக்கும் பஞ்சமர்கள் தங்களுடைய பிரேதங்களை அந்தத் தெரு வழியாக எடுத்துக்கொண்டு போவதைத் தடுக்காமலிருக்கும்படி போலிஸ் கமிஷனருக்கு உத்தரவு செய்ய வேண்டுமென்று தீர்மானத்தை கொண்டுவந்தார். (சட்டசபையில் எட்டு வருஷ வேலை, கனம் கான்பகதூர் அ.க.கு.அகமது தம்பி மரக்காயர், பக்.339)

ஒடுக்கப்பட்டோர்களைப் பாதுகாக்கவும், அவர்களுக்கு நலத்திட்டங்கள் சரியாகப் போய்ச் சேரவும் ஒரு துறையை உருவாக்கப் பல்வேறு தரப்பிலிருந்தும் பரிந்துரைக்கப்பட்டது. அதனால் முதலில் அரசு, சிறப்பு அதிகாரியாக திரு.ஜி.எப். பாடிஸன் அவர்களை (G.F.Paddison, I.C.S.) மார்ச் 1919ல் நியமித்தது. இதன் காரணமாக 1920 வாக்கில், சிறப்பு அதிகாரி தொழிலாளர் ஆணையராக வருவதற்கும், அவருக்குக் கீழ் எட்டு உதவி ஆணையர்களையும் கீழ்மட்ட ஊழியர்களையும் கொண்ட ஒரு முழுமையான நிறுவனத்தை அமைப்பதற்கான பிரிட்டிஷ் அரசின் அனுமதி பெறப்பட்டது.

அதன் காரணமாக தொழிலாளர் ஆணையம் என்று தனித் துறையை உருவாக்கியது. அதன்படி பிரிட்டிஷ் அரசாங்கச்

சிறப்பு அதிகாரியாக இருந்த ஜி.எப்.பாடிஸன் அவர்களின் பதவி தொழிலாளர் ஆணையர் (Commissioner of Labour) என ஆகஸ்ட் 1920ல் மாற்றப்பட்டது. 1920ல் துணைத் தொழிலாளர் ஆணையர் ஒருவரையும் அரசு நியமித்தது.

தொழிலாளர் ஆணையம் ஒடுக்கப்பட்ட மக்களுக்காகப் பல்வேறு பணிகளை முடுக்கிவிட்டது. பல்வேறு பணிகளை உடனடியாகச் செய்யவேண்டி இருப்பதால் ஒரு தொழிலாளர் ஆலோசனை வாரியம் (Labour Advisory Board) அமைக்க ஏற்பாடு செய்யப்பட்டது. ஓர் ஐரோப்பியர், ஒரு பிராமணர், ஓர் ஒடுக்கப்பட்ட சமூகப் பிரதிநிதி ஆகியோர் கொண்டதாக அந்த வாரியம் அமைக்கப்பட்டது.

முதலாவது தொழிலாளர் ஆலோசனைக் குழுவில் ஐரோப்பியர் சார்பில் கில்பர்ட் ஸ்லேட்டர், பிராமணர் சார்பில் கே.ராமானுஜாச்சாரியார், ஒடுக்கப்பட்ட சமூகத்தின் சார்பில் எம்.சி.ராஜா ஆகியோர் உறுப்பினர்களாக நியமிக்கப்பட்டனர். (Minorities in Madras State, S.Saraswathi, P.157)

மாண்டேகு செம்ஸ்போர்டு சீர்திருத்தத்தின் அடிப்படையிலும், 1919ல் கொண்டுவரப்பட்ட அரசியல் சீர்திருத்த சட்டப்படியும் இரட்டை ஆட்சி முறை முதன்முறையாக இந்தியாவில் பிரிட்டிஷ் ஆட்சிக்கு உட்பட்ட பகுதிகளில் நடைமுறைப்படுத்த ஏற்பாடாகியது. அதனடிப்படையில் முதல் பொதுத் தேர்தல் 1920ம் ஆண்டு நவம்பரில் நடைபெற்றது. இத்தேர்தலில் சுயராஜ்யக் கட்சி போட்டியிடவில்லை. சுயராஜ்ய கட்சி போட்டியிடாததால் அத்தேர்தலில் மொத்தம் இருந்த 98 தொகுதிகளில் 63 தொகுதிகளில் நீதிக்கட்சியினர் வெற்றிபெற்றனர்.

நீதிக்கட்சியின் முதல் அமைச்சரவை 17.12.1920ம் ஆண்டு பதவியேற்றுக்கொண்டது. முதலமைச்சராக அகரம் ஏ.சுப்பராயலு ரெட்டியாரும், அமைச்சர்களாக பி.ராமராய நிங்கார் (பனகல் ராஜா), கே.வி.ரெட்டி நாயுடுவும் பதவியேற்றுக் கொண்டனர்.

1921

இந்தச் சட்டசபையிலும் எம்.சி.ராஜா நியமன உறுப்பினராக பிரிட்டிஷ் அரசாங்கத்தால் நியமிக்கப்பட்டார். எல்லோரும் நினைப்பதுபோல் நீதிக்கட்சி அவரை நியமிக்கவில்லை. சமூகநீதிக்காகத் தொடங்கப்பட்டதாகச் சொல்லப்படுகின்ற நீதிக்கட்சியின் முதல் அமைச்சரவையிலும் ஆதிதிராவிடர் ஒருவர் நீதிக்கட்சியால் அமைச்சராக்கப்படவும் இல்லை. தெலுங்கர்கள் மட்டுமே அமைச்சர்களாக ஆக்கப்பட்டனரே தவிர தமிழர்கள் அமைச்சராக்கப்படவில்லை என்ற விமர்சனமும் அப்போது எழுந்தது.

சட்டசபையின் முதல் கூட்டம் 8-1-1921ல் கூட்டப்பட்டுப் பல்வேறு கேள்விகள், தீர்மானங்கள், பரிந்துரைகள் இயற்றப்பட்டன. முதல் கூட்டத்திலிருந்தே எம்.சி.ராஜா கேள்விகளைக் கேட்க ஆரம்பித்தார். அவருடைய கேள்விகள் ஒவ்வொன்றும் ஆதிதிராவிட மக்களின் நலனுக்காகவே பெரும்பாலும் இருந்தாலும் எல்லாச் சமுதாய மக்களுக்காகவும் அவர் சட்டமன்றத்தில் குரல் எழுப்பினார்.

> ‘கேள்வி எண்.185. திரு.எம்.சி.ராஜா: அங்கீகரிக்கப்பட்ட பயிற்சிப் பள்ளிகளில் பயிற்சிபெறும் ஆசிரியர்களின் உதவித்தொகையை உயர்த்த அரசு உத்தேசித்திருக்கிறதா என்று மாண்புமிகு கல்வி அமைச்சரைக் கேட்கப்பட்டபோது இல்லை என்றே பதில் தரப்பட்டது.’ (PMLC, Part I, 1921, Page. 296 (18th February 1921)

18-2-1921 அன்று திரு.டி.சிவசங்கரன் பிள்ளை என்பவர் 'உயர் மற்றும் கீழ் வகுப்புப் பயிற்சிபெற்ற தொடக்கப்பள்ளி ஆசிரியர்களின் ஊதியத்தை உயர்த்தும் வகையில், தொடக்கக் கல்வியை விரிவுபடுத்தும் வகையில் உள்ளாட்சி அமைப்புகளுக்கு வழங்கப்படும் மானியங்களை முறையே ரூ.35 மற்றும் ரூ.30 அதிகரிக்க நடவடிக்கை எடுக்கலாம் என அரசுக்கு இந்த கவுன்சில் பரிந்துரைக்கிறது...' என்ற தீர்மானத்தைக் கொண்டுவந்தார். அந்தத் தீர்மானத்தின் மேல் எம்.சி.ராஜா அந்தத் தீர்மானத்தை எல்லோரும் ஏற்றுக்கொள்ளும் வகையில் உருக்கமாகப் பேசினார்:

> 'தலைவர் அவர்களே, இந்தத் தீர்மானத்தை நிறைவேற்றுவதில் நான் மிகவும் மகிழ்ச்சியடைகிறேன். இந்த கவுன்சிலில் உள்ள அனைவரையும்விட இந்த மாகாணத்தில் உள்ள தொடக்கப்பள்ளி ஆசிரியர்களை நான் அதிகம் அறிவேன். அவர்களின் நிலை மிகவும் பரிதாபமானது. இந்த உலகில் வாழ்வதற்கு அவர்களுக்கு போதிய அளவு நிலைமை இல்லை என்பது மட்டுமல்ல அவர்கள் உண்மையில் வாழ்வதற்காகப் போராடுகிறார்கள். அவர்கள் தங்கள் உடலைக் கவனித்துக்கொள்ள இயலாவிட்டால், பள்ளிகளில் நல்ல வேலைகளைச் செய்ய முடியாது. சரீரம் பரிசுத்த ஆவியின் ஆலயம். எனவே ஆசிரியர் முதலில் தனது உடலைக் கவனித்துக்கொள்ள வேண்டும் என்று கூறப்படுகிறது. மேலும், அவர் தனது உடலை நல்ல நிலையில் வைத்திருக்காத வரை, அவர் நல்ல வேலையைச் செய்ய முடியாது. தற்போது நான் மிகவும் வருந்துகிறேன். இந்த ஆரம்பப் பள்ளி ஆசிரியர்கள் மனிதர்களாக பாவிக்கப்படுவதில்லை. நாங்களும் சில காலம் இந்த ஆரம்பப் பள்ளி ஆசிரியர்களின் கைகளில் இருந்தோம். அவர்கள்தான் எங்களுக்கு கல்வி அடித்தளத்தை அமைத்தார்கள், அவர்கள்தான் நமக்குள் கல்விக்கான அடித்தளத்தை அமைத்தார்கள், ஆரம்ப காலத்தில் எங்களைப் பயிற்றுவிப்பதற்கும், கல்வி கற்பிப்பதற்கும் அவர்கள் எடுத்த சிரமம் இல்லாமல் இருந்திருந்தால், ஜனநாயகத்தின் பிரதிநிதிகளாகிய நாம் இங்கு வந்து சேர்ந்திருக்க முடியாது. இப்போது என் நண்பர் திரு.சிவசங்கரம் பிள்ளை அவர்கள் சரியாகச் சுட்டிக்காட்டியது போல், இந்த படித்த ஏழை ஆசிரியர்களைவிட, சென்னை மாநகராட்சியில்

போலிஸ் கான்ஸ்டபிள், ரயில்வே ஸ்டேஷனில் உள்ள போர்ட்டர், போஸ்ட் பியூன் மற்றும் துப்புரவு தொழிலாளிகள்கூட நல்ல ஊதியம் பெறுகிறார்கள்.

மற்றொரு நாளில் நிர்வாக அறிக்கையின் நகல் எனக்கு கிடைத்தது, அதிலிருந்து, அரசு, ஆண்டுதோறும், பல பள்ளிகளைத் திறந்து வருவதையும், தற்போது பல பொது நிறுவனங்களை வைத்திருப்பதையும் பார்க்கிறேன். 33,378 அரசுப் பள்ளிகளும் 3,435 தனியார் உதவி பெறும் நிறுவனங்களும் இருப்பதை நான் காண்கிறேன். இந்த பள்ளிகளுக்கு சிறந்த பணியாளர்களை வழங்கவில்லை என்றால், இவ்வளவு பள்ளிகள் தொடங்குவது பொதுமக்களின் பணத்தை வீணடிப்பதில்லையா என்று நான் உங்களிடம் கேட்கிறேன். எனவே, இந்த தொடக்கப் பள்ளி ஆசிரியர்களுக்கு சிறந்த ஊதியம் வழங்கப்பட வேண்டும் என்று நான் நினைக்கிறேன். இதனால் சிறந்த தகுதி வாய்ந்த மனிதர்களை பெற முடியும். மேலும் அப்போதுதான் இந்தப் பள்ளிகளுக்குச் செலவிடப்படும் பொதுப்பணம் முறையாகச் செலவிடப்பட்டிருக்கும். இந்தக் கருத்துகளுடன், தீர்மானத்தை நான் மனப்பூர்வமாக ஆதரிக்கிறேன்.' (PMLC, Part I, 1921, Page. 356 (18th February 1921)

இதுபோன்று கேள்விகளையும் தீர்மானங்களையும் ஆதரித்து எல்லாச் சமுதாய மக்களுக்காகவும் எம்.சி.ராஜா தொடர்ந்து சட்டமன்றத்தில் குரல் எழுப்பிக்கொண்டே இருந்தார்.

18 பிப்ரவரி 1921 அன்று சட்டசபையின் நிலையான ஆணைகளில் திருத்தங்களை மேற்கொள்வதற்கான தேர்வுக்குழுவில் ராவ் பகதூர் ஏ.எஸ்.கிருஷ்ணா ராவ் பந்துலு, சி.பி.ராமசுவாமி ஐயர், ஓ.தணிகாசல செட்டியார், ஏ.ராமசுவாமி முதலியார், கே.பிரபாகரன், கான் பகதூர் முஹம்மது உஸ்மான் சபீப் ஆகியோருடன் எம்.சி.ராஜாவும் நியமிக்கப்பட்டார்.

எல்லாச் சமுதாய மக்களுக்காகவும் முக்கியமாக ஆதிதிராவிடர்களின் நலன்களுக்காகவும் தொடர்ந்து குரல் எழுப்பி வந்தார். ஆதிதிராவிடர்களின் வாழ்நிலை, கல்வி, பொருளாதாரம், வேலைவாய்ப்பு போன்றவற்றையும் கேள்விகளாகக் கேட்டு உண்மை நிலையை அறியச் செய்தார்.

திரு.எம்.சி.ராஜா, மாண்புமிகு கல்வி அமைச்சரிடம், 'இந்த பிரசிடென்சியில் உள்ள அரசு பஞ்சமர் பள்ளிகளின்

எண்ணிக்கை மற்றும் இந்தப் பள்ளிகளில் பணியமர்த்தப்பட்ட பயிற்சிபெற்ற பஞ்சமர் ஆசிரியர்களின் எண்ணிக்கையை கல்வித்துறை குறிப்பிட வேண்டும்' என்று கேட்டார். அதற்கு கல்வி அமைச்சர், 'பிரசிடென்சியில் உள்ள அரசு பஞ்சமர் பள்ளிகளின் எண்ணிக்கை 10. இந்த பள்ளிகளில் பணிபுரியும் பயிற்சிபெற்ற பஞ்சமர் ஆசிரியர்களின் எண்ணிக்கை குறித்து தகவல் கோரப்பட்டுள்ளது' என்று பதிலளித்தார். அதாவது பள்ளிகளின் எண்ணிக்கை தெரியும்போது ஆசிரியர்களின் எண்ணிக்கையும் தெரிந்திருக்கும். ஆனால் உண்மையில் எந்த பஞ்சமரும் வேலையில் இருந்திருக்கமாட்டார். அதை சொல்வதற்கு பதில் எண்ணிக்கை கோரப்பட்டுள்ளது என்றே சமாளித்துள்ளனர் நீதிக்கட்சியினர்.

பின்னி வேலைநிறுத்தப் போராட்டம்

27-4-1918ம் ஆண்டு சனிக்கிழமை அன்று சென்னைத் தொழிலாளர் சங்கம் தோற்றுவிக்கப்பட்டது. திரு.வாடியா தலைவராகவும், திவான் பகதூர் கேசவப் பிள்ளை, திரு.வி.க. மற்றும் சிலர் துணைத் தலைவர்களாகவும், ராமாஞ்சலு நாயுடு, செல்வபதி செட்டியார் செயலாளர்களாகவும் தேர்ந்தெடுக்கப்பட்டனர். அச்சமயத்தில் பல்வேறு சங்கங்கள் சென்னையில் செயல்பட்டு வந்தன. சென்னை தொழிலாளர் சங்கத்தில் எம்.சி.ராஜாவும் ஈடுபட்டுச் செயலாற்றினார் என்று திரு.வி.க. கூறுகிறார்:

> 'அந்நாளில் எங்களுடன் கலந்தும் சங்கங்களில் ஈடுபட்டும் சேவை செய்தவருள் குறிக்கத்தக்கவர்: தோழர்கள் சக்கரைச் செட்டியார், இ.எல்.ஐயர், என்.தண்டபாணிபிள்ளை, ஹரிசர்வோத்தமராவ், ராஜகோபாலாச்சாரியார், ஆதிநாராயண செட்டியார், எம்.எஸ்.சுப்பிரமணிய ஐயர், வி.ஓ.சிதம்பரம் பிள்ளை, ஏ.எஸ்.ராமுலு, எம்.ஸி.ராஜா, டாக்டர் நடேச முதலியார், கஸ்தூரிரங்க ஐயங்கார், வி.பி. பக்கிரிசாமிப்பிள்ளை (நாகை) என்.எஸ்.இராமசாமி ஐயங்கார் (கோவை), ஜார்ஜ் ஜோஸப் (மதுரை) முதலியோர்.' (திரு.வி.க. வாழ்க்கைக் குறிப்புகள், பக்.459)

சென்னைத் தொழிலாளர் சங்கத்தில் வ.உ.சி., எம். சி.ராஜா முதலியோர் தொழிலாளர்களுக்காகச் சேவை செய்து வந்திருந்தபோதுதான் சென்னையில் மிகப்பெரும் தொழிலாளர் போராட்டம் ஒன்று நடைபெற்றது.

சென்னையில் செயல்பட்டுவந்த பக்கிங்காம் மில் மற்றும் கர்னாடிக் மில் ஆகிய இரண்டும் 1920களில் ஒன்றாக

இணைக்கப்பட்டுச் செயல்பட்டு வந்தன. 1921 மே 11ம் நாள் கர்னாடிக் மில்லில் தொழிலாளர்களால் வேலை நிறுத்தம் செய்யப்பட்டது. அதுபோலவே ஜூன் 20ம் தேதி பின்னி மில்லிலும் வேலை நிறுத்தம் செய்தனர். அப்பொழுது சென்னை தொழிலாளர் சங்கத்தின் தலைவராக திரு.வி.க. இருந்தார். இந்தப் போராட்டத்தை சென்னை தொழிலாளர் சங்கம் முன்னெடுத்தது.

பின்னி மில்லில் கணிசமான தொழிலாளர்கள் ஆதிதிராவிட வகுப்பைச் சார்ந்தவர்கள். ஏற்கெனவே இரண்டு வேலை நிறுத்தங்கள் செய்யப்பட்டபோது அதிகமாகப் பாதிக்கப்பட்டது ஆதிதிராவிடத் தொழிலாளர்கள்தான். அதனால் மீண்டும் தற்போதைய வேலை நிறுத்தம் தங்களை நிரந்தரமாக வறுமைக்கு உள்ளாக்கிவிடும் என்பதை அறிந்த ஆதிதிராவிடர்கள் இறுதி வேலை நிறுத்தத்திற்கு அழைப்பு விடுக்கப்படுவதற்கு முன்பே, 19 ஜூன் 1921 ஞாயிற்றுக்கிழமை மாலை, ஆதிதிராவிட தொழிலாளர்கள் சென்னை யூனியன் தலைவர்களைச் சந்தித்து, தொழிற்சங்கம் மீண்டும் வேலைநிறுத்தத்தைத் தேர்வு செய்தால், தாங்கள் பங்கேற்க முடியாது என்று தெரிவித்தனர்.

அவர்கள் கூறிய காரணம் எளிமையானது. கடைசி வேலைநிறுத்தம், சில மாதங்களுக்கு முன்பு நிகழ்ந்தது மட்டுமல்லாமல் மூன்று மாதங்களுக்கும் மேலாக நீடித்தது. அதனால் அவர்களால் உயிர் வாழ்வது கிட்டத்தட்ட சாத்தியமற்றதானது. உணவுக்காக அவர்கள் வைத்திருந்த சிறிய பொருள்களைக்கூட அடகு வைக்க வேண்டியிருந்தது. இந்த நிலைமையில் மேலும் ஒரு வேலை நிறுத்தம் அவர்களை அடியோடு வறுமைக்குள்ளாக்கி அழித்துவிடும் என்பதால் வேலை நிறுத்தத்தில் பங்குகொள்ள வேண்டாம் என்று முடிவெடுத்தனர்.

இதைப் பற்றி முடிவெடுக்க 1921 ஜூன் 19ம் தேதி புளியந்தோப்பில் ஆதிதிராவிடத் தொழிலாளர்களின் கூட்டம் நடைபெற்றது. இதில் ஏற்கெனவே சென்னை தொழிலாளர் சங்கத்தின் மூலம் தொழிலாளர்களுக்கு அறிமுகமாகியிருந்த எம்.சி.ராஜாவையும் அவர்கள் அழைத்து ஆலோசனை கேட்டனர். தங்கள் வாழ்வாதாரத்தை முன்னிட்டுப் போராட்டக்காரர்களோடு சேர முடியாது என்று ஏகமனதாக அக்கூட்டத்தில் முடிவெடுக்கப்பட்டது.

எம்.சி.ராஜா சென்னை தொழிலாளர்கள் சங்கத்தில் பணி செய்திருந்தாலும் ஆதிதிராவிடர்களின் நிலைமையைக்

கருத்தில் கொண்டும் ஆதிதிராவிடர்களின் கோரிக்கையின் நியாயத்தை உணர்ந்தும் அவர்களுக்கு ஆதரவளித்தார்.

எம்.சி.ராஜாவின் நண்பரும் சென்னை தொழிலாளர் சங்கத்தின் தலைவருமான திரு.வி.கல்யாணசுந்தர முதலியார், எம்.சி.ராஜாவிடம் அரசாங்கத்திற்கு ஆதரவாக இருக்க வேண்டாம் என்று கேட்டபோது, 'என்னை அரசாங்கம் சார்பில் நிற்கச் செய்திருப்பது எனது சமூகம். எனது சமூகம் மிகத் தாழ்ந்த நிலைமையிலிருக்கிறது. அதை முன்னேற்ற அரசாங்கத்தின் துணை தேவையாயிருக்கிறது' என்று குறிப்பிட்டதாக திரு.வி.க. சொல்கிறார்.

அதாவது எம்.சி.ராஜா தன் சமூக மக்களின் நன்மையைச் சார்ந்தே முடிவெடுத்துள்ளார். ஆங்கிலேயர்களுக்குச் சாதகமாக அல்ல என்பதை திருவிக.வின் வாழ்க்கைக் குறிப்புகளிலிருந்தே தெளிவுபெறலாம். எம். சி.ராஜாவுடன் இணைந்து இப்பிரச்சினையில் சுவாமி தேசிகானந்தரும் போராடினார். சுவாமி தேசிகானந்தர் ஆதிதிராவிட சமூகத்தைச் சார்ந்த ஆன்மிக ஞானி. தொழிலாளர்களுக்காகவே தன் வாழ்வை அர்ப்பணித்தவர். பின்னி ஆலை ஆதிதிராவிட தொழிலாளர்களுக்கு ஆதரவாக எயிலிங் கமிட்டியிலும் சாட்சியம் அளித்தவர் சுவாமி தேசிகானந்தர். 'தேசிகானந்தரும் யானும் ஒன்றுபட்டுச் சமயம் நேரும்போதெல்லாம் சமயத்தொண்டும் ஆற்றி வருகிறோம்' என்று திரு.வி.க. கூறுகிறார்.

ஆதிதிராவிட தொழிலாளர்கள் வேலைக்குச் செல்ல ஆரம்பித்தனர். வேலை நிறுத்தத்தில் ஈடுபட்டுக்கொண்டிருந்த மற்ற தொழிலாளர்கள் இதனால் கோபம் அடைந்தனர். அவர்களுக்குள் அவ்வப்போது சிறு சிறு சண்டைகள் மூண்டது. ஆதிதிராவிடர்களை 'கருங்காலிகள்' என்று அழைத்தனர். தொழிலாளர்கள் மட்டுமல்ல திரு.வி.க. உள்பட சில தலைவர்களும்கூட ஆதிதிராவிடர்களை 'கருங்காலிகள்' என்றே அழைத்தனர்.

திரு.வி.க. உட்பட ஆதிதிராவிட தொழிலாளர்களை கருங்காலிகள் என்று அழைத்தாலும், திரு.வி.க.வை ஆதிதிராவிட தொழிலாளர்கள் வெறுக்கவில்லை. அதை திரு.வி.க. தன் வாழ்க்கைக் குறிப்புகள் நூலில் எழுதுகிறார்:

> 'இராயப்பேட்டைக்கும் சூளைப் பட்டாளத்துக்கும் பல வழிகளுண்டு. யான் ஒரு வழியே போவதுமில்லை; வருவதுமில்லை. பலவழியாகப் போவேன்;

வருவேன். ஒருநாள் இரவு பிரம்பூர் பக்கஞ்சென்று வியாசர்பாடி வழியே திரும்பியபோது, இடையில் ஒரு கூட்டம் வண்டியை மறித்தது. என்னுள் பலவித ஐயப்பாடுகள் தோன்றின. வண்டியை விட்டிறங்கி முகத்தைக் காட்டுவது நல்லது என்று நினைந்து, கீழே இறங்கினேன். என்னைக் கண்ட கூட்டம், 'ஐயா! தனியே வரலாமா? இரவில் வரலாமா' என்று கூச்சலிட்டது. 'வந்தாலென்ன ? உங்கள் எண்ணம் நிறைவேறினால் என் உயிர் பரலோகஞ் சேரும்' என்றேன். 'இப்படிச் சொல்லலாமா? உங்களையும் வாடியாவையும் நாங்கள் மறப்போமா? எல்லாம் உங்களுக்குத் தெரியும். எங்கள் நிலைமை இப்படியாகிவிட்டது. மறுபடியும் நாங்கள் சங்கத்தில் சேருங்காலம் வரும்' என்று இரைந்தனர். 'யான் போய் வருகிறேன்' என்று வண்டியில் ஏறினேன். 'உங்களைத் தனியாக அனுப்ப மனமெழவில்லை. எங்களில் சிலர் உங்களுடன் 'ஜெனரல் ஆஸ்பிடல்' வரை வந்து திரும்பினாலன்றி எங்கள் மனம் திருப்தியடையாது' என்று நெருக்கினர். அவர் தம் மனோநிலை எனக்குப் புலனாயிற்று. 'மூவர் என்னுடன் வரலாம்' என்றேன். மூவர் என்னுடன் 'ஜெனரல் ஆஸ்பிடல்' வரை போந்து திரும்பினர். இதை எம்.ஸி.ராஜாவினிடம் தெரிவித்தேன். அவர், 'எங்கள் மக்கள் பழந்தமிழர்கள். அவர்கள் நன்றியறிதலுடையவர்கள்' என்று மகிழ்வெய்தினர்.' (திரு.வி.க. வாழ்க்கைக் குறிப்புகள், பக்.495-496)

ஆதிதிராவிடர்கள் மட்டுமல்ல எம்.சி.ராஜாவும்கூட திரு. வி.க. மீது அளவுகடந்த அன்பு வைத்திருந்தார். பின்னி மில் கலவரத்தின்போதுகூட திரு.வி.க.விற்கு எப்படியெல்லாம் உதவினார் என்பதை திரு.வி.க. கூறுகிறார். போர்த் தொடக்கத்தில் எம்.சி.ராஜா திரு.வி.க.வை அடிக்கடி சந்தித்து, 'பிடிவாதம் வேண்டாம். வில்லிங்டன் ஆட்சி உம்மைத் தொல்லைப்படுத்தும்' என்று ஆலோசனை கூறினார். மேலும் எனக்கு போலிஸ் துணை, ராணுவத்தினர் துணை, கார் துணை உண்டு. மேலும் என் கையில் துப்பாக்கியும் உண்டு. உங்களுக்கு ஒரு துணையுமில்லை. கலவரச் சமயத்தில் தன்னந்தனியாக நடமாடுகிறீர்கள், என்ன நடக்குமோ என்று கவலையாக இருக்கிறது என்றும் திரு.வி.க.விடம் எம்.சி.ராஜா சொல்லியிருக்கிறார். ஒருநாள் கண்ணீருடன் எம்.சி.ராஜா, திரு.வி.க.வின் வீட்டுக்கு வந்து,

‘உங்களுக்குத் தொல்லை நெருங்கியிருக்கிறது’ என்று கூறி ஆங்கிலேய அரசின் நாடுகடத்தும் தொல்லையைப் பற்றி திரு.வி.க.விடம் எச்சரித்துச் சென்றார்.

இந்த நிகழ்வுகள் நடந்துகொண்டிருக்கும்போதே 1921 ஜூன் 28ம் தேதி அன்று இரவு ஆதிதிராவிடர்கள் வசிக்கக்கூடிய புளியந்தோப்பு சேரி மீது தாக்குதல் தொடுக்கப்பட்டது. மறுபடியும் ஆகஸ்ட் மாதம் பெரும் மோதல் வெடித்தது. ஆதிதிராவிட தொழிலாளர்கள் ஒரு பக்கமும் சாதி இந்துத் தொழிலாளர்கள், முஸ்லிம்கள் ஒரு பக்கமுமாகச் சார்ந்து மோதிக்கொண்டனர். இந்தக் கலவரத்தைக் கட்டுப்படுத்தக் காவல்துறையினர் துப்பாக்கிச்சூடு நடத்தினர். அதில் சாதி இந்துக்கள் ஆறு பேர் கொல்லப்பட்டனர். இரண்டு தரப்பாரின் குடியிருப்புகளும் நாசமாக்கப்பட்டன. அதிகமாகப் பாதிக்கப்பட்டது ஆதிதிராவிடர்தான். அவர்களின் மொத்த குடியிருப்புகளும் எரித்து நாசமாக்கப்பட்டன. அதனால் புளியந்தோப்பில் இருந்த ஆதிதிராவிட வகுப்பினர் அங்கிருந்து வெளியேற்றப்பட்டு வியாசர்பாடி முகாம்களில் அரசின் சார்பில் தங்கவைக்கப்பட்டனர்.

ஆதிதிராவிடர்களுக்கு மட்டும் உதவுவதாக அரசின் மீது நீதிக்கட்சியினரும், காங்கிரஸூம் குற்றச்சாட்டுகளை வைத்தனர். இதற்குப் பதிலளித்த அரசு, ‘எந்த நாகரிக அரசும் ஒதுங்கி நின்று, இந்த பாதிக்கப்பட்டவர்களை அவர்களின் தலைவிதிக்கு விட்டுவிட முடியாது’ என்று கூறியது. மேலும் ஆதிதிராவிடத் தொழிலாளர்களுக்கு பஜாரில் அரிசி வழங்க மறுக்கப்பட்டதால், அவர்களுக்கு அரிசி கிடைக்கச் செய்யவேண்டும் என்று வலியுறுத்தியது. ஆனால் அரசாங்கம் மற்ற சமூகங்களுக்கான தனது பொறுப்புகளைத் துறக்கவில்லை என்றும், தேவையான இடங்களில் உதவி செய்யப்பட்டது என்றும் கூறியது.

பாதிக்கப்பட்ட இடங்களுக்கு நீதிக்கட்சியைச் சார்ந்த தியாகராய செட்டியார், ஓ.தணிகாசலம் செட்டியார், வி.சண்முகநாதன் முதலியார், எஸ்.வி.ராமசாமி முதலியார் போன்றோர் சென்று ஆய்வுசெய்து ஓர் அறிக்கையை வெளியிட்டனர். அதில், ‘காவல்துறையின் நடவடிக்கைகளில் சாதி இந்துக்களும் முகமதியர்களும் நம்பிக்கை இழந்துவிட்டனர். அவர்கள் இன்ஸ்பெக்டர் ஹான்கின்சனை குறிப்பாக நம்பவில்லை. உதவி தொழிலாளர் ஆணையரான சுந்தரச்சாருலு, சுவாமி தேசிகானந்தா மற்றும் வேறு

சிலரின் மூலம் தாழ்த்தப்பட்ட வர்க்கத் தொழிலாளர்களை சாதி இந்துக்கள் மற்றும் முகமதியர்களுக்கு எதிராக அமைத்துள்ளார்கள் என்று அவர்கள் நம்புகிறார்கள்' என்று குறிப்பிடப்பட்டது.

மேலும், 'தாழ்த்தப்பட்ட வகுப்பினர் வாள்கள் மற்றும் கத்திகள் போன்ற ஆயுதங்களை ஏந்தியதாகக் குற்றம் சாட்டியது; சாதி இந்துக்கள் மீது வேண்டுமென்றே வன்முறையில் ஈடுபடுவதற்காகத் தங்கள் மீது பொய்யான காயங்களை ஏற்படுத்திக் கொண்டதாகவும், அரசாங்கத்தின் கவனத்தை ஈர்க்கவும், இலவச வீடுகளைப் பெறுவதற்காகவும் அவர்கள் தங்கள் சொந்த வீடுகளுக்கு தீ வைத்துள்ளனர்' என்றும் அபாண்டமாக குற்றம் சாட்டியது.

நீதிக்கட்சி சில கோரிக்கைகளை அதில் முன்வைத்தது:

> 'அரசு முகாம்களில் தாழ்த்தப்பட்ட வகுப்பினருக்கு இலவச உணவு வழங்குவதை நிறுத்த வேண்டும்; அனைத்து ஜாதியினருள்ளும் தவறு செய்பவர்கள் தண்டிக்கப்பட வேண்டும் என்று அறிவிப்பு வெளியிட வேண்டும்; பாதிக்கப்பட்ட பகுதிகளில் தாழ்த்தப்பட்ட வகுப்பினரை ஒரே முகாமிலோ அல்லது ஒருவருக்கொருவர் அருகிலோ தங்க வைக்கக்கூடாது. மெட்ராஸ் எல்லைக்கு வெளியே தங்கவைக்க வேண்டும்; போலிஸ் நடவடிக்கைக்கு காரணமான தொழிலாளர் உதவி கமிஷனர் சுந்தரச்சாருலு மற்றும் இன்ஸ்பெக்டர் ஹான்கின்சன் மற்றும் அவரது ஆட்களை இடமாற்றம் செய்ய வேண்டும்; 'இப்போது வேலையில்லாமல் இருக்கும் ஏராளமான தொழிலாளர்களை திரும்பப் பெற மில் அதிகாரிகளை செல்வாக்கு செலுத்துவதே இந்த எல்லா பிரச்சினைகளுக்கும் இறுதி தீர்வு என்று நாங்கள் நினைக்கிறோம். ஒருபுறம் ஆதிதிராவிடர்களுக்கும் மறுபுறம் ஜாதி இந்துக்கள் மற்றும் முகமதியர்களுக்கும் இடையே உள்ள அழுத்தமான உணர்வுகளை திரும்பப் பெற்றாலும், இன்னும் சில காலம் நல்லெண்ணமும், நல்லுறவும் நிலவ முடியாது. இரண்டு பிரிவினரையும் சில காலம் நெருங்கி வாழ்வதிலிருந்து பிரிப்பது முற்றிலும் அவசியம்'.

இவ்வாறு நீதிக்கட்சி அறிக்கையை வெளியிட்டது. மெட்ராஸ் கார்ப்பரேஷனின் சிறப்புக் கூட்டத்தில் இதேபோன்ற

பரிந்துரைகள் செய்யப்பட்டன. போலிஸ் கமிஷனர் மற்றும் அவருக்குக் கீழ் பணிபுரிபவர்களை இடமாற்றம் செய்ய கவுன்சிலர்கள் பரிந்துரை செய்தனர். 1921 அக்டோபர் 12ம் நாள் சட்டமன்றத்தில் இதுகுறித்து விவாதம் நடைபெற்றது. நீதிக்கட்சியைச் சார்ந்த ஓ.தணிகாசலம் செட்டியார் ஆதிதிராவிடர்களையும் அரசையும் குற்றம் சுமத்திப் பேசினார். புளியந்தோப்புக் கலவரங்களைப் பற்றி வாதிப்பதற்காக மற்ற விஷயங்களை ஒத்திப்போட வேண்டுமென்று ஒரு பிரேரேபணை கொண்டுவந்தார். அதனால் மாலை 4 மணிக்கு வாதம் ஆரம்பமாயிற்று. அப்போது ஓ.தணிகாசலம் செட்டியார் மற்ற விஷயங்களை ஒத்திப் போட்டதற்குரிய காரணங்களை அடுக்கினார்:

'1. மில் பிரதேசத்தைச் சுற்றியுள்ள இடங்களிலிருக்கும் ஜனங்களின் உயிருக்கும் பொருளுக்கும் அதிக ஆபத்து நேரிட்டிருப்பது.

2. நிலையை போலிஸ் கமிஷனரும், தொழிற் கமிஷனரும், நிர்வாக அதிகாரிகளும் எம்மாதிரியாய்க் கவனித்தார்கள் என்பதைப் பற்றி ஆராய்தல் வேண்டும்.

3. மேற்கூறிய இலாகாக்கள் அனைத்தும் தங்கள் கடமைகளைச் சரிவரச் செய்தனவா என்பதைப் பற்றி ஆராய்தல் வேண்டும். மே மாதம் 4—ம் வாரத்தில் மில்லில் வேலைநிறுத்தம் ஏற்பட்டது. வேலைநிறுத்தத்தின் பயனாகச் சுமார் பதினோராயிரம் பேர் வேலையில்லாமல் இருக்க வேண்டியதாயிற்று. இவர்களை அடுத்து இருப்பவர்களையும் சேர்த்தால் மொத்தம் 50 ஆயிரத்துக்கு மேல் ஆகின்றது. இம்மாதிரியிருந்தால் குழப்பங்கள் ஏற்பட்டே தீரும். தொழில் இலாகா எல்லாத் தொழிலாளர்களின் நன்மையைக் கருதி எல்லாரையும் மில்லுக்குள் சேர்க்கும் வழியைத் தேடியிருத்தல் வேண்டும். தொழிற்கமிஷனர், தாழ்த்தப்பட்டவர்களின் இரட்சகர் என்ற முறையில் ஆதிதிராவிடர்கள், ஜாதி இந்துக்கள் — முகம்மதியர்கள் ஆகிய தொழிலாளர்களினின்றும் வேறு பிரிந்து தினந்தோறும் மில்லுக்குள் போகத் துணை நின்றார். ஜூன் மாதம் வரை மில்லில் வேலைசெய்யும் ஆதிதிராவிடர்களும், இந்துக்களும், முகம்மதியர்களும் தொழிலாளர் சங்கத்து அங்கத்தவர்கள் என்ற முறையில் ஒன்றுகூடி ஒற்றுமையாய் இருந்து வந்தார்கள். ஜாதி

வித்தியாசங்களை வேலைநிறுத்தத்தில் புகவிட்டு வேலைநிறுத்தத்தை ஒழிக்க ஏற்பாடு செய்யப்பட்டது. ஒரு ஜாதியார் மாத்திரம் வேலைக்குப் போய்க் கொண்டிருந்தமையால், மற்றவர்களுக்குத் தப்பெண்ணங்களும் குரோதமும் ஏற்பட்டன.

இதுபோன்ற காரணங்களால்தான் அமைதியின்மையும் குழப்பங்களும் ஏற்பட்டன. இக்குழப்பங்களின் பயனாய் அநேக குடிசைகள் கொளுத்தப்பட்டுப் போயின. மில்லில் சம்பந்தப்பட்டவர்களையும், சம்பந்தப்படாதவர்களையும் தாக்குவதற்காக விநோதமாய்ச் செய்யப்பட்ட கத்திகள் இரு திறத்தினராலும் உபயோகிக்கப்பட்டு வந்தன. பகற் காலங்களிலும் இராக் காலங்களிலும் - போலிஸார் இருக்கும்போதும் இல்லாதபோதும் – போலிஸார் எங்கே காவல் புரிந்து கொண்டிருந்தனரோ அவ்விடங்களிலும் குடிசைகள் தீக்கிரையாக்கப்பட்டன. இம்மாதிரியாக ஜூன் மாதத்திலிருந்து அக்டோபர் 5-ந் தேதி வரை நடைபெற்று இருக்கிறது. இப்படியிருந்தும் போலிஸ் இன்னும் குற்றவாளிகளைக் கண்டுபிடிக்கவில்லை.

ஜூன் மாதம் 30-ந் தேதியிலிருந்து கத்திகள் உபயோகிக்கப்பட்டு வருகின்றன என்று அரசாங்க அறிக்கையிலேயே கூறப்பட்டிருக்கிறது. கத்திகளைத் தாங்கி ஒருவருக்கொருவர் சண்டையிட்டுக் கொண்டதற்காகக் குயப்பேட்டையில் அக்டோபர் மாதம் 5-ந் தேதியில் 15 பேர் சுடப்பட்டனர். ஜூன் மாதம் 30-ம் தேதியிலேயே கத்திகள் நடமாடுகின்றன என்று தெரிந்திருந்தும் அவைகள் எங்கே செய்யப்படுகின்றன என்பதை போலிஸார் இதுவரை ஏன் கண்டுபிடியாமல் இருக்கின்றனர்?

தொழிலாளர் சங்கக் கட்டடமும், இந்துக்கள், முகம்மதியர்கள் வீடுகளும் பரிசோதிக்கப்பட்டன; ஆனால் அவைகளினின்று ஒன்றும் எடுக்கப்படவில்லை. பஞ்சு மூட்டைகளை அல்லது பருத்தித் துணிகளைக் கட்டும் மூட்டைகளுக்கு உபயோகப்படுத்தும் உலோகத்தினின்று ஆச்சரியமான கத்திகள் செய்யப்படுகின்றன. இக்கத்திகளை மில்லில் அகப்படும் சாமான்களைக் கொண்டு தயாரிக்கக்கூடும் என்று ஊகிக்கலாம். கத்திகள் மில்லில்

செய்யப்படுகின்றனவா என்பதைக் கண்டு தெளிய போலிஸார் மில்லைப் பரிசோதனை செய்தனரா?

கத்திகளை ஆதிதிராவிடர்கள் வைத்துக் கொண்டிருக்கிறார்கள் என்பதை அறிய போலிஸார், அவர்களின் வீடுகளைப் பரிசோதிக்கவில்லை. கத்திகள் வானத்திலிருந்து வருவதில்லை. கத்திகளை மனிதர்கள்தான் செய்திருத்தல் வேண்டும். அவைகள் யாரால் - எங்கே செய்யப்படுகின்றன என்பதைப் பற்றி ஆராய்தல் வேண்டும். சென்னைப் போலிஸாரும், ரிசர்வ் போலிஸாரும், கூட்டுப் போலிஸாரும், தண்டப் போலிஸாரும் கத்திகள் எங்கே செய்யப்படுகின்றன என்பதைப் பற்றிக் கவனியாமல் இருக்கின்றனர். போலிஸார் குற்றவாளிகளைக் கண்டுபிடித்துத் தண்டனைக்கு உட்படுத்தாமல் இருக்கின்றமையால் போலிஸாரின் திறமைக் குறைவு வெளியாகின்றது. சென்ற செப்டம்பரில் சென்னைச் சட்டசபை கூடியதற்குப் பின்னர் ஓர் இந்து பொடி வியாபாரி அநியாயமாய்க் கொல்லப்பட்டு அவன் தேகம் லாடர்ஸ் கேட்டுக்குச் சமீபத்தில் – சேரிக்கு அருகில் எறியப்பட்டுக் கிடந்தது. இச்சம்பவம் நிகழ்ந்தேறி ஒரு மாத காலமாகியும் குற்றவாளிகள் கண்டுபிடிக்கப்படவில்லை.

சென்ற சட்டசபைக் கூட்டத்திற்குப் பின்னர் அநேக இந்துக்களின் குடிசைகளும், முகம்மதியர்களின் குடிசைகளும் தீக்கிரையாக்கப்பட்டன. இதன் பயனாகக் குடிசையொன்றிலிருந்த முகம்மதியரொருவர் வெந்து இறந்துபோனார். குடிசைகளுக்குத் தீ வைத்தவர்களும் இதுவரை கண்டுபிடிக்கப்படவில்லை. இக்காரியங்களெல்லாம் போலிஸாரின் திறமைக் குறைவைக் காட்டவில்லையா? போலிஸார் குற்றவாளிகளைக் கண்டுபிடிப்பதிலும், குற்றம் நிகழாமல் பார்த்துக்கொள்வதிலும் தமது கடமையைச் சரிவர செய்யாமல் இருந்து வருகின்றனர் அல்லவா?

முதலில் கொளுத்தப்பட்ட குடிசைகள், வீடுகள் தவிர, மற்ற சமயங்களில் கொளுத்தப்பட்டனவற்றில் குடிசைகளுக்கும் பொருளுக்கும் ஒருவிதமான நஷ்டமும் ஏற்படவில்லை. சாமான்களெல்லாம் அப்புறப்படுத்தப்பட்டன. ஆகஸ்டு 5-ந் தேதியில் குடிசைகள் கொளுத்தப்பட்டுப் போனவர்களுக்கு

வீடு கட்டிக் கொடுக்க 4 லட்சம் ரூபாய் செலவழிக்கப்படலாமென்று ஆலோசனை செய்யப்பட்டது. கமிட்டியார் இரண்டு லட்சம் ரூபாய்தான் ஒதுக்கி வைக்க விரும்பினர். குடிசைகளைக் கொளுத்திவிட்டால் அரசாங்கத்தார் நல்ல கட்டடங்களைக் கட்டிக் கொடுப்பர் என்ற எண்ணம் கொண்டு மக்கள் குடிசைகளைத் தாங்களாகவே கொளுத்தி விடுகிறார்கள் என்றுஞ் சொல்லப்பட்டு வருகிறது.

கடந்த மூன்று மாத காலங்களில் போலிஸார் கூட்டங்களின் மீது துப்பாக்கிப் பிரயோகம் செய்திருக்கின்றனர். குழப்பம் காரணமாகவே போலிஸார் சுட வேண்டிய அவசியம் ஏற்பட்டதென்று சொல்லப்படுகிறது. போலிஸார் துப்பாக்கிப் பிரயோகத்துக்கு இரையானவர்கள் அனைவரும் ஜாதி இந்துக்களாயிருப்பது ஆச்சரியத்தையே விளைவிக்கின்றது. போலிஸார் துப்பாக்கிப் பிரயோகத்தின் பயனாய் வேறு ஒருவருக்காவது காயமும் ஏற்படவில்லை; உயிர்ச்சேதமும் நிகழவில்லை.

சர் வில்லியம் எயிலிங் கமிட்டிக்கு முன்னர் நடைபெற்ற விஷயங்களை யான் எடுத்துச் சொல்லப்போவதில்லை. ஆகஸ்ட் 29-ந் தேதியில் போலிஸார் ஜனங்களின் மீது துப்பாக்கிப் பிரயோகம் செய்தனர். அதன் பயனாய் 30 பேர் காயமடைந்தும் ஒரு பெண்மணி உட்பட எழுவர் இறந்தும் போயினர். காயமடைந்தவரும் இறந்தவரும் ஜாதி இந்துக்களேயாவர். அக்டோபர் 5-ந் தேதியில் குயப்பேட்டையில் போலிஸார் செய்த துப்பாக்கிப் பிரயோகத்தின் பயனாய் 15 பேர் காயமடைந்தும் ஒருவரோ இருவரோ இறந்து போய்விட்டனர். இவ்விடத்திலும் காயமடைந்தவரும் இறந்தவரும் ஜாதி இந்துக்களேயாவர். செப்டம்பர் 19-ந் தேதியில் புரசையில் துப்பாக்கிப் பிரயோகம் செய்யப்பட்டது. இராஜரத்தின முதலியார் மோவாய்க் கட்டையின் மீது குண்டு விழுந்தது. இவையெல்லாம் போலிஸாரின் திறமைக் குறைவைக் காட்டவில்லையா? இவைகளெல்லாம் போலிஸார் குற்றவாளிகளைக் கண்டுபிடிக்கும் விஷயத்தில் சரியாய்க் காரியங்களைச் செய்யவில்லை என்பதைப் புலப்படுத்தவில்லையா?

ஆதிதிராவிடர்கள் மீது ஜாதி இந்துக்கள் சுமத்திய குற்றச்சாட்டைப் 'போலிஸார் ஏற்றுக் கொள்ளமாட்டோம்' என்ற விஷயமும் எயிலிங் கமிட்டி முன்னிலையில் சொல்லப்பட்டிருக்கிறது. குடிசைகளுக்குத் தீ வைத்தவர் யார் என்பதைப் போலிஸார் இன்னும் கண்டுபிடியாமல் இருக்கின்றமையால் ஜனங்கள், போலிஸார் ஆதிதிராவிடர் பக்கம் இருக்கின்றனர் என்று கருதுவதல்லாமல் அவர் செய்யும் குற்றங்களும் விட்டு விடப்படுகின்றன என்றும் கருதுகிறார்கள்.

மில் பிரதேசத்தில் இருக்கும் போலிஸ் உத்தியோகஸ்தர் மாதமொன்றுக்கு இருநூறு முந்நூறு ரூபா சம்பளம் வாங்கும் இன்ஸ்பெக்டராய் இருக்கிறார். இவரை அடிக்கடி 2,500 ரூபா சம்பளம் வாங்கும் தொழிற்கமிஷனரும், அறுநூறு ரூபா சம்பளம் வாங்கும் அவரது கூட்டாளியும் கண்டு போகின்றனராம். ஆதிதிராவிடர்களுக்குச் சாதகமாக இவர்கள் இன்ஸ்பெக்டரிடம் பேசுகின்றனராம். போலிஸ் இன்ஸ்பெக்டர், தொழிற்கமிஷனர் - தாழ்ந்த வகுப்பினரின் இரட்சகர் – கட்டளைகளைக் கொண்டு நடக்க வேண்டியவராயிருக்கிறார்!'

(தணிகாசலம் செட்டியார் மாயர் (லேபர் கமிஷனர்) மீது துவேஷங் காட்டிப் பேசுகிறார். இதுபற்றி அவர் பேசுவதைக் கண்டிக்க வேண்டுமென்று கனம் ஹோம் மெம்பர் இச்சமயத்தில் கூறினார்.)

ஹோம் மெம்பர் கடைசியில் பதிலளிக்கலாம் என்று கூறிவிட்டு தணிகாசலம் செட்டியார் மேலும் பேசியதாவது:

'ஜாதி இந்துக்களும், மகம்மதியர்களும் தொழிற்கமிஷனரின் உதவியை நாட இஷ்டப்படவில்லை. இன்னும் அவரது யோசனையையும் கேட்க இஷ்டப்படவில்லை. மாயர் தொழிலாளர்களின் கமிஷனராகவும் ஆதிதிராவிடர்களின் இரட்சகராகவும் இருந்து வருகிறார் என்று ஜனங்கள் கருதுகின்றனர்.

வேலைக்குப் போகாமல் சாலையோரங்களில் நின்றுகொண்டிருக்கும் ஜாதி இந்துக்களின் மீது வேலைக்குப் போகும் கருங்காலிகள் ஏதாவது குறும்பு செய்தால் போலிஸ் இன்ஸ்பெக்டர் அவர்களைக் கண்டிக்கப் பிரியப்படுவரா?

ஆகஸ்ட் 29-ந் தேதியிலும் அக்டோபர் 5-ந் தேதியிலும் போலிஸார் ஜனங்கள் மீது துப்பாக்கிப் பிரயோகம் செய்த விஷயமாக விசாரணை நடைபெற்றது. விசாரணையின் போது சாட்சியங் கொடுத்தவர்கள் இவ்விரு சமயங்களிலும் தொழிற்கமிஷனரான மாயர் போலிஸ் இன்ஸ்பெக்டருடன் இருந்தாரென்று சொல்லப்படுகிறது. போலிஸார் அமைதியைக் காக்க ஏற்படுத்தப்பட்டிருக்கின்றனர். இப்படியிருக்கக் குழப்பம் நடைபெறும் இடங்களில் மாயருக்கு என்ன வேலையிருக்கிறது? அவர் இருப்பதனால் போலிஸார் பட்சபாதமின்றிக் காரியங்களைச் செய்ய இயலாமலும் போகலாம். மாயரின் எதிரிலேயே போலிஸ் இன்ஸ்பெக்டர் கருங்காலிகள் மீது துப்பாக்கிப் பிரயோகம் செய்வாரா? துப்பாக்கிப் பிரயோகம் செய்வதற்குக் கட்டளை கொடுப்பவர் எந்த உத்தியோகஸ்தர் என்பதைப் பற்றிக் கவனிக்க வேண்டும்.

குழப்பங்கள் நடைபெறும்போது பிரதம மாஜிஸ்ட்ரேட்டாகிலும் வேறு எந்த மாஜிஸ்ட்ரேட்டாகிலும் (குழப்பம் நடைபெறும்) இடத்திற்கு அழைக்கப்பட்டனரா? மாயருக்குச் சங்கதி தெரியப்படுத்தியதைப் போலப் பிரஸிடென்ஸி மாஜிஸ்ட்ரேட்டுகளுக்கும் தெரியப்படுத்தினால் அவர்களும் வந்திருக்க மாட்டார்களா? அம்மாதிரி செய்யப்பட்டதா? இல்லையானால் ஏன்? சில விஷயங்களில் போலிஸ் கமிஷனர் மாஜிஸ்ட்ரேட்டாய் இருந்தாலும், அன்னார் பிரஸிடென்ஸி மாஜிஸ்ட்ரேட்டுக்குக் கீழ்ப்பட்டவராயிருக்கிறார். துப்பாக்கிப் பிரயோகம் செய்வதற்கு முன் உயர்தர மாஜிஸ்ட்ரேட்டின் கட்டளையைப் பெற வேண்டும். இம்மாதிரியாகக் கட்டளை வாங்கப்பட்டதா? துப்பாக்கிப் பிரயோகம் செய்யப்பட்டபோது போலிஸ் கமிஷனரேனும் வந்திருந்தனரா? அக்டோபர் 5-ந் தேதியில் துப்பாக்கிப் பிரயோகம் செய்தது மிகவும் வெறுக்கத்தக்க செயலாகும். அக்டோபர் 4-ந் தேதி வெளியான பத்திரிகைகளில் ஹான்கின்சன் மாற்றப்படப் போகிறாரென்று காணப்பட்டது. 5-ந் தேதியில் 15 பேர் சுடப்பட்டனர்! ஒருவர் அல்லது இருவர் இறந்தனர்.

மாயர் ஒரு மோட்டார் லாரியில் போலிஸ் கான்ஸ்டேபில்களுடனும் இன்ஸ்பெக்டர்களுடனும் சார்ஜண்டுகளுடனும் வந்தாரென்று துப்பாக்கிப் பிரயோகத்தைப் பற்றிய விசாரணையின்போது கூறப்பட்டது. மாயர் வந்த பிறகு துப்பாக்கிப் பிரயோகம் செய்யப்பட்டது.'

(மாயர் வந்த பின்னரே துப்பாக்கிப் பிரயோகம் நடைபெற்றது என்பதற்கு அத்தாட்சி காட்ட முடியுமா என்று கனம் ஹோம் மெம்பர் கேட்டார். இம்மாதிரி கேட்பது சரியன்று என்று சட்டசபைத் தலைவர் கூறிவிட்டார்.)

மேலும் தணிகாசலம் செட்டியார் கூறியதாவது:

'மாயர், சுடுவதற்கு யாரும் கட்டளையிட்டதாகத் தமக்குத் தெரியவில்லையென்று அறிவிக்கிறார். கான்ஸ்டேபில்கள் மிஸ்டர் ஹான்கின்சனும் சார்ஜண்டுகளும் சுடுவதற்குக் கட்டளையிட்டதாகக் கூறுகிறார்கள். மிஸ்டர் ஹான்கின்சன் தாம் சுடச் சொல்லவில்லை என்று கூறுகிறார். ஒரு கான்ஸ்டேபில் மிஸ்டர் ஹான்கின்சனும் மிஸ்டர் மாயரும் சுடுவதற்குக் கட்டளையிட்டதாகக் கூறுகிறார். ஜனங்கள் சுடப்பட்டும் கொல்லப்பட்டும் போன விஷயம் யாரால் செய்யப்பட்டதென்பது இன்னமும் சரியாய்த் தெரியாமலேயிருக்கிறது. இவையெல்லாம் தண்டப் போலிஸ் ஏற்பட்ட பின்னர் நடந்தேறிய சம்பவங்களாகும். நிர்வாக அரசாங்கத்தார், போலிஸ் இலாகாவும் தொழில் இலாகாவும் தத்தம் கடமைகளைச் சரிவர செய்யாதிருப்பதைக் கண்டு ஏன் வீணாய் இருக்கின்றனர்? அரசாங்கத்தார் தம் கீழ் இருக்கும்படி பார்டுமெண்டுகளின் (batman) திறமைக் குறைவையறிந்து அவைகளைச் சரிப்படுத்த வேண்டாமா? சமீபத்தில் நடந்தேறிய விஷயங்கள் கவர்னர்களுக்கு ஒரு பாடத்தைக் கற்பிக்கவில்லையா? இங்கிலாந்தின் மாஜி நீதிபதியும் தற்போது இந்தியாவின் இராஜப் பிரதிநிதியாயுமிருக்கும் லார்டு ரெடிங் தம் சகாக்களில் ஒருவரான சர் தாமஸ் ஹாலண்டு தம் கடமையினின்று ஒரு சிறிது பிறழ்ந்து விட்டதற்காக அவரை வேலையினின்று நீங்கிவிட வற்புறுத்தவில்லையா? அதைப் போலவே மாகாண கவர்னர்களும் தங்கள் சகாக்கள் விஷயமாக நடந்துகொள்ள வேண்டும்.'

(தணிகாசலம் செட்டியார் கவர்னர் மீது குறை கூறவில்லையா, அதைத் தடுக்க வேண்டாமா என்று ஹோம் மெம்பர் கேட்டார். தலைவர் அம்மாதிரி ஒன்றுமில்லை என்று பதிலளித்தார். சர் தாமஸ் ஹாலண்டு வற்புறுத்தப்பட்டு வேலையினின்று நீங்கும் படியாய்ச் செய்யப்பட்டாரென்று தணிகாசலம் செட்டியார் கூறினார் என்று ஹோம் மெம்பர் சொன்னார்.)

ஹோம் மெம்பர் கடைசியில் பதிலளிக்கலாம் என்று கூறித் தொடர்ந்து தணிகாசலம் செட்டியார் பேசியதாவது:

> ‘கடந்த நூறு தினங்களாகச் சென்னையின் நிலை கவலைக்கிடமாகவேயிருந்து வருகிறது. கூடிய சீக்கிரத்தில் ஒருவித முடிவுக்குக் கொண்டுவர வேண்டும். துப்பாக்கிப் பிரயோகம் செய்யப்பட்டதைப் பற்றியும், அம்மாதிரி செய்தது நியாயந்தானா என்பதைப் பற்றியும், போலிஸார் சுடுவதற்கு முன் அனுசரிக்க வேண்டிய விதிகளையெல்லாம் அனுசரித்தார்களா என்பதைப் பற்றியும், எல்லாக் குற்றவாளிகளும் சரிசமமாகக் கருதப்பட்டனரா என்பதைப் பற்றியும், தொழில் இலாகா அதிகாரி போலிஸ் இலாகாவுடன் கலந்து காரியங்களைச் செய்ததனால் போலிஸ் இலாகாவின் திறமை குறைந்து போகவில்லையா என்பதைப் பற்றியும் ஆராய ஒரு பகிரங்க விசாரணை நடைபெறல் வேண்டும்.’

நீதிக்கட்சியைச் சார்ந்த ஓ.தணிகாசலம் செட்டியார் ஜாதி இந்துக்களுக்கு ஆதரவாகவும் ஆதிதிராவிடர்கள் மற்றும் அரசுக்கு எதிராகவும் வெறுப்புக் கலந்த பேச்சைச் சட்டமன்றத்தில் பேசினார். அதாவது ஜாதி இந்துக்கள் சுடப்பட்டனரே, ஏன் ஆதிதிராவிடர் ஒருவர்கூட சுடப்படவில்லை என்ற ஆதங்கத்தை அவருடைய பேச்சிலே காணலாம்.

நீதிக்கட்சியைச் சார்ந்த ஓ.தணிகாசலம் செட்டியார் பேசியதை அடுத்து எம்.சி.ராஜா கலவரம், ஆதிதிராவிடர்கள் பக்கத்தின் நியாயங்கள், தணிகாசலம் சாட்டிய குற்றச்சாட்டுகள் ஆகியவை பற்றிப் பேசினார்:

> ‘அண்மையில் நிகழ்ந்த கொடுமையில் பேரளவுக்குத் துன்புற்றவன் என்ற ரீதியில் இப்பொருள் பற்றிப் பேசும் உரிமை எனக்குண்டு என்று எண்ணுகிறேன். இப்பேரவையில் இப்பொருள் பற்றி

விவாதிப்பதற்காக வாய்ப்பு அளிக்கப்பட்டதை நான் வரவேற்கிறேன். எனது சமுதாயம் தமது குறைகளை வெளிப்படுத்துவதற்கு செய்தித்தாள் எதனையும் நடத்தவில்லை. எங்களது சார்பில் பேசக்கூடிய சில தலைவர்களும்கூட அச்சுறுத்தப்பட்டு, இழித்துரைக்கப்பட்டு அடக்குமுறைக்கும் நெருக்கடிக்கும் உள்ளாக்கப்படுகிறார்கள். நானேகூட இராயப்பேட்டையிலுள்ள எனது வீட்டிலிருந்து துரத்தப்பட்டுள்ளேன். இப்பேரவையிலுள்ள மாண்புமிகு உறுப்பினர்களெல்லாரும் இதனை அறிவித்திருக்கிறார்கள் என்று நம்புகிறேன். இதன் காரணமாகவே கடந்த மாதம் நடைபெற்ற கூட்டத்தில் என்னால் கலந்துகொள்ள முடியவில்லை.

கடந்த கால நிகழ்வுகளை மீண்டுமொருமுறை இவ்விடத்தில் விவரிக்க வேண்டிய தேவையில்லை. சென்னையில் இரண்டாயிரத்துக்கும் மேற்பட்ட ஆதிதிராவிடர் குடும்பங்கள் உள்ளன. அவர்களையெல்லாம் எலிகளைப்போல் கூண்டுகளில் அடைத்து சென்னையை விட்டு வெளியேற்றிட வேண்டுமென்னும் ஆலோசனை அண்மையில் தெரிவிக்கப்பட்டது. எண்ணற்ற வேதனைகளும் கணக்கற்ற தாக்குதல்களும் நடைபெற்றுள்ளன. சென்னைக்கு அருகாமையிலுள்ள எனது இனத்தைச் சேர்ந்த ஒவ்வொருவரும் கடந்த நான்கு மாத காலமாகத் தூக்கமில்லாத பல இரவுகளைச் சந்தித்துள்ளனர். பாதுகாப்புக்கான உரிமையைத் தவிர எனது மக்கள் செய்த வேறெந்த செயலையும் இங்கு விவரித்துச் சொல்லும் ஆசை எனக்கில்லை. பாதுகாப்புக்காக நடைபெற்ற சம்பவங்களும்கூட மிகச் சிலவே. அவைகூட தங்களுடைய பாதுகாப்புக்காகச் சட்டத்தின் துணையை நாடும்படி ஆதிதிராவிடர்களைத் தூண்டியவர்களின் சமூகத் தலைவர்கள் தொடர்ச்சியாகக் கொடுத்து வந்த நெருக்கடி காரணமாகவே நிகழ்ந்தன. அவர்களால் அப்பகுதிக்குச் செல்ல முடியவில்லை. தங்கள் வீடுகளுக்குள்ளேயே அடைபட்டுக் கிடந்தார்கள்.

தொழிலாளர் துறையைப் பொறுத்தமட்டிலும் இவ்வுலகிலுள்ள நாகரிகமான எந்த அரசும் இவ்வீடிழந்த ஏழை ஆதிதிராவிடர்களுக்குச்

செய்யத்தக்க மிகக் குறைவான வசதிகளையே செய்தது என்பதை இங்கே நான் குறிப்பிட விரும்புகிறேன். அதைக் காட்டிலும் அதிகமாக அவர்கள் எதையும் செய்துவிடவில்லை. ஆலைகளில் நடைபெறும் வேலையைப் பற்றி ஒரு சில வார்த்தைகளைச் சொல்ல விரும்புகிறேன். ஆலைத் தொழிலாளியாகவுள்ள எந்த ஆதிதிராவிடரும் போராட்டத்தில் சேரவில்லை. இங்குள்ள மாண்புமிகு உறுப்பினர்களின் மனங்களில் இந்த உண்மை பதியவேண்டுமென்று விரும்புகிறேன். இதே ஆண்டில் ஜூன் 19ஆம் நாளில் – அது ஒரு ஞாயிற்றுக்கிழமை - ஆதிதிராவிடத் தொழிலாளர்களின் கூட்டம் புளியந்தோப்பில் நடைபெற்றது. நானும் அதில் கலந்துகொண்டேன். போராட்டக்காரர்களோடு சேர முடியாது என்று ஆதிதிராவிடத் தொழிலாளர்களால் ஒரு மனதாகத் தீர்மானிக்கப்பட்டது. அந்தச் சூழ்நிலையில் போராட்டம் எதுவும் நடைபெறவில்லை. அவ்வமயம் போராட்டம் நடத்துவது பற்றித் தொழிலாளர்கள் சிந்தித்துக் கொண்டிருந்தார்கள். போராட்டம் எதிலும் கலந்துகொள்ள வேண்டாமென்னும் தீர்மானத்திற்கான காரணம் இதுவே.

கடந்த ஆண்டின் கடைசிப் பகுதியில் நடந்த போராட்டம் மூன்று அல்லது நான்கு மாத காலமாகத் தொடர்ந்ததென்றும், இப்போராட்டக் காலத்தில் எனது சமுதாயத்தைச் சேர்ந்த ஆண்கள் பெருமளவில் துன்புற்றதாகவும், தாங்கள் வைத்திருந்த சிறிதளவு நகைகளையும் துணிகளையும்கூட விற்க வேண்டிய நிலை ஏற்பட்டதென்றும் அவர்கள் என்னிடம் மனம் திறந்து சொன்னார்கள். திரு.நடேசன் மற்றும் சர் பி.தியாகராய செட்டியார் இந்நிலையை அறிந்தவர்களே. எனவே மூன்று அல்லது நான்கு மாத காலப் போராட்டத்திற்குப் பிறகு இத்தொழிலாளர்கள் ஆலை அதிகாரிகளிடம் சரணடைந்தார்கள் என்று அவர்கள் சொன்னார்கள். இது திரு.வாடியாவின் போராட்டம். *(சிரிப்பு)* இத்தகைய நிலையில் போராட்டத்தை மேலும் நீடிக்கவியலாது என்று ஜூன் 19ஆம் நாளில் எனது இனத்தைச் சேர்ந்த தொழிலாளர்கள் தெரிவித்தார்கள். தாங்கள் மிகவும் ஏழையானவர்கள் என்றும் ஆலைகளில் வேலை செய்வதைத் தவிர வேறெந்த வாழ்வாதாரமும்

தங்களுக்கில்லை என்றும், முன்னர் நடைபெற்ற போராட்டத்தின்போது தங்களுக்கிருந்த சொற்பமான உடைமைகளும் மார்வாடிகளின் கைவசமானதைப் போல இப்போதும் நடக்கத்தக்க வகையில் போராட்டத்தில் சேர முடியாதென்றும் அவர்கள் கூட்டாக சேர்ந்து கடிதம் ஒன்றைத் தொழிலாளர் ஒன்றியத்தின் தலைவருக்கு எழுதினார்கள்.

மாண்புமிகு உறுப்பினர்கள் சூழ்நிலையைத் தெளிவாகப் புரிந்துகொள்ள வேண்டுமென்பதற்காகவே இதைத் தெளிவாக நான் குறிப்பிடுகிறேன். இக்கடிதம் தொழிலாளர் ஒன்றியத்தின் தலைவருக்கு 19 ஜூனில் அனுப்பப்பட்டது. கடிதத்திற்குப் பதில் எதுவும் வரவில்லை. பதில் எழுத வேண்டும் என்று தலைவர் சிந்திக்கவே இல்லையென்று நான் எண்ணுகிறேன். ஒன்றியத்தின் பிற உறுப்பினர்கள் போராட்டத்தை நடத்தினார்கள். ஆனால் எமது இனத்தவர் தொடர்ந்து பணிக்குச் சென்றனர். வேலையை அவர்கள் நிறுத்தவேயில்லை; அதற்காக அவர்கள் இப்பொழுது இவ்விதமாகக் கஷ்டப்படுகிறார்கள். தங்களுடைய நலனுக்குகந்த வகையில் தங்களுடைய உழைப்பைக் கொடுக்கவோ அல்லது பின் விலக்கவோ தங்களுக்கிருக்கும் உரிமையைத்தான் எம்மினத்தவர் பயன்படுத்தியுள்ளனர்.

அரசு நிர்வாகத்தை முடக்குவதையே குறிக்கோளாகக் கொண்டுள்ள ஒத்துழையாமை இயக்கவாதிகளுக்கெதிராக எனது இனத்தவர் எடுத்திருக்கிற முடிவு இப்பேரவையிலுள்ளோர் அனைவரும் அறிந்ததே. எமது இனத்தவர் இவ்வுரிமையை உறுதிப்படுத்தவும் எதிர்காலத்திலும் பாதுகாக்கவும் விரும்புகின்றனர். ஒரு ஆதிதிராவிடர்கூட துப்பாக்கிச் சூட்டிற்கு இரையாகவில்லை என்று எனது நண்பர் திரு.தணிகாசலஞ் செட்டியார் கூறியுள்ளார். என்னைப் பொறுத்த மட்டிலும் துப்பாக்கிச் சூட்டில் கொல்லப்பட்ட சாதி இந்துக்களுக்காக நான் பெரிதும் வருத்தப்படுகிறேன். ஒரு ஆதிதிராவிடர்கூட துப்பாக்கிச் சூட்டிற்கு இலக்காகவில்லை என்பதிலிருந்து ஆதிதிராவிடர்கள் கலவரப் பகுதிகளில் இல்லையென்பது தெளிவாகிறது. அவர்கள் கலகக்காரரர்கள் அல்லாததினால்

துப்பாக்கிக் குண்டுகளுக்குத் தப்பியிருக்கிறார்கள். இவ்வுண்மை மிகத் தெளிவாக விளங்குகிறது. அவர்களுள் கலகக்காரர்களுடன் சேர்ந்து கலகஞ் செய்திருந்தால், அவர்களும் தங்களுடைய உயிர்களை இழந்திருப்பார்கள். ஒரு ஆதிதிராவிடர்கூட சுடப்படவில்லையென்பது ஆதிதிராவிடர் தொந்தரவு எதையும் உருவாக்கவில்லை என்பதைத் தெளிவாக்குகிறது. ஆதிதிராவிடர் ஒரு பக்கத்தில் தனியே நிற்கிறார். ஆனால் என் நண்பரான திரு. தணிகாசலஞ் செட்டியார் கலகக்காரர்களின் நாகரிக வேலையாக மாறிவரும் குண்டு வீசுதல் பற்றி ஒன்றுமே சொல்லவில்லை. குண்டு வீச்சு காரணமாக எத்தனை உயிர்களை இழந்திருக்கிறோம், அவைகளை எறிந்தவர்கள் யார், அவைகளைத் தயாரித்தவர்கள் யார் எனும் கேள்விகளை மாண்புமிக்க எனது நண்பர் இப்பேரவையின் முன் எழுப்பியிருக்க வேண்டும். இந்த அம்சத்தைக் குறித்து அவர் வசதியாக மறந்து விட்டிருப்பது பற்றி நான் வருத்தப்படுகிறேன்.

கலவரங்களைக் குறித்து மேதகு ஆளுநரிடம் ஆதிதிராவிடர்களின் நலன்களைப் பேணுவதற்காகப் பாடுபடும் ஒருவரால் கோரிக்கை மனுக்கள் கொடுக்கப்பட்டதாக எனது நண்பர் திரு. நடேச முதலியார் கூறியுள்ளார். அவர் குறிப்பிடும் கோரிக்கை மனு எது என்பதை அறிய விரும்புகிறேன். ஐயா, அவர் குறிப்பிடுவது சர் பி.தியாகராய செட்டியாரும் பிறரும் கையொப்பமிட்டுக் கொடுத்த புகழ்பெற்ற மனுவைத்தான் - ஒருதலைபட்சமான மனு - என்றெண்ணுகிறேன். குறிப்பிட்டதொரு காலைப் பொழுதில் எனது நண்பர் திரு. சுந்தாச்சார்லுவுடன் நான் வியாசர்பாடி முகாமில் இருந்ததாக அம்மனுவில் குறிப்பிடப்பட்டுள்ளதைச் சுட்டிக்காட்ட விரும்புகிறேன்.

அவ்விடத்தில் நான் இல்லையென்பதை நான் இங்கு கூறுகிறேன். அதே காலைப் பொழுதில் நான் மாண்புமிகு திரு. வெங்கடரெட்டி நாயுடுவின் நண்பரான திரு. ஞானப் பிரகாச ராவுடன் பேசிக்கொண்டிருந்தேன். திரு. ஷ்மித்துக்குப் பரிந்துரைக் கடிதம் ஒன்றை நான் எழுதிடக் கோரி மாண்புமிகு. திரு. வெங்கட ரெட்டி நாயுடுவின்

அறிமுகக் கடிதத்துடன் அன்னார் என்னிடம் வந்திருந்தார். (சிரிப்பு)

ஐயா, அந்நாளில் நான் சற்று சுகவீனமாயிருந்ததால் வீட்டைவிட்டு வெளியேறவேயில்லை. ஆனால் கவனமாக இருக்கவும் தங்களைக் கட்டுப்படுத்திக் கொள்ளவும் எனது ஆட்களுக்கு அறிவுறுத்திட வியாசர்பாடி முகாமுக்கு வழக்கமாக நான் போவதுண்டு. துரதிருஷ்டவசமாகவோ அல்லது அதிருஷ்டவசமாகவோ என்பது எனக்குத் தெரியாது. அந்த நாளில் நான் அங்கு போகவே இல்லை. அந்த ஞாயிற்றுக் கிழமையில் நான் எனது வீட்டை விட்டு வெளியேறவே இல்லை. இதிலிருந்தே புகழ்பெற்ற அந்த கோரிக்கை மனு எத்தகைய 'கோரிக்கை மனு' என்பதைத் தாங்கள் புரிந்துகொள்வீர்கள்.

ஆதிதிராவிடத் தலைவர்கள் தங்கள் ஆட்களை வேலைக்குப் போகுமாறு அறிவுறுத்தினார்கள் என்று எனது நண்பர் டாக்டர் உ.ராமராவ் கூறியுள்ளார். அவ்வாறு அறிவுறுத்தியதில் எவ்விதத் தீமையும் இல்லையென்று நான் கருதுகிறேன். தனக்குச் சரியெனத் தோன்றுகிற காரியத்தில் தன்னுடைய மக்களுக்கு அறிவுரை கூறும் உரிமை எந்தவொரு சமுதாயத்தின் தலைவருக்கும் உண்டு. தனது சமுதாயத்தின் தலைவர் என்ற முறையில் குறிப்பிட்டதொரு அவசரமான பிரச்சினையில் தம்முடைய கருத்துகள் யாவை என்பதைத் தமது இனத்தவருக்குச் சொல்லப் பயப்படுவாரானால் திரு. ராமராவ் அம்மக்களின் தலைவராயிருப்பதற்கு என்ன உரிமை படைத்தவர் என்பது எனக்குத் தெரியவில்லை. ஐயா, அடக்குமுறையையும் அச்சுறுத்தலின் ஆட்சிமுறையையும் எதிர்கொள்ளும் நிலைமைக்கு உட்படுத்தப்பட்டுள்ள பின்தங்கிய நிலையிலுள்ள ஒடுக்கப்பட்ட எமது இனத்தவரின் நலன்களுக்காக உழைப்பதாகக் கூறிக்கொண்டிருக்கும் கட்சியின் ஒரு பகுதியினரைப் பார்த்து நான் வியப்படைகிறேன். இப்பிரிவினர் மக்களின் உண்மையான கருத்தையோ அல்லது இப்பேரவையின் கருத்தையோ அல்லது மாநிலமெங்கும் பரவியுள்ள பிராமணரல்லாதோரின் கட்சியின் கருத்தையோ எதிரொலிப்பதில்லை.

எனது சமுதாயத்தின் கருத்தைச் சுருக்கமாகச் சொல்வதென்றால், திரு. தணிகாசலஞ் செட்டியார் கூறியுள்ளது போல் அரசு ஆதிதிராவிடர்களை ஆதரிக்கிறதென்னும் கருத்தை நாடெங்கிலுமுள்ள பிராமணரல்லாதார் கட்சியின் உறுப்பினர்கள் ஏற்பதில்லை. அவர்கள் ஏற்பதாயிருந்தாலும்கூட அக்கட்சியினரிடமிருந்து விலகியிருப்பதைத் தவிர வேறெந்த வழியும் எங்களுக்கு இல்லை. இப்பேரவையில் வீற்றிருக்கும் மிதவாத உணர்வுடைய அனைத்து உறுப்பினர்களுக்கும் பிராமணரல்லாதோர், பிராமணர், ஐரோப்பியர்கள் அனைவருக்கும் நான் விடுக்கும் வேண்டுகோள் யாதெனில் என் இன மக்களுக்கு எதிராகப் பொதுமக்களின் உணர்வுகளைத் தூண்டிவிடும் இப்பிரச்சாரம் ஓய்வடைய வேண்டும்; காலங்காலமாக அவர்கள் அனுபவித்துவரும் அரசியல், சமூக, பொருளாதார அடிமைத்தனம் ஒரு முடிவுக்கு வர வேண்டும் என்பதே.'

எம்.சி.ராஜா அவர்கள் தன்னுடைய மனசாட்சியின்படியும், ஆதிதிராவிடர்களின் துன்பங்கள் பற்றியும், தணிகாசலம் கேட்க மறந்த விஷயங்களையும் ஆணித்தரமாக பேசி அங்கிருந்தவர்களின் மனசாட்சியை உலுக்கினார். அதுமட்டுமல்ல இதில் அவர் முக்கியமான செய்தியையும் உணர்த்தியுள்ளார். அதாவது இனி நீதிக்கட்சியினரிடமிருந்து விலகியிருப்பதை தவிர ஆதிதிராவிடர்களுக்கு வேறு வழியில்லை என்பதையும் குறிப்பிடுகிறார்.

சென்னை சட்டப்பேரவையில் திரு. எம்.சி.ராஜாவின் இவ்வுரையைக் கேட்ட பின்னர் மேதகு ஆளுநர் வில்லிங்டன் துண்டுச் சீட்டில் 'எனது அன்புள்ள ராஜா, பெருமகிழ்வுடன் நான் கேட்ட உமது தீரமிக்க உரைக்காக உம்மை மனதாரப் பாராட்ட எம்மை அனுமதிக்கவும்' என்ற குறிப்புரையை எழுதி அனுப்பியிருந்தார்.

ஆதிதிராவிடர்களைக் குற்றம் சாட்டியதும், அவர்களை ஊருக்கு வெளியே அமர்த்த வேண்டும் என்று பேசியதும் ஆதிதிராவிடர்களை நீதிக்கட்சியிலிருந்து வெளியேறத் தூண்டியது. ஏற்கெனவே ஆதிதிராவிடத் தலைவர்கள் சிலர் நீதிக்கட்சியைச் சந்தேகத்துடனே அணுகியிருந்தனர். பின்னி ஆலை வேலைநிறுத்தம், நீதிக்கட்சித் தலைவர்களின் உள்ளத்தில் ஆதிதிராவிடர்கள் பற்றிய எண்ணத்தை வெட்டவெளிச்சமாக்கியது. இந்நிகழ்வுக்குப்

பிறகு எம்.சி.ராஜா நீதிக்கட்சியின் ஆதரவு நிலையை மாற்றிக்கொண்டார்.

இங்கு ஒரு விஷயத்தை தெளிவுபடுத்த வேண்டும். ஆதிதிராவிடர்களை சென்னையை விட்டு அப்புறப்படுத்த வேண்டும் என்று நீதிக்கட்சி சொல்லவில்லை. அதற்கான ஆதாரம் எதுவும் இல்லை என்று சொல்லப்பட்டு வருகிறது.

1. எம்.சி.ராஜா அவர்கள் சட்டமன்றத்திலேயே (12-10-1921) அவ்விஷயத்தைப் பற்றி பேசினார். அப்போது நீதிக்கட்சியைச் சார்ந்த தலைவர்கள் மற்றும் உறுப்பினர்கள் யாரும் நீதிக்கட்சி அப்படி எந்த அறிக்கையும் கொடுக்கவில்லை என்று சொல்லவில்லை.

2. 1922ம் ஆண்டு மார்ச் மாதம் 1922-23ம் ஆண்டிற்கான வரவு செலவு திட்டம் பற்றி சென்னை சட்டசபையில் எம்.சி.ராஜா பேசும்போது, 'பின்னி மில் தொழிலாளர் வேலைநிறுத்தம் ஓர் உண்மையான தொழிலாளர் இயக்கத்தால் நடத்தப்பட்டதல்ல' என்று குறிப்பிட்டார். மேலும் அதில், '...இந்த தொழிற்கட்சி இன்று இச்சட்டசபையில் பெருவாரியான உறுப்பினர்களைக் கொண்டு இயங்குகிறது. இப்பெரும் பலத்தை கொண்டு அவர்கள் உண்மையான நீதியை நிலைநாட்டுவதற்காகப் பாடுபடாமல் எப்போதும் தங்களின் கை மேலோங்கியே இருக்க வேண்டும் என்ற பதவி வெறிக்காகப் பாடுபட்டு, எத்தனை காலம் பதவியில் நீடிக்க முடியுமோ அத்தனை காலம் பதவி ஒன்றையே குறிக்கோளாகக் கருதி உழைத்தாலோ அல்லது தங்களுடைய கடமை இந்நாட்டின் கோடான கோடி கல்வியறிவற்ற மக்களை அறிந்தோராகவும், கற்றவராகவும் மாற்றி அவர்களை உயர்நிலைக்கு உயர்த்த வேண்டும். குறிப்பாக தாழ்த்தப்பட்ட வகுப்பாரை முன்னுக்குக் கொண்டுவர வேண்டும் என்பதை மறந்தாலோ – இந்த பெரும்பலம் என்பது ஒரு முடிந்த கதையாக, இறந்த பொருளாகவே கருதப்படும்.

இந்நிலையில் சாதி இந்துக்களுக்கு ஒன்றை நினைவுபடுத்துகிறேன். ஒத்துழையாமை இயக்கம் இம்மாநிலத்தில் முதல் முதலாக ஆதிதிராவிடராகிய எங்களால்தான் தேவையற்றதெனக் கண்டிக்கப்பட்டது. நாங்கள் தோற்றுவித்த இந்த 'ஒத்துழையாமை இயக்க மறுப்பைப் பொதுவாகப் பிராமணர் அல்லாத கட்சிக்காரர்கள் பின்பற்றியிருந்தால், பிராமணர் அல்லாத

சாதி இந்துக்கள் தக்க சமயத்தில் எச்சரிக்கப்பட்டவர்களாகி இருப்பார்கள். ஆனால், ஏற்கெனவே இக்கொடிய நஞ்சு மக்களின் உள்ளங்களில் பாய்ச்சப்பட்டு, வேரூன்றிவிட்டபடியால் அவர்களின் தவறான திரிபு மனதை இனித் திருத்த முயல்வதில் என்ன பயன்?

எனக்கு மற்றொரு நிகழ்ச்சி நினைவுக்கு வருகிறது. உயர்திரு. வாடியா அவர்கள் சென்னையைவிட்டு வெளியேறியவுடன், சர்.பி.தியாகராய செட்டியாரையும், பிராமணர் அல்லாதார் தலைவர்களையும் தொழிலாளர் இயக்கத்திற்குத் தலைமை வகித்து 'ஒத்துழையாதார்' கரங்களில் தொழிலாளர் சிக்கிக்கொள்ளாமல் தடுக்கும்படி வேண்டிக்கொண்டேன்.

அப்போது ஆட்சிபீடத்தில் அமர்ந்திருந்த கட்சி என்ன செய்தது? சென்னை தொழிலாளர் இயக்கம் 'ஒத்துழையார்' கையில் சிக்க அக்கட்சி அனுமதித்தது. அதன் காரணமாகவே, ஆதிதிராவிடர்களாகிய நாங்கள், எங்கள் குடும்பங்களையும், இந்த அரசாங்கத்தையும், இந்நாட்டையும், மக்களையும் தொழில் அழிவிலிருந்து காப்பாற்றுவது எங்களின் கடமை என்பதை உய்த்துணர்ந்து, ஒத்துழையாமை இயக்கத்தில் சேர மறுத்தோம்.

ஒத்துழையாமை இயக்கத்தில் போராட்டக்காரர்களோடு சேர மறுத்திட்ட இச்சீரிய செயலுக்காக எங்களுக்கு நன்றியும் வணக்கமும் கூறுவதற்குப் பதில், பிராமணர் அல்லாதார் தலைவர்கள் ஒத்துழையாதார் தோண்டிய படுகுழியில் தாங்களே விழுந்ததோடல்லாமல், தொழிலாளர் பெருமக்களையும் சாதி இந்து வேலைநிறுத்தக்காரர் என்றும் ஆதிதிராவிட கருங்காலிகள் என்றும் இரு பிரிவுகளாக பாகுபடுத்தினர்! அவர்கள் தொழிலாளர்களுக்குள்ளேயே பிரிவினையை உள்ளபடியே ஏற்படுத்த விரும்பினால், 'ஒத்துழையாதவர்கள்', 'ஒத்துழையாமைக்கு ஒத்துழையா உண்மைத் தொழிலாளர்கள்' என்று பிரித்திருக்கலாம். ஆனால், ஒத்துழையாதவர்களை ஒன்றுகூட்டி 'மேல்சாதி இந்துக்கள் இயக்கம்' என்ற ஒன்றைத் தோற்றுவித்து, ஆதிதிராவிட உழைப்பாளருக்கு எதிராக தங்கள் பக்கம் நிற்க அவர்களை வற்புறுத்தினர்.

தொழிலாளர் இயக்கம் பிளவுபட்டதைக் கண்ட இத்தலைவர்கள் ஓர் உருவமற்ற அச்சுறுத்தல் தங்களை கௌவிக் கொண்டதை உணர்ந்தனர். ஒத்துழையாமை இயக்கத்திற்கு தலைமை தாங்குவதால் அப்பயம் நீங்கும் என்ற வீண் இறுமாப்பால் தலை கனத்தனர். இதன்வழி,

தொழில்வளம் பெருகும் என்று நம்பினர். ஆனால் தொழில்வளம் ஏற்கெனவே இந்த ஒத்துழையா உலுத்தர் கரங்களில் சிக்கி சீர்கெட்டுப் போய்விட்டதே!

இவர்களது சிந்தனையற்ற இம்மௌடீக முயற்சி 'கொக்கு தலையில் வெண்ணெய் வைத்து வெயிலில் அது உருகி கொக்கின் கண்களை மறைக்கும்போது அதைப் பிடித்துவிடலாம்' என்ற மூடனது சீரிய தத்துவார்த்தம் போலல்லவா இருக்கிறது? தங்களைப் பலப்படுத்திக் கொள்ள அவர்கள் கையாண்ட வித்தை, ஒத்துழையாமை இயக்கத்திற்குத் தலைமை தாங்குவதும், ஒத்துழையாமைக்கு ஒத்துழையாத உண்மைத் தொழிலாளர்களாகிய நம் இனத்தாரை - ஆதிதிராவிடரை – துன்புறுத்த அவர்களை ஏவுவதுமாகும். அச்சமயத்தில் நான் நம் இன மக்களை ஒத்துழையாமை இயக்கத்தில் சேராமல் தடுத்தேன். இன்றேல், சென்னை மாநிலத் தொழில் வளர்ச்சி எவ்வாறு பாதிக்கப்பட்டிருக்கும் என்பதையும், தொழிலாளர் இயக்கம் எவ்வுருவத்திலிருக்கும் என்பதையும் யூகிக்கும்படி உங்களின் கற்பனைக்கே விட்டுவிடுகிறேன். குறிப்பாக வேல்ஸ் இளவரசர் சென்னைக்கு வருகை தந்தபோது ஒத்துழையார் செய்கையால் என்ன நடந்திருக்கும் என்பதையும் சிந்திக்க வேண்டுகிறேன்!' என்று எம்.சி.ராஜா பேசியிருக்கிறார்.

3. 1923ம் ஆண்டு ஜூலை *21, 22ம்* தேதிகளில் திருநெல்வேலி மாவட்டம், கோவில்பட்டியில் நடந்த இரண்டாவது தென்னிந்திய ஆதிதிராவிடர் மாநாட்டில் எம்.சி.ராஜா பேசியதாவது: '...சாதி இந்துக்கள் நம்மீது பிறவிப் பகை கொண்டிருக்கிறார்கள். அந்த நஞ்சுக்குணம் - 'தொழிலாளர் குழப்பம்' இம்மாநிலத்தில் ஏற்படுவதற்கு முன்னரே வெளிப்படையாகவே தெரிந்தது. அதற்கான காரணமும் அதன் விளைவுகளும் இன்றும் உங்கள் நினைவில் நீங்காமல் நிலைத்திருக்கலாம்.

நூற்றுக்கணக்கான நம் இன ஆதிதிராவிட மக்கள் ஆதரவற்று, வீடு இழந்து துரத்தப்பட்ட அந்நிகழ்ச்சிகளை நினைக்கும்போது எனது உள்ளம் குமுறுகிறது. தீயர்களால் நம்முடைய குடிசைகள் தீயினால் கொளுத்தப்பட்டன. தீயணைக்க முற்பட்ட காவல்துறையினர்கூட அக்கொடியவர்களால் தடுத்து நிறுத்தப்பட்டனர். நாம் குடியிருந்த குடிசையை விட்டே நம்மைத் துரத்திவிட்டனர். நம் தன்னம்பிக்கையை, வாழ்விடத்தை இழந்து நாதியற்று, நீதியற்று, கேட்பார் இன்றி எங்கு செல்வோம்; எப்படி

வாழ்வோம் என்ற புகலிடம் அறியாது அந்தோ கடவுளுக்கும், கல்நெஞ்சமுள்ள மக்களுக்கும் முன்னால் அனாதைகளாய் நின்றோம்.

அத்தகைய வேளையில் அமைதியையும் ஒழுங்கையும் நிலைநாட்டும் பொறுப்பிலிருந்த அரசு, நேர்மையான உழைப்பின் மூலம் நமது வாழ்வாதாரத்தை (உணவைப்) பெற்றுக்கொள்ள விரும்பிய பாவத்தைத் தவிர வேறொரு பாவமும் அறியாததற்காக நம்மைத் தண்டிக்கவும் சட்டப்படி அமைக்கப்பட்ட ஆட்சிக்கெதிராக அவர்கள் நடத்திய பிரச்சாரத்தில் நம்மை கருவியாகப் பயன்படுத்திடவும் விழைந்தோரின் ஆலோசனைக்கெதிராக நம்மைப் பாதுகாக்க நேரிட்டது.

தங்கள் போலி கௌரவத்தையும் தங்களின் கட்சி போலி கௌரவத்தையும் மக்களின் முன்னிலையில் காப்பாற்ற நினைத்த கட்சித் தலைவர்கள் தங்களை 'அமைச்சரவையின் பிரதிநிதிகள்' என்று கருதினர். அந்த உச்ச நிலையிலிருந்து கொண்டு நம்மை 'கருங்காலிகள்' என்றழைப்பதை வேதாந்தமாகக் கொண்டு வீதிதோறும் முழங்கினர். முதலாவதாக, தொழிற்சாலைகளில் வேலை செய்தவர்களால் நடத்தப்பட்ட வேலை நிறுத்தம் வேலைநிறுத்தமே அல்ல!

இரண்டாவதாக, எந்த நிறுவனம் வேலைநிறுத்தம் செய்ய வேண்டாமென்ற நோக்கத்தோடு அமைக்கப்பட்டதோ அந்த நிறுவனத்தோடு சேர நாங்கள் அனுமதிக்கப்படவில்லை. எனவே அவர்கள் நம்மைக் 'கருங்காலிகள்' என்று அழைத்தது ஒரு இழிவுபாடேயாகும். இவ்விழிவான வார்த்தை அவர்களின் கெட்ட எண்ணத்திலிருந்து தோன்றியது என்பதே உண்மையாகும். நம்முடைய கால்கள் கருமையானவையல்ல. நம்மைத் துன்புறுத்தும் தீயவர்களின் முகங்களே கறுமையானவை. எனவே, கருங்காலிகள் கூறுமுகத்தார்கள் அவர்களேயன்றி நாமல்ல.

உண்மைத் தொழிலாளர் யாராயினும் அவர்களோடு நமக்கு உள்ளபடியே சச்சரவு இல்லை. நேரடியாக நம்மைத் துன்பப்படுத்துபவர்கள் உண்மையில் அத்தொழிலாளர்கள் அல்ல. ஆனால் அவர்கள் அரசியல் கலகக்காரர்கள் கைகளில் சிக்கிய கைப்பொம்மைகள். நாம், நம் போன்ற தொழிலாளர்களைச் சாதி இந்துக்களாயினும் குறை கூறவில்லை; அவர்களும் நம்மைப் போலவே இல்லாமையில் சிக்கி, அல்லலுற்று, அவலம் தீர அவசர

வழிகளைத் தேடி அலையும் மக்களாவர். ஒரு அரசியல் கட்சி தனது எல்லையில்லா தீயச் செயலால் மக்களை வெளிப்படையாகவும் உள்ளூறவும் நமக்குத் துன்பம் விளைவிக்கும்படி தூண்டி விட்டுவிட்டு நமக்காக முதலைக் கண்ணீர் வடிக்கிறது. தாழ்த்தப்பட்ட மக்களின் நண்பன் என்று வெளிவேடம் போடுகிறது. இச்சூழ்ச்சியால் நாம் நமக்குள் வேறுபட இடமே இருக்கக்கூடாது. நம் கொள்கையோடு நாம் கைகோர்த்துச் செல்ல வேண்டும்.'

4. 'ஒடுக்கப்பட்ட இந்துக்கள்' என்ற புத்தகத்தை 1925ல் எம்.சி.ராஜா எழுதியுள்ளார். அதில், 'சாதி இந்துக்கள் ஆட்சிக்கு வந்தபோது 1921ஆம் ஆண்டு செப்டம்பரில் பிராமணர் அல்லாத சாதி இந்துக்கள் கட்சியின் தலைவரும் நம்பத்தகாதவரும் பிரபு பட்டம் பெற்றவருமான தண்டையார்பேட்டை சர்.பிட்டி.தியாகராய செட்டியாரும் ஆலைத் தகராறில் சாதி இந்து தொழிலாளர்களின் சார்பாக எழுதிய கடிதத்தில் விவேகமற்ற முறையில் அரசுக்கு எழுதியுள்ளனர். ஒத்துழையாத இயக்கத்தைச் சார்ந்த தொழிலாளிகளோடு சேர மறுத்த காரணத்திற்காக ஆதிதிராவிடர்கள் தங்கள் வீடுகளை இழந்தார்கள். மேலும் ஆதிதிராவிட தொழிலாளர்களை சென்னையை விட்டே விரட்ட வேண்டும் என்று சாதி இந்துக்களடங்கிய நீதி (ஜஸ்டிஸ்) கட்சியினர் விண்ணப்பித்துக் கொண்டிருக்கிறார்கள்' என்று எழுதியுள்ளார். அதற்கு அப்போது ஆட்சியிலிருந்த நீதிக்கட்சியும் அதன் தலைவர்களும் எந்த மறுப்பையும் சொல்லவில்லை.

பின்னி மில் போராட்டத்தில் ஈடுபட்ட சாதி இந்து தொழிலாளர்களுக்கு காந்தியடிகள் ஆதரவு தெரிவித்தார். 1921 செப்டம்பர் 16 அன்று மாலை 6.45 மணிக்கு சென்னை உயர்நீதிமன்றத்திற்கு எதிர்ப்புறம் சென்னைக் கடற்கரையில் பின்னி மில் போராட்டத் தொழிலாளர்களிடையே மகாத்மா காந்தி பேசினார். அவர் போராட்டத்திற்கு ஆதரவு அளித்தாலும்கூட ஆதிதிராவிடர்களின் நிலைமையைப் புரிந்துகொண்டே பேசியிருக்கிறார்:

> 'உங்களிடையே பிரச்சினைகள் இருக்கின்றன என்பதை அறியும்போது எனக்கு வருத்தமாக இருக்கிறது. மேலும், இந்த இரு பிரிவுகளும் இரு வேறு பார்வைகள் கொண்டவையாக இல்லாமல் இரு வேறு சாதிகளாகப் பிரிந்து நிற்கின்றன என்பது

எனக்கு மேலும் துயரளிப்பதாக இருக்கிறது. நமது பஞ்சம நண்பர்களாகிய ஆதிதிராவிடர்கள் ஒரு தரப்பிலும், ஏனைய அனைவருமாகிய நீங்கள் எதிர் தரப்பிலும் நிற்கிறீர்கள் என்பதை அறிகிறேன். பெரும்பான்மையினராகிய நீங்கள் வேலை நிறுத்தத்தில் ஈடுபட்டுள்ள அதேவேளையில் நம் பஞ்சம சகோதரர்கள் பணியில் இணைந்துள்ளனர் என்பதையும் அறிகிறேன்.

மேலும், பணியில் இணைந்துள்ள நம் சகோதரர்களை உங்களில் சிலர் நிர்ப்பந்தம் செய்திருக்கிறீர்கள் என்பதையும் அறிகிறேன். இந்த இரு தரப்பினரிடையேயும் தொடர்ந்து சண்டை சச்சரவுகள் நிகழ்ந்தவண்ணம் உள்ளன என்பதையும் அறிகிறேன். சிறுபான்மையினருக்கு எதிராக சிறிதளவும் அழுத்தம் தரக்கூடாது என்று பெரும்பான்மையினரை எச்சரிக்கவே நான் இங்கு வந்திருக்கிறேன்.

தங்கள் சகோதரர்களில் ஒரே ஒருவருக்கு எதிராகவும் தாமே வன்முறையைப் பயன்படுத்துவதைவிட தொழிலாளர்களின் முனைப்பில் தொய்வு ஏற்படுத்தும் நடவடிக்கை வேறு எதுவும் கிடையாது. ஒரு சிலர் தவறான முடிவெடுக்கிறார்கள் என்பது உங்கள் கருத்தாக இருந்தாலும், நம்மில் தாழ்ந்தவனுக்கும், குறைவான எண்ணிக்கையில் இருப்பவர்களுக்கும்கூட சுதந்திரமாக முடிவெடுத்து செயல்படுத்தும் உரிமை அளிக்கப்பட வேண்டும்.

இந்த *3000* சகோதரர்களுக்கும் நீங்கள் எந்த இடையூறும் செய்யக்கூடாது, அவர்களுக்கு முழு சுதந்திரம் அளிக்கப்பட வேண்டும் என்று உங்களைக் கேட்டுக்கொள்கிறேன். அவர்களிடம் நீங்கள் அன்பு காட்ட வேண்டும் என்றும்கூட நான் வலியுறுத்துகிறேன். எப்படியானாலும் அவர்களை கடுஞ்சொற்களால் வையக்கூடாது. அவர்களிடம் சென்று பணியில் சேரக்கூடாது என்று வற்புறுத்தவும் வேண்டாம் என்று நான் கேட்டுக் கொள்கிறேன்.

நம்புங்கள். நீங்கள் அவர்களை நிர்ப்பந்திக்கவில்லை என்பதை அவர்கள் உணரும்போது, தங்களுக்கு எதிராக உங்கள் மனத்தில் கொஞ்சமும் காழ்ப்பு இல்லை என்பதை அவர்கள் உணரும்போது, அவர்கள்

> தாங்களாகவே தம் சுய விருப்பத்தில் உங்களுடன் இணைவார்கள். அவர்கள் தாழ்ந்த சாதியினர் என்றும் நீங்கள் உயர் சாதியினர் என்ற எண்ணமும் உங்களுக்கு இருக்கக்கூடாது.' (COLLECTED WORKS OF MAHATMA GANDHI, Vol.24, P.251-255)

தன்னுடைய உரையில் முக்கியமான விஷயத்தை காந்தியடிகள் கோடிட்டுக் காட்டுகிறார். ஆலையில் தொழிலாளர் வர்க்கம் என்ற எண்ணம் மட்டுமே இல்லை. அவர்களுக்குள் சாதிய வேறுபாடு எண்ணமும் உள்ளது என்பதுதான் அது. அதனால்தான் காந்தியடிகள் 'அவர்கள் தாழ்ந்த சாதியினர் என்றும் நீங்கள் உயர் சாதியினர் என்ற எண்ணமும் உங்களுக்கு இருக்கக் கூடாது' என்று அறிவுறுத்தினார்.

இந்த வேலைநிறுத்தம் எப்படி முடிவுக்கு வந்தது என்பதே ஒரு சுவையான விஷயமாக இருக்கிறது. இதைப் பற்றி திரு.வி.க. கூறுகிறார்:

> 'வேலைநிறுத்தம் எப்படி முடிந்தது? ராஜா ஸர் இராமசாமி முதலியார் பங்களா வெளியில் கூடிய கூட்டத்தில் ஸர். பி.தியாகராய செட்டியார் நிகழ்த்திய இராஜ தந்திரச் சொற்பெருக்கில் மூழ்கித் தொழிலாளர் பலர் வேலைக்குத் திரும்பினர். ஸர். பி.செட்டியார், 'மாதங்கள் ஆறாயின. இனிப் பிடிவாதம் வேண்டாம். உங்களுக்கு இராஜதந்திரம் வேண்டும். மில்களில் புது ஆட்கள் நிரப்பப்படுகிறார்கள். புது ஆட்கள் தொழிலைப் பயின்று விடுவார்களாயின் உங்களுக்குத் தொல்லை விளையும். போலிஸ் காவலையும், இராணுவக் காவலையுங் கடந்து அவர்களைத் தடுத்தல் இயலாது. ஆனால் அவர்களை ஒருவழியில் அப்புறப்படுத்தல் கூடும். நீங்களெல்லாரும் வேலைக்குச் செல்ல உறுதிகொண்டால் அவர்கள் வீட்டுக்கனுப்பப்படுவார்கள். ஆதலால் நீங்கள் உள்ளே போங்கள். நன்மையே விளையும். சங்கம் சாகாது' என்று பேசிய பேச்சு அவ்வேளையில் தொழிலாளர்க்கு உசிதமாகத் தோன்றிற்று. ஸர். பி.செட்டியார் ஜோசியம் பெரிதும் பலித்தது.' *(திரு.வி.க. வாழ்க்கைக் குறிப்புகள், பக்.488)*

தியாகராய செட்டியார் ஆற்றிய உரையின் காரணமாகத் தொழிலாளர்கள் வேலைக்குத் திரும்பினர். அவர் சொன்ன

காரணத்தின் உள்ளீடு என்பது வேலை இல்லையென்றால் வறுமைதான். புது ஆட்கள் தொழிலைக் கற்றுக்கொண்டால் பழைய ஆட்களுக்கு தேவை இருக்காது. பின்பு வறுமையில்தான் உழல வேண்டும். ஆகவே வேலைக்குச் செல்லுங்கள் என்று சொல்கிறார். இது இராஜதந்திரம் என்று திரு.வி.க.வால் போற்றப்படுகிறது.

ஆனால் ஆதிதிராவிடர்களின் வறுமை காரணமாகவே எம்.சி.ராஜா வேலைக்குப் போக அறிவுறுத்தினார். அது தவறு என்று கடும் விமர்சனத்திற்கு உள்ளானது. அவர்கள் கருங்காலிகள் என்று திருவி.க. மற்றும் நீதிக்கட்சியினரால் விமர்சனம் செய்யப்பட்டனர். கடைசியில் தியாகராய செட்டியாரின் இராஜதந்திர பேச்சினால் ஒன்றுமட்டும் தெளிவாகியிருக்கிறது. எம்.சி.ராஜா எடுத்த முடிவு சரிதான். காரணம், எம்.சி.ராஜா வேலை நிறுத்தத்தின்போதே வேலை நிறுத்தம் வேண்டாம் என்று முடிவெடுத்துவிட்டார். தியாகராய செட்டியாரோ வேலை நிறுத்தம் செய்துவிட்டு பின்பு வேலைநிறுத்தம் வேண்டாம் என்று முடிவெடுத்தார். இந்த இரண்டு தலைவர்களின் நோக்கமும் ஒன்றுதான். தொழிலாளர்கள் வறுமையில் வாடிவிடக்கூடாது என்பதுதான். ஆனால் இந்த முடிவை எம்.சி.ராஜா எடுத்தால் கருங்காலித்தனம்; தியாகராய செட்டியார் எடுத்தால் இராஜதந்திரம் என்று பார்க்கப்படுவதில் உள்ள உயர்சாதி உளவியலைப் புரிந்துகொள்ள வேண்டும்.

1922

எம்.சி.ராஜா சமூகத்திற்காகத் தொடர்ந்து களப்பணி ஆற்றிக் கொண்டிருந்தபோதிலும் அவ்வப்போது சிறிய சிறிய புத்தகங்களையும் எழுதி வந்தார். 'Prince Edward - The Prince of Wales - எட்வர்ட் இளவரசர்' என்ற தலைப்பில் 1922ல் பதினாறு பக்கங்கள் கொண்ட ஒரு சிறிய புத்தகத்தை எழுதினார். இந்நூல் 1925ல் இரண்டாம் பதிப்பாக வெளிவந்தது. அதன் முகவுரையில் எம்.சி.ராஜா அவர்கள், 'பல்லாற்றானும் மாணவர்கட்கு நன்னெறியை உண்டாக்குதற்கென என்னால் இயற்றப்பெற்ற இளவரசர் எட்வர்ட் என்னும் நூலைத் தங்களது பாடசாலையில் பாடமாக வைத்து ஆதரிக்கும் மானேஜர்களுக்கும் தலைமை உபாத்திமார்கட்கும் நான் நன்றி பாராட்டுகிறேன்' என்று குறிப்பிடுகிறார்.

(Kindergarten Room மற்றும் 'Prince Edward The Prince of Wales - எட்வர்ட் இளவரசர்' ஆகிய இரண்டு நூல்களும் பின்னிணைப்பாகக் கொடுக்கப்பட்டுள்ளன.)

தாழ்த்தப்பட்ட சமூகத்தினர் பன்னெடுங் காலமாக வெவ்வேறு பெயர்களில் அழைக்கப்பட்டு வந்தனர். பறையர், பஞ்சமர், வள்ளுவர் போன்ற பல்வேறு பெயர்களில் அழைக்கப்பட்டு வந்தனர். சில பெயர்களில் சாதிய இழிவு இருப்பதை உணர்ந்து அப்பெயர்களை மாற்ற முடிவுசெய்து தொடர்ந்து தங்கள் சமூகத்தின் பெயரை மாற்ற வேண்டும்; ஆதிதிராவிடர் என்ற பெயரை வைக்க வேண்டும் என்று குரல் எழுப்பி வந்தனர். ஆதிதிராவிட மக்களின் கோரிக்கையில் உள்ள நியாயத்தை உணர்ந்த 'தி இந்தியன் ரிவ்யூ' பத்திரிகையின்

ஆசிரியரும் சுதந்திரப் போராட்ட வீரருமான ஜி.ஏ.நடேசன் சென்னை மாநகராட்சியில் 1920ல் பஞ்சமர் என்ற பெயருக்கு மாற்றாக ஆதிதிராவிடர் பெயர் மாற்றும் கோரிக்கையை முன்வைத்தார். (The Hindu, 19-7-1920.) இது 1920லிருந்து சென்னை மாநகராட்சியில் பயன்படுத்தத் தொடங்கப்பட்டது. ஆனாலும் அதை நடைமுறைப்படுத்த முடியாமல் பல்வேறு சட்டபூர்வத் தடைகள் இருந்தன. அதனால் ஆதிதிராவிடர்களின் இக்கோரிக்கையை நிறைவேற்ற எம்.சி.ராஜா முடிவுசெய்து சட்டசபையில் இது பற்றிய தீர்மானத்தைக் கொண்டுவந்தார்.

திரு. எம்.சி.ராஜா 20-1-1922 அன்று வரலாற்றுச் சிறப்புமிக்க தீர்மானத்தை முன்மொழிந்தார்:

> 'தென்னிந்தியாவில் உள்ள பழங்கால திராவிட சமூகத்தைக் குறிக்கப் பயன்படுத்தப்பட்ட 'பஞ்சம' அல்லது 'பறை' என்ற சொற்களை அரசு பதிவுகள் முதலியவற்றிலிருந்து நீக்க வேண்டும் என்று இந்த கவுன்சில் அரசுக்கு பரிந்துரைக்கிறது. அதற்குப் பதிலாகத் தமிழில் 'ஆதி-திராவிட' என்றும், தெலுங்கு மாவட்டங்களில் 'ஆதி-ஆந்திரா' என்றும் மாற்றப்பட வேண்டும் என்று இந்த கவுன்சில் அரசுக்கு பரிந்துரைக்கிறது.'

இத்தீர்மானத்தின்மீது எம்.சி.ராஜா பேசியதாவது:

> 'நாங்கள் நீண்ட காலமாக 'பறையர்கள்' என்று அழைக்கப்பட்டோம். இந்தப் பெயரின் வழித்தோன்றல் எதுவாக இருந்தாலும், இந்த வார்த்தையானது மோசமான மற்றும் இழிவான அனைத்தையும் வெளிப்படுத்துகிறது. இவ்வார்த்தை புனிதமான மற்றும் மரியாதைக்குரிய அனைத்திற்கும் எதிரானது. அதனால்தான் கையால் தொடக்கூடத் தகுதியற்றவராக பறையர் கருதப்படுகிறார், மேலும் உயர் சாதிக்காரரர் என்று அழைக்கப்படுபவர் பறையரைத் தொட்டால் பாவம் என்று கருதிச் சென்று குளிப்பார்.
>
> எங்கள் சுயமரியாதை உணர்வு விழித்தெழுந்ததால், நாங்கள் பழைய மோசமான பெயருக்கு எதிர்ப்புத் தெரிவித்தோம், மேலும் எங்களுக்கு ஒரு சிறந்த பெயரைக் கொடுக்க விரும்பினோம். எங்களிடம் அனுதாபம் கொண்ட இந்துக்கள் சிலர் 'பஞ்சமர்'

என்ற பெயரை பரிந்துரைத்தனர். ‘பறையா’ என்ற அபத்தமான அடைமொழியிலிருந்து விடுபட வேண்டும் என்ற ஆர்வத்தில் சில காலம் ‘பஞ்சமர்’ என்று அழைக்கப்பட்டோம். ஆனால் எங்களது சுயமரியாதை உணர்வு அதிகரித்ததால், ‘பஞ்சமர்’ என்ற பெயரின் தீய தாக்கங்களை நாங்கள் உணர்ந்தோம். ‘நான்கு ஜாதிகள் இருக்கும்போது, ஒரு மனிதனை ‘ஐந்தாம் வகுப்பு மனிதன்’ என்று சொன்னால், அது உண்மையில் அவனை புறஜாதி என்றுதான் சொல்ல வேண்டும். எனவே, சாதி என்ற மனித நேயமற்ற மனித நிறுவனங்களுடன் எந்த தொடர்பும் இல்லாத, தென்னிந்தியாவின் முதல் குடிமக்கள் நாங்கள் என்ற உண்மையைக் குறிக்கும் பெயரை நாங்கள் விரும்பினோம். எங்கள் இனம், தோற்றம் மற்றும் புவியியல் நிலையை சுட்டிக்காட்டும் ஜாதியற்ற பெயரை நாங்கள் விரும்பினோம். ‘நாங்கள் இந்த மண்ணின் பூர்வீக குடிமக்கள், நாங்கள் ஒருபோதும் சாதியின் நுகத்திற்கு அடிபணிந்ததில்லை. ஆதிதிராவிட நாகரிகத்தின் உண்மையான வம்சாவளியினர் மற்றும் பாதுகாப்பாளர்கள் நாங்கள்.

ஜாதி இழிவு இல்லாத எனது சமூகத்திற்கு என்ன பெயர் வைப்பது என்ற கேள்வி முப்பது ஆண்டுகளுக்கு முன்பு பரிசீலிக்கப்பட்டபோது, எங்களை ஆதிதிராவிடர்கள் என்று அழைக்க வேண்டும் என்று முடிவுசெய்து, எங்கள் சங்கத்தின் பெயரை முடிவுசெய்து பதிந்தோம். சிலர் தங்கள் சங்கத்தை ‘பறையர் மகாஜன சபை’ என்று அழைக்க விரும்பியபோது, எங்கள் சங்கத்தை ‘ஆதிதிராவிட ஜன சபை’ என்று அழைக்க முடிவுசெய்தோம். சபை 1892இல் நிறுவப்பட்டது மற்றும் 1860ஆம் ஆண்டின் XXIஆம் சட்டத்தின் கீழ் பதிவுசெய்யப்பட்டது.

‘சிலர் சொல்வார்கள், ‘பெயரில் என்ன இருக்கிறது? நீ என்னவாக இருக்கிறாய். கெட்ட பெயர் கெட்டது ஆகாது, நல்ல பெயர் நல்லதாக மாறாது’. ஆனால் அத்தகைய நபர்கள் அவர்கள் தங்களை மேன்மையான மற்றும் மரியாதையைக் குறிக்கும் பெயர்களால் அழைக்கப்படுவதை நன்கு கவனித்துக் கொள்கிறார்கள்.

வர்த்தக முத்திரை என்றால் என்ன, விற்கப்படும் பொருட்களின் உத்தரவாதமாக அது எவ்வாறு இருக்கிறது என்பது உங்களுக்குத் தெரியும். அதுபோலவே சாதி வேறுபாடுகள் நிறைந்த இந்த நாட்டில் நம் பெயருக்கும், நாட்டில் நமது நிலைக்கும், நாம் வைத்திருக்கும் மரியாதைக்கும் பெரும் தொடர்பு இருக்கிறது. தாழ்த்தப்பட்டவர்களாகிய நமக்கு இந்நாட்டில் பல்வேறு வழிகளில் பல்வேறு பெயர்கள் வழங்கப்பட்டு, நமது வறுமையிலும் அறியாமையிலும் நாம் அதை ஏற்றுக்கொண்டோம்.

நாங்கள் ஒரு தாழ்த்தப்பட்ட சமூகம், மேலும் எங்கள் சமூக நிலையை மேம்படுத்த அதிக வசதிகள் தேவைப்படுகின்றன. எனவே, எங்களது இலக்கை அடைய அரசாங்கத்திடம் இருந்து தேவையான சலுகைகளைப் பெறுவதற்கு நாங்கள் ஒரு தனி அமைப்பாக இருப்பது மிகவும் அவசியம். பறையர் அல்லது பஞ்சமர் என்ற பெயரை ஆதிதிராவிடராக மாற்ற வேண்டும் என்று குடியரசுத் தலைவர் மாளிகையின் பல்வேறு பகுதிகளில் வெகுஜனக் கூட்டங்கள் நடத்தப்பட்டன.

நாங்கள் இப்போது மாண்புமிகு கவுன்சில் உறுப்பினர்களுக்கு ஒரு துண்டுப் பிரசுரத்தை விநியோகித்துள்ளோம். மேலும் இந்த கவுன்சிலில் உள்ள பிரதிநிதிகள் மற்றும் பல்வேறு மாவட்ட வாரியங்கள், தாலுகா வாரியங்கள், நகராட்சி மற்றும் கல்வி கவுன்சில்கள், கவுரவ நீதிபதிகள் மற்றும் சமூகத்தின் மற்ற முன்னணி உறுப்பினர்களும் இங்கு குறிப்பிட முடியாத அளவுக்கு, இந்த தீர்மானத்தை நிறைவேற்ற இந்த சபையை கோருகின்றனர். ஐயா, இந்தப் பெயரைச் சொல்லி அழைக்க நாங்கள் அனைவரும் ஆவலாக உள்ளோம். கவுன்சில் இந்த தீர்மானத்தை ஒருமனதாக நிறைவேற்றும் என நம்புகிறேன்.'

எம்.சி.ராஜாவின் தீர்மானத்தை எம்.சி.மதுரைபிள்ளை அவர்களும் ஆதரித்துப் பேசினார்:

'இந்த சட்டசபையிலிருக்கும் யாவருக்கும் நான் சொல்வது, ஆதிதிராவிடர் என்னும் பஞ்சமர்களாகிய நாங்கள் முன்னோர்களுடைய காலத்தில் கடவுள்

சிருஷ்டியால் ஆகாயம் என்னும்படியான ஆணும், பூமி என்னும்படியான பெண்ணும் இதன் மத்தியில் சூரியன் என்னும்படியான ஆணும், சந்திரன் என்னும்படியான பெண்ணும் கடவுளால் உற்பத்தி. இதில் ஜாதியின் உற்பத்தி - பிரம்மா நாபிகமலத்தில் உற்பத்தியான வேதம் நான்கு; அதாவது கிழக்கு, மேற்கு, வடக்கு, தெற்கு என்னும் நான்கு திசை - ருக்வேதம், சாமவேதம், அதர்வவேதம், யஜுர்வேதம் என்னும் நான்கு வேதம். பிரம்ம, க்ஷத்திரிய, வைசிய, சூத்திர என்னும் நான்கு மதம். அதில் பிரம்ம குலத்தில் உதித்த பிராமணர்கள், க்ஷத்திரிய குலத்திலுதித்த இராஜாக்கள், வைசிய குலத்திலுதித்த வர்த்தகர்கள், சூத்திர குலத்திலுதித்த திராவிடர்கள். சாஸ்திர விதிப்படி இந்த நான்கு வர்ணத்தார் உண்டென்பது யாவருக்கும் தெரிந்த விஷயமே. இந்த நான்கு மதத்திலும் தாழ்ந்த குலமாவது பஞ்சமர் என்றும் பறையரென்றும் இப்போது நாங்கள் சொல்லும்படியான ஆதிதிராவிடர்.

அதற்கு சாக்ஷி: அதாவது, ஒரு மனிதனுக்கு ஒரு கையில் விரல் ஐந்து. இதில் பெருவிரல் பிரம்மா, ஆள்காட்டி விரல் க்ஷத்திரியர், நடுவிரல் வைசியர், பௌத்திர விரல் சூத்திரர். இவர்கள் நால்வரும் வேதங்களுக்கு உரியவரானார்கள்.

சுண்டு விரலாகிய நான் என்கெதி என்னவென்று கேட்டேன். எங்கள் நால்வருக்கும் நீ தாழ்ந்திருக்கிறயாதலால் எங்களுடைய பிள்ளையைப் போல் பாதுகாக்கிறோமென்று உறுதிமொழி சொன்னார்கள். அவர்களுடைய திருவாக்குக்கு அடியேன்களுடைய எதிர்வாக்கு, 'என் பின்னால் தாங்கள் நால்வரும் இருக்கிறீர்கள். அதாவது எந்த ஆலயங்களையும், இராஜ இராஜாக்களையும் இன்னும் பெரியோர்களையும் சேவிக்கும்போதும், தவிர எந்த காரியங்களுக்கும் நான் முன்னிற்கிறே'னென்று இந்த நால்வர்களுக்கும் தெரிந்த விஷயமே. அல்லாமலும் என்னை தாழ்ந்தவனென்று சொல்வது சரியல்ல. அதாவது நம்முடைய ஆழ்வார்கள் 12 பேர்களில் ஒருவராகிய திருப்பாணி ஆழ்வார். அவர் பஞ்ச குலத்தில் அவதாரஞ்செய்து, ஆதியில் அவருடைய திருநாமம் திருக்குலத்தடியார் என்றும் வழங்கிற்று.

அன்றியும் ஆழ்வார் அவர்கள் ஏற்படுத்திய பாசுரம் அடியில் வருமாறு; தயைசெய்து கவனிக்க கேட்டுக்கொள்ளுகிறேன்:

காட்டவே கண்டபாதம் - கமல நல்லாடை யுந்தி
தேட்டரு முதர்பந்தம் - திருமார்வு கண்டம் செவ்வாய்
வாட்டமில் கண்கள்மேனி - முனியேறித் தனி புகுந்து
பாட்டினால் கண்டுவாழும் - பாணர்தாள் பாவினோமே.

நம்முடைய ஆழ்வாரே ஒதுங்கி வசித்திருந்தார். ஆகையால் நாங்கள் இந்த சபையின்கண்ணுள்ள யாவரையும், கவர்மெண்டாரையும், ஆதிதிராவிடர் என்னும் பெயரையே இந்த உலகமெங்கும் வழங்கும்படியாகவும், மற்ற இதர மாதிரியாக வேறு பெயர்களை சுட்டி கூப்பிடாதபடி உத்தரவாக வேணுமாய் தங்களுடைய மேலான கவனத்தை கேட்டுக்கொள்ளுகிறோம்.'

பலரும் இத்தீர்மானத்தின்மீது பேசி முடித்தபின் கடைசியாக எம்.சி.ராஜா பேசினார்:

'ஐயா, இந்த பெயர் ஆதிதிராவிடர் என்பது நேற்றையதல்ல. முப்பது வருடங்களுக்கு முன்பு நான் சொன்னது போல் எங்களது சமூகத்தில் உள்ள பண்பாடு மிகுந்தவர்கள் ஒன்றாக அமர்ந்து சமூகத்திற்கு சரியான பெயரைக் கண்டுபிடிக்க விரும்பினர். பின்னர் சமூகத்தை ஆதிதிராவிடர் என்று அழைக்க வேண்டும் என்று முடிவுசெய்தனர். ஆதி என்ற வார்த்தைக்கு அசல் அல்லது பழமையானது என்று பொருள், எனவே அதில் கேவலமான எதுவும் இல்லை.

மேலும், ஐயா, 1892 முதல் நாங்கள் இந்த பெயரை அரசிடம் கேட்டு வருகிறோம். மாண்புமிகு செம்ஸ்ஃபோர்ட் பிரபுவும், திரு. ஈ.எஸ்.மாண்டேகுவும் சென்னையில் இருந்தபோது, பி.வி.சுப்பிரமணியம் பிள்ளை, V.முகுந்துபிள்ளை, கே.முனுசாமிப்பிள்ளை, வி.ராஜரத்தினம் பிள்ளை, எம்.சண்முகம்பிள்ளை, டி.ஓங்காரம், எம்.டி.முத்துக்கிருஷ்ண பிள்ளை, ஸ்ரீமதி திருப்புகழ் அம்மாள், மேசர்கள் வி.ஜி.வேணுகோபால் பிள்ளை மற்றும் நானும் சென்று ஒரு அறிக்கையை வழங்கினோம். அதில் ஒரு பத்தி பின்வருமாறு இருந்தது:

'இவர்கள் எங்களைக் குறிப்பிடும் பெயர்களே அவமதிப்பை உண்டுபண்ணுகிறது. எனவே, இனிமேல் அனைத்து அரசு தகவல் தொடர்புகளிலும், நாங்கள் ஆதிதிராவிடர்கள் அல்லது அசல் திராவிடர்கள் என்று ஆணைகளைப் பிறப்பித்து, சமூக உயர்வை அடைவதற்கான எங்கள் முயற்சிகளுக்கு உதவுமாறு நாங்கள் அரசாங்கத்தை கேட்டுக்கொள்கிறோம்.'

இந்தத் தீர்மானம் என்னுடையது அல்ல, இது ஒரு தனி நபரின் விருப்பமும் அல்ல. ஒரு பெரிய சமூகத்தின் பிரதிநிதியாக நான் இங்கு வந்துள்ளேன். அதுமட்டுமின்றி, சட்டக் கல்லூரி முதல் வாலாஜா பாலம் வரை ஆதிதிராவிடர்கள் எப்படி வரிசையாக இருந்தார்கள் என்பதை கடந்த வாரம் பார்த்திருப்பீர்கள். ஏறக்குறைய ஐம்பதாயிரம் ஆதிதிராவிடர்கள் இருந்தனர், இது ஆதிதிராவிடர்களின் வலிமையைக் காட்டுகிறது. ஆதிதிராவிடர்கள் அப்பெயரை வரவேற்கிறார்கள் என்ற வாசகங்கள் அடங்கிய பதாகைகளும் வைக்கப்பட்டிருந்தன. மதராஸ் நகரில் ஆதிதிராவிடர்களைத் தவிர வேறு எந்த அமைப்பும் சமூகத்தைப் பிரதிநிதித்துவப்படுத்துவதாக நான் நினைக்கவில்லை.

மேலும், வெளியிடப்பட்ட பட்டியலில் சுவாமி சகஜானந்தர் போன்றவர்கள் இந்தக் கருத்தை ஆதரிப்பதைக் காணலாம். அவர் மிகவும் பண்பட்ட மனிதர் மற்றும் இந்த கவுன்சிலில் உள்ள அனைத்து உறுப்பினர்களுக்கும் அவரைத் தெரியும். மாண்புமிகு ஜனாதிபதி அவர்களுக்கும் அவரை நன்கு தெரியும் என நான் நம்புகிறேன். அவரும் இந்தப் பெயருக்கு ஆதரவாக இருக்கிறார். எனது நண்பர் திரு.வீரையன் கோவையில் இந்தப் பெயருக்காகப் போராட்டம் நடத்தி வருகிறார்.

தஞ்சை, மலபார், திண்டுக்கல், செங்கல்பட்டு, வட ஆற்காடு, தென் ஆற்காடு, திருச்சி, சேலம், கோவை, நீலகிரி, தின்னவேலி, மதுரா, பெங்களூர், மைசூர் மற்றும் பிரசிடென்சியின் பிற பகுதிகளில் மாநாடுகள் மற்றும் மக்கள் கூட்டங்கள் நடத்தப்பட்டன. கல்கத்தாவில்கூட ஆதிதிராவிட சங்கங்கள் உள்ளன.

சிலர் திராவிடர் என்ற பெயரைக் கேட்டதை மாண்புமிகு சட்டத்துறை உறுப்பினர்

சுட்டிக்காட்டினார். அந்த இணைப்பில் நான் ஒரு வார்த்தை சொல்ல விரும்புகிறேன்.

1916ஆம் ஆண்டு திராவிடர் என்ற இந்தப் பெயரை விரும்புபவர்கள் ஒரு சுற்றறிக்கையை வெளியிட்டார்கள். இப்போது என் கைகளில் சுற்றறிக்கை உள்ளது, அதை மாண்புமிகு சட்ட உறுப்பினரின் கைகளில் ஒப்படைக்க நான் தயாராக இருக்கிறேன். அதில் அவர்கள் கூறுகின்றனர்:

'ஜாதி பேதத்துக்கும் ஜாதி கட்டுப்பாட்டுக்கும் உட்படாதவர்களும், எக்காலத்தும் யதார்த்தமும் உறுதியும், தருமசிந்தையும் குடிகொண்டுள்ள ஆதிதிராவிடர்களாகிய நம்மவர்கள்'

என்றுதான் திராவிட மகாஜன சங்கம் மற்றும் மதராஸ் பறையர் மகாஜன சபையின் அச்சிடப்பட்ட சுற்றறிக்கையில் உள்ளது. பின்னர் அவர்கள் தங்களை ஆதிதிராவிடர் என்று அழைத்தனர். இந்த தீர்மானத்தை ஏற்றுக்கொண்ட மாண்புமிகு சட்ட உறுப்பினருக்கு நான் நன்றிகூறுகிறேன். இந்த கவுன்சிலின் ஒரே மாதிரியான அனுதாபத்திற்கும், எங்கள் மீது நல்லெண்ணத்திற்கும் நன்றி தெரிவிப்பதைத் தவிர, நான் இதற்கு மேல் எதுவும் சொல்ல விரும்பவில்லை.

எம்.சி.ராஜா கொண்டுவந்த இத்தீர்மானம் அனைவராலும் ஒருமனதாக ஏற்றுக்கொள்ளப்பட்டு நிறைவேறியது.

GOVERNMENT OF MADRAS LAW (GENERALS) DEPARTMENT

GO.No.817, 25th March 1922.

Legislative Council Resolution- January 1922 by M.C.Rajah.

Adoption of terms Adi-Dravida, Adi-Andhra and Dravida for Panchamas.

Order-No.817, Law (General), dated 25th March 1922. At the meeting of the Legislative Council held on the 20th January 1922, the following resolution was passed.

That this Council recommends to the government that the terms 'Panchama' or 'Paraiya' used to designate the ancient Dravidian Community in Southern Indian Should be deleted from Government records, etc, and the term 'Adi-Dravida' in the Tamil and 'Adi-Andhra' in the Telugu districts be substituted instead.

2. On behalf of the Government an undertaking was given that the Government would have no objection to call the members of this community, 'Adi-Dravida' in the Tamil, 'Adi-Andhra' in the Telugu districts and particular members of the community 'Dravidas', if they prefer to be so called, but that it would not be possible to re-edit the old records. The Government accordingly direct that the following terms shall in future be adopted in place of Panchama' or 'Paraiya' or similar terms in all official documents.

'Adi-Dravida' in the Tamil, 'Adi-Andra' in the Telugu districts and 'Dravida' if any member of the community prefers to be so called (BY order of the Governor in Council)

R. RAMACANDRA RAO,
Secretary to Government

மதராஸ் சட்டமன்றத்தில் ஒடுக்கப்பட்ட மக்களுக்கு ஆதிதிராவிடர் பெயர் வைக்க எம்.சி.ராஜா கொண்டுவந்த தீர்மானம் நிறைவேறிய பிறகு ஒடுக்கப்பட்ட மக்களிடையே பிரிவினையை உண்டாக்க ஏற்பாடு செய்யப்பட்டது. ஆதிதிராவிடர் என்ற பெயர் எப்படி ஏற்பட்டது? அதனால் ஏற்படக்கூடிய பெருமை என்ன என்பன போன்ற தகவல்களைச் சேகரித்துப் புத்தகமாக எழுத திரிசிரபுரம் ஆ.பெருமாள் பிள்ளை அவர்களைக் கேட்டுக்கொண்டார் எம்.சி.ராஜா.

அதன் காரணமாக 'ஆதிதிராவிடர் வரலாறு' என்ற நூலை 1922ல் திரிசிரபுரம் ஆ.பெருமாள் எழுதினார். அதில் 'இந்நூலை இயற்றுமாறுவந்தெனக்குக் கட்டளையிட்டவரும், சென்னை ஆதிதிராவிட மகாஜன சபையின் கௌரவ காரியதரிசியும், சென்னை சட்டசபை மெம்பருமாகிய ஸ்ரீமான் M.C.இராஜா, M.L.C., அவர்கள்' என்று ஆ.பெருமாள் குறிப்பிடுகிறார். சென்னை வியாசர்பாடி, ஸ்ரீசிவஞான சுந்தர சிதவிலாச பக்த பஜனையின் ஆசிரியரும், புரசை தாக்கர் தெரு, ஆதிதிராவிட சங்கத் தலைவருமாகிய புரசை ஸ்ரீமான் மு.சிவசுப்பிரமணியம் பிள்ளை அவர்களின் முயற்சியால் இந்நூல் பதிக்கப்பெற்றது.

இந்நூலின் கடைசியில் ஆதிதிராவிடர்கள் செய்த பணிகள் பற்றிச் சில பக்கங்களில் சொல்லியிருக்கிறார் இதன்

ஆசிரியர். ஆதிதிராவிடர்கள் வெளியிட்ட இதழ்கள், அரசியல் பணிகள் போன்றவற்றின் குறிப்புகளையும் எழுதியுள்ளார்.

21-1-1922 அன்று மேலும் ஒரு தீர்மானத்தைக் கொண்டுவந்தார் எம்.சி.ராஜா. அந்தத் தீர்மானம் நீதிக்கட்சி தாழ்த்தப்பட்டவர்களின் பிரச்சினையை எப்படி அணுகியது என்பதை வெட்டவெளிச்சமாகக் காட்டியது.

எம்.சி.ராஜா கொண்டுவந்த அந்தத் தீர்மானம்:

> ‘ஆதிதிராவிட மற்றும் பிற தாழ்த்தப்பட்ட வகுப்பைச் சேர்ந்த மேல்நிலைப் பள்ளி - விடுதலைச் சான்றிதழ் (Secondary School-Leaving Certificate Examination) தேர்வுக்கான விண்ணப்பதாரர்கள் தேர்வுக் கட்டணத்தைச் செலுத்துவதில் இருந்து விலக்கு அளிக்க வேண்டும் என்று இந்த கவுன்சில் அரசுக்கு பரிந்துரைக்கிறது.’

திரு. எம்.சி.ராஜா, மேற்கண்ட தீர்மானத்தை முன்மொழிந்து பலரையும் உருக்கும் வண்ணம் பேசியதாவது:

> ‘எனது சமூகத்தின் சார்பாக நான் முன்வைக்கும் இந்தக் கோரிக்கைக்கு எந்தவித எதிர்ப்பும் இருக்காது என்பதில் உறுதியாக உள்ளேன். என் மக்கள் மனச் சோர்வடைந்த நிலையில், உங்கள் அனுதாபமும், தங்களைத் தாங்களே உயர்த்திக்கொள்ள அவர்கள் எடுக்கும் முயற்சிகளும், நான் கேட்கும் சிறிய நிவாரணத்தை அளிக்க உங்களைத் தூண்டும் என்பதில் சந்தேகமில்லை. உங்களுக்குப் பொதுவாகத் தெரிந்திருக்கலாம், ஆனால், வறுமையில் மூழ்கியிருக்கும் என் மக்கள் என்ன ஒரு சோகமான அவலத்தில் இருக்கிறார்கள் என்பதை அனுபவத்தின் மூலம் நீங்கள் உணர்ந்திருக்க வாய்ப்பில்லை.
>
> எங்களவர்கள் தங்கள் குழந்தைகளைப் படிக்க வைப்பது அரிது, அவர்களில் ஒரு சிலர் தங்கள் குழந்தைகளை பள்ளிக்கு அனுப்பினால், அவர்கள் முதல் படிவத்தை அடைவதற்குள் அவர்களைத் திரும்பப் பெறுகிறார்கள். அத்தகைய ஆரம்ப கட்டத்தில் அவர்கள் பள்ளியிலிருந்து விலக்கப்பட்டதற்கான காரணம் உங்களுக்குத் தெரியும். அவர்களால் பள்ளிக் கட்டணத்தைச் செலுத்த முடியவில்லை, ஒரு

கருணையுள்ள அரசாங்கமும், ஒரு அனுதாபக் குழுவும் தங்களின் பெருந்தன்மையின் மூலம் அனுமதித்துள்ள அரைக் கட்டணத்தைக்கூட செலுத்த முடியவில்லை.

அவர்களால் எப்படி செலுத்த முடியும்? ஒரு வீட்டு வேலைக்காரன் ரூ.17 மாதச் சம்பளத்தில் தன்னையும், தனது மனைவி மற்றும் இரண்டு குழந்தைகளையும் அல்லது ஒரு கூலி ஒரு மாதத்திற்கு 26 நாட்களுக்கு ஒரு நாளைக்கு 10 அணா சம்பாதிக்க வேண்டும். அவர் வாடகையாக மாதம் 3 ரூபாய் கொடுக்கவேண்டும் மற்றும் மனைவி மற்றும் மூன்று குழந்தைகளுக்கு உணவளிக்க வேண்டும். ஒரு பெண் ஒரு நாளைக்கு 4 அணா சம்பாதிக்கிறாள் என்று வைத்துக்கொள்வோம். இது எல்லாம் என்ன வருகிறது? சுமார் மாதம் ரூ.22. ஒரு மகனுக்கு எப்படி கல்வி கற்பிக்க முடியும்?

நீங்கள் கேட்கலாம்: 'தங்கள் குழந்தைகளை பள்ளிக்கு அனுப்பும் கீழ் நடுத்தர வர்க்கத்தினரிடையே இவ்வளவு குறைந்த சம்பளம் வாங்கும் ஆண்கள் இல்லையா? ஒன்றுக்கு மேற்பட்ட சந்தர்ப்பங்களில் அவர்கள் மூதாதையர் சொத்துகள் சிலவற்றை திரும்பப் பெறுகிறார்கள் என்பதை நினைவில் கொள்ள வேண்டும், மேலும் சில வசதியுள்ள உறவினர்கள் அவர்களுக்கு உதவுகிறார்கள்.

எங்கள் மக்கள் கைகட்டி வாய்மூடி வாழ்கிறார்கள். ஆணோ பெண்ணோ நோய்வாய்ப்பட்டால், அவர்களுக்கு நிவாரணம் கிடைக்க, தங்கள் சமையல் பாத்திரங்களையோ அல்லது அவர்களின் ஆடைகளையோ அடமானம் வைத்து, வட்டிக்கு வட்டி செலுத்துகிறார்கள். எங்கள் மக்கள் பராமரிக்க வேண்டிய, வறுமைக்கு எதிரான போராட்டத்தைப் பற்றிய ஒரு யோசனையை உங்களுக்கு வழங்குவதற்காகவே இதையெல்லாம் சொல்கிறேன். இப்படி ஏழ்மைக்கு மத்தியில் பள்ளிக்கு அனுப்பப்படும் ஏழைச் சிறுவன், முதல் படிவத்தை அடைவதற்குள் பள்ளியிலிருந்து நிறுத்தப்படுகிறான். ஏனென்றால், அவனுடைய சம்பாத்தியம் குடும்பத்துக்குத் தேவை. 'ஆறாம் படிவம் வரை கல்வியைத் தொடர, சிறுவனும் குடும்பத்தினரும் செய்யவேண்டிய வழக்கமான வேலை இது, மேலும் பள்ளி இறுதித் தேர்வுக்குச்

செலுத்த குடும்பத்திற்கு மொத்தமாக ரூ.12 எங்கிருந்து கிடைக்கும்?

எங்கள் மாணவர்கள் விஷயத்தில் நிச்சயமாக அரசாங்கம் இந்த கட்டணத்திலிருந்து விலக்கு அளிக்க முடியும். அரசாங்கம் இழப்பது அதிகம் இல்லை, ஏனென்றால் இதுபோன்ற உதவி தேவைப்படுவது பல சிறுவர்களுக்கு இல்லை. '1917-18ஆம் ஆண்டிற்கான அரசால் வெளியிடப்பட்ட பொது அறிவுரைகள் பற்றிய அறிக்கையில், பக்கம் 30, தொகுதி Iஇல், உயர்நிலைப் பள்ளிகளில் படிக்கும் தாழ்த்தப்பட்ட வகுப்பைச் சேர்ந்த மாணவர்களின் எண்ணிக்கை 77 ஆகத் தோன்றுவதைக் காண்கிறோம். 1918-19ஆம் ஆண்டிற்கான அரசாங்கத்தால் வெளியிடப்பட்ட அறிக்கை பக்கம் 32, தொகுதி. Iஇல் 56 எண்ணைக் காண்கிறோம். 1919-20ஆம் ஆண்டிற்கான அதே அறிக்கையில், தாழ்த்தப்பட்ட வகுப்பைச் சேர்ந்த உயர்நிலைப் பள்ளிகளில் படிக்கும் சிறுவர்களின் எண்ணிக்கை 70 ஆகத் தோன்றுகிறது.

இந்த புள்ளிவிவரங்கள், உயர்நிலைப் பள்ளியில் படிக்கும் தாழ்த்தப்பட்ட சமூகத்தைச் சேர்ந்த சிறுவர்களின் எண்ணிக்கையைப் பற்றிய ஒரு யோசனையை நமக்குத் தருகின்றன. இதிலிருந்து ஒரு சிலரே, அதாவது ஒரு டஜன் பேர் மட்டுமே ஒவ்வொரு ஆண்டும் மேல்நிலைப் பள்ளி- லீவிங் சர்டிபிகேட் பரீட்சைக்குத் தோன்றுகிறார்கள் என்பது தெளிவாகிறது.

இதனால் சராசரியாக அரசாங்கத்திற்கு மிகக் குறைந்த தொகையே செலவாகும். எங்கள் வீடுகளின் இருளிலும் வறுமையிலும் உள்ள மாணவர்களுக்கு இது ஒரு பெரிய உதவியாக இருக்கும், கல்வியின் ஏணியில் ஏறிச் செல்ல வேண்டும் என்ற மன உறுதியை உருவாக்கும். சில சிறுவர்களுக்கு நம்பிக்கையையும் ஊக்கத்தையும் தரும்.

'நீங்கள் என் சமூகத்திற்கு நல்வாழ்வை விரும்பினால், இந்த தீர்மானத்தை நீங்கள் ஏற்றுக்கொண்டதை நாங்கள் நன்றியுடன் பார்க்கும்போது, நீங்கள் இந்த தீர்மானத்தை மிகவும் அழகாக நிறைவேற்றுவீர்கள் என்று நான் நம்புகிறேன்.'

எம்.சி.ராஜாவின் இத்தீர்மானத்தை திரு. எல்.சி.குருசாமி வழிமொழிந்தார்:

‘திரு. தலைவரே, எனது நண்பர் திரு. ராஜா, இத்தீர்மானத்தை அவையில் முன்வைத்துள்ளார் என்பதில் நான் மிகவும் மகிழ்ச்சியடைகிறேன். தாழ்த்தப்பட்ட வகுப்பினரின் வறுமையை அடையாளம் கண்டுகொண்டால், நவீன கல்வியின் பலன்களை அறுவடை செய்வதற்கான அவர்களின் முயற்சிகளில் அரசாங்கம் அவர்களுக்கு எல்லா வழிகளிலும் உதவுவது அவசியம் என்று நான் நினைக்கிறேன். இந்தத் தீர்மானம் தாழ்த்தப்பட்ட வகுப்பினரின் பள்ளிக்குச் செல்லும் குழந்தைகளுக்கு உதவும் வழிகளில் ஒன்றைக் கொண்டுள்ளது. எங்கள் பையன்களில் ஒரு சிலர் மட்டுமே பள்ளி இறுதி வகுப்பை அடைய முடிகிறது, தாழ்த்தப்பட்ட வகுப்பினரின் குழந்தைகளின் கல்விக்காக, புதிய வசதிகளைத் திறப்பதை நோக்கமாகக் கொண்ட இந்தத் தீர்மானத்தை அரசு ஏற்க வேண்டும் என்று இங்கு கேட்டுக்கொள்கிறேன். இந்த தீர்மானத்தை நான் மனப்பூர்வமாக ஆதரிக்கிறேன்.’

இச்சமயத்தில்தான் நீதிக்கட்சியின் அமைச்சர் ஏ.பி.பாத்ரோ சொல்லிய பதில் தாழ்த்தப்பட்டவர்களின் நெஞ்சில் முள் குத்தியதுபோல் இருந்தது. சமயம் கிடைக்கும்போதெல்லாம் நீதிக்கட்சியினர் தாழ்த்தப்பட்டவர்களின்மேல் கொண்டிருந்த வெறுப்பு வெளிப்படும். அதுபோலவே இப்போதும் வெளிப்பட்டது.

மாண்புமிகு ராவ் பகதூர் ஏ.பி.பாத்ரோ கூறினார்:

‘நேற்று நான் கூறியதுபோல், தாழ்த்தப்பட்ட வகுப்பினருக்கோ அல்லது வேறு எந்த சமூகத்திற்கோ வறுமையை ஒரு கோரிக்கையாகக் கொண்டுவரக்கூடாது.

உயர்நிலைப் பள்ளி வரை போராடும் தாழ்த்தப்பட்ட வகுப்பைச் சேர்ந்த சிறுவர்கள், உயர்கல்வியின் ஏணியில் உயர வேண்டும், தகுதியானவர்கள் முடிந்தவரை உதவ வேண்டும் என்று மாண்புமிகு ராஜா கூறியதுபோல், நிச்சயமாக அவர்கள் ஏழைகளாக இருக்கும்போது, தீர்மானத்தின் உணர்விற்கு நான் அனுதாபப்படுகிறேன். ஆனால்,

திரு.மதுரைப் பிள்ளையின் மகனுக்கோ அல்லது திரு. எம்.சி.ராஜாவின் மகனுக்கோ உதவியதாக இருந்தால்...'

திரு.எம்.சி.ராஜா (குறுக்கிட்டு):

'திரு.மதுரைப் பிள்ளையின் மகனோ, என் மகனோ இப்படிப்பட்ட சலுகையைக் கேட்கமாட்டார்கள். எனது பிள்ளைகள் அனைவரும் பள்ளிகளில் படிக்கிறார்கள், அவர்கள் முழு கட்டணத்தையும் செலுத்துகிறார்கள்.'

மாண்புமிகு ராவ் பகதூர் ஏ.பி. பாத்ரோ (தொடர்ந்து):

'எனவே, நான் சொல்வது என்னவென்றால், அந்தத் தீர்மானம் மிகவும் பரவலாகக் கூறப்பட்டுள்ளது. வறுமையின் காரணமாக ஒருவரால் மேலே செல்ல முடியாத, தகுதியான சந்தர்ப்பங்களிலும், நிச்சயமாக விண்ணப்பம் செய்தால், அவருடைய கட்டணம் செலுத்தப்படும். ஆனால் எனது மதிப்பிற்குரிய நண்பரின் தீர்மானம் உட்பட ஒவ்வொரு தீர்மானத்தையும் உள்ளடக்கிய பொதுவான விதியை வைப்பது கடினம். எனவே வறுமையின் காரணமாக அவரது சமூகத்தைச் சேர்ந்த ஒருவர் தேர்வுக் கட்டணத்தைச் செலுத்த முடியாத கடினமான சந்தர்ப்பங்களில், நிவாரணம் வழங்கப்படுவதைக் காண நான் தயாராக இருக்கிறேன். ஆனால் இந்த மாதிரியான ஒரு பொதுவான கருத்தை ஏற்க முடியாது.'

திரு. எம்.சி.ராஜா:

'மாண்புமிகு கல்வி அமைச்சரை என்னால் சரியாகப் புரிந்துகொள்ள முடியவில்லை.'

மாண்புமிகு ராவ் பகதூர் ஏ.பி.பாத்ரோ:

'நான் சொல்கிறேன், அனைத்து கடினமான சூழ்நிலைகளிலும், உதவிக்காக விண்ணப்பம் செய்தால், விண்ணப்பதாரரால் வறுமையின் காரணமாக தேர்வுக் கட்டணத்தைச் செலுத்த முடியாதபோது வழங்கப்படும்.'

திரு. எம்.சி.ராஜா:

'நிச்சயமாக, ஐயா, பள்ளிக் கட்டணத்தைச் செலுத்தக்கூடிய எனது சமூகத்தைச் சேர்ந்த

சிறுவர்களுக்கு உதவுமாறு அரசிடம் கேட்கும் கடைசி நபர் நான்தான். ஏழை சிறுவர்களுக்கு பள்ளிக் கட்டணத்தில் சலுகைகள் வழங்கப்பட்டாலும், அது வறுமைச் சான்றிதழின் தயாரிப்பில் மட்டுமே உள்ளது. எனது நண்பர் திரு. ராமராவ் நேற்று கூறியது போல், அத்தகைய வறுமைச் சான்றிதழைப் பெறுவதில் நிறைய சிக்கல் உள்ளது. மாண்புமிகு கல்வி அமைச்சர் அவர்கள், பணக்காரச் சிறுவர்கள் இந்தச் சலுகைக்கு விண்ணப்பிப்பார்கள் என்று பயப்படத் தேவையில்லை, மேலும் சிறுவர்கள் தேவையான வறுமைச் சான்றிதழைத் தராவிட்டால் அரசாங்கம் இந்தச் சலுகையை வழங்காது. வறுமையில் வாடும் மக்களின் சார்பாக நான் இங்கு மன்றாடுகிறேன், மற்றவர்களுக்காக அல்ல, மாண்புமிகு கல்வி அமைச்சர் அவர்கள் இந்த விஷயத்தை பரிசீலிப்பதாக எனக்கு உறுதியளித்ததால், தீர்மானத்தை வாபஸ் பெறுகிறேன்.'

எம்.சி.ராஜாவின் தீர்மானம் தாழ்த்தப்பட்ட ஏழை மாணவர்களுக்கானது. ஆனால் நீதிக்கட்சியின் அமைச்சர் ஏ.பி.பாத்ரோ மற்றவர்களைக் குறிப்பிட்டு அத்தீர்மானத்தை பின்வாங்க வைத்துவிட்டார். இதைப் பற்றி எம்.சி.ராஜா தான் எழுதிய 'ஒடுக்கப்பட்ட இந்துக்கள்' என்ற புத்தகத்தில் குறிப்பிடுகிறார்:

'தாழ்த்தப்பட்டோரின் குழந்தைகள் கட்டாயம் எப்பாடு பட்டாகிலும் கல்வியின் பயனை அடைய வேண்டும். அவர்களுக்கு எழுதப் படிக்க மட்டும் கற்றுக்கொடுத்து திசைகாட்டும் கருவியற்ற கப்பல் போன்று வாழ்க்கைக் கடலிலே தத்தளிக்க விட்டுவிடக் கூடாது. அன்றாட உணவை அவர்கள் தேடிக்கொள்ளும் வகையில் அவர்களுக்குக் கல்வியறிவும் கைத்தொழிலும் கற்பிக்க வேண்டும். கல்விக்கூடங்களில் கல்வியோடு ஒரு கைத்தொழில் பயிற்சி திட்டத்தையும் கட்டாயமாக இணைக்க வேண்டும். இத்தகைய திட்டம் இன்று அரசாங்கத்தால் ஒரு சில இடங்களில் ஏற்படுத்தப்பட்டிருந்தாலும் இது தாழ்த்தப்பட்டோர் மக்கள் தொகைக்கு மிக மிகப் போதாததே. அரசாங்கம் இதை அக்கறையோடு ஏற்படுத்தவுமில்லை. ஏதோ ஒரு சில கருணையுள்ளம் கொண்ட வெள்ளையர், அரசியல் சீர்திருத்தம்

இங்கு தொடங்குவதற்கு முன்பே தாங்களே முன்வந்து ஆரம்பித்தார்கள். 1923ஆம் ஆண்டில் சட்டமன்றத்தில் ஆதிதிராவிடப் பிள்ளைகளுக்கு உபகாரச் சம்பளங்களை அதிகரிக்க வேண்டுமென்று நான் ஓர் தீர்மானத்தைக் கொண்டுவந்தேன். அன்று கல்வி அமைச்சராக இருந்தவர் ஒரு சாதி இந்து, அவர் 'ஏழ்மை என்பது ஆதிதிராவிடருக்கு மட்டும்தான் உள்ள தனிச் சொத்தல்ல, மற்ற வகுப்பாரிலும் ஏழைகள் இருக்கின்றனர்' என்று கூறி என் தீர்மானத்தை எதிர்த்தார்.'

இதன் மூலம் நீதிக்கட்சியினர் கொண்டிருந்த தாழ்த்தப்பட்டோர் மீதான வெறுப்பைப் படம்பிடித்துக் காட்டுகிறார் எம்.சி.ராஜா.

சென்னை பல்கலைக் கழகத்தைச் சீரமைத்திட நிதி ஒதுக்கீடு செய்யும் சட்ட முன்வரைவு மீது 15-11-1922ல் எம். சி.ராஜா பேசிய பேச்சு அவர் கல்வி மீது கொண்டிருந்த நம்பிக்கையைப் பறைசாற்றியது. அப்பேச்சில் பல விஷயங்களை அவர் எடுத்துரைத்தார்:

'எனது சிறப்புப் பணிக்களமாகிய துவக்கக் கல்வி மற்றும் ஒடுக்கப்பட்ட இனத்தவரின் நிலைப்பாட்டிலிருந்து இப்பிரச்சினையை நான் பார்த்தால் நீங்கள் வியப்படைய மாட்டீர்கள் என்று உறுதியாக நம்புகிறேன். ஒடுக்கப்பட்ட இனத்தவரின் நலனைப் பாதுகாப்பது எனது பிறப்புரிமையாகும். பிற உறுப்பினர்கள் சென்னையிலுள்ள கல்லூரிகளின் சுதந்திரத்தை இச்சட்ட முன்வரைவு பாதிக்கிறது எனும் கோணத்திலோ அல்லது புறநகர் பகுதிகளிலுள்ள கல்லூரிகளின் முக்கியத்துவம் எனும் கோணத்திலோ இதனைப் பார்க்கக்கூடும். இச்சட்ட முன்வரைவு புரட்சிகரமானது அல்லது நடைமுறைகளிலிருந்து இயல்பாகவே முகிழ்த்தெழுந்தது என்று சிலர் கருதலாம். தெளிவாக வரையறுக்கப்பட்டுள்ள நோக்கங்களை இச்சட்ட முன்வரைவு எட்டிப் பிடிப்பதற்குரிய சாத்தியக்கூறு பற்றிச் சிலர் கேள்வி எழுப்பக்கூடும். எப்படியிருப்பினும் அனைவருமே இச்சட்ட முன்வரைவை நிதிநிலையெனும் நிலைப்பாட்டிலிருந்து பார்த்து, இது பெரும் பொருட்செலவை ஏற்படுத்தும் முயற்சியல்லவோ என்று சிந்தித்து, இதனால் ஏற்படவிருக்கும் பொருட்செலவுக்கு ஏற்ற பலன்

கிட்டுமா என்றும் இத்திட்டத்தினை நிறைவேற்றிடப் போதுமான நிதியாதாரம் உள்ளதா என்றும் கேள்வி கேட்பர்.

இச்சட்ட முன்வரைவை நேற்று மிகப் பலமாக ஆதரித்துப் பேசிய என்னுடைய மரியாதைக்குரிய பேராசிரியர் அருள்திரு. மெஸ்டன் இப்பிரச்சினையின் நிதியாதாரம் பற்றிய விபரத்தைக் கருத்தில் கொள்ளவேயில்லை என்பதறிந்து நான் வருத்தப்படுகிறேன். இத்திட்டத்தை வெற்றிகரமாக நிறைவேற்றுவதற்குப் போதிய பணம் இருக்கிறதா என்று பார்ப்பது இப்பேரவையின் ஒவ்வொரு உறுப்பினரின் கடமையாகும். ஒரு சில உறைவிட வசதியுடன் இயங்கும் இணைக்கப்பட்ட கல்லூரிகளின் தேர்வுகளை நடத்தும் பல்கலைக்கழகம் எனும் நிலையை மாற்றி சென்னையிலுள்ள கல்லூரிகள் அனைத்தையும் தமதாக்கிக்கொண்டு முழு உறைவிட வசதியுடன் கல்வி புகட்டும் பல்கலைக்கழகமாக மாறுவதற்குத் தேவையான விடுதிகள், சோதனைக் கூடங்கள், பேராசிரியர்களுக்கான குடியிருப்புகள், பல்கலைக் கழகப் பேராசிரியர்களுக்குரிய ஊதியம், தொழில்நுட்பக் கல்வி நிலையங்கள் ஆகியவற்றை நிர்மாணிப்பதற்குத் தேவையான நிதி எங்கிருந்து வரும்?

இது தொடர்பாக என் மனத்தில் எழும் ஒரு ஐயப்பாட்டினை இப்பொறுப்பு வகிக்கும் மாண்புமிகு அமைச்சர் தெளிவுபடுத்துவார் என்று நான் நம்புகிறேன். அரசுக் கல்லூரிகள் சமயக் கல்வி எதையும் வழங்குவதில்லையெனினும் அவைகள் பொது நிதியிலிருந்து தாராளமாக உதவி பெற்றுக்கொள்ள அனுமதிக்கப்படுகின்றன. ஆனால் மற்ற கல்லூரிகளோ இங்கிலாந்து, ஸ்காட்லாந்து, அமெரிக்கா போன்ற நாடுகளிலுள்ள சமயஞ் சார்ந்த அமைப்புகளிடமிருந்து பேரளவிலான உதவியைப் பெறுகின்றன. சமய நம்பிக்கை கொண்ட இந்திய அறக்கட்டளைகள் அல்லது தனி நபர்களிடமிருந்து அவர்கள் பெறும் உதவியைப் பற்றிச் சொல்லத் தேவையில்லை. இக்கல்லூரிகள் புதிதாக வடிவமைக்கப்படும் பல்கலைக்கழகத்தின் அங்கங்களாக மாறும்போதும் இத்தகு அமைப்புகளும் தனி நபர்களும்

இக்கல்லூரிகளில் ஏதேனும் ஒன்றனுக்குத் தொடர்ந்து உதவுவார்கள் என்னும் நம்பிக்கையை மாண்புமிகு அமைச்சர் கொண்டுள்ளாரா? இத்தகைய கல்லூரிகள் இந்தியாவின் அறநெறி சார்ந்ததும் ஆன்மிகஞ் சார்ந்ததுமான பண்பாட்டினைப் பேணி வளர்ப்பதில் தங்களின் பங்களிப்பைத் தருவதற்கு அமைச்சர் என்ன ஏற்பாடுகளைச் செய்யவிருக்கிறார்? இதற்கான வேண்டுகோள் எதுவுமே இல்லாமல் இணைவுபெற்றுள்ள கல்லூரிகளோ அல்லது பல்கலைக்கழகமோ மக்களிடமிருந்து நிதியுதவி பெறமுடியுமென்ற இச்சட்ட முன்வரைவினைச் சிந்தித்து சட்டப்பேரவை முன் கொண்டுவந்துள்ள மாண்புமிகு அமைச்சர் எண்ணுகிறாரா?

பல்கலைக்கழகம் மக்களின் மதிப்பைப் பெறுவதில் வெற்றிபெறும்போதோ அல்லது மக்களின் மனத்திறன்களைக் கையகப்படுத்தும்போதோ அல்லது மக்களுடைய உயர்வான உள்ளுணர்வுகளைக் கவர்ந்திழுக்கும்போதோ உறுப்பினர் நிலையோ அல்லது ஆயுட்கால உறுப்பினர் நிலையோ வழங்குதல் மக்களை வசீகரிக்கும் என்பதை என்னால் புரிந்துகொள்ள முடிகிறது. பல்கலைக்கழகத்திற்காகவோ அல்லது வேறெந்த நியாயமான நோக்கத்துக்காகவோ கொடுப்பதற்குரிய பணம் தங்களிடம் இருக்கிறவர்களுக்குப் பல்கலைக்கழகத்தின் உறுப்பினர்களாகவோ அல்லது ஆயுட்கால உறுப்பினர்களாகவோ இருக்கும் ஒரே தகுதியை உடையவர்களின் மமதை உணர்வைக் கவர்ந்திடுவதில் இப்பல்கலைக் கழகம் எத்தகைய கவர்ச்சியைக் கொண்டிருக்கும்? கடந்த கால அனுபவத்தை வைத்துப் பார்க்கும்போது பல்கலைக் கழகத்துக்குரிய நன்கொடையைப் பெற்றிட முடியுமென்பதில் அமைச்சர் கொண்டுள்ள நம்பிக்கை நியாயமானதல்லவென்றே நான் அஞ்சுகிறேன். பல்கலைக்கழகத்துக்குத் தேவையான பணம் முழுவதும் அரசாங்கத்திடமிருந்தே வர வேண்டியதிருக்கும் அல்லது வேறுவகையில் சொல்ல வேண்டுமானால் இணைக்கப்பட்ட கல்லூரிகளடங்கிய சென்னை நகரப் பல்கலைக்கழகம் எனும் உயர்கல்வி வழங்கிடும் வெள்ளை யானையைப் பராமரிக்கும் சுமையை அரசாங்கமே ஏற்க வேண்டியதிருக்கும்.

நிரம்பி வழியும் கருவூலத்தைக் காண்பதற்கான வாய்ப்புகளும் வெகு விரைவில் தோன்றாத ஒரு காலகட்டம் இது. கல்விக்கென்று போதிய பணம் செலவிடத்தக்கதொரு நிலை அரசாங்கத்தில் ஏற்பட்டாலும்கூட எந்தத் துறைக் கல்வி அரசாங்கத்தின் உதவியைப் பேரளவிலும் உடனடியாகவும் பெறத்தக்கது? உயர்கல்வியா? அல்லது தொழிற்பயிற்சியுடன் கூடிய இடைநிலைக் கல்வியா? அல்லது ஆரம்பக் கல்வியா? பொது நிதியிலிருந்து நடத்தப்பட வேண்டிய அளவில் அரசியல் ரீதியாகவும் மக்களாட்சி முறையினடிப்படையிலும் முக்கியத்துவம் பெறுவதில் முன்னுரிமை பெறத்தக்கது எவ்வகைக் கல்வி? ஞானமும் நீதியுணர்வும் கொண்ட அரசியல் தலைவர்களால் பொது நிதியிலிருந்து உதவி பெறத்தக்க கல்விப் பிரிவு முதலாவது அனைவருக்கும் கட்டாயமாக வழங்கப்பட வேண்டியது ஆரம்பக் கல்வியே என்பதும் அதற்கு அடுத்தப்படியாக மட்டுமே இடைநிலைக் கல்வி முக்கியத்துவம் பெறவேண்டும் என்பதும் கடைசியாக மாத்திரமே பல்கலைக்கழக கல்வி இடம்பெற வேண்டியது. உயர்கல்விக்குத் தேவையான மானியக் கோரிக்கைகள் ஆரம்பக் கல்விக்கும் இடைநிலை கல்விக்கும் தேவையான மானியக் கோரிக்கைகளுடன் போட்டியிடும் நிலை ஏற்படக்கூடாது என்று கூறுவது எளிது. ஆனால் நம்முடைய ஆசைகளுக்கும் இலட்சியங்களுக்கும் எதிராக அசுரத்தனமாகப் போராடும் கணக்கு எனும் உலகில்தான் நாம் நம்முடைய குறைபாடுள்ள வள ஆதாரங்களுடன் வாழுகிறோம். உயர் கல்விக்கு நாம் பெருந்தொகையைச் செலவு செய்தால் ஆரம்ப கல்விக்கும் இடைநிலைக் கல்விக்கும் மிகச் சிறிதளவு தொகையே மிஞ்சும். உயர்கல்வியின் ஒவ்வொரு பிரிவுமே பெருஞ்செலவினத்தை ஏற்படுத்தவல்லது. ஒரு ஆய்வுக் கூடத்தை நிறுவுவதற்கான நிதியைக் கொண்டு ஏழை எளிய மக்கள் கல்வி பெறுவதற்கு 100 ஆரம்பப் பள்ளி நிறுவி அவற்றை நிர்வகிக்கவும் முடியும்.

இதையெல்லாம் சொல்லத் தேவையில்லை. ஆரம்பக் கல்வியைச் சீர்திருத்தி விரிவுபடுத்துவதில் நாம் செய்ய வேண்டியவை பல உண்டு. ஆரம்பப் பள்ளி ஆசிரியர்களின் நிலையும் சம்பளமும் சீரமைக்கப்பட

வேண்டும். என்னுடைய நண்பரும் மாண்புமிகு உறுப்பினருமான திரு.பாத்ரோ ஆரம்பப்பள்ளி ஆசிரியர்களின் சம்பளம் உயர்த்தப்பட்டுள்ளது என்று கூறினார். அன்னாருக்குத் தெரியுமோ என்னவோ! அவருடைய தபேதார் (Duffadar) ஆரம்பப் பள்ளி ஆசிரியரைவிட அதிகமான சம்பளம் பெறுகிறார். ஆரம்பக் கல்விக்காக நான் வாதாடுவது நிதி சார்ந்த காரணங்களுக்காக மாத்திரமன்று. பல்கலைக்கழகக் கல்வி மக்களிடையே மிகச் சிறந்த பலன்களை ஏற்படுத்த வேண்டுமானால் அனைவருக்கும் பொதுவான ஆரம்பக் கல்வியெனும் அடிப்படை பலமாக அமைய வேண்டும். ஒரு சில நகராட்சிகள் மட்டும் அங்கொன்றும் இங்கொன்றுமாக கட்டாய ஆரம்பக்கல்வியை அறிமுகப்படுத்துவது மட்டும் போதாது. அல்லது இன்றைய கல்வி அமைச்சர் பல்கலைக்கழகக் கல்வி மீது காட்டும் அதே அளவிலான அல்லது அதற்கும் மேலான ஆர்வத்தை ஆரம்பக் கல்வி மீதும் காட்டுவதால் நிலைமை சீரடையாது. மாண்புமிகு பாத்ரோ எக்காலத்திலும் கல்வி அமைச்சராக இருக்கப் போவதில்லை. அல்லது அவர் இன்றுள்ள கல்வி அமைச்சரைப் போலவே எக்காலத்திலும் இருக்கப் போவதுமில்லை. இன்றைய தேவையாதெனில் பொது நிதியிலிருந்து பெருந்தொகை பல்கலைக்கழகக் கல்விக்குச் செலவிடப்படுவது நியாயப்படுத்தப்படும் முன்போ அல்லது அக்கல்வி பரந்த அளவில் மக்களுக்குப் பயன்தருமளவுக்கு வளரும் முன்போ ஒரு தலைமுறை அல்லது 25 ஆண்டு காலமாவது தென்னிந்தியாவின் பலதரப்பட்ட சமூகங்களுக்கிடையேயும் ஆரம்பக் கல்வியின் நன்மைகள் பரவிட வேண்டும்.

ஆரம்பக்கல்வி ஆசிரியர்கள் மற்றும் மேற்பார்வை அதிகாரிகளின் சம்பளங்கள் குறைக்கப்படுவதும் பள்ளிகளுக்கும் கல்லூரிகளுக்கும் வழங்கப்படும் மானியங்கள் குறைக்கப்படுவதும் அன்றாட நிகழ்வுகளாகிக் கொண்டுவரும் சூழ்நிலையில் பல்கலைக்கழகச் சீரமைப்புக்காகப் பெருமளவில் திட்டமிடுவதில் புதிய செலவினங்களைச் செய்தல் தவறான காரியத்தில் எழுச்சியுடன் செயல்படுவதாக எனக்குத் தோன்றுகிறது. பல்கலைக்கழகக் கல்வி மீது கல்வி அமைச்சர் காட்டிவரும் எழுச்சிமிக்க

உற்சாகத்தில் பாதியளவாவது ஆரம்பக் கல்விக்கும் இடைநிலைக் கல்விக்கும் நிதியுதவி செய்வதில் காட்டினாரென்றால் கட்டாய ஆரம்பக்கல்வி தொடர்ச்சியாகவும் ஊக்கத்துடனும் செயல்படுத்தப்படுவதில் தங்கள் நலன்கள் பின்னிப் பிணைந்துள்ள ஒடுக்கப்பட்ட இனத்தவர் உள்ளிட்ட கணக்கற்ற மக்களின் காலத்தால் அழியாத நன்றியை அவர் பெறுவார். என்னுடைய இனத்து மக்களின் நல்வாழ்வில் அதிக ஆர்வம் கொண்டவராய் மாண்புமிகு கல்வி அமைச்சர் அவரது அமைச்சரவை சகாக்களைக் காட்டிலும் இருப்பதை நான் மறந்துவிடவில்லை. மாண்புமிகு வெங்கட ரெட்டி நாயுடு என் இனத்தவர் மீது காட்டும் பரிவு மரக்காலின் கீழே ஒளித்து வைக்கப்பட்ட விளக்கு போன்றது. பனகல் அரசரைப் பொறுத்தமட்டிலும் அவருடைய புகழ் வீடுகளின் கூரைகள் மீதிருந்தும் மலையுச்சிகளில் மீதிருந்தும் மலபார் தொடங்கி வேலூர் வரை சென்ற இராஜகோஷ்ட பயணத்திலும் பாடப்பெற்றுள்ளமையால் நான் அவரது புகழை இப்போது பாடத் தேவையில்லை.

தனிப்பட்ட முறையில் நான் கொண்டுள்ள நன்றியுணர்வு மற்றும் நன்மதிப்பு ஆகியவற்றின் அடிப்படையில் எனது வாக்கு (ஆதரவு) விழ வேண்டுமென்றால் நான் நிச்சயமாக திரு. பாத்ரோவின் சட்டமுன்வரைவுக்கு ஆதரவாகவே வாக்களிக்க வேண்டும். ஆனால் நான் என்னுடைய இன மக்களுக்குக் கடன்பட்டவன். அவர்களின் உடனடி முன்னேற்றமும் பிற்கால முன்னேற்றமும் ஆரம்பக் கல்வியும் பிணைந்துள்ளதைக் காணும் நான் அவர்களுடைய தேவைகளுக்கேற்ற கல்விக்காகச் செலவிடப்பட வேண்டிய நிதியை வேறு காரியத்திற்காகத் திருப்பிவிட்டு என்னுடைய மக்களின் கல்வி நலன்களை ஒதுக்கி வைப்பதற்கு வழிசெய்யும் சட்ட முன்வரவை எப்படி ஆதரிக்க முடியும்?

இச்சட்ட முன்வரைவின் அறிமுகமானது தற்போது ஆட்சியிலுள்ள கட்சியின் ஆரம்பக்காலக் கொள்கைக்கு விரோதமானதென்றும் ஆரம்பகால நடைமுறைகளிலிருந்து விலகிச் செல்லும் முறையென்றும் பார்க்காமல் என்னால் இருக்கவியலாது.

பிராமணர் அல்லாதாரின் கட்சியின் தனிப்பட்ட கொள்கையைத் தெளிவுபடுத்தும் வகையில் டாக்டர் நாயர் செய்த முதல் காரியங்களில் ஒன்று 'கல்வி கொள்கையின் சமூக அநீதிகள்' எனும் தலைப்பிட்டு ஜஸ்டிஸ் (Justice) பத்திரிகையில் தொடர் கட்டுரைகள் எழுதியது ஆகும். அக்கட்டுரைகளில் மிகச் சிறிய அளவிலான மக்களே பயன்பெறும் உயர்கல்விக்கென்று மிகப் பெரிய தொகை செலவிடப்படுகிறதென்றும் இடைநிலைக் கல்விக்காகச் செலவிடப்படும் தொகை நாட்டின் தேவைகளுக்கு முற்றிலும் போதுமானதல்லவென்றும் ஆரம்பக் கல்விக்காகச் செலவிடப்படும் தொகை அற்பமானதாயும் குறைவானதாயும் உள்ளதென்றும் கஞ்சத்தனமாயும் பிச்சைக்காரத்தனமாயும் உள்ளதென்று சொல்லத் தேவையேயில்லை என்றும் குறிப்பிட்டிருந்தார்கள்.

பின்னர் 1921இல் நிதிநிலை அறிக்கை மீதான விவாதம் நடைபெற்றபோது இப்பேரவையில் அமைச்சர்களின் பிரிவைச் சேர்ந்தவர்கள் இப்பேரவையின் பிற பிரிவினரிடமிருந்து எவ்வகையில் அவர்களது கொள்கை மாறுபட்டது என்பதை விளக்கிடக் கோரப்பட்ட வேளையில் மாண்புமிகு வளர்ச்சித்துறை அமைச்சர் மிடுக்குடன் எழுந்து நின்று தம்முடைய எதிர்ப்பாளர்களெல்லாரும் பல்கலைக்கழகக் கல்விக்கான கோரிக்கையை வெகுவாக வலியுறுத்தி வரும்போது தாமும் தம்முடைய பின்னடியார்களுமோவெனில் மிகப் பெருவாரியான மக்களுக்கு நன்மை தரும் ஆரம்பக் கல்வி மீது அதிக அழுத்தத்தை வெளிப்படுத்தினர் என்று முழங்கினார். இது நடந்தது எப்போது? கட்சி தனது மக்களாட்சி முறையை மறவாமலிருந்த காலமாகிய இரண்டாண்டு காலத்திற்கு முன்னர். இந்த இடைக்காலத்தில் என்ன நடந்ததென்பது எனக்கு தெரியாது. தவறாகச் செயல்படாத ஒரு பல்கலைக் கழகத்தைச் சீரமைக்க வேண்டியதன் தேவையென்னவென்பது எனக்கும் தெரியவில்லை.

எனக்குத் தெரிந்ததெல்லாம் இது ஒன்றுதான். ஒடுக்கப்பட்ட இனத்தவரைத் தங்கள் காலடிகளில் போட்டு மிதிக்கும் செல்வந்தர்கள் மற்றும் கனவான்களின் கீழ் அம்மக்களை வைப்பதில்

வெற்றிபெற்ற ஆளுங்கட்சியினர், ஒடுக்கப்பட்ட இனத்தவரின் ரத்தத்தை ஒரு தரம் ருசிபார்த்த பிறகு இப்பொழுது அதிக ரத்தத்திற்கு ஆசைப்படுகிறார்கள். ஏற்கெனவே ஒடுக்கப்பட்ட இனத்தவரின் பொருளாதார, சமூக முன்னேற்றம் உள்ளூர்த் தலைவர்களின் இரக்கத்தையும் மாவட்ட ஆட்சித் தலைவரின் கருணையையும் சார்ந்ததாக மாற்றப்பட்டுவிட்டது. இப்போது கீழ்த்தட்டு மக்கள் மற்றும் மத்தியதர வகுப்பில் அடிமட்டத்தில் உள்ள மக்களின் நலன்களைக் காவு கொடுத்துவிட்டு உயர்வகுப்பு மக்களுக்கும் மத்திய தர வகுப்பில் உயர்மட்ட மக்களுக்கும் நன்மை தரும் திட்டத்தின் மூலம் ஒடுக்கப்பட்ட மக்களின் மனவளர்ச்சியையும் கல்விசார்ந்த முன்னேற்றத்தையும் முடக்கிப்போடும் திட்டத்தைக் கொண்டுவரத் துடிக்கிறார்கள்.

இந்நடவடிக்கை குழு ஆட்சிமுறையை (Oligarchy) நோக்கி எடுத்து வைக்கப்படும் அடியென்றும் இம்மாநிலத்தில் உருவாக வேண்டிய மக்களாட்சி முறையை விட்டு விலகும் முயற்சியென்றும் பார்க்காமலிருக்க என்னால் இயலாது. இப்போதுள்ள நடைமுறையைப் பார்த்தால் அரசுப் பணிகளை இந்தியமயமாக்குதல் என்பது சாதிய உணர்வுள்ள தலைவர்களின் நண்பர்களையும் பின்னடியார்களையும் அதிகமதிகமான பதவிகளில் அமர்த்துவதும் வெகுஜன அபிப்பிராயம் எனும் போர்வையில் ஒடுக்கப்பட்ட இனத்தவரைப் பள்ளிக்கூடங்களிலிருந்து விலக்கி வைப்பதும் என்றாகிவிட்டது. ஆரம்பக் கல்விக்காகச் செலவு செய்யப்படக்கூடிய நிதி பல்கலைக்கழகச் சீரமைப்புக்காகச் செலவு செய்யப்படும் வேளையில் பிராமணரல்லாதார் இயக்கம் ஒரு குழு இயக்கமாகவும் மக்களாட்சி முறைக்கெதிரான இயக்கமாகவும் மாற்றுருவாக்கம் பெறும் நிலை முற்றுப்பெற்றுவிடும்.

அளவிடமுடியாத வகையில் என்னுடைய மக்களுக்காக நான் கவலைப்படுகிறபோதிலும் முடிவுரையாக நான் சொல்ல விரும்புவது யாதெனில் இவையாவுமே சீர்திருத்தத் திட்டம் (மாண்டேகு செம்ஸ்போர்டு சீர்திருத்தம்) முதலில் வெளியிடப்பட்டபோது நாங்கள் கொண்டிருந்த அச்சங்கள் இன்று உண்மைகளாகிவிட்டிருக்கின்றன.

கல்வி எனும் பொருள் பற்றி (1908) கூறப்பட்ட தீர்க்கதரிசன வார்த்தைகளைச் சற்றுக் கவனித்துக் கேளுங்கள். மாண்டேகு செம்ஸ்போர்டு அறிக்கை பற்றிய கருத்துகளைக் கூறுமாறு பணிக்கப்பட்டபோது ஆதிதிராவிட ஜனசபையின் தலைவராயிருந்த திரு. பி.வி.சுப்ரமணிய பிள்ளை கூறியதாவது:

'இப்பொழுது நிலவி வரும் பொதுஜன அபிப்பிராயம், சமூக மற்றும் சன்மார்க்க வளர்ச்சியின் தற்போதைய நிலை, சமூகங்களுக்கிடையேயுள்ள உறவுகளைக் கட்டுப்படுத்தும் சிந்தனைகள் மற்றும் இந்நாட்டில் உருவாகவிருக்கும் இரட்டை ஆட்சிமுறையை நாங்கள் வெறுக்கிறோம். எனவே நிர்வாகத்தின் எந்தத் துறையுமே மக்கள் பிரதிநிதிகளின் கைகளுக்கு மாற்றப்படுவதை நாங்கள் எதிர்க்கிறோம். குறிப்பாக, கல்வி. அமைச்சர்களின் பொறுப்பில் விடப்படுவதை நாங்கள் எதிர்க்கிறோம். அவ்வாறு நேரிடும்போது அமைச்சர்கள் தாங்கள் சார்ந்துள்ள குறிப்பிட்ட இனத்தின் நலன்களையே நாடுவர். எங்களை அவர்கள் புறக்கணிப்பார்கள். அல்லது எந்நாளுமே அவர்களை எங்களுடைய எஜமான்களாகவே பார்க்கும் வகையில் எங்களைப் பயிற்றுவிப்பார்கள்!'

இவ்வாறு அவர் பேசியது 1918 இல். இப்போது நாம் 1922ஆம் ஆண்டு நவம்பர் மாதத்தில் இருக்கிறோம்.'

இவ்வாறு எம்.சி.ராஜா பேசினார். எம்.சி.ராஜா ஆரம்ப காலத்திலிருந்தே ஆசிரியர் பணியில் இருந்து வந்ததால் கல்வியின் அவசியம் அவருக்குத் தெரிந்திருந்தது. அதிலும் அவர் ஆரம்பக் கல்விக்கு அதிக முக்கியத்துவம் கொடுத்து வந்தார். காரணம், அப்போதைய சூழ்நிலை. தாழ்த்தப்பட்ட இன மக்கள் அதிகமாக படித்திருக்கவில்லை. காரணம் கட்டாய ஆரம்பக் கல்வி செயல்படுத்தப்படவில்லை.

மேலும் எம்.சி.ராஜா நீதிக்கட்சி ஆரம்பத்தில் என்ன நோக்கத்தைக் கொண்டிருந்தது என்றும் அது எவ்வாறு தன் பாதையை வெகு விரைவில் மாற்றிக்கொண்டுவிட்டது என்றும் பட்டவர்த்தனமாக பேசினார். ஆளும்கட்சி கொண்டுவந்த சட்டமுன்வரைவை எம்.சி.ராஜா தன் மக்களுக்காக எதிர்த்து பேசியது அன்று பேசுபொருளாகவே மாறியது.

எம்.சி.ராஜா தொடர்ந்து தம் சமுதாய மக்களுக்காகப் பொதுவெளியிலும் சட்டசபையிலும் குரல் கொடுத்து வந்தார். 'ஒடுக்கப்பட்ட இனத்தவரின் நலனைப் பாதுகாப்பது எனது பிறப்புரிமை' என்று சட்டசபையில் அறிவித்துக் களப்பணி ஆற்றிவந்தார். அவரின் அளப்பரிய தொண்டுக்காக பிரிட்டிஷ் அரசாங்கம் அவரைக் கௌரவப்படுத்த நினைத்தது. 1922 டிசம்பர் 15ம் நாள் பச்சையப்பன் மண்டபத்தில் கூடிய தர்பாரில் எம். சி.ராஜாவுக்கு 'ராவ் பகதூர்' பட்டத்தினை அளித்துக் கௌரவித்தது. அப்போது சென்னை மாவட்ட ஆட்சித் தலைவராக இருந்த திரு.ஏ.ஆர்.காக்ஸ், ஐ.சி.எஸ். எம்.சி.ராஜாவைக் குறித்துப் பேசினார்:

'நீங்கள் மிகப் பிரசித்திபெற்ற மனிதர். ஆகையால் தங்களைப் பற்றி அதிகமாகக் கூறுவது அவசியமற்றது. நீங்கள் சார்ந்துள்ள ஆதிதிராவிடர் இனத்துக்காகத் தாங்கள் ஆற்றிய பணிக்காகவும், அவ்வின மக்களால் மிகச் சரியாகவே மதிக்கப்பட்டிருப்பதாலும் இப்பட்டத்தை நீங்கள் பெற்றுள்ளீர்கள் என்பதில் ஐயமேதும் இல்லை. தொழிலாளர்களின் போராட்டங்களின்போது வன்முறையில் ஈடுபடாதவாறு அவர்களைத் தடுப்பதிலும், சட்டத்தை மீறுகிறவர்களிடமிருந்து அவர்களைப் பாதுகாப்பதிலும் நீங்கள் உன்னதமான பணியாற்றினீர்கள்.

மாண்புமிகு வெளிவிவகாரத்துறைச் செயலாளரையும் மேதகு வைஸ்ராயையும் சந்தித்த தூதுக்குழுவில் உங்களுடைய சமூகத்தின் பிரதிநிதியாகக் கலந்துகொண்டீர்கள். சட்டமன்றத்தினுள் நுழைந்த முதல் ஆதிதிராவிடர் தாங்களே. ஒடுக்கப்பட்ட மக்கள், ஏழைகள் ஆகியோரின் நலன் எப்போதும் உங்கள் இதயத்தில் நிறைந்திருக்கும்.

தங்களது தாத்தா இந்திய ராணுவ வீரர் என்று அறியலானேன். போர்க் காலங்களில் அவர் காட்டிய தீரமும் பொறுமையும் சமாதானமான காலங்களில் உங்களிடம் வெளிப்பட்டிருக்கின்றன. தாங்கள் ஆற்றிய பொதுத்தொண்டு பற்றி அரசு நன்கு அறிந்துள்ளபடியால் இப்பட்டத்தைத் தங்களுக்குச் சூட்டியுள்ளது.'

1923

சட்டசபையில் தொடர்ந்து ஆதிதிராவிடர்கள் மற்றும் பிராமணரல்லாத இந்துக்கள் அனைவருக்குமாகக் குரல்கொடுத்து வந்தார் எம்.சி.ராஜா. 1923 ஜனவரி-பிப்ரவரியில் நடந்த சட்டசபையில் எம்.சி.ராஜா, நாகப்பட்டினம் தாலுகா, சிதம்பரம் தாலுகா, செங்கல்பட்டு தாலுகா, கோயம்புத்தூர் தாலுகா, ஆற்காடு மாவட்ட தாலுகா, கடலூர் தாலுகா, திருவண்ணாமலை தாலுகா போர்டுகளில் எவ்வளவு ஆதிதிராவிடர்கள் மற்றும் பிராமணரல்லாதவர்கள் பிரதிநிதிகளாக இருக்கிறார்கள் என்று தொடர்ந்து கேள்வி கேட்டு வந்தார். பல தாலுகாக்களில் ஆதிதிராவிடர்களின் பிரதிநிதிகள் இல்லை என்றே பதில் வந்தது. அதாவது நீதிக்கட்சி ஆட்சிக்கு வந்து இரண்டாண்டுகள் ஆகியும்கூட பல தாலுகாக்களில் ஆதிதிராவிடர்களுக்கான பிரதிநிதிகள் தேர்ந்தெடுக்கப்படவில்லை. தாலுகா உறுப்பினர்கள் மாவட்ட வாரியத்தின் தலைவரால் நியமிக்கப்படுகிறார்கள். பெரும்பாலும் மாவட்ட வாரியத்தின் தலைவர்கள் நீதிக்கட்சியைச் சார்ந்தவர்களே. ஆனாலும் ஆதிதிராவிடர்கள் உறுப்பினர்களாகப் பல தாலுகாக்களில் நியமிக்கப்படவில்லை.

27-2-1923 அன்று சட்டசபையில் எம்.சி.ராஜா முக்கியமான ஒரு கேள்வியை முன்வைத்தார். எம்.சி.ராஜா, '1923ம் ஆண்டு ஜனவரி 20ம் தேதி நடைபெற்ற மெட்ராஸ் லெஜிஸ்லேட்டிவ் கவுன்சிலின் நிலையான நிதிக் குழுவின் 1922-23க்கான இருபத்தியோராம் கூட்டத்தின் நடவடிக்கைகளின்

உருப்படி எண்.15ன்படி, ஆதிதிராவிட மற்றும் பிற தாழ்த்தப்பட்ட வகுப்பைச் சேர்ந்த மாணவர்களுக்கு மதிய உணவு வழங்குவது தொடர்பான திட்டத்தைப் பற்றி மாண்புமிகு கல்வி அமைச்சர் அறிவிப்பாரா?' என்ற கேள்வியை முன்வைத்தார். அதற்கு நீதிக்கட்சியைச் சார்ந்த கல்வி அமைச்சர், 'ஆதிதிராவிட மற்றும் பிற தாழ்த்தப்பட்ட வகுப்பைச் சேர்ந்த மாணவர்களுக்கு மதிய உணவு வழங்குவது தொடர்பான திட்டவட்டமான திட்டம் எதுவும் இதுவரை வரையப்படவில்லை. இந்த முன்மொழிவைப் பொதுக்கல்வி இயக்குநர் ஆய்வுசெய்தார்' என்று பதிலளித்தார்.

மதிய உணவுத் திட்டத்தைப் பற்றி திராவிடர் கழகத்தைச் சார்ந்த 'விடுதலை' இதழ் *(27-5-2022)* தலையங்கத்தில், '1920ஆம் ஆண்டில் நீதிக்கட்சி ஆட்சியில் இருந்தபோதுதான் மதிய உணவுத் திட்டம் முதன்முறையாகக் கொண்டுவரப்பட்டது. சென்னை மாநகராட்சி கவுன்சிலின் அனுமதியுடன் முதற்கட்டமாக சென்னை ஆயிரம் விளக்கில் உள்ள மாநகராட்சிப் பள்ளியில் இந்தத் திட்டம் அமல்படுத்தப்பட்டது. இந்தத் திட்டத்தை ஓரப்பாளையம், மீர்சாகிப் பேட்டை, சேத்துப்பட்டு என்று மெல்ல மெல்ல விரிவுபடுத்தியது நீதிக்கட்சி அரசு. அதன் பலனாகப் பள்ளிக்கு வரும் ஒடுக்கப்பட்ட வகுப்பைச் சேர்ந்த மாணவர்களின் எண்ணிக்கை கணிசமாக உயர்ந்தது... 1 ஏப்ரல் 1925இல் மதிய உணவுத் திட்டம் நிறுத்தப்பட்டது' என்று குறிப்பிடப்பட்டுள்ளது.

ஆனால் 1923ல் நீதிக்கட்சியின் கல்வி அமைச்சர் 'தாழ்த்தப்பட்ட மாணவர்களுக்கு மதிய உணவு வழங்குவது தொடர்பான திட்டவட்டமான திட்டம் எதுவும் இதுவரை வரையப்படவில்லை' என்று பதில் அளித்திருக்கிறார். விடுதலை இதழ் குறிப்பிட்டது உண்மையா என்பதை மேலும் ஆய்வுசெய்து வாசகர்கள் தெரிந்துகொள்ளலாம்.

●

டாக்டர் அம்பேத்கர் ஜூலை 1920ல் தன் கல்வியைத் தொடர்வதற்காக லண்டன் சென்றார். இதற்கு முன் டாக்டர் அம்பேத்கர் சௌத்பாரோ குழுவிடம் *(1919)* வாக்குரிமை குறித்துத் தன் கருத்துகளைத் தெரிவித்திருந்தார். 1920ல் 'மூக்நாயக்' என்ற வார இதழைத் தொடங்கி, தாழ்த்தப்பட்ட மக்களுக்காகக் குரல் கொடுத்து வந்தார்.

1920ல் கோல்ஹாப்பூர் சிற்றரசில் மன்கோன் என்ற ஊரில் நடைபெற்ற மாநாட்டிற்கு டாக்டர் அம்பேத்கர் தலைமை ஏற்றார். அதே வருடம் நாகபுரியில் நடைபெற்ற அனைத்திந்திய தீண்டப்படாத வகுப்பினரின் முதலாவது மாநாட்டில் கலந்துகொண்டிருந்தார். ஜூலை 1920ல் லண்டனுக்குச் சென்ற டாக்டர் அம்பேத்கர் 1923 ஏப்ரலில்தான் லண்டனிலிருந்து இந்தியாவிற்குத் திரும்பினார். டாக்டர் அம்பேத்கர் வெளிநாடு சென்றாலும் அவருடைய பணியின் வீச்சு எல்லோருக்கும் தெரிந்துகொண்டிருந்தது.

1919ல் காங்கிரஸில் சேர்ந்தார் ஈ.வெ.ராமசாமி நாயக்கர். வருடாவருடம் நடக்கும் காங்கிரஸ் மாநாட்டில் கலந்துகொண்டார். 1923வரை தாழ்த்தப்பட்ட மக்களுக்காகச் செய்த செயல்கள் என்று குறிப்பிடும்படியான செய்திகள் ஏதும் இல்லை.

நீதிக்கட்சியின் முதலாவது ஆட்சி 1920லிருந்து 1923வரை நடைபெற்று முடிவடைந்தது. சென்னை மாகாணத்திற்கு இரண்டாவது பொதுத்தேர்தல் 31-10-1923 அன்று நடைபெற்றது. பெரும்பான்மையாக நீதிக்கட்சி வெற்றிபெற்றது. ஆனால் முதல் பொதுத்தேர்தலைவிட குறைவான இடங்களையே பெற்றது. காரணம் பலவாக இருந்தாலும் தாழ்த்தப்பட்டவர்களுக்கு நீதிக்கட்சியின்பால் ஏற்பட்ட அவநம்பிக்கையும் ஒரு காரணமாக அமைந்தது. நீதிக்கட்சியின் இரண்டாவது அமைச்சரவை 19-11-1923 அன்று பதவி ஏற்றுக்கொண்டது. இரண்டாவது அமைச்சரவையில் எம்.சி.ராஜா உறுப்பினராகப் பதவி ஏற்றுக்கொள்ளவில்லை.

1924

1924ம் ஆண்டு மேதகு ஆளுநர் வில்லிங்டன் பிரபு சென்னைப் பல்கலைக் கழகத்தின் ஆட்சிமன்றக் குழுவில் 30 பேரை நியமித்தார். அதில் எம்.சி.ராஜாவையும் உறுப்பினராக நியமித்தார். (University of Madras - The Calendar for 1924, Vol-I, p.33)

சட்டமன்றத்தில் உறுப்பினராக இல்லையென்றாலும் எம்.சி.ராஜா தொடர்ந்து ஆதிதிராவிட மக்களுக்காகப் பணியாற்றிக்கொண்டிருந்தார்.

கேரள மாநிலம் கோட்டயம் மாவட்டத்தில் வைக்கம் என்ற ஊரில் மகாதேவர் (சிவன்) கோவில் உள்ளது. அக்கோவிலைச் சுற்றியுள்ள தெருக்களில் தாழ்த்தப்பட்டவர்கள் யாரும் நடக்கக்கூடாது என்ற நடைமுறை பல்லாண்டு காலமாய் இருந்து வந்தது. அதை எதிர்த்து டி.கே.மாதவன் முதன்முதலில் போராட முடிவெடுத்து காந்தியடிகளிடம் உதவி கோரினார். காந்தியடிகளும் ஆதரவளித்தார். பின்பு அப்போராட்டம் கேரள காங்கிரஸ் கட்சி ஆதரவோடு 'தீண்டாமை விலக்குக் குழு' தலைமையில் நடத்த முடிவெடுக்கப்பட்டு ஆரம்பிக்கப்பட்டது.

காங்கிரஸ்காரரான டி.கே.மாதவன், கே.பி. கேசவமேனன் மற்றும் பல காங்கிரஸ்காரர்கள் போராட்டத்தை முன்னெடுத்தனர். 30-3-1924 அன்று சத்தியாகிரகம் ஆரம்பிக்கப்பட்டது. சத்தியாகிரகம் நடந்துவரும் சூழ்நிலையில் திரு.எம்.சி.ராஜா அவர்கள், சென்னை ஆதிதிராவிடர்களின் சார்பில் சத்தியாகிரகிகளுக்கு அனுதாபச் செய்தி அனுப்பினார். (The Indian Social Reformer, 12-4-1924, p.521) மேலும்

எம்.சி.ராஜா அவர்கள் வைக்கம் போராட்டத்தில் ஈடுபட்டுவரும் தொண்டர்களையும் தலைவர்களையும் வாழ்த்தித் தந்தி அனுப்பினார். அதில் 'தங்களுடைய (கே.பி.கேசவமேனனுடைய) அரிய முயற்சிகளை ஆதிதிராவிடர்கள் பெரிதும் பாராட்டுகிறார்கள். அநேக நூற்றாண்டுகளாகச் சாதி இந்துக்கள் என்று சொல்லிக்கொள்வோர் கொஞ்சமும் ஜீவகாருண்யம் இல்லாமல் கொடுமை இழைத்து வந்திருக்கிறார்கள். ஆகையால் தைரியமாகத் தாங்கள் மேற்போட்டுக் கொண்ட வேலையை நடத்திக்கொண்டு போங்கள். நமக்குள் ஒற்றுமை ஏற்படுகிறவரையில் ஸ்வராஜ்யத்தைப் பற்றிப் பேசுவது பயனற்ற வேலையாகும்' (சுதேசமித்திரன், 9 ஏப்ரல் 1924) என்று குறிப்பிட்டிருந்தார்.

மாகாண 'ஆதிஆந்திரா மகாஜன சபை' சார்பில் அதனுடைய தலைவர் திரு.தேவேந்திருடு அவர்கள் அப்போதைய பிரிட்டிஷ் கவர்னர் ஜெனரலாக இருந்தவருக்கு ஒரு வேண்டுகோள் விடுத்தார். அதில், 'ஆந்திரா தேசத்தின் தாழ்த்தப்பட்ட வகுப்பினர், மெட்ராஸ் பிரசிடென்சியின் பிற பகுதிகளைப் போலவே, தாழ்த்தப்பட்ட வகுப்பைச் சேர்ந்த யாரும் இந்திய சட்டமன்றம் அல்லது மாநில கவுன்சிலுக்கு இதுவரை நியமிக்கப்படவில்லை என்பதில் மிகவும் வருந்துகிறார்கள். நாட்டின் தற்போதைய அரசியல் வளர்ச்சிகள் மற்றும் ஏகாதிபத்தியச் சட்டமன்றங்களில் தாழ்த்தப்பட்ட வகுப்பினர் இல்லாதது அந்த வகுப்பினருக்குப் பெரும் பேரிழப்பாகும். திரு.கே.வி.சுவாமி ஆந்திரத் தேசத்தின் படித்த ஆதிஆந்திரத் தலைவர் மற்றும் ராவ் பகதூர் எம்.சி.ராஜா, எம்.எல்.சி.க்கு இணையாக நின்று பணிசெய்து வருபவர். தற்போது கோதாவரி மாவட்டக் கல்விக் குழுவின் நியமன உறுப்பினராகவும், கோதாவரி ஆதிஆந்திரா மகாஜன சபையின் தலைவராகவும் உள்ளார். சமூக சேவை செய்வதில் அவரின் ஈடுபாடு மிகவும் பாராட்டத்தக்கது. மெட்ராஸ் லெஜிஸ்லேட்டிவ் கவுன்சிலின் அனைத்து உறுப்பினர்களுக்கும், மாண்புமிகு சென்னை ஆளுநருக்கும்கூட அவர் நன்கு தெரிந்தவர். அவரது பொது வாழ்க்கை, ஆந்திரத் தேசத்திலும் வெளியிலும் பயனுள்ள சமூகப் பணிகளில் அவரது அற்புதமான பதிவுகள் ஆகியவை அவர் உண்மையில் என்ன என்பதற்கு வாழும் சாட்சிகள். தாழ்த்தப்பட்ட வகுப்பினரைத் தவிர, எங்கள் பகுதிகளைச் சேர்ந்த மக்கள் எங்கள் சமூகப் பயனாளியாக அவர் மீது முழு நம்பிக்கை வைத்துள்ளனர். எனவே, அவரை

விரைவில் சட்டமன்றம் அல்லது மாநிலங்களவைக்கு நியமனம் செய்யப் பணிவோடு வேண்டிக்கொள்கிறேன். மெட்ராஸ் லெஜிஸ்லேட்டிவ் கவுன்சிலின் அனைத்து எம்.எல்.சி.க்களும் கையொப்பமிட்ட சான்றுகளின் நகல்களை இத்துடன் அனுப்புகிறேன்' என்று எழுதியிருந்தார்.

1923லிருந்தே இந்தக் கோரிக்கை விடுக்கப்பட்டிருக்கிறது. பொதுவாகவே எம்.சி.ராஜா ஆதிதிராவிடர் என்று பொதுவாக அழைக்கப்பட்ட பறையர்களுக்கு மட்டுமே குரல் கொடுத்தார்; ஆதரித்தார் என்ற விமர்சனம் உண்டு. அது தவறு என்பதை அவருடைய சட்டமன்றக் கேள்விகளும் உரைகளும் நமக்குத் தெள்ளத் தெளிவாக உணர்த்தும். ஆந்திராவைச் சேர்ந்த கே.வி.ஸ்வாமி ஆதிஆந்திரா சமூகத்தைச் சேர்ந்தவர். அவரைச் சட்டமன்றத்தில் உறுப்பினராக்குவதற்குப் பரிந்துரை செய்து எம்.சி.ராஜா அவர்கள் பிரிட்டிஷ் அரசுக்கு 5-8-1923ல் ஒரு கடிதம் அனுப்பினார். அக்கடிதத்தில், 'திரு. கே.வி.ஸ்வாமியை எனக்குத் தனிப்பட்ட முறையில் நீண்ட காலமாக நன்கு தெரியும். அவர் ராஜமுந்திரியைச் சேர்ந்தவர். முன்னாள் ராஜமுந்திரி தாலுகா வாரியம் மற்றும் ராஜமுந்திரி முனிசிபல் கவுன்சில் உறுப்பினராக இருந்த திரு.கே.வெங்கடராமையாவின் சகோதரர் ஆவார். திரு.சுவாமி ஓர் ஆற்றல் மிக்க இளைஞராகவும், தாழ்த்தப்பட்ட வகுப்பினருக்குச் சேவை செய்வதில் எப்போதும் ஆர்வமுள்ளவராகவும் இருக்கிறார். ஆதிஆந்திரா தாழ்த்தப்பட்ட வகுப்பினரை உயர்த்துவதற்கு ஏதாவது திட்டம் அல்லது வேறு திட்டத்துடன் அவரை நான் எப்போதும் கண்டிருக்கிறேன். அரசாங்கத்தின் ஒவ்வொரு ஊக்கத்திற்கும் அவர் தகுதியானவர். அவருக்கு எல்லாம் வெற்றியடைய வாழ்த்துகிறேன்' என்று பெருமைப்பட எழுதிப் பரிந்துரை செய்தார். அதுபோலவே ஆர்.வீரையன்,M.L.C., சுந்தரமூர்த்தி,M.L.C., ரெட்டைமலை ஆர்.சீனிவாசன்,M.L.C., மதுரைபிள்ளை,M.L.C., எல்.சி.குருசாமி,M.L.C., ஜி.பிரேமய்யா,M.L.C., என்.தேவேந்திருடு,M.L.C. ஆகியோரும் கே.வி.ஸ்வாமிக்குப் பரிந்துரை செய்து 21-3-1924 அன்று கடிதம் அனுப்பினர்.

சென்னை ஆதிதிராவிட மகாஜன சபையின் சார்பாக 24-9-1924 அன்று சென்னை ஆளுநரை (கவர்னர்) எம். சி.ராஜாவின் தலைமையில் குழுவாகச் சென்று சந்தித்தனர். பின்பு எம்.சி.ராஜா தாழ்த்தப்பட்ட மக்களின்

உயர்வுக்கான கோரிக்கைகளை கவர்னரிடம் அளித்தார். அக்கோரிக்கைகள்:

1. உள்ளாட்சி சட்டமன்றத்தில் எங்கள் சமூகத்திற்கான பிரதிநிதித்துவம் தேர்வு அடிப்படையில் வழங்கப்பட வேண்டும் என்பதை முதற்கண் நாங்கள் தெளிவுபடுத்த விழைகிறோம். கீழ்க்கண்ட காரணங்களுக்காக நியமனக் கொள்கையை நாங்கள் முழுமையாக எதிர்க்கிறோம்:

(அ) நியமனம் மூலம் ஏற்படும் பிரதிநிதித்துவம் உண்மையான பிரதிநிதித்துவம் அல்ல. அது ஒரு கண்கட்டு மாய்மாலமே அன்றி உண்மையான பரிகாரமாகாது.

(ஆ) இன்றைய அரசோச்சும் அமைச்சுக் குழுவில் அமைச்சர் உட்பட இருக்கும் இந்திய உறுப்பினர்களின் குரல்களே இந்த நியமனத் தேர்வில் ஓங்கி நிற்கின்றன. எனவே அவ்வாறு நியமிக்கப்படுபவர்களின் நடைமுறைகளைத் தங்கள் செல்வாக்கால் அவர்கள் ஒரு கட்டுக்குள் வைத்திருக்கின்றனர். அரசாளும் அமைச்சுக் குழுவை அலங்கரிக்கும் இந்திய உறுப்பினர்களின் கருத்துகள், குறிப்பாக இந்த நியமனத் தேர்வுத்துறையை நிர்வகிக்கும் உறுப்பினரின் கொள்கைகள் எங்களுடைய அரசியல் அமைப்பின் கோட்பாடுகளுக்கும், ஆதிதிராவிட சமூகத்தின் உண்மையான நலன்களுக்கும் நேர் எதிரிடையானவையாகும். அவர்களால் தேர்ந்தெடுக்கப்படுகின்ற அத்தகையோர் தங்கள் நலன்களுக்காக ஆதிதிராவிட சமூகத்தின் நலன்களை விலைகூறும் பலவீனர்களாக இருப்பது தவிர்க்க முடியாததாகும்.

(இ) உள்ளாட்சி மன்றத்திற்கான எங்கள் சமூகத்தின் பிரதிநிதித்துவம் நியமனத் தேர்வினால் நிரப்பப்படுகின்ற இந்நடைமுறை மாற்றப்படும்வரை நியமனத் துறையின் பொறுப்பினை மாண்புமிகு ஆளுநர் (கவர்னர்) அவர்களே மேற்கொள்ள வேண்டும் என்றும், அங்ஙனம் நியமனத்தின்போது, அங்கீகரிக்கப் பெற்ற தாழ்த்தப்பட்ட சமூகத்தின் அரசியல் அமைப்பான சென்னை ஆதிதிராவிட மகாஜன சபையின் மேலான கருத்துகளைக் கேட்டறிய வேண்டுகிறோம்.

வாக்குரிமை போன்ற பல சீர்திருத்தங்களை உள்ளடக்கிய சீர்திருத்தச் சட்டம் மற்றும் ரௌலட் சட்டம் ஆகியவை இயற்றப்பெற்ற போதும் எங்கள் அமைப்பின் மேலான கருத்துகள் விழைந்து பெறப்பட்டிருக்கின்றன.

(ஈ) இம்மாநிலத்தில் இருக்கும் மொத்த மக்கட்தொகையான 42,794,115ல் (1921ல்) ஆதிதிராவிடர் 7,503,475 பேராக இருக்கிறோம். எங்களது முதன்மையான தொழில் வேளாண்மையே. தீட்டு, தீண்டாமை போன்ற சாதிக் கொடுமைகள் பலவற்றிற்கு ஆளாக்கப்பட்டு நாங்கள் அலைக்கழிக்கப்படுகிறோம். சமூக, பொருளாதார, கல்வி, அரசியல் துறைகளில் ஆதிதிராவிடரான நாங்கள் வெகுவாகப் பின்தள்ளப்பட்டு அல்லலுறுகின்றோம். இன்றைய நாளில் உள்ளாட்சிச் சட்டமன்றத்தில் ஐவரையே எங்கள் பிரதிநிதிகளாகப் பெற்றிருக்கிறோம். 2,865,285 எண்ணிக்கையே உள்ள முகமதியர்கள் தங்கள் பங்காக 13 இடங்களைச் சட்டமன்றத்தில் பெற்று இருக்கின்றனர். 1,380,672 மக்கட்தொகையைப் பெற்றிருக்கும் இந்தியக் கிறிஸ்தவர்கள் 8 பேர்களையும், 23,492 பேரே உள்ள ஆங்கிலோ இந்தியர்கள் 2 பேர்களையும் பெற்று இருக்கின்றனர். மக்கள் தொகையில் ஆறில் ஒரு பங்கு எண்ணிக்கைப் பலமும், இம்மாநிலத்தின் முக்கியத் தொழிலான வேளாண்மையில் ஈடுபாடு கொண்டும், பல ஆண்டுகளாய்ச் சொல்லொண்ணாத அநீதிகளுக்கு ஆளாக்கப்பட்டுமிருக்கும் நாங்கள் நிச்சயமாக நீதி, நியாய, உள்ளுணர்வின் அடிப்படையில் இப்பொழுது அளிக்கப்பட்டிருக்கும் பிரதிநிதித்துவத்தின் எண்ணிக்கையைவிட அதிகம் பெறத் தகுதியுடையவர்களாவோம்.

உள்ளாட்சிச் சட்டமன்றத்தில் எங்கள் பிரதிநிதிகளின் எண்ணிக்கை உயர்த்தப்பட வேண்டியது அவசர அவசியமாகும். எனவே எமது சமூகத்தினர்க்குச் சட்டமன்றத்தில் குறைந்தது 20 இடங்களாவது இருக்க வேண்டும் என்பதை ஆளுநரின் பரிவான ஆய்வுக்குச் சமர்ப்பிக்க விரும்புகிறோம்.

2. ஆதிதிராவிடர்களின் தனிப்பட்ட நலன்களையும், எண்ணிக்கையில் விரிந்த தன்மையையும், அரசியல் அரங்கில் எங்களுக்குக் கொடுக்கப்பட வேண்டிய

முக்கியத்துவத்தையும், 'தாழ்த்தப்பட்ட மக்கள்' என்று எங்களுக்கு வழங்கப்பட்டிருக்கும் அடைமொழியில் தொக்கி நிற்கும் எங்கள் துயரக் காவியத்தையும் கருத்திற்கொண்டு, உள்ளாட்சித் தேர்வுமுறைப் பிரதிநிதித்துவத்தில் எங்களுக்குரிய உரிமையை நாங்கள் நன்கு பகுக்கப்பட்ட ஒரு தனிச் சமூகப் பிரிவினர் என்ற அடிப்படையில் திடமாக வலியுறுத்த விரும்புகிறோம். கடந்த பல ஆண்டுகளாக இம்மாநிலத்தில் ஆங்காங்கு கூட்டப்பெற்ற கூட்டங்களும், மாநாடுகளும், அங்கு நிறைவேற்றப்பட்ட கோரிக்கைகளும் எங்கள் சமூகத்தில் பிறந்திருக்கும் அரசியல் விழிப்புணர்ச்சிக்குப் போதுமான எடுத்துக்காட்டுகளாகும். அரசியல் சீர்திருத்தச் சட்டத்தின்படி வாக்குரிமை பெறும் உரிமையைக் கோரிப் பெறுவதிலும், தங்கள் நலன்களைப் பற்றி அக்கறை காட்டுவதிலும், சமூகத்தில் தங்களுக்கு இருக்கின்ற பொறுப்பினைத் தெரிந்து, தெளிந்து இருப்பதிலும் மற்றெவரையும்விட ஆதிதிராவிட மக்கள் எந்தவிதத்திலும் குறைந்தவரல்லர்.

வெள்ளையர் ஆட்சிக்கு முன்பாகப் பல்லாயிரம் ஆண்டுகளாகத் தொடர்ந்து தீண்டாமைக் கொடுமைக்கு ஆளாக்கப்பட்டு அதன் விளைவாய் இன்று சமூக, பொருளாதார, கல்வி முடக்கத்திற்கு ஆளாகி நிற்கின்றோம். இன்றைய வறுமை நிலையால் 1919ம் ஆண்டில் எழுந்த சீர்திருத்தச் சட்டத்தின் விதியின்படி பொருளாதார அடிப்படையில் வழங்கப்பெற்ற வாக்குரிமைக்குத் தகுதியற்றவர்களாய்த் தேங்கி நிற்கின்றோம்.

வாக்குரிமை பெற ஆதிதிராவிட மக்களுக்கென்று தனித் தகுதிகளை நிர்ணயிப்பதன் மூலம் வாக்காளர் எண்ணிக்கையை அதிகரித்து, பின் ஆதிதிராவிடர்க்கென்று பொதுத் தொகுதியிலிருந்து கணிசமான இடங்களை ஒதுக்க வேண்டும் அல்லது வாக்காளர் எண்ணிக்கையை எங்கள் சமூகத்தில் அதிகப்படுத்தி வகுப்புவாரித் தொகுதி அடிப்படையில் நேரடித் தேர்வு முறையில் ஆதிதிராவிடருக்குப் பிரதிநிதித்துவம் அளிப்பதன் மூலமே இப்பிரச்சினைக்குப் பரிகாரம் தேட இயலும் என்று தோன்றுகிறது.

எம்முறையை நடைமுறைப்படுத்தினாலும் எங்கள் சமூகத்திற்கென்று ஆதிதிராவிடர் மக்கட்தொகை எண்ணிக்கை, எங்களது அரசியல் முக்கியத்துவம் மற்றும் ஆதிதிராவிடர்கள் அனுபவித்த கொடுமைகளைக்

கருத்திற்கொண்டு மாண்புமிகு ஆளுநர் அவர்கள் செயல்பட வேண்டும் என்று வற்புறுத்துகிறோம். அப்போதுதான் அரசாட்சி மன்றத்தில் ஆதிதிராவிடர் குரல்களுக்கு வலிமையும் மதிப்பும் இருக்கும். எங்கள் ஒத்துழைப்புக்காகவோ அல்லது மற்றவர் ஆதிக்கத்திற்கு எங்கள் ஒட்டுமொத்த எதிர்ப்புக்கு அஞ்சியோ ஆட்சிக்கு வரும் எவரும் ஆதிதிராவிடரை அரவணைத்துச் செல்வர்.

அரசியல் சீர்திருத்தச் சட்டத்தின் பின் எழுந்த முதல் பிராமணரல்லாத அமைச்சு ஆதிதிராவிட சமூகத்திற்காக மேற்கொண்ட மறுவாழ்வு நடவடிக்கைகளைப் பற்றிய வரலாறு ஒரு துன்பியல் காவியமாகும். உயர் சாதித் திருக்கூட்டம் எவ்வெவ்வாறு முட்டுக்கட்டைகளை உருட்டிவிட்டது என்பது வெட்ட வெளிச்சமாகியது. ஆதிதிராவிடர் சமுதாயத்தைப் பற்றிச் சட்டமன்றம் மேற்கொள்ளும் எந்தவொரு நடவடிக்கையும் எங்கள் பிரதிநிதிகளின் மூன்றில் இரு பங்கு பிரதிநிதிகளின் ஆதரவைப் பெறாவிட்டால் அது சட்டமாக ஆக முடியாது என்ற விதியையும் எங்கள் நலனைக் காக்கும் மற்றுமோர் காப்பு அணியாக ஏற்படுத்த வேண்டும்.

இந்தியச் சட்டமன்றமும் மேல் மன்றமும்

இந்தியச் சட்டமன்றம் மற்றும் மேல் மன்றங்களுக்குப் பிரதிநிதித்துவம் ஒதுக்கும்போது மேலே வைக்கப்பட்ட ஆதிதிராவிடர்களுடைய வாத விளக்கங்களைக் கருத்திற்கொண்டு அவற்றின் அடிப்படையில் வழங்க வேண்டும். தனிச்சிறப்பு வாய்ந்த அவசரமான பல பிரச்சினைகளை ஆதிதிராவிடர்கள் சமாளிக்க வேண்டியவர்களாக இருக்கிறார்கள். சமுதாய, தொழிலாளர் நலச் சட்டங்கள் ஆதிதிராவிடர் சமூகத்தையே வெகுவாகப் பாதிக்கின்றன.

அமைச்சரவைக் குழு

மற்ற சிறுபான்மை வகுப்பாருக்கு விதிக்கப்பட்டிருக்கும் தகுதி அடிப்படையிலேயே ஆதிதிராவிடர் சமூகத்தைச் சேர்ந்த ஒருவரையும் இந்த மாண்புமிகு ஆளுநர் நிர்வாகக் குழுவில் (அமைச்சரவையில்) இடம்பெறச் செய்ய வேண்டும்.

தனிப்பட்ட துறை

இறுதியாக, ஆதிதிராவிடர் சமூகத்தின் நலன்களையும் கோரிக்கைகளையும் கவனிக்க ஒரு தனிப்பட்ட அரசுத்துறை

மாண்புமிகு ஆளுநர் நேரடிப் பொறுப்பில் செயல்படுமாறு அமைக்கப்பட வேண்டும்.

இந்தக் கோரிக்கைகள் மிக முக்கியமானவை. ஏனென்றால் அதுவரை இப்படிப்பட்ட கோரிக்கைகள் அரசியலில் முன்வைக்கப்படவில்லை. 1920லிருந்து நீதிக்கட்சி ஆட்சி அமைத்திருந்தது. நீதிக்கட்சியின் முதல் அமைச்சரவையிலும், இரண்டாவது அமைச்சரவையிலும் ஆதிதிராவிடர் ஒருவரை அமைச்சராக்கவில்லை. நீதிக்கட்சித் தலைவர்கள் ஒருவர்கூட ஆதிதிராவிடர் ஒருவர் அமைச்சராக்குவதற்குப் பெயரைக்கூட பரிந்துரைக்கவில்லை. அதனாலேயே எம்.சி.ராஜா முதன்முதலாக ஆதிதிராவிடர் சமூகத்தைச் சேர்ந்த ஒருவரை அமைச்சரவையில் இடம்பெறச் செய்ய வேண்டும் என்ற கோரிக்கை வைத்தார். இக்கோரிக்கைக்கு நீதிக்கட்சி எந்த ஆதரவையும் வழங்கவில்லை. ஆதரவு வழங்கியிருந்தால் ஆதிதிராவிடர் ஒருவர் அப்போதே அமைச்சராகி இருப்பார்.

•

எம்.சி.ராஜாவும் டாக்டர் அம்பேத்கரும் தாழ்த்தப்பட்ட மக்களுக்காக ஆற்றிய பணிகளின் காரணமாக அகில இந்தியத் தலைவர்களாக இச்சமயத்தில் உருவாகிக் கொண்டிருந்தார்கள். அதற்கு எடுத்துக்காட்டாய் அமைந்தது அகில இந்தியத் தீண்டாமை எதிர்ப்பு மாநாடு.

1924 டிசம்பர் 27ம் தேதி பெல்காமில் திரு.சி.ஆர்.ரெட்டி எம்.ஏ., எம்.எல்.சி., தலைமையில் 'ஏழாவது அகில இந்தியத் தீண்டாமை எதிர்ப்பு மாநாடு' நடைபெற்றது. மாநாட்டில் நிறைவேற்றப்பட்ட சில தீர்மானங்கள்:

> 'கவுன்சிலில் தாழ்த்தப்பட்ட வகுப்பினரை நியமனம் மூலம் பிரதிநிதித்துவம் செய்வது முழுத் தோல்வி மட்டுமல்ல, சில சமயங்களில் குறும்புகளின் மூலமாகவும் காணப்பட்டதைக் கருத்தில் கொண்டு, தாழ்த்தப்பட்ட வகுப்பினர் தங்களுக்கெனத் தேர்ந்தெடுக்கப்பட்ட பிரதிநிதிகளைக் கொண்டிருக்க வேண்டும் என்று இந்த மாநாடு அதன் உறுதிப்பாட்டை பதிவுசெய்கிறது. அனைத்து உள்ளூர் மற்றும் மத்திய பிரதிநிதித்துவ அமைப்புகளின் எண்ணிக்கை, அந்தந்த அதிகார வரம்புகளில் உள்ள மக்கள்தொகைக்கு ஏற்பச் சில முற்போக்கான விகிதங்களைக் கேட்கும்.
>
> தாழ்த்தப்பட்ட வகுப்பினரின் பிரதிநிதிகளை சென்னை சட்டமன்றத்திற்கு நியமனம் செய்வதைக்

கைவிடுமாறு இந்த மாநாடு சென்னை அரசைக் கேட்டுக்கொள்கிறது மற்றும் தற்போதைய விதிகளின்படி நடவடிக்கை எடுக்கவும், அத்தகைய பிரதிநிதிகளைத் தேர்ந்தெடுப்பதற்குத் தேவையான வாக்காளர்களை அமைக்கவும் இந்த மாநாடு கேட்டுக்கொள்கிறது.

கிறிஸ்தவம் மற்றும் முகமதிய மதத்திற்கு மாறாத, தாழ்த்தப்பட்ட வகுப்பைச் சேர்ந்த தகுதியான வேட்பாளர்களுக்கு முன்னுரிமை அளிக்கப்பட வேண்டும் என்று இந்த மாநாடு அரசாங்கத்தை வலியுறுத்துகிறது. மேலும் ஒதுக்கப்பட்ட பதவியின் சதவீதத்தில் அவ்வப்போது அத்தகைய தகுதியான வேட்பாளர்களை அறிவிக்குமாறு அரசைக் கேட்டுக்கொள்கிறது.

தாழ்த்தப்பட்ட வகுப்பினருக்காக குறிப்பிட்ட எண்ணிக்கையிலான படைப்பிரிவுகள் ஒதுக்கப்பட வேண்டும் என்றும், இது முடியாவிட்டால், குறிப்பிட்ட படைப்பிரிவுகளில், அவர்களால் நிர்வகிக்கப்படும் நிறுவனங்களை ஒழுங்கமைக்கலாம் என்றும் இந்த மாநாடு அரசாங்கத்தைக் கோருகிறது.

தாழ்த்தப்பட்ட வகுப்பு மாணவர்களுக்கான உறைவிடப் பள்ளிகளை, உயர்நிலைப் பள்ளி வகுப்பில் இந்தியாவில் உள்ள ஒவ்வொரு மொழியியல் பிரிவுகளிலும் குறைந்தபட்சம் இரண்டு பள்ளிகள் அமைக்க வேண்டும் என்று இந்த மாநாடு அரசாங்கத்தை வலியுறுத்துகிறது. தாழ்த்தப்பட்ட வகுப்பைச் சேர்ந்த ஏழைத் தகுதியுள்ள சிறுவர்களுக்குப் போதுமான கல்வி உதவித்தொகை அனைத்துத் தரங்களிலும் கொடுக்கப்பட வேண்டும் என்று மேலும் வலியுறுத்துகிறது.

இந்த மாநாட்டில் கலந்துகொண்ட ஆதி-இந்துக்கள், இந்து மதம் மற்றும் இந்து சமயத்தின் அனைத்து உரிமைகளிலும், கோவில்களுக்குள் நுழைவது உட்பட, அனுமதிக்கப்படுவதில்லை. ஆதி-இந்துக்கள் இந்து மகா சபையையோ பாரத் தர்ம மகா மண்டலத்தையோ அல்லது அதுபோன்ற வேறு எந்த அமைப்பையோ தங்கள் சமூகங்களின் பிரதிநிதிகளைப் போலக் கருதக்கூடாது.

இந்த மாநாடு வைக்கம் சத்தியாகிரகத்தின் ஏற்பாட்டாளர்களுக்குத் தனது மனமார்ந்த நன்றியைப் பதிவுசெய்கிறது. அவர்களின் நோக்கங்களை முழு மனத்துடன் ஆதரிக்கிறது மற்றும் அவர்களின் பணிக்கு அனுதாபம் அளிக்கிறது. ஆனால் சத்தியாகிரகம் அளவிட முடியாத வெற்றியைப் பெறவில்லை என்ற கருத்தைக் கொண்டுள்ளது. எவ்வாறாயினும், பொது அமைதிக்கு இடையூறு விளைவிக்காமல், தங்கள் எதிரிகளின் வன்முறையைச் சந்திப்பதில் தங்கள் உயிரைக்கூட கொடுக்கத் தயாராக இருக்கும் தாழ்த்தப்பட்ட வகுப்பினர் தங்கள் சொந்த தன்னார்வலர்களை ஒழுங்கமைக்க வேண்டும் என்ற ஆழமான நம்பிக்கையையும் இந்த மாநாடு பதிவுசெய்கிறது.

இந்த மாநாடு, அடுத்த மாநாடு வரை கீழ்க்கண்ட மனிதர்களைக் கொண்ட ஒரு நிலைக்குழு இருக்கும் என்று அறிவிக்கிறது. தற்போதைக்கு தலைவர் திரு.சி.ராமலிங்கம் ரெட்டி, M.A.,MLC., துணைத் தலைவர் திரு.V.R.ஷிண்டே B.A., கன்வேயர், பொதுச் செயலாளர்கள் திரு.கே.ஜி.பகடோ B.A.,L.L.B., திரு.R.S.கடகா, திரு.K.G.படடே. உறுப்பினர்கள்: திரு.G.A.கவாய் எம்.எல்.சி., டாக்டர் அம்பேத்கர் பார்-அட்-லா, ராவ் பகதூர் M.C.ராஜா, ராவ் சாகேப் பாபனா ஜல்லியா, மாண்புமிகு லெட் மதுரைபிள்ளை MLC, திரு.H.H.சுவாமி, திரு.S.G.காம்ப்ளே.' (The Indian Social Reformer, 17-1-1925)

இந்த மாநாட்டிற்குத் தாழ்த்தப்பட்டோர் அல்லாதவர்கள் தலைமை தாங்கினாலும் அகில இந்திய அளவில் தாழ்த்தப்பட்டோர் மத்தியில் பணிசெய்து வருகின்றவர்களை உறுப்பினர்களாக நியமித்தனர். அதில் எம்.சி.ராஜா, டாக்டர் அம்பேத்கர், திரு.மதுரைபிள்ளை முக்கியமானவர்கள்.

1925

கவர்னரின் பரிந்துரையின்பேரில் எம்.சி.ராஜா அவர்கள் மீண்டும் 2-3-1925ல் சட்டசபை உறுப்பினராகப் (MLC) பொறுப்பேற்றுக் கொண்டார்.

எம்.சி.ராஜா மாணவர்களுக்காகப் பல புத்தகங்களை எழுதியிருந்தாலும் வரலாறும் அரசியலும் கலந்த புத்தகத்தை முதன்முதலாக 1925ம் ஆண்டு எழுதினார். எம்.சி.ராஜா எழுதிய அரசியல் நூலான 'ஒடுக்கப்பட்ட இந்துக்கள்' (The Oppressed Hindus) என்ற நூல் 1925ல் வெளியானது. இந்தப் புத்தகம் 'இந்தியாவில் தாழ்த்தப்பட்ட வகுப்பினரின் நலன்களை மேம்படுத்துவதற்குத் தீவிர முயற்சிகள் மேற்கொண்டிருக்கும் இந்திய அரசு, அவர்களின் பிரதிநிதிகள் மற்றும் பிரிட்டிஷ் பாராளுமன்ற உறுப்பினர்களுக்கு' எம்.சி.ராஜாவால் அர்ப்பணிக்கப்பட்டது.

எம்.சி.ராஜா இந்தப் புத்தகத்தை 1. அறிமுகம் (Introduction) 2. ஒடுக்குமுறை (The Oppression) 3. கிறிஸ்தவர்கள் மற்றும் கிறிஸ்தவம் (Christians and Christianity) 4. கடந்த மற்றும் நிகழ்காலம் (Past and Present) 5. வெளியேறும் வழி (The Way Out) 6. முடிவுரை (Conclusion) என்று ஆறு இயல்களாகப் பிரித்திருந்தார்.

இந்நூலில் தாழ்த்தப்பட்ட மக்களை எவ்வாறெல்லாம் கொடுமைப்படுத்தினார்கள் என்பதை விரிவாகவே பதிவுசெய்துள்ளார் எம்.சி.ராஜா. வெள்ளையர்கள் வந்த பின்பு தாழ்த்தப்பட்ட மக்களுக்கு ஏற்பட்ட சிறிய நன்மைகளை விளக்கியிருக்கிறார். வெள்ளையரின் வருகைக்கு முன்னாலிருந்த இந்திய அரசர்களின்

ஆட்சியின்கீழ் தாழ்த்தப்பட்ட பழங்குடி மக்களின் நிலையுடன் இன்றைய அவர்களின் நிலையை ஒப்பிட்டுப் பார்க்கும்போது வணக்கமான நன்றியுடன் கூடிய உணர்ச்சிதான் முதன்மையாக நிற்கிறது. ஆங்கிலேயரின் வருகையுடன் ஆதிதிராவிடர்களின் அடிமைத்தளை அறுபடத் தொடங்கிவிட்டது என்று எழுதும் எம்.சி.ராஜா, அடிமைத்தனத்திலிருந்து விடுதலையடையத்தான் ஆரம்பமாயிருக்கிறதே தவிர முழுமையாகப் பூர்த்தியாகவில்லை என்பதையும் கோடிட்டுக் காட்டுகிறார்.

கிறிஸ்தவர்கள் தாழ்த்தப்பட்டவர்களுக்குக் கொடுக்கும் மத போதனைகளை விமர்சிக்கும் சாதி இந்துக்கள், தாழ்த்தப்பட்டவர்களுக்கு ஒழுக்கத்தையும் மதத்தையும் போதிக்கும் வகையில் என்ன செய்கிறார்கள் என்று கேட்கிறார் எம்.சி.ராஜா.

கடந்த காலத்தில் ஆதிதிராவிடர்கள் அடைந்திருந்த உயர்நிலையை விரிவாகவே விளக்குகிறார் எம்.சி.ராஜா. தென்னிந்தியாவின் மிகப் பழைய நாகரிகம் ஆதிதிராவிட மக்களுடையதுதான். அவர்கள் ஒரு காலத்தில் அதிக வல்லமை வாய்ந்த பெரிய வகுப்பினர்களாக விளங்கினார்கள் என்பதை ஆதாரத்துடன் விளக்குகிறார்.

பறையர் என்போர் யார் என்பதை விளக்குகிறார் எம்.சி.ராஜா. 'பறை' என்ற வார்த்தை மேளத்தைக் குறிக்கும் சொல்லாக தமிழ், மலையாள மொழிகளைத் தவிர்த்து வேறெந்த திராவிட மொழிகளிலும் காணப்படவில்லை. பறையர் என்போர் மேளம் கொட்டுபவர் என்றால், இந்தியாவில் மேளம் கொட்டுபவர் எல்லோரும் பறையர் என்ற வார்த்தையால் அழைக்கப்பட வேண்டும் அன்றோ? ஆனால் இத்தொழில் புரிவோர் கன்ன நாட்டில் ஹோலியர் என்றும் தெலுங்கு தேசத்தில் மாலவாடு என்றும் அல்லவா அழைக்கப்படுகிறார்கள்! இப்போதெல்லாம் பறையர் என்று சொல்லப்படுவோர் பறையடிப்பதில்லை. திருவிழாக்களிலும் திருமணங்களிலும் தவில் மேளம் முதலியவற்றை வாசிப்பவர்களை அம்பட்டவர்கள் என அழைக்கிறார்கள். இவர்கள் நாவிதர் இனத்தைச் சேர்ந்தவர்கள். இந்நாவிதர்கள் சூத்திர வகுப்பைச் சார்ந்தவர்கள். பறையர் என்போர் உண்மையிலேயே நிலச்சுவான்தார்கள். நாளாவட்டத்தில் அவர்களிடமிருந்து நிலங்கள் பிடுங்கப்பட்டு ஆரியர்களிடம் சேர்ப்பிக்கப்பட்டன. இவ்வாறாக நிலத்திற்கு உரிமையானவர்கள் காலப்போக்கில் அந்நிலத்தில்

வேலைசெய்யும் கூலிகளாக மாற்றப்பட்டார்கள் என்று விளக்குகிறார் எம்.சி.ராஜா.

பறையன் என்ற பெயர் எப்படி ஏற்பட்டது என்பதையும் எம்.சி.ராஜா குறிப்பிடுகிறார். 'மலை ஏறுவோர்க்கு 'பஹாரியர்' எனப் பெயர் உண்டு. இப்பெயரே பிறகு பறையர் என்று மருவி இருக்கலாம். ஆரியர் இந்நாட்டில் அடியெடுத்து வைத்தபோது, இந்த மக்கள் பெரும்பாலும் மலைகளிலும் குன்றுகளிலும் வாழ்ந்து வந்தார்கள். தங்களுடைய சுதந்திரத்தையும் உரிமையையும் பாதுகாத்துக் கொள்ள இம்மக்கள் ஆரியரைப் பலங்கொண்ட மட்டும் எதிர்த்துத் தாக்கினார்கள். பறையன் என்ற சொல்லை தமிழில் பார்+இயன் என்று பிரித்து எழுதலாம். 'பார்' என்பது பூமி அல்லது நிலமாகும். 'இயன்' என்றால் உரிமைக்காரன் அல்லது சொந்தக்காரன் என்பது பொருள். ஆக, இந்திய நாட்டுச் சொந்தக்காரன் பறையன் என்று அழைக்கப்படும் இந்தப் 'பாரியன்'தான் என்பது தெரியவருகிறது' என்று பறையன் என்ற வார்த்தை எப்படி மருவி வந்திருக்கலாம் என்பதையும் காரண காரியத்தோடு விளக்குகிறார்.

மேலும் பறையன் என்ற பெயர் விடுத்து ஆதிதிராவிடன் என்ற பெயர் வேண்டிச் செய்த முறையீடுகளையும், ஆதிதிராவிடர் என்பதற்கான பொருளையும் அவர் வரையறுத்துள்ளார். 'முப்பத்திரண்டு ஆண்டுகளுக்கு முன், அதாவது 1895ல் தங்கள் இனத்துக்கு ஒரு பெயர் சூட்டிக்கொள்ள விரும்பிய தாழ்த்தப்பட்டவர்கள் 'திராவிடர்' என்று பெயர் மாற்றிக்கொண்ட சூத்திரர்களிடமிருந்து தாங்கள் தனிப்பட்டவர்கள் என்பதை விளக்கும் வகையில் 'ஆதிதிராவிடர்' என்ற பெயரைத் தேர்ந்தெடுத்துக் கொண்டார்கள். ஆதிசைவர், ஆதி சங்கராச்சாரியார், ஆதிலட்சுமி, ஆதிபகவன், ஆதிசிவன், ஆதிநாராயணன், ஆதிகேசவன், ஆதிமூலம் போன்ற சொற்களில் உள்ள 'ஆதி' என்ற பதத்திற்குக் கலப்படமற்றது; தூய்மையானது என்பது பொருள்' என்று ஆதிதிராவிடர் பதத்திற்கு மேலான தன்மையைச் சுட்டுகிறார் எம்.சி.ராஜா.

ஆதிதிராவிடர்கள் பெற்றிருந்த மேன்மை நிலையைப் பற்றி மிக விரிவாகவே ஆதாரத்தோடு எடுத்துரைத்துள்ளார் எம்.சி.ராஜா. பல்வேறு கோவில்களில் ஆதிதிராவிடர்களுக்குக் கொடுக்கப்படும் முன்னுரிமை, கோவில்களுக்கும் அவர்களுக்கும் உள்ள உறவு, ஆதிதிராவிடர் எழுதிய நீதிநூல்கள், அவர்கள் பெற்றிருந்த உயரிய செல்வாக்கு

மற்றும் பெரும் புகழ், வீரம் போன்றவற்றை இப்புத்தகத்தில் ஆதாரத் தகவல்களோடு குறிப்பிட்டுள்ளார். இவ்வளவு உயர்நிலையை அடைந்திருந்த தாழ்த்தப்பட்டவர்கள் எப்படித் தாழ்நிலையை அடைந்தார்கள் என்பதையும் விளக்கியிருக்கிறார் எம்.சி.ராஜா.

இந்தப் புத்தகத்தில் எம்.சி.ராஜா முக்கியமாக நீதிக்கட்சியைப் பற்றியும், அக்கட்சி எப்படித் தாழ்த்தப்பட்டவர்களுக்கு எதிராக இயங்கியது என்பது பற்றியும் குறிப்பிடுகிறார். பின்னி ஆலைப் பிரச்சினையில் நீதிக்கட்சி செய்த துரோகச் செயலை உணர்ச்சிபூர்வமாகவே விவரித்துள்ளார் எம். சி.ராஜா. நீதிக்கட்சி கொண்டுவந்ததாகப் பெருமைப்படும் வகுப்புவாரிப் பிரதிநிதித்துவம் பற்றி எம்.சி.ராஜா எழுதும்போது, 'வகுப்புவாரிப் பிரதிநிதித்துவம் என்ற பெயரால் செய்யப்படும் எந்தத் திட்டத்திலும் மருந்துக்குக்கூட உண்மை இல்லை. ஆனால் உண்மையில் நிலைத்திருப்பது வகுப்புவாத ஏகாதிபத்தியமும், சாதியின் கொடுங்கோன்மையுமே ஆகும்' என்று கூறுகிறார். உண்மையில் இந்தப் புத்தகம் நீதிக்கட்சி ஆதிதிராவிடர்களுக்குச் செய்த துரோகச் செயலை முக்கியக் கண்ணியாகக் கொண்டுள்ளது என்றே கூற வேண்டும்.

மேலும் ஆதிதிராவிட மக்களுக்கு என்னென்ன செய்ய வேண்டும் என்பதையும் கடைசியில் குறிப்பிட்டுள்ளார். இப்புத்தகத்தின் கடைசியில் எம்.சி.ராஜா, 'எப்பொழுதும் எனக்குத் தோல்வி இல்லை; ஏனெனில் என்றும் நான் முயற்சியை இழக்கப் போவதில்லை' என்று முடித்திருக்கிறார்.

1926

தமிழ்நாட்டில் தாழ்த்தப்பட்டோர், பல்வேறு தலைவர்களின் தலைமையில் தனித்தனி அமைப்புகளாகச் செயல்பட்டு வந்தனர். அதுபோலவே பல்வேறு மாநிலங்களில் தாழ்த்தப்பட்டோர் தனித்தனி அமைப்புகளாக இயங்கி வந்தனர். எல்லோரையும் ஒன்றிணைத்து இயங்கவல்ல அமைப்பு 1925வரை இல்லாமல் இருந்தது. தேசிய அளவில் தாழ்த்தப்பட்டோரின் பிரச்சினைகளைக் கொண்டுசெல்ல எல்லோரையும் ஒன்றிணைத்து ஓர் அமைப்பை உருவாக்க வேண்டிய தேவை உருவானது.

அதனால் 'அனைத்திந்திய தாழ்த்தப்பட்ட வகுப்பினர் சங்கம்' (All-India Depressed Classes' Association) 26 மற்றும் 27ம் தேதி ஏப்ரல் 1926ம் ஆண்டு நாக்பூரில் நடைபெற்ற அகில இந்திய தாழ்த்தப்பட்ட வகுப்பினர் தலைவர்கள் மாநாட்டில் தொடங்கப்பட்டது. இந்தக் கூட்டத்திற்கு டாக்டர் அம்பேத்கர் அழைக்கப்பட்டார். ஆனால் அவர் இக்கூட்டத்தில் கலந்துகொள்ளவில்லை. எல்லாத் தலைவர்களும் சேர்ந்து ஒருமனதாக எம்.சி.ராஜாவை இச்சங்கத்திற்குத் தலைவராகத் தேர்ந்தெடுத்தனர். மகாராஷ்டிராவைச் சார்ந்த ஜி.ஏ.கவாய் பொதுச்செயலாளராகத் தேர்ந்தெடுக்கப்பட்டார். ஒவ்வொரு மாகாணத்திலிருந்தும் மற்ற பிரதிநிதிகள் சங்கத்தின் துணைத் தலைவர்களாகத் தேர்ந்தெடுக்கப்பட்டனர்.

இந்தியாவின் முடிவெடுக்கும் அமைப்புகளில் பட்டியல் சாதியினருக்கு நியாயமான பிரதிநிதித்துவம் வழங்கப்படுவதை உறுதிசெய்வதே இதன் முக்கிய

நோக்கமாக இருந்தது. இம்மாநாட்டில் எம்.சி.ராஜா தலைமை தாங்கி உரையாற்றினார்:

‘இந்த மாநாட்டில் என்னைத் தலைமையேற்கச் சொல்லி நீங்கள் எனக்குச் செய்த மரியாதைக்காக நான் உங்களுக்கு மிகவும் நன்றியைத் தெரிவித்துக் கொள்கிறேன். இது நாக்பூர் மெட்ராஸுக்குச் செலுத்தும் ஒரு பாராட்டு. நான் அதை மிகவும் பாராட்டுகிறேன்.

1893ம் ஆண்டு சென்னை ஆதிதிராவிட மகா ஜன சபையை நிறுவிய நமது மதிப்பிற்குரிய தலைவர் பி.வி.சுப்ரமணியன் பிள்ளை அவர்கள் மற்றும் நமது சமூகத்தைச் சேர்ந்த டஜன் கணக்கானவர்கள் நம் மக்களுக்காகப் பெரும் பணியைச் செய்துள்ளார்கள். தற்போது நாம் அனுபவிக்கும் சில வாய்ப்புகளும் சலுகைகளும் நமது சபையின் முயற்சியால் கிடைத்தவை.

அனைவரின் உதவியையும் நாங்கள் வரவேற்கிறோம். பரோடா மகாராஜா, கோலாப்பூர் மகாராஜா மற்றும் பலருக்கும் நன்றிகளை தெரிவித்துக் கொள்கிறோம்.

மெட்ராஸ் கவர்னராக இருந்த வில்லிங்டன் பிரபு நம் மக்கள் மீது தந்தைவழி அக்கறை கொண்டு எங்களுக்குப் பல சலுகைகளை வழங்கினார் என்பதை அறிய நீங்கள் ஆர்வமாக இருப்பீர்கள். அவர் மெட்ராஸ் கவர்னராக இருந்த காலத்தில் எங்களுக்கு எல்லாவிதமான பாதுகாப்பையும் அளித்தார். அவருடைய வாரிசு என்று சொல்வதில் மகிழ்ச்சியடைகிறேன். லார்ட் கோஷென் ஒரு சிறந்த நல்ல இதயத்தையும், உன்னதமான நேர்மையையும் கொண்டவர். இயற்கையாகவே அவர் பலவீனமான குழந்தைகளுக்குச் சிறப்புக் கவனம் செலுத்துகிறார். அவரது விஷயத்தில், நம் மக்கள் அவருக்கு ஆழ்ந்த நன்றியுள்ளவர்களாக உணர்கிறார்கள்.

இந்தியாவின் வைஸ்ராய் பதவிக்கு வந்திருக்கும் மாண்புமிகு இர்வின் அவர்களுக்கு உங்கள் அனைவரின் சார்பாக மனமார்ந்த வரவேற்பைத் தெரிவித்துக் கொள்கிறேன். அவர் வேளாண்மையில் ஆழ்ந்த ஆர்வம் கொண்டவர். இந்தியாவில் உள்ள விவசாய மக்களில் பெரும்பகுதியை நாங்கள் உருவாக்கி

இருக்கிறோம் என்பதாலும், எங்கள் குறைகளை நிவர்த்தி செய்வதற்கும், எங்களது போராட்டங்களில் எங்களுக்கு உதவுவதற்கும் மாண்புமிகு இர்வின் மீது முழு நம்பிக்கையுடன் நாங்கள் உள்ளோம்.

உயர் சாதியினரான பிராமணர் மற்றும் பிராமணர் அல்லாதவர்களால் இதுவரை இரக்கமின்றி ஒடுக்கப்பட்ட நமது சமூகத்தின் உயர்ந்து வரும் சுயமரியாதை மற்றும் சுயநிர்ணயத்தின் வெளிப்படையான வெளிப்பாடுகள் இதுபோன்ற மாநாடுகளாகும்.

தாழ்த்தப்பட்ட வகுப்பினருக்காக இந்தியாவின் அனைத்துப் பகுதிகளிலிருந்தும் நாங்கள் இங்கு கூடியுள்ளோம். இந்த மாநாட்டின் முக்கியத்துவத்திற்கு இதுவே சான்றாகும்.

உலகளாவிய வடிவமாக இருக்கும் பொருளாதாரக் கட்டமைப்பு என்பது ஓர் அமைப்பாகும். இதில் வாழ்க்கைச் சாதனங்களின் பொதுவான மற்றும் சமமான பங்கேற்பு இன்றியமையாத செயல்பாடாக இருந்தது.

'நாகரிகம்' என்று அழைக்கப்படுவதால், ஒரு சிலர் கூட்டு உழைப்பின் தயாரிப்புகளைக் கையகப்படுத்தினர். மேலும் பலவற்றின் மீது ஆதிக்கம் செலுத்தினர். ஆனால் சமூகத்தின் மற்ற உறுப்பினர்களை அடிமைப்படுத்துவதற்கும் சுரண்டுவதற்கும் முகவர்களாகவும் ஆனார்கள்.

இந்தியாவில் வர்க்க நலன்களின் இன்றைய பன்முகத்தன்மையின் சீர்குலைவு சீர்குலைக்கும் சக்திகளின் பரவல், சுயநலம் மற்றும் பிற காரணங்களால் ஏற்படுகின்றன.

இந்தியாவைப் பொறுத்தவரையில் செல்வாக்கு மற்றும் அதிகாரத்தை அபகரிப்பவர்களால் அமைக்கப்பட்ட முற்றுகையின் கீழ் அந்த வர்க்கத்தை நிரந்தரமாக வைத்திருப்பதற்கான வழிமுறைகள் உள்ளன.

இந்தியாவில் மட்டும்தான் சமூக, பொருளாதார மற்றும் கலாசார நடவடிக்கைகளில் மதத்தின் அங்கீகாரம் பெறப்படுகிறது.

உண்மை என்னவென்றால், இந்தியாவில் சமூகக் கலாசாரம் மதக் கோட்பாடுகளுக்காகத் தவறாகப் புரிந்துகொள்ளப்பட்டு அடையாளப்படுத்தப்பட்டுள்ளது. தேவையான சீர்திருத்தத்தைச் செயல்படுத்துவதில் வெற்றிபெறும் ஒரே வழி, மக்களின் சமூக வாழ்க்கையின் அதிகாரத்தை மதத்திலிருந்து விலக்குவதாகும்.

சலுகை பெற்ற வகுப்பினர் தாராள மனப்பான்மையுடன் தங்கள் நடத்தைக் கொள்கைகளை மாற்றியமைத்து, பொது வாழ்வில் தூய்மை, துரதிர்ஷ்டவசமான சகோதரர்கள் அனைவரின் மீதும் அனுதாபம் மற்றும் நீதி ஆகியவற்றைக் கடைப்பிடித்தால் மட்டுமே அனைத்து மனிதர்கள் மற்றும் அனைத்துச் சமூகங்களின் இந்தச் சமத்துவம் பின்பற்றப்படும்.

நாங்கள் மிகவும் இக்கட்டான காலங்களைக் கடந்து வருகிறோம். எங்கள் விவகாரங்கள் மற்றும் துயரங்களைக் களைவதற்கு நாங்கள் ஒன்றாக ஆலோசனை செய்து, சில கொள்கைகளை ஒப்புக்கொண்டு, பின்னர் ஒன்றுபட்ட நடவடிக்கை எடுக்க வேண்டும்.

நமக்காக நாம் செய்யாவிட்டால் யாரும் நமக்காகச் செய்ய மாட்டார்கள். எந்தக் காலத்திலும் நம் நாட்டு மக்கள் மீது எங்களுக்கு நம்பிக்கை இருந்ததில்லை.

எங்களுடைய குறைகளின் பட்டியலைக் கொடுக்கவும், சந்திக்கவும், அரசாங்கத்திடம் கெஞ்சவும், அவைகளை நிவர்த்தி செய்யவும் இன்னும் எத்தனை பேரிடம் சொல்ல வேண்டும் என்று எனக்குத் தெரியவில்லை. எப்பொழுது அவர்களின் காதுகள் நம் பக்கம் சாய்ந்தாலும் ஒன்றுசேர்ந்து அழுவோம், அது வனாந்தரத்தில் அழுகையாக இருந்தாலும் சரி. மேலே ஒரு கடவுள் இருக்கிறார் என்பது உண்மையாக இருந்தால், அவர் எவ்வளவு அநியாயக்காரனாக இருந்தாலும், அழுவதை நிறுத்த வேண்டாம். நம்மிடம், அவர் சிறிது நேரம் நமக்குச் செவிசாய்த்து, நம்மீது இரங்குவார் அல்லவா?

ஆரியர்களின் வருகையால் சாதியின் சாபம் நம் மீது விழுந்தது. திராவிட மண்ணின் பூர்வீகக் குடிகள் நாங்கள். ஆனால், ஆரியர் தங்களது நாகரிகத்தை

நம் மீது திணிக்க முயன்றபோது, அந்த முயற்சியை எதிர்த்தவர்கள், தங்கள் மானத்தைத் தியாகம் செய்யத் தயாராக இருந்தவர்கள் புறக்கணிக்கப்பட்டவர்களாகக் கருதப்பட்டு, இப்போது பிராமணரல்லாதார் என்று அழைக்கப்படும் வகுப்பின் கீழ் வைக்கப்பட்டனர்.

அந்த மனிதர்கள் நம்மைப் போலவே தாழ்த்தப்பட்ட வகுப்பினராக உள்ளனர். அவர்களுக்கு ஒரு பெயர் கொடுக்கப்பட்டது, நமக்கு மற்றொரு பெயர் வழங்கப்பட்டது. அவர்கள் அப்போது நான்காம் வகுப்பு என்று அழைக்கப்பட்டார்கள். நம்மை ஐந்தாம் வகுப்பு என்று அழைத்தார்கள். அவர்களை சூத்ரா என்று அழைத்தார்கள். நம்மை பறையா என்று அழைத்தார்கள்.

பிற்காலத்தில் மக்கள் இந்த வார்த்தைக்கு ஒரு மோசமான முக்கியத்துவத்தை இணைக்கத் தொடங்கினர் என்பதற்கு அப்பால் பெயரில் முற்றிலும் எதுவும் இல்லை. அதில் உள்ளார்ந்த தவறு அல்லது அவமதிப்பு எதுவும் இல்லை.

மேலும் சூத்திரர்களுக்குச் சில சலுகைகளை ஆரியர்கள் வழங்கினார்கள். அவர்கள் மனித குலத்தின் பொதுவான மற்றும் உலகளாவிய உரிமைகளை எங்களிடமிருந்து பறித்தனர். நாம் மனிதர்களாக அல்ல, மிருகங்களாக அல்ல, மிருகங்களைவிட மோசமான ஒன்றாகக் கருதப்பட வேண்டும்; அவர்களுடன் ஒரே சாலையில் நடக்கவோ, அதே காற்றைச் சுவாசிக்கவோ, அதே தண்ணீரை அவர்களுடன் குடிக்கவோ அல்லது அதே நெருப்பை மூட்டவோ கூடாது.

பேரரசர்கள் மற்றும் மந்திரிகளாக இருந்து வெளிநாட்டுப் படையெடுப்பாளருக்கு எதிராக ஆயுதம் ஏந்திப் போராடிப் பின்னர் தோற்கடிக்கப்பட்ட போதும், அவர்களது நாகரிகத்தை ஏற்றுக்கொள்ள மறுத்ததற்காகவும், உலகின் வேறு எந்தப் பகுதியின் வரலாற்றிலும் அறியப்படாத அந்தத் தண்டனை நம்மீது சுமத்தப்பட்டது. அது நிரந்தரமாக இருக்க வேண்டும், அப்போது கிளர்ச்சி செய்தவர்கள் மட்டுமல்ல, அவர்களின் சந்ததியினர் மற்றும் சந்ததியினர் என்றென்றும் துன்பப்படுவார்கள். எனவே, இந்தச் சூழ்நிலையில் நாம் கடந்த 1000 ஆண்டுகளில் வளர்ந்துள்ளோம்.

நமது துடிப்பு விரைவுபடுவதை உணரத் தொடங்கியிருக்கிறோம். சாதி இந்துவுடன் நமது பரிபூரணச் சமத்துவத்தைப் பார்க்கிறோம். அப்படி இருக்கும்போது நம் மீது தினமும் குவியும் காயங்களையும் அவமானங்களையும் பொறுத்துக்கொள்ளப் போகிறோமா?

ஜாதி இந்துவாகப் பிறந்து, அந்த எண்ணத்தின் அடாவடித்தனத்தில் நம்மை அவமதிப்பதாலோ அல்லது காயப்படுத்துவதாலோ, நம்மைவிட தனக்கு ஏதோ மேன்மை இருக்கிறது என்று இன்னமும் எண்ணிக்கொண்டிருக்கும் அந்த மனிதன், மிகவும் விலைமதிப்பற்றதைச் செலுத்த வேண்டியிருக்கும் என்று நான் சொல்கிறேன்.

இப்போது என்னை மிகவும் திகைக்க வைக்கும் ஒரு புள்ளி உள்ளது. அதற்காக என்னால் எந்தத் தீர்வையும் அல்லது விளக்கத்தையும் கண்டுபிடிக்க முடியவில்லை. ஆங்கிலேயர் ஒரு நூற்றாண்டுக்கும் மேலாக இங்கு இருந்து வந்தாலும் இந்த நிலை தொடர அனுமதித்துள்ளார்கள். 'நாங்கள் இந்தியாவிற்குள் நுழைந்தபோது, அது எப்படிப் பாழடைந்திருந்தாலும் அல்லது அழுகியிருந்தாலும் உங்கள் சமூக அமைப்பில் தலையிட மாட்டோம் என்று சத்தியம் செய்தோம்' என்று சொல்கின்றனர்.

நமக்கு நாமே உதவி செய்யும் நோக்கில் ஒரு சில மன உறுதி உள்ளவர்கள், ஆங்கிலேயர்கூட தங்களுக்கு எந்த உதவியும் செய்யாததைக் கண்டு, தைரியமாக சமூக வளையத்தை உடைத்து, தங்களின் உரிமையை நிலைநாட்டும்பொழுது மாவட்ட ஆட்சியர் அல்லது சப்கலெக்டரோ, அந்த இடத்தின் ஆலோசகர்களாக இருக்கும் சாதி இந்து அதிகாரிகளோ உடனடியாக நாம் அமைதியைக் குலைக்கிறோம் என்று பிரகடனம் செய்கிறார்கள். இவை எல்லாவற்றுக்கும் முடிவு வரவேண்டும்.'

1927

ஜனவரி மாதம் 1927ல் எம்.சி.ராஜா, எம்.எல்.சி., மத்திய சட்டப் பேரவைக்கு வேட்புமனு தாக்கல் செய்யப் பரிந்துரை செய்யப்பட்டார். எம்.சி.ராஜாவின் மனு ஏற்றுக்கொள்ளப்பட்டு 1927ல் மத்திய சட்டப்பேரவைக்கு உறுப்பினராகத் தேர்ந்தெடுக்கப்பட்டார். மத்திய சட்டமன்றத்திலும் எம்.சி.ராஜா அவர்கள்தான் மத்திய சட்டசபையின் முதல் தலித் உறுப்பினர். அதற்குமுன் பிரிட்டிஷ் அரசு தலித்துகளை மத்திய சட்டசபைக்கு உறுப்பினராக்கியது இல்லை.

மத்திய சட்டசபைக்கு நியமன உறுப்பினராகத் தேர்ந்தெடுக்கப்பட்ட பின் எம்.சி.ராஜா ஆசிரியர் பணியிலிருந்து விடுவிக்குமாறு வெஸ்லி கல்லூரி முதல்வருக்குக் கடிதம் எழுதினார். அதனால் தலைமை ஆசிரியர் அருள்திரு. ஃபௌல்கர், பி.ஏ. அவர்கள், 'அண்மையில் சட்டப்பேரவைக்கு நியமிக்கப்பட்டதைத் தொடர்ந்து டெல்லியில் அவர் ஆற்ற வேண்டிய பொறுப்புகளுடன் சேர்த்து சாந்தோமில் தமது கடமைகளைத் தொடர்ந்து நிறைவேற்றுதல் மனநிறைவளிக்கும் வகையில் அமைந்திடாது என்பதால் தமது பணியிலிருந்து விலகிட முன்வந்துள்ளார். நிர்வாகம் அவருடைய பணிவிலகலை மிகுந்த கவலையுடன் ஏற்றுக்கொண்டுள்ளது' என்றும், அவருடைய ஆசிரியர் பணியின் செயல்பாடுகளைப் பாராட்டியும் விடைகொடுத்தார்.

1927ம் ஆண்டு மேதகு ஆளுநர் கோஷன் பிரபு சென்னைப் பல்கலைக்கழகத்தின் ஆட்சிமன்றக் குழுவில்

30 பேரை நியமித்தார். அதில் எம்.சி.ராஜாவையும் ஒருவராக நியமித்தார். அவருடன் சேர்த்து வி.ஐ.முனுசாமிப்பிள்ளை, என்.சிவராஜ் ஆகியோரையும் நியமித்தார் ஆளுநர். (University of Madras-The Calendar for 1927-28, Vol-I, p.28)

கோலார் தங்கவயல் மாரிகுப்பம் ஆதிதிராவிட மகாஜன சபையோரால் 'வட ஆற்காடு ஜில்லா ஆதிதிராவிடர் மகாநாடு' காட்டுபாடியை அடுத்த பிரமாபுரம் கிராமத்தில் 16-10-1927ம் ஆண்டு கூடியது. இம்மகாநாட்டில் ஆயிரக்கணக்கான பெண்களும் ஆண்களும் கலந்துகொண்டனர். நூற்றுக்கணக்கான பிரதிநிதிகளும் பல்வேறு இடங்களிலிருந்து வந்திருந்து கலந்துகொண்டனர். மகாநாட்டின் தலைவரான எம்.சி.ராஜாவுக்கு ஸ்ரீவீ.எம். வடுகநம்பிதாஸர் அவர்களால் ஒரு வந்தனோபசாரம் வாசித்துக் கொடுக்கப்பட்டுத் தலைமை வகிக்கக் கேட்டுக் கொண்டதற்கிணங்க எம்.சி.ராஜா தலைமையேற்றார்.

அம்மாநாட்டில் எம்.சி.ராஜா தலைமையேற்றுப் பேசிய பேச்சு அனல் நெருப்புபோல உயர்சாதியினரைத் தாக்கியது. அம்மாநாட்டில் தலைமையேற்று எம்.சி.ராஜா பேசியதாவது:

> 'கடந்த சில நாட்களாகத் தென்னிந்தியாவில் பிரயாணம் பண்ணிவருகிற கனம் காந்தி அவர்களுக்கு நம்மவர்களில் அநேகர் ஆங்காங்கு வரவேற்பு உபசாரப் பத்திரங்கள் சமர்ப்பித்திருக்கிறார்கள். அவைகளுக்கு அவர் பதில் விடை கொடுக்கும் சமயங்களில், மதுபானத்தையும் கோமாம்சம் தின்பதையும் ஒழிக்க வேண்டுமென்பதாய் நம்மவர்களுக்குப் பிரசங்கம் செய்திருக்கிறார். சிதம்பரத்தில் நந்தனார் மடத்திலும் இப்படித்தான் இவர் பிரசங்கித்திருக்கிறார். நந்தனார் மடத்தைச் சேர்ந்த நம்மவர்கள் சைவர்கள் என்று சொல்லிக்கொள்ளுகிற போலி உயர் குலத்தவரைவிட மேன்மையாக ஜீவிக்கின்றவர்கள் என்பது எல்லோருக்கும் தெரிந்த விஷயந்தான். அவ்விடத்தில் நந்தனார் கோவிலுக்கு வாசற்படியை ஸ்தாபகம் செய்யப்போன கனம் காந்தி அவர்கள் நம்மவர்களைக் குடிகாரர்கள் என்றும், கோமாம்சம் தின்பவர்கள் என்றும் தப்பாக எண்ணி நம் ஜனங்களை அவமானப்படுத்தும்படியான பிரசங்கத்தைச் செய்தது தப்பு. கனம் காந்தி அவர்கள் நம் ஜனங்களின்மேல் உண்மையில் ஊக்கமுள்ளவராக இருக்கும்பட்சத்தில், சிதம்பரம் நந்தனார் மடத்தின் தலைவராகிய ஸ்ரீமத்

ஸ்வாமி சகஜாநந்தரிடம் சற்றுப் பொறுமையுடன் இவ்விஷயங்களைப் பற்றிக் கேட்டிருப்பாராகில், இவ்விஷயங்களின் உண்மையைக் கட்டாயம் அறிந்திருப்பார். எப்படி உயர் குலத்தார் என்று சொல்லிக்கொள்பவர்கள் செத்துப்போன மாடுகளை இவ்வேழைக் குடிகளிடம் கொடுத்து, அவைகளைப் புதைக்கவிடாமல் தடுத்து அம்மாமிசங்களைத் தின்னும்படி கட்டாயப்படுத்துகிறார்கள் என்றும், அப்படித் தின்னமாட்டேன் என்று மறுக்கும் பட்சத்தில் அந்த ஏழைக்குடிகளை எப்படி ஹிம்சை செய்து தடி முதலிய ஆயுதங்களினால் அவர்களை அடித்துக் கஷ்டத்திற்கு ஆளாக்குகிறார்கள் என்றும் அறிந்திருப்பார். இவ்விஷயத்தில் கனம் காந்தி ஏட்டுச்சுரக்காய் என்று சொல்ல நான் துணிகிறேன். இவ்வளவு நாட்களாகத் தென்னிந்தியாவில் பிரயாணம் செய்துகொண்டிருக்கிற கனம் காந்தி நம்மவர்கள் குடியிருக்கும்படியான சேரிகளையும், நத்தங்கள் என்று சொல்லும்படியான இடங்களையும் நேராகப் போய்ப் பார்த்ததுண்டா? அப்படியானால் எத்தனை சேரிகளையும் நத்தங்களையும் இவர் பார்த்திருக்கிறார்? அவ்விடங்களில் குடியிருக்கும் ஏழை ஜனங்கள் எத்தனை பேரை இவர் நேரில் கண்டு கலந்து பேசி இருக்கிறார்? லார்ட் கோஷன் பிரபு சிதம்பரம் நந்தனார் மடத்திற்கு வந்திருக்கும்போது இந்த ஏழை ஜனங்களைக் கண்டு அவர்கள் மீது இரக்கம் கொண்டு அவர்கள் அருகில் அழைத்துக்கொண்டு போகும்படி என்னைக் கேட்டுக்கொண்டார். நான் அவரை அழைத்துப் போனேன். அப்பிரபு அவ்வேழை ஜனங்களோடு நேரில் வார்த்தையாடினார். கனம் காந்தி அவர்கள் சாதாரணப் புருஷரல்ல, இவர் உலகப் பிரசித்தி பெற்றவர், இவருடைய பிரசங்கங்களைப் பூலோகத்தில் உள்ளவர்கள் எல்லோரும் வெகு ஆவலுடன் வாசிக்கிறார்கள். ஆனபடியால் இவர் பேசும்போது மிகவும் ஜாக்கிரதையாகப் பேசவேண்டியது அத்தியாவசியம். நம்மவர்களை இதுவரையிலும் உயர்குலத்தார் என்று சொல்லிக்கொள்பவர்கள் படுத்திய அவமானங்கள் போதும். மேயோ அம்மையார் 'தாய் இந்தியா' என்னும் புஸ்தகத்தில் ஏதோ இந்தியர்களை அவமானமாக எழுதிவிட்டாரென்று உயர் குலத்தார்

என்பவர்கள் கூக்குரல் இடுகிறதைக் காண்கிறோம். கனம் காந்தி அவர்கள் மேயோ அம்மையாரை 'சாக்கடைப் பரிசோதி' என்று எழுதியிருக்கிறார். நம் ஜனங்களை இப்படி அவமானமாகப் பேசுகிறவர்களை என்ன 'பரிசோதி' என்று சொல்லவேண்டியது?

நம் ஜனங்கள் ஜீவிப்பதற்கு வேண்டிய உணவுப் பதார்த்தங்கள் வாங்கவே போதுமான தினசரி வருமானம் இல்லையே. இப்படி இருக்க மதுபானத்திற்கும் மாமிசத்திற்கும் வருமானம் ஏது? மேலும் மதுபானக் கடைகள் உயர்குலத்தார்கள் என்று சொல்லிக் கொள்ளும்படியானவர்களிருக்கும் இடங்களில் ஸ்தாபித்திருக்க, இவர்கள் எப்படி அக்கடைகளுக்குள் நுழைய முடியும்? உள்ளபடி விஷயங்களை ஆராய்ந்து பார்த்தால் நம்மவர்களில் ஏறக்குறைய எல்லோரும் இப்பேர்ப்பட்ட அவதூறான பேச்சுகளுக்கு அருகரல்லர். கனம் காந்தி அவர்கள் இப்பேர்ப்பட்ட உபதேசங்களை நம்மவர்கட்குக் கொடுக்கவேண்டிய அவசியமில்லை. உயர்குலத்தவர்களில் மதுபானம் அருந்துகிறவர்களில்லையா? மாமிசம் புசிக்கிறவர்களில்லையா? உயர் குலத்தவர்களில் எத்தனையோ பேர்கள் பன்றி, மான், ஆடு, முயல், காட்டுப்பன்றி, பெருச்சாளி, பூனை, கோழி, வாத்து முதலியவற்றின் மாமிசத்தைத் தின்கிறதில்லையா? கனம் காந்தி அவர்கள் அவர்களுக்கு இம்மாதிரி பிரசங்கம் செய்தாரா?

தீண்டாமையை ஒழிக்க வேண்டுமென்று பல ஆண்டுகளுக்கு முன் முன்வந்த கனம் காந்தி அவர்கள் இதுவரையில் எவ்வளவு தூரம் முன்னேறி இருக்கிறார்? இதை நாம் அறிய விரும்புகிறோம். நிற்க, எனது ஆப்த சிநேகிதராகிய கனம் சத்திய மூர்த்தி ஐயரவர்கள் சர்வகலாசாலையின் பிரதிநிதியாக சென்னை சட்டசபையில் விளங்குகிறார். இவர் சுயராஜ்ய கட்சியில் முக்கியமான ஓர் அங்கத்தினர். இவர் மேயோ அம்மையாரைப் பற்றிக் கூடிய கண்டனக் கூட்டத்தில் அவ்வம்மையார் என்னை நேரில் கண்டதாகக் கூறியிருக்கிறார். இது சுத்தப் பிசகு. மேயோ அம்மையார் கறுப்போ, வெண்மையோ, நெட்டையோ, குட்டையோ என்கிறதுகூட எனக்குத் தெரியாது.

சர்வகலாசாலையின் பிரதிநிதியாகிய சத்திய மூர்த்தி ஐயர் இம்மாதிரி பொறுப்பில்லாத வார்த்தைகளைப் பகிரங்க மேடையில் ஏறிப் பேசுவது அழகல்ல. மேயோ அம்மையார் அறியாமையினாலும் மூடத்தனத்தாலும் 'இந்திய மாதா' என்னும் புத்தகத்தை எழுதி இருக்கிறார் என்று இவர் கூறுகிறார். இவர் அதிகம் அறிந்தவர் போலும், அறிவுடையவர் போலும் நடித்துக்கொள்வது விந்தையே! ஆதிதிராவிடர் கலியாணங்களில் பிராமணர் புரோகிதம் செய்வதில்லை என்றும், ஆனால் மேயோ அம்மையார் தன் புத்தகத்தில் செய்வதாக எழுதியிருப்பது பொய் என்றும் இவர் சொல்லுகிறார்.

சமீபத்தில் சென்னையில் கனதன வியாபாரியாகிய கனம் V.முகுந்துபிள்ளை அவர்கள் வீட்டில் நடந்த கலியாணத்தில் தென் இந்திய யாத்திரை ஸ்தலங்களில் பேர்போன காஞ்சிபுரத்திலிருந்து பிராமணர்கள் அக்கல்யாணத்திற்கு வந்து புரோகிதம் செய்தது இவருக்கே தெரியாதா? இவருக்குத் திருஷ்டாந்தங்கள் இன்னும் வேண்டுமானால் நான் சொல்லத் தயாராக இருக்கிறேன். கனம் சத்திய மூர்த்தி ஐயர் அறியாதவரா? இல்லை மேயோ அம்மையார் அறியாதவரா? இவர் சொல்லுகிறபடி மேயோ அம்மையார் என்னை நேரில் கண்டு பேசி இருப்பாராகில், அந்தம்மாள் அறியாத அநேக அரிய விஷயங்களை அவருக்குத் தெரிவித்து அவர் எழுதிய புஸ்தகத்தில் நம்மவர்களைப் பற்றிப் பேசிய அதிகாரத்தில் இன்னும் கொஞ்சம் காரசாரமாய் எழுதச் சொல்லியிருப்பேன். ஜீவ காருண்யம் என்பதை நினையாமலும் எண்ணாமலும், நம் ஜனங்களை ஹிம்சிக்கும் போலி உயர் குலத்தவர்களின் அக்கிரமங்களைப் பகிரங்கமாய் எழுதும்படியும் சொல்லியிருப்பேன்.

மேயோ அம்மையார் எழுதிய 'தாய் இந்தியா' என்னும் புஸ்தகத்தை நான் பூர்த்தியாக வாசித்திருக்கிறேன். அதில் நம் இந்திய ஸ்த்ரீகளைப் பற்றி அவதூறாய் எழுதியிருக்கும் சில விஷயங்களைத் தவிர மற்றெல்லா விஷயங்களும் சரி என்று சொல்ல நான் துணிகிறேன். இந்தப் புஸ்தகத்தை அடியோடே தொலைத்துவிட வேண்டுமென்றும், இப்புஸ்தகத்தை சர்க்கார் கைப்பற்றிக் கொண்டு விற்பனையை அடியோடு

நிறுத்த வேண்டுமென்றும் செய்யும் கிளர்ச்சி சரியல்ல. இப்புஸ்தகத்தினால் நம் இந்தியர்க்குத் தீங்கு ஒன்றுமே கிடையாது.

இந்தச் சமயத்தில் நான் உங்களுக்கு ஒன்று சொல்லத் துணிகிறேன். அதாவது, இம்மகாநாட்டில் நாம் ஒரு தீர்மானம் செய்ய வேண்டியது அவசியம். மனுதர்ம சாஸ்திரம் என்று சொல்லும்படியான அந்த அதர்ம சாஸ்திரம் இருக்கும் வரையிலும் நம் ஜனங்களுக்கு அவமானத்தைத் தந்து அவர்களின் முன்னேற்றத்திற்கு எப்பொழுதும் தடையை உண்டாக்குகிறது. அந்த மனு அதர்ம சாஸ்திரம் இருக்கும் வரையிலும் நம் ஜனங்களும் முன்னுக்கு வரமாட்டார்கள். இந்தியாவும் ஒரு நாளும் விருத்தியாகாது. ஆனபடியினால் இந்தப் புஸ்தகத்தை அடியோடு தொலைக்க வேண்டிய முயற்சி நாம் செய்ய வேண்டியது அவசியம்.

இம்மகாநாட்டில் கவர்ன்மெண்டார் இந்த மனுதர்ம சாஸ்திர புஸ்தகங்களை எல்லாம் உடனே கைப்பற்றிக்கொண்டு அவைகளை எல்லாம் நெருப்பில் தகனம் செய்து அந்தச் சாம்பலைக்கூட இந்தியாவில் வைக்காமல் சமுத்திரத்தில் கலக்கிவிட வேண்டுமென்று ஒரு தீர்மானம் செய்ய வேண்டும். இது அத்தியாவசியம். இது செய்யாவிட்டால் நம் ஜனங்களுக்கும் இந்திய மாதாவுக்கும் விமோசனமே கிடையாது. மேலும் இந்துக்களாகிய நம்மை இந்து ஆலயங்களில் பிரவேசிக்கக்கூடாது என்று தடுப்பதை நிறுத்தும்படி நாம் கிளர்ச்சி செய்ய வேண்டியது அவசியம். இந்துக்களாகிய நம்மை இந்து ஆலயங்களில் பிரவேசிக்கக் கூடாதென்று தடுப்பதைவிட அவமானம் வேறில்லை. அப்படி நம்மவர்களை உட்பிரவேசிக்க விடாமல் தடுக்கும் ஆலயங்களை உடனே எடுத்துவிட வேண்டுமென்று நாம் கிளர்ச்சி செய்யவேண்டியது அவசியம். இப்படி இந்த ஆலயங்களை வைத்துக்கொண்டு நம்மை அவ்வாலயங்களில் பிரவேசித்து அவ்வாலயங்களில் இருக்கும் கடவுளை நாம் வணங்கக்கூடாது என்று தடுக்கும் அவமானத்தைவிட வேறு பெரிய அவமானம் நமக்குக் கிடையாது. இவ்விஷயத்தில் கனம் காந்தி முதலியவர்கள் என்ன செய்கிறார்கள்? இவ்விஷயத்திலல்லவோ சத்தியாகிரகம் ஆரம்பிக்க

வேண்டியது. இதை விட்டுவிட்டு ஏதோ நீல் பதுமை ஒன்று சென்னைப்பட்டணத்தில் இருக்கிறதென்றும், அப்பதுமை அங்கிருப்பது இந்தியர்களுக்குப் பெருத்த அவமானமென்றும் அதை எடுத்துவிட வேண்டுமென்றும் ஓர் கிளர்ச்சியைக் கிளப்பி சத்தியாகிரகம் ஆரம்பித்திருப்பது ஓர் விந்தையே! நீல் தளகர்த்தர் இந்தியர்களை (ஆண், பெண், குழந்தைகள்) கொலைபாதகம் செய்திருப்பதாகச் சொல்லுகிறார்கள். ஆனால் இப்பதுமை 1860ம் வருஷம் பொது ஜனங்களின் திரவிய சகாயத்தால் நீல் தளகர்த்தரினுடைய அருமையான வீரியத்தைப் புகழ்வதற்காக ஏற்படுத்தப்பட்டதென்று அப்பதுமையினடியில் எழுதியிருக்கிறதைக் காண்கிறோம். நம் ஜனங்களை அன்றும் இன்றும் உயிரோடு வதைத்துக் கொடுமைப்படுத்தி ஹிம்சிக்கும்படியான மேல்ஜாதி என்று சொல்லிக்கொள்ளும் இந்தியர்களை என்ன செய்யவேண்டும்? இப்படி நம்மவர்களை உயிரோடு வதைத்து ஹிம்சைப்படுத்துவதைவிட நம்மை வேரோடு அறுத்துத் தொலைத்து விடுவது உத்தமம் என்றே சொல்லுவேன். நீல் தளகர்த்தர் பதுமையைத் தொலைக்கவேண்டுமென்று என் நண்பராகிய கனம் சத்திய மூர்த்தி ஐயர் ஆவேசம் வந்து பேசுவதையும் ஆடுகிறதையும் பார்க்க எனக்கு மெத்த பரிகாசமாயிருக்கிறது. சென்னை சர்வகலாசாலை பிரதிநிதியாகிய கனம் சத்திய மூர்த்தி ஐயருக்கு இதுவரையிலும் நீல் தளகர்த்தர் செய்த அட்டூழியங்கள் தெரியாமலிருந்தது மிகவும் ஆச்சரியம். நீல் தளகர்த்தரின் சிலையை எடுத்துவிட வேண்டுமென்கிற கிளர்ச்சியானது நமக்கு ஓர் எச்சரிக்கையைக் கொடுக்கிறது; ஏனென்றால் 1921ம் வருஷம் சென்னை மில் கலகத்தில் ஆதிதிராவிடர்களை சென்னைப் பட்டணத்திலிருந்து அப்புறப்படுத்திவிட வேண்டுமென்று உயர் குலத்தவர் என்று சொல்லிக்கொள்ளும் இந்திய தலைவர்கள் எடுத்த முயற்சியை இன்னும் மறக்கவில்லை. இப்பொழுது இத்தலைவர்களுக்கு இந்திய சீர்திருத்தத்தின்படி கொஞ்சம் அதிகாரம் கிடைத்துவிட்டதென்று தங்களுக்கு இஷ்டப்படாதவைகளை விலக்கிவிட துணிந்திருக்கிறார்கள். இம்மாதிரி கிளர்ச்சிகளுக்கு சர்க்கார் இடங்கொடுப்பாராகில், இந்தியர்களுக்கு

இந்திய சீர்திருத்தத்தின்படி அதிகாரம் அதிகரிக்குமாகில், உடனே அவர்கள் அவர்களுக்கு வேண்டாதவரும், அவர்களால் நசுக்கப்பட்டு வருபவருமாகிய ஏழை ஜனங்களாகிய நம்மீது இப்பேர்ப்பட்ட கிளர்ச்சிகளைத் திருப்பி நம்மையும் நாட்டைவிட்டுக் காட்டிற்கு ஓட்டிவிட முயற்சிகள் செய்வார் என்பதில் சந்தேகமே கிடையாது. ஆனபடியினால் சகோதரர்களே! இம்மாதிரியான கிளர்ச்சிக்கு நாம் இடங்கொடுக்கவே கூடாது.

நமக்கு சுயராஜ்யத்தின் மேல் அதிக பற்றுதலுண்டு, ஆனாலோ இந்தியாவுக்கு உடனே சுயராஜ்யத்தைக் கொடுக்க வேண்டுமென்கிற கக்ஷிக்காரருடன் நாம் சேரவே முடியாது.

ஹவுஸ் ஆஃப் காமன்ஸ் என்னும் பார்லிமென்ட் மகாசபையால் ஒடுக்கப்பட்டவர்களாகிய நம்மவர்களின் நிலைமையை ஆராய்ந்தறிந்து நம்மவர்களின் முன்னேற்றத்திற்கு வேண்டிய ஏற்பாடுகளைச் செய்ய வேண்டுமென்று சர்.ராபர்ட்ஸ் தாமஸ் கேள்வி கேட்டதற்கு, இந்தியாவுக்குப் போகப்போகிற ராயல் கமிஷன் அவற்றைப் பற்றி விசாரணை செய்யுமென்று விண்டர்டன் பிரபு பதில் அளித்திருக்கிறார். இந்த ராயல் கமிஷனில் நம்மவர்களின் பிரதிநிதியைத் திட்டமாக நியமிக்க வேண்டும். அப்படியில்லாமல் போனால் இந்த கமிஷன் ஓர் தலைப்பட்டதென்றே மதிக்கப்படும். நம்மவர்களின் காரியங்களை எடுத்துப் பேசவும், நம்மவர்களின் உரிமைகளைக் கொள்ளவும் நம்மவர்களில் ஒருவர் இப்பேர்க்கொத்த கமிஷனில் நியமிக்கப்பட வேண்டியது மகா அவசியம். இந்த கமிஷனில் அங்கத்தினர்களாக வேண்டுமென்று அபேக்ஷிக்கிற உயர்குல இந்தியர்கள் ஒடுக்கப்பட்டவரின் உண்மையான நிலையைப் பற்றி எடுத்துக்காட்டவும் அவைகளுக்குப் பரிகாரம் கிடைக்கச் சிரமம் எடுக்கவும் முயலமாட்டார்கள். ‘எருது நோவு காகத்துக்கு என்ன தெரியும்’ என்ற முதுமொழிப்படி நம்முடைய கஷ்ட நஷ்டங்களுக்குக் காரணராகிய இதர ஜாதியார் அவற்றை உணரமாட்டார்கள். ‘ஆடு நனைகிறதென்று ஓநாய் அழுமோ’. ஆதலின் நம்முடைய பிரதிநிதி ஒருவர் அதில் அங்கத்தினராயிருக்க வேண்டும்

என்றும், சத்தியத்தை இந்திய ராஜாங்கத்தார் அறிந்துகொள்வார்கள் என்றும் நம்புகிறேன்.

இந்தப் பிரசங்கத்தை முடிப்பதற்கு முன் நான் உங்களுக்கு ஓர் முக்கிய விஷயத்தைப் பற்றிச் சொல்ல விரும்புகிறேன். நான் சமீபத்தில் வட இந்தியாவுக்குப் போயிருக்கும்போது அவ்விடத்து ஜனங்கள் நம்மவர்களைப் பார்க்கிலும் அதிக பலசாலிகளாக இருக்கிறதுமல்லாமல் தங்களைத் தாமே பாதுகாத்துக் கொள்ளும் சக்தி உடையவர்களாயிருக்கிறதைக் கண்டேன். அவ்விடத்தில் சாதாரணமாய் ஒவ்வொருவரும் குஸ்தி, குத்துச் சண்டை, கோல், கத்தி, பாணா முதலிய பயிற்சியில் தேர்ந்தவர்களாயிருக்கிறார்கள். ஏழெட்டு வயது சிறு பிள்ளைகளுக்கும் இவ்வித பயிற்சியை கற்றுக்கொடுக்கிறார்கள்! இவ்வித பயிற்சி நமக்கும் அவசியம், ஆனபடியால் நாமும் நம் பிள்ளைகளுக்கும் இம்மாதிரி தம்மைத்தாம் பாதுகாத்துக் கொள்ளும்படியான சிலம்பு முதலிய வித்தைகளில் பயிற்சி கொடுக்க வேண்டியது அவசியமென்று எனக்குத் தோன்றுகிறது. நம்முடைய ஜனங்கள் கோவில்பட்டி, காயல்பட்டினம், திருச்செந்தூர் முதலிய இடங்களில் இப்பேர்ப்பட்ட பயிற்சிகளில் தேர்ந்து இருக்கிறதை நான் நேரில் கண்டிருக்கிறேன். ஆனபடியால் நம் ஜனங்கள் குடியிருக்கும் ஒவ்வொரு இடத்திலும் தாலிம் கானா கோதா முதலியவைகளை ஸ்தாபனம் செய்து நம் ஜனங்களுக்கு தற்காப்புக்கு வேண்டிய யுத்த வித்தைகள் பயிற்றுவிக்கும் படியாக உங்களை வற்புறுத்திக் கேட்டுக் கொள்ளுகிறேன். இதுதான் நான் உங்களுக்கு முக்கியமாய் சொல்ல வேண்டிய விஷயம்.' *(குடியரசு 30-10-1927)*

இம்மாநாட்டில் முக்கியமான பல தீர்மானங்கள் இயற்றப்பட்டன. இந்த மாநாட்டைப் பற்றி குடியரசு இதழ் *(30-10-1927)* 'ஆதிதிராவிட மகாநாடு' என்று தலைப்பிட்டுப் பின்வருமாறு செய்தி வெளியிட்டது:

'காட்பாடிக்கடுத்த பிரம்மாபுரம் என்கின்ற ஊரில் ஸ்ரீ ராவ்பகதூர் M.C.ராஜா M.L.A அவர்கள் அக்கிராசனத்தின் கீழ் கூட்டப்பட்ட ஆதிதிராவிடர் மகாநாட்டில் தலைவர் செய்த உபந்யாசத்தின் முக்கிய பாகத்தை வேறு இடத்தில் பிரசுரித்திருக்கின்றோம்.

அதில் மனுதர்ம சாஸ்திரத்தை கொளுத்தி சாம்பலாக்க வேண்டும் என்பதாகப் பேசியிருப்பதுடன் அதை பறிமுதல் செய்ய வேண்டும் என்று தீர்மானமும செய்திருப்பதானது அச்சமூகத்திற்கு ஏற்பட்டுள்ள சுயமரியாதையை விளக்குகிறது. தவிர வீதியில் நடக்க உரிமை வேண்டும் என்று வேண்டிக் கொண்டிருக்கும் தீர்மானமும் அதுபோன்ற மற்றும் மனித உரிமை கேட்கும் தீர்மானமும் இந்த நாட்டில் மக்கள் சுயராஜ்யமடைவதற்கு தகுந்த யோக்கியதை இல்லையென்று காட்டுவதற்கு உதவியாயிருக்கின்றது. எனவே சுயமரியாதை பெற்ற பிறகுதான் சுயராஜ்யம் என்பதைப் பற்றி யோசிக்க இடமுண்டு என்பதற்கு இந்த ஆதிதிராவிட மகாநாடே போதுமான அத்தாக்ஷியாகும் என்பது நமது அபிப்பிராயம்.'

எம்.சி.ராஜா தலைமையில் நடத்தப்பட்ட இம்மாநாட்டில் இயற்றப்பட்ட தீர்மானங்கள் மிக முக்கியமானவை. அவையாவன:

1. சென்னை மாகாண கவர்னர் லார்டு கோஷன் பிரபுவுக்கும் மேன்மை தங்கிய வைசிராய் லார்டு இர்வின் அவர்களுக்கும் ராஜ விஸ்வாசத்தைத் தெரிவித்துக் கொள்கிறோம்.

2. ஒடுக்கப்பட்ட வகுப்பாரின் முன்னேற்றத்தை சிரத்தையுடன் கவனித்து வேண்டிய அனுகூலங்களைச் செய்து வரும் மாக்ஷிமை தங்கிய காருண்ய மூர்த்தி மைசூர் மகாராஜா ஸ்ரீகிருஷ்ண ராஜேந்திர உடையார் பகதூர் ஜி.சி.எஸ்.ஐ. அவர்களுக்கும், யுவராஜா ஸ்ரீகாண்டீர்வ நரசிம்ம ராஜா உடையார் பகதூர் அவர்களுக்கும், திவான் சாஹேப் மீர்சா முகம்மது இஸ்மாயில் சி.ஐ.இ அவர்களுக்கும் இம்மகாநாடு தங்களுடைய நன்றியறிதலைத் தெரிவித்துக் கொள்ளுகின்றது.

3. இம்மாகாணத்திலுள்ள ஆதிதிராவிடர்கள் மற்றும் ஒடுக்கப்பட்ட மாணவர்களின் பரிதாப நிலைமையைக் கவனித்து இந்திய ஜனசமூகத்திலும், வித்தியா விஷயத்திலும், சத்திரங்கள், கோவில்கள், குளங்கள், ராஜபாதைகள் முதலிய பொது ஸ்தாபனங்களிலும் சம உரிமையளிக்குமாறு இம்மகாநாடு மேன்மை தங்கிய சென்னை கவர்னரை வேண்டிக் கொள்ளுகின்றது.

4. பச்சையப்பன் கல்லூரி (சென்னை), வேலூர் மகந்து ஸ்கூல், வைக்கம், கல்பாத்தி, திருவரப்பு முதலான இடங்களில் தீண்டாமையினால் ஒடுக்கப்பட்ட ஹிந்துக்களுக்கு இழைத்துவரும் குரு தீமைகளை இம்மகாநாடு பலமாய் கண்டிப்பதுடன் சட்ட நிருபணத்தால் விளக்கி சம உரிமையுடன் அளிக்குமாறு ஊர்ஜிதப்படுத்துமாறு இம்மகாநாடு கவர்ன்மெண்டாரைக் கேட்டுக் கொள்ளுகின்றது.

5. ஆங்கில ராஜ்யம் இந்நாட்டில் நிலைபெற தமது ரத்தத்தைச் சிந்தினவர்களுக்கும், 1914-1918 வருடம் வரையில் நடந்த ஜெர்மன் யுத்தத்தில் ஜெயமடையும் வரையில் யுத்த முனையில் போர்புரிந்த இராஜ விஸ்வாசிகளான ஆதிதிராவிட ஆண்மக்களை மற்றவர்களுடன் சமத்துவமாக கவர்ன்மெண்டு 'சாண்டர்ஸ்டு' காலேஜில் இராணுவ பயிற்சிக்கு ஸ்தானம் அளிக்கபட வேண்டுமென்று இம்மகாநாடு மேன்மை தங்கிய இராஜப் பிரதிநிதி லார்டு இர்வினை வேண்டிக் கொள்ளுகின்றது.

6. ஒடுக்கப்பட்ட ஆதிதிராவிடர்களுக்கு ஆரம்பக்கல்வி அத்தியாவசியமானதால் ஒவ்வொரு சிறு கிராமங்களிலும் பாடசாலைகள் ஏற்படுத்தும்படி இம்மகாநாடு கல்வி அதிகாரிகளைக் கேட்டுக் கொள்ளுகின்றது.

7. வஜா செய்யப்பட்டிருக்கும் மாகாணத் தொகையிலிருந்து ஒவ்வொரு ஜில்லாவிலும் ஒடுக்கப்பட்ட வகுப்பாரின் மாணவர்களுக்குப் போஜன விடுதி சாலைகள் ஏற்படுத்திக் கொடுக்கும்படி இம்மகாநாடு கவர்ன்மெண்டாரைக் கேட்டுக் கொள்ளுகின்றது.

8. ஒடுக்கப்பட்ட வகுப்பாரில் வித்யா பட்டம் பெற்றவர்களுக்கு சன்மானங்கள் அளிப்பதற்கு, ஒரு நிதி சேர்க்கப்பட வேண்டுமென கோலார் ஆதிதிராவிட சங்கம் மூலமாக வரவு செலவு கணக்கு வைக்கப்பட வேண்டுமென்று இம்மகாநாடு தீர்மானிக்கிறது.

9. ஒடுக்கப்பட்ட வகுப்பார் பயிர்த் தொழில் அலுவல் இல்லாத காலங்களில் தொழில் விருத்தியாக வேண்டுமெனவும், கிராமாந்திரங்களில் கைத்தொழில் விருத்தியாக வேண்டுமெனவும் கிராமங்களில்

கைத்தொழிற்சாலைகள் ஸ்தாபித்து தரும்படி இம்மகாநாடு சர்க்காரை வேண்டிக் கொள்ளுகின்றது.

10. வர்ணாசிரம கொடுமைகள் அடியோடு ஒழிபட்டு, ஒடுக்கப்பட்ட ஹிந்துக்களும் எல்லாப் பொது ஸ்தாபனங்களிலும் சமத்துவமளிக்கப்படும் வரையில் இந்திய தேசம் 'சுயராஜ்யம்' அடையத் தகுதியற்றதென இம்மகாநாடு அகில இந்திய காங்கிரஸ் சபைக்கு எச்சரிக்கின்றது.

11. மனுவின் சட்டம் உள்ளளவும் ஒடுக்கப்பட்டவரின் முன்னேற்றத்துக்கு முக்கிய தடையாய் இருப்பதுடன், பூர்வ குடிகளாகிய ஆதிதிராவிடர்களை அவமானப்படுத்துவதற்கு ஏதுவாயும், இந்து தேசத்துக்கே கெடுதலாய் இருப்பதாக இம்மகாநாடு மதிக்கிறபடியால், இச்சட்ட புத்தக பிரதிகளைப் பறிமுதல் செய்து தீயில் சுட்டெரித்து சாம்பலை வங்காளக் குடாக் கடலில் சமுத்தர அடக்கம் செய்யும்படி இம்மகாநாடு கவர்ன்மெண்டாரைக் கேட்டுக் கொள்கிறது.

12. தேசத்தின் ஜனத்தொகையில் ஆறில் ஒரு பாகத்தினரும் உண்மையான பூர்வ ஹிந்துக்களும் புராதன இந்து கோவில் ஸ்தலங்களின் சுவாதீனர்மாய் இருக்க ஒடுக்கப்பட்டவர்களை கோவில் பிரவேசம் முதலியவற்றில் ஹிம்சித்து வரும் போலி ஜாதி ஹிந்துக்களை இம்மகாநாடு பலமாய் கண்டிக்கிறதுடன், ஒடுக்கப்பட்டவர்களை உள்ளிடத் தவிர்க்கவும் அந்த கோவில் தங்களை கீழ்ப்படுத்தி அவமானம் படுத்துவதாகத் தோன்றுகிறபடியால் மேற்படி கோவில்களை கூடிய சீக்கிரத்தில் அப்புறப்படுத்தும்படி இம்மகாநாடு கவர்ன்மெண்டாரைக் கேட்டுக் கொள்ளுகின்றது.

13. ஒடுக்கப்பட்ட வகுப்பார் முன்னேற்றத்துக்கு அனுசரணையாக புரோகிதத்துவம், குருத்துவம், பஞ்சாயத்துகள் ஆதிதிராவிட ஜன சமூகத்திலேயே நியமிக்கப்பட வேண்டியதென இம்மகாநாடு தீர்மானிக்கிறது.

14. ஒடுக்கப்பட்ட வகுப்பாரின் முன்னேற்றத்திற்கும் தம்முடைய தற்காப்புக்கும் தேகபலம், சுகதேகம் அத்யாவசியமானதால் ஒவ்வொரு ஒடுக்கப்பட்ட வாலிபனும், சிறுவர் முதலாக எல்லோரும் தேகாப்பிய

பயிற்சியில் சேர வேண்டுமென இம்மகாநாடு தீர்மானிக்கின்றது.

15. ஒடுக்கப்பட்ட வகுப்பார் விவாக நிபந்தனையாக 20 வயது ஆகாத வாலிபனும் 15 வயது ஆகாத எந்த கன்னியும் விவாகம் செய்துகொள்ளக் கூடாதென சட்டம் செய்ய வேண்டுமென்று இம்மகாநாடு சர்க்காரைக் கேட்டுக்கொள்ளுகின்றது.

16. தென்னை, பனை, ஈச்சை முதலான மரங்களை தேச க்ஷேமத்தை விரும்பி ஒவ்வொருவரும் கள் இறக்கக் கூடாதென்றும், நம் வகுப்பாரின் முன்னேற்றத்திற்கும் இடுக்கண் விளைவிக்கும் சாராயம், கள் முதலிய லாகிரி வஸ்துக்களை விற்பதைக் கடைகளில் நிறுத்தம் செய்ய வேண்டுமென்றும் இம்மகாநாடுக் கேட்டுக் கொள்ளுகின்றது.

17. இந்தியா கவுன்சில், இந்தியா சட்டசபை, மாகாண சட்டசபைகளிலும் கவுரவ நியாயாதிபதி வேலைகளும் ஒடுக்கப்பட்ட வகுப்பாரின் ஜனத்தொகைக்கு தக்கவாறு பிரதிநிதி ஸ்தானம் கொடுக்க வேண்டுமென இம்மகாநாடு கவர்ன்மெண்டாருக்குத் தெரிவித்துக் கொள்ளுகின்றது.

18. ஜில்லா போர்டு, தாலுகா போர்டு, யூனியன் போர்டு முதலிய ஸ்தல ஸ்தாபனங்களில் ஒடுக்கப்பட்டவர்களுக்கு ஜனத்தொகைக்குத் தகுந்தபடி ஒவ்வொரு போர்டிலும் குறைந்தது இரண்டு ஸ்தானங்கள் கொடுக்கும்படி சட்டத்தைத் திருத்தி ஜில்லா கலெக்டருக்கு அவ்வதிகாரத்தைக் கொடுக்கும்படி இம்மகாநாடு கவர்ன்மெண்டாரை கேட்டுக் கொள்ளுகிறது.

19. ஆதிதிராவிடருக்கும் மற்ற ஒடுக்கப்பட்டவர்களுக்கும் கிராமங்களில் கூட்டுறவு சங்கங்கள் ஸ்தாபித்து பலன் தரும்படி கவர்ன்மெண்டு சங்க இன்ஸ்பெக்டர்கள் கிராமங்கள்தோறும் சென்று இவ்வியக்கம் பரவ போதனா பிரசாரம் செய்ய வேண்டுமென்றும் இம்மகாநாடு வேண்டிக் கொள்ளுகின்றது.

20. ஆங்கில பார்லிமெண்டார் 1928 வருஷத்தில் இந்திய சீர்திருத்த விஷயமாய் ஆராய்வதற்கு இந்தியாவுக்கு அனுப்பப்படும் இராயல் கமிஷனை இம்மகாநாடு மனப்பூர்வமாய் வரவேற்கிறது.

21. இராயல் கமிஷனில் ஆதிதிராவிடர்களது உண்மையான குறைகளை ஆராய்வதற்கும் ஒத்துழைப்பதற்கும் சென்னை மாகாணத்திலிருந்து குறைந்தது மூன்று பிரதிநிதிகளை ஒடுக்கப்பட்ட சமூகத்திலிருந்து நியமிக்க வேண்டுமென்றும், இல்லாவிட்டால் ஒருவித நன்மையும் ஏற்படாதென்றும் இம்மகாநாடு சர்க்காருக்குத் தெரிவித்துக் கொள்ளுகின்றது.

22. ஸ்தல ஸ்தாபனங்களில் ஒடுக்கப்பட்டவர்களை நியமிக்கும் பிரதிநிதி ஸ்தானங்களை ஜில்லா கலெக்டர் அதிகாரத்தின் கீழ் மாற்றிக் கொடுக்கும்படி இம்மகாநாடு சென்னை கவர்னரை வேண்டிக் கொள்ளுகின்றது.

23. சென்னை சட்டசபையில் ஒடுக்கப்பட்ட வகுப்பாரின் ஸ்தானம் காலியானதில் ஒரு பிராமணரை நியமிப்பதை இம்மகாநாடு பலமாய் கண்டிக்கிறது. அந்த ஸ்தானத்தில் மீண்டும் ஒடுக்கப்பட்ட சமூகத்தைச் சேர்ந்த ஒருவரை நியமித்து நீதியை நிலைநாட்டும்படி சர்க்காரை இம்மகாநாடு கேட்டுக் கொள்ளுகின்றது.

24. ஒடுக்கப்பட்ட சமூகத்திலிருந்து போலிஸ் டிபார்ட்மெண்டில் கான்ஸ்டேபில் உத்தியோகமும் சப்இன்ஸ்பெக்டர் உத்தியோகமும் அதிகமாய் கொடுக்கும்படி இம்மகாநாடு கேட்டுக்கொள்கிறது.

25. கிராம பஞ்சாயத்து சபைக்கு 10 ரூபாய் கிஸ்தி செலுத்தும் எல்லோரும் மெம்பராய் தேர்ந்தெடுக்கப்பட சட்டமிருப்பதால் ஒடுக்கப்பட்டவர்கள் மெம்பர்களாய் வருவது அசாத்தியமாய் இருப்பதால் கவர்ன்மெண்டார் பிரதி பஞ்சாயத்து போர்டிலும் நாமிநேஷன் மூலமாய் ஒடுக்கப்பட்டவர்களுக்கு ஸ்தானம் அளிக்குமாறு சர்க்காரை இம்மகாநாடு கேட்டுக் கொள்ளுகின்றது.

26. வியாதியால் மடிந்த ஆடு மாடுகளை கிராமத்தில் அறுத்து உபயோகிக்கும் முறையை நிறுத்தி, அதை தூரத்தில் புதைக்கும்படி ஏற்பட்டிருக்கும் சர்க்கார் உத்தரவை எல்லா கிராம அதிகாரிகளுக்கும் அனுப்பும்படி இம்மகாநாடு சர்க்காரைக் கேட்டுக் கொள்ளுகின்றது. (ஆதிதிராவிட மாநாடுகள், வாலாசா வல்லவன், பக்.42-47, தமிழன், 26-10-1927)

பச்சையப்பன் கல்லூரியில் ஆதிதிராவிட மாணவர்கள்

தென்னிந்தியாவிலேயே பிரிட்டிஷாரின் நிதி உதவி இல்லாமல் தொடங்கப்பட்ட முதல் கல்வி நிலையம்

என்ற பெருமை பச்சையப்பன் கல்லூரிக்கு உண்டு. 19ம் நூற்றாண்டில் ஆங்கிலேயர்களே கல்வி நிலையங்களைத் தொடங்கி நடத்தி வந்த நிலையில், 1842ம் ஆண்டு இந்து மாணவர்களுக்காகத் தொடங்கப்பட்டதுதான் பச்சையப்பன் கல்லூரி.

கறுப்பர் நகரம் என்று அழைக்கப்பட்ட இன்றைய பிராட்வேயில் முதலில் ஒரு பள்ளிக்கூடமாகத் தொடங்கப்பட்ட பச்சையப்பன் கல்லூரி, முதலில் பச்சையப்பா மத்தியக் கழகம் என்ற பெயரில் இயங்கி வந்தது. பின்னர் 1850ல் இப்போதைய கல்லூரி இருக்கும் இடத்திற்கு மாறியது. பள்ளிக்கூடம் மற்றும் கல்லூரி தொடங்கப்பட்ட காலத்திலிருந்தே ஆதிதிராவிட மாணவர்களுக்கும் இஸ்லாமிய மாணவர்களுக்கும் அனுமதி மறுக்கப்பட்டது.

1926ம் ஆண்டு வரை ஆதிதிராவிட மாணவர்களுக்கு பச்சையப்பன் கல்லூரியில் அனுமதியில்லை என்ற நிலை இருந்தது. இதை அப்போதே ரெட்டைமலை சீனிவாசனாரும் குறிப்பிட்டிருக்கிறார். ரெட்டைமலை சீனிவாசனார் தம் ‘ஜீவிய சுருக்கம்’ என்ற நூலில் கூறுகிறார்:

> ‘ஆங்கிலேயர்கள் மட்டுமே கலந்துகொண்டு வெற்றிபெறுகிற வகையில் சிவில் சர்வீஸ் தேர்வுகள் லண்டனில் நடைபெற்றுக் கொண்டிருந்த காலத்தில், அந்த தேர்வு இந்தியாவிலும் நடைபெற வேண்டும் என பிரிட்டிஷ் பார்லிமென்டில் காங்கிரஸ் ஒரு மசோதா சமர்ப்பித்தது. பறையர் மகாஜன சபையார் சென்னை வெஸ்லியன் மிஷன் காலேஜ் ஹாலில் 1893ஆம் ஆண்டு டிசம்பர் 23ஆம் தேதி ஒரு பெருங்கூட்டம் கூடி அந்த மசோதாவை எதிர் மறுத்து 112 அடி நீளமுள்ள ஒரு மனுவில் 3412 கையொப்பங்கள் சேகரித்து ஜெனரல் சர் ஜார்ஜ் செஸ்னி என்னும் பார்லிமெண்ட் மெம்பரிடம் சமர்ப்பித்தார்கள். அந்த மனுவில்,
>
> ‘வெளி ஜில்லாக்களின் நாட்டுப்புறங்களில் ஜாதி வித்தியாசம் கட்டுப்பாடு இன்னும் முதன்மை பெற்று கொடுமையாய் நடக்கிறது. அறிவீனமான நாட்டுப்புறவாசிகள்தான் இப்படி நடந்து வருகிறார்களென்று எல்லோருக்கும் தெரிந்திருக்கிறது மல்லாமல் இந்த ராஜதானியின் தலைநகரமாகிய சென்னையிலுள்ள பச்சையப்பன் கலாசாலை என்னும் சிரேஷ்ட வித்தியாசாலையிலும் பறையர், பறையர் பிள்ளைகளைச் சேர்க்கப்படாதென்று கட்டோடே விலக்கியிருக்கிறதும்...’

என்று பச்சையப்பன் கல்லூரியில் ஆதிதிராவிடரைச் சேர்ப்பதில்லை என்பதைக் குறிப்பிட்டு அதை உடனடியாக நீக்க வற்புறுத்தினார்.

அதுபோலவே அப்போதே அறிஞர் க.அயோத்திதாசர் பச்சையப்பன் கல்லூரியில் ஆதிதிராவிடர்களைச் சேர்க்காமல் இருப்பதைக் குறிப்பிட்டு எதிர்த்திருக்கிறார்.

> ‘மகாகனந்தங்கிய பச்சையப்பன் என்பவரின் பொதுச்சொத்துக்கு மேற்பார்வை உடையோராய் நியமிக்கப் பெற்ற சாதியாசாரமுடையோர் அதே பச்சையப்பன் காலேஜில் கைத்தொழிற்சாலையை ஏற்படுத்தி, ‘சாதியாசார முள்ளவர்களை மட்டிலும் அச்சாலையில் சேர்க்கப்படும். சாதியாசாரமில்லாதவர்களை அவற்றுள் சேர்ப்பதில்லை’ என்று பகிரங்க விளம்பரம் வெளியிட்டிருக்கிறார்கள். *(தமிழன், 6.1.1909)*

தொடர்ந்து ஆதிதிராவிட தலைவர்கள் பச்சையப்பன் கல்லூரியில் ஆதிதிராவிட மாணவர்களைச் சேர்த்துக்கொள்ள வேண்டி மனுக்கள் கொடுத்தும் தங்கள் பத்திரிகைகளில் அதைக் கண்டித்து எழுதியும் மாநாடுகளில் தீர்மானங்கள் இயற்றியும் வந்தனர்.

*4.8.1921*ல் சட்டமன்றத்தில் சௌந்தரபாண்டிய நாடார் கொண்டுவந்த தீர்மானத்தை ஆதரித்து முகமது உஸ்மான் சாகிபு தனது இஸ்லாமிய சகோதரர்கள்கூட பள்ளிகளிலும் கல்லூரிகளிலும் சேர்த்துக் கொள்ளப்படுவதில்லை என்று கூறி, கீழ்க்காணும் ஒரு கோரிக்கையை வைத்தார்.

> ‘...இந்த மாநகரத்திலுள்ள பெரிய இந்து நிலையமாகிய பச்சையப்பன் கல்லூரி நான் சார்ந்துள்ள சமுதாயத்தினர்க்குத் திறக்கப்படுவதில்லை. இந்தச் சமயத்தில் இங்குள்ள மதிப்பிற்குரிய நண்பர்கள் சர். பி.தியாகராயச் செட்டியார், திரு.ஓ.தணிகாசலம் செட்டியார் ஆகிய அக்கல்வி நிலையத்தின் அறங்காவலர்களை ஒரு தாராள மனப்பான்மை மேற்கொண்டு எல்லாச் சமுதாயத்தாரையும் சேர்த்துக்கொள்ள வேண்டுமென்று இங்கு வற்புறுத்த விரும்புகின்றேன்.’

இப்படித் தொடர்ந்து பச்சையப்பன் கல்லூரியில் ஆதிதிராவிட மாணவர்களையும் இஸ்லாமிய மாணவர்களையும் சேர்த்துக்கொள்ள வேண்டுகோள்கள்

வந்துகொண்டே இருந்தன. ஆனாலும் கல்லூரியின் நிர்வாகச் சார்பிலும், அப்போது ஆட்சியிலிருந்த (1921-1926) நீதிக்கட்சி சார்பிலும் எவ்வித நடவடிக்கையும் எடுக்கவில்லை.

நீதிக்கட்சியைச் சார்ந்த சர்.பிட்டி.தியாகராஜர், திரு.ஓ.தணிகாசலம் செட்டியார் முதலியவர்கள் பச்சையப்பன் கல்லூரி டிரஸ்டியாகவே பலகாலம் பணியாற்றியவர்கள். வேண்டுகோள்கள் வைக்கப்பட்டபோதும் அவர்கள் டிரஸ்டியாகவே பணியாற்றி வந்துள்ளனர். ஆனாலும் வேண்டுகோள்களை அவர்கள் ஏற்காமலேயே இருந்துவிட்டனர்.

இந்தக் காலகட்டத்தில் மகாத்மா காந்தி தமிழ்நாட்டுக்கு வருகை தந்தார். 7.9.1927 அன்று பச்சையப்பன் கல்லூரியில் பேசிய மகாத்மா காந்தி, 'பச்சையப்பன் கல்வி நிறுவனங்களில் பஞ்சமர்கள் மற்றும் முஸ்லிம்களை அனுமதிக்க வேண்டும்' என்று பச்சையப்பன் அறக்கட்டளை அறங்காவலர்களுக்கு வேண்டுகோள் விடுத்தார். இந்தச் செய்தி மகாத்மா காந்தியின் 'யங் இந்தியா' இதழில் 15.9.1927ல் வெளியானது.

மகாத்மா காந்தி பேசிய பிறகு, பச்சையப்பன் கல்லூரி முதல்வர் தனது நன்றியுரையில், 'கல்லூரியை அனைத்துத் தரப்பு இந்தியர்களும் சேர்ந்து பயிலத்தக்கதாக மாற்ற முயற்சிப்பதாக' கூறினார்

1927ல் இக்கல்லூரியின் பழைய மாணவர்களான எஸ்.துரைசாமி ஐயர், கே.வெங்கடாஸ்வாமி நாயுடு, என்.கிருஷ்ணமாச்சாரி ஆகிய மூவரும் 'ஆதிதிராவிடர்களும் இந்து சமுதாயத்தின் ஒரு அங்கமாகையால், பச்சையப்பன் கல்வி நிறுவனங்களில் அவர்களை அனுமதிப்பதற்கு ஏற்ப அறக்கட்டளை விதிகளை மாற்றியமைக்குமாறு' சென்னை உயர் நீதிமன்றத்தை அணுகினார்கள். மனுவில் இருந்த சில பிழைகளால் தள்ளுபடி செய்யப்பட்டது. ஆனாலும், அவர்கள் சொல்வதுபோல ஆதிதிராவிடர்களை ஏன் சேர்க்கக்கூடாது எனக் கேட்டது உயர்நீதிமன்றம். பிறகு, அறங்காவலர்கள் ஆதிதிராவிடர்களை பச்சையப்பன் கல்வி நிறுவனங்களில் அனுமதிக்க முடிவெடுத்து, அதற்கான தீர்மானத்தை நிறைவேற்றினார்கள். இதன்படி, 1927 அக்டோபருக்குப் பிறகுதான் ஆதிதிராவிட மாணவர்கள் கல்லூரியில் அனுமதிக்கப்பட்டனர்.

1942ல் பச்சையப்பன் கல்லூரி நூற்றாண்டு விழா மலருக்காக எம்.சி.ராஜா அவர்களும் இரட்டைமலை சீனிவாசன்

அவர்களும் வாழ்த்துச் செய்தி அனுப்பினர். இரண்டு பேருடைய வாழ்த்துச் செய்தியும் முக்கியமானது என்பதால் அதை அப்படியே தருகிறேன்.

'ராவ் பகதூர் எம்.சி.ராஜா, எம்.எல்.ஏ,
புனித தோமையர் மலை.

ஒரு வித்தியாசமான மனநிலையில் நல்லெண்ணமும் மகிழ்ச்சியும் கொண்ட வாழ்த்துச் செய்தியை, நூற்றாண்டு விழா கொண்டாடும் பச்சையப்பன் கல்லூரிக்கு பச்சையப்பன் அறக்கட்டளை அறங்காவலர் குழுத் தலைவர் குமார ராஜா சர்.எம்.முத்தையா செட்டியார் அவர்களின் வேண்டுகோளுக்கிணங்க அனுப்புகிறேன்.

நவீன இந்தியாவின் வரலாற்றில் பயணித்திருக்கும் ஒரு நூற்றாண்டு காலம் என்பது எந்த நிறுவனத்திற்கும் நல்ல காலவெளி ஆகும். அந்தவகையில் அந்தக் காலகட்டத்தில் ஆதிக்கம் செலுத்திக்கொண்டிருந்த உள்ளூர் கலாசாரத்தை மீறி ஆங்கிலேய அரசால் அறிமுகப்படுத்தப்பட்ட மேற்கத்திய கலாசாரத்தின் தாக்கத்தால் உருவான ஒரு கல்லூரி நூறாண்டுகள் நிறைவு செய்திருப்பதை, அந்த காலவெளிக்குள் முழுமையாக பயணித்திருப்பதை திருப்திக்குரிய விஷயமாக பார்க்கிறேன். மேலும் இந்த நிறுவனத்தை உருவாக்கிய சூழ்நிலைகளை நீங்கள் நினைவுபடுத்தும்போது என்னுடைய மனநிறைவுக்கான காரணத்தை நீங்கள் உணர முடியும்.

முழுவதும் இந்து மதக் கைங்கர்யங்களுக்கான பாதைகளிலிருந்து பச்சையப்பன் அவர்களின் மூல அறக்கட்டளை நிதியை மேற்கத்திய கல்வித்துறைக்குத் திசை திருப்பியதற்கு என்னுடைய சமூகமும் ஏறக்குறைய ஒரு காரணம் என்பதை நீங்கள் கேள்விப்பட்டால் ஆச்சரியப்படுவீர்கள்.

அன்று களத்தை ஆக்கிரமித்திருந்த கிறிஸ்தவ மிஷன் பள்ளிகளுக்கு மாற்றாகவும் அவர்களின் சாதி சேராத செயல்களுக்கு எதிராகவும், சுத்தமான இந்து கல்வி நிறுவனங்கள் இருக்க வேண்டும் என்று இந்து மத தலைவர்கள் விருப்பப்பட்டது உண்மைதானே?

அது கிறித்துவ மிஷனரி பள்ளியாக இருந்தாலும் ஒரு பஞ்சம பையன் சாதி இந்து பையன்களுடன் அருகில்

உட்கார்ந்து படிப்பதை விரும்பாத சாதி இந்துக்கள் சாதி ஆச்சாரங்களையும் தீண்டாமையையும் கடைப்பிடிக்கும் இந்து பள்ளி தொடங்குவதற்கு வாய்ப்புகள் இருக்கிறதா என்று ஆராய்ந்தது உண்மைதானே?

அப்படி தேடும் வேளையில் பச்சையப்பன் தர்மக் கட்டளையின் பெரும்பகுதி அறக்கொடையை நீதிமன்ற உதவியுடன் கல்வி நிறுவனங்களுக்கான முதலீடுகளாய் அவர்கள் கண்டுபிடித்தது உண்மைதானே?

இந்த நிறுவனத்தை பொறுத்தவரை ஒரு நூற்றாண்டின் போக்கில் சமூக, அறிவுசார் மற்றும் அரசியல் முன்னேற்றத்தின் விளைவாக, தொடக்க தப்பெண்ணம் முழுமையாக காணாமல் போகவில்லையென்றாலும், ஓரளவு மறைந்து கொண்டிருக்கிறது என்பதனை அறிந்து மகிழ்ச்சி அடைகிறேன்.

சில பிராமணரல்லாத தலைவர்களின் முயற்சிகள் காரணமாக அனைத்து சட்டரீதியான தடைகளும் நீக்கப்பட்டன. குமார ராஜா சர்.முத்தையா செட்டியார் போன்ற அறங்காவலர்களின் பெரிய மனத்தினால் கல்லூரியின் கதவுகளை திறந்து ஏராளமான ஆதிதிராவிடர் மாணவர்களை கல்லூரியில் சேர்த்தது மட்டுமல்லாமல் பொது விடுதியில் அவர்கள் தங்க அனுமதிக்கப்பட்டிருக்கிறார்கள். செட்டிநாடு அரசர் குமார ராஜா சர். முத்தையா செட்டியார் அவர்கள் அறக்கட்டளையின் தலைவராக இருக்கும் காலத்தில் அடுத்த நூற்றாண்டுக்கான பலமான அடித்தளம் அமைக்கப்படும் என்று நான் நம்புகிறேன்.

பதினெட்டாம் நூற்றாண்டில் பச்சையப்பர் அவர்களின் வாழ்விலும் அவர் மறைந்த பிறகு அவரின் தர்மக் கட்டளையை இயங்க வேண்டிய வழிகளை வடிவமைத்தவர்களான அதாவது பவுனி நாராயண பிள்ளை, ஸ்மித் வரதபிள்ளை மற்றும் சி.ஸ்ரீனிவாச பிள்ளை ஆகியோரின் நெருக்கமான உறவினரான கல்லூரி முதல்வர் திரு.வி.திருவேங்கடசாமி அவர்களின் கீழ் கல்லூரி மேலும் வலிமை பெற்று, புகழையும் உயர்வையும் அடையும் என்பது உறுதி.

பழைய ஒழுங்கு புதிய இடத்திற்கு இடமளிக்கிறது. கடவுள் பல வழிகளில் தம்மை நிறைவு

செய்துகொள்கிறார். இல்லையென்றால் ஒரு நல்ல பழக்கம் உலகத்தை கெடுத்துவிடக்கூடும்.

ஓ பூமியே, என்ன மாற்றங்களையெல்லாம் நீ பார்த்திருக்கிறாய்!

அங்கே மரம் வளர்ந்த இடத்தில் ஆழமான பள்ளம் உருண்டோடுகிறது.

அங்கே நீண்ட தெரு பேரொலி எழுப்புமிடத்தில், இருந்தது

நடுக்கடலின் அமைதி.

இது புவியியல் மாற்றங்களுக்கு மட்டுமல்ல, மனித வாழ்க்கையின் விவகாரங்களில் ஏற்படும் மாற்றங்களுக்குமே பொருந்தக் கூடியதுதான். 1897ஆம் ஆண்டு, விக்டோரியா மகாராணியின் வைரவிழா கொண்டாட்டத்தின்போது, மெட்ராஸ் மெமோரியல் ஹாலில் என்னுடைய சமூகத்தை சார்ந்த மூத்த நண்பர் ஒருவர் சொன்னதை நினைத்து பார்க்கிறேன்: 'கடவுளுடைய சமூக முன்னேற்றத்தின் சக்கரம் சுற்றிக்கொண்டிருக்கிறது. எந்த அளவுக்கு என்றால், சக்கரத்தின் அடிப்பகுதியில் இருந்தவர்கள் - கிட்டத்தட்ட தரையில் முத்தமிட்டுக் கொண்டிருந்தவர்கள் – மெதுவாக மேலெழுந்து வருகிறார்கள். அந்த நாள் வரும், அவர்களின் உரிமைகள் அங்கீகரிக்கப்படும் நாள் வரும். அன்று அவர்கள் இந்தியாவின் முன்னேற்றத்தை நிர்ணயிக்கும் காரணியாக மாறுவார்கள்.

பச்சையப்பன் கல்லூரியின் தலைவர்கள், இயக்குநர்கள், தலைவர் மற்றும் அவர்களுடைய ஊழியர்களின் கீழ் ஏற்பட்டிருக்கும் மாற்றம் அந்த நம்பிக்கை நிறைவேறுவதற்கான தொடக்கத்தின் அடையாளம் என்று நான் கருதுகிறேன்.

எனவே, கடவுளுக்கு நன்றியுடன் என் சார்பாகவும், நான் சார்ந்திருக்கும் சமூகத்தின் சார்பாகவும், பச்சையப்பன் கல்லூரி தலைமுறை தலைமுறையாக மெதுவாக ஆனால் அடிமேல் அடி வைத்து நிச்சயமாகவும் முன்னேற்ற பாதையில் செழிப்புடன் வளர்ந்த தை போல் மேலும் வளர வாழ்த்துகிறேன்.

எம்.சி.ராஜா.'

எம்.சி.ராஜா அவர்களின் வாழ்த்துச் செய்தி போலவே ரெட்டைமலை சீனிவாசனார் அவர்களுடைய வாழ்த்துச் செய்தியும் முக்கியமானது:

'திவான் பகதூர் ஆர்.சீனிவாசன், எம்.எல்.,
சிலாய்டஸ் ரோடு, கதிட்ரல், சென்னை,
1, பிப், 1942.

தாழ்த்தப்பட்ட மக்கள் சார்பாக பிரிட்டிஷ் பாராளுமன்றத்திற்கு 1894ஆம் ஆண்டு ஜூலை மாதம் 24ஆம் தேதி பொதுக்குழுவின் ஜெனரல் ஜார்ஜ் செஸ்னி அவர்கள் சமர்ப்பித்த ஒரு மனுவை தயாரிப்பதில் நான் முக்கிய பங்கெடுத்துக்கொண்டேன். சாதி இந்துக்கள் தாழ்த்தப்பட்ட மக்களுக்கு இழைக்கும் அநீதிகளை பட்டியலிடும்போது, சென்னை நகரத்தில் உள்ள பச்சையப்பன் உயர்நிலைப் பள்ளி என அழைக்கப்படும் ஒரு கல்விச்சாலையில் தாழ்த்தப்பட்ட சமூகத்தைச் சார்ந்த மாணவர்கள் அனுமதிக்கப்படாதது சுட்டிக்காட்டப்பட்டது.

சுமார் நாற்பது ஆண்டுகளுக்குப் பின், திவான் பகதூர் ஜி.நாராயணசாமி செட்டியார் பச்சையப்பாவின் அறக்கட்டளையின் அறங்காவலர் குழுவின் தலைவராக இருக்கும்போது அவரின் உறுதியினாலும் விடாமுயற்சியாலும் அறங்காவலர்களால் நிர்வகிக்கப்படும் பள்ளிகள் மற்றும் கல்லூரிகளில் தாழ்த்தப்பட்ட சமூகத்தை சார்ந்த மாணவர்கள் நுழைய வழி ஏற்படுத்தப்பட்டது. தற்போது அவர்களின் எண்ணிக்கை அதிகரிப்பதையும் காண்கிறேன்.

பச்சையப்பன் கல்வி நிறுவனங்கள் வரலாறு படைக்கும் இவ்வேளையில் அறக்காவலர் குழு தலைவராக இருக்கும் குமார ராஜா சர்.எம்.ஏ.முத்தையா செட்டியார், அந்த கௌரவத்திற்கும் தகுதியுடையவர் ஆவார். தாழ்த்தப்பட்ட மக்களின் முன்னேற்றத்தில் மிகுந்த அக்கறை எடுத்துக்கொள்கிறார். அவர் எப்போதும் அவர்களுடன் பரிவுணர்வு கொண்டு அவர்களுக்கு உதவுவார் என்று நாம் நம்புகிறேன். கல்லூரியின் முதல்வர் திரு.வி.திருவேங்கடசாமி ஒடுக்கப்பட்ட சமூகத்தினை சேர்ந்த மாணவர்களை அவர் நடத்தும் விதத்தினாலும், அவர்களின் கல்வியின் மீது அவர் காட்டும் அக்கறையினாலும்

அம்மாணவர்களுக்கு ஊக்கமளிக்கும் விதமாக இருக்கிறது என்பதனை அறிந்து மகிழ்ந்தேன். இந்த கல்விச்சாலை அனைத்து வெற்றிகளையும் அடைய வாழ்த்துகிறேன்.

ஆர்.சீனிவாசன்.'

இவ்வாறுதான் தாழ்த்தப்பட்ட மக்களின் தலைவர்களின் முயற்சியால் மட்டுமே பச்சையப்பன் கல்லூரியில் தாழ்த்தப்பட்ட மக்கள் சேருவதற்கு அனுமதி கிடைத்தது.

●

சுயேச்சையாக வெற்றிபெற்ற பி.சுப்புராயன், சுயராஜ்யக் கட்சியினரான ஏ.அரங்கநாத முதலியார், ஆர்.என். ஆரோக்கியசாமி முதலியார் இருவரையும் உள்ளடக்கிய அமைச்சரவையை அமைத்து, ஆட்சிப்பொறுப்பை 4.12.1926ல் ஏற்றுக்கொண்டார். நீதிக்கட்சியினர் இந்த ஆட்சியைக் கடுமையாக எதிர்த்து வந்தனர். இருமுறை இந்த ஆட்சி மீது நம்பிக்கையில்லாத் தீர்மானத்தைக் கொண்டுவந்தது நீதிக்கட்சி. சுயராஜ்யக் கட்சியின் மறைமுக ஆதரவால் நம்பிக்கையில்லாத் தீர்மானம் தோற்கடிக்கப்பட்டது. பி.சுப்புராயன் ஆட்சியும் ஆதிதிராவிடர்களை பச்சையப்பன் கல்லூரியில் சேர்ப்பதற்கு எவ்வித முயற்சியும் எடுக்கவில்லை. தமிழ்நாட்டு காங்கிரஸ் தலைவர்களும், சுயராஜ்யக் கட்சியும் கண்டுகொள்ளவில்லை. ஈ.வெ. ராமசாமி நாயக்கரும் அவருடைய சுயமரியாதை இயக்கமும் எவ்வித போராட்டத்தையும் முன்னெடுக்கவில்லை. 1924ல் வைக்கத்தில் கோவில் தெருக்களில் நடப்பதற்கு காங்கிரஸ் தலைமையில் போராட்டம் நடைபெற்றது. அப்போதைய தமிழ்நாட்டு காங்கிரஸ் தலைவராக இருந்த ஈ.வெ.ராமசாமி நாயக்கரும் கலந்துகொண்டு போராடினார். திரு.வி.க.வால் பெரிதாகப் பிம்பப்படுத்தப்பட்டு வைக்கம் வீரர் ஆனார். ஆனால் தமிழ்நாட்டில் கல்லூரியில் நுழையவிடாமல் தடுத்தபோது வைக்கம் வீரர் அமைதியாகவே இருந்துவிட்டார்.

1927ல் எம்.சி.ராஜாவும் எல்.சி.குருசாமி அவர்களும் இணைந்து 'எட்வர்டு யுவராஜு' (Edvardu Yuvaraju) என்ற தலைப்பில் தெலுங்கில் 16 பக்கம் கொண்ட புத்தகத்தை எழுதி வெளியிட்டனர்.

1928

11வது ஆதிதிராவிட மகாநாடு 1928ம் ஆண்டு ஜனவரி 8ம் நாள் காலை 9 மணிக்கு கோகலே மண்டபத்தில் ராவ் பகதூர் எல்.சி.குருசாமி, எம்.எல்.சி. அவர்கள் தலைமையில் கூடியது. அம்மகாநாட்டில் ஜே.எஸ். கண்ணப்பர், சுவாமி சகஜானந்தம், ராவ்பகதூர் எம். சி.ராஜா, நடேச முதலியார் ஆகியோரும் மற்றும் பல முக்கியப் பிரமுகர்களும் கலந்துகொண்டனர்.

சுவாமி சகஜானந்தர் அவர்கள் மேற்படி மகாநாட்டைத் திறந்து வைக்கும்படி ராவ் பகதூர் எம். சி.ராஜாவைக் கேட்டுக்கொண்டார். அதற்கிணங்க எம். சி.ராஜா மகாநாட்டைத் திறந்து வைத்தார். தலைவர் ராவ் சாகிப் எல்.சி.குருசாமி அவர்கள் கீழ்க்கண்ட தீர்மானங்களைப் பிரேரபித்தார்.

1. இம்மகாநாடு பிரிட்டிஷ் அரசாங்கத்துக்கு விஸ்வாசமும் பணிவும் காட்டுவதுடன் அதன் மூலம் இந்நாட்டில் நியாயமும் சுயேச்சையும் விளங்கும்படி செய்ய வேண்டுமென்றும் கடவுளைப் பிரார்த்திக்கின்றது.

2. இம்மகாநாடு நம்முடைய சமூக முன்னேற்றத்துக்காக உழைத்து வந்த பெரியார்களாகிய சர்.டி.சதாசிவ ஐயர், சர்.பி.சி. ராஜகோபாலாச்சாரியார், ஸ்ரீமுகுந்துபிள்ளை ஆகியோர்களின் அகால மரணத்துக்காக வருந்துகிறது.

3. இம்மகாநாடு அரசியல் கமிஷன் நியமனத்தைப் பாராட்டுவதுடன் நாட்டுக்கு அக்கமிஷனால் கடைசிவரை நன்மை ஏற்படுமென்று கருதி,

இக்கமிஷனுடனும் ஜாயிண்டு சட்டசபைக் கமிட்டிகளுடனும் ஒத்துழைக்க வேண்டுமென்றும் எல்லா கட்சித் தலைவர்களையும் கேட்டுக்கொள்கிறது.

4. இம்மகாநாடு 'தாழ்த்தப்பட்டவர்கள்' என்ற பதத்திற்குப் பதிலாக 'ஆதி இந்துக்கள்' என்று கவர்ன்மெண்டு ரிக்கார்டுகளிலும் மற்ற இடங்களிலும் வழங்கப்பட வேண்டுமென்று சர்க்காரைக் கேட்டுக்கொள்கிறது.

5. ஆதிதிராவிடர்களில் பெரிய உத்தியோகங்கள் வகிக்கக்கூடியவர்கள் இருந்தும் சர்க்கார் உத்தியோகங்களில் போதுமான அளவுக்கு ஆதிதிராவிடர்களை நியமனம் செய்யாமலிருப்பதற்கு இம்மகாநாடு வருந்துகிறது. தொழில் இலாக்காவை ஆதிதிராவிடர்கள் மயமாக்க வேண்டுமென்றும் சர்க்காரை கேட்டுக்கொள்கிறது.

6. சென்னை முனிசிபல் சபையில் ஆதிதிராவிடர்களுக்குப் போதுமான பிரதிநிதித்துவம் கொடுக்கப்படாமைக்கு வருந்துவதுடன் குறைந்தபட்சம் நான்கு பேர்களையாவது மேற்படி சபையில் நியமனம் செய்ய வேண்டுமென்று சர்க்காரைக் கேட்டுக்கொள்கிறது.

7. கூட்டுறவு சங்கங்களில் வேலை செய்யும் குமாஸ்தாக்களுக்கு உபகாரச் சம்பளம் கொடுக்கும் பொருட்டு சர்க்கார் ஆதிதிராவிடர்கள் கூட்டுறவு சங்கங்களுக்குப் பண உதவியளிக்க வேண்டுமென்று கேட்டுக்கொள்கிறது.

8. (அ) ஆதிதிராவிடர்களிருக்கும் இடங்களிலுள்ள எல்லாப் பள்ளிக்கூடங்களிலும் கட்டாய ஆரம்பக் கல்வி அளிக்க வேண்டுமென்று சர்க்காரைக் கேட்டுக்கொள்கிறது.

9. (ஆ) மேலும் பள்ளிக்கூடங்களில் தொழிற்பயிற்சி அளிக்க வேண்டுமென்றும், இப்போது ஆதிதிராவிட மாணவர்களுக்கு சர்க்காரால் கொடுக்கப்படும் உபகாரச் சம்பளம் போதாதென்றும் அவற்றை அதிகப்படுத்த வேண்டுமென்றும், பாடசாலைகளிலும் கலாசாலைகளிலும் வாசிக்கும் ஏழை மாணவர்களுக்கு மத்தியானம் இலவசமாகச் சாப்பாடு போடவேண்டுமென்றும் கேட்டுக்கொள்கிறது.

10. சென்னையில் நடந்த ஆசார சீர்திருத்த மகாநாட்டில் ஸ்ரீமதி பெசன்ட் தமது பிரசங்கத்தில்

ஆதிதிராவிடர்களை அசுத்தம் பிடித்தவர்கள் என்று கூறியதற்காக இம்மகாநாடு அவரைக் கண்டிக்கிறது.

11. சென்னை நிர்வாக சபையில் ஆதிதிராவிடர்களில் ஒருவர் இல்லாததினால் அச்சமூக நன்மைக்குக் குந்தகம் ஏற்படுவதாயிருப்பதால் மேற்படி நிர்வாக சபையில் தாழ்த்தப்பட்ட வகுப்பில் ஒருவரை நியமிக்க வேண்டுமென்று சர்க்காரைக் கேட்டுக்கொள்கிறது.

மேலும் சில தீர்மானங்கள் நிறைவேற்றப்பட்டன. பின்னர் தலைவர் முடிவுரைக்குப் பின் மகாநாடு நிறைவுபெற்றது. (குடியரசு 15-1-1928)

1928ம் ஆண்டு ஜனவரி இரண்டாம் வாரத்தில் மத்திய சட்டசபையில் எம்.சி.ராஜா சில முக்கியமான தீர்மானங்களை முன்மொழிந்தார்:

1. இந்திய அரசின் நேரடி நிர்வாகக் கட்டுப்பாட்டின் கீழ் உள்ள அங்கீகரிக்கப்பட்ட கல்லூரிகளில் உள்ள பல்கலைக்கழக வகுப்புகளில் சேர்க்கப்படும் தாழ்த்தப்பட்ட வகுப்பைச் சேர்ந்த மாணவர்களுக்கு (50 மாணவர்களுக்கு குறையாமல்) ஒவ்வொரு மாதமும் தலா ஐம்பது ரூபாய் உதவித்தொகையை நிறுவ இந்தச் சபை கவர்னர் ஜெனரலுக்குப் பரிந்துரைக்கிறது.

2. இந்திய அரசின் நேரடி நிர்வாகக் கட்டுப்பாட்டின் கீழ் அமைந்துள்ள அங்கீகரிக்கப்பட்ட மேல்நிலைப் பள்ளிகளில் படிக்கும் தாழ்த்தப்பட்ட வகுப்பைச் சார்ந்த 300 மாணவர்களுக்கு குறையாமல் ஒவ்வொரு மாணவருக்கும் கல்வி ஊக்கத் தொகையாக ஒவ்வொரு மாதமும் ரூ.30 வழங்க இந்தச் சபை கவர்னர் ஜெனரலுக்குப் பரிந்துரைக்கிறது.

3. இந்திய அரசின் நேரடி நிர்வாகக் கட்டுப்பாட்டின் கீழ் அமைந்துள்ள அங்கீகரிக்கப்பட்ட தொடக்கப் பள்ளிகளில் படிக்கும் தாழ்த்தப்பட்ட வகுப்பைச் சார்ந்த 600 மாணவர்களுக்கு குறையாமல் ஒவ்வொரு மாணவருக்கும் கல்வி ஊக்கத் தொகையாக ஒவ்வொரு மாதமும் ரூ.10 வழங்க இந்தச் சபை கவர்னர் ஜெனரலுக்குப் பரிந்துரைக்கிறது.

4. இந்திய அரசின் நேரடி நிர்வாகக் கட்டுப்பாட்டின் கீழ் உள்ள பகுதிகளில் உள்ள அங்கீகரிக்கப்பட்ட பள்ளி மற்றும் கல்லூரியில் படிக்கும் தாழ்த்தப்பட்ட

வகுப்பைச் சேர்ந்த அனைத்து மாணவர்களுக்கு தேர்வுக் கட்டணத்தில் இருந்து விலக்கு அளிக்கப்பட வேண்டும் என்று கவர்னர் ஜெனரல் சபைக்கு இந்தப் பேரவை பரிந்துரைக்கிறது.

5. இந்திய அரசின் நேரடி நிர்வாகக் கட்டுப்பாட்டின் கீழ் அமைந்துள்ள அங்கீகரிக்கப்பட்ட மேல்நிலைப் பள்ளிகள் மற்றும் கல்லூரிகளில் படிக்கும் தாழ்த்தப்பட்ட வகுப்பைச் சேர்ந்த மாணவர்களுக்கு, முக்கியமான மையங்களில் தங்கும் விடுதிகளைத் தொடங்குமாறு இந்தச் சபை கவர்னர் ஜெனரலுக்குப் பரிந்துரைக்கிறது.

தாழ்த்தப்பட்ட சமுதாய மாணவர்களின் முன்னேற்றத்திற்கு இதுபோன்ற பல தீர்மானங்கள் எம்.சி.ராஜாவால் தொடர்ந்து முன்மொழியப்பட்டு வந்தன.

பிரிட்டிஷ் அரசு 1909ல் மின்டோ மார்லி சீர்திருத்தத்தைக் கொண்டுவந்தபோது அதில் தலித்துகளுக்கு எந்தவிதமான அறிவிப்பும் இல்லை. மேலும் பத்தாண்டுகளுக்குப் பிறகு இச்சீர்திருத்தத்தை மறுபரிசீலனை செய்ய வேண்டும் என்று கூறியது. அதுபோலவே 1919ல் மாண்டேகு செம்ஸ்போர்டு தலைமையில் கமிட்டி அமைக்கப்பட்டு மறுபரிசீலனை செய்தது. அவர்களும் பத்தாண்டுகளுக்குப் பிறகு இச்சீர்திருத்தத்தை மறுபரிசீலனை செய்து புதிய சீர்திருத்தங்களை பரிந்துரைக்க வேண்டும் என்று கூறினர். அதன் அடிப்படையில் 1928ல் இந்திய அரசியல் சட்டத்தை மறுபரிசீலனை செய்ய சர்.ஜான் சைமன் தலைமையில் ஏழு நாடாளுமன்ற உறுப்பினர்களைக் கொண்ட குழு அமைக்கப்பட்டது. அதுவே 'சைமன் கமிஷன்' என்று அழைக்கப்பட்டது.

இந்தியாவிற்குப் புதிய சீர்திருத்தங்களைப் பரிந்துரைக்க ஏற்படுத்தப்பட்டிருக்கும் சைமன் கமிஷனில் இந்தியர்கள் எவரும் உறுப்பினராக இடம்பெறவில்லை. காரணம், அப்போது இந்தியாவுக்கான அயல்துறைச் செயலாளராக இருந்த லார்டு பிர்கென்ஹெட் குழுவில் இந்தியர்கள் சேர்க்கப்படுவதை எதிர்த்தார். இந்தக் குழுவில் இந்தியர்கள் யாரும் இடம் பெறாததால் காங்கிரஸ் கட்சி சைமன் கமிஷனைப் புறக்கணிக்க முடிவெடுத்து எதிர்ப்பு தெரிவித்தது. சைமன் கமிஷன் 3-2-1928 அன்று இந்தியாவில் உள்ள லாகூருக்கு வந்தது. நாடெங்கும் பலத்த எதிர்ப்பு எழுந்தது.

சைமன் கமிஷனில் உறுப்பினராக இந்தியர்கள் எவருமே இல்லை. ஆனால் கமிஷனை வரவேற்கவும் ஆதரிக்கவும் ஒத்துழைக்கவும் இந்தியர்கள் அடங்கிய ஒரு குழுவை வைஸ்ராய் லார்டு இர்வின் நியமித்தார். அக்குழுவுக்கு சர். சங்கரன் நாயர் தலைவராக இருந்தார். மேலும் ராவ்பகதூர் எம்.சி.ராஜா, சர்.ஆர்தர் ஃப்ரூம், ராஜா நவாப் அலிகான், சர்தார் சிவதேவ் சிங், நவாப் ஜுல்பிகார் அலிகான், சர். ஹரிசிங், சர்.அப்துல்லா, கிக்காபாய் பிரேம்சந்த் ஆகியோர் நியமிக்கப்பட்டனர்.

27-2-1928 அன்று குடியேற்றம் தொடர்பான கேள்விகளுக்கு ஆலோசனை வழங்கும் நிலைக்குழுவுக்கான குழுவில் எம். சி.ராஜா உறுப்பினராகத் தேர்வு செய்யப்பட்டார். மேலும் கான் பகதூர் ஹாஜி அப்துல்லா ஹாஜி காசிம், ஹரிசிங் கௌர், புருஷோத்தமன்தாஸ், தாகூர்தாஸ், என்.எம்.ஜோஷி, பி.எஸ்.மூஞ்ஜே போன்றவர்களும் உறுப்பினர்களாகத் தேர்வு செய்யப்பட்டனர்.

27-3-1928 அன்று பொதுக் கணக்குக் குழுவில் பணியாற்ற எம்.சி.ராஜா, டி.ஏ.கே.ஷெர்வானி, பி.தாஸ், ஹாஜி சௌத்ரி முகமது இஸ்மாயில் கான் ஆகியோர் உறுப்பினர்களாகத் தேர்ந்தெடுக்கப்பட்டனர்.

எம்.சி.ராஜா தலைமையில் சைமன் குழுவிற்கு ஒரு மகஜர் கொடுக்கப்பட்டது. அதில், 'ஒரு பொதுத் தேர்தலில் இந்தச் சமூகத்தின் பிரதிநிதிகள் சபைகள் மற்றும் உள்ளூராட்சி மன்றங்களுக்குத் தெரிவு செய்யப்படுவதற்கு வாய்ப்புகள் இல்லை. மற்ற சமூகத்தினரின் பாரபட்சம் மற்றும் இந்த சமூகத்தின் உறுப்பினர்களின் வறுமை ஆகிய காரணத்திற்காகவே நாங்கள் வகுப்புவாத வாக்காளர்களைக் கேட்கிறோம்' என்ற கோரிக்கையை முக்கியக் கோரிக்கையாக வைத்தார்கள்.

(தனித்தொகுதி என்பது என்ன? தனித்தொகுதி என்பது முற்றிலும் தீண்டப்படாத வாக்காளர்கள் அடங்கிய தொகுதியாகும். இந்த வாக்காளர்கள்தான் ஒரு தீண்டப்படாதோரைச் சட்டமன்றத்திற்குத் தங்கள் பிரதிநிதியாகத் தேர்ந்தெடுக்க வேண்டும்.)

சைமன் மாகாணக் கமிட்டியினர்களுள் தாழ்த்தப்பட்ட வகுப்புகளின் பிரதிநிதிகளாய் இருப்பவர்களுக்கு எம். சி.ராஜா விருந்தளித்தார். இதில் திரு.ஹார்ட்ஷார்ன் என்பவரைப் பிரதிநிதிகள் கண்டு பேசினர். நாடு முழுக்க

சைமன் குழுவிற்கு தலித்துகள் சார்பில் கோரிக்கை வைக்கப்பட்டது.

பம்பாய் மாநிலத்தில் சிறுபான்மையினர் என்ற முறையில் தாழ்த்தப்பட்ட வகுப்பினரின் நலன்களைப் பாதுகாக்கத் தேவையான உத்தரவாதங்கள், அவை மாநில தன்னாட்சியின் கீழ் நிறைவேற்றப்பட பம்பாய் சட்டமன்றத்தின் அமைப்பில் மாற்றங்கள் மற்றும் பெறவேண்டிய உத்தரவாதங்கள் பற்றிய அறிக்கையை சைமன் கமிஷனுக்கு பகிஷ்கிரிதா ஹிதகாரணி சபா சார்பில் 29- 5-1928ல் டாக்டர் பீம்ராவ் ஆர்.அம்பேத்கர் சமர்ப்பித்த அறிக்கையில்,

> ‘13. தேர்தல் முறை: தாழ்த்தப்பட்ட வகுப்பினரைப் பொறுத்தவரை, பொதுத் தொகுதிகளில் சுதந்திரமான தேர்தல் என்பது இயலாது என்பது சபாவின் கருத்து. மறுபுறத்தில், வகுப்புகள் அடிப்படையிலான தேர்தல் தொகுதிகளைச் சபா விரும்பவில்லை. பொதுத் தொகுதிகளில் ஒதுக்கப்பட்ட இடங்கள் தாழ்த்தப்பட்ட வகுப்பினருக்குக் கொடுக்கப்பட்டால் அது போதுமானது என்பது அதன் கருத்து. தாழ்த்தப்பட்ட வகுப்புகளிலிருந்து போட்டியிடுபவர்கள் சம்பந்தப்பட்டவரை, அந்த வட்டாரத்தில் வசிக்க வேண்டும் என்ற அடிப்படையை (தகுதியை) முற்றிலுமாகக் கைவிட வேண்டுமென்றும் டெபாசிட் விஷயத்தில் கொஞ்சம் (தொகை) தளர்த்தப்பட வேண்டுமென்றும் சபா வற்புறுத்துகிறது’ (பாபாசாகேப் டாக்டர் அம்பேத்கர் நூல்தொகுப்பு, தொகுதி 4, பக்.193)

என்று குறிப்பிட்டிருக்கிறார். அதாவது டாக்டர் அம்பேத்கர், தலித்துகளுக்கு தனித்தொகுதி தேவையில்லை எனவும் பொதுத்தொகுதியே போதுமானது எனவும் திட்டவட்டமாக கூறியிருக்கிறார். மேலும் அம்பேத்கர் குழுவில் சாட்சியம் கூறும்போது, ‘...எங்கள் அரசியல் பாதுகாப்புக்காக உங்கள் முன் ஒரு கோரிக்கையைச் சமர்ப்பிக்கிறேன். முஸ்லிம் சிறுபான்மையினருக்குத் தரப்பட்டுள்ள அதே அடிப்படையில் எங்களுக்குப் பிரதிநிதித்துவம் அளிக்கப்பட வேண்டும். வயது வந்தோர்க்கு வாக்குரிமை என்பதுடன் கூடிய இட ஒதுக்கீடு எங்களுக்கு தரப்பட வேண்டும்’ என்றார்.

இதைத் தொடர்ந்து அடுத்த கேள்வியாக ‘வயது வந்தோர்க்கெல்லாம் வாக்குரிமை என்பது

இல்லாவிட்டால்?' என்று கேட்கப்பட்டபோது, டாக்டர் அம்பேத்கர் 'அப்படியானால் நாங்கள் தனியான வாக்காளர் தொகுதிகளைக் கோருவோம்' (பாபாசாகேப் டாக்டர் அம்பேத்கர் நூல் தொகுப்பு, தொகுதி 4, பக்.228) என்றார். அதாவது அண்ணல் அம்பேத்கருக்குத் தனித்தொகுதி இரண்டாம்பட்சம்தான்.

இந்தக் குழுவில் அண்ணல் அம்பேத்கர் சாட்சியம் கூறியபோது நடந்த மற்றொரு உரையாடலும் முக்கியமானது:

> **டாக்டர் சுஹ்ரவர்தி:** சமூக பகிஷ்காரம் மற்றும் கொடுங்கோன்மை பற்றிய உதாரணங்களை நீங்கள் சுட்டிக்காட்டினீர்கள். இதன் காரணமாக, பொதுத் தேர்தலின்போது, உங்களுடைய சமுதாயத்தைச் சேர்ந்த மக்கள், வாக்குச் சாவடிகளுக்குள் நுழைய முடியாதபடி பயமுறுத்தப்பட மாட்டார்களா?
>
> **டாக்டர் அம்பேத்கர்:** ஆமாம், அது நடைபெறலாம்.
>
> **டாக்டர் சுஹ்ரவர்தி:** தீண்டத்தகாதவர்கள் வாக்களிக்கச் செல்வதால், தேர்தல்களில் கலந்துகொள்ள முடியாது என்று உயர்ஜாதி ஹிந்துக்கள் மறுக்கக்கூடிய நிலைமையும் ஏற்படலாமல்லவா?
>
> **டாக்டர் அம்பேத்கர்:** ஆம், ஏற்படக்கூடும். என்ன நேரும் என்று முன்கூட்டியே கூறுவது மிகவும் கடினம். ஜில்லா போர்டுகளில் தாழ்த்தப்பட்ட வகுப்பைச் சேர்ந்த உறுப்பினர்கள் உரிமையுடன் நாற்காலிகளில் அமர முற்பட்டதால், மேல்ஜாதி ஹிந்து உறுப்பினர்கள் அந்தக் கூட்டத்தை விட்டே வெளியேறிய நிகழ்ச்சிகளும் உள்ளன.
>
> **டாக்டர் சுஹ்ரவர்தி:** இந்த நிலைமைகளில், தனிவாக்காளர் தொகுதியைப் பெற்றிருப்பதுதான் உங்களுக்கும் சிறப்பாக இருக்கும் என்று நீங்கள் நினைக்கவில்லையா? ஏனெனில், பொதுவாக்காளர் தொகுதிகளில், உங்களுடைய இடங்கள் ஒதுக்கப்பட்டிருந்தாலும்கூட, தனிவாக்காளர் தொகுதி போலத்தானே நடைமுறையில் அது தோற்றமளிக்கிறது?
>
> **டாக்டர் அம்பேத்கர்:** ஆமாம். (பாபாசாகேப் டாக்டர் அம்பேத்கர் நூல் தொகுப்பு, தொகுதி 4, பக்.259-260)

இந்த உரையாடலிலிருந்து ஒரு விஷயம் தெள்ளத் தெளிவாகத் தெரிகிறது. பொதுவாக்காளர் தொகுதியில் இட ஒதுக்கீடு என்பதும், தனிவாக்காளர் தொகுதி என்பதும் கிட்டத்தட்ட ஒரே மாதிரிதான் என்றாலும் அண்ணல் அம்பேத்கர் தனிவாக்காளர் தொகுதியை சைமன் குழுவில் கேட்கவில்லை.

தனிவாக்காளர் தொகுதியைக் கேட்காத அண்ணல் அம்பேத்கரை அன்று எந்த அமைப்பும் விமர்சிக்கவில்லை. உண்மையில் அதைப் பற்றிய விமர்சனமே எழவில்லை. ஏனென்றால் சமுதாயப் பற்றின் காரணமாக ஒவ்வொரு தலைவரும், ஒவ்வொரு அமைப்பினரும் ஆய்வு மற்றும் களப்பணியின் காரணமாக உருவான கருத்துகளின் அடிப்படையில் கோரிக்கைகளை வைத்தார்கள்.

1928ல், டெல்லியில் நடைபெறும் அகில இந்திய தாழ்த்தப்பட்ட வகுப்பினர் மாநாட்டின் ஆண்டுக் கூட்டத்திற்கு டாக்டர் அம்பேத்கர் தலைவராகத் தேர்ந்தெடுக்கப்பட வேண்டும் என்று முன்மொழியப்பட்டது. அதன்படி அவர் அழைக்கப்பட்டார். அவர் முதலில் ஒப்புக்கொண்டார். ஆனால் மாநாட்டின் தேதிக்கு இரண்டு நாட்களுக்கு முன்பு, அவர் மாநாட்டை ஒத்திவைக்குமாறு அழைப்பாளர்களுக்கு ஒரு தந்தி அனுப்பினார். இருப்பினும் அது ஒத்திவைக்கப்படவில்லை. எம்.சி.ராஜா இரண்டாவது முறையாக அதன் தலைவராக இருக்குமாறு கோரப்பட்டது. டாக்டர் அம்பேத்கரின் நண்பர் டாக்டர் சோலங்கி மாநாட்டில் கலந்துகொண்டார். மேலும் அனைத்திந்திய தாழ்த்தப்பட்ட வகுப்பினர் சங்கத்தின் இரண்டு தலைவர்களாக அதாவது எம்.சி.ராஜா மற்றும் டாக்டர் அம்பேத்கர் இருக்க வேண்டும் என்று அவர் முன்மொழிந்தார். இந்த முன்மொழிவு தோல்வியடைந்தது. ராவ் பகதூர் எம்.சி.ராஜா மீண்டும் சங்கத்தின் தலைவராக ஒருமனதாகத் தேர்ந்தெடுக்கப்பட்டார்.

இச்சமயத்தில் இந்தியாவிற்கு அரசியலமைப்பு மாற்றங்கள் குறித்த அறிக்கையை தயாரிப்பதற்காக 1928ம் ஆண்டு செப்டம்பர் மாதம் முடிவெடுக்கப்பட்டு ஒரு கமிட்டி (Indian Central Committee) அமைக்கப்பட்டது. சர். சங்கரன் நாயர் தலைவராகவும், சர். ஆர்தர் ஃப்ரூம், ராஜா நவாப் அலிகான், சர்தார் பகதூர் ஷிவ்தேவ் சிங் உபேராய், சர். சுல்பிகார் அலிகான், சர். ஹரிசிங் கௌர், டாக்டர் அப்துல்லா சுஹ்ரவர்தி, கிகாபாய் பிரேம்சந்த், ராவ் பகதூர்

எம்.சி.ராஜா ஆகியோர் உறுப்பினர்களாகவும் இருந்த அந்தக் குழு உடனடியாகச் செயலில் இறங்கியது. பல்வேறு மாநிலங்களில் விசாரணை செய்து வந்தது.

1928ம் காலகட்டத்தில் ஆதிதிராவிட ஜனசபைக்கு ஒரு நெருக்கடி ஏற்பட்டது. சென்னை மாகாணத்தில் அப்போது இருந்த ஆதிதிராவிடத் தலைவர்கள் தனித்தனியாக அமைப்புகள், பத்திரிகைகள் தொடங்கி நடத்தி வந்தார்கள். பி.வி.சுப்பிரமணிய பிள்ளை மற்றும் எம்.சி.ராஜா ஆகியோரின் வழிகாட்டுதலின்படி நடத்தப்பட்ட அமைப்பு ஆதிதிராவிட மகாஜன சபை என்பதாகும். தாத்தா ரெட்டைமலை சீனிவாசனாரும் ஆதிதிராவிட சபை ஒன்றை நிறுவ எண்ணங்கொண்டு செயல்பட்டு வந்தார். 1928ல் அகில இந்திய ஆதிதிராவிட மகாஜன சபை ஒன்றை ஏற்படுத்திச் செயல்படலானார். இதனால் ஆதிதிராவிட மக்களுக்குக் குழப்பம் ஏற்பட்டது.

ஆகவே எம்.சி.ராஜா அவர்களின் முயற்சியால் தங்களுடைய ஆதிதிராவிட மகாஜன சபை என்பதை 'சென்னை ஆதிதிராவிட மகாஜன சபை' என்று பெயரிட்டு 25-10-1928ல் பதிவுசெய்தனர். இது ஆங்கிலத்தில் Madras AdiDravida Mahajana Sabha என்று அழைக்கப்பட்டது. இந்த அமைப்பில் பி.வி.சுப்பிரமணிய பிள்ளை தலைவராகவும், எம்.சி.ராஜா கௌரவச் செயலாளராகவும் தொடர்ந்தனர். மேலும் ராவ் சாகிப் எல்.சி.குருசாமி, எம்.எல்.சி, சுவாமி சகஜானந்தம், எம்.எல்.சி, கொழும்புவைச் சார்ந்த எஸ்.பி.கோபால்சாமி, இலங்கையைச் சார்ந்த எஸ்.ஓ.சொக்கலிங்கம், திருச்சி பி.சிவபிச்சை, நீலகிரி ஆர்.டி.கேசவலு, கிழக்கு கோதாவரி கே.வி.சுவாமி ராஜமுந்திரி, மேற்கு கோதாவரி என். தேவேந்திருடு, வட ஆற்காடு ஐ.கணபதி பிள்ளை, டி.இம்மானுவேல், ஏ.ஆறுமுகம்பிள்ளை, எம்.சி.டி. வரதராஜன், சி.ஐ.கன்னிமுத்து, டி.எபனேசர், டி.சின்னையா, கே.வெங்கடராமன், கே.குருசாமி, செங்கல்பட்டு தொழிலாளர் யூனியன் செயலாளர் ஆரோக்கியசாமி போன்றவர்கள் அதில் செயல்பட்டு வந்தனர். (ஆதிதிராவிடர் வரலாறு – தலைவர்கள் - ஆவணங்கள், கௌதமசன்னா, பக்.209)

1929

எம்.சி.ராஜா இந்திய மத்திய கமிட்டியின் அறிக்கை குறித்து ஆலோசிக்க இங்கிலாந்தில் நடைபெற்ற கூட்டத்திற்கு 1929ம் ஆண்டு மே மாதம் இரண்டாம் வாரம் மதராஸில் இருந்து புறப்பட்டு பம்பாய் வழியாக ஜூன் மாதம் முதல் வாரம் இங்கிலாந்து சென்றடைந்தார். அவருடன் அவர் துணைவியாரும் சென்றிருந்தார். அங்கு லண்டன் சாவாய் ஓட்டலில் தங்கியிருந்தார். சுமார் ஐந்து மாதங்கள் தங்கியிருந்த அவர் இந்திய மத்திய கமிட்டியின் உறுப்பினருக்குரிய பணியையும் செய்துகொண்டு தாழ்த்தப்பட்ட மக்கள் படும் இன்னல்களையும் கொடுமைகளையும் தீண்டாமை என்னும் பெயரில் அவர்கள் மீது திணிக்கப்பட்ட சமூக அவலங்களையும் இங்கிலாந்து பிரபுக்கள் சபையிலும்; இங்கிலாந்தின் பிரதான அரசியல் கட்சிகளின் தலைவர்களிடத்திலும் விளங்க எடுத்துக் கூறித் தாழ்த்தப்பட்ட மக்கள் மீது பிரிட்டிஷாரின் கவனத்தையும் ஆதரவையும் பெற்றார்.

லண்டனில் எம்.சி.ராஜா தங்கியிருந்த நாட்களில் பல்வேறு தரப்பினரைச் சந்தித்து ஆதிதிராவிடர்களின் பிரச்சினைகளை எடுத்துரைத்தார். 22 ஜூலை 1929 (திங்கள்) அன்று லண்டன் ரோட்டரி கிளப்பில் நண்பகல் விருந்துக்குப் பின் ராவ்பகதூர் எம்.சி.ராஜா உரையாற்றினார்:

‘தலைவர் அவர்களே,

இங்கிலாந்து நாட்டிற்கும் இந்தியாவுக்கும் பெரும் முக்கியத்துவம் வாய்ந்த பொருள் பற்றி இத்துணைத் தனிச்சிறப்பு வாய்ந்தவர்கள் நிரம்பிய

கூட்டத்தில் உரையாற்றிடும் வாய்ப்பை எனக்கு வழங்கியமைக்காக கிளாஃபமிலுள்ள ரோட்டரி கிளப்பின் உறுப்பினர்களுக்கு என் நன்றியைத் தெரிவிக்க வேண்டும். சைமன் தூதுக்குழுவைப் பற்றி ஏராளமான கருத்துகள் சொல்லப்பட்டுள்ளன; ஏராளமானோர் அது பற்றி எழுதியுள்ளனர்.

கடந்த இரண்டு ஆண்டு காலமாக மற்றெந்த பொருளைக் காட்டிலும் அதிகமான அளவில் விவாதிக்கப்பட்டு வந்துள்ள பொருளைப் பற்றி நான் பேசுவது எளிதான செயலாகக்கூடத் தோன்றும். எனினும் இப்பிரச்சினை பற்றிய காரசாரமான வாதங்கள் ஒரு முடிவுக்கு வந்துள்ள நிலையில் கறுப்புக்கொடி ஆர்ப்பாட்டங்களும் இளைஞர்களின் எழுச்சியும் மறைந்து செயற்கைத்தனமான போராட்டங்களும் ஓய்ந்திருக்கும் நிலையில் நான் இதுபற்றிப் பேசுவது முறையற்றது என்றெண்ணமாட்டீர்கள் என்று நம்புகிறேன்.

சில அரசியல்வாதிகள் ஒத்துழையாமை இயக்கத்துக்கு உடன்பட்டிருந்தார்கள் என்பதையும், சைமன் கமிஷன் முன்பு ஆஜராவதற்கு விருப்பப்படாமலிருந்ததையும் நான் மறுத்திட விரும்பவில்லை. நடந்து முடிந்துவிட்டவற்றைப் பற்றி அனைத்தையும் சொல்லி முடித்த பின்பும் ஒரேயொரு மாநிலச் சட்டமன்றத்தைத் தவிர மற்றெல்லா மாநிலச் சட்டமன்றங்களும் சைமன் கமிஷனுடன் மனப்பூர்வமாக ஒத்துழைத்துப் பல கோரிக்கைகளை நமக்குத் தந்துள்ளன. அக்கோரிக்கைகளைக் கவனமாக ஆய்வுசெய்வது நமது சிறப்பான உரிமையாகும். நாட்டிலுள்ள பெருவாரியான மக்களினங்கள் அளித்திருக்கும் கோரிக்கை மனுக்கள் சைமன் கமிஷன் முன்னர் அனைத்து உண்மைகளையும் சமர்ப்பித்துள்ளன. அவையாவும் அம்மக்களின் தீர்க்கமானதும் பொறுப்பானதுமான கருத்துகளாகும்.

இவ்வாறாக, துரதிர்ஷ்டவசமாக இன்னமும் ஒடுக்கப்பட்ட இனத்தவர் என்றழைக்கப்படுகிற எனது இனமக்களில் பெரும்பாலானவரும், முகம்மதியர்களும், தென்னிந்தியா, பம்பாய் மற்றும் மத்திய மாநிலங்களைச் சேர்ந்த பிராமணரல்லாதவர்களும், இந்தியக் கிறிஸ்தவர்களும் உண்மையான மற்றும்

கற்பனையான குறைபாடுகளைக் குறித்துக் கூக்குரலெழுப்புவதை விடுத்துத் தங்களுடைய மகத்தான எதிர்காலத்தை வளப்படுத்துவதற்கான ஒவ்வொரு வாய்ப்பையும் பயன்படுத்திக்கொள்வதே தங்களுடைய தாய்நாட்டிற்குத் தாங்கள் ஆற்றும் கடமையென்பதை உணர்ந்துள்ளார்கள்.

சீர்திருத்த விசாரணைக் கமிஷனின் வரலாறு உண்மையிலேயே சுவராஸ்யமானது. இது பற்றிய கேள்வி 1924லேயே சட்டமன்றத்தில் எழுப்பப்பட்டது. அனைத்து வகை அரசியல்வாதிகளும் சீர்திருத்தங்கள் செயலாக்கம் பெறும் முறை பற்றியும், நாட்டின் எதிர்காலம் பற்றியும் காலம் தாழ்த்தாமல் கருத்தொற்றுமை ஏற்பட வேண்டும் என்று ஒருமனதாகக் குரல் கொடுத்தார்கள். விசாரணைக்கான நாள் குறிக்கப்பட்ட பின்னரும்கூட அதீதமான அளவில் பகைமை வெளிக்காட்டப்படும் அளவுக்கு நடந்தது என்ன? முந்திய ஒரு சந்தர்ப்பத்தில் எடுத்திருந்த நிலைப்பாட்டிலிருந்து பின்வாங்குவதும், ஒரு கமிஷன் அமைப்பதற்கான கோரிக்கையை ஏற்பதும் தங்களது கடமையென்று வைஸ்ராயும் இங்குள்ள அரசும் தீர்மானித்துள்ளார்கள்.

நாட்டில் வளர்ந்துவரும் இனக்கலவரங்கள் பெரும்பாலும் நாட்டின் அரசியல் எதிர்காலம் மற்றும் பல்வேறு இனங்களின் அரசியல் எதிர்காலம் பற்றிய நிச்சயமற்ற நிலையினாலேயே என்பது சுட்டிக்காட்டப்பட்டிருந்தது. எதிர்காலம் எத்தகையதாக இருக்கும் என்பது எத்துணை விரைவில் தெளிவாக்கப்படுகிறதோ அவ்வளவு விரைவாக இனங்களுக்கிடையேயான சச்சரவுகள் தீரும். சமூக நல்லிணக்கத்தை வளர்த்திட அது பெரிதும் உதவும். இத்தகைய உன்னதமான குறிக்கோளை மனத்திற்கொண்டே வைஸ்ராயும் இந்தியாவுக்கான வெளியுறவுத் துறைச் செயலாளரும் ஒரு கமிஷனை நியமிக்க ஒப்புக்கொண்டார்கள்.

சைமன் கமிஷனில் இடம்பெற்றிருப்போர் பற்றி எழுப்பப்பட்ட எதிர்ப்புகள் ஒவ்வொரு காலக்கட்டத்திற்கும் மாறுபட்டதாயிருந்தன. இக்கமிஷனில் இடம்பெற்றிருப்போரின் பெயர்கள் அறிவிக்கப்பட்டவுடனேயே அந்நபர்கள் பற்றி

எதிர்ப்பு தெரிவிக்கப்பட்டது. இந்தியாவைப் பற்றிய தெளிவான அறிவுடையவர்களாகவும், இந்தியாவின் பிரச்சினைகளை ஆய்ந்துள்ளவர்களாகவும் உள்ளவர்களே நியமிக்கப்பட்டிருக்க வேண்டுமென்று கூறப்பட்டது. எனினும் இந்த எதிர்ப்பு பிறகு வெகு விரைவிலேயே விலக்கப்பட்டுவிட்டது. வட்டமேஜை மாநாட்டிற்குக் குறைவான அந்தஸ்துள்ள எந்த அமைப்பும் தங்களுக்கு மனநிறைவு தராதென்றும், பிரிட்டிஷ் கமிஷனுக்கும் தங்களுக்கும் எந்தத் தொடர்பும் இல்லையென்றும் காங்கிரஸ் தலைவர்கள் கூறிவிட்டார்கள். இந்திய தேசிய காங்கிரஸின் நிலைப்பாடு மனித உளவியலின் முக்கியமானதொரு அம்சத்தை வெளிப்படுத்துகிறது.

1915க்கு முன்னர் சர் ஃபெரோஸ்ஷா மேத்தா போன்ற பெரும் நாட்டுப்பற்றாளர்களாலும் அரசியல் தலைவர்களாலும் காங்கிரஸ் வழிநடத்தப்பட்டு வந்தது. உண்மை, நாட்டுப்பற்று, அரசியல், ஞானம் போன்ற குணநலன்களில் உங்களுடைய நாட்டிலுள்ள தலைசிறந்த தலைவர்களில் சிலருடன் ஒப்பிடத்தக்க மிகச் சிறந்த தலைவர்களான திரு. கோகலே, திரு. பாணர்கே போன்றவர்கள் இருந்தார்கள். ஆனால் பிற்காலத்தில் தங்களுடைய கொள்கைகளுக்காகத் துணிந்து நிற்கும் துணிவில்லாமல் தொண்டர்களின் உணர்வுகளால் நடத்திச் செல்லப்படும் தலைவர்கள் மிகுந்த நிறுவனமாக காங்கிரஸ் தேய்ந்துபோனது. கொள்கைகளுக்காகப் போராடிய மிகச் சிலரும் இரக்கமற்ற வகையில் வெளியேற்றப்பட்டுவிட்டார்கள். காங்கிரஸ் கட்சியின் முன்னாள் தலைவர்களும்கூட இச்சூழ்நிலையில் வெளியேற்றப்பட்டுவிட்டார்கள்.

காங்கிரஸ் விரும்பியதெல்லாம் போர்ச் சத்தமேயொழிய, முழுமையாக வெள்ளைக்காரர்களோ அல்லது கலப்பினத்தவரோ நிரம்பிய கமிஷன் எதையும் காங்கிரஸ் விரும்பவில்லை என்பது வெளிப்படையாகத் தெரியவரும். உண்மை நிலவரங்களைப் புரிந்துகொள்ள முயலும் எந்த நடவடிக்கையும் சில தலைவர்களுக்கு வேண்டாத ஒன்றாகிவிட்டது. நேரு அறிக்கை என்றழைக்கப்படும் தங்களது தலைவர்களின் அறிக்கையைக் கண்டனம் செய்வதில் வெளிப்பட்ட கொள்கை முரண்பாட்டைக்கூட அவர்கள் உணர்ந்து

கொள்ளவில்லை. தேசப்பற்று மிக்க சில தலைவர்கள், அவர்கள் என்னுடைய மாநிலத்தைச் சேர்ந்தவர்கள் என்பதை வருத்தத்துடன் தெரிவித்துக்கொள்கிறேன், முழுச் சுதந்திரம் ஒன்றே தேவை என்னும் கோரிக்கையை வலியுறுத்தும் அதேவேளையில் காங்கிரஸ் கட்சி அதிகமாகத் தூக்கிவரும் இரட்டையாட்சி முறையின் கீழ் அமைச்சர் பதவிகளை ஏற்றுக்கொள்ளலாம் எனும் தீவிரமான போராட்டத்தையும் நடத்தி வருகிறார்கள்.

ஆனால் காங்கிரஸின் எதிர்ப்பு எதிர்பாராத ஓர் ஆதரவை உருவாக்கியது. 1927ல் இங்கிலாந்திலிருந்து இந்தியாவுக்குத் திரும்பிய சில மிதவாதத் தலைவர்கள் மிகக் கடுமையான எதிர்ப்பு தெரிவித்து ஒத்துழையாமையைக் கோரும் பிரச்சாரத்தைத் தொடங்கினார்கள். ஒத்துழையாமை இயக்கத்திற்குத் திடீரென்று ஏற்பட்ட இவ்வெழுச்சிக்குக் காரணமாக அமைந்தது இத்தலைவர்கள் இந்தியாவுக்குத் திரும்பிய வேளையில் அப்போதிருந்த பிரபலமான அரசியல் தலைவர்களால் மரியாதைக் குறைவான முறையில் வரவேற்கப்பட்டதும், சில தேசியத் தலைவர்கள் அவர்களைச் சந்திக்க மறுத்ததுமே என்ற ஒரு வதந்திகூட பரவியது. இந்த வதந்தி உண்மையானதா இல்லையா என்று என்னால் கூறவியலாது. இதுபோன்ற சிறு சிறு சம்பவங்கள் மக்கள் எதிர்பார்க்கும் அளவுக்கு மேலாகப் பெரும் விளைவுகளை ஏற்படுத்திவிடும் என்றும், சில சமயங்களில் அது ஓர் அரசியல் ரீதியான முட்டாள்தனமாகவும் அமைந்துவிடும் என்றும் அன்றொரு நாளில் ஆங்கிலோ-அமெரிக்கன் மன்றத்தில் ஒருவர் உரையாற்றுகையில் குறிப்பிட்ட கருத்துகளுடன் எனக்கு முழு உடன்பாடு உண்டு.

எப்படியிருப்பினும் இம்மிதவாத அரசியல் தலைவர்களால் வெளியிடப்பட்ட கருத்துகள் காங்கிரஸ் கட்சியால் பெரு விருப்புடன் ஏற்றுக்கொள்ளப்பட்டன. அதுமுதல் எல்லாருடைய கவனமும் வெள்ளைக்காரர்கள் மட்டுமே அடங்கிய கமிஷனை எதிர்ப்பதிலேயே இருந்தது. ஆனால் ஒத்துழையாமையைப் பறைசாற்றி வந்தவர்கள் தாங்கள் எவ்வகையான கமிஷனை விரும்புகிறார்கள் என்பதில் தெளிவாக இல்லை. தங்களுடைய

கருத்துகளை அதிகாரிகள் மட்டத்திற்குக் கொண்டு செல்லத்தக்க இந்தியப் பிரதிநிதிகள் அக்கமிஷனில் இடம்பெறுவது பற்றியும் அவர்களால் தெளிவாகச் சிந்திக்க முடியவில்லை.

சைமன் கமிஷன் சந்திக்க வேண்டியிருந்ததைக் காட்டிலும் மிகக் கடுமையானதும் ஏற்புடையதுமான எதிர்ப்பை வெள்ளையர் - இந்தியர் அடங்கிய கமிஷன் சந்தித்திருக்கும் என்று மனம் திறந்து இப்போது சொல்லலாம். ஆனால் அதன் விளைவு என்னவாக இருந்திருக்கும்? ஒருவேளை மிதவாதிகள் என்று அழைக்கப்படுகின்ற சிலர் நியமிக்கப்பட்டிருக்கலாம். ஆனால், நான் கூறியிருக்கிற காரணங்களுக்காகவே காங்கிரஸ் எப்போதும் போலவே இப்பொழுதும் தன்னுடைய எதிர்ப்பைத் தீவிரமாகத் தொடர்ந்து காட்டியிருக்கும். அதன் தலைவர்களில் எவரேனும் கமிஷனில் இடம் பெற்றிருக்குமளவு துணிச்சல் கொண்டவராயிருந்தால் அத்தகையவர் கட்சியிலிருந்தே நீக்கப்பட்டிருப்பர். தங்களுடைய நலன்கள் பாதுகாக்கப்படுமோ அல்லவோ என்ற மனக்கலக்கம் காரணமாக இக்கமிஷனில் இடம்பெறும் இந்தியர்கள் மீது பல்வேறு குழுக்கள் எதிர்ப்புணர்வே கொண்டிருப்பார்கள்.

மேலும் இப்போதுள்ள கமிஷனைப் போல முழுக்க முழுக்க நாடாளுமன்றத்தினால் நியமிக்கப்பட்ட கமிஷனில் ஒரு நன்மை இருக்கிறது. அது யாதெனில் ஒன்றோடொன்று முரண்படும் நலன்களைப் பிரதிபலிப்பவர்கள் எவரும் அதில் இடம்பெறவில்லை. அதில் இடம்பெற்றுள்ளவர்கள் அனைவருமே ஓரளவுக்கு ஒருமித்த கருத்தினடிப்படையிலேயே தங்களது கடமையைக் கண்ணோக்குவர். இத்தன்மையே அவர்களது அறிக்கையைப் பரிசீலிக்கும் நாடாளுமன்றத்திற்கு நம்பிக்கையூட்டும் வகையில் அமைந்துள்ளது. நாட்டின் உயரிய நலன் கருதிக் கலப்படமற்ற பிரிட்டிஷார் இக்கமிஷனில் இடம்பெற்றிருப்பது வரவேற்கப்பட வேண்டும். இத்தகு அமைப்பு முழுமையான ஐக்கிய உணர்வு ஏற்பட வழிவகுக்கும், ஒரு குறிப்பிட்ட இனமோ அல்லது குறிப்பிட்ட கொள்கையோ இக்கமிஷனின் நடவடிக்கைகளை நெறிப்படுத்தும் நியாயமற்ற வாய்ப்பு ஏற்படக்கூடும் எனும் ஐயப்பாட்டை நீக்கிவிடும்.

சட்ட ஆணையமும் வைஸ்ராயின் கமிஷனும் ஒருங்கிணைந்து செயல்படும் வகையில் அமைந்துள்ள தற்காலத் திட்டம் மிகவும் திருப்திகரமாயுள்ளது. நடைமுறையில் ஒரு விசாரணையுடன் சேர்ந்த உரையாடல் நிகழும் அனுகூலம் இப்போது நமக்குண்டு. இதன் காரணமாக தங்கள் கருத்துகளைப் பரிமாறிக்கொண்டு தங்களுடைய சொந்த அறிக்கைகளைத் தயார் செய்யவும் அனுகூலங்களை இவ்வாணையங்கள் பெற்றுள்ளன. இத்திட்டத்தை ஏற்க மறுப்பதென்பது விசாரணையை எதிர்கொள்ளத் தயங்குவதற்குச் சமமாகும். உண்மையைச் சொல்ல வேண்டுமென்றால் இத்திட்டம் சுயராஜ்யக் கட்சியினர் கோரியவற்றைத் தருகிறது.

எல்லா அரசியல் கட்சிகளும் சாதியக்கட்சிகளும் உறுதியாக ஏற்கத்தக்க வகையிலும் பரந்த அளவில் நாட்டு மக்களனைவரும் மனப்பூர்வமாக ஏற்கத்தக்க வகையிலும் அமைந்த முடிவுகளை நாம் எடுக்கக் கூடுமானால், பயனுள்ளதும் நம்பகத்தன்மையும் உறுதிமிக்கதுமான வட்ட மேஜை மாநாட்டுக்கு நமது தகுதியை அவை வெளிக்காட்டும். இந்நாள் வரையிலும் ஒவ்வொரு முயற்சியாகப் பல முயற்சிகள் எடுக்கப்பட்டு வந்தபோதிலும் ஓர் இனம் வேறொரு இனத்துடன் சண்டையிட்டுக் கொண்டிருக்கும் பிரச்சினைகளைத் தீர்க்கும் காரியங்களில் கருத்தொற்றுமையை ஏற்படுத்துவதில் அம்முயற்சிகள் பலமற்றவையாகவே இருந்துள்ளன என்பதைக் கூறிடுவதில் நான் வருத்தப்படுகிறேன். உண்மையில் நேரு அறிக்கையும்கூட தொடர்ச்சியாக நடைபெற்ற வட்டமேஜை மாநாடுகளின் விளைவாகவே தயாரிக்கப்பட்டதென்று நம்பப்படுகிறது. ஆயினும் பலன் என்ன? தேசியவாதிகளும் மிதவாதிகளும் சுயராஜ்யக் கட்சியினரும் சேர்ந்து ஒருமித்த மனத்துடன் தயாரித்த இவ்வறிக்கையைக்கூட இன்று பல இனத்தவர், அரசியல் குழுக்கள், தென்னிந்தியாவைச் சேர்ந்த மேனாள் காங்கிரஸ் தலைவர் உள்ளிட்ட பண்டித மோதிலால் நேருவின் சீடர்கள் போன்றவர்கள் கண்டிக்கிறார்கள். சிறப்பு வாய்ந்த தலைவர்களின் ஆசியுடன் தயாரிக்கப்பட்ட அறிக்கையின் கதியே இப்படியிருக்கையில், நடைமுறைக்கு ஒத்துவராத முறையில் உரத்த குரலிலும்

வழக்கமான பாணியிலும் அரசியல் முறைகள் பற்றிப் பேசுவதில் என்ன பிரயோஜனம் இருக்கிறது?

உண்மைகளை உதாசீனப்படுத்தாமல் எதிர்கொள்ளத் துணிபவரே என் தேசத்தின் உண்மையான நண்பர் என்று இக்காலச் சூழ்நிலையில் நான் நம்புகிறேன். இதில் நான் ஏமாந்து போக விரும்பவில்லை. இந்த நிலையில் மக்களின் அரசியல் சாதுரியத்தில் உள்ள குறைபாடுகளை உணர்வதும், எவ்வகையான திட்டமென்றாலும் அதை நடைமுறைப்படுத்தும்போது குறைபாடுள்ளதாக இருக்கத்தான் செய்யும் என்பதை ஏற்றுக்கொள்வதும் தேவையானதாகும்.

எங்கள் நாட்டின் எதிர்காலத்தைக் குறித்து எங்களைக் காட்டிலும் வேறு எவரும் அதிக ஆர்வத்துடன் இல்லையென்று ஒடுக்கப்பட்ட இனத்தைச் சார்ந்த 60 மில்லியன் மக்களின் சார்பில் என்னால் சொல்ல முடியும். தாய்நாட்டின் மீதுள்ள எமது அன்பும் எமது நாட்டுப் பற்றும் வாய்ச்சொல் வீரர்களாக உள்ள இன்றைய இந்திய அரசியல்வாதிகளின் நாட்டுப்பற்றுக்கு எவ்விதத்திலும் குறைந்ததில்லை. எங்கள் நாட்டுக்காக நாங்கள் செய்துள்ள தியாகம் அளவிட முடியாத வகையில் பெரிதாக உள்ளது. ஆனால் எங்களுடைய எதிர்காலம் உறுதிப்படுத்தப்பட்டு இந்திய அரசியலில் எமது இடம் உறுதியாகும் வரையில் எமது நாட்டில் எவ்விதத்திலும் உண்மையான முன்னேற்றம் ஏற்படாது என்பதை நாங்கள் தெளிவாக உணர்ந்திருக்கிறோம். பூரண சுயராஜ்யத்திற்கு இன்றைய இந்தியா தகுதி பெறாதிருப்பதற்கு இதுவே காரணம்.

தலைவர்கள் தேவையான அரசியல் சாதுரியம் கொண்டவர் களாயிருந்தால், இந்தியா மீது அவர்கள் கொண்டிருக்கும் அன்பு குறுகியதொரு குழு அல்லது இனம் மீது அவர்கள் கொண்டிருக்கும் அன்பைக் காட்டிலும் பெரிதாயிருந்தால், ஒடுக்கப்பட்ட இனத்தவருக்கு இந்திய குடிமக்களுக்குரிய சாதாரணமான உரிமைகள் கொடுக்கப்பட்டிருந்தால் இன்று கமிஷன்களும் விசாரணைகளும் செயல்படத் தேவையே ஏற்பட்டிருக்காது. பத்தாண்டுகளுக்கு முன்னரே உங்கள் நாட்டின் ஞானமுள்ள அரசியல் தலைவர்கள் மிகத் தெளிவாகச் சொல்லிய பாதையில்

இந்தியாவை வழிநடத்திச் செல்வதில் இங்கிலாந்துக்கும் எவ்வித தயக்கமும் இருந்திருக்காது.

பலமான சங்கிலி அதன் பலவீனமான இணைப்பைப் பொறுத்த அளவில்தான் பலமாக இருக்க முடியும் என்ற எளிய உண்மையை தீவிரவாதிகளும் மிதவாதிகள் என்றழைக்கப்படுகிறவர்களும் உணரும் காலம் வந்துவிட்டது. தேசத்தின் தூண் போன்ற, நாட்டின் மண்ணில் பாடுபடும் லட்சக்கணக்கான உழைப்பாளர்களுக்கு அரசியலமைப்பில் அவர்களுக்கு உரிய இடம் அளிக்கப்படாமல் ஒரு குறிப்பிட்ட சமூகத்தில் ஏற்படும் எத்துணை மகத்தான முன்னேற்றமும் இந்திய தேசத்தின் உறுதியையும் பலத்தையும் உறுதிப்படுத்தாது எனும் உண்மையை அவர்கள் உணர்தல் நலம்.

பழைய நிகழ்ச்சிகளை மீண்டும் சொல்லவோ இந்தச் சமூகத்தையோ அல்லது வேறொரு சமூகத்தையோ குறை சொல்லவோ, இந்தப் பிரிவையோ அல்லது வேறொரு பிரிவையோ பழித்துரைக்கவோ நான் விரும்பவில்லை. இந்தியா அதற்கு வாக்களிக்கப்பட்டிருக்கிற இலக்கைச் சென்றடையும். எவ்வகையிலும் சிறப்புக் கவனம் செலுத்தப்படாதிருக்கும் ஒடுக்கப்பட்ட இனம் முன்னேறிச் செல்லும் அளவிற்கு இந்தியா முன்னேறிச் செல்லும் என்று சுட்டிக் காட்டுதல் என் கடமையென்று உணருகிறேன்.

ஒடுக்கப்பட்ட இனத்தவரின் குறைபாடுகள் சமூகரீதியானவை மட்டுமல்ல என்பதை இவ்விடத்தில் நான் குறிப்பிட்டாக வேண்டும். பொதுப்பள்ளிகளில் படிக்கும் உரிமை மறுக்கப்படும்போதோ, பொதுக் கிணறுகளில் தண்ணீர் எடுக்கவும் பொதுவான சாலைகளில் நடக்கவும் அனுமதிக்கப்படாத போதோ, ஒரு சமூக அநீதியால் துன்புறுவதாக நீங்கள் கருதமாட்டீர்கள். குடியுரிமையின் பாற்பட்ட சாதாரணமான உரிமைகளெல்லாமே அரசியல் உரிமைகள். இதுபோன்ற அடிப்படை உரிமைகள் மறுக்கப்படும்போது, அது சமத்துவம், நீதி என்பவை பற்றிய அனைத்து அளவுகோல்களின் அடிப்படையில் பார்க்கையில் அரசியல் அநீதியே.

150 ஆண்டுகால பிரிட்டிஷ் ஆட்சிக்குப் பிறகும்கூட நாங்கள் இதே நிலையில்தான் இருக்கிறோம் என்பது

மிகவும் துரதிர்ஷ்டவசமானது என்பதை இவ்விடத்தில் நான் சொல்லாமலிருக்க முடியுமா? அரசாங்கம் மாத்திரம் எங்களுக்குக் கட்டாய இலவசக் கல்வி அளித்து, வாழ்வதற்குரிய வீடுகளைக் கட்டித் தந்து எங்களுடைய சமூக அந்தஸ்தை உயர்த்தி, இன்று நாங்கள் அவதிப்படும் பொருளாதார அடிமைத் தனத்தை நீக்கியிருந்தால், குடியுரிமைக்குரிய சாதாரண உரிமைகளை எங்களுக்கும் வழங்கியிருந்தால் நிலைமை வெகுவாக மாறியிருக்கும். மாநிலச் சட்டமன்றங்களிலும், மாநில மற்றும் இந்திய அரசின் அமைச்சரவைகளிலும், பல்வேறு ஆணையங்களிலும், குழுக்களிலும் எங்களுக்கு இடம் தந்திருப்பார்கள். அரசுப் பணிகளிலும் போதிய பிரதிநிதித்துவம் கிடைத்திருக்கும். உயர்சாதி இந்துவுக்குப் பலவிதங்களிலும் காட்டப்பட்டதைப் போல் ஒடுக்கப்பட்ட இனத்தவருக்கும் அவர்களுக்குரிய அங்கீகாரமும் போதிய ஆதாரமும் வழங்கப்பட்டிருந்தால், ஒடுக்கப்பட்ட இனத்தவர் இன்று பாதுகாப்பைத் தேடமாட்டார்கள்.

தாங்கள் அமுல்படுத்த விரும்பும் எல்லா மூடத்தனமான பழக்க வழக்கங்களிலும் அரசு உயர்சாதி இந்துக்களை ஆதரிக்கவில்லையா? நாங்களும் ஒரு பெரிய இனம்தான். எங்களுக்கும் அறநெறி சார்ந்த தீரம் உண்டு. எங்கள் பக்கத்தில் நீதி இருக்கிறது, நிர்வாக ரீதியான உத்தரவுகள், நீதித்துறை சார்ந்த தீர்ப்பாயங்கள் மற்றும் இந்திய தண்டனைச் சட்டம் பிரிவு 144ன் கீழ் பிறப்பிக்கப்பட்ட உத்தரவுகள் மூலம் உயர்சாதி இந்துக்களை ஆதரிப்பதற்குப் பதிலாக அரசு நடுநிலைமையைக் கடைப்பிடித்திருந்தால் எங்களுடைய உரிமைகள் மற்றும் குடியுரிமை சார்ந்த உரிமைகளை நிலைநாட்டிக்கொள்வது எங்களுக்குக் கடினமாக இருந்திருக்காது.

ஒடுக்கப்பட்ட இனத்தவர் சமூக அநீதியைக் காட்டிலும் அரசியல் அநீதி அதிகமாக இழைக்கப்பட்ட நிலையில் துன்புறுவது உங்களுக்குத் தெளிவாகியிருக்கும் என்று நான் நம்புகிறேன். நாடாளுமன்ற உறுப்பினர்களும், அரசியல் சாசன வரலாற்றை ஆய்வு செய்கிறவர்களும் அரசியல் அதிகாரத்தைப் பெற்றுக்கொள்வதே இந்நிலை மாறுவதற்கான ஒரே மருந்து என்பதை

மனப்பூர்வமாக ஒப்புக்கொள்வார்கள் என்றும் நான் நம்புகிறேன். ஒடுக்கப்பட்ட இனத்தவர் கோருவது இது ஒன்று மட்டுமே. ஆட்சி அதிகாரத்தை இந்தியர்களுக்கு மாற்றிக் கொடுக்கும் எந்தவொரு சீர்திருத்தம் பற்றிய திட்டமும் தங்களுடைய உரிமைகளையும் நிலைநாட்டுவதற்கும் நலன்களைப் பாதுகாப்பதற்கும் தேவையான அரசியல் அதிகாரத்தை ஒடுக்கப்பட்ட இனத்தவர் பெற்றுக்கொள்ள வழிசெய்யும் முறையில் அமைந்திருக்க வேண்டும்.

இப்பொழுது என்னுடைய உரையின் முடிவுக்கு வருகிறேன். இன்று இந்தியா எதிர்நோக்கிடும் பிரச்சினை வேறெந்த நாட்டின் அரசியல் வரலாற்றிலும் காணமுடியாத ஒன்று; அது இந்தியாவுக்கே உரித்தானது. அப்பிரச்சினையை நாம் அரசியல் அல்லது வரலாற்று முன்நிகழ்வுகளைக் கொண்டு தீர்க்கவியலாது. நாட்டுநடப்புகளில் சம்பந்தப்பட்ட அனைத்து அரசியல் கட்சிகளின் உயரிய அரசியல் சாதுரியம் தேவைப்படுவதைக் காட்டும் பிரச்சினை அது என்பதில் ஐயமில்லை. இந்தியா தனிப்படுத்தப்பட்ட நிலையில் இல்லையென்பதை நாம் நினைவுகூருவோமாக. உலகப்போர் இந்தியாவை அனைத்துலக அரசியல் சதுரங்கத்தினுள் கொண்டுவந்திருக்கிறது. துரதிர்ஷ்டவசமாக மற்ற நாடுகளில் உருவெடுத்த பேராபத்தை விளைவிக்கும் சில கொள்கைகள் இந்திய மக்களின் ஒரு சிறிய பகுதியினரிடையே பரவியுள்ளது. ஆனாலும் பெருவாரியான மக்களின் இதயம் இன்னமும் ஆரோக்கியமாகவே உள்ளது.

இந்த நாட்டிலுள்ள பிற மக்களுடன் நட்பு, இணக்கம், சமாதானம் உடையவர்களாய் வாழ்ந்திடும் உண்மையான ஆசை இந்திய மக்களிடையே இருக்கிறது. லட்சியங்கள் இருக்க வேண்டியவைதாம். குறிக்கோள் என்பது மனித குலத்தின் பிறப்புரிமை – தனது தாய்நாட்டை சிறப்பான நிலைக்கு உயர்த்திக் காட்ட வேண்டுமென்ற உண்மையான ஆசை ஒவ்வொரு குடிமகனுக்கும் உள்ள நியாயமான உரிமையே. மேற்கு நாடுகளில் மேலோங்கி நிற்கும் தேசிய உணர்வை இந்தியாவும் பின்பற்றி அவ்வுணர்வுக்கேற்பச் செயல்பட்டால் சுதந்திரம் எனும் தொட்டிலில்

தாலாட்டு கேட்டு நீதி, பாரபட்சமற்ற நடுநிலை எனும் புகழ்மிக்க மரபுகளில் வளர்க்கப்பட்ட பிரிட்டிஷார் மற்ற நாடுகளைக் காட்டிலும் அதிகமாக மனமுவந்து அங்கீகரித்துப் பாராட்டுவர்.

உண்மை நிலைகளை மறந்து பூரண சுயராஜ்யம் எனும் வெற்றுக் கோஷத்தை எழுப்பிவரும் இந்தியா மிக வேகமாக மாறிவருகிறது என்பதையும், மாறாத கீழை நாடுகளிலும்கூட உலகத்தில் ஏற்பட்ட பெரும் மாற்றங்களின் தாக்கம் உண்டென்பதையும் நம்ப மறுக்கும் பழமைவாதிகள் மட்டுமே இரு நாடுகளுக்கிடையே நல்லுறவு ஏற்படத் தடையாக இருப்பவர்கள். பிரச்சினை கடினமான ஒன்றுதான். ஆனால் அது மனிதர்களால் தீர்க்க முடியாததல்ல. பல்வேறு இக்கட்டான சூழ்நிலைகளிலும் தனது ஞானத்தையும் மன உறுதியையும் காட்டியுள்ள பிரிட்டிஷ் அரசியல் தலைமைத்துவம், இக்கால கட்டத்திலும் முனைப்புடன் செயல்பட்டு, பிரைட், மெக்காலே என்பாரின் ஞானமும் பர்க், கோப்டன் என்பாரின் லட்சிய உணர்வும் கொண்ட அரசியல் அறிஞர்கள் பிரிட்டிஷ் சாம்ராஜ்யத்தின் உள்ளரங்கத்தில் இன்னமும் வாழ்கிறார்கள் என்பதை நிறுவிடும். மறுமலர்ச்சி பெற்றுப் பலப்பட்டுத் தூய்மையாக்கப்பட்ட இந்தியா, உலகம் இதுவரை கண்டிராத புகழ்பெற்ற சாம்ராஜ்யத்தின் மாட்சிமைக்கு ஒத்தவகையில் ஒரு பெரிய நாட்டுடன் நட்பு, அன்பு, நல்லெண்ணம் ஆகிய உணர்வுகளின் அடிப்படையில் இணைந்து செயல்படும் நாள் வெகுதொலைவில் இல்லை என்று நம்புகிறேன்.'

அதுபோலவே 'லண்டன் டைம்ஸ்' நாளிதழுக்கு 7-9-1929 அன்று 'சிறுபான்மையினர்க்கான பாதுகாப்பு' என்ற தலைப்பில் ஒரு கடிதம் அனுப்பியிருந்தார். அக்கடிதத்தில் நேரு அறிக்கையைப் பற்றி விவரித்திருந்தார்:

'அனைத்துக் கட்சிகளின் குழுவின் அறிக்கைக்குக் கூடுதல் ஆதரவைப் பெறுவதில் இந்தியாவிலுள்ள அரசியல் தலைவர்களால் முயற்சிகள் மேற்கொள்ளப்பட்டு வருகின்றன. அவ்வறிக்கையின் அடிப்படையான குறைபாடு யாதெனில் சிறுபான்மையினர்க்கான பாதுகாப்புப் போதுமான அளவில் கவனிக்கப்படவில்லையென முஸ்லிம்கள்

கருதுகிறார்கள். ஒடுக்கப்பட்ட இனத்தவரோ தங்களுடைய பாதுகாப்பு கிஞ்சித்தேனும் கவனிக்கப்படவில்லை என்று கருதுகிறார்கள். முஸ்லிம்களின் உணர்வுகளுக்கு ஏற்புடையதாக அரசியல் சாசனம் இருப்பதற்கான நடவடிக்கையை நான் வரவேற்கிறேன். தங்களுடைய நலன்களும் அதே அளவில் பாதுகாப்பாக இருக்கும் என்று ஏனைய சிறுபான்மையினரும் உணரும்படி செய்ய வேண்டும். அப்படிச் செய்யாதவரையிலும் இந்திய மக்கள் இனங்களின் ஒருமித்த ஆதரவு அதற்குக் கிடைத்துள்ளதென்று எண்ணிடலாகாது.

பெரியதொரு வகுப்பினர் ஒடுக்கப்பட்டதற்கு இந்துக்களே முக்கியக் காரணர்' என்று இவ்வறிக்கையைத் தயாரித்தவர்களே ஒப்புக்கொள்கிறார்கள். காரணமானவர்கள் யாரென்று ஒப்புக்கொள்ளுகிற அதே வேளையில் நிலையைச் சீர்செய்வதற்குரிய வழிமுறை எதையும் பரிந்துரைக்காமல் அவ்வறிக்கை முடிவடைகிறது. இம்மக்களினத்தின் மீது பரிவுணர்ச்சியை அரசாங்கம் காட்டுவதாகக் குறிப்பிட்டாலும் அந்தப் பரிவுணர்ச்சி, மனிதத்தன்மை அல்லது இவ்வின மக்கள் மீதுள்ள அன்பு ஆகியவற்றில் சார்ந்ததாக இல்லாமல் வேறு ஏதோ ஒன்றைச் சார்ந்ததாகக் குறிப்பிடுகிறது. அரசின் பரிவுணர்ச்சிக்கு வேறு காரணங்கள் உண்டென்று ஒரு கணம் யோசித்தாலும்கூட எந்தவொரு ஒருமித்த கோரிக்கையை எழுப்பினாலும் ஒடுக்கப்பட்ட மக்களினத்தையும் தங்களோடு இணைத்துக்கொள்ள வேண்டும் என்பதை உணரும் அரசியல் திறம் எதுவும், அரசியல் சாசனத்தை வடிவமைத்தவர்களுக்கு இல்லை என்பதை மட்டும் என்னால் சுட்டிக்காட்ட முடியும்.

ஒடுக்கப்பட்ட இனத்தவரின் இன்றைய இழிநிலை இந்து சமூகத்தைச் சேர்ந்த தலைவர்களுக்கு மனிதாபிமான உணர்ச்சிகளோ அல்லது இவ்வினத்தவர் மீது பெரிதான அன்போ இருப்பதாகக் காட்டவில்லை. தங்களது சமூகத்தில் ஐந்தில் ஒரு பங்கு மக்களாக இருக்கும் ஒடுக்கப்பட்ட இனத்தவரையும் தங்களுடன் இணைத்துக்கொண்டு போகாமல் அரசியல்ரீதியாக ஒரு அங்குலம்கூட முன்னேறவியலாதென்று

அறிந்துகொள்ளும் அறிவு இன்றுள்ள அவர்களுடைய வழித்தோன்றல்களிடம் இல்லை.

ஒடுக்கப்பட்ட இனத்தவர் நேரு அறிக்கைக்கு எதிராக உள்ளனர். அவர்களது எதிர்ப்பு வெளியரங்கமாக இல்லையெனினும் அது ஆழமாகவும் அடிப்படையாகவும் உள்ளது. முறையான பாதுகாப்பு ஏற்பாடுகளில்லாமல் ஆட்சி அதிகாரம் பிரிட்டிஷாரிடமிருந்து இந்தியர்களின் கைகளுக்கு மாற்றப்பட்டால் தங்களது நிலை மீண்டும் பழைய கால நிலைக்குத் தள்ளப்பட்டவர்களாகவே இருப்போம் என்று இவ்வினத்தவர் கருதுகின்றனர். இவ்வினத்தவருக்குரிய பிரதிநிதித்துவத்தைப் பெற்றுக் கொடுப்பதற்கு நியமனம் அல்லது தனித்தொகுதி முறையே ஏற்றது என்று இக்குழுவினர் கருதுகிறார்கள். இதை ஒப்புக்கொண்ட பின்னரும் இரண்டில் ஒரு முறையையும் ஏற்றிட மறுக்கின்றனர். நாம் தேர்ந்தெடுப்பதற்கு இரண்டு வழிமுறைகள் மட்டுமே உண்டென்றால் குறைந்த தீமையுள்ள முறையைத் தேர்ந்தெடுக்க வேண்டுமென்று அரசியல் ஞானம் நமக்கு உணர்த்துகிறது. இரண்டையுமே புறக்கணிப்பது பிரச்சினையைத் தீர்ப்பதாகாது; மாறாக அது பிரச்சினையை உணராதிருப்பதாகும்.

இன்றைய நிலவரப்படி ஒடுக்கப்பட்ட இனத்தவரின் எண்ணிக்கை முஸ்லிம்களின் எண்ணிக்கைக்குச் சமமாக உள்ளது. கல்வியிலும் பொருளாதாரத்திலும் அவர்களது நிலை முஸ்லிம்களைக் காட்டிலும் தாழ்ந்ததாகவே உள்ளது. உயர்சாதியினரின் திட்டமிட்ட புறக்கணிப்பின் விளைவாக அவர்கள் இன்றைய சமூக அமைப்பின் கீழ்மட்டத்திலிருக்கிறார்கள். ஏனைய மக்களோடு சேர்ந்து நாட்டின் கரிசனைகளையும் பொறுப்புகளையும் சுமக்குமளவுக்கு அவர்கள் நியாயமான வளர்ச்சியடைய வேண்டுமென்றால் அவர்களுக்குத் தனியான பாதுகாப்பும் பராமரிப்பும் தேவைப்படும் அளவுக்கு அவர்களது பின்தங்கிய நிலை இருக்கிறது. அவர்களது தற்காலநிலை எவ்வாறு இருப்பினும் முன்னேற வேண்டுமென்று வெகுவாக விரும்புகிறார்கள். அவர்கள் அரசியல் ரீதியாகவும் சமூக ரீதியாகவும் உயிரோட்டமுள்ளவர்களாகவும் விழிப்புணர்வு உள்ளவர்களாகவும் இருக்கிறார்கள்.

அவர்களை எவருமே புறக்கணிக்க முடியாது. அரசியல் முன்னேற்றம் காரணமாக அவர்கள் பின்னுக்குத் தள்ளப்பட்டால் எல்லாவகை முன்னேற்றத்தையும் அவர்கள் தடுப்பார்கள். நூற்றாண்டு காலமாகத் தங்களுக்கிழைக்கப்பட்ட அநியாயங்களை அவர்கள் பொறுமையாகத் தாங்கிக்கொண்டு இந்து சமூகத்தின் அங்கமாகவே இருந்திருக்கிறார்கள். இன்று அச்சமூகத்தில் ஒரு கவுரவமான இடத்தை அவர்கள் கேட்கிறார்களென்றால் அது அவர்களுடைய நியாயமானதும் அவர்களுக்குரியதுமான இடமேயாகும்.

கல்வியும் வாக்குரிமையும் ஒடுக்கப்பட்ட இனங்களை ஒழித்துவிடும் என்று அறிக்கை கூறுகிறது. பல நூற்றாண்டுகளாக நடைமுறையிலிருக்கும் சட்டம், சம்பிரதாயம் மற்றும் பழக்கவழக்கங்களால் உரமூட்டப்பட்டுள்ள நிலைமைகளைக் கல்வியும் வாக்குரிமையும் ஒரே இரவுக்குள் ஒழித்துவிட முடியாது. பேரளவில் முன்னேறியதொரு கல்வி முறையால்கூட - அது மூன்று தலைமுறைக் காலம் அமுல்படுத்தப்பட்டால்கூட - ஒரு சமூகத்தின் உள்ளான நிலையில் மறுமலர்ச்சியை ஏற்படுத்த முடியாதெனும்போது இத்துணை நெடுங்காலத்திற்குப் புறக்கணிக்கப்பட்டுள்ள சமூகத்தில் வாக்குரிமையும் கல்வியும் நன்மையான மாற்றத்தைக் கொண்டுவர முடியும் என்பதற்கு என்ன உத்தரவாதம் இருக்கிறது? இடைப்பட்ட காலத்தில் என்ன நிவாரணத்தைத் தர முடியும்? அரசியல் சாசனத்தை வடிவமைத்திருப்பவர்களின் நம்பிக்கைகளைத் தவிர நமக்குரியது எதுவுமே இல்லை. கண்கூடாகக் காணத்தக்கவைகளை நாம் விரும்புகிறோம் என்று எவரேனும் எண்ணினால் நம்மை அவர்கள் மன்னிக்க வேண்டும்.

அரசியல் அதிகார மாற்றங்களை அது விரைவுபடுத்துகிறது. சமூக சீர்திருத்தத்தின் வேகத்தை அது விரைவுபடுத்துகிறது. ஒடுக்கப்பட்ட இனத்தவர் அவ்வதிகாரத்தில் ஒரு பங்கைக் கோருகின்றனர். அவ்வதிகாரத்தை நேரு அறிக்கை தருமானால் அதை அவர்கள் மனப்பூர்வமாக ஆதரிப்பார்கள். இல்லையெனில் அதை அவர்கள் எதிர்க்க வேண்டும்.

எதிர்ப்பது மட்டுமல்லாது அவர்கள் சுயராஜ்யம் அல்லது தன்னாட்சியையும் கோர வேண்டும். ஏற்கப்படத்தக்கதாக நேரு அறிக்கையை உருவாக்கிடும் எந்த முயற்சியையும் இம்முறைகளில் திருத்தங்களைச் செய்ய வேண்டும்.

பலவீனர்கள் தங்களுக்கேயுரித்தான அச்ச உணர்வு கொண்டிருப்பார்கள் என்பது இயற்கை. இதுபோன்ற சூழ்நிலையில் பலமிக்கவர்களாக இருப்பவர்கள் தாராள மனத்துடன் செயல்படுவதே ஞானமானது. காதுக்கினிமையான கொள்கைகளும், உரிமைகள் பற்றிய சாமர்த்தியமான உரைகளும் நம்பிக்கையை அழிக்கவல்லவை. பரஸ்பர நம்பிக்கையில்லாமல் எதிர்காலம் பற்றிய தீர்வு எதுவும் ஏற்படாது. ஒடுக்கப்பட்ட சமூகத்தின் முழுமையான வளர்ச்சிக்கு ஏற்பாடு செய்யாததும், பலவீனமான பிரிவினரின் நம்பிக்கையை இழந்துள்ளதுமான சுயராஜ்யம் ஒரு காசுக்கும் உதவாது. எங்களுடைய முன்னேற்றத்திற்கான வாய்ப்புக்களை உறுதிபடக் கூற விருப்பமில்லையானால் இந்தியாவின் எதிர்கால அரசுக்கான அரசியல் சாசனத்தை வரைபவர்கள், நாங்கள் அத்தகைய அரசுக்கெதிராக இருப்பதைக் கண்டு வியப்படையலாகாது.'

தன்னுடைய பணி முடிவடைந்த பின் எம்.சி.ராஜா தன் துணைவியாருடன் அக்டோபர் மாதம் இந்தியாவிற்குத் திரும்பினார். அப்போது இந்தியாவுக்கான வெளிவிவகாரத்துறை அமைச்சர் மாண்புமிகு வெட்ஜ்வுட்பென், 16 அக்டோபர் 1929ல் எம்.சி.ராஜாவுக்கு ஒரு கடிதம் எழுதினார். அதில், 'தங்களுடன் பழகிடவும் தங்களுடைய கண்ணோட்டத்தையும் கருத்துகளையும் அறிந்துகொள்ளவும் பெற்ற வாய்ப்பு எனக்கு எத்துணை மகிழ்ச்சியைத் தந்தது என்பதை வெளிப்படுத்தாமல் தங்களை இங்கிலாந்திலிருந்து அனுப்பிட என்னால் இயலாது. இந்தியா சென்றடைய தாங்கள் மேற்கொள்ளும் பயணம் பாதுகாப்பானதாகவும் பயனுள்ளதாகவும் அமையட்டும்' என்று குறிப்பிட்டிருந்தார்.

எம்.சி.ராஜா இந்திய மத்திய குழுவில் உறுப்பினராக இருந்தாலும் ஆதிதிராவிடர்கள் குறித்து ஓர் அறிக்கை தயாரித்து 30-9-1929 அன்று அளித்தார். அதில் ஒடுக்கப்பட்ட இனங்கள் இந்தியாவில் எவ்வளவு இருக்கின்றன என்பதைத்

தெளிவுபடுத்தினார். அதை விளக்கும்போது எம்.சி.ராஜா, 'இவ்வின மக்களைக் கணக்கிடும் முதல் முயற்சி 1901ல் எடுக்கப்பட்ட மக்கள் தொகை அறிக்கையிலும், அதைத் தொடர்ந்து 1911ல் வெளியான மக்கள்தொகை அறிக்கையிலும் வெளிப்பட்டது. 1911ஆம் ஆண்டின் அறிக்கையின்படி இவ்வின மக்கள் (தீண்டத்தகாதவர்கள்) முழு இந்து மக்கள் தொகையில் 45 மில்லியன்களாயிருந்தார்கள். ஒடுக்கப்பட்ட இனமக்களின் பிரச்சினை வெகு காலத்திற்கு முன்னேரே அரசின் கவனத்தை ஈர்த்திருந்தது. அதாவது இப்பொழுது அனைத்திந்திய ஆதிதிராவிட மகாஜன சபை 1892ஆம் ஆண்டு டிசம்பரில் திரு.பி.வி.சுப்பிரமணிய பிள்ளையவர்களால் 1860ஆம் ஆண்டின் XXIஆம் சட்டப்பிரிவின்கீழ் பதிவுசெய்யப்பட்டு ஒடுக்கப்பட்ட இனங்கள் என்றழைக்கப்பட்ட தீண்டப்படாதவர்களின் நலன்களைப் பாதுகாக்க வேண்டி அவ்வப்போது அரசுக்கு பரிந்துரை அனுப்பத் தொடங்கிய காலந்தொட்டே இந்தப் பிரச்சினை இருந்து வந்தது' என்றார்.

இந்திய மத்திய குழுவில் தாம் அளித்த அறிக்கையில் இந்தியா முழுவதும் உள்ள ஆதிதிராவிடர்களின் எண்ணிக்கை பற்றிப் பெரிதும் விவரித்துள்ளார். அவர்களின் எண்ணிக்கைக்கு அதிக முக்கியத்துவம் கொடுத்துள்ளார். இந்தியாவில் யார் ஒடுக்கப்பட்டவர்கள் என்பது பற்றிய விவாதம் நெடுநாளாகவே இருந்துவந்தது. மக்கள்தொகைக் கணக்கெடுப்பிலும் அது எதிரொலித்தது. அதனால் இந்த அறிக்கையில் ஒடுக்கப்பட்ட இனங்கள் எனும் பிரிவில் மிகச் சரியாக யார் யார் அடங்குவர் என்பதையும் தெளிவுபடுத்தினார்:

> 'ஏனைய இந்துக்களிடமிருந்து ஒடுக்கப்பட்ட இனத்தவரை வேறுபடுத்திக் காட்டும் வரையறைகள் மிகத் தெளிவாகவே உள்ளன. பொதுவாக நோக்குகையில் நான்கு வருணங்கள் அல்லது ஜாதிகளுக்குப் புறம்பேயுள்ளவர்கள் எவர்களோ, எவர்கள் தொட்டால் அல்லது நெருங்கி வந்தால் தீட்டு ஏற்படுமோ, எவர்களுடைய தொழில்கள் தூய்மையற்றவையாகக் கருதப்படுகின்றனவோ அவர்களெல்லாரும் ஒடுக்கப்பட்ட இனத்தவராவர். அவர்கள் அரசரின் நெடுஞ்சாலையில் நடக்கவோ, பொதுவான ஆறுகளையோ நீரூற்றுக்களையோ பயன்படுத்தும் உரிமையற்றவர்கள். சென்னை மாநிலத்தில் சேரிகளிலும் பஞ்சாபில் பஸ்திகளிலும்

ஐக்கிய மாநிலங்களில் மொஹல் அல்லது டோலிகளிலும் வங்காளத்தில் பல்லிகளிலும் பராவிலும் அவர்கள் வாழுகிறார்கள். அவர்களுக்குச் சமூக உரிமைகள் இல்லை, அரசியல் உரிமைகளில் வெகு சொற்பமே அவர்களுக்கு உண்டு. ஒவ்வொரு மாநிலத்திலும் அவர்களுக்கு இழைக்கப்படும் கொடுமைகளைப் பட்டியலிட்டால் அது நீண்டுகொண்டே போகும். ஆனால், தொடுவதாலும், அண்மையில் வருவதாலும் அவர்கள் தீட்டை ஏற்படுத்துவார்கள் என்பதும், ஆலயங்களுக்குச் செல்லவோ, தேவ தரிசனங்களுக்கோ தகுதியற்றவர்கள் என்று அவர்களை ஒதுக்கிவைப்பதே தீண்டாமையின் உச்சகட்டமாகும்.'

எங்கெங்கெல்லாம் தாழ்த்தப்பட்டவர்கள் புறக்கணிக்கப்பட்டு வருகிறார்கள் என்பதையும் விளக்குகிறார் எம்.சி.ராஜா:

'தற்போதுள்ள அரசு நிர்வாக அமைப்பில் மக்களின் அதிகாரம் வெகுவாகப் பரவலாக்கப்பட்டிருந்த போதிலும் ஒடுக்கப்பட்ட இனத்தவரின் கோரிக்கைகள் இதுவரையிலும் போதுமான அளவுக்கு அங்கீகரிக்கப்படவில்லை. ஆட்சியதிகாரம் உள்ள அமைப்புகளில் அவர்களுக்குப் போதிய பிரதிநிதித்துவம் இல்லை. பல்வேறுபட்ட ஸ்தல நிர்வாகக் குழுக்களிலும் இவ்வினத்தவருக்குப் பிரதிநிதித்துவம் இல்லை. இவையாவும் இவ்வினத்தவரின் துன்பங்கள் கேட்கப்படாத சூழ்நிலையையே உருவாக்குகின்றன. இத்தகு சூழ்நிலையில் இவர்களின் துன்பங்களைத் துடைக்கும் வாய்ப்பும் இல்லை. பொதுப் பணித்துறையில் இவ்வினத்தவரின் குறைகள் மிகக் கொடூரமாகவே உள்ளன.'

எந்தெந்த அரசு துறைகளிலெல்லாம் தாழ்த்தப்பட்டவர்கள் புறக்கணிக்கப்பட்டுள்ளனர் என்பதைப் பல்வேறு மாநிலச் சட்டமன்றங்களில் கேட்கப்பட்ட கேள்விகளிலிருந்தும் கடிதங்களிலிருந்தும் தெள்ளத் தெளிவாக விளக்கியுள்ளார் எம்.சி.ராஜா.

தாழ்த்தப்பட்டவர்களுக்கு என்னென்ன செய்ய வேண்டும் என்பதையும் அந்த அறிக்கையில் எம்.சி.ராஜா குறிப்பிட்டிருக்கிறார்:

1. மத்திய அரசிலும் மாநில அரசிலும் உள்ள அரசுப் பணித் தேர்வாணையங்கள் பணிகளுக்குத் தேர்வுசெய்யும்போது ஒடுக்கப்பட்டவர்களின் கோரிக்கைகள் முறையாகப் பாதுகாக்கப்பட்டிருப்பதை உறுதிசெய்ய வேண்டும். இதைக் கண்காணிக்க இவ்வாணையங்களில் ஒடுக்கப்பட்டோரை உறுப்பினராகச் சேர்க்க வேண்டும்.

2. கல்வி, பொதுச் சுகாதாரம், மருத்துவ நிவாரண வசதிகளைப் பெறும் வகையில் ஒடுக்கப்பட்ட இனத்தவருக்குக் கல்வி உதவித்தொகை, சிறப்பு உதவித்தொகை போன்றவை வழங்கப்பட வேண்டும். மாணவர்களைச் சாதி அடிப்படையில் பிரித்து வைக்கும் முறையை அரசு ஊக்குவித்தலாகாது; தீண்டாமையைக் கடைப்பிடிக்கும் பள்ளிகளின் அங்கீகாரத்தை அரசு ரத்து செய்யவேண்டும்.

3. கிராமக் கூட்டுறவுச் சங்கங்களும் பஞ்சாயத்துகளும் பல்வேறுபட்ட ஸ்தல ஸ்தாபனங்களும் நகர்மன்றங்களும் ஒடுக்கப்பட்ட இனத்தவருக்குப் போதிய இடங்களை ஒதுக்குமாறு கட்டாயப்படுத்தப்பட வேண்டும்.

4. ஒடுக்கப்பட்ட இனத்தவர் பெரும்பாலும் வேளாண்மையுடன் தொடர்பு கொண்டவர்களாதலால் அவர்களுக்கு நியாயமான பொருளாதார நிலை கிட்டுமாறு நடவடிக்கைகளை எடுக்க வேண்டும். குத்தகைக் காலம் தீர்மானிக்கப்பட்டு நியாயமான கூலி கிடைக்க சட்டபூர்வமான உறுதிமொழி தரப்பட வேண்டும். இது தொடர்பான சட்டங்களைப் பல்வேறு மாநிலங்களில் நிர்வாகம் தனது அதிகார வரம்பிற்குள் கொண்டுவர வேண்டும்.

5. இவ்வினத்தாருள் பெரும்பாலானோர் ராணுவச் சேவைக்குப் பொருத்தமானவர்கள். இவர்களைத் தாராளமான முறையில் ராணுவத்தில் சேர்த்தால் அது அவ்வினத்தின் அந்தஸ்தை உயர்த்துவதுடன் வேளாண் தொழிலில் உள்ள போட்டியையும் வெகுவாகக் குறைக்கும்.

6. இனிவரும் காலங்களில் நடைபெறும் அரசியல் அல்லது பொருளாதார ரீதியான ஆய்வுகளில் ஒடுக்கப்பட்ட இனத்தவரின் பிரதிநிதிகளும் இடம்பெற வேண்டும். கடந்த காலங்களில் அவர்களுடைய கோரிக்கைகள் யாவும் தொடர்ந்து புறக்கணிக்கப்பட்டு வந்துள்ளன. தற்போதுள்ள ஆணையங்களிலும் அண்மைக் காலங்களில் செயல்பட்ட குழுக்களிலும் தீண்டத்தகாதவர் எவருமே அங்கம் வகிக்கவில்லை. ஆனால், இன்றைய சட்ட ஆணையம் அமைக்கப்படுகையில் மேனாள் இந்தியாவுக்கான வெளிவிவகாரத்துறைச் செயலர் பிர்கென்ஹெட்பிரா இவ்வாணையத்தின் உறுப்பினர்களாக இந்தியர்களை நியமிப்பதிலுள்ள கஷ்டங்களை விளக்கிச் சொல்லுகையில், பல்வேறு குழுக்களுக்குப் பிரதிநிதித்துவம் வழங்கப்பட வேண்டியிருப்பதையும், குறிப்பாக ஒதுக்கப்பட்டவர்களுக்குப் பிரதிநிதித்துவம் வழங்கப்பட வேண்டியதையும் குறிப்பிட்டதையும் நாம் நினைவில் கொள்ள வேண்டும்.'

இந்த அறிக்கையில் எம்.சி.ராஜா கூட்டுத்தொகுதி அல்லாமல் ஏன் தனித்தொகுதி வேண்டும் என்பதை ஆணித்தரமாக எடுத்துரைத்தார். கடைசியாக அறிக்கையை முடிக்கும்போது, 'பாரம்பரிய அடிப்படையிலும் உள்ளுணர்வு அடிப்படையிலும் ஒடுக்கப்பட்ட இனத்தவர் சமாதானமான வழிகளையே பின்பற்றுபவர்கள். இன்று அவர்களுடைய மனங்களில் புதிய நம்பிக்கை பிறந்துள்ளது. புதிய லட்சியங்களை அவர்கள் வகுத்துவிட்டார்கள். அவர்களுடைய சட்டபூர்வமான எதிர்ப்புகளுக்கு இடமளிக்கும்வகையில் அரசியல், சமூக நிலைமைகள் மாற்றியமைக்கப்பட வேண்டும். அவர்களுடைய சமாதான வழியிலான முன்னேற்றத்திற்குரிய வழிமுறைகளை உறுதிப்படுத்துதல் எதிர்காலத் தேசியத் தலைவர்களின் கடமையாகும்' என்று முத்தாய்ப்பாக கூறுகிறார்.

இந்திய மத்திய குழுவினுடைய அறிக்கை 1930ல் வெளிவந்தது. அதற்கு முன்னரே வைஸ்ராயும் இந்திய கவர்னர் ஜெனரலுமான இர்வின் பிரபுவுக்கு ஒரு நகல் கிடைத்தது. அதைக் குறிப்பிட்டு எம்.சி.ராஜாவுக்கு 22-11-1929ல் ஒரு கடிதம் எழுதினார். அதில், 'வெளியிடப்படும் முன்னரே மத்தியக் குழு அறிக்கையின் ஒரு நகல்

இப்போதுதான் கிடைக்கப் பெற்றேன். அவ்வறிக்கையைக் கவனமாகப் படிக்க என்னால் இயலவில்லை. எனினும் தங்களுக்கும் அக்குழுவில் பணியாற்றிய உறுப்பினர்களுக்கும் இப்போது நிறைவுபெற்றுள்ள முக்கியமான பணியை வெற்றிகரமாக முடித்திருப்பதற்காக என்னுடைய நன்றியைத் தனிப்பட்ட முறையில் தெரிவிக்கக் கடமைப்பட்டுள்ளேன் என்பதை நான் உணருகிறேன். தங்களைப் போன்றவருக்கு இருக்கும் பணிகளினூடே இப்பணியை ஏற்று முடிப்பது பெருஞ்சுமையே. எனினும் இதில் அடங்கியுள்ள பிரச்சினைகளின் முக்கியத்துவத்தை முன்னிட்டு இந்திய மத்தியக் குழுவின் உறுப்பினராகத் தாங்கள் தங்களது நேரத்தையும் கடின உழைப்பையும் செலவிட்டது பற்றி வருத்தப்பட மாட்டீர்களென்று நான் அறிந்திருக்கிறேன்' என்று எழுதி எம்.சி.ராஜாவின் பணியைப் பாராட்டி எழுதினார்.

1930 - 1931

1930

ஜூலை *13, 1930* அன்று அகில இந்திய தாழ்த்தப்பட்ட வகுப்பினர் சங்கத்தின் செயற்குழுக் கூட்டம் சிம்லாவில் உள்ள ராயல் ஹோட்டலில் நடைபெற்றது. கூட்டத்தில் எம்.சி.ராஜா, ஜி.ஏ.கவாய், ஜி.எம்.தாவேரே, பி.சி.மண்டல், தேவி தாஸ் ஜாதவ், பாலி ராம், சுவாமி அச்சுதானந்த் மற்றும் நானக் சந்த் துரியா மற்றும் பலர் கலந்துகொண்டனர். தனிவாக்காளர்கள் தொகுதி இல்லாது ஆணைக்குழுவின் முன்மொழிவுகளை ஏற்பதில்லை எனக் குழு முடிவு செய்தது.

1931

தாம் ஆங்கிலத்தில் எழுதி இந்திய மத்திய குழுவிற்கு அனுப்பிய விளக்க அறிக்கையை 'தாழ்ந்த வகுப்பார் கேட்கும் அனுகூலங்கள்' என்ற பெயரில் தமிழில் வெளியிட்டார் எம்.சி.ராஜா. இந்தப் புத்தகத்தை திருவட்டீஸ்வரன் பேட்டையில் இருந்த ஜனமித்திரன் அச்சுக்கூடம் வெளியிட்டது. இந்தப் புத்தகத்தின் முகவுரையில் எம்.சி.ராஜா எழுதும்போது, 'இந்தியர்களாகிய நாம், நம் நாட்டு ஆட்சி சம்பந்தமாக என்னென்ன அதிகாரங்களை வேண்டுகிறோமென்பதை நம்மிடத்தில் கேட்டு, நமக்கு என்னென்ன அதிகாரங்களைக் கொடுக்கலாம் என்பதைத் தங்களுக்குத் தெரிவிக்கும்படி இங்கிலாந்து மந்திரிகள் நம் நாட்டு சட்ட அங்கத்தினர்களில் சிலரை ஒரு கமிட்டியாராக நியமித்தார்கள். அவ்வாறே நம் நாட்டு அரசாங்கத்தாரும் நம் நாட்டு சட்ட அங்கத்தினர்களில் என்னையும் இன்னும்

சிலரையும் ஒரு கமிட்டியாராக நியமித்தார்கள். நாங்கள் பல மாகாணங்களுக்குச் சென்று அங்குள்ள ஜனங்களுடன் பேசி, நம் நாட்டாருக்கு என்னென்ன அதிகாரங்களை கொடுக்கலாமென்பதை நம் நாட்டு அரசாங்கத்தாருக்குத் தெரிவித்தோம். அதனுடன் நான் தனியாக தாழ்ந்த வகுப்பார் எவ்வெவ்வகையில் வருந்துகிறார்களென்பதையும், அவர்கள் நிமித்தமாக என்னென்ன ஏற்பாடுகளைச் செய்ய வேண்டுமென்பதையும் தெரிவித்தேன். அவைகளைத் தமிழில் வெளியிட முற்பட்டேன்' என்று குறிப்பிடுகிறார்.

●

கும்பகோணம் பயணியர் விடுதியில் 1931 மே 30 அன்று நடைபெற்ற ஆதிதிராவிடர் மாநாட்டில் கலந்துகொண்டு 'இந்தியாவிற்கு சுயராஜ்யம் இன்றியமையாததாகும். முதலில் தீண்டாமை ஒழிக்க வேண்டியது மிகவும் அவசியம்' என எம்.சி.ராஜா பேசினார்.

●

இந்திய தேசிய காங்கிரஸின் கொள்கைகளில் ஒன்றான மதுவிலக்குக் கொள்கையில் ராஜாஜி ஈடுபாடு உடையவராக இருந்தார். அதன் காரணமாகப் பல்வேறு நபர்களுக்கு மது ஒழிப்புப் பிரச்சாரத்தை வலியுறுத்திக் கடிதம் எழுதி வந்தார். எம்.சி.ராஜாவுக்கும் 1-9-1931 அன்று பின்வருமாறு ஒரு கடிதம் எழுதினார்:

> 'அன்புள்ள திரு ராஜா,
>
> மதுவிற்கு எதிரான பிரச்சாரத்தை தற்போதைய கட்டத்தில் நீங்கள் பின்பற்ற வேண்டும். இந்த விஷயத்தில் என் உணர்வுகள் உங்களுக்குத் தெரியும். தீண்டத்தகாதவர்கள் என்று சொல்லப்படும் சமூகத்தினருக்கு நாம் செய்யக்கூடிய சிறந்த சேவை மதுவிலக்கு. அது அவர்களின் தார்மீக, சமூக மற்றும் பொருளாதார நிலையை மேம்படுத்தும். எனவே, இந்த மக்களை மேம்படுத்துவதில் ஆர்வமுள்ளவர்களுக்கு இப்பிரச்சாரம் மிகவும் முக்கியமானது என்று நான் நினைக்கிறேன்.
>
> பல இடங்களில் குடிக்கு எதிரான காங்கிரஸ் இயக்கத்தின் பிரச்சாரத்தை எதிர்க்க ஆதிதிராவிடர்களை ஒருங்கிணைக்க, அதிகாரிகளும் கடைகளை வாடகைக்கு எடுப்பவர்களும் முயற்சி

செய்வதை நான் அறிகிறேன். மற்ற விஷயங்களில் காங்கிரஸுடன் உங்களுக்கு பல கருத்து வேறுபாடுகள் இருந்தாலும், மதுபான வியாபாரிகளால் ஆதிதிராவிடர்கள் தவறாக வழிநடத்தப்படாமல் இருக்க நீங்கள் எங்களுக்கு உதவுவதற்கு அவை தடையாக இருக்கக்கூடாது. இதுபோன்ற நபர்களால் தவறாக வழிநடத்தப்பட வேண்டாம் என்று ஆதிதிராவிடத் தலைவர்கள் தங்கள் மக்களுக்கு எச்சரிக்கை செய்வது பயனுள்ளதாக இருக்கும்.

குடிப்பவர்களுக்கு சாதிய தண்டனைகள் தரும் அமைப்புகளும் உண்டு. ஆதிதிராவிடர்கள் இத்தகைய ஒழுக்கத்திற்கு தங்களை உட்படுத்திக் கொண்டால், அது மிகவும் உதவிகரமாக இருக்கும். அதிகாரிகள் ஒழுக்கமான சாதிய கட்டுப்பாட்டை உடைக்க முயல்வதை நான் காண்கிறேன்.

ஆதிதிராவிடர்கள் நிதானத்துடன் மற்றவர்கள் தங்களைக் கருவிகளாகப் பயன்படுத்துவதற்கு ஒப்புக் கொடுக்காமல் இருப்பதற்கும் உங்களால் முடிந்த உதவிகளைச் செய்யுமாறு நான் விரும்புகிறேன். நீங்கள் பிரச்சாரம் செய்யலாம், உங்களுக்கு வசதியானது போல் செய்தித்தாள்களுக்கும் நண்பர்களுக்கும் எழுதலாம்.’ *(சி.ராஜகோபாலாச்சாரியின் தேர்ந்தெடுக்கப்பட்ட படைப்புகள், Vol.V, பக்.101-102)*

1932

பூனா ஒப்பந்தத்தில் எம்.சி.ராஜா துரோகம் இழைத்துவிட்டார் என்று திராவிடர் கழகம் முதல் சில தலித் அமைப்புகள்கூட உண்மைக்கு மாறான செய்திகளைக் கொண்டிருக்கின்றனர். அதனால் பூனா ஒப்பந்தத்திற்கு முன்பும் பின்பும் என்ன நடந்தது என்பதைப் பார்ப்போம்.

1928-29ல் இந்திய மத்தியக் குழுவின் அறிக்கைக்கு எம்.சி.ராஜா ஓர் அறிக்கை கொடுத்தார். அந்த அறிக்கையில் தலித்துகளுக்குத் தனித்தொகுதி வேண்டும் என்று கோரிக்கை வைத்தார். அன்றைய சூழலில் தனித்தொகுதி தலித்துகளுக்கு ஏன் கொடுக்கக்கூடாது என்று பல்வேறு தரப்பினர் யோசனைகளை முன்வைத்திருந்தனர். அந்த யோசனைகளில் உள்ள குறைபாடுகளை இந்திய மத்திய குழுவிற்கு அளித்த அறிக்கையில் தெள்ளத் தெளிவாக விளக்கியிருந்தார்.

எம்.சி.ராஜா அந்த அறிக்கையில் கூட்டுத்தொகுதி ஏன் வேண்டாம் என்றும், அதிலுள்ள குறைபாடுகளையும் தனக்கே உரிய பாணியில் எழுதுகிறார்:

> '....ஆனால் இன்றைய சூழ்நிலையில் பார்க்கையில் நிலைமை வெகுவாக முன்னேறியுள்ளது எனலாம். ஒடுக்கப்பட்ட இனத்தவரின் பிரதிநிதிகள் இந்தியாவின் ஒவ்வொரு மையத்திலும் கூட்டுக் குழுவைச் சந்தித்து அக்குழுவின் முன்னிலையில் சாட்சியம் அளித்து, மக்களாட்சி முறை ஒரு தெளிவான இலக்கை நோக்கி அடியெடுத்து வைக்க

வேண்டுமெனும் கோரிக்கையை வலியுறுத்தினர். தற்காலிக நடவடிக்கையாக ஒவ்வொரு இனத்தவரின் சங்கம் அல்லது தேர்தல் குழுக்கள் சமர்ப்பிக்கும் பெயர்ப் பட்டியலிலிருந்து நியமன உறுப்பினரைத் தேர்ந்தெடுக்கலாம் என்று பரிந்துரைக்கப்பட்டுள்ளது. ஆனால் இந்தப் பரிந்துரையும் நாம் ஏற்கெனவே தெரிவித்துள்ள எதிர்ப்புகளைச் சந்திக்க வேண்டும். அத்துடன் தங்களது சங்கத்தின் பரிந்துரையின்படியே நியமனம் செய்தல் வேண்டும் எனக் கோரும் சங்கங்கள் காளான்கள் போன்று பெருகிடும் அபாயமும் உண்டு.

மூன்றாவது மாற்று வழியாகச் சொல்ல வேண்டுமானால் கூட்டுத் தொகுதிகளில் இடங்களை ஒதுக்கீடு செய்தலாகும். தற்போதைய நிலையிலிருந்து ஒரு முன்னேற்றம் ஏற்படுவதை அது சுட்டிக்காட்டும் என்பதில் ஐயமில்லை. ஆனாலும் எதிர்க்கத்தக்க அம்சங்கள் எதுவுமே அதில் இல்லை எனவும் சொல்ல முடியாது. தொகுதியிலுள்ள வாக்காளர்களை மொத்தமாகக் கணக்கிலெடுத்தால் ஒடுக்கப்பட்ட இனத்தைச் சேர்ந்த வாக்காளர்களின் எண்ணிக்கை சிறியதாயிருக்கும். ஒதுக்கீடு செய்யப்பட்ட இடத்தை நிரப்பும் வேட்பாளர்கள் அத்தொகுதியின் வாக்காளர்களில் பெரும்பான்மையினரின் ஆதரவு பெற்றவர்களாகவே இருப்பார்கள் எனும் அச்சம் ஏற்படுவது இயற்கைதானே. தொகுதிகளெல்லாம் சாதி இந்துக்கள் பெருவாரியாக நிறைந்தவையாயிருக்கும் நிலையில் சாதி உணர்வுகளுக்குக் கட்டுப்படாத அல்லது மதிப்பு தராத ஒருவர் தாம் தேர்ந்தெடுக்கப்படுவோம் என்று நம்ப முடியாதே. மீண்டும் பழைய நிலை போன்றே சாதி இந்துக்களின் வாக்குகளின் பலத்தால் தேர்ந்தெடுக்கப்படும் ஒடுக்கப்பட்ட இனத்தைச் சேர்ந்த (சட்டமன்ற) உறுப்பினர் தம் இன மக்களின் பார்வையில்கூட படமாட்டார்.

இவ்வாறாக மேல்சாதியினரின் கைப்பாவைகள் ஒதுக்கப்பட்ட இடங்களை ஆக்கிரமித்துக் கொள்ளும் ஆபத்தும் இம்முறையில் உண்டு. இது போன்றதொரு விளைவு வாக்குரிமை எனும் வடிவத்தில் ஒடுக்கப்பட்ட இனத்தவருக்கு வழங்கப்பட்டுள்ள அதிகாரத்தை வியர்த்தமாக்கிவிடும். கூட்டுத் தொகுதி முறை வெற்றிகரமாகச் செயல்பட வேண்டுமாயின்

பெருவாரியான சமூகத்தவரின் பரந்த மனப்பான்மை தேவை. இன்றைய காலகட்டத்தில் அது போன்றதொரு சாதகமான சூழ்நிலை நிலவவில்லை என்பதே எமது கருத்து.’

கூட்டுத் தொகுதிகளில் இடங்களை ஒதுக்கீடு செய்யும் முறையானது தலித்துகளுக்குத் தற்போதைய நிலையிலிருந்து ஒரு முன்னேற்றம் ஏற்படுவதை அது சுட்டிக்காட்டும் என்பதை அவர் அறிந்தே இருக்கிறார். அதை ஏற்றுக்கொள்ளவும் செய்கிறார். ஆனால் கூட்டுத்தொகுதியில் இட ஒதுக்கீடு வெற்றிகரமாகச் செயல்பட பெருவாரியான சமூகத்தவர்களின் பரந்த மனப்பான்மை தேவை என்பதைக் கூறுகிற எம்.சி.ராஜா, அப்படியான சாதகமான சூழ்நிலை தற்போது நிலவவில்லை என்கிறார். அப்படியானால் சாதகமான சூழ்நிலை நிலவினால் கூட்டுத்தொகுதியை அவர் ஏற்பார் என்று நாம் புரிந்துகொள்ளலாம்.

அன்றைய நிலையில் இந்தியா முழுவதும் பரவியிருந்த பெருமக்கள் காங்கிரஸ் மற்றும் காந்தியடிகள் பின்னால் அணி திரண்டிருந்தனர். அவர்களால் மட்டுமே கூட்டுத்தொகுதியில் இட ஒதுக்கீடு வெற்றிகரமாகச் செயல்பட பெருவாரியான மக்களின் மனப்பான்மையைச் சீர்திருத்த முடியும் என்ற சூழல் நிலவியது. ஆனால் அதுபற்றிய எந்தக் கருத்தியலையும் முடிவையும் காங்கிரஸ் மற்றும் காந்தியடிகள் எடுக்கவில்லை. அதனால் எம்.சி.ராஜா யாரையும் நம்பவில்லை. கூட்டுத் தொகுதி ஏன் வேண்டாம் என்று கூறிய எம்.சி.ராஜா அவர்கள் தனித்தொகுதி ஏன் வேண்டும் என்பதையும் அதே அறிக்கையில் குறிப்பிடுகிறார்:

‘தனித் தொகுதிகளை உருவாக்குவதே நேரடியான தேர்தலை உறுதிப்படுத்தித் தேவையான பாதுகாப்பைப் பெற்றுத் தருவதற்கான ஒரே மாற்று வழியாகும்.’

தலித்துகளுக்குப் பாதுகாப்பைப் பெற்றுத் தரும் ஒரே வழி தனித் தொகுதிமுறைதான் என்கிற அவர், தனித்தொகுதி முறைக்கு எதிரான வாதங்களை குறிப்பிட்டு அதற்கான பதிலையும் முன்வைக்கிறார்:

‘தனித் தொகுதிகளுக்கான கோரிக்கைக்கு எதிராகக் கொள்கையளவிலும் நடைமுறையளவிலும் மறுப்புகள் எழுப்பப்பட்டுள்ளன. ஆனால் இப்பிரச்சினையைக் கூர்ந்து நோக்குகையில் இதுவொரு தற்காலிக ஏற்பாடுதான் என்பதால் எதிர்ப்புகள் வலுவிழந்து போகும்.

கொள்கையளவில் தனித்தொகுதிகள் வேறுபாடுகள் நீடித்திருக்கத் துணை செய்யும் என்றும், தேசிய உணர்வு வளருவதைத் தடை செய்யும் என்றும் சுட்டிக் காட்டப்படுகிறது. இந்தக் கருத்தில் சாரம் உள்ளதெனினும் இம்முறையின் மூலம் பெறப்படும் நன்மைகளை நோக்கிடின் ஒரு சமநிலை ஏற்படுவதைக் காணலாம். தனித்தொகுதிகள் இந்திய அரசியல் சாசனத்திற்குப் புதியதல்ல. முஸ்லிம்கள், சீக்கியர்கள், இந்தியக் கிறிஸ்தவர்கள், ஆங்கிலோ-இந்தியர்கள் மற்றும் ஐரோப்பியர்களுக்குத் தனித்தொகுதிகள் உண்டு. இவர்களுக்கிருக்கிற தனித்தொகுதிகள் இவ்வினத்தவருக்குப் பாதுகாப்புணர்வைக் கொடுத்துள்ளது. இப்பாதுகாப்புணர்வே முன்னேற்றம் என்ற பேச்சுக்கு இடம் தந்துள்ளது.

ஒடுக்கப்பட்ட இனத்தவர் இன்றிருக்கும் விநோதமான நிலையாதெனில் தங்களது சக சமயத்தவராகிய இந்துக்களின் கைகளிலிருந்து தங்கள் உரிமைகள் பாதுகாக்கப்பட வேண்டியதொரு இக்கட்டான நிலை. பொதுத் தொகுதியில் வாக்காளர்கள் பொதுப் பிரச்சினைகளின் அடிப்படையில் வாக்களிக்கையில் பொதுப் பிரச்சினைகளின் தன்மை அடிப்படையில் வாக்காளர்களிடையே பிரிவினை ஏற்படும். ஆனால் சமூக நலன்களிடையே உள்ள போராட்டத்தின் அடிப்படையில் வாக்களிக்கையில் வாக்களிக்கும் முறை மாறுபடும்.

சமூக நலன்களிடையேயான போராட்டம் இருப்பது ஏற்கப்படுமானால், சிறுபான்மை சமூகத்தினரின் நலன்கள் ஒருபோதும் பேணிப் பாதுகாக்கப்படாது என்பதும், தகுந்த பிரதிநிதித்துவம் கிடைக்காது என்பதும் தெளிவாகிறது. சிறுபான்மைச் சமூகத்தைச் சேர்ந்த வாக்காளர்கள் தமது வாக்குரிமை விருதாவாக எறியப்படுகிறது என்று எண்ணுவர். தமக்கு எதிராகக் காய்கள் பலமாக நகர்த்தப்பட்டாயிற்று என்று அவர்கள் உறுதியாக நம்பும்போது தமது வாக்குரிமையைப் பயன்படுத்தவும் அவர்கள் மறுக்கக்கூடும். இதன் விளைவாக ஏற்படும் பாதுகாப்பற்ற உணர்வு சமூக நல்லிணக்கத்திற்கு உகந்ததல்ல.

தனித்தொகுதிகள் தரும்போது பாதுகாப்பு அவனுக்குக் கிடைக்கும்போது இத்தகைய அபாயம்

மறையும். வெற்றிபெறுகிறவர் யாராக இருந்தாலும் அவர் சாதி இந்துக்களின் வாக்குகளால் அல்லாமல் தனது இனத்தவரின் வாக்குகளாலேயே தேர்தலில் வெற்றிபெற்றார் என்ற உறுதி அவருக்கு ஏற்படுகிறது. அவரது பார்வையில் வாக்குரிமை என்பது மதிப்புடையதாகி அவருக்கு ஒரு பாதுகாப்புணர்வை ஏற்படுத்தித் தருகிறது. அதன் பின்னர் அரசியல் விழிப்புணர்வு வேகவேகமாய்ப் பரவும். சமூகத்தில் ஏற்படும் தன்னம்பிக்கை தற்போது செயற்கையாக வழங்கப்படும் பாதுகாப்பைத் தேவையற்றதாக்கிடும்.

நடைமுறையளவில் சொல்லப்படும் எதிர்ப்புகள் அதிக பலமானவையல்ல. ஒவ்வொரு மாநிலத்திலும் ஒடுக்கப்பட்ட இனத்தவர் வாழுகின்ற பகுதிகளை அடையாளப்படுத்த இயலாது என்பதால் தனித்தொகுதிகளை உருவாக்குதல் இயலாத ஒன்று என்று சொல்லப்படுகிறது. இது ஏற்கத் தக்கதல்ல. இத்தகைய இனத்தவர் உள்ளனர் என்பது ஐயத்திற்கிடமின்றி நிரூபிக்கப்பட்டுள்ளது. மாநில அரசுகள் ஆங்காங்கே நிலவும் வழக்கங்களுக்கேற்ப தீண்டத்தகாதவர்கள் எனும் இனத்தின் கீழ் வருகிறவர்களின் முழுமையான பட்டியலைத் தயாரித்து அவர்களுக்குரிய தொகுதிகளைப் பிரித்தெடுப்பது ஒன்றே அவசியமானது. காலஞ்சென்ற லாலா லஜபதிராய் அவர்கள் கேட்டிருந்த தகவல்களைக் கொடுப்பதற்காக ஏற்கெனவே அரசாங்கங்கள் இப்பட்டியலைத் தயாரித்துவிட்டன.

ஒடுக்கப்பட்ட இனத்தவருக்குத் தனிப் பிரதிநிதித்துவம் கொடுக்கப்பட்டதென்று தெரிந்தால் மேல்சாதியினரில் சிலர் தங்களையும் ஒடுக்கப்பட்ட இனத்தவர் பட்டியலில் பதிவுசெய்வர் என்றதொரு கருத்து வெளியாகியது. அவ்வாறு நிகழ்வது அரிது. ஒரு வாக்குக்காகத் தம்மை ஒடுக்கப்பட்ட இனத்தவரின் பதிவேட்டில் இடம்பெறச் செய்வதில் சாதி இந்து ஒருவர் பேரார்வம் கொண்டிருப்பார் என்பதை நினைத்துப் பார்க்கக்கூட முடியாது. தீண்டத்தகாதவர்கள் ஏனையோரிடமிருந்து தூரமான இடத்தில் வாழுகிறார்கள். தீண்டத்தகாதவர்களையும் தீண்டத்தக்கவர்களையும் கலந்து வைப்பதற்குரிய வழியே இல்லை.

அடுத்த எதிர்வாதம் யாதெனில், தனித்தொகுதி பிரிக்கத்தக்க அளவுக்குப் போதுமான வாக்காளர்கள் இல்லையென்றும், சிறிதளவேயுள்ள வாக்காளர்களும்கூட சிதறிக் கிடப்பதால் தனித்தொகுதியைப் பிரிக்கும் பணியானது ஏறக்குறைய இயலாத ஒன்றேயாகும் என்பது. வாக்காளர்கள் பற்றிய முழுப் புள்ளி விவரமும் அவர்கள் எங்கெங்கெல்லாம் சிதறியிருக்கிறார்கள் என்ற விவரமும் எல்லா அரசுகளாலும் தயாரிக்கப்படவில்லை. எனினும், சென்னை அரசு முழு விவரத்தையும் தயாரித்து வெளியிட்டுள்ளது. அதனை ஆய்வுசெய்து பார்க்கையில் எதிர்வாதம் கூறுவோர் குறிப்பிடும் இடர்ப்பாடு கற்பனையானதே என்று தெரிகிறது.'

இவ்வாறு எம்.சி.ராஜா தனித்தொகுதிகளைப் பற்றிய வினாவிற்குத் தகுந்த ஆதாரங்களுடன் பதிலையும் கொடுத்துள்ளார். அதுபோலவே மற்ற இனத்தவர்களின் வாக்குகளின் அடிப்படையில் எவ்வளவு தொகுதிகள் ஒதுக்கப்பட்டுள்ளன என்பதையும், தலித்துகளுக்கு அவை எப்படி மறுக்கப்படுகின்றன என்பதையும் விளக்குகிறார்:

'தற்போது நடைமுறையிலிருக்கும் வாக்காளருக்கான தகுதிகளின் அடிப்படையில் சென்னை மாநிலத்தில் ஒடுக்கப்பட்ட இனத்தவரின் வாக்குகள் *56,756*; சென்னை மாநிலத்தில் முகம்மதியர்களின் வாக்குகள் *68,626*. இந்தியக் கிறிஸ்தவர்கள் *24,860* வாக்காளர்கள்; ஆங்கிலோ- இந்தியர்கள் *2,816* வாக்காளர்கள். சென்னை மாநிலத்தில் முகம்மதியர்களுக்கும் இந்தியக் கிறிஸ்தவர்களுக்கும் ஆங்கிலோ- இந்தியர்களுக்கும் தொகுதிகள் ஒதுக்கப்பட்டுள்ளன. தேர்தல் மூலம் இவர்கள் பிரதிநிதித்துவம் பெறுகிறார்கள். *68,626* வாக்காளர்களைக் கொண்ட முகம்மதியர்கள் *13* பேரைத் தேர்ந்தெடுக்கிறார்கள்; *24,860* வாக்காளர்களைக் கொண்ட ஆங்கிலோ- இந்தியர்கள் ஒரு பிரதிநிதியைத் தேர்ந்தெடுக்கிறார்கள். மாறாக *56,756* வாக்காளர்களைக் கொண்டிருந்தும் ஒடுக்கப்பட்ட இனத்தவர் தங்களது பிரதிநிதியைத் தேர்ந்தெடுக்கும் உரிமை மறுக்கப்பட்ட நிலையில் உள்ளனர்; தங்களது பிரதிநிதித்துவத்தை நியமனம் மூலமே பெறுகின்றனர்.'

தலித்துகளுக்கு நியமனம் மூலம் மட்டுமே பிரதிநிதித்துவம் என்பது அநியாயமே என்பதை எடுத்துக்காட்டுகளுடன் எம்.சி.ராஜா தெளிவாக்குகிறார். தனித்தொகுதிமுறை எத்தனை ஆண்டுகளுக்கு வேண்டும் என்பதையும் அவர் விளக்குகிறார்:

> ‘இப்பிரச்சினைக்குத் தீர்வு காணும் வகையில் எமது குழு, சென்னை மாநிலத்தில் பத்தாண்டுகளுக்குத் தனித் தொகுதிகளையும், பிற மாநிலங்களில் கூட்டுத் தொகுதிகளையும் இடஒதுக்கீடு செய்யலாம் என்று பரிந்துரைத்துள்ளது. அனைத்து மாநிலங்களிலுமே பத்தாண்டுகளுக்குத் தனித் தொகுதிகள் வேண்டும் என்பதுவே எனது கருத்து.’

தனிவாக்காளர் தொகுதி ஒரு தற்காலிக ஏற்பாடு என்பதால்தான் பத்து ஆண்டுகள் என்று எம்.சி.ராஜா குறிப்பிடுகிறார். பொது வாக்காளர் தொகுதியே லட்சியம் என்பதை அவர் ஏற்கிறார். ஏனென்றால் சமுதாயத்தை ஆண்டாண்டு காலம் பிரித்தே வைப்பது ஏற்புடையதாகாது. அதற்கு மற்றவர்களுக்குப் பரந்த மனப்பான்மை வரவேண்டும். அதுவரை தனித்தொகுதி வேண்டும் என்பதாகவே எம்.சி.ராஜாவின் கருத்து அமைந்துள்ளது. இதை அவர் அறிக்கையிலேயே குறிப்பிடுகிறார்:

> ‘பொது வாக்காளர் பட்டியலே நாம் கொள்ள வேண்டிய லட்சியம் என்பதில் எவ்வித ஐயமும் இருக்க முடியாது. அந்த லட்சியத்தை வெகு விரைவிலேயே நாம் எட்டிப் பிடிக்க வேண்டும். பொதுப் பட்டியலில் தாமாகவே வந்து சேருமளவிற்குத் தேவையான அரசியல் அறிவையும் தன்னம்பிக்கையையும் குறிப்பிட்ட காலவரம்பில் நிலுவையிலிருக்கும் தனித்தொகுதிகள் பலவீனமான மக்களின் வாழ்க்கையில் ஏற்படுத்தும் என்று நான் உறுதியாக நம்புகிறேன். தனிப்பட்ட நலன்களை வளர்த்துக் கொள்ள வேண்டுமென்பது ஒடுக்கப்பட்ட இனத்தவரின் நோக்கமல்ல; மாறாக, அவர்கள் தாங்கள் ஒதுக்கி வைக்கப்பட்டவர்கள் எனும் உணர்வை இழந்திடவே விரும்புகிறார்கள். எவ்வளவு காலத்திற்கு ஒடுக்கப்பட்ட இனத்தவர் பாதுகாப்பைக் கோருவார்கள் என்பது உண்மையில் சாதி இந்து வாக்காளர்களின் கரங்களிலேயே இருக்கிறது. மற்ற மாநிலங்களில் உள்ள கூட்டுத் தொகுதிமுறை ஒடுக்கப்பட்ட மக்களின் நலன்களை அழிக்காது

என்பதைக் காட்டுமானால் தனித்தொகுதிமுறை வெகு விரைவிலேயே கைவிடப்படும். மாறாக, தீண்டத்தகாதவர்கள் ஒதுக்கப்பட்டு விடுவார்கள் எனும் அச்சம் மெய்ப்பிக்கப்படும் பட்சத்தில் சென்னை மாநிலத்தில் வழங்கப்பட்டு வரும் பாதுகாப்பு ஏனைய மாநிலங்களுக்கும் விரிவுபடுத்தப்பட வேண்டிய நிலை ஏற்படும்.'

அதாவது தலித்துகள் முன்னேற முதலில் பத்தாண்டுகள் தனித்தொகுதிதான் வேண்டும். பரந்த மனப்பான்மை சாதி இந்துக்களுக்கு வரும்பொழுது கூட்டுத்தொகுதி என்பதாகவே எம்.சி.ராஜா அறிக்கையில் குறிப்பிட்டிருக்கிறார்.

நாடு முழுக்க சைமன் குழுவிற்கு எதிர்ப்பு வலுத்திருந்தது. மறியல்கள், போராட்டங்கள் தொடர்ந்துகொண்டே இருந்தன. சென்னை மாகாணத்தில் அப்போது முதலமைச்சராக இருந்த டாக்டர் சுப்புராயன் அவர்களைத் தவிர மற்ற இரு அமைச்சர்களான திவான் பகதூர் ஆர். என்.ஆரோக்கியசுவாமி, ரெங்கநாதன் முதலியார் ஆகியோர் தங்களது பதவிகளைத் துறந்தனர். 1928ல் அமைக்கப்பட்ட சைமன் குழு தங்களுடைய அறிக்கையை இரு தொகுதிகளாக மே மாதம் 1930ல் சமர்ப்பித்தது. சைமன் குழுவையும் அதன் அறிக்கைகளையும் பலரும் எதிர்த்ததால் அக்குழு அளித்த பரிந்துரையை அப்படியே ஏற்றுச் செயல்படுத்தத் தயங்கினர். அதனால் இந்தியாவின் அனைத்துப் பிரதிநிதிகளையும் அழைத்துப் பேச பிரிட்டிஷ் அரசு லண்டனில் வட்டமேஜை மாநாடு ஒன்றைக் கூட்டி விவாதித்து முடிவெடுக்கலாம் என்று கருதி 1930 நவம்பர் 11ம் தேதி வட்டமேஜை மாநாடு குறித்த அறிவிப்பை வெளியிட்டது.

அதன்படி முதல் வட்டமேஜை மாநாடு 12-11-1930 முதல் 19-1-1931 வரை நடைபெற்றது. காங்கிரஸ் இயக்கத்தின் தலைவர்கள் பலர் சிறையில் இருந்ததால் முதல் வட்டமேஜை மாநாட்டை காங்கிரஸ் புறக்கணித்தது.

டாக்டர் அம்பேத்கர் அவர்கள் இந்த மாநாட்டின் முக்கியத்துவத்தைப் பற்றிக் கூறும்போது, 'இந்தியர்களின் கண்ணோட்டத்தில் அந்த வட்டமேஜை மாநாடு மிகுந்த முக்கியத்துவம் வாய்ந்த ஒரு சம்பவமாக இருந்தது. இந்தியாவிற்கான ஓர் அரசியல் சட்டத்தை உருவாக்கும் விஷயத்தில் தங்களைக் கலந்தாலோசிக்க வேண்டும் எனும் இந்தியர்களின் உரிமையை மாட்சிமை பொருந்திய

மன்னரின் அரசாங்கம் அங்கீகரித்ததில்தான் அதன் முக்கியத்துவம் பொதிந்துள்ளது. தீண்டப்படாதவர்களைப் பொறுத்தவரை அது அவர்களது வரலாற்றில் ஒரு திருப்புமுனையாக அமைந்தது. ஏனெனில் இரண்டு பிரதிநிதிகளின் மூலம் தனித்தனியாகப் பிரதிநிதித்துவப் படுத்துவதற்காகத் தீண்டப்படாதவர்கள் முதன்முதலாக அனுமதிக்கப்பட்டனர். நானும் திவான் பகதூர் ஆர். சீனிவாசனுமே அப்பிரதிநிதிகள். தீண்டப்படாதவர்கள் இந்துக்களிலிருந்து ஒரு தனிப்பட்ட கூறாக மட்டுமல்லாமல், இந்தியாவுக்கான அரசியல் சட்டத்தை உருவாக்குவதில் கலந்தாலோசிக்கப்படும் உரிமையையும் பெற்றிருக்கிறார்கள் என்ற முக்கியத்துவம் கொண்டவர்களாகவும் கருதப்பட்டனர் என்பதையே இது அர்த்தப்படுத்திற்று' என்றார்.

12-11-1930 அன்று மன்னர் ஐந்தாம் ஜார்ஜ் மாநாட்டை முறைப்படி தொடங்கிவைத்தார். பிரதமர் ராம்சே மெக்டொனால்டு தலைமை தாங்கினார். பிரிட்டன் சார்பில் 16 பேர் கலந்துகொண்டனர். இந்தியாவிலிருந்து மொத்தம் 89 பிரதிநிதிகள் கலந்துகொண்டனர். அதில் 16 இந்திய மன்னர்களும், 57 இந்திய அரசியல் தலைவர்களும் அடங்குவர். தலித்துகள் சார்பில் டாக்டர் அம்பேத்கர் அவர்களும், திரு.ரெட்டைமலை சீனிவாசனார் அவர்களும் கலந்துகொண்டனர். இவர்கள் அனைவரையும் பிரதிநிதிகளாக பிரிட்டிஷ் அரசாங்கம் அழைத்தது. இதில் அப்போதைய மாபெரும் தலைவராக இருந்த எம்.சி.ராஜா பிரிட்டிஷ் அரசாங்கத்தால் அழைக்கப்படவில்லை. ஆனாலும் எம்.சி.ராஜா வட்டமேஜை மாநாட்டின் நிகழ்வுகளை உற்றுநோக்கிக் கொண்டிருந்தார்.

முதலாம் வட்டமேஜை மாநாட்டில் மூன்றாம் துணைக்குழுவின் இரண்டாம் அமர்வு (சிறுபான்மையோர்) 31-12-1930ல் கூடியபோது அதில் டாக்டர் அம்பேத்கர் தலித்துகளின் கோரிக்கையை வைத்தார். அதில்,

> 'ஒடுக்கப்பட்ட வகுப்பாருக்குப் பொதுவாக வேண்டிய பாதுகாப்பும் கோரிக்கையும் இதுதான். அவர்களுக்கு முக்கியமாகச் சட்டப்பேரவையில் அளிக்கப்பட வேண்டிய உரிய பிரதிநிதித்துவம் பற்றி ஒரு சிலவற்றைக் கூறுவேன். இப்பிரதிநிதித்துவம் தேர்தல் முறையின் மூலம்தான் கொடுக்கப்பட வேண்டும். எங்கள் பிரதிநிதிகளை நாங்கள் தேர்ந்தெடுக்க விரும்புகிறோமேயன்றி அவர்கள் அரசாங்கத்தால்

நியமிக்கப்படுவதை நாங்கள் விரும்பவில்லை. அரசாங்க நியமன முறை விரும்பத்தகாத விளைவுகளையே அளித்துள்ளது. இதுவரையில் காணாத அளவுக்கு இந்த நியமனமுறை தவறாகப் பயன்படுத்தப்பட்டு வந்துள்ளது. மேலும், இந்த நியமன முறையினால் தாழ்த்தப்பட்ட வகுப்பினருக்கு, அவர்களுக்குப் பாதுகாப்பாக அமைய வேண்டிய, சுதந்தரமான பிரதிநிதித்துவம் கிடைக்கவில்லை. எனவே, எந்தச் சூழ்நிலையிலும் அரசாங்க நியமன முறை மூலம் (by nomination) பிரதிநிதித்துவம் பெறுவதை நாங்கள் ஏற்றுக்கொள்ள முடியாது.

கூட்டுத் தொகுதி அல்லது தனித்தொகுதி என்ற பிரச்சினையில் எங்கள் நிலைமை இதுதான். ஒடுக்கப்பட்டோர் தங்கள் சமுதாய அமைப்புக்கான மாற்றங்களை ஏற்றுக்கொள்ளச் சிறிது அவகாசம் விரும்புகிறார்கள். அந்தக் கால இடைவெளிக்குப் பின்னர் வயது வந்தோர்க்கெல்லாம் வாக்குரிமை என்பதை எங்களுக்குக் கொடுத்தால், நாங்கள் கூட்டுத் தொகுதியையும் அதற்குள் அடங்கிய ஒதுக்கப்பட்ட இருக்கைகளையும் (Seats) ஏற்றுக்கொள்ளத் தயாராக இருக்கிறோம். வயது வந்தோர்க்கு வாக்குரிமை என்னும் உரிமையை எங்களுக்கு நீங்கள் கொடுக்க வில்லையென்றால் எங்கள் பிரதிநிதித்துவத்தைப் பெறத் தனித்தொகுதி முறையை நாங்கள் கேட்க வேண்டி இருக்கும். இது எங்களுடைய நிலைமை.' *(டாக்டர் பாபாசாகேப் அம்பேத்கர் பேச்சும் எழுத்தும், தொகுதி,5, பக்.47-48)*

இந்தக் கோரிக்கையை நாம் உற்றுநோக்கினால் சைமன் கமிஷனில் டாக்டர் அம்பேத்கர் கொடுத்த அதே திட்டத்தைத்தான் இங்கேயும் தந்திருப்பதை உணரலாம். இந்தக் கோரிக்கை டாக்டர் அம்பேத்கரின் கோரிக்கையாக மட்டுமே இருக்கும் என்று நாம் அவதானிக்கலாம்.

ஆனால் மூன்றாம் துணைக்குழுவின் *(சிறுபான்மையோர்)* அறிக்கைக்குப் பின்னிணைப்பாக 'வருங்காலத் தன்னாட்சி இந்தியாவின் அரசியலமைப்புச் சட்டத்தில் ஒடுக்கப்பட்ட மக்களுக்குப் பாதுகாப்பளிக்கும் அரசியல் காப்புரிமைக்கான ஒரு திட்டம்' என்ற தலைப்பில் டாக்டர் அம்பேத்கரும், ராவ் பகதூர் ஆர்.சீனிவாசன் அவர்களும் ஒரு திட்டத்தை அளித்தனர். அத்திட்டத்தில் 'தன்னாட்சிப்

பெற்ற இந்தியாவில் பெரும்பான்மையினர் ஆட்சியின் கீழ் ஒடுக்கப்பட்ட மக்கள் தங்களை உட்படுத்திக்கொள்ளச் சம்மதிப்பதற்கான நிபந்தனைகள்' என்று சில நிபந்தனைகளைக் குறிப்பிட்டுள்ளனர். அதில், நிபந்தனை எண் 4ல் சட்டமன்றங்களில் போதுமான பிரதிநிதித்துவம் என்ற தலைப்பில் கொடுக்கப்பட்ட நிபந்தனை இது:

> *'ஒடுக்கப்பட்ட மக்களின் நலன்களைக் காப்பதற்காகச் சட்டமன்ற மற்றும் நிர்வாகத்துறைச் செயலின் மீது செல்வாக்குச் செலுத்துவதற்கு அவர்களுக்குப் போதுமான அரசியல் அதிகாரம் வழங்கப்பட வேண்டும். ஆதலின் கீழ்க்காணும் காப்பு வாசகங்களைத் தேர்தல் சட்டத்தில் இடம்பெறச் செய்ய வேண்டும்:*
>
> 1. *நாட்டின் மாநில மற்றும் மத்திய சட்டமன்றங்களில் போதிய பிரதிநிதித்துவத்திற்கான உரிமை.*
> 2. *அவர்களின் சொந்த வகுப்பாரைத் தங்களின் பிரிதிநிதிகளாக, அ) வயது வந்தோர் வாக்குரிமை மூலமாகவும் ஆ) முதல் பத்து ஆண்டு காலத்திற்குத் தனிவாக்காளர் தொகுதி (*Separate electorate*) மூலமாகவும், இட ஒதுக்கீடு செய்யப்பட்ட தொகுதிகள் மூலமாகவும் தேர்ந்தெடுத்துக் கொள்ளும் உரிமை வழங்கப்பட வேண்டும். அதன் பின்னர் கூட்டு வாக்காளர் தொகுதி முறை வயது வந்தோர் வாக்குரிமையுடன் சேர்ந்து வந்தாலொழிய, அத்தகைய கூட்டு வாக்காளர் தொகுதி முறை ஒடுக்கப்பட்ட வகுப்பாரின் விருப்பத்திற்கு மாறாக அவர்கள் மீது திணிக்கப்பட மாட்டாது என்பது தெளிவாக்கப்படுகிறது.' (டாக்டர் பாபாசாகேப் அம்பேத்கர் பேச்சும் எழுத்தும், தொகுதி 5, பக்.77)*

டாக்டர் அம்பேத்கரும் ராவ் பகதூர் ரெட்டைமலை சீனிவாசன் அவர்களும் தங்களுடைய கோரிக்கையாகத் தனித் தொகுதிமுறை வேண்டும் என்று இதற்கு முன் எப்போதும் கூறியதில்லை. சைமன் கமிஷன் முன்பு டாக்டர் அம்பேத்கர் அவர்கள் வயது வந்தோர்க்கு வாக்குரிமை என்றும், வயது வந்தோர்க்கு வாக்குரிமை இல்லையென்றால்தான் தனித்தொகுதி கேட்போம் என்றும் கூறியுள்ளார். அதுபோலவே ரெட்டைமலை சீனிவாசன் அவர்கள் சைமன் கமிஷனில் தனித்தொகுதி முறை

வேண்டாம் என்றவர். ஆனால் தற்போது இரண்டுபேரும் அளித்த பின்னிணைப்பில் ஒரு கருத்தை முன்வைத்துள்ளனர். முதல் பத்தாண்டு காலத்திற்குத் தனிவாக்காளர் தொகுதி மூலம் தேர்ந்தெடுத்துக் கொள்ளும் உரிமை வேண்டும் என்று கோரியுள்ளனர்.

திடீரென்று இரண்டு தலைவர்களும் தனித்தொகுதி முறைக்கு உடன்பட யார் காரணமாக இருந்திருக்க முடியும்? பத்தாண்டுகளுக்குக் கொடுக்கப்பட வேண்டும் என்ற நிலைப்பாட்டை யாரிடமிருந்து பெற்றிருப்பார்கள்? நிச்சயமாக எம்.சி.ராஜா அவர்களின் கருத்தைத்தான் இவர்கள் வட்டமேஜை மாநாட்டில் பறைசாற்றியிருக்கிறார்கள். எம்.சி.ராஜாவின் கருத்து சரியான கருத்து என்பதில் உடன்பட்டு, தங்களுடைய கருத்தில் மாற்றம் கொண்டுவந்து கேட்டிருக்கிறார்கள்.

பலமுறை எம்.சி.ராஜா பல குழுக்களிடம் கொடுத்த அறிக்கையிலிருந்து தனித்தொகுதி முறை பற்றி நாம் ஏற்கெனவே பார்த்தோம். அதுபோலவே இந்தப் பத்தாண்டு என்ற திட்டமும் எம்.சி.ராஜா கொடுத்ததுதான். 1928-29ல் இந்திய மத்தியக் குழுவின் அறிக்கையில் தனித்தொகுதிக்குப் பத்தாண்டுகள் என்பதை எம்.சி.ராஜா வலியுறுத்தி இருப்பார். அதையேதான் இரண்டு தலைவர்களும் வட்டமேஜை மாநாட்டில் வலியுறுத்தினர். அதாவது எம்.சி.ராஜாவின் அறிக்கையின் முக்கியச் சாராம்சத்தையே இரண்டு தலைவர்களும் ஏற்றுக்கொண்டு அதை நிபந்தனையாகக் கொடுத்திருந்தனர்.

முதலாம் வட்டமேஜை மாநாடு ஜனவரி மாதம் 1931ம் ஆண்டோடு முடிவுபெற்றது. கிட்டத்தட்ட 67 நாள்கள் நடைபெற்ற இம்மாநாட்டில் காங்கிரஸ் கலந்துகொள்ளாததால் எந்த முடிவும் எடுக்கப்படாமலேயே முடிவுபெற்றது துரதிர்ஷ்டமானது. இந்த மாநாடு தோல்வி என்றே கருதப்பட்டது.

எம்.சி.ராஜா முதலாம் வட்டமேஜை மாநாட்டின் நிகழ்வுகளையும், அங்கு சமர்ப்பிக்கப்பட்ட பட்டியல் சமூக மக்களின் கோரிக்கைகளையும் கூர்ந்து கவனித்து வந்தார்.

19-1-1931 அன்று எம்.சி.ராஜா அவர்கள் நிதிக் குழுவிற்கு உறுப்பினராகத் தேர்ந்தெடுக்கப்பட்டார். மீண்டும் 3-2-1931 அன்று எம்.சி.ராஜா சாலைகள் தொடர்பான நிலைக் குழுவில் பணியாற்ற உறுப்பினராகத் தேர்ந்தெடுக்கப்பட்டார்.

1931ம் ஆண்டு மார்ச் மாதம் குடியேற்றத்திற்கான நிலைக்குழுவில் (Standing Committee on Emigration) எம்.சி.ராஜா உறுப்பினராகத் தேர்வு செய்யப்பட்டார்.

மத்திய சட்டசபையில் எம்.சி.ராஜா அவர்கள் 1931 மார்ச் 7ம் தேதி வட்டமேஜை மாநாட்டைப் பற்றி மிக விரிவாகவே பேசினார். அதில் சாதி இந்துக்களின் மனசாட்சியை உலுக்கும் விதமாகவும், தனித்தொகுதியின் தேவை பற்றியும் ஆணித்தரமாகப் பேசினார்:

> ‘ஐயா, தாழ்த்தப்பட்ட வகுப்பினர் சார்பாக வட்டமேஜை மாநாட்டில் கலந்துகொண்ட இந்தியப் பிரதிநிதிகள் எதிர்கால அரசியலமைப்புச் சீர்திருத்தங்களுக்கான பொதுவான அடிப்படைத் திட்டத்தை வகுத்துள்ளதால், இந்த அவையில் பிரதிநிதித்துவப்படுத்த எனக்கு மரியாதை உள்ளது. இது எனக்கும் எனது சமூகத்தைச் சேர்ந்தவர்களுக்கும் மிகுந்த திருப்தியைத் தருகிறது. இதுபோன்ற ஒரு முக்கியமான சந்தர்ப்பத்தில் பேசுகையில், அரசியல் முன்னேற்றத்திற்கான விருப்பத்தில், இந்த நாட்டில் வசிக்கும் மற்ற எந்தப் பிரிவினருக்கும் எந்த வகையிலும் தாழ்த்தப்பட்ட வகுப்பினர் பின்தங்கியவர்கள் அல்ல என்பதை இந்த அவையில் தெரிவித்துக்கொள்கிறேன். மாறாக அவர்கள் மற்றவர்களைவிட சுதந்திரத்தை மதிக்கிறார்கள்.
>
> ஒரு கூண்டின் வரம்புகள் அல்லது அதன் சுதந்திரத்தின் மீதான கட்டுப்பாடுகளை அறிந்திருப்பதால், எளிதான பறவை சுதந்திரத்திற்காக மிகவும் ஆர்வமாக ஏங்குகிறது. நான் இன்னும் மேலே சென்று சொல்கிறேன், சுதந்திரத்திற்காக நாங்கள் அதிக அக்கறை கொண்டுள்ளோம் என்று கூறலாம். நான் இன்னும் மேலே சென்று கூறுகிறேன், மற்றவர்களைவிட இந்த நாட்டின் சுதந்திரத்திற்காக நாங்கள் அதிக அக்கறை கொண்டுள்ளோம். ஏனெனில் நாங்கள் இந்த மண்ணின் பூர்வீக குடிமக்கள் என்பதால், நாட்டின் நலனும் எங்களுடைய நலனும் நெருங்கிய தொடர்புடையவை என்றும் கூறலாம்.
>
> பொறுப்புள்ள சுயராஜ்யம், மக்களுக்காக மக்களுக்கான அரசாங்கம் என்ற பாதையில் செல்வதில் நாங்கள் மகிழ்ச்சியடைகிறோம் என்பதை

நான் இந்தச் சபையில் உறுதியளிக்கிறேன். அந்த அரசாங்கத்தின் பலன், அதிக எண்ணிக்கையிலான மக்களுக்கு மிகப் பெரிய நன்மையாக இருக்கும் என்று நாங்கள் நம்புகிறோம்.

தாழ்த்தப்பட்ட வகுப்பினராகிய நாங்கள் மக்கள் தொகையில் பெரும் பகுதியைக் கொண்டிருப்பதனால், எமது மக்களுக்கு மிகப் பெரிய அளவிலான நன்மையை எதிர்பார்க்கிறோம்.

சீர்திருத்தப்பட்ட அரசியலமைப்பு இந்த நாட்டில் உள்ள 45 மில்லியன் தாழ்த்தப்பட்ட வகுப்பினருக்குப் புதிய நம்பிக்கையையும் அதிக மகிழ்ச்சியையும் சுதந்திரத்தையும் கொண்டுவரும். இந்த எதிர்பார்ப்புடன்தான் மனிதகுலத்தின் பரந்த மனப்பான்மையை, மாற்றத்தை நாங்கள் வரவேற்கிறோம்.

ஆனால் அந்த வகையான அரசியல் சலுகைகளை நாங்கள் நிச்சயமாக ஆதரிக்க மாட்டோம். இது அறிவுஜீவிகளுக்கு மட்டுமே நன்மை பயக்கும். ஐயா, எங்கள் அன்புக்குரிய நாட்டில், 'புதிய வீடு' என்று எனது மாண்புமிகு நண்பர் திவான் பகதூர் ரங்காச்சாரியார் கூறியது போல், ஒரு அற்புதமான அரசியலமைப்புக் கட்டடத்தை எழுப்ப நாங்கள் அனைவரும் ஆர்வமாக உள்ளோம்.

அத்தகைய அரசியலமைப்பைக் கட்டியெழுப்புவது பற்றிய எனது பார்வையில், இந்தப் பிரம்மாண்டமான கட்டடம் கட்டப்பட வேண்டிய பொருட்களை ஆய்வுசெய்ய எனக்குச் சந்தர்ப்பம் கிடைத்தது. ஏனென்றால் திடமான மற்றும் இணக்கமான கட்டமைப்பை அமைக்க முடியாது என்பதை ஒப்புக்கொள்ள வேண்டும். ஒரு முன்கூட்டிய திட்டம் இல்லாமல், அரசியல் சொற்றொடர்கள் அல்லது அவை எவ்வாறானதாக இருந்தாலும், உறுதியான மற்றும் நிலையான அரசாங்க இயந்திரத்தை உருவாக்க முடியாது.

திட்டம் மற்றும் பொருட்கள் பற்றிய எனது ஆய்வின்போது, சாதி இந்துக்கள், முஸ்லிம்கள், தாழ்த்தப்பட்ட வகுப்பினர் மற்றும் இதர சிறுபான்மையினர் ஆகிய நான்கு மூலைக்

கற்களின் மேல் நம் நாட்டில் அரசியலமைப்பு அரசாங்கத்தின் அற்புதமான ஆட்சியை உருவாக்க முடியும் என்று எனக்குப் பட்டது. ஆனால், இந்தச் சமூகங்கள் ஒவ்வொன்றும் உறுதியான மற்றும் வலிமையானவையாக இல்லாவிட்டால், அவர்கள் எவ்வாறு நீடித்த மேற்கட்டுமானத்தை ஆதரிக்க முடியும்?

ஐயா, தாழ்த்தப்பட்ட வகுப்பினரைப் பற்றியாவது பேசுவதற்கு நான் தகுதியானவன். உங்கள் நாட்டின் மக்கள்தொகையில் ஆறில் ஒரு பங்கிற்கு மேல் உள்ள தாழ்த்தப்பட்ட வகுப்பினருக்கு மற்றவர்கள் அனுபவிக்கும் சலுகைகள் வழங்கப்படுகின்றன என்று நீங்கள் உண்மையுடன் கூற முடியுமா? இல்லை. அவர்கள் மனித குலத்தின் மிக அடிப்படை உரிமைகள்கூட மறுக்கப்பட்டு, அழுக்கு மற்றும் நோய்களின் சுடுகாடுகளான இழிவான சூழலில் வாழ நித்தியமாகக் கண்டிக்கப்படுகிறார்கள் அல்லவா?

நாட்டின் மீதும், தேசத்தின் நலனிலும் உண்மையான அக்கறை கொண்ட உங்களுக்கு நான் இப்போது சொல்கிறேன், நீங்கள் பொறுப்புள்ள சுயராஜ்யத்திற்கு உங்களைத் தயார்ப்படுத்திக் கொள்ள வேண்டும். மேலும் குறிப்பாகச் சாதி அமைப்பை உடைப்பதன் மூலம் சமூக ஒற்றுமைக்காக நீங்கள் தயாராக வேண்டும். நம் நாடு, இதை ஒரு தார்மீகப் புரட்சி, தியாகத்தின் மூலம் கொண்டுவர முடியும்; இந்தத் தீண்டாமை எவ்வளவு சீக்கிரம் நீக்கப்படுகிறதோ, அவ்வளவு விரைவில் இந்தியாவுக்கான முழுமையான ஆதிக்க அரசு என்ற இலக்கை நீங்கள் நெருங்குவீர்கள். நீங்கள் இதைச் செய்யாவிட்டால், இப்போது எவ்வளவு சுயராஜ்யம் பெற்றாலும் சுதந்திரமாக இருக்க முடியாது.

மேலும் மகாத்மா காந்தியின் வார்த்தைகளில் சொல்வதானால், ‘அடுத்த மாதத்தில் நீங்கள். சுயராஜ்யத்தை இழப்பீர்கள்’. ஐயா, தேசபக்தி நல்லது, உன்னதமானது, ஆனால் உங்கள் அண்டை வீட்டாரை நேசிக்காமல் என்ன தேசபக்தி என்று நான் கேட்கிறேன்?

பத்து ஆண்டுகளுக்கு முன்பு 1921 ஜனவரியில் இந்திய தேசிய காங்கிரஸ் தீண்டாமை ஒழிப்புத் தீர்மானத்தை

நிறைவேற்றியது. இதைப் பற்றி மகாத்மா காந்தி 'யங் இந்தியா'வில் எழுதினார். சுயராஜ்யத்தை அடைவதற்கு இந்து மதத்தின் மீதான இந்தக் கறையை அகற்றுவது அவசியம் என்றும், அது சுயராஜ்யத்தைப் பின்பற்றுவது அல்ல, அதற்கு முன்னோக்கிச் செல்வதே சீர்திருத்தம் என்றும் சொன்னார். ஒரு வருடத்திற்கு முன்பு, மார்ச் மாதம், 1930, மகாத்மா காந்தி கூறியதாகக் கூறப்படுகிறது:

'நாங்கள் தீண்டத்தகாதவர்களை ஆள விரும்புகிறோம், மறுபுறம் அரசாங்கம் எங்களை ஆள விரும்புகிறது. இதனால் இருவரும் சமம். ஸ்வராஜ்யத்திற்கு நாம் தகுதியற்றவர்கள் அல்ல, இதைப் பார்த்து நான் மிகவும் வேதனைப்படுகிறேன். தீண்டத்தகாதவர்களை உங்களுடன் கலக்க நீங்கள் அனுமதிக்கவில்லை என்றால், ஸ்வராஜ்யம் உங்களை விட்டு வெகுதூரம் சென்றுவிடும்.'

மறைந்த லாலா லஜபதி ராய் மற்றும் டாக்டர் மூஞ்ஜே இருவரும் சுயராஜ்யமும் தீண்டாமையும் சமரசம் செய்ய இயலாது என்பதை உறுதிப்படுத்தியுள்ளனர். தாழ்த்தப்பட்ட வகுப்பினரின் நண்பர் லாலா லஜபதி ராய் சொன்னார்:

'இந்து மதத்தின் மீதான இந்தக் கறை முற்றிலும் கழுவப்படாத வரை இந்தியா ஸ்வராஜ்யத்திற்குப் பொருந்தாது என்று நான் நம்புகிறேன்.'

வட்டமேஜை மாநாட்டில் மிக முக்கியமான பங்கை வகித்த மிதவாதிகளின் தலைவரான டாக்டர் சர். தேஜ் பகதூர் சப்ருவின் கருத்தையும் சபை அறிய விரும்புகிறது என்று நான் உறுதியாக நம்புகிறேன். அவர் இவ்வாறு குறிப்பிட்டார்:

'தாழ்த்தப்பட்ட வகுப்பினர் மற்றும் தீண்டத்தகாதவர்களைப் பற்றிய உங்கள் சொந்த சமூகப் பிரச்சினைகளை உங்களால் தீர்க்க முடியாவிட்டால், உண்மையான அரசியலமைப்பு முன்னேற்றம் மற்றும் நீங்கள் பெறக்கூடிய எந்தவொரு அரசியலமைப்புக்கான உண்மையான வாய்ப்பும் எனக்கு இல்லை என்பதை, எனது மிகவும் நேர்மையான நம்பிக்கையை, நான் கூறுகிறேன். நிச்சயமாக என்மீது எந்த ஆர்வத்தையும் தூண்டவில்லை. ஏனென்றால், உங்கள் அரசியலமைப்புச் சட்டம் எவ்வளவு நன்றாக இருந்தாலும், எவ்வளவு நேர்த்தியாக இருந்தாலும், எவ்வளவு சிறந்ததாக

இருந்தாலும், நீங்கள் சிறுபான்மையினரின் ஆதரவைப் பெறாவிட்டால், தாழ்த்தப்பட்ட வகுப்பினராக நீங்கள் வர்ணிக்கக் கூடியவர்களின் நம்பிக்கையை நீங்கள் பெறாத வரையில், உங்கள் அரசியலமைப்பு இருக்காது, அதற்கான மதிப்பும் இருக்காது.'

ஸ்வராஜ்யத்தின் மீது உண்மையான ஆசை இருந்தால், தீண்டாமையை அகற்றுவது ஒரு பெரிய இமாலயப் பணி அல்ல. ஏனெனில் இந்த அடக்குமுறையை வேரறுப்பது, மிகக் கடினமான பணி அல்ல என்று எனது நண்பர் டாக்டர் மூஞ்ஜே கூறியது சரிதான்.

விருப்பம் உள்ள இடத்தில் ஒரு வழி இருக்கிறது. ஜப்பான் மீண்டும் மிகவும் குறிப்பிடத்தக்க முன்னேற்றத்தை அடைந்துள்ளது என்றால், சலுகை பெற்ற வகுப்பினரான சாமுராய் (மற்றவர்களுக்கு அநீதி இழைத்தவர்கள்), ஒட்டுமொத்த நாட்டிற்கும் நன்மை செய்ய வேண்டும் என்ற ஒரே நோக்கத்துடன், சலுகைகளைத் தானாக முன்வந்து கைவிட்டதால்தான்.

ஆங்கிலேய தேசம் முழுவதுமே சீர்திருத்தங்களுக்கு முதிர்ச்சியடையாத நிலையிலும் அல்லது வன்முறையில் அதை எதிர்த்தபோதும், ஒரு 'ஷாஃப்ட்ஸ்பரி'யால் (Shaftsbury) பெண்கள் மற்றும் குழந்தைகள் மீது அடக்குமுறையாகச் செயல்படுத்தப்பட்ட சட்டங்களை ரத்து செய்ய முடிந்தது. ஒரு 'ஜான் ஹோவர்ட்'டால் (John Howard) சிறை வாழ்வில் முன்னேற்றங்களை ஏற்படுத்துவதில் வெற்றிபெற முடிந்தது மற்றும் ஒரு வில்பர்ஃபோர்ஸ் (Wilberforce) தனது வாழ்நாள் முழுவதையும் அடிமைகளுக்குச் சுதந்திரத்தை வென்றெடுப்பதில் செலவிட்டார்.

சமீப காலமாக உப்பு தயாரிக்கும் பிரச்சாரத்திற்காக நாடு முழுவதும் செலவழிக்கப்பட்ட முயற்சிகளில் மிகச் சிறிய சதவீதம் மட்டுமே, நமது சமூக மற்றும் அரசியல் அமைப்பை உண்மையாகவே குலைத்துப்போடும் தீண்டாமையை (ஒழிப்பதை) நோக்கிச் செலுத்தினால், தீண்டாமை சீக்கிரமே அகலும். தீண்டாமை கடந்த காலத்தின் ஒரு விஷயமாக இருக்கும்.

ஐயா, நான் நமது நாட்டின் வரலாற்றைப் படிப்பதில் இருந்து சேகரிக்கிறேன். அரசாங்கத்தின்

லட்சியங்களைப் பற்றிய அறிவு இல்லாததால், அதன் மக்களிடையே ஒற்றுமையின்மையின் தீமையால் இந்தியா அதிகம் பாதிக்கப்படவில்லை.

ஐயா, ஆங்கிலேயர்கள் தங்கள் வாக்குறுதிகள், உறுதிமொழிகள் மற்றும் கடமைகளை நிறைவேற்ற உறுதியான உத்தரவாதம் அளித்துள்ளனர். தாழ்த்தப்பட்ட வகுப்பினருக்கான வாக்குறுதிகள், உறுதிமொழிகள் மற்றும் கடமைகளை நிறைவேற்றுவது இப்போது இந்தியர்களுக்கு உள்ளது.

ஐயா, எங்களுக்குப் பாதுகாப்புகள் உறுதியளிக்கப்பட்டதில் நாங்கள் மகிழ்ச்சியடைகிறோம். அவை முறையாக அரசியலமைப்பில் இணைக்கப்படும் என்று நான் முழுமையாக நம்புகிறேன். நாங்கள் சந்தேகத்திற்கு இடமின்றி வயது வந்தோருக்கான வாக்குரிமையை விரும்புகிறோம். மேலும் முக்கியமானது என்னவென்றால், மக்கள் தொகை அடிப்படையில் தனிவாக்காளர்கள் மூலம் பிரதிநிதித்துவம் கேட்கிறோம்.

ஐயா, சாதி இந்துக்கள் எங்களிடம் கேட்கிறார்கள்: 'உங்களுக்கு ஏன் பாதுகாப்பு வேண்டும்? ஏன் தனித் தேர்தல்கள் வேண்டும்?' இருக்கலாம். நான் அவர்களிடம் கேட்கிறேன். ஐயா, பதிலுக்கு, அவர்கள் எங்களைப் போலவே, அவர்களின் விருப்பத்திற்கு மாறாக ஆதிக்க வர்க்கங்களால் நீண்டகால வழக்கப்படி நடத்தப்பட்டால், அவர்களுக்கு என்ன வேண்டும்? அவர்கள் சுரண்டப்பட்டால் அவர்களுக்கு என்ன வேண்டும்? அவர்கள் அறிவுப் பட்டினியால் வாடினால்? பள்ளிகள், சாலைகள், கிணறுகள், கோவில்கள் அவர்களுக்கு மறுக்கப்பட்டால்? நாங்கள் இப்போது பாதுகாப்புகளைக் கேட்டால், அது எங்கள் தவறு அல்ல. அந்தக் குறை அவர்களின் வீட்டு வாசலில் வைக்கப்பட வேண்டும்.

ஐயா, பொறுப்பான அரசாங்கத்தின் வெற்றிகரமான பணிக்கு, அனைத்து வகுப்பினரின் மனநிறைவு மிகவும் இன்றியமையாதது மற்றும் சமூகத்தின் விருப்பத்தை நிறைவேற்றுவதே புத்திசாலித்தனமாக இருக்கும். ஏன் தேவையற்ற அமைப்பை நம் மீது திணிக்க வேண்டும்? எமக்குத் தனித் தொகுதிகளை வழங்குவதன் மூலம்

பெரும்பான்மைச் சூழ்ச்சிகள் குறித்த சந்தேகங்களை நீக்கி நம்பிக்கையின் வளர்ச்சியை வளர்ப்பது மிகவும் சிறப்பாக இருக்கும்.

அவர்களின் சமத்துவம், நீதி போன்றவற்றால் வரும் நம்பிக்கை, தனித் தேர்தல்களைத் தேவையற்றதாக மாற்றும். உறுதியாக இருங்கள், கூட்டுத் தேர்தல்களில் அவர்களுடன் சேர நாங்கள் தயங்க மாட்டோம்.

தற்போது பிரதிநிதித்துவம் மிகவும் குறைவாக இருப்பதால், தனிவாக்காளர்கள் வழங்கும் பாதுகாப்பு மற்றும் பாதுகாப்பு உணர்வு அவர்களுக்கு வழங்கப்பட வேண்டும்.

ஐயா, நாங்கள் இந்துக்கள் என்று முத்திரை குத்தப்பட்டாலும் நாங்கள் தனிச் சமூகம். இந்து விழாக்களில் பங்கேற்க எங்களுக்கு அனுமதி இல்லை; இந்துக் கடவுளை வழிபட இந்துக் கோவிலுக்குள் அனுமதிக்கப்படுவதில்லை; ஹிந்து வேதங்களான வேதங்களை படிப்பதற்கு எங்களுக்கு அனுமதி இல்லை. மேலும் இந்து சொர்க்கத்தில் எங்களுக்கு இடமில்லை என்றும் கூறப்படுகிறது. எமது தனி நலன்கள், எமது எண்ணிக்கைப் பலம், அரசியல் முக்கியத்துவம் மற்றும் சந்தேகத்திற்கு இடமில்லாத குறைபாடுகள் ஆகியவற்றைக் கருத்தில் கொண்டு, தனிவாக்காளர்கள் மூலம் சட்டமன்றங்களில் தேர்ந்தெடுக்கப்பட்ட பிரதிநிதித்துவத்திற்கு, ஒரு தனித்துவமான சமூகம் என்ற எங்கள் சந்தேகத்திற்கு இடமில்லாத உரிமையை வலியுறுத்துகிறோம்.

இது தொடர்பாக, தாழ்த்தப்பட்ட வகுப்பினர் சைமன் கமிஷனைப் புறக்கணிக்கவில்லை என்பதை நான் இந்த அவையில் சுட்டிக் காட்டலாம். இந்தியா முழுவதும் உள்ள தாழ்த்தப்பட்ட வகுப்பினர் சங்கங்கள் இந்திய சட்ட ஆணையத்தின் முன் ஆஜராகி, தங்கள் கருத்தை முன்வைத்தனர். இந்திய சட்ட ஆணையத்தின் 79வது பாராவில், தொகுதி IIல் இது கூறப்படுகிறது:

'எங்களுக்கு முன் தோன்றிய பெரும்பாலான தாழ்த்தப்பட்ட வகுப்புகள், சங்கங்கள் மக்கள்தொகை அடிப்படையில் ஒதுக்கப்பட்ட இடங்களைக் கொண்ட தனித் தொகுதிகளுக்கு ஆதரவளித்தன. இருப்பினும் ஒன்று அல்லது இரண்டு பேர் இன்னும் நியமன முறையைத் தக்கவைக்க விரும்பினர்.'

லண்டனில் நடைபெற்ற வட்டமேஜை மாநாட்டில் தாழ்த்தப்பட்ட வகுப்பினரைப் பிரதிநிதித்துவப்படுத்துவதற்காக அரசாங்கத்தால் பரிந்துரைக்கப்பட்ட இரண்டு பிரதிநிதிகளும் தனித் தொகுதிகளுக்கு ஆதரவான சங்கங்களைச் சேர்ந்தவர்கள் அல்ல என்பது சபைக்கு ஆர்வமாக இருக்கும்.

அரசியலமைப்புச் சீர்திருத்தங்களுக்கான முன்மொழிவுகள் பற்றிய அவர்களின் கோரிக்கையில் பத்தி 35ல் இந்திய அரசாங்கமும் சுட்டிக்காட்டியிருந்தாலும், ‘தாழ்த்தப்பட்ட வகுப்பினர் சங்கங்களின் சமீபத்திய கூட்டங்கள் தனித் தொகுதிகள் மீதான நம்பிக்கையை மீண்டும் உறுதிப்படுத்தியுள்ளன.’

ஐயா, அரசாங்கப் பொறுப்புகளில் போதுமான பங்கையும் நாங்கள் விரும்புகிறோம். நாங்கள் விரும்புவது நமது மனித தன்மை, எமது உரிமைகள் மட்டுமே.

ஐயா, இதுபோன்ற ஒரு சந்தர்ப்பத்தில், இந்தியாவில் ஆங்கிலேயர்களின் இருப்புதான் மக்களாகிய எமது உரிமைகளை எமக்கு உணர்த்தியது என்பதை நான் பகிரங்கமாக ஒப்புக்கொள்ளவில்லை என்றால், நானே உண்மையாக இருக்க மாட்டேன். அவர்கள் எங்கள் நண்பர்களாக இருந்திருக்கிறார்கள், இதற்காக நாங்கள் அவர்களுக்கு நன்றி கூறுகிறோம். இப்போது அரசியல் அதிகாரம் ஆங்கிலேயர்களிடம் இருந்து எம்மை ஒடுக்கியவர்களின் கைகளுக்குப் போய்விட்டால், எதிர்காலத்தில் எமது நிலை சகிக்க முடியாததாகி விடும் என்று என்று உணர்கிறோம். அவர்கள் குறிப்பிட்ட சமூகங்களின் நலன்களைக் கவனித்து, எங்களைப் புறக்கணிப்பார்கள் அல்லது அவர்களை எப்பொழுதும் எஜமானர்களாகக் கருதும் விதத்தில் எங்களைப் பயிற்றுவிப்பார்கள். இதனால்தான். ஐயா, நாங்கள் பாதுகாப்பை வலியுறுத்துகிறோம்.

அவர்கள் எம்மீது நம்பிக்கையைத் தூண்டும் தருணத்தின்போது, சமத்துவத்தின் அடிப்படையிலான பொதுவான சகோதரத்துவத்தின் உண்மையான வாழ்க்கை உணர்வை அவர்கள் கொண்டுவரும்

தருணத்தின்போது, ஒடுக்குமுறை மற்றும் மனிதாபிமானமற்ற சாதி அமைப்பு மாற்றத்தை நாம் காணும் தருணத்தின்போது, மனமாற்றம் ஏற்படும். நான் உங்களுக்கு உறுதியளிக்கிறேன், ஐயா, இனி இந்தப் பாதுகாப்புகளை நாங்கள் கேட்க மாட்டோம்.

உண்மையான ஜனநாயகம் நிறுவப்படும் வரை, நிலைமைகள் மேம்படும் வரை மற்றும் உண்மையான தேசியக் கண்ணோட்டம் உருவாகும் வரை தற்காலிக நடவடிக்கையாக மட்டுமே அவற்றை நாங்கள் விரும்புகிறோம்.

நான் தனிவாக்காளர்களை ஒரு பொருட்டாக வைக்கவில்லை. ஆனால் ஒரு முடிவுக்கு ஒரு வழிமுறையாக மட்டுமே பார்க்கிறேன். தாழ்த்தப்பட்ட வகுப்பினருக்கான கவுன்சில்களில் திறமையான பிரதிநிதித்துவத்தை வழங்குவதே குறிக்கோள். ஆனால் சூத்திரங்கள், உரைகள், தீர்மானங்கள் மற்றும் மாநாடுகள் மூலம் சமூக ஒற்றுமையை நாங்கள் நம்பவில்லை.

இப்போது நாம் பொறுப்புள்ள சுயராஜ்யத்தைப் பெறப் போகிறோம், இந்த மண்ணில் உள்ள பெரும்பான்மை சமூகங்களுக்கு ஒரு எச்சரிக்கைக் குறிப்பை ஒலிக்க விரும்புகிறேன். உங்கள் கையில் அதிகாரம் கிடைத்தவுடன், அதை தவறாகப் பயன்படுத்தாமல் பார்த்துக்கொள்ளுங்கள். ஒருநாள் விரைவில் அல்லது பின்னர் வரக்கூடும் என்று நான் பயப்படுகிறேன் அல்லது அது வராமலும் போகலாம். ஏனெனில் இது அனைத்தும் தாழ்த்தப்பட்ட வகுப்பினரைப் பற்றிய மாநில விவகாரங்களை நீங்கள் எவ்வாறு நடத்துகிறீர்கள் என்பதைப் பொறுத்தது.

தாழ்த்தப்பட்ட வகுப்பினர் தங்களின் நியாயமான உரிமைகள் மற்றும் சலுகைகளுக்காகப் போராடும் ஒருநாள் வரலாம் என்று நான் கூறுகிறேன். அதன் பிறகு நீங்கள் அவர்களின் நியாயமான கோரிக்கைகளை எதிர்த்து அல்லது ஒடுக்கினால், அவர்கள் உங்கள் அரசுக்கு எதிராக ஒத்துழையாமை மற்றும் கீழ்ப்படியாமை இயக்கங்களைத் தொடங்குவார்கள். தற்போதைய பிரிட்டிஷ் அரசாங்கம் உங்களின் தற்போதைய சிவில் ஒத்துழையாமை இயக்கத்தைப்

பார்க்க வேண்டும் என்று நீங்கள் விரும்புவதைப் போலவே அவர்களின் கோரிக்கைகளையும் அபிலாஷைகளையும் நீங்கள் பார்க்கிறீர்கள்.

உங்கள் கைகளில் அதிகாரத்தைப் பெற்ற பிறகு, நீங்கள் அதை ஒரு மாபெரும் சக்தியாகப் பயன்படுத்தாமல் பார்த்துக்கொள்ளுங்கள். எங்கள் தலைவர்களுக்கு எதிராக 144வது பிரிவைக் கொண்டுவராதீர்கள், எங்கள் ஆட்களைச் சிறைக்கு அனுப்பும் சட்டங்களை பிறப்பிக்காதீர்கள்.

முடிவில், தாழ்த்தப்பட்ட வகுப்பினர் அரசாங்கத்துடனான அனைத்து எதிர்காலப் பேச்சுவார்த்தைகள் மற்றும் ஒத்துழைப்புகளில், அவர்களின் குரல் மற்றும் பிரதிநிதித்துவத்தைப் பாதுகாப்பார்கள் என்றும், அவர்களின் பார்வை எப்போதும் பரிசீலிக்கப்படும் என்றும் நம்புகிறேன்.'

எம்.சி.ராஜா இந்த உரையில் தங்களுடைய கோரிக்கைகளைச் சாதி இந்துக்களுக்கு நேரடியாகவே மத்திய சட்டமன்றத்தில் எவ்வித சலனமுமில்லாமல் எடுத்துரைத்தார். மேலும் இந்தச் சமயத்திலும் தனித்தொகுதி ஏன் வேண்டும் என்பதையும் எம்.சி.ராஜா விளக்கியிருக்கிறார்.

எம்.சி.ராஜாவின் இந்த உரை தமிழ்நாட்டில் பலராலும் பேசப்பட்டது. திருச்சி லால்குடி தாலுக்காவில் ஆதிதிராவிடர் மகாநாடு 30-5-1931ல் கூடியது. 2500 பேருக்கு மேலாக கூடிய அம்மகாநாட்டில் வரவேற்புரை கமிட்டித் தலைவர் திரு.முத்துசாமி அவர்கள் பேசியபோது, 'இந்திய சட்டசபையில் நமது மாபெரும் தலைவர் எம்.சி.ராஜா கடந்த 4 மாதங்களுக்கு முன் கூறியதன் கருத்து என்னவென்றால்: தீண்டாமையை ஒழிக்காமல் சுயராஜ்யம் பெற முடியாது. அவ்வாறு சுயராஜ்யம் வந்தபோதிலும் நிலைக்காது என்று திரு.காந்தியர்களும், லாலா லஜபதிராய் முதலியவர்களும் திட்டமாய்ச் சொல்லிக்கொண்டு வந்தார்கள். ஆனால் திரு. காந்தியாரும் தீண்டாமை விலக்கல் என்னும் திட்டத்தை மறந்துவிட்டார்கள். வெள்ளைக்காரர்களிடம் சுயராஜ்யம் பெற இந்தியர்கள் எவ்வாறு சத்தியாகிரகம் செய்துகொண்டு வருகிறார்களோ, அதைப்போல் தாழ்த்தப்பட்ட மக்கள் சமத்துவம் பெற எவ்வாறு போராட வேண்டுமென்று இந்தியர் தாழ்த்தப்பட்ட மக்களுக்குக் கற்றுக் கொடுத்துவிட்டார்கள். ஆகையால் வெள்ளைக்காரர்களிடம்

சுயராஜ்யம் பெற போராடுவதுபோல் தாழ்த்தப்பட்ட மக்கள் இந்தியர்களுடன் சத்தியாகிரகம் செய்து போராடத் தயாராக இருக்கிறார்கள்' என்று குறிப்பிட்டுக் காட்டினார். *(குடியரசு 7-5-1931)*

17-3-1931 அன்று எம்.சி.ராஜா அவர்கள் பொதுக் கணக்குக் குழுவிற்கு (Public Accounts Committee) உறுப்பினராகத் தேர்ந்தெடுக்கப்பட்டார்.

அதே வருடம் மார்ச் 13ம் தேதி ராவ் பகதூர் எம்.சி.ராஜா மத்திய சட்டமன்றத்தில் 'இந்திய அஞ்சல் மற்றும் தந்தித் துறை (பணிச் செலவுகள் உட்பட) என்ற தலைப்பின் கீழ் உள்ளவற்றில் ரூ.100 குறைக்க வேண்டும்' என்ற கோரிக்கையை முன்வைத்துப் பட்டியல் சமூக வகுப்பினரின் வேலைவாய்ப்புகளைப் பற்றிப் பேசினார்:

> 'ஐயா, தாழ்த்தப்பட்ட வகுப்பினரிடமிருந்து இந்திய அஞ்சல் மற்றும் தந்தி சேவைக்கு ஆட்சேர்ப்பின் அவசியத்தைச் சபையின் முன் கொண்டுவரும் நோக்கில் நான் இந்த பிரேரணையை முன்வைத்தேன். ஐயா, இந்தச் சேவைகளில் தாழ்த்தப்பட்ட வகுப்பினரின் வேலைவாய்ப்பு குறித்த இந்தக் கேள்வியைப் பற்றிப் பேசுகையில், இந்தக் கேள்வி அரசாங்கத்தின் தீவிர பரிசீலனையைப் பெறவில்லை என்பதை நான் சுட்டிக்காட்ட விரும்புகிறேன். நான் கேட்க விரும்புகிறேன், ஐயா, இந்தச் சேவைகளில் தாழ்த்தப்பட்ட வகுப்பினரின் பிரதிநிதித்துவத்திற்காக அரசாங்கம் என்ன செய்துள்ளது? இந்திய அஞ்சல் மற்றும் தந்திச் சேவைகளில் பிரதிநிதித்துவம் இல்லாத சிறுபான்மைச் சமூகமான தாழ்த்தப்பட்ட வகுப்பினரிடமிருந்து ஆட்சேர்ப்புகளைப் பெறுவதற்கு அரசாங்கம் கடந்த காலத்தில் ஏதேனும் முயற்சி எடுத்ததா?
>
> *1928*ம் ஆண்டு பிப்ரவரி *23*ம் தேதி, மன்றம் பின்வரும் விதிமுறைகளில் ஒரு தீர்மானத்தை ஏற்றுக்கொண்டது, ஐயா சபையின் நினைவிற்குள் அது இருக்கும்:
>
> 'தீண்டத்தகாதவர்கள் மற்றும் பிற தாழ்த்தப்பட்ட வகுப்பினருக்குச் சிறப்பு வசதிகளை வழங்கவும், குறிப்பாக ஆசிரியர் பயிற்சி வகுப்புகளில் அவர்களுக்கான இடஒதுக்கீடு மற்றும் அனைத்துப் பொதுப் பணியிடங்களைத் திறக்கவும் அனைத்து உள்ளாட்சி அமைப்புகளுக்கும் வழிகாட்டுதல்களை

வழங்குமாறு கவுன்சிலில் உள்ள கவர்னர் ஜெனரல் அவர்களுக்கு இந்தப் பேரவை பரிந்துரைக்கிறது.'

ஐயா, அந்தத் தீர்மானத்தை நிறைவேற்ற அரசாங்கம் என்ன செய்தது என்று நான் கேட்கலாமா? அரசாங்கம் இதை ஒரு சிறு துண்டுக் காகிதமாகவோ அல்லது தீண்டத்தகாத தீர்மானமாகவோ கருதவில்லை என்று நம்புகிறேன். தபால் மற்றும் தந்திச் சேவைகள் தாழ்த்தப்பட்ட வகுப்பைச் சேர்ந்தவர்களுக்கு ஏராளமான வாய்ப்புகளை வழங்க வேண்டும். ஏனெனில் இந்த இரண்டு சேவைகளிலும் தபால் பியூன் முதல் தபால் அலுவலகக் கண்காணிப்பாளர் வரை வெவ்வேறு தரங்களில் பல நியமனங்கள் உள்ளன.

சமூகத்தில் தகுதியான ஆண்கள் ஏராளமாக உள்ளனர். ஐயா, தேவையான தகுதிகளை உடைய ஒருவருக்கு ஒருவேளை சில சமயங்களில் சற்று அதிகமாக வயதாகி இருக்கலாம். அப்படியானால் அவர்களுக்கு வயது வரம்பிலிருந்து விலக்கு அளிக்க வேண்டும். தாழ்த்தப்பட்ட வகுப்பினர் இந்தச் சேவைகளில் தங்களுக்குரிய பங்கைப் பெற வேண்டும் என்று நான் சமர்ப்பிக்கிறேன். மேலும் இந்திய அரசு தாழ்த்தப்பட்ட வகுப்பினருடனான தனது நடவடிக்கைகளில் பின்பற்றும் சிறந்த நீதித் தரத்தை மற்ற மாகாண அரசாங்கங்கள் பின்பற்ற வேண்டும் என்று நான் விரும்புகிறேன்.

தாழ்த்தப்பட்ட வகுப்பினரை நியாயமான காலத்திற்குள் உயர்த்த வேண்டும் என்பதைச் சமர்ப்பிக்க வேண்டுகிறேன். இந்த விஷயத்தில் இந்திய அரசு என்ன செய்தது?

இந்தச் சூழ்நிலையில், ஐயா, மக்களின் சாதிய உணர்வை அடையாளம் கண்டுகொள்ளாமல், பொது அமைப்புகளிலும், பொதுச் சேவைகளிலும் அதன் குறும்புகளை முறியடிக்கும் வழிகளை வகுக்காமல், அவர்களுக்குப் பெரிய அதிகாரங்களை வழங்குவது, சாதிய ஆட்சிக்கான வாய்ப்புகளைப் பெரிதாக்குவதுதான். ஐயா, நாட்டின் பொது நிர்வாகத்தில் நீதியின் அளவு சமமாக நடைபெற வேண்டுமானால், பொதுச் சேவைகளில் அனைத்து

வகுப்பினரும் சரியான முறையில் பிரதிநிதித்துவம் பெறுவது மிகவும் அவசியம். எங்கள் சமூகத்தினர், பிரிட்டிஷ் நிர்வாகத் துறைகளுடன் தங்களை இணைத்துக் கொள்ள மிகவும் ஆர்வமாக உள்ளனர்.

உத்தியோகபூர்வப் பதவிகள், நிர்வாக அதிகாரத்தை மட்டுமல்ல, அரசியல் செல்வாக்கையும் கொண்டு செல்கின்றன. பொதுச் சேவைகளில் ஒரு குறிப்பிட்ட வகுப்பைச் சேர்ந்தவர்களின் இருப்பு அந்தச் சமூகத்திற்கு சமூகக் கௌரவம், அரசியல் செல்வாக்கு மற்றும் கல்வி வாய்ப்புகளை ஏற்படுத்துகிறது.

இந்தச் சமூக, தார்மீக மற்றும் அரசியல் விளைவுக்காகவே, இந்தச் சேவைகளில் தாழ்த்தப்பட்ட வகுப்பினரின் திறமையான பிரதிநிதித்துவத்தை நான் அரசாங்கத்திடம் கேட்டுக்கொள்கிறேன், மேலும் பொதுப் பணிகளுக்கான ஆட்சேர்ப்பு தொடர்பான விதிகளின்படி தேவைப்படும் குறைந்தபட்ச தகுதிகள் போதுமானதாகக் கருதப்பட வேண்டும்.

இவ்வாறு எம்.சி.ராஜா பேசியவுடன் அதற்குப் பதிலளிக்கும் விதமாக எச்.ஏ.சாம்ஸ் பின்வருமாறு பேசினார்:

‘தாழ்த்தப்பட்ட வகுப்பினரைப் பற்றிய புள்ளிவிவரங்கள் எங்களிடம் இல்லை. ஒரு மனிதன் விண்ணப்பிக்கும் போது, அவன் தாழ்த்தப்பட்ட வகுப்பைச் சேர்ந்தவன் என்று கூறமாட்டான் என்பதையும் நான் கருதுகிறேன். அவர் வெறுமனே ஒரு விண்ணப்பத்தை வைத்து அப்பாயின்ட்மென்ட் பெறுகிறார். சரியான பிரதிநிதித்துவம் இல்லாத சமூகங்களுக்கு மூன்றில் ஒரு பங்கு இடங்களை ஒதுக்கி, வகுப்புவாத ஆதிக்கத்தைச் சரிசெய்ய நாங்கள் ஏற்பாடு செய்கிறோம். நான் சுற்றுப் பயணத்தின்போது குறிப்பிட்ட சில அதிகாரிகளுடன் இந்தக் கேள்வியைப் பற்றி விவாதிக்க வேண்டும் என்ற திரு. ராஜாவின் ஆலோசனையை நான் வரவேற்கிறேன். நான் நிச்சயமாக அதைச் செய்வேன், அதைச் செய்ய எனது சுற்றுலா அதிகாரிகளுக்கு அறிவுறுத்துகிறேன். தற்போது, நான் பயப்படுகிறேன், முழுக் கருத்தும் தெளிவற்றதாக உள்ளது. நான் திரு. ராஜாவுடன் தனிப்பட்ட முறையில் கேள்வியைப் பற்றி விவாதிக்க விரும்புகிறேன். அவருடைய

வகுப்பின் பிரதிநிதிகளைக் கொண்டுவருவதற்கான சில முறையான வழிகளில் நாம் எப்படி இறங்கலாம் என்பதைப் பார்க்க விரும்புகிறேன். பின்னாளில், திரு.ராஜா என்னைச் சந்தித்தால், அந்த விஷயத்தில் இறங்குவதில் நான் மிகவும் மகிழ்ச்சியடைவேன்.'

இதனை ஏற்றுக்கொண்டு எம்.சி.ராஜா தன்னுடைய பிரேரணையை வாபஸ் பெற்றுக்கொண்டார். இதுபோன்று மத்திய சட்டசபையில் தொடர்ந்து பட்டியல் சமூகத்தவர்களின் கோரிக்கைகளைக் கேள்விகளாகக் கேட்டுப் பதில் பெற்றுச் சமூகத்திற்கான உரிமைகளை பெற்றுக் கொடுத்துக் கொண்டிருந்தார்.

1930 டிசம்பரில் ராமநாதபுரம் கள்ளர்கள் ஆதிதிராவிடர்கள் மீது எட்டுத் தடைகளை விதித்தனர். இந்தத் தடைகள் மீறப்பட்டதால் ஆதிதிராவிடர்களுக்கு எதிராக கள்ளர்கள் கடும் வன்முறையைப் பயன்படுத்தினர். ஆதிதிராவிடர்களின் குடிசைகள் தீவைத்துக் கொளுத்தப்பட்டன. அவர்களுடைய சொத்துகளும் நாசமாக்கப்பட்டன. அவர்களது கால்நடைகள் கொள்ளையடிக்கப்பட்டன. கள்ளர்கள் ஆதிதிராவிடர்களுக்கு எதிராக விதித்த எட்டுத் தடைகள் வருமாறு:

1. ஆதிதிராவிடர்கள் தங்க நகைகளையோ வெள்ளி நகைகளையோ அணியக்கூடாது.
2. ஆண்கள் முழங்கால்களுக்குக் கீழேயோ, இடுப்புக்கு மேலேயோ எந்த ஆடைகளையும் அணியக்கூடாது.
3. ஆண்கள் கோட்டுகளையோ, சட்டைகளையோ பனியன்களையோ உடுத்தக்கூடாது.
4. எந்த ஆதிதிராவிடரும் சிகை அலங்காரம் செய்துகொள்ளக் கூடாது.
5. ஆதிதிராவிடர்கள் தங்கள் வீடுகளில் மண்பாண்டங்கள் தவிர வேறு எந்தப் பாத்திரங்களையும் பயன்படுத்தக் கூடாது.
6. பெண்கள் ரவிக்கைகளோ, தாவணிகளோ அணிந்து தங்கள் உடலின் மேற்பகுதியை மூடிக்கொள்ளக் கூடாது.
7. பெண்கள் தலையில் பூ வைத்துக்கொள்ளக் கூடாது. நெற்றியில் குங்குமப் பொட்டு இட்டுக்கொள்ளக் கூடாது.

8. ஆண்கள் வெயிலுக்கோ, மழைக்கோ குடைகளைப் பயன்படுத்தக்கூடாது, கால்களில் செருப்புகள் அணியக்கூடாது.

இந்த எட்டுத் தடைகளும் திருப்திகரமாக நிறைவேற்றப்படாததால் ஆதிதிராவிடர்கள் மற்றும் தேவேந்திரகுல வேளாளர்களைச் சேர்த்து 1931 ஜூனில் கள்ளர்கள் ஒன்றுகூடி மேலும் பதினொரு தடைகளை விதித்தனர். அவையாவன:

1. ஆதிதிராவிடர்களும் தேவேந்திரகுல வேளாளர்களும் முழங்கால்களுக்குக் கீழ் வேட்டி கட்டக்கூடாது.

2. மேலே கண்ட தாழ்த்தப்பட்ட வகுப்பினரைச் சேர்ந்த ஆடவரும் பெண்டிரும் தங்க நகைகளை அணியக்கூடாது.

3. பெண்கள் மண்குடங்களில்தான் தண்ணீர் எடுத்து வரவேண்டும். பித்தளை அல்லது வெண்கலப் பாத்திரங்களில் தண்ணீர் எடுத்துவரக் கூடாது. தண்ணீர்க் குடங்களைத் தலையில் வைத்துச் சுமந்து வருவதற்கு அவர்கள் வைக்கோல் சும்மாட்டைப் பயன்படுத்த வேண்டுமே தவிர, துணிச் சும்மாட்டைப் பயன்படுத்தக்கூடாது.

4. அவர்களுடைய குழந்தைகள் எழுதப் படிக்கக் கற்றுக்கொள்ளக் கூடாது.

5. குழந்தைகளை மிராசுதார்களின் கால்நடைகளை மேய்க்கும்படி கூற வேண்டும்.

6. ஆண்களும் பெண்களும் மிராசுதார்களின் பண்ணைகளில் அடிமைகளாக வேலைசெய்ய வேண்டும்.

7. அவர்கள் மிராசுதார்களுக்கு வாரத்துக்கோ குத்தகைக்கோ நிலத்தைச் சாகுபடி செய்யக்கூடாது.

8. அவர்கள் தங்கள் சொந்த நிலங்களை மிராசுதார்களுக்குக் குறைந்த விலைக்கு விற்றுவிட வேண்டும். அவ்வாறு செய்யத் தவறினால் அவர்களது நிலங்களுக்குப் பாசனத்துக்குத் தண்ணீர் திறந்துவிடப்பட மாட்டாது. மழை பெய்து ஏதோ சிறிது விளைந்திருந்தாலும் அது இரவோடு இரவாகக் களவாடப்படும்.

9. அவர்கள் மிராசுதார்களுக்கு காலை 7 மணி முதல் மாலை 6 மணி வரை வேலை செய்ய வேண்டும். ஆண்களுக்குத் தினம் 4 அணாவும், பெண்களுக்கு 2 அணாவும் கூலியாகத் தரப்படும்.

10. மேலே கூறிய வகுப்பினர் தங்கள் வீட்டுத் திருமணங்களின்போதும், வேறு விசேஷங்களின் போதும் மேளவாத்தியத்தைப் பயன்படுத்தக்கூடாது.

11. திருமணத்தில் தாலி கட்டுவதற்கு முன்னர் குதிரை மீது ஊர்வலம் வருவதை அவர்கள் நிறுத்த வேண்டும். கல்யாண ஊர்வலங்களுக்குத் தங்கள் வீட்டுக் கதவுகளையே பல்லக்குகளாகப் பயன்படுத்த வேண்டும். எந்தக் காரியத்துக்கும் வாகனங்களை உபயோகிக்கக் கூடாது. *(டாக்டர் பாபாசாகேப் அம்பேத்கர்: பேச்சும் எழுத்தும், தொகுதி 10, பக்.239-241)*

8-12-1930 அன்று திங்கட்கிழமை மாலை 6 மணிக்கு சென்னை ஆதிதிராவிடர் மகாஜன சபை சார்பில் வெள்ளச் சேதத்தினால் பாதிக்கப்பட்ட ஆதிதிராவிடர்களுக்கு உதவும் பொருட்டு மூலக் கொள்ளத்தளம் பி.சுப்பராயன் பள்ளியில் ஒரு மாபெரும் கூட்டம் நடைபெற்றது. அக்கூட்டத்தில் என்.சிவராஜ் தலைமை வகித்தார். வி.ஜி. வாசுதேவப் பிள்ளை, ராவ் சாஹிப் வி.தர்மலிங்கம்பிள்ளை போன்றவர்கள் கலந்துகொண்டார்கள். அக்கூட்டத்தில், ‘தேவகோட்டையைச் சுற்றிலுமுள்ள கள்ளர்கள், ஆதிதிராவிடர்களைக் கொடுமைப்படுத்தியும், அடித்தும், கஷ்டமான திட்டங்களை ஏற்படுத்தியும் தொந்தரவு செய்ததற்காக, முக்கியமான சில கள்ளர்கள் மீது கிரிமினல் சட்டம் 107வது பிரிவின்படி போலிஸார் வழக்குத் தொடுத்திருக்கிறார்கள் என்று அறிகிறோம். இந்த விஷயத்தில் போலிஸார்கள் தைரியமாகவும் நாணயமாகவும் நடந்து மனித உரிமையை நிலைநாட்டும்படி வேண்டிக்கொள்வதோடு, சமூக சீர்திருத்தத்தில் அக்கறை கொண்டுள்ள அன்பர்களும் கிரமமான உதவியைச் செய்து ஆதிதிராவிடர்களது சுயேச்சைக்குப் பெரிதும் ஆதரவாயிருக்க வேண்டுமென்றும் கேட்டுக்கொள்கிறோம். ஆதிதிராவிட சகோதரர்களும் கடைசிவரையில் தங்கள் உரிமைக்காகப் பாடுபடுவதில் பின்வாங்கக்கூடாது என்று தெரிவித்துக் கொள்ளுகிறோம். உண்மைக்கு இறுதியில் வெற்றியுண்டு’ என்று கேட்டுக்கொண்டனர்.

சாதியவாதிகளின் மோசமான தடைகளால் வன்முறைகள் ஏற்பட்டது. இந்தச் சமயத்தில் ஆதிதிராவிடர்களுக்கு ஆதரவாக ராமநாதபுரத்தில் ராமநாதபுரம் ஜில்லா ஆதிதிராவிடர் மகாநாடு எம்.சி.ராஜா தலைமையில் கூடியது. அதில் அவர் பேசியதாவது:

'ராமநாதபுரம் ஜில்லா ஆதிதிராவிடர் முதலிய தாழ்த்தப்பட்ட வகுப்பினரின் மகாநாட்டுக்கு என்னைத் தலைமை வகிக்கும்படி கேட்டுக் கௌரவித்ததற்காக என் மனமார்ந்த வந்தனத்தைச் செலுத்திக் கொள்ளுகிறேன். நீங்கள் எனக்களித்த உதவியைப் பெருமையாக மட்டும் கருதவில்லை; அதை எனது முக்கியக் கடமையாகவே கருதியிருக்கிறேன். நமது சமூகத்தினருக்கு என்னாலான சேவையைச் செய்வதற்கு இது நல்லதோர் சந்தர்ப்பமாகும்.

முதலாவதாக, ராமநாதபுரம் ஜில்லா ஆதிதிராவிடர் நிலைமை என்ன விதமாக இருக்கிறதென்பதைப் பார்ப்போம். இம்மாகாணத்திலுள்ள எந்த ஜில்லாக்களிலும் அல்லது இந்தியாவின் வேறு எந்த மாகாணத்திலுமுள்ள ஆதிதிராவிடரின் நிலைமையைவிட இங்குள்ள ஆதிதிராவிடரின் நிலைமை எந்தவிதத்திலும் நல்ல நிலைமையில் இல்லை. எங்கும் ஆதிதிராவிடர் நிலைமை அதே நிலைமையில்தான் இருக்கிறது.

தனவந்தர் ஏழைகளை நிர்ப்பந்திப்பதும், எளியோரை வலியோர் துன்புறுத்துவதும் சகஜமாயிருந்து வருகிறது. ஜாதி மதங் கொண்டவர்களும், சுயநலம் படைத்தவர்களும், பரம்பரையாக மத அதிகாரம் படைத்தவர்களும் ஏழைகளை இம்சித்து வருகிறார்கள். ஆனால் சமுதாய இன்னல்களைக் கவனிப்போமேயானால் மேற்கூறியவர்கள் விசேஷமாக நம்மவர்களை அதிகம் துன்புறுத்துகிறார்கள். ஆதிதிராவிடர்கள் எவ்வளவு கொடுமையாய் நடத்தப்படுகிறார்கள் என்பதையும், அவர்களது தற்போதைய நிலைமையையும் பற்றி இந்திய சர்க்காருக்கு அனுப்பியிருக்கும் மகஜரில் இதைப் பற்றித் தெளிவாகக் குறிப்பிட்டிருக்கிறேன். அதன் சுருக்கமானது:

'தாழ்த்தப்பட்டவர்கள் பெரும்பாலும் உயர் ஜாதியாரெனச் சொல்லிக் கொள்வோருக்கு வேலையாட்கள் போன்று

இருந்து வருகிறார்கள். அவர்கள் விருப்பத்துக்கெல்லாம் தாழ்த்தப்பட்டவர்கள் இணங்கி நடந்துகொள்ள வேண்டும். அவர்கள் நிலங்களை உழுது பயிரிட்டுத் தினசரி ஊதியம் பெற்று ஜீவிக்க வேண்டியவர்களாயிருக்கிறார்கள். ஆனால் ஆதிதிராவிடர்களிடமும் மற்றும் இதர தாழ்த்தப்பட்டவர்களிடமும் தற்போது புதிய ஊக்கமும் உற்சாகமும் தோன்றியிருக்கிறது. அவர்கள் தங்கள் அநாகரிக நிலைமையை உணர்ந்து நாகரிகமாக ஜீவிக்க முற்பட்டு வருகிறார்கள். ஆகவே அவர்கள் தாங்கள் பெறும் சொற்ப ஊதியத்தில் மீதம் பிடித்து இதுவரையில் ஆடவர் அணிந்து வந்த சிறு கோவணங்களுக்குப் பதிலாக நல்ல ஆடைகளும், பெண்கள் அணிந்து வந்த சிறு முண்டுகளுக்குப் பதிலாகச் சேலைகளையும் அணிந்து வருகிறார்கள். இவர்களது நாகரிகமும் முன்னேற்றமும் உயர் ஜாதியாருக்கு ஒருவிதப் பொறாமையை உண்டு பண்ணியிருக்கிறது.

தங்கள் சொந்த ஜில்லாவிலேயே வேலை கிடைக்காமல் ஜீவனத்துக்கு கஷ்டப்படும் தாழ்த்தப்பட்டவர்கள், ஜீவனத்தை நாடி வெளிநாடுகளுக்குச் செல்லுகிறார்கள். இவர்கள் அதிக சம்பளம் பெறும் நோக்கத்துடன் பிரிட்டிஷாருக்கோ அல்லது இதர தேசத்தினருக்கோ சொந்தமான குடியேற்ற நாடுகளுக்குச் சென்று அங்குள்ள தோட்டக் காடுகளில் வேலை பார்த்து வருகிறார்கள். மலேசியா, இலங்கை, டச்சுக்காரருக்குச் சொந்தமான கிழக்கிந்திய தீவுகள் முதலிய வெளிநாடுகளுக்குச் சென்று பாடுபட்டு உழைத்துச் சொற்ப ஊதியத்துடன் தங்கள் தாய்நாடு திரும்பி நிலங்களை வாங்கிப் பயிரிட்டு நல்ல ஸ்திதியிலிருந்து வருகிறார்கள். இவர்கள் நல்ல நிலைமை மற்றவர் கண்களில் சதா உறுத்திக் கொண்டேயிருக்கிறது. ஆகவே, மேற்கூறிய தாழ்த்தப்பட்டவர்களைத் தங்களுக்கு இன்னமும் அடிமைகளாக்கி ஆணவஞ் செலுத்தும் நோக்கத்துடன் உயர் ஜாதியார் தங்கள் கூட்டங்களிலும் மகாநாடுகளிலும் ஏறக்குறைய கீழ்க்கண்ட கருத்தடங்கிய தீர்மானங்களை நிறைவேற்றி வருகிறார்கள்.

ஆதிதிராவிடர்கள் தங்க, வெள்ளி நகைகள் அணியக் கூடாது. ஆதிதிராவிட ஆடவர்கள் முழங்காலுக்குக் கீழ் வேஷ்டி உடுத்தக் கூடாது. அவர்கள், சட்டைகள் எதுவும் போடாமல் வெற்றுடம்பாயிருக்க வேண்டும். ஆதிதிராவிடர் தங்கள் வீடுகளில் மண்பாண்டங்களைத் தவிர வேறு எந்தவிதமான பாத்திரங்களையும் உபயோகிக்கக் கூடாது. ஆதிதிராவிடப் பெண்கள் இடுப்புக்கு மேல் ரவிக்கையே அன்றி எந்தவிதமான

சட்டையையும் அல்லது தாவணியும் தரித்துத் தங்கள் தேகத்தை மறைக்கக்கூடாது. அவர்கள் சிகையில் பூக்கள் முதலியவைகள் வைத்துக்கொள்ளுவதும் கூடாது. ஆதிதிராவிடர் குடைகளையோ செருப்புகளையோ உபயோகிக்கக் கூடாது. இதிலிருந்து நாம் அறிந்து கொள்ளுவதென்ன? பரம்பரையாக அடிமைகளாக்கித் துன்புறுத்திய ஏழை ஆதிதிராவிடர்கள் முன்னேறிச் சம அந்தஸ்துக்கு உயரக்கூடாதென்ற பொறாமை உயர்ஜாதியார் என்று சொல்லிக் கொள்ளுவோருக்கு இருந்து வருகிறதென்பதேயாகும்.

அரசியலிலும் அவர்கள் எந்தவிதமான உரிமையும் அடையக் கூடாதென்பது இவர்கள் நோக்கம். பொதுவாகக் கூறுமிடத்து அவர்கள் எத்துறையிலும் முன்னேறிச் செல்லாமல் மடக்கி வைக்க வேண்டுமென்பதே இவர்கள் பேராவல். இப்படிப்பட்டவர்களா தாழ்த்தப்பட்டவர்களுக்கு நல்ல கல்வியூட்டி அபிவிருத்தி அடையச் செய்யப் போகிறார்கள்? சர்க்கார் இவர்களுக்கு இன்னும் அதிக அதிகாரம் கொடுப்பார்களேயாயின் இவர்கள் அந்த அதிகாரத்தை நீதியாகவும், நல்ல வழியிலும் உபயோகிக்கப் போவதில்லை. ஒவ்வொரு ஜில்லாவிலோ அல்லது ஊர்களிலோ உள்ள தலைவர்கள் ஆதிதிராவிடர்களுக்கு அவர்கள் கண்ணெதிரில் நேரிட்டு வரும் இன்னல்களைத் தடுக்க என்ன முயற்சி எடுத்துக்கொண்டார்கள் என்று கேட்கிறேன்.

'அரசன் அன்று கேட்பான் தெய்வம் நின்று கேட்கும்'. இது சம்பந்தமாக ராமநாதபுரம் அரசர் குடும்பத்தினர் என்ன செய்திருக்கிறார்கள்? தற்போது ராமநாதபுரம் ராஜாவாயிருப்பவர் பாட்டனாரான ராஜ பாஸ்கர சேதுபதியை நான் நன்கறிவேன். அவர் ஆங்கிலம் கற்றவர். தமிழ் அபிமானம் உடையவர். என்னுடன் சென்னை கிறித்தவக் கலாசாலையில் கல்வி பயின்று வந்தவர். அவரது குமாரரும் நல்ல குணம் படைத்தவர். அவரது சகோதரரான ராஜா ராமபாண்டியரும் அப்படியே. அவர் என்னுடன் இந்தியச் சட்டசபை அங்கத்தினராக இருக்கிறார். தற்போது ராமநாதபுரம் ராஜாவாயிருப்பவர் இளைஞரேயாயினும் நல்ல பரந்த நோக்கமுடையவரென அறிகிறேன். மேற்கூறிய ராஜாவும், இதர தலைவர்களும், உயர்ஜாதி இந்துக்கள் தங்கள் கூட்டங்களில் நிறைவேற்றியதாக மேலே கூறிய தீர்மானங்களை அமலுக்குக் கொண்டுவராமல் தடுக்கும்படி முயற்சி செய்யக் கேட்டுக்கொள்கிறேன்.'

அடுத்தபடியாகச் சர்க்காரையும், சர்க்கார் அதிகாரிகளையும் கேட்டுக்கொள்ள வேண்டிய

சில காரியங்கள் உண்டு. இவர்கள் மேற்கூறிய விஷயங்களைக் கவனித்து அதைத் தடுக்க அவசியமான நடவடிக்கைகளை உடனே கைக்கொள்ள வேண்டும். இவர்கள் அதைத் தடுக்காமல் விட்டு வைப்பார்களேயானால், இதனால் ஜாதித் துவேஷம் உண்டாகி, அமைதி குலைந்து கலகமேற்பட்டு ரத்தப் பெருக்கில் வந்து முடியும். இந்த ஜில்லா கலெக்டரும் இதில் கவனஞ் செலுத்தி நல்ல நடவடிக்கைகள் எடுத்துக்கொள்ளும்படி கேட்டுக்கொள்கிறேன்.

இந்தியாவெங்கும் இந்து சமூகத்தினர் தாழ்த்தப்பட்ட வகுப்பாரிடம் கொள்ளும் முறையை தேசியத் தலைவர்கள் அறிந்தும், அதற்காக எந்தவிதமான நடவடிக்கையும் எடுத்துக்கொள்ளாமல் தாங்கள் சொல்லுவதை மட்டும் பின்பற்றும்படி அவர்களைக் கேட்டால், அது சாத்தியமாகுமா என்று தேசியத் தலைவர்களைக் கேட்கிறேன். நான் இதற்கு முன் பல தடவைகளில் கூறியது போல இந்தியாவுக்கு நல்ல சீர்திருத்தங்களும், சட்டசபைகளுக்கு அதிக அதிகாரமும், ஜனங்களுக்கு சர்க்காரில் அதிக உரிமையும் இருக்க வேண்டியது அவசியமேயாகும். ஆனால் இந்தவிதமான அதிகாரமோ, அதிக உரிமையோ கொடுப்பதற்கு முன் ஏழைகளை, தனவந்தரோ, உயர்ந்தவர்களெனக் கூறிக்கொள்ளுவோரோ நிர்ப்பந்திக்காமல் இருக்கத் தக்க வழியில் தகுந்த பந்தோபஸ்து செய்துகொள்ள வேண்டும். பின்னால் குழப்பங்களும் கலகங்களும் ஏற்படாமல் தடுத்துக்கொள்ளத் தக்க வழியில் நமது நிலைமையை செம்மைப்படுத்திக் கொள்ள வேண்டும்.

பிரிட்டிஷ் சர்க்காரைப் பல வழிகளில் வற்புறுத்திவரும் தேசியத் தலைவர்கள் பெரும்பான்மையான இந்துக்கள் தாழ்த்தப்பட்டவர்களை நிர்ப்பந்திப்பதை ஒழிக்க, அவர்கள் சர்க்காரை வற்புறுத்துவதிலும் பன்மடங்காய் இந்துக்களை வற்புறுத்தித் தீண்டாதார் துயரங்களைப் போக்க முயற்சி எடுத்துக்கொள்ள வேண்டும். சுயராஜ்யம் வந்த பின் இவ்விதக் குறைகளை நமக்குள் தீர்த்துக் கொள்ளலாமெனக் கூறுவதெல்லாம் வெறும் பேச்சு. அது வாணிபஞ் செய்யும் கடைக்காரர் பேச்சுக்கு ஒப்பாகும்.

பிரிட்டிஷ் சர்க்காரிடத்தில் மனமாற்றம் ஏற்பட வேண்டுமென மகாத்மா காந்தி அடிக்கடி கூறுகிறார். ஆனால் பெரும்பான்மையான இந்துக்களிடையே அவர்கள் தாழ்த்தப்பட்டவர்கள் சம்பந்தமாய் கொண்டிருக்கும் துவேஷத்தில் மனமாற்றம் ஏற்பட வேண்டியது அவசியமல்லவா? இதுவரையில் இந்துக்களிடம் எவ்வித மாறுதலும் ஏற்படக் காணோம். சமுதாய சீர்திருத்தக்காரர்களும் இது சம்பந்தமாய் எவ்விதச் செல்வாக்கையும் உபயோகித்ததாகத் தெரியவில்லை. குடியை ஒழிக்க வேண்டுமெனவும், கதரை அபிவிருத்தி செய்ய வேண்டுமெனவும் தேசிய காங்கிரஸில் திட்டம் போட்டிருக்கிறார்கள். இதேபோல் தீண்டாமையையும் ஒழிக்க வேண்டுமென மகாத்மா காந்தி ஒரு திட்டம் போட்டிருக்கிறார். ஆனால் அவரும் அவரைப் பின்பற்றுபவர்களும் கதரை அபிவிருத்தி செய்ய எடுத்துக்கொள்ளும் முயற்சியில் தீண்டாமையைப் போக்க எடுத்துக் கொள்ளுகிறார்களா என்பதே கேள்வி.

சுயராஜ்யமடைய வேண்டுமேயானால் தீண்டாமையை ஒழிப்பதில் மகாத்மா காந்தி முதலில் கவனஞ் செலுத்த வேண்டும். இந்து-முஸ்லிம் ஒற்றுமையைத் தீர்த்து வைக்காமல் லண்டன் மகாநாட்டுக்கு போகமாட்டேன் என மகாத்மா காந்தி சொல்லுகிறார். இந்து-முஸ்லிம் பிரச்சினையைவிட தீண்டாதார் பிரச்சினை அவ்வளவு முக்கியமல்லவென்று கூறப்போகிறாரா? இந்துக்களும் முஸ்லிம்களும் ஒரு முடிவுக்கு வரட்டும். ஆனால் தாழ்த்தப்பட்டோர் துயரங்கள் என்றும் ஒழியாமல் முன்னிருந்த நிலைமையிலேயே என்றும் இருக்க வேண்டும் போலும்! மகாத்மா காந்தி சகல துறைகளிலும் இந்தியாவுக்காக பாடுபட்டு வருகிறவரேயானால், அவர் தீண்டாதார் துயரங்களை தீர்க்காமல் லண்டன் மகாநாட்டுக்கு அடியெடுத்து வைக்கக் கூடாதென நான் கண்டிப்பாகக் கூறுகிறேன். தீண்டாமையை ஒழிக்காமல் கிடைக்கும் சுயராஜ்யம் ஒரு சுயராஜ்யம் ஆகாது என மகாத்மா காந்தி ஒரு காலத்தில் கூறினார். ஆனால் இப்பொழுது அவர் கொள்கை என்ன?

மலையாளம் பகுதியில் தீண்டாதார் துயரம் இன்னும் அதிகக் கொடுமையாயிருக்கிறது.

அங்கு தீண்டாமைக்காரர் சில தெருக்களில் செல்லக்கூடாதென அறிக்கை போர்டுகளை ஆங்காங்கு தொங்க வைப்பதற்கு மலபார் ஜில்லா போர்டாரே ஏற்பாடு செய்யப்போவதாக அறிக்கை வெளியிட்டிருக்கிறார்கள் எனத் தெரிகிறது. மேற்கூறிய போர்டுகள் தயாரிக்க என்ன செலவாகும் என்பதை ஜில்லா போர்டு தலைவர் ஸ்ரீ. டி.எம்.மொய்தூ சாகிப் போர்டு இஞ்ஜினியரைக் கேட்டிருக்கிறார். இவ்விதத் தீர்மானத்தைச் சென்ற ஆகஸ்டு மாதம் ஜில்லா போர்டுக்குக் கொண்டுவந்து நிறைவேற்றக் காரணமாயிருந்தவர் ஒரு நம்பூதிரி பிராமணரேயாவார். இத்தீர்மானத்தைப் போர்டுக்கு தலைவராயிருக்கும் ஒரு முஸ்லிம் அமலுக்குக் கொண்டுவர முயல்வது ஆச்சரியமாகவே இருக்கிறது. வீதியில் செல்ல எவருக்கும் உரிமையுண்டு. அதைத் தடுக்க எவராலும் முடியாது. அவ்வாறு தடுப்பவர்களுக்குச் சிறைத் தண்டனை விதிக்க சட்டமியற்ற வேண்டியது அவசியமாகும். இவ்விதச் சட்டங்கள் இயற்றாவிட்டால், இதை எதிர்க்கத் தீண்டாதார் சத்தியாகிரகம் ஆரம்பிக்க வேண்டியதுதான்.

மகாத்மா காந்தி உப்புச் சட்ட மறுப்பு முதலிய சட்டமறுப்பு இயக்கத்தை ஆரம்பித்தது போல் இதை எதிர்க்கவும் சத்தியாகிரகம் ஏன் ஆரம்பிக்கக் கூடாது? இன்றேல் பண்டித ஜவஹர்லால் நேரு, ஸ்ரீசுபாஷ் சந்திரபோஸ் போன்ற தமது சிஷ்யர்களை அனுப்பி ஏன் வேலை செய்யக்கூடாது? வெறும் கமிட்டி நியமிப்பதால் பயனில்லை. தீண்டாமையை ஒழிக்க வழி தேடாமல் மகாத்மா காந்தி லண்டன் மகாநாட்டுக்குச் செல்லுவாரேயானால் அவர் இந்தியாவின் உண்மைப் பிரதிநிதியல்ல என்பதை நாம் எடுத்துக் கூற வேண்டும்.

தாழ்த்தப்பட்டவர் நிலைமையை முன்னேற்றமடையச் செய்ய வேண்டியது நமது தலைவர்கள் கடமையாகும். இதற்காக அவர்கள் நமது ஓட்டுரிமை, தேர்தல், சட்டசபை பிரதிநிதித்துவம் முதலிய விஷயங்களில் விசேஷ கவனஞ் செலுத்த வேண்டும். இன்றேல் உயர் ஜாதியாருக்கு நாம் இன்னமும் அடிமைகளாக வேண்டிவரும். அதற்காக நமக்கு ஓட்டுரிமையையும், நம்மவர்களில் ஏராளமானவர்களுக்கு ஓட்டுரிமை

இருக்கத் தக்க வழிகளில் நமது கவனத்தைச் செலுத்த வேண்டும். பொதுவாக நமது குலத்தவர்கள் ஏழைகள். அதனால் பணத்தைக் கொண்டு ஓட்டுரிமை பெற முடியாது. கல்வியாலாவது அதிக ஓட்டுரிமை பெற முயன்றிருக்க வேண்டும். இனிமேல் சட்டசபையில் நமது பிரதிநிதிகளைச் சர்க்கார் நியமனஞ் செய்ய மாட்டார்கள். அது ஒரு வகைக்கு நல்லதேயாகும். ஏனெனில் தேர்ந்தெடுத்த பிரதிநிதிகளே சட்டசபைகளில் நம்மவர் நன்மைக்காக நன்றாக வாதாட முடியும்.

நம்மவர்களுக்குத் தனித்தொகுதி வேண்டுமா அல்லது கூட்டுத் தேர்தல் தொகுதி வேண்டுமா என்பது மற்றொரு முக்கியக் கேள்வியாகும். நமது சமூகத்தாரிடம் நம்பிக்கையும் அவர்கள் நம்மவர்களிடம் நீதியாக நடந்து கொள்ளுவார்களென்ற நம்பிக்கையுமிருந்தால் கூட்டுத் தொகுதி நலம். ஆனால் நமக்கு இதர வகுப்பினரிடம் நம்பிக்கை இல்லை. நமக்கு நம்பிக்கையை கொடுக்கக்கூடிய விதத்திலும் அவர்கள் நடந்துகொள்ளவில்லை. நமது நன்மைக்காக இதர வகுப்பினர் இதுவரையில் உழைத்தார்களென்பதற்கு எந்தவிதமான ஆதாரமும் கிடையாது. அன்றி மலபாரில் ஏற்பட்டிருப்பது போல இதர வகுப்பினர் குடியிருக்கும் வீதிகளில் முதலாய் போகக்கூடாத நாம், எவ்வாறு அங்கு சென்று ஓட்டுப் பெற முடியும்? ஆதலால் நமக்குத் தனித்தொகுதியே அத்தியாவசியமாகும். இவ்விஷயத்தில் இந்தியாவிலுள்ள சகல தாழ்த்தப்பட்ட வகுப்பினரும் ஒரே கொள்கை உடையவர்களாய் இருப்பதை அறிய சந்தோஷிக்கிறேன்.

தீண்டாதார் சார்பாக லண்டன் மகாநாட்டுக்கு சர்க்கார் தெரிந்தெடுத்து அனுப்பிய இரு பிரதிநிதிகள், நமது எதிர்கால நன்மைக்கு முட்டுக் கட்டையாக இருக்கும் நமது விஷயத்தை எடுத்துக் காட்டினார்கள். ஆனால் அது பலிக்கவில்லை. இதற்குக் காரணம் லண்டன் மகாநாட்டுக்கு வந்திருந்த பிரிட்டிஷ் நண்பர்களேயாவர். நமக்குச் சட்டசபைகளில் எத்தனை பிரதிநிதிகள் இருக்க வேண்டுமென்பதை நிர்ணயிக்க வேண்டியது முக்கியமான மற்றொரு காரியமாகும். நமது உரிமையைப் பாதுகாக்க நமக்கு

அதிக பிரதிநிதித்துவம் இருக்க வேண்டியது அவசியம். இது சம்பந்தமாக நாம் அதிதீவிரத்தில் ஒரு முடிவுக்கு வந்துவிடக்கூடாது. இந்துக்களும் முஸ்லிம்களும் எந்தவிதமான முடிவுக்கு வருகிறார்கள் என்பதைக் கவனிக்க வேண்டும். நாம் ஒற்றுமையாய் நமது உரிமைக்கும் சுதந்திரத்துக்கும் பாடுபட வேண்டும். நாம் கோரும் உரிமையானது சகல சிறுபான்மை ஜாதியாருக்கும் உரியதாகும். ஆகவே அவர்கள் நமது கோரிக்கையை ஆதரிக்கக் கடமைப்பட்டிருக்கிறார்கள்.

நமக்கு இதர வகுப்பினர் ஆதரவு இருந்தாலுஞ்சரி, இல்லாமல் போனாலும்சரி, நாம் இந்துக்களிடமிருந்து எதையும் எதிர்பார்க்க முடியாது. முஸ்லிம்கள், இந்திய கிறிஸ்தவர்கள், ஆங்கிலோ இந்தியர்களிடமிருந்து நாம் உதவியை எதிர்பார்க்கலாம். நாம் கிறிஸ்தவர்களை ஆதரிக்கக்கூடும். ஏனெனில் அவர்கள் ஏறக்குறைய தாழ்த்தப்பட்டவர் நிலைமையிலேயே இருந்து வருகிறார்கள். இந்திய வைசிராயாயிருக்கும் லார்டு வில்லிங்டன் நம் மீது அனுதாபம் கொண்டிருப்பார் என்பதில் சந்தேகமில்லை. அவருக்கு நமது குறைகளைத் தெரிவித்துக்கொண்டால் அவர் நமது கோரிக்கையைப் புறக்கணியாமல் இந்திய சர்க்காரில் நமக்கு நல்ல உரிமைகளைக் கொடுக்கத்தக்க ஏற்பாடுகளைச் செய்யக்கூடும் என்ற நம்பிக்கை எனக்கிருக்கிறது.

இறுதியாக நீங்கள் எனக்களித்த பதவிக்கும், எனது பிரசங்கத்தை பொறுமையுடன் கேட்டதற்கும் நான் மீண்டும் உங்களுக்கு எனது வந்தனத்தைச் செலுத்திக் கொள்ளுகிறேன். இம்மகாநாடு வெற்றியுடன் முடியும் படியும் பிரார்த்திக்கிறேன். நாம் இதற்கு முன் ஆழ்ந்த தூக்கத்திலிருந்தது போல் இனிமேலும் இருக்கக் கூடாது. கால தேசவர்த்தமானங்களை அறிந்து முன்னேறத்தக்க வழியில் ஒற்றுமையாக வேலை செய்ய வேண்டும். நமது முயற்சி நமது தேசத்தின் நன்மையைக் கருதிச் சுயநலமற்றதாயிருக்க வேண்டும். அவ்வாறு முயற்சி எடுத்து வருவோமானால், நாம் நமது நாட்டின் நன்மைக்கு எவ்வித இடையூறும் செய்தவர்களாக மாட்டோம். *(தமிழ்நாடு, 22-5-1931)*

எம்.சி.ராஜா அவர்களின் இந்த உரை சாதி இந்துக்களின் சாதியத் திமிரை எதிர்த்துப் பேசப்பட்டாலும் தாழ்த்தப்பட்டவர்களின் உரிமைகளைப் பெறத்

தனித்தொகுதி ஏன் வேண்டும் என்பது பற்றியும் விலாவாரியாகப் பேசினார்.

1931ல் நடைபெற்ற சேலம் மகாநாட்டில் எம்.சி.ராஜா அவர்கள், தனித்தொகுதியை ஆதரிக்கவில்லை என்று (தவறான புரிதல் காரணமாக) டாக்டர் அம்பேத்கரையும் ராவ்பகதூர் ஆர்.சீனிவாசனாரையும் கண்டித்துப் பேசினார்.

இரண்டாம் வட்டமேஜை மாநாடு

முதலாம் வட்டமேஜை மாநாடு எந்தவிதமான முடிவும் எடுக்கப்படாத நிலையில் முடிவடைந்ததை அடுத்து இரண்டாவது வட்டமேஜை மாநாடு அறிவிக்கப்பட்டது. இரண்டாவது வட்டமேஜை மாநாடு 7-9-1931ம் ஆண்டு ஆரம்பித்தது. இதில் காங்கிரஸ் சார்பாக காந்தியடிகள் கலந்துகொண்டார். தாழ்த்தப்பட்டோர் சார்பில் பாபாசாகேப் டாக்டர் அம்பேத்கரும், திவான் ரெட்டைமலை சீனிவாசனாரும் கலந்துகொண்டனர். இரண்டாம் வட்டமேஜை மாநாட்டிலும் எம்.சி.ராஜாவுக்கு அழைப்பு விடுக்கப்படவில்லை.

இரண்டாம் வட்டமேஜை மாநாட்டிலும் டாக்டர் அம்பேத்கரும் தாத்தா ரெட்டைமலை சீனிவாசனாரும் 4-11-1931 அன்று 'தாழ்த்தப்பட்ட வகுப்பினருக்கான அரசியல் பாதுகாப்புரிமைகள்' என்ற தலைப்பில் ஒரு பின்னிணைப்பை அளித்தனர். அந்தப் பின்னிணைப்பில் 'பிரதிநிதித்துவமுறை' என்ற துணைத் தலைப்பில் கீழ்க்கண்டவாறு தெரிவித்திருந்தனர்:

1. மாகாண மற்றும் மத்திய சட்டமன்றங்களில் ஒடுக்கப்பட்ட வகுப்பினரின் பிரதிநிதிகளை அவர்களின் தனிவாக்காளர் தொகுதி (Seperate Electorates) மூலமாகத் தேர்ந்தெடுத்துக் கொள்ளும் உரிமையை அவர்கள் பெற்றிருக்க வேண்டும்.

   கூட்டாட்சி (Federal) அல்லது மத்திய சட்டமன்றத்தின் மேல்சபைக்குப் பிரதிநிதிகளை மாகாணச் சட்டமன்ற உறுப்பினர்களின் மறைமுக (Indirect) தேர்தல் மூலம் தெரிவுசெய்ய முடிவெடுக்கப்படுமானால், விகிதாச்சாரப் பிரதிநிதித்துவம் எவ்வகைப்பட்டதாக இருப்பினும் தாழ்த்தப்பட்டோரின் பங்கினை அவர்களுக்கு வழங்கிட உத்தரவாதமுள்ள ஏற்பாடு செய்யப்படுமேயாயின் தங்களின் மேல்சபைப்

பிரதிநிதித்துவத்தைப் பொறுத்தமட்டில் தனிவாக்காளர் தொகுதி (Seperate Electorate) கோரும் உரிமையைக் கைவிட அவர்கள் சம்மதிப்பார்கள்.

2. கீழ்க்காணும் நிபந்தனைகள் நிறைவேற்றப் பட்டாலொழிய ஒடுக்கப்பட்ட வகுப்பினருக்கான தனிவாக்காளர் தொகுதிகள் (Separate electorale) கூட்டுவாக்காளர் தொகுதிகளாக மாற்றியமைக்கப்படக் கூடாது:

(அ) சம்பந்தப்பட்டச் சட்டமன்றங்களில் உள்ள ஒடுக்கப்பட்ட வகுப்புப் பிரதிநிதிகளில் பெரும்பான்மையினர் கோரிக்கையின் பேரில் அந்த மக்களில் வாக்குரிமை பெற்றுள்ள வாக்காளர்களிடையே நடத்தப்படும் வாக்கெடுப்பு (referendum) அறுதிப் பெரும்பான்மையில் முடியும்போது தனிவாக்காளர் தொகுதி முறை மாற்றியமைக்கப்படலாம்.

(ஆ) இருபது ஆண்டுகளுக்குப் பின்பு வயது வந்தோர் எல்லோருக்கும் வாக்குரிமை (adult franchise) வழங்கப்படும் வரையில் அத்தகைய வாக்கெடுப்பு செய்யக்கூடாது. (டாக்டர் பாபாசாகேப் அம்பேத்கர் பேச்சும் எழுத்தும், தொகுதி 5, பக்.268)

இரண்டாவதாக அளிக்கப்பட்ட பின்னிணைப்பில் ஏற்கெனவே முதலில் அளிக்கப்பட்ட பின்னிணைப்பில் இருந்த பத்தாண்டு என்பது இங்கு இருபது ஆண்டுகளாக மாறியிருந்தது. தனிவாக்காளர் தொகுதிமுறை மாற்றியமைக்கப்பட நிபந்தனைகளும் இதில் சேர்க்கப்பட்டிருந்தது. முதல் வட்டமேஜை மாநாட்டில் அளிக்கப்பட்ட பின்னிணைப்பில் உள்ள முக்கியமான கோரிக்கைகள் எம்.சி.ராஜாவின் கருத்துகளை உள்வாங்கியிருந்தவை. அதனால் இரண்டாவது வட்ட மேஜை மாநாட்டில் சிறிது மாற்றித் தரப்பட்டிருக்கலாம் என்பதை அவதானிக்கலாம்.

டாக்டர் அம்பேத்கர் மற்றும் தாத்தா ரெட்டைமலை சீனிவாசனாரின் தனித்தொகுதிக் கோரிக்கையை காந்தியடிகள் பகிரங்கமாக எதிர்த்தார். அதற்காக உயிரை விடவும் தயார் என்றார்.

காந்தியடிகள் கூறினார்:

‘தீண்டப்படாதவர்கள் என்று கூறப்படும் மக்கள் பற்றி மேலும் ஒரு வார்த்தை கூற வேண்டும். இதர சிறுபான்மையினர் கொடுக்கும் கோரிக்கைகள் பற்றி நான் புரிந்துகொள்ள முடியும். ஆனால், தீண்டப்படாதார் சார்பில் வைக்கப்பட்ட கோரிக்கைகள் என்னைப் பொறுத்தவரை ‘எல்லாவற்றையும் விட இரக்கமற்ற காரியமாகும்’. நிரந்தரமாக இழிநிலையில் கிடத்தி விடுவதாகும். இந்தியா விடுதலை பெறுவதற்காக, தீண்டப்படாத மக்களின் தலையாய நலனை மூடி முத்திரையிட்டு விடமாட்டேன். தீண்டப்படாத பாமர மக்களின் பிரதிநிதியாக நான் என் சொந்த முறையில் நிற்கிறேன் என்று நான் உரிமை கொண்டாடுகிறேன். இங்கு நான் காங்கிரஸ் சார்பில் மட்டும் பேசவில்லை. என் சொந்த முறையிலும் பேசுகிறேன். மேலும், தீண்டாதவர்களிடையே பொது வாக்கெடுப்பு நடத்தினால் நான் அவர்களின் வாக்கினைப் பெறுவேன் என்று உரிமையுடன் கூறுகிறேன்; நான் அத்தகைய வாக்கெடுப்பில் முதல் இடம் பெறுவேன் என்றும் கூறுகிறேன். வைதீக இந்துமதத்தின் அவமானமாக உள்ள இந்தத் தீண்டாமைப் பேயை ஒழிக்கத் தனித்தொகுதிகளும் இடஒதுக்கீடும் துணை புரியாது என்று இந்தியாவின் ஒரு கோடியிலிருந்து மற்றொரு கோடிக்குச் சென்று தீண்டாத மக்களிடம் கூறுவதற்கு உழைப்பேன்.

தீண்டாமை என்னும் கறையினை நீக்க உறுதி கொண்டுள்ள இந்து மதச் சீர்திருத்தவாதிகள் அடங்கிய குழு ஒன்று இன்று உள்ளது. இக்குழுவும், உலக முழுவதும் இதை அறிந்துகொள்ள வேண்டும். எங்களது பதிவேட்டிலும், மக்கள் தொகைக் கணக்கெடுப்பிலும் தீண்டப்படாத மக்கள் ஒரு தனி வகுப்பாகப் பிரித்தெழுதப்படுவதை நாங்கள் விரும்பவில்லை. சீக்கியர்கள் நிரந்தரமாக அவ்வாறு இருக்கலாம். முகமதியர்களும் ஐரோப்பியர்களும் அவ்விதம் இருக்கலாம். தீண்டப்படாத மக்கள், தீண்டப்படாதவர்களாக நிரந்தரமாக இருப்பார்களா? தீண்டாமை நிலைத்து நிற்பதைவிட இந்துமதம் செத்துப் போவதையே நான் விரும்புவேன். எனவே,

டாக்டர் அம்பேத்கர் அவர்களுக்கும், தாழ்த்தப்பட்ட மக்கள் மேம்பாடு அடைவதற்கு அவர் காட்டும் ஆர்வத்திற்கும். அவரது அறிவுக்கும் நான் பெருமதிப்பளிக்கிறேன். இங்கு அவர் பெரிய தவற்றின் அடிப்படையில் தன்னை வருத்திக்கொண்டுள்ளார் என்றும், அநேகமாக அவருக்கு ஏற்பட்ட கசப்பான அனுபவங்கள் அவரது முடிவில் தற்காலிகமாக இழையோடியிருக்கிறது என்றும் பணிவுடன் நான் கூறிக்கொள்கிறேன். இதை நான் சொல்ல வேண்டியதிருப்பது என் உள்ளத்தை நோகச் செய்கிறது.

ஆனால், இதனைச் சொல்லாவிட்டால் எனக்கு உயிர் போன்று உள்ள தீண்டாத மக்களின் பிரச்சினைக்கு நான் உண்மையானவனாக இருக்க முடியாது. அனைத்துலகப் பேராட்சியே கிடைத்தாலும் அவர்களின் உரிமைகளை விலை பேசமாட்டேன். தகுந்த பொறுப்புணர்வுடன்தான் இவ்வாறு நான் பேசுகிறேன். இந்தியாவிலுள்ள அனைத்துத் தாழ்த்தப்பட்ட மக்களுக்காகப் பேச முயற்சிப்பது டாக்டர் அம்பேத்கர் அவர்களின் முறையான உரிமையல்ல என்று நான் கூறுவேன். இது இந்து மதத்தில் பிரிவினையை உண்டுபண்ணும்; எவ்விதமான மனத் திருப்தியுடனும், நான் அப்பிரிவினையை விரும்பவில்லை. தீண்டத்தகாதவர்கள் விரும்பினால், இஸ்லாம் அல்லது கிறிஸ்துவ மதத்திற்கு அவர்கள் மதம் மாறுவதை நான் பொருட்படுத்த மாட்டேன். அதை நான் சகித்துக்கொள்வேன். ஆனால், கிராமங்களில் இரண்டு பிரிவுகள் ஏற்பட்டால் இந்து மதத்திற்கு என்ன ஏற்படும் என்பதை அநேகமாக என்னால் தாங்கிக்கொள்ள முடியாது. தீண்டப்படாத மக்களின் அரசியல் உரிமைகள் பற்றிப் பேசுபவர்களுக்கு, இந்திய நாட்டைப் பற்றித் தெரியாது; இந்திய சமுதாயம் இன்று எப்படிக் கட்டமைக்கப்பட்டுள்ளது என்பதும் அவர்களுக்குத் தெரியாது. எனவே, இதனை எதிர்ப்பது தான் ஒருவன்தான் என்றால், என்னுடைய உயிரையும் பணயம் வைத்து, அதை நான் எதிர்ப்பேன் என்று எனக்குள்ள சக்தியனைத்துடன் வலியுறுத்திக் கூற விரும்புகிறேன்.'

டாக்டர் அம்பேத்கர் தீண்டப்படாதவர்களின் பிரதிநிதியல்ல; எல்லா இந்தியர்களுக்கும் நானே பிரதிநிதி

என்றும், தனித்தொகுதியைத் தாழ்த்தப்பட்டவர்களுக்குக் கொடுப்பதை உயிரைக் கொடுத்தாவது தடுப்பேன் என்றும் காந்தியடிகள் பேசியது நாடு முழுக்கத் தாழ்த்தப்பட்டோர்களின் மத்தியில் அதிர்வலையை ஏற்படுத்தியது. ஒட்டுமொத்தமாக காந்தியடிகளை எதிர்க்கத் தலைப்பட்டனர்.

காந்தியடிகளையும் காங்கிரஸையும் எதிர்க்க எம். சி.ராஜா தலைமையில் மாபெரும் மகாநாடு சென்னை எழும்பூர் ஏரியில் 18-10-1931 அன்று 4 மணிக்குக் கூடியது. அம்மகாநாட்டில் சுமார் இருபதாயிரம் பேர் கலந்துகொண்டனர். அப்போது சென்னையிலுள்ள பல பாகங்களிலிருந்தும் ஆதிதிராவிடர்கள் ஐக்கிய கொடிகளுடன் வீதிகள்தோறும் ஜே முழக்கத்துடனும் பாட்டுக்களுடனும் ஊர்வலமாக வந்தனர். பின் திரு.ப.குவிசம் அவர்கள், ஆதிதிராவிட வீரரும் அகில இந்திய தாழ்த்தப்பட்ட மக்களின் தலைவருமாகிய ராவ்பகதூர் எம். சி.ராஜா அவர்களைத் தலைமை வகிக்கக் கேட்டுக்கொள்ள, ராவ்சாகிப் எல்.சி.குருசாமி அவர்கள் ஆமோதிக்கப் பெருத்த ஜெ முழக்கத்துடன் அவர் தலைமை வகித்தார்.

எம்.சி.ராஜா தலைமையேற்றுப் பேசியதாவது:

> ‘சகோதரர்களே! என்னை இன்று இவ்வளவு பெரிய மாநாட்டில் தலைமை வகிக்க பாக்கியம் அளித்ததற்கு யான் நன்றிகூறுகிறேன். அதோடு இன்று நான் இங்கு கவனிக்கும்போது சுமார் 13 வருடங்களுக்கு முன்பு நம்மை ஆழ்ந்த நித்திரையிலிருந்து தட்டி எழுப்பி இவ்வளவு உன்னத நிலையிலிருக்கத் தூண்டிய டி.எம். நாயர் அவர்கள் இங்கு தலைமை வகித்து நடத்திய கூட்டத்தில் கண்ட ஜனக் கூட்டத்தைப் போல் காண்கிறது. இப்போது சட்டசபையிலும் மற்ற ஸ்தல ஸ்தாபனங்களிலும் ஸ்தானம் வகிக்க செய்ததற்கு நமது கிளர்ச்சியே காரணம். நமது இயக்கமானது தோன்றி வேலை செய்யாதிருந்தால் லார்ட் மாண்டேகு செம்ஸ்போர்ட் சீர்திருத்தம் வந்தபோது ஒன்றும் இல்லாமயே போய் இருப்பதோடு, மேல்சாதியார் என்று சொல்பவர்கள் நம்மை மனிதராய் பாவியாமல் கேவலம் மிருகத்திலும் இப்போதிருப்பதற்கும் அதிகமாய் நடத்துவார்கள் என்பது வெள்ளிடைமலை. நாம் இனியும் மௌனமாய் இருந்துவிட்டால் நம்மை, வரப்போகும் அரசியல் திட்டத்தில் ஒரு

பயனும் அடையாதபடி செய்வார் என்பது உண்மை. ஆகையால் என் குல மக்களே! நீங்கள் எல்லாரும் ஒற்றுமையுடன் சேருங்கள். நாம் எல்லாம் ஒன்றாய் கூடி வேலை செய்தால் வெற்றி அடைவோம். நமது இயக்கத்தை கண்டு எதிரிகள் பயந்து ஓட்டம் பிடிப்பார்கள்.

அகில இந்தியாவில், கன்னியாகுமரி முதற்கொண்டு துவாரகாபுரி வரைக்கும் இருக்கப்பட்ட தாழ்த்தப்பட்டவர்கள் சுமார் ஏழரை கோடி ஜனங்களாகும். இவர்களுக்கு கவர்ன்மெண்டார் சரியானபடி வேலை செய்யவில்லை என்பது உண்மை என்று கூறுகின்றேன். ஏனென்றால், இப்போது வரப்போகும் அரசியல் திட்டத்தைப் பற்றி யோசிக்க லண்டனில் கூடியிருக்கும் வட்டமேஜை மாநாட்டிற்கு மொத்தம் 94 பிரதிநிதிகள் சென்றிருக்கிறார்கள். அதில் இந்தியாவிலேயே ஐந்திலொரு பங்கு ஜனத்தொகுதி இருக்கும் தாழ்த்தப்பட்டவர்களுக்கு 2 பிரதிநிதிகள் கொடுத்திருக்கிறார்கள். இது மிகவும் வருந்தத்தக்கது. லட்சக்கணக்கிலுள்ள சீக்கியர்களுக்கு 2 பிரதிநிதிகள். இதை ஒத்திட்டுப் பார்த்தால் நம்மைக் கவர்ன்மெண்டார் கவனிக்கவில்லை என்றே தெரிகின்றது. அதிலும் ஒருவர்தான் பேசிக்கொண்டிருக்கின்றார். அவருடன் இன்னும் சிலரை நியமனம் செய்திருந்தால் எவ்வளவு அவருக்கு உதவியாக இருக்கும் என்பதில் ஐயமில்லை. ஆதலால் கவர்ன்மெண்டார் செய்த தவறுக்கு வருந்துகின்றேன்.

தாழ்த்தப்பட்ட மக்கள் முற்போக்கு அடைய வேண்டுமானால் தனித்தொகுதியே வேண்டும். ஏன் அவ்விதம் கூறுகின்றேன் என்றால் கூட்டுத் தொகுதியானது எல்லா சாதியார்களும் ஒன்றுசேர்ந்து சட்டசபைகளில் பிரதிநிதிகளைத் தேர்ந்தெடுப்பது. தனித்தொகுதி என்றால் அவரவர்கள் வகுப்பிலேயே வாக்கு கொடுத்து தேர்ந்தெடுப்பதாகும். நமக்கு கூட்டுத் தொகுதி வேண்டுமென்று கூறுவோமானால் மேல்சாதியார்கள் நமக்கு வாக்கு (ஓட்டு) கொடுக்க மாட்டார்கள். அவர்கள் தங்களிடமுள்ள பணத்தாலும் தங்கள் சாதியார்களின் உதவியாலும் சுலபமாய்த் தேர்ந்தெடுக்கப்படுவார்கள். ஆனால், நம் தாழ்த்தப்பட்ட மக்களோ அவர்களுடன்

கலந்து நின்றால் நம்மவர்களுக்கு ஓட்டுக் கொடுத்து தேர்ந்தெடுப்பார்களா? முடியவே முடியாது. அதனால்தான் கூட்டுத் தொகுதி வேண்டாம் என்கின்றோம். தனித்தொகுதியில் நம் சாதியிலே நின்றால் யார் குலத்திற்கு நல்ல வேலை செய்கின்றார்களோ, அவர்களையே நம்மவர்கள் தேர்ந்தெடுப்பார்கள். நாம் அப்போது நம் குலத்திற்கு வேலைசெய்ய முடியும். ஆதலால்தான் நாம் தனித்தொகுதி கேட்கின்றோம்.

காங்கிரஸ்காரரர்கள் நம்மவர்களுக்குத் தனித்தொகுதி கொடுக்க ஒத்துக் கொள்ளமாட்டேன் என்றும், கூட்டுத் தொகுதியையே தாழ்த்தப்பட்ட மக்களுக்குக் கொடுக்க வேண்டுமென்றும் கூறினார்கள். சாதியை ஒழித்துவிடுகின்றோம், தீண்டாமையைப் போக்கிவிடுகின்றோம் என்று கூறுகின்றார்கள். ஆனால் செய்கையில் காணோம். நம் கண் முன்னால் காணும் காட்சியே போதுமானதாக இருக்கின்றது. கூறுவதைச் செய்கையில் செய்யுங்கள். பின்னால் நாங்கள் கவனிக்கின்றோம் என்றுதான் கூறுகின்றோம்.

நாம் இதைச் சொல்லும்போது காங்கிரஸ்காரரர்களுக்கும் அதன் தலைவர் மகாத்மாகாந்தி அவர்களுக்கும் கடுங்கோபம் வந்துவிட்டது. நீங்கள் கூட்டுத் தொகுதியைத்தான் ஆதரிக்க வேண்டுமென்றும், இல்லாவிட்டால் என் உயிர் போனாலும் உங்களுக்கு விசேஷ நன்மையோ, தனித்தொகுதியோ கொடுக்க அனுமதிக்க மாட்டேன் என்றும் தனது உள்ளத்திலிருந்த கோபாக்கினியை வெளிக் கிளப்பிவிட்டார்.

நம்மவர்களுக்கு நன்மை செய்ய வேண்டும் என்று கேட்பதற்கு இவர் யார்? நம் பிரதிநிதியாக சென்றிருக்கும் டாக்டர் அம்பேத்கர்தானே செய்ய வேண்டும். இவர் நமது பிரதிநிதியா? இவர் காங்கிரஸ் பிரதிநிதி, இவர் அவர்களுக்கு மட்டும் பேசிக்கொள்ளட்டும். நம் விஷயத்தில் கூடிக் கெடுப்பதுடன் இல்லாமல் முகமதியர்களுக்கும், சீக்கியர்களுக்கும் மாத்திரம் தனித்தொகுதி கொடுக்கலாமாம்! இதனால் இவர் தந்திரம் விளங்கவில்லையா? முஸ்லிம்கள் வாய்வார்த்தை வாயிலிருக்கும்போதே உதைப்பார்கள், சீக்கியர்கள் பேசும்போதே கத்தியால் வெட்டுவார்கள். ஆனால் நாம் சும்மா இருப்பதால்

நசுக்கிவிடலாமென்று கருதுகின்றார். நாம் மட்டும் மேற்கூறிய காரியங்களை செய்யமாட்டோமா? செய்வோம். ஆனால் சட்டத்திற்குக் கட்டுப்பட்டு தலைவர்கள் வார்த்தைகளைக் கவனிக்கிறோம். நாமும் வீரர்களென்று காண்பிக்க காலம் நெருங்காமல் போகாது. அப்போது காந்தி அறிந்துகொள்ளுவார். காந்தியின் கோபம் நம்மை ஒன்றும் செய்துவிடாது. இவர் நமது பிரதிநிதியுமல்ல, ஆனால் இவர் தீண்டாதார் விரோதி என்றே கூறுவேன்.

சகோதரர்களே! நீங்கள் உங்கள் கோபத்தைக் காட்டிவிட வேண்டாம். சாந்தத்துடன் உங்கள் உரிமைகளுக்குப் போராடுங்கள். உங்கள் ஆத்திரத்தை அடக்குங்கள். நீங்கள் கோபத்துடன் வேலை செய்வீர்களானால் நம் விரோதிகள் காத்துக் கொண்டிருக்கிறார்கள். அவர்கள் நம்மவர்களை எல்லாம் போக்கிரிகளென்றும் அயோக்கியர்களென்றும் கூறிவிடுவார்கள். அதோடு நமக்கு எதிரியாய் விளங்கும் பத்திரிகைகள் ஆதரித்து கொட்டை எழுத்துகளில் எழுதிவிடும். ஆதலால் பொறுமையுடன் இருங்கள். உங்கள் காரியம் கைகூடும்வரை ஒற்றுமையுடன் உழையுங்கள்.’

இவ்வாறு தன்னுடைய பேச்சில் தனித்தொகுதி வேண்டும் என்றும், அண்ணல் அம்பேத்கரே தங்களுடைய பிரதிநிதி என்பதையும் அழுத்தம் திருத்தமாகக் கூறினார் எம்.சி.ராஜா. அதோடு மட்டுமல்லாமல் காந்தியடிகளைக் கடுமையாக விமர்சித்திருந்தார்.

இம்மகாநாட்டில் அடுத்துப் பேசிய ஜெ.சிவசண்முகம், பி.ஏ., பின்வருமாறு பேசினார்:

‘நாம் ஒற்றுமையுடன் நடக்க வேண்டும். இத்தனை ஆயிரம் ஜனங்களைக் காணும்போது எனக்குண்டான மகிழ்ச்சியை வெளியிட முடியவில்லை. காரணம், நம்மவர்களுக்கு விளையப்போகும் இன்னல்களைக் கவனித்தே கூடியிருக்கின்றீர்கள். தற்போது லண்டனில் நடக்கும் வட்டமேஜை மகாநாட்டில் நம் பிரதிநிதியாய்ச் சென்றிருக்கும் டாக்டர் அம்பேத்கர் அவர்களை ஆதரிக்கவும், நம் உரிமையைக் கைக்கொள்ளக் கொண்டுவந்துள்ள தனித் தொகுதியை ஆதரிக்கவும்தான் இங்கே கூடியிருக்கின்றோம் என்பதை யாவருக்கும்

அறிவிக்கின்றேன். இரண்டாவதாக, நமக்குப் பத்திரிகை இல்லாமையாலேயே நமது விஷயங்களைச் சரியாய் அறிந்துகொள்ள முடியவில்லை. ஆனால், சென்னையில் நம்மை 'ஜஸ்டிஸ்' பத்திரிகையும் 'திராவிடன்' பத்திரிகையும் ஆதரித்து எழுதுகின்றன. அதற்காக அதன் பத்திரிகாதிபர்களுக்கு என் வந்தனத்தைத் தெரிவிக்கின்றேன் (கரகோஷம்). நமது அகில இந்தியத் தலைவர் ராவ்பகதூர் எம். சி.ராஜா அவர்கள் இந்தக் கூட்டத்திற்குத் தலைமை வகித்ததால் நமக்கு வெற்றிக் குறி தோன்றுகிறது. நாம் வெற்றியடைவோம்.'

அடுத்துப் பேசிய பண்டிட் திரு.பா.ம.பழனிசாமி பிள்ளை அவர்கள் ஒரு வீர கர்ஜனையே புரிந்தார் என்றுதான் சொல்ல வேண்டும். அவருடைய பேச்சு மக்களை உசுப்பிவிட்டது. அவர் பேசியதாவது:

'நான் உங்களுக்கு யாது பேச வேண்டுமென்று கூற வேண்டியது இல்லை. அவரவர்கள் தங்கள் தங்கள் உரிமைகளைப் பெற்று, சுகவாழ்வுடன் வாழ எண்ணிப் பாடுபடுகின்றார்கள். ஆனால் நாம் மட்டும் வாளாவிருந்து விட்டுப் பின்னால் கத்துவதில் பயனில்லை. நம்முடைய இந்திய நாட்டிலே புதிய அரசியல் திட்டம் வகுக்க வேண்டுமென்று கருதி லண்டனில் நம் இந்திய மக்களும் நம்மை ஆளும் பிரிட்டானியர்களும் கலந்து யோசிக்க வட்டமேஜை மகாநாட்டைக் கூட்டி இருக்கின்றார்கள். அதற்காக அவ்வவ் வகுப்புகளிலிருந்தும் பிரதிநிதிகள் தேர்ந்தெடுக்கின்றார்கள். அதாவது பிராமணர், பிராமணரல்லாதார், முஸ்லிம்கள், சீக்கியர்கள், இந்திய கிறிஸ்தவர்கள், ஆங்கிலோ இந்தியர்கள், வர்த்தகர்கள் முதலிய வகுப்புகளிலிருந்து அழைத்திருக்கிறார்கள். அவ்வாறு சென்றதில் திரு.காந்தி அவர்களும் ஒருவர் ஆவார். அவர் இந்தியாவின் ஏகப் பிரதிநிதி என்று கூறுகின்றார். அவர் கூறுவது தப்பிதம். அவர் காங்கிரஸ் பிரதிநிதியே தவிர அவர் அகில இந்திய பிரதிநிதி அல்ல.

தனித்தொகுதியைப் பற்றிக் கவனிக்கும்போது எங்களுக்குப் பொதுத் தொகுதியில் யாதும் நன்மை விளையாது. சாதிச் செருக்கு கொண்ட மேல்ஜாதியார் எங்களை கெடுத்துவிடுவார்கள். ஆதலால் எங்களுக்குத்

தனித் தொகுதியே வேண்டும். அப்போது நிர்வாகத்தில் பங்கு கிடைக்கும். மந்திரி பதவியையும் அடையலாம். அப்போதுதான் மேல்சாதியாரின் செருக்கை அடக்கவும், அரசியல் அதிகாரத்தையும் பெறலாம். அதை அறிந்த மேல்சாதியார் நம்மை அழுத்தலாம் என்ற நோக்கத்துடன் தனித் தொகுதி வேண்டாம் என்கிறார்கள்.

காங்கிரஸ்காரர்கள் மிக நன்மை செய்துவிட்டதாக திரு.காந்தி கூறுகின்றார். அவை யாவும் பொய். காந்தி சொல்லுவதை மேல்சாதியார் எடுத்துக் கொள்ளவில்லை. அவர்கள் அதற்கு பதிலாய் குடிக்கத் தண்ணீர் கொடாமலும், இருக்க விடுதி அளிக்காமலும், நடக்க பாதை கொடுக்காமலும், புதைக்க சுடுகாட்டில் இடம் கொடுக்காமலும், கும்பிடக் கோவில் கொடாமலும் அடிக்கின்றார்கள். ஐயா! தொட்டால் தீட்டு, பார்த்தால் தீட்டு என்று ஓடோடி அடிக்கின்றார்கள். இவர்களா காந்தி கூறும் விஷயத்தை கவனிக்கப் போகின்றார்கள்?

காங்கிரஸ் செய்யும் வேலையை பாருங்கள். ராமநாதபுரத்தில் தாழ்த்தப்பட்ட பெண்களை அரை நிர்வாணமாய் செய்தும், மார்மேல் துணி போடக்கூடாதென்றும், தொப்பிளுக்கு கீழேயும் முட்டிக்கு மேலும் கட்ட வேண்டுமென்றும், திருச்சினாப்பள்ளி கூத்தப்பாரில் பொன், வெள்ளி நகைகள் போடக்கூடாதென்றும், பித்தளை சாமான்கள் வழங்கக் கூடாதென்றும், ஆண்கள் கௌபீணத்தை தவிர வேறு ஆடை அணியக் கூடாதென்றும், பிள்ளைகள் மாடு மேய்ப்பதை விட்டு படிக்கக் கூடாதென்றும் கூறுகின்றார்கள். கும்பகோணத்தில் தாழ்த்தப்பட்டவர்கள் வீதி பெருக்கினால் வைதீக பிராமணர் குளித்துவிட்டு வரும்போது தீட்டாகி போகின்றதென்று முனிசிபல் கவுன்சிலில் தீர்மானம் கொண்டு வருவதும், வடநாட்டில் நாசிக்கில் வாந்திபேதி கண்டால் நம் சாதியார்களால்தான் வாந்திபேதி கண்டதென்றும், அவர்களை அடித்து துரத்தியும், அப்போது ஓர் கிழவி நடக்க முடியாமல் சென்றபோது அக்கிழவியை உயிருடன் தீமூட்டி அக்கிழவியின் பரிதாப அலறலையும் கவனியாது உயிருடன் கொளுத்தியது, ஜபக்பூரில்

தாழ்த்தப்பட்டவர்கள் வசிக்கும் இடத்தில் இருக்கும் கிணற்றில் தண்ணீர் நன்றாய் சுரக்கின்றதென்று அதை மேல்சாதியார் கல் மண் போட்டு மூடி, அவர்களை தண்ணீர் இல்லாமல் பரிதவிக்க செய்ததும், நாசிக்கில் நம்மவர்கள் ஓர் வேத புத்தகத்தை சப்பரத்தில் வைத்து வீதிவலம் கொண்டு வந்தபோது மேல் சாதியார் வந்து அடித்து சப்பரத்தையும் புத்தகத்தையும் பறிமுதல் செய்ததும், அவர்கள் சத்தியாகிரகம் செய்ததற்கு, 'மகாத்மா காந்திக்கு ஜே' என்ற கோஷத்துடன் தடிகளுடன் வந்து அடித்து மண்டைகளை உடைத்து ஆஸ்பத்திரியில் போட்டதும், சேலத்தில் நம் ஆதிதிராவிட இளைஞர்கள் கதர் கட்டியதற்கு நாங்களும் கதர் கட்டி, நீங்களும் கதர் கட்டுவதா என்று கூறி அவர்களைக் கோவணத்துடன் துரத்தியதும் இன்னும் வேண்டுமானால் அதிகம் உண்டு.

இவைகளை எல்லாம் காங்கிரஸ்காரர் கவனியாமல், காங்கிரஸ் நல்ல வேலை செய்கிறதென்று காந்தி லண்டனில் கூறுவாரானால் நாம் என்னென்று கூறுவது? ஒருவேளை காந்திக்கு தெரியாதென்று கூறலாம். அப்படியானால் இதையெல்லாம் தாழ்த்தப்பட்டவர்களையும் கலந்து தெரிந்துகொள்ள வேண்டாமா? அதை விட்டுவிட்டு லண்டனில் போய் என் உயிர் போனாலும் தாழ்த்தப்பட்ட மக்களுக்கு யாதொரு நன்மையும் செய்யவிட மாட்டேன் என்று கூறுவாரானால் அவர் கூற்றை எந்த பொறுப்புள்ள மனிதனும் ஏற்றுக்கொள்ள மாட்டான் என்பது உலகறிந்த உண்மை. ஆகையால் நீங்கள் இதைக் கவனித்து தனித்தொகுதியை ஆதரிக்க வேண்டும்.'

இம்மகாநாட்டில் ஸ்வாமி சகஜானந்தம் கலந்துகொண்டு பேசியதாவது:

'நான் உங்களுக்கு ஒன்று கூறுகின்றேன். தனித்தொகுதியைப் பற்றி கடல்மடை திறந்தாற்போல் பேசிவிட்டார்கள். விஷேச நன்மையோ, தனித்தொகுதியோ கொடுக்க விடமாட்டேன் என்று கூறிவிட்டார். இதைக் கவனிக்கும்போது இவர் தம் குடும்பத் துரோகியல்லவா! (வெட்கம் வெட்கம்) நமது குறைகளைக் கவனிக்க நமது பிரதிநிதிகள் சென்றிருக்கும்போது, நான்தான் எல்லோருக்கும் பிரதிநிதி என்று கூறிக்கொண்டும், நம் பிரதிநிதி

அம்பேத்கர் கொண்டுவந்ததை தடுத்தும், அவர் சரியான பிரதிநிதியல்லவென்றும் கூற இவருக்கு யார் அதிகாரம் கொடுத்தது? அதை கவனிக்கும்பொழுது இவர் மகாத்மா என்று சொல்லவும் நாவெழவில்லை. (வெட்கம்) ஆதலால் நாம் நம் பிரதிநிதிகள் கூறுவதையே போற்ற வேண்டும். (கரகோஷம்) நம்மைப் பற்றி 'இந்தியா' பத்திரிகையோ சில விஷமிகளின் பத்திரிகைகளோ கண்டபடி கேவலமாய் எழுதிவிடுகின்றது. அவைகளை நாம் கண்ணாலேயும் பார்க்காமல் தகனம் செய்ய வேண்டும்.'

திரு.கண்ணப்பர் அவர்கள், 'இந்தியா' பத்திரிகையில் நம்மைப் பற்றி கேவலமாய் எழுதிவிடுவார்கள். அதைப் பற்றி கவலை கொள்ளாமல் உங்கள் வேலையை பாருங்கள். ஊக்கம் தளராதீர்கள். தலைவர்களுடன் ஒத்துழையுங்கள். நம் காரியம் கைகூடும்' என்று பேசினார். இதனை ஆமோதித்து, திரு.பாலசுந்தரம், தம்பியப்பன், எல்.ஸி.குருசாமி, எம்.ஸி.டி. வரதராஜா மற்றும் சிலரும் பேசினார்கள்.

இதனைத் தொடர்ந்து எம்.சி.ராஜா மகாநாட்டை முடிக்கும் விதமாக, 'சகோதரர்களே! நீங்கள் இக்கூட்டத்தை அமைதியுடன் இருந்து நடத்தியதற்கு வந்தனம் கூறுகின்றேன். நீங்கள் அடியில் கண்ட தீர்மானத்தை ஏகமனதாய் யாதொரு எதிர்ப்பின்றி நிறைவேற்றியதற்குச் சந்தோஷப்படுகின்றேன். யாதொரு யேஷ்டமும் செய்யாமல் வீடு போய் சேரும்படியாய் மிக வணக்கத்துடன் கேட்டுக்கொள்ளுகிறேன். கூட்டத்தை இனி முடிக்க உங்களுக்கு மறுமுறையும் வந்தனம் கூறுகிறேன்' என்று கூறிக் கூட்டத்தை முடித்தார். இம்மகாநாட்டில் சில தீர்மானங்கள் இயற்றப்பட்டன:

1. வரப்போகும் அரசியல் திட்டத்தில் தாழ்த்தப்பட்டவர்களுக்குக் கிடைக்கும் உரிமைகளெல்லாம் தனிமையாகவும், தேர்தலில் தனித்தொகுதியே வேண்டும் என்றும் தீர்மானிக்கப்படுகிறது.

2. தனித்தொகுதி வேண்டுமென்று டாக்டர் அம்பேத்கர் கொண்டுவந்த தீர்மானத்தை ஆதரித்த சப்ரு, சர். பாத்திரோ, திவான் பகதூர் ராமசாமி முதலியார், சர்.சாப்பி.பன்னீர்செல்வம், கர்னல் கிட்ணி, மூஞ்ஜே இவர்களுக்கு வந்தனம் கூறுகிறது.

3. அம்பேத்கரை முன்னைவிட ஊக்கத்துடன் வேலைசெய்யக் கேட்டுக்கொள்கிறது.

4. மகாத்மா காந்தி அவர்கள் தாழ்த்தப்பட்டவர்களின் நன்மையை கெடுப்பதால் அவரை தாழ்த்தப்பட்டவர்களின் விரோதியாகக் கருதுகிறது. (திராவிடன், 31-10-1931)

பெரும்பாலான தாழ்த்தப்பட்டவர்கள் காந்தியடிகளை எதிர்த்தும் தனித்தொகுதியை ஆதரித்தும் வந்தாலும், சில தாழ்த்தப்பட்ட அமைப்புகள் காந்தியடிகளையும் காங்கிரஸையும் ஆதரித்தன.

20-10-1931 அன்று செவ்வாய்க்கிழமை காலை லோயர் பரேலில் திரு. சகாரம் புவா தலைமையில் நடைபெற்ற கூட்டத்தில் பம்பாய் மற்றும் புறநகர்ப் பகுதிகளைச் சேர்ந்த தாழ்த்தப்பட்ட வகுப்பைச் சேர்ந்த நூற்றுக்கணக்கானோர் கலந்துகொண்டனர். கூட்டத்தில் மகாத்மா காந்தி மீது முழு நம்பிக்கையை வெளிப்படுத்தும் தீர்மானம் நிறைவேற்றப்பட்டது மற்றும் அனைத்துத் தாழ்த்தப்பட்ட வகுப்பினரைப் பிரதிநிதித்துவப்படுத்தும் டாக்டர் அம்பேத்கரின் கூற்றை நிராகரித்தது. திரு. பி.ஜே. தியோருக்கரால் முன்வைக்கப்பட்ட தீர்மானம், தனித் தொகுதிகளை ஏற்காதது, கூட்டு வாக்காளர்கள் மற்றும் வயது வந்தோர் வாக்குரிமை ஆகியவற்றைக் கோரியது. மேலும் ஒத்துழைப்புக்கு ஆதரவாக மகாத்மா காந்தியின் ஆலோசனைக்கு ஒப்புதல் அளித்தது. தீர்மானம் ஒருமனதாக நிறைவேற்றப்பட்டு, முழுவதும் பெரும் உற்சாகம் நிலவியது.

தாங்கள் மகாத்மாஜியை ஆதரிப்பதற்காக இங்கு சந்தித்ததாகப் பிரபல நாடக ஆசிரியரும், தாழ்த்தப்பட்ட வகுப்பினர் என்று அழைக்கப்படுபவர்களின் தலைவருமான திரு.சகாரம் புவா கஜ்ரோல்கர் கூறினார்.

‘மகாத்மா காந்தி இந்து மதத்தில் இருந்து தீண்டாமைக் கறையை அகற்ற தன்னால் முடிந்த அனைத்தையும் செய்கிறார் என்பது உங்களுக்குத் தெரியும். தீண்டத்தகாதவர்கள் மீது அவருக்கு மிகுந்த அன்பு உண்டு. நம்மைப் பிரதிநிதித்துவப்படுத்துவதற்காக அரசாங்கத்தால் பரிந்துரைக்கப்பட்ட நமது நண்பர் டாக்டர் அம்பேத்கரிடமும் சில அற்புதமான திட்டம் உள்ளது. வட்டமேஜை மாநாட்டிற்கு முன் தனது திட்டத்தை முன்வைத்தார். டாக்டர் அம்பேத்கரின்

இந்த திட்டங்கள் மாறி வருகின்றன. நாக்பூரில் தாழ்த்தப்பட்ட வகுப்பினருக்கான மாநாட்டில் அவர் தனக்கு தனித் தொகுதிகள் வேண்டாம் என்று கூறினார். ஆனால் சில நிபந்தனைகளுடன், கூட்டு வாக்காளர்களை விரும்பினார். வயது வந்தோருக்கான வாக்குரிமை மற்றும் சிறிது காலத்திற்கு சில இட ஒதுக்கீடு இருக்க வேண்டும் என்பது அவரது முக்கிய நிபந்தனைகளில் ஒன்றாகும். காங்கிரஸ் சார்பாக மகாத்மா காந்தி வயதுவந்தோர் வாக்குரிமைக்கு ஒப்புக்கொண்டார். ஆனால் இப்போது டாக்டர் அம்பேத்கர் தனித் தொகுதிகளை விரும்புகிறார்.'

இவ்வாறு பேசிய திரு.சகாரம் புவா மேலும் பின்வருமாறு பேசினார்:

'நாட்டின் 'தீண்டத்தகாதவர்கள்' என்ற பெயரில் அம்பேத்கர் இந்த அழுக்கு சேறு பூசுவது மிகவும் வருந்தத்தக்கது. டாக்டர் அம்பேத்கரை நாங்கள் நிராகரித்து, ஒட்டுமொத்த சமூகத்தையும் பிரதிநிதித்துவப்படுத்துவோம் என்ற அவரது கூற்றை நிராகரிக்கிறோம். மகாத்மாவின் மீது எங்களின் நம்பிக்கையை உறுதிப்படுத்தி, நாட்டிற்கும் காங்கிரஸுக்கும் அவரது லண்டன் நோக்கம் வெற்றியடைய வேண்டும் என்று பிரார்த்திக்கிறோம்.'

திரு. சகாரம் புவா பேசிய பின்னர் தீர்மானத்தை முன்வைக்க திரு. தியோருக்கரை அழைத்தார். திரு. தியோருக்கர் மகாத்மா காந்தியின் மீது முழு நம்பிக்கையை வெளிப்படுத்தும் தீர்மானத்தைக் கூட்டத்தின் முன் வைத்தார் மற்றும் டாக்டர் அம்பேத்கர் தாழ்த்தப்பட்ட வகுப்பினரைப் பிரதிநிதித்துவப்படுத்துவதாகக் கூறியதை நிராகரித்தார். மேலும் தீர்மானம் தனித் தொகுதித் தேர்தல்களை ஏற்கவில்லை என்றும், கூட்டு வாக்காளர்கள் மற்றும் வயதுவந்தோர் வாக்குரிமையை கோரியது. ஆனால், இடஒதுக்கீடு வழங்கப்பட்டால், தாழ்த்தப்பட்ட வகுப்பினரிடையே உள்ள ஒவ்வொரு பிரிவினருக்கும் போதுமான பிரதிநிதித்துவம் வழங்கப்பட வேண்டும் என்று தீர்மானம் கூறியது.

'மகாத்மா காந்தி-கி-ஜெய்' மற்றும் 'இன்குலாப் ஜிந்தாபாத்' என்ற முழக்கங்களுக்கு மத்தியில் தீர்மானம் ஒருமனதாக நிறைவேற்றப்பட்டது. சங்கர்ராவ் சந்தோத்கர், தியோலேகர்,

பெண்டர்கர், ஷிங்கர்புர்கர், விதல் படங்கர், கோபால் கோன்விந்த்கர் மற்றும் திரு. கிருஷ்ணா சதாசிவ் தியோ ஆகியோர் கூட்டத்தில் உரையாற்றினர். குரியூர் (கேரள) கோவில் நுழைவுச் சத்தியாகிரகத்துக்கு ஆதரவளித்துக் கூட்டத்தில் மற்றொரு தீர்மானமும் நிறைவேற்றப்பட்டது.

காந்தியடிகள் மற்றும் காங்கிரஸை எதிர்த்தும், டாக்டர் அம்பேத்கரை ஆதரித்தும் ஹரியானா மாநிலத்தில் உள்ள குர்கான் மாவட்டத்தில் *31-10-1931* அன்று எம்.சி.ராஜா தலைமையில் அகில இந்திய தாழ்த்தப்பட்ட வகுப்பினர் மாநாடு நடைபெற்றது. அம்மாநாட்டில் எம்.சி.ராஜா தலைமை ஏற்றுப் பேசியதாவது:

‘நீங்கள் எனக்கு செய்த மரியாதைக்கு மனமார்ந்த நன்றியைத் தெரிவித்துக் கொள்கிறேன். மீண்டும் உங்கள் மத்தியில் இருப்பதில் நான் மகிழ்ச்சியடைகிறேன். இன்று நீங்கள் எனக்கு அளித்துள்ள மகத்தான வரவேற்பிற்கு எனது நன்றியையும் பாராட்டையும் போதுமான அளவு வெளிப்படுத்த வார்த்தைகளால் முடியவில்லை. அதே நேரத்தில் நான் அதை ஒரு மரியாதையாக கருதவில்லை என்பதை ஒப்புக்கொள்ள வேண்டும். அதை கடமையாகவும் கருதுகிறேன். இந்த மாநாட்டிற்குத் தலைமை தாங்க உங்கள் அழைப்பு வந்தபோது, அந்த அழைப்பை ஏற்று, நாம் அனைவரும் சேர்ந்திருக்கும் சமூகத்திற்குச் சில சேவைகளைச் செய்வதற்கு இந்த வாய்ப்பைப் பயன்படுத்துவதை எனது கடமையாக உணர்ந்தேன். நமது மக்களின் கவனத்தை ஈர்க்கும் சில முக்கியமான பிரச்சினைகள், வட்டமேஜை மாநாடு, ஆதிக்க நிலை, பிரதிநிதித்துவ அமைப்பு, உரிமை மற்றும் சேவை பற்றி இன்று விவாதிக்க நான் முன்மொழிகிறேன்.

மாண்புமிகு பிரபு மற்றும் லேடி வில்லிங்டன் அவர்களுக்கு எங்களின் மிகவும் அன்பான மற்றும் மரியாதையான வரவேற்பை வழங்குவதே இன்றைய நமது முதல் கடமையாகும். மாண்புமிகு வில்லிங்டன் பிரபு தனது உயர் பதவியின் பொறுப்புகளை மிகவும் நெருக்கடியான தருணத்தில் ஏற்றுக்கொண்டாலும், இந்தியாவின் தாழ்த்தப்பட்ட வகுப்பினரான நாங்கள், அவரை இந்தியாவில் மிகவும் வெற்றிகரமான, மகிழ்ச்சியான வாழ்க்கை வாழ வாழ்த்துகிறோம்.

விசுவாசமான மற்றும் சட்டத்தை மதிக்கும் குடிமக்கள் என்ற முறையில், அவரது நிர்வாகத்தை வெற்றியடையச் செய்வதற்கான அவரது கடினமான பணியில் எங்கள் இதயபூர்வமான மற்றும் முன்பதிவு இல்லாத ஒத்துழைப்பை நல்குகிறோம். மாண்புமிகு பிரபு வில்லிங்டன் தாழ்த்தப்பட்ட வகுப்பினரின் உண்மையான நண்பராக இருந்துள்ளார். ஒரு மாகாணச் சட்டமன்றத்திற்குத் தாழ்த்தப்பட்ட வகுப்பைச் சேர்ந்த ஒருவரை முதலில் நியமித்தவர் அவர். தாழ்த்தப்பட்ட வகுப்பினரின் நலன்களைப் பாதுகாப்பதற்காக மெட்ராஸ் பிரசிடென்சியில் ஒரு சிறப்புத் துறையை முதன்முதலில் உருவாக்கியவர் அவர்.

லார்ட் வில்லிங்டன் ஒரு அனுதாபமுள்ள வைஸ்ராயாக இருக்கிறார். அவர் நமது குறைகள் எவ்வளவு உண்மையானவை என்பதை நன்கு அறிந்திருக்கிறார். அதிகாரங்களைப் பகிர்ந்தளிப்பதில் நமது நலன்கள் புறக்கணிக்கப்படாமல் அவர் பார்ப்பார் என்று நான் நம்புகிறேன்.

இந்த நாளின் மிக முக்கியமான தலைப்பு வட்டமேஜை மாநாடு. மாநாடு சிறப்பாக நடைபெற வாழ்த்துவோம். இந்த மிக முக்கியமான மாநாட்டில், அரசாங்கத்திடம் பலமுறை பிரதிநிதித்துவம் செய்தபோதிலும், சுமார் 80 இந்திய பிரதிநிதிகளில் இரண்டு இடங்களை மட்டுமே எங்களுக்கு வழங்குவதைப் புத்திசாலித்தனமாக அரசாங்கம் நினைத்தது என்பதை நினைத்து நான் வருந்துகிறேன்.

246 மில்லியன் மக்கள் தொகையில் (1921 மக்கள் தொகை கணக்கெடுப்பின்படி) இந்துக்கள் 163, முஸ்லிம்கள் 69, சீக்கியர்கள் 2 மற்றும் இந்திய கிறிஸ்தவர்கள் 2 மில்லியன். 163 மில்லியன் இந்து மக்கள் தொகையில், தாழ்த்தப்பட்ட வகுப்பினர் சுமார் 50 மில்லியன் பேர். எனவே தாழ்த்தப்பட்ட வகுப்பினர் பிரிட்டிஷ் இந்தியாவின் மக்கள் தொகையில் 20% மற்றும் இந்து மக்கள் தொகையில் 30% உள்ளனர். வட்டமேஜை மாநாட்டில் எங்களுக்கு வழங்கப்பட்ட பிரதிநிதித்துவம் சுமார் 80ல் 2 மட்டுமே.

தகுந்த மரியாதையுடன், தாழ்த்தப்பட்ட வகுப்பினருக்கு நம்பிக்கையைத் தூண்டும் வகையில் அரசாங்கம்

அவர்களின் கொள்கையை மாற்ற வேண்டும் என்று நான் கூறுகிறேன். வட்டமேஜை மாநாட்டில் எங்களுக்கு வழங்கப்பட்ட பிரதிநிதித்துவம் மிகவும் போதுமானதாக இல்லை. இதில் உடனடியாக அரசின் கவனம் தேவை.

அரசியலமைப்பு மாற்றங்கள் குறித்த கேள்விக்கு வரும்போது, நமது நாட்டிற்கான அரசியலமைப்பு முன்னேற்றத்தை நாங்கள் எந்த வகையிலும் எதிர்க்கவில்லை என்பதை நமது நண்பர்களிடம் கூறுகிறேன். நாங்கள் பொறுப்பான சுயராஜ்யத்திற்காக இருக்கிறோம். நாங்கள் டொமினியன் அந்தஸ்துக்காக இருக்கிறோம். இந்தியாவுக்கான கூட்டாட்சி அமைப்புக்காகவும் நாங்கள் இருக்கிறோம். ஆனால், அறிவுஜீவிகளுக்கு மட்டுமே பயனளிக்கும், நாட்டின் மக்கள் தொகையில் ஐந்தில் ஒரு பங்காக இருக்கும் தாழ்த்தப்பட்ட வகுப்பினரை சம பலனுடன் அதில் பங்கேற்க அனுமதிக்காத அத்தகைய அரசாங்கத்திற்கு நாங்கள் நிச்சயமாக இல்லை.

உயர்சாதி இந்தியர்கள் என்று அழைக்கப்படுபவர்கள் நம்மீது உதடுகளின் அனுதாபத்தை அடிக்கடி வெளிப்படுத்துகிறார்கள் என்பதை நான் சொல்ல வேண்டும். ‘தீண்டத்தகாதவர்கள் நம் நாட்டுக்காரரர்கள் அல்லவா, நம் எலும்பின் எலும்பும், சதையின் சதையும்’ என்று அவர்கள் சொல்வதைக் கேட்டிருக்கிறோம். இதைத் தாண்டி இந்து மதத்தின் மீதுள்ள தீண்டாமைக் கறையை அகற்ற அவர்கள் தங்கள் சிறு விரலைக்கூட உயர்த்தவில்லை. அதே நேரத்தில் அவர்கள் எங்களை மிருகங்களைவிட மோசமாக நடத்துகிறார்கள்.

இன்றுவரை தாழ்த்தப்பட்ட வகுப்பினர் அரசரின் நெடுஞ்சாலையில் நுழைய அனுமதிக்கப்படவில்லை என்பது உங்களுக்குத் தெரியும்; அவர்கள் பொது நீர்வழிகள் மற்றும் நீரூற்றுகளில் இருந்து தண்ணீர் எடுக்க அனுமதிக்கப்படவில்லை, அவர்கள் தங்கள் குழந்தைகளை பொதுப் பள்ளிகளில் படிக்க அனுமதிக்கப்படவில்லை; அவர்கள் பொது ஓய்வு இல்லங்களிலோ அல்லது நாடுகளிலோ ஓய்வெடுக்க அனுமதிக்கப்படுவதில்லை. வழிபாட்டிற்குக்கூட இந்து கோவில்களுக்குள் அனுமதிக்கப்படுவதில்லை; இந்து விழாக்களில் பங்கேற்க அனுமதிக்கப்படுவதில்லை;

அவர்கள் இந்து வேதங்களைப் படிக்க அனுமதிக்கப்படுவதில்லை; இந்து மயானத்தில் இறந்தவர்களை அடக்கம் செய்ய அவர்களுக்கு அனுமதி இல்லை, இந்து - சொர்க்கத்தில் அவர்களுக்கு இடமில்லை என்று கூறப்படுகிறது. இன்னும் தாழ்த்தப்பட்ட வகுப்பினர் இந்துக்கள் என்று அழைக்கப்படுகிறார்கள், அவர்கள் இந்துக்களாக ஒவ்வொருவராக முத்திரை குத்தப்படுகிறார்கள். இந்துக்கள் என்று முத்திரை குத்தப்பட்டாலும் நாங்கள் தனிச் சமூகம்.

லண்டனில் பல தவறான கருத்துகள் பரப்பப்படுவதை நாம் காண்கிறோம். தொடக்கத்தில் இருந்தே தீண்டத்தகாதவர்களை காங்கிரஸ் கவனித்து வருவதாகவும், 'தீண்டாமை ஒழிப்புக்காக காங்கிரஸ் எப்பொழுதும் நிலைத்து நிற்கிறது' என்றும் வட்டமேஜை மாநாட்டில் காந்தி கூறியதாக கூறப்படுகிறது. அதுபோலவே 'காங்கிரஸ் எப்போதும் தீண்டத்தகாதவர்களுக்காக போராடி வருகிறது' என்றும் கூறப்படுகிறது. இந்த அறிக்கைகள் அனைத்தும் உண்மைக்குப் புறம்பானவை என்று நான் இப்போது கூறுகிறேன்.

இந்திய தேசிய காங்கிரஸ் 46 ஆண்டுகளுக்கும் மேலாக செயல்பட்டு வந்தது. சுமார் பத்து ஆண்டுகளுக்கு முன்பு அவர்கள் தீண்டாமை ஒழிப்புத் தீர்மானத்தை ஏற்றுக்கொண்டனர். சில ஆண்டுகளுக்குப் பிறகு திரு. காந்தி அவர்கள் தீண்டாமை ஒழிப்புப் பொருளை காங்கிரஸின் திட்டத்தில் மதுவிலக்கு மற்றும் கதருடன் சேர்த்தார். கதர் ஒரு மோசமான பொருளாதார முன்மொழிவு என்பதை அவர்களில் பலர் அறிந்திருந்தாலும், அவரும் அவரது ஆதரவாளர்களும் தீண்டாமை ஒழிப்புக்கு கதரை ஊக்குவிப்பதில் நூற்றில் ஒரு பங்கு செலுத்தியிருக்கிறார்களா என்று நான் திரு. காந்தியிடம் கேட்க விரும்புகிறேன்.

பிரிட்டிஷ் மக்களிடம் இருந்து அதிகாரத்தைப் பறிப்பதற்கு கதர் உடனடியாகப் பயன்படும் என்பதில் சந்தேகமில்லை. அதேசமயம் தீண்டாமை ஒழிப்பு அத்தகைய நோக்கத்திற்காகப் பயன்படாது. இருப்பினும் இந்த நாட்டில் சுயராஜ்யத்தை நிறுவுவதற்கு இது மிகவும் பயனுள்ளதாக இருக்கும்.

திரு. காந்தி உண்மையில் ஸ்வராஜ்யத்தின் மீது அதிக அக்கறை கொண்டிருந்தால், நாட்டில் உள்ள விருப்பமான வகுப்பினருக்கு அதிகாரம் மாற்றப்படுவதைக் காட்டிலும், தீண்டாமை ஒழிப்பை அவர் காங்கிரஸின் திட்டங்களில் மட்டுமல்ல, அதன் செயல்பாடுகளிலும் முன்னணியில் வைத்திருப்பார். திரு. காந்தியே ஒன்றுக்கு மேற்பட்ட முறை 'இந்த தீண்டாமைத் தடை நீக்கப்பட்டால், இந்தியா முழுமையான சுயராஜ்ய இலக்கை நெருங்கும்' என்று கூறியிருந்தார். மேலும் 'இந்த நீக்கம் இல்லாவிட்டால் அடுத்த மாதம் இந்தியா சுயராஜ்யத்தை இழக்கும்' என்றும் அறிவித்தார்.

கதருக்காக, அனைத்திந்திய ஸ்பின்னர்ஸ் அசோசியேஷன், அதன் முடிவில்லா நிதி மற்றும் ஏராளமான தொழிலாளர்கள் மற்றும் வியாபாரம் உள்ளது என்பதை நீங்கள் அனைவரும் அறிவீர்கள். ஆனால் தீண்டாமை ஒழிப்புக்கான தொழிலாளர்கள் எங்கே? சமூக சமத்துவம் மற்றும் சமூக நீதிக்கான காங்கிரஸ் பணியாளர்கள் எங்கே என்று நான் கேட்கலாம். காங்கிரஸிடம் சமூக சீர்திருத்த திட்டம் உள்ளதா? இவை அனைத்தும் வெளிநாட்டுப் பார்வையாளர்களை கவரும் இந்து சமுதாயத்தின் கடையில் உள்ள சாளர விளக்கக் காட்சியாக உள்ளது.

ஆனால் உண்மையில் சுயராஜ்யத்திற்கான சமூக அடித்தளத்தை அமைப்பதற்கு எதுவும் சொல்லப்படவில்லை, எதுவும் செய்யப்படவில்லை. நமது சமூக கட்டமைப்பில் உள்ள அடக்குமுறை அம்சங்களை அகற்றுவதற்கு திரு.காந்தி ஏன் தனது ஆற்றல்களை இயக்கவில்லை?

குறிப்பாக, தீண்டாமைப் புற்றை நீக்குவதற்கு, அவர் ஸ்வராஜுக்காக எந்த முயற்சியையும் மேற்கொள்வதற்கு முன், இந்த சீர்திருத்தம் ஸ்வராஜுக்கு முன்னதாக இருக்க வேண்டும் என்று அவரே ஒன்றுக்கு மேற்பட்ட முறை புத்திசாலித்தனமாக ஒப்புக்கொண்டார்.

திரு. காந்தியடிகளின் குணமும் சக்தியும் கொண்ட ஒருவர் தீண்டாமைக்கு எதிரான உண்மையான அறப்போராட்டத்தை மேற்கொண்டிருந்தால் என்ன பெரிய பலன்கள் கிடைத்திருக்கும் என்று நான் அடிக்கடி யோசித்திருக்கிறேன்.

அவர் உப்புச் சத்தியாகிரகத்தைத் தொடங்கியபோது தண்டி மீதான அவரது மறக்க முடியாத அணிவகுப்பை நீங்கள் அனைவரும் அறிவீர்கள்.

தீண்டத்தகாதவர்களை கடவுளை வழிபடவிடாமல் தடுத்து வைத்திருக்கும் பழங்காலக் கோவில்கள் சிலவற்றின் மீது வழக்குப்பதிவு, அச்சுறுத்தல் மூலம் அதே மனிதர்களின் தலைவர் அதே வீரமான முறையில் அணிவகுப்பைத் தொடங்குகிறார் என்று கற்பனை செய்து பாருங்கள். அப்படியொரு எண்ணம் அவருக்கு வரவில்லையே என்று வருந்துகிறேன். காரணங்களையும் தேடத் தொடங்குபவர்களில் சிலர், அத்தகைய அறப்போர், தோல்விக்கு குறிக்கப்பட்ட பணியாக இருந்திருக்கும் என்று கூறலாம். ஆனால் அது ஒரு தோல்வியாக இருந்தாலும் சரித்திரம் பொக்கிஷமாகக் கருதும் ஒரு தோல்வியாக இருந்திருக்கும்.

நான் ஒன்றுக்கு மேற்பட்ட தடவைகள் கூறியது போல், சபையின் அதிகாரங்களை விரிவுபடுத்தும் அரசியலமைப்பு சீர்திருத்தங்களை நாங்கள் வரவேற்கிறோம் மற்றும் நாட்டின் அரசாங்கத்தில் மக்களுக்காக அதிக குரல் கொடுக்கிறோம். ஆனால் அத்தகைய அதிகாரங்கள் வழங்கப்படுவதற்கு முன், அவை நம்மை ஒடுக்குபவர்களின் கைகளை வலுப்படுத்த பயன்படுத்தப்படாது என்பதில் உறுதியாக இருக்க வேண்டும், இதனால் அவர்கள் நம்மை மேலும் ஒடுக்கலாம்.

திரு. காந்தி எப்போதும் பிரிட்டிஷ் அரசாங்கத்தில் மனமாற்றத்தைக் கோரி வந்தார். தாழ்த்தப்பட்ட வகுப்பினரைப் பற்றி பெரும்பான்மையான இந்து சமூகத்தில் மனமாற்றம் ஏற்படுவதற்கான அறிகுறிகளைத் தேடுவது நமது கடமையல்லவா? அப்படிப்பட்ட மனமாற்றத்திற்கான எந்த அறிகுறியையும் நான் காணவில்லை. திரு. காந்தி முஸ்லிம்கள் மற்றும் சீக்கியர்களை மட்டுமே நினைக்கிறார். இந்து-முஸ்லிம் பிரச்சினை தீர்ந்தால் எல்லாம் முடிந்துவிட்டதாக நினைக்கிறார்.

அவர் நினைப்பது முற்றிலும் தவறு என்று நான் சொல்கிறேன். முஸ்லிம்கள் மற்றும் சீக்கியர்களைக்

காட்டிலும் தாழ்த்தப்பட்ட வகுப்பினருக்குக் காரணம் வேறு என்று அவர் நினைக்கிறாரா? எல்லா வகையிலும் இந்துக்களும் முஸ்லிம்களும் சுமுக தீர்வுக்கு வரட்டும். ஆனால் தாழ்த்தப்பட்ட வகுப்பினர் மீது இந்துக்கள் கடைப்பிடிக்கும் கொடுங்கோன்மைகள் பற்றி என்ன சொல்கிறார்? முஸ்லிம்கள் மற்றும் சீக்கியர்களின் குறைகளைவிட தாழ்த்தப்பட்ட வகுப்பினரின் குறைகள் மிகவும் உண்மையானவை. இருப்பினும் திரு காந்தி தாழ்த்தப்பட்ட வகுப்பினரின் தவறுகளை நிவர்த்தி செய்யாமல் விட்டுவிடுவதில் திருப்தி அடைகிறார் என்று நான் வருந்துகிறேன்.

இந்து-முஸ்லிம் பிரச்சினை பஞ்சாப் மற்றும் வங்காளத்திற்கு மட்டுமே சொந்தமானது. அதேசமயம் தாழ்த்தப்பட்ட வகுப்பினரின் பிரச்சினை இந்தியா முழுவதும் உள்ளது. சீக்கியர் பிரச்சினை பஞ்சாபில் மட்டுமே உள்ள பிரச்சினை. தாழ்த்தப்பட்ட வகுப்பினரின் பிரச்சினை அகில இந்திய பிரச்சினை.

சீக்கியர்களின் மக்கள்தொகை சுமார் 2 மில்லியன் மட்டுமே. முஸ்லிம்களின் மக்கள்தொகை சுமார் 60 மில்லியன் மற்றும் தாழ்த்தப்பட்ட வகுப்பினரின் மக்கள்தொகை சுமார் 50 மில்லியன், முஸ்லிம்களுக்கு அடுத்த இரண்டாவது பெரிய சிறுபான்மைச் சமூகம். மேலும், முஸ்லிம்கள் மற்றும் சீக்கியர்கள் எந்தவிதமான குடிமை உரிமை இல்லாமையாலும் பாதிக்கப்படுவதில்லை. அதேசமயம் நாங்கள் பாதிக்கப்படுகிறோம். இந்தியாவில் உள்ள மற்ற சிறுபான்மை சமூகத்தைவிட எங்களின் பிரச்சினை மிகவும் தீவிரமானது. எந்தவொரு சமூகமும் பாதுகாப்புக்கு தகுதியானவர் என்றால் அது நாம்தான். தாழ்த்தப்பட்ட வகுப்பினருக்கு அதிக மற்றும் வலுவான பாதுகாப்புக் கவசங்கள் தேவை.

ஆயினும், அனைத்துத் துறைச் சீர்திருத்தவாதியாகக் கருதப்படும் திரு. காந்தி, தாழ்த்தப்பட்டோருக்கு சிறப்புப் பிரதிநிதித்துவம் வழங்கப்படுவதைத் தன் உயிரைப் பணயம் வைத்து எதிர்ப்பேன் என்று வட்டமேஜை மாநாட்டில் கூறுவதை நான் வேதனையுடன் கூறுகிறேன். ஆனால் முஸ்லிம்கள் மற்றும் சீக்கியர்களுக்கு சிறப்புப் பிரதிநிதித்துவம் கொடுக்க தயாராக இருக்கிறார்.

திரு. காந்தி நாம் விரும்புவதைத் தரமாட்டார். ஒரு தற்காலிக நடவடிக்கையாக எங்கள் சமூகத்திற்குத் தனித் தொகுதிகள் வேண்டும். அவருக்கு எங்கள் துயரங்கள் தெரியாது.

ஒரு மனிதராக திரு. காந்தி ஒரு ஜென்டில்மேன். நல்ல, கனிவான, அனுதாபமுள்ள மனிதர். ஒரு மனிதராக அவர் மிகக் குறைவான போட்டியாளர்களை மட்டுமே கொண்டிருந்தார். உண்மையில் ஒரு சிறந்த மனிதர். தற்போது அவர் உலகம் முழுவதிலும், அனைத்து வர்க்கங்கள் மற்றும் சமூகங்களால் மதிக்கப்படும் ஒரு மனிதராக உள்ளார்.

அவர் மீது எனக்கு மிகுந்த மரியாதை உண்டு. ஒரு அரசியல்வாதியாக, நாம் அவரை முற்றிலும் மாறுபட்ட கண்ணோட்டத்தில் பார்க்க வேண்டும். ஒரு அரசியல்வாதியாக அவர் தாழ்த்தப்பட்ட வகுப்பினரின் நண்பராக இருக்க முடியாது. வட்டமேஜை மாநாட்டில், இந்திய தேசிய காங்கிரஸின் அரசியல் கட்சித் தலைவர், அரசியல்வாதியான திரு காந்தியாக அவர் இருக்கிறார்.

அவர் அங்கு காங்கிரஸின் வழக்கறிஞராக இருக்கிறார், இந்தியர்களின் வழக்கறிஞராக இல்லை. காங்கிரஸின் செயற்குழு உறுப்பினராக, அவரது கைகள் கட்டப்பட்டு, கமிட்டியின் முடிவுகளுக்கு எதிராகச் செல்லத் துணியக்கூடாது. ஆனால் ஒரு மனிதராக அவர் தீண்டாமை ஒழிப்பு குறித்து காங்கிரஸிலிருந்து சரியாக வேறுபட்டிருக்கலாம். இன்று நான் சொல்ல விரும்புவது எல்லாம், திரு. காந்தி அரசியல்வாதியைப் பற்றி எச்சரிக்கையாக இருங்கள். திரு. காந்தியுடன் எனக்கு எந்தவிதமான சண்டையும் இல்லை. மேலும் திரு. காந்தியுடன் எந்தத் தொடர்பும் கொள்ளவேண்டாம் என்று நான் உங்களைக் கேட்டுக்கொள்கிறேன். திரு காந்தியை விட்டுவிடுங்கள்.

இது தொடர்பாக எனது நண்பர் டாக்டர் அம்பேத்கர் வட்டமேஜை மாநாட்டில் தாழ்த்தப்பட்ட வகுப்பினருக்கான தனித் தொகுதிகளைக் கோரியபோது அவர் துணிச்சலாக நிலைநிறுத்தப்பட்டதற்கு வாழ்த்துகளைத் தெரிவித்துக் கொள்கிறேன்.

டாக்டர் அம்பேத்கர் தனித்தனியாக கூட்டுத் தேர்தல்கள் அமைப்பில் இடஒதுக்கீடு மற்றும் வயது வந்தோருக்கான வாக்குரிமையுடன் இணைந்திருந்தாலும், தாழ்த்தப்பட்ட வகுப்பினரின் கோரிக்கைகளுக்குக் கீழ்ப்படிந்து அவர்களுக்கென தனித் தொகுதி அமைப்பை ஐயத்திற்கு இடமில்லாத மொழியில் வாதிட்டார்.

காந்திக்கு எதிராக டாக்டர் அம்பேத்கரின் கரங்களை வலுப்படுத்தி லண்டனுக்கு கேபிள்களை அனுப்பிய இந்தியா முழுவதும் உள்ள அனைத்து தாழ்த்தப்பட்ட வகுப்பினர் சங்கங்களுக்கும் இந்த நேரத்தில் நன்றி தெரிவித்துக்கொள்கிறேன். பனாரஸிலிருந்து ஒன்று, டெல்லியிலிருந்து ஒன்று, அகமதாபாத்திலிருந்து ஒன்று, பாம்பேயிலிருந்து இரண்டு கேபிள்கள் தாழ்த்தப்பட்ட வகுப்பினரைப் பிரதிநிதித்துவப்படுத்த திரு. காந்தியை ஆதரிப்பதற்காகவும், டாக்டர் அம்பேத்கரின் பிரதிநிதித்துவப் பாத்திரத்தை நிராகரிக்கும் வகையிலும் இருந்தன.

கேபிள்கள் என்றால் என்ன, அவை எவ்வாறு தயாரிக்கப்படுகின்றன என்பதை நாம் அனைவரும் அறிவோம். பிப்ரவரி 18, 1928 அன்று இந்திய சட்டமன்றத்தில் சட்டப்பூர்வ ஆணைய விவாதத்தின்போது, மெட்ராஸ் பிரசிடென்சியின் தாழ்த்தப்பட்ட வகுப்பினரை சட்டமன்றத்தில் பிரதிநிதித்துவப்படுத்தும் எனது பிரதிநிதித்துவத்தை மறுத்து, சென்னை காங்கிரஸ் தலைவர்கள் தயாரித்த போலியான தந்தியை இந்த கேபிள்கள் எனக்கு நினைவூட்டுகின்றன.

அப்போது சட்டமன்றத்தில் இருந்த சென்னை காங்கிரஸ் தலைவர்கள் எனது மதிப்பிற்குரிய நண்பர் பண்டிட் மதன் மோகன் மாளவியாவை தங்கள் குழுவில் ஒரு கருவியாக்கி, விவாதத்தின்போது அந்த தந்தியை வாசிக்க வைத்தார்கள். பாவம் திரு. மாளவியா அதை உண்மையானது என்று தவறாக நினைத்து விவாதத்தின்போது படித்தார்.

தந்தியின் போலித் தன்மையை அறிந்ததும் அவர் வந்து என்னிடம் மன்னிப்பு கேட்டார். அவருடைய அரசியல் கருத்துகள் எதுவாக இருந்தாலும்,

அவர் ஒரு சிறந்த மனிதர் என்பதால், அவர் மீது எனக்கு மிகுந்த மரியாதை உண்டு. அவ்வளவுதான். எங்களின் தனி நலன், எண்ணிக்கை வலிமை, அரசியல் முக்கியத்துவம் மற்றும் சந்தேகத்திற்கு இடமில்லாத குறைபாடுகள் ஆகியவற்றைக் கருத்தில் கொண்டு, தனித்தனி வாக்காளர்கள் மூலம், சட்டமன்றங்களில் தேர்ந்தெடுக்கப்பட்ட பிரதிநிதித்துவத்திற்கு ஒரு தனித்துவமான சமூகமாக எங்கள் உரிமையை கோருகிறோம். எங்கள் சமூகத்திற்கென தனித் தொகுதிகள் வேண்டும் என்று நாம் சொல்லத் தேவையில்லை. நம்மால் நேரடியாகத் தேர்ந்தெடுக்கப்பட்ட நமது ஆட்கள் மட்டுமே நமது எண்ணங்கள் மற்றும் உணர்வுகள், நமது குறைகள் மற்றும் நமது முன்னேற்றத்திற்கான ஆலோசனைகளை உண்மையாக அரசுக்குத் தெரிவிக்க முடியும்.

நம்முடைய துயரங்கள் மற்றவர்களால் வெளிப்படுத்த முடியாத அளவுக்கு ஆழமாக உள்ளன.

தனித் தேர்தல்கள் உரிமையை திறம்பட செயல்படுத்துவதில் சமூகத்தை பயிற்றுவிப்பதற்கான அரசியல் பள்ளிகள் ஆகும். கூட்டுத் தேர்தல்களில் தாழ்த்தப்பட்ட வகுப்பு வாக்காளர்களின் விகிதம் சிறியதாக இருக்கும். ஒதுக்கப்பட்ட இடங்களை நிரப்பும் வேட்பாளர்கள் உண்மையில் பெரும்பான்மையான வாக்காளர்களின் வேட்பாளர்களாக இருப்பார்கள்.

ஜாதி-இந்து வாக்குகளின் பலத்தில் தேர்ந்தெடுக்கப்பட்ட தாழ்த்தப்பட்ட வகுப்பைச் சேர்ந்த உறுப்பினர் அவரது சமூகத்திற்குக் சேவை செய்யமாட்டார். இதனால் உயர்சாதியினர் என்று சொல்லப்படுபவர்களின் டம்மிகளால் சீட் ஆக்கிரமிக்கப்படும் அபாயம் உள்ளது. அவருக்கு தனித் தொகுதி பாதுகாப்பு அளிக்கப்பட்டால் இந்த ஆபத்து மறைந்துவிடுகிறது. பொறுப்பான சுயராஜ்யத்தின் வெற்றிகரமான பணிக்கு அனைத்து வகுப்பினரின் மனநிறைவு மிகவும் அவசியம்.

சமூகம் விரும்பாததை அதன் தொண்டைக்குள் திணிக்காமல் அதன் விருப்பத்தை வழங்குவதே புத்திசாலித்தனமாக இருக்கும். சாதி இந்துக்கள் மீதான சமத்துவம், நீதி மற்றும் நியாயமான உணர்வுகளில்

நமது நம்பிக்கை வளரும் மற்றும் பெரும்பான்மைக் கையாளுதல் பற்றிய நமது சந்தேகங்கள் மறைந்து, தனித் தொகுதிகளைத் தேவையற்றதாக மாற்றும் தருணத்தில், கூட்டுத் தேர்தல்களுக்குச் செல்ல நாங்கள் தயங்க மாட்டோம்.

தாழ்த்தப்பட்ட வகுப்பினரின் பிரதிநிதிகள் இந்திய சட்ட ஆணையத்தின் முன் சாட்சியமளித்தனர். ஆணைக் குழுவின் முன் வைக்கப்பட்ட 37 சங்கங்களில், 35 சங்கங்கள் தனித் தொகுதிகளைக் கோரின. ஒன்று வயது வந்தோருக்கான வாக்குரிமை மற்றும் இட ஒதுக்கீட்டைக் கொண்ட கூட்டு வாக்காளர்களுக்கு ஆதரவளித்தது மற்றும் மற்றொன்று நியமனங்களை கோரியது.

சர் தேஜ் பகதூர் சப்ரு, சர் பி.எஸ்.சிவசுவாமி ஐயர், திரு.எம்.ஏ.ஜின்னா மற்றும் டாக்டர் ஆர்.பி.பரஞ்ச்பை ஆகியோர் கையெழுத்திட்ட சீர்திருத்த விசாரணைக் குழுவின் சிறுபான்மையினர் அறிக்கையில், இந்த உறுப்பினர்கள் பரிந்துரைத்ததை நான் இங்கு குறிப்பிடுகிறேன். ‘அடுத்த சில ஆண்டுகளுக்கு அவர்களுக்காக (தாழ்த்தப்பட்ட வகுப்பினர்) சிறப்புத் தொகுதிகள் உருவாக்கப்படலாம்’ என்றார்கள். நேரு அறிக்கையின் உறுப்பினர்கள் ஒப்புக்கொள்கையில், ‘ஒரு பெரிய வகுப்பினரின் இந்த அடக்குமுறைக்கு இந்துக்கள்தான் பிரதான காரணம்’ என்றும் ஒப்புக்கொள்கிறார்கள். பிரதிநிதித்துவத்தைப் பெறுவதற்கான ஒரே வழி. தாழ்த்தப்பட்ட வகுப்பினருக்கு நியமனம் மூலமாகவோ அல்லது தனிவாக்காளர்கள் மூலமாகவோ நிரப்ப வேண்டும் என்றனர். ஆனால், இதை ஒப்புக்கொண்ட பிறகு அவர்கள் வேண்டுமென்றே தனிவாக்காளர்களை ஏற்க மறுத்துவிட்டனர்.

இரண்டு மாற்று வழிகள் இருந்தால், இரண்டுமே நிராகரிக்கப்படுகின்றன, இரண்டுமே பிரச்சினையைப் புறக்கணிப்பதே தவிர, அதைத் தீர்க்கவில்லை. நமது சமூகத்தின் அரசியல் நனவின் பரிணாம வளர்ச்சியின் அடுத்த கட்டத்தை தனிவாக்காளர்கள் மூலம் மட்டுமே அடைய முடியும். இந்த கட்டத்தில் நாடு முழுவதும் உள்ள தாழ்த்தப்பட்ட வகுப்பினர் ஒரே எண்ணத்தில்

இருப்பதில் நான் மகிழ்ச்சியடைகிறேன். இப்போது நமது செயல் என்னவாக இருக்க வேண்டும்?

இந்துக்களுக்கும் முஸ்லிம்களுக்கும் இடையேயான சர்ச்சையை பார்த்து ஒதுங்கி நிற்காமல் முஸ்லிம்கள், ஆங்கிலோ-இந்தியர்கள் மற்றும் இந்திய கிறிஸ்தவர்கள் போன்ற பிற சமூகங்களுடன் நாம் கைகோர்த்து நமது எதிர்ப்பைத் தெரிவிக்க வேண்டும்.

டாக்டர் அம்பேத்கரின் கோரிக்கையில் எங்களுக்குத் தனித் தொகுதிகள் வேண்டும் என்ற கோரிக்கையை ஆதரித்ததற்காக, தாழ்த்தப்பட்ட வகுப்பினர் சார்பில், சர் தேஜ் பகதூர் சப்ரு, டாக்டர் பி.எஸ். மூஞ்ஜே, சர் ஏ.பி. பாத்ரோ, சர் ஹென்றி கிட்னி திவான் பகதூர், ஏ. ராமசாமி முதலியார், திவான் பகதூர் எம். ராமச்சந்திர ராவ் மற்றும் ராவ்பகதூர் ஏ.டி. பன்னீர்செல்வம் ஆகியோருக்கு எங்கள் நன்றியைத் தெரிவித்துக் கொள்கிறேன்.

கவுன்சில்களில் உள்ள பிரதிநிதிகளின் எண்ணிக்கையைப் பொறுத்தவரை, சமூகத்திற்கு நீதி வழங்கப்பட வேண்டிய குறைந்தபட்சம் நமது மக்கள்தொகை விகிதாச்சாரத்தின் பிரதிநிதித்துவம் ஆகும். சபைகளில் நமது சாதியினரைப் பாதுகாப்பதற்குப் போதுமான எண்ணிக்கையைக் கொண்டிருப்பதற்காக இதைவிடக் கொஞ்சம் அதிகமாகக் கோர வேண்டும் என்று நான் பரிந்துரைக்கிறேன். தாழ்த்தப்பட்ட வகுப்பினரின் நலன்கள் பாதுகாக்கப்பட வேண்டும். மாகாணங்களின் அமைச்சரவையிலும், வைஸ்ராய்களின் நிர்வாகக் குழுவிலும் சமூகத்தைச் சேர்ந்த ஒருவரைச் சேர்ப்பதன் மூலம், முஸ்லிம்கள் போன்ற பிற சிறுபான்மை சமூகத்தின் உறுப்பினர்களுக்கு நிர்ணயிக்கப்பட்டிருக்கிற அதே தகுதிகளின் அடிப்படையில், நாம் வலியுறுத்த வேண்டும்.

உரிமையைப் பற்றிய கேள்விக்கு வரும்போது, நாங்கள் வயது வந்தோருக்கான உரிமையை இறுதி இலக்காகக் கொண்டுள்ளோம் என்பதை நான் உங்களுக்குச் சொல்கிறேன். ஆனால் தற்காலத்தில் அது நடைமுறைக்கு சாத்தியமில்லை என்பதை உணர்ந்துள்ளோம். திரு. காந்தியும் இதே கருத்தைக்

கொண்டிருப்பதாக நான் காண்கிறேன், ஆனால் அவர் எங்களுக்குத் தனித் தொகுதிகள் வழங்குவதை எதிர்க்கிறார். எங்கள் கருத்துப்படி, தற்போதைய வாக்குரிமைத் தகுதிகள் குறைக்கப்பட வேண்டும் மற்றும் தற்போதைய வாக்காளர்களை உடனடியாக இரட்டிப்பாக்க வேண்டும். வாக்காளர்களை விரிவுபடுத்தும் செயல்முறையானது, இறுதியில் ஆண் மற்றும் பெண் இருபாலரையும் முழு வயது வந்த மக்களையும் தழுவும் வரை அவ்வப்போது மேற்கொள்ளப்பட வேண்டும். சொத்துத் தகுதி எவ்வளவு குறைவாக இருந்தாலும் விரிவுபடுத்தி, வாக்காளர் பட்டியலைக் கொண்டுவர வலியுறுத்த வேண்டும். சொத்து தகுதி உள்ளவர்கள் மட்டுமல்ல, வறுமையில் வாடும் சமூகத்தில் எண்ணிக்கை குறைவாக இருக்க வேண்டும். சொத்து வைத்திருக்காமல் இருக்கலாம் ஆனால் ஏதேனும் ஒரு கல்வியை (ஆரம்பப் பள்ளி விட்டுச் செல்லும் சான்றிதழ்) பெற்றிருக்கலாம்.

இது தொடர்பாக, இந்திய சட்ட ஆணையத்தின் முன்மொழிவுடன், வெவ்வேறு சமூகங்களில் உள்ள மக்கள்தொகைக்கு ஒரே விகிதத்தில் உள்ள வாக்காளர்களைப் பாதுகாக்கும் வகையில், அத்தகைய தகுதியை வகுக்க, உரிமை ஆணையத்திற்கு அறிவுறுத்தல்கள் வழங்கப்பட வேண்டும் என்று நான் ஒப்புக்கொள்கிறேன். அமைக்கப்படும் உரிமை ஆணையத்தில் தாழ்த்தப்பட்ட வகுப்பைச் சேர்ந்த ஒரு உறுப்பினராவது இருக்க வேண்டும் என்பது மிக முக்கியமானது.

பொதுச் சேவைகள் தொடர்பான எங்கள் சமூகத்தின் நிலைப்பாடு உடனடித் தீர்வுகளைக் கோருகிறது. இந்திய சட்ட ஆணைய அறிக்கைத் தொகுதிகளில் உள்ள சைமன் கமிஷன் பதிவுசெய்த ஆதாரங்களின் மூலம் அரசின் கவனத்தை ஈர்க்க விரும்புகிறேன். 15, 16 மற்றும் 17வது பாகங்களில் பம்பாய், பஞ்சாப், வங்காளம், ஐக்கிய மாகாணங்கள் மற்றும் அஸ்ஸாம் ஆகிய மாகாணங்களில் தாழ்த்தப்பட்ட வகுப்பைச் சேர்ந்தவர்கள் தீண்டாமையின் காரணமாக காவல்துறைக்கு நியமிக்கப்படுவதில்லை என்பதைக் கண்டறிந்துள்ளனர்.

உயர்நிலை மற்றும் கீழ்நிலைத் தரங்களில் அரசு நியமனங்களில் போதுமான சதவீதம் சமூகத்தின் உறுப்பினர்களுக்கு ஒதுக்கப்பட வேண்டும் மற்றும் பொதுச் சேவைகள் அறிவிப்புகளின் கீழ் தேவைப்படும் குறைந்தபட்ச தகுதி போதுமானதாக கருதப்பட வேண்டும். நமது தற்போதைய நிலைப்பாடு நாட்டின் நலன்களை முன்னுரிமையாக நடத்துவதற்கு நம்மைத் தூண்டும் அதே வேளையில், தீண்டாமை மூடநம்பிக்கையின் காரணமாகத் தேவையான தகுதிகளைப் பெற்றிருந்தாலும்கூட, எங்கள் கோரிக்கைகள் புறக்கணிக்கப்பட்டுள்ளன.

சமூகத் தப்பெண்ணம் உள்ளது என்பது நமது கூற்றுகளை ஒதுக்கித் தள்ளுவதற்கான ஒரு சாக்குபோக்காக கூடாது. செயல்திறன் சந்தேகத்திற்கு இடமின்றி அவசியம். ஆனால் செயல்திறனை அங்கீகரிப்பதில் சமூகத் தப்பெண்ணத்தின் செயல்பாடுகளை ஒப்புக்கொள்வது நியாயமற்றது மற்றும் அநீதியானது. அரசு இனியும் இந்தத் தவறைச் செய்யாது. ஆனால், கொள்கை மற்றும் நீதியின் அடிப்படையில், நிர்வாகத்தின் அனைத்துக் கிளைகளிலும் உள்ள தாழ்த்தப்பட்ட வகுப்பினரை உயர்நிலை மற்றும் கீழ்நிலைத் தரங்களில் பணியமர்த்துவதை அரசு செயல்படுத்தும் என்று நம்புகிறேன்.

மத்திய அரசு மற்றும் பல்வேறு மாகாண அரசுகளுடன் பொதுச் சேவைகள் ஆணைக்குழு பல்வேறு சேவைகளுக்கு ஆட்சேர்ப்பு செய்யும் பணியில் இந்த காரணிகளை கவனத்தில் கொள்ளவேண்டும். சமூகத்தின் உரிமைக்கோரல்கள் முறையாகப் பாதுகாக்கப்படுவதைக் காணக்கூடிய தாழ்த்தப்பட்ட வகுப்பினரைச் சேர்ந்த பொதுச் சேவை ஆணையங்கள் தாங்களாகவே இருக்க வேண்டும். எல்லாவற்றிற்கும் மேலாக, தாழ்த்தப்பட்ட வகுப்பினருக்கு சமமான குடிமக்கள் உரிமைகளை வழங்குவதற்கு இந்திய அரசியலமைப்பில் உள்ளடங்கிய அடிப்படை உரிமைகள் பற்றிய அறிவிப்பு இருக்க வேண்டும் என்பது மிகவும் முக்கியமானது. எது நடந்தாலும், விழித்திருந்து விழிப்புடன் இருப்பது நமது கடமை. வெளிப்புற விழிப்புணர்வு என்பது சுதந்திரத்தின்

விலை என்று கூறப்படுகிறது. வெளிப்புறச் செயல்பாடு முன்னேற்றத்தின் ஒரு நிபந்தனை என்று சேர்க்கலாம்.

நாங்கள் பிற்போக்குவாதிகள் என்று மக்கள் கூறலாம். நாங்கள் அப்படி இல்லை. நாங்கள் சுதந்திரத்திற்காக போராடுகிறோம். 'இவ்வளவு தூரம் போகலாம், இனிமேலும் போகக்கூடாது' என்று இரண்டு வகையான சுதந்திரங்கள் உள்ளன. வெளிப்புறத் தடைகளிலிருந்து சுதந்திரம் மற்றும் உள் கட்டுப்பாடுகளிலிருந்து சுதந்திரம். இதைத்தான் அரசியல் தலைவர்கள் கூறுகிறார்கள். நாங்கள் பயப்படப் போவதில்லை.

நமது உரிமைகளுக்காக நாம் எழுந்து நின்று நமது நாட்டிற்கு உள் சுதந்திரத்தைப் பெற வேண்டும். எங்களுடைய கோரிக்கைக்காக மட்டுமல்ல, அனைத்து சிறுபான்மைச் சமூகத்தினருக்காகவும் போராடுகிறோம். மற்ற சமூகங்கள் புத்திசாலித்தனமாக இருந்தால், அவர்கள் இந்த நேரத்தில் எங்கள் காரணத்தை ஆதரிப்பது மட்டுமல்லாமல், அவர்களின் எழுச்சி அல்லது வீழ்ச்சியை எங்களுடன் அங்கீகரித்து, எங்களுடன் கைகோர்ப்பார்கள்.

முடிவில், நீங்கள் எனக்குக் கொடுத்த பொறுமைக்கு நன்றி மற்றும் மாநாடு வெற்றிபெற வாழ்த்துகிறேன். தற்போது விஷயங்கள் மோசமாக இருந்தாலும், சில காலத்திற்கு முன்பு அவை மிக மோசமாக இருந்தன என்பதை நினைவில் கொள்ள வேண்டும். நாம் ஓரளவு முன்னேற்றம் அடைந்திருப்பது நமது விழிப்புணர்வின் காரணமாகும். நம்மிடையே ஒற்றுமை இல்லாததால் நாம் சிறப்பாக இல்லை. எதிர்காலத்தில் நாம் சிறப்பாக இருக்க வேண்டுமெனில், நீங்கள் விழிப்புடனும் ஒற்றுமையுடனும் இருக்க வேண்டும். சமூகத்தின் நலன்களுக்காக விவேகமாகவும் தன்னலமின்றியும் செயல்படுவோம்.' (THE INDIAN ANNUAL REGISTER, Vol. II - July – Dec - 1931)

தொடர்ந்து கூட்டங்கள், மாநாடுகள் நடத்தி டாக்டர் அம்பேத்கருக்கு ஆதரவு அளித்துவந்தார் எம்.சி.ராஜா. அதுமட்டுமல்ல காந்தியடிகளையும் காங்கிரஸையும் மிக கடுமையாக தாக்கி வந்தார்.

தமிழ்நாட்டில் மட்டுமல்ல அகில இந்திய அளவிலும் டாக்டர் அம்பேத்கரையும் ரெட்டைமலை சீனிவாசனாரையும் ஆதரித்துக் கூட்டங்கள் நடத்தப்பட்டன. இவ்விருவரே எங்கள் பிரதிநிதிகள்; மகாத்மா காந்தியல்ல. அவர் தாழ்த்தப்பட்டவர்களின் விரோதி என்றும் கடுமையான எதிர்வினைகள் வந்தன. டாக்டர் அம்பேத்கரும் ரெட்டைமலை சீனிவாசனாரும் எங்கள் பிரதிநிதிகள் என்று பிரிட்டிஷ் அரசாங்கத்திற்குத் தந்திகள் அனுப்பப்பட்டன. அதில் பெருவாரியான தந்திகள் தமிழ்நாட்டிலிருந்து அனுப்பப்பட்டவை. ஆனாலும்கூட காந்தியடிகளை ஆதரித்தும் சில தாழ்த்தப்பட்ட அமைப்புகளிடமிருந்து ஆதரவு வந்தது.

1931 டிசம்பர் 1ம் தேதிவரை நடந்த இரண்டாம் வட்டமேஜை மாநாட்டிலும் எந்த முடிவும் எட்டப்படவில்லை. எந்த முடிவும் எட்டப்படாத நிலையில், பிரிட்டிஷ் அரசாங்கம் பின்னர் முடிவுகளை அறிவிக்கும் என்றும், அதில் ஏதாவது திருத்தம் தேவைப்பட்டால் சம்பந்தப்பட்ட இருசாராரும் ஒத்துக்கொண்டால் பின்னாளில் திருத்தம் செய்துகொள்ளலாம் என்றும் அறிவித்தது.

மகாத்மா காந்தியடிகள் உடனடியாகக் கிளம்பினார். வரும் வழியில் ரோம் நகரில், இந்தத் தனிவாக்காளர் தொகுதி அறிவிக்கப்பட்டால் அதை நான் கடுமையாக எதிர்ப்பேன் என்று கூறிவிட்டு வந்தார். 1931 டிசம்பர் 28ம் தேதி காலை 6 மணிக்கு பம்பாய் மோலே ரயில் நிலையத்திற்கு வந்தடைந்தார். அவரை வரவேற்க காங்கிரஸ்காரர்களும் வந்திருந்தனர். எதிர்ப்பைக் காட்டத் தீண்டப்படாத மக்களும் வந்திருந்தனர். அவருக்கு எதிராகத் தீண்டப்படாத மக்கள் கறுப்புக்கொடி காட்டி ஆர்ப்பாட்டம் செய்தனர். அதனால் கைகலப்பு ஏற்பட்டது. கற்கள், தடிகள், செங்கற்கள், சோடா புட்டிகள் இரு தரப்பிலிருந்தும் சரமாரியாக வீசப்பட்டன. பலருக்குப் பலத்த காயம். போலிஸாரால் சண்டை நிறுத்தப்பட்டது. 1932ம் ஆண்டு ஜனவரியில் டாக்டர் அம்பேத்கர் பம்பாய் வந்தடைந்தார். ஜனவரி முதல் வாரம் காந்திஜி கைதுசெய்யப்பட்டு எரவாடா சிறையில் அடைக்கப்பட்டார்.

ராஜா - மூஞ்ஜே ஒப்பந்தம்

1932 ஜனவரியிலிருந்து எம்.சி.ராஜாவின் மனம் மாற்றுச் சிந்தனைக்கு வித்திட்டது. தனித்தொகுதியா அல்லது கூட்டுத்தொகுதியா, எது தாழ்த்தப்பட்டவர்களுக்குத் தற்போது உடனடியாகப் பயன்தரும் என்பதில் அவருக்குப் பலத்த யோசனை அலைமோதியது. அதற்கான காரணத்தை நாம் யூகிக்கலாம்.

1. இரண்டாம் வட்டமேஜை மாநாடு நடந்து கொண்டிருக்கும்போதே சில தாழ்த்தப்பட்ட அமைப்புகள் காங்கிரஸுக்கும் காந்தியடிகளுக்கும் பெரும் ஆதரவாக இருந்தன.

2. இரண்டாம் வட்டமேஜை மாநாடு நடந்து கொண்டிருக்கும்போதே இந்தியாவில் உள்ள அரசியல் தலைவர்களும் பொதுமக்களும் பத்திரிகைகளும் தாழ்த்தப்பட்டோரை எதிரியாகவே பாவிக்கத் தொடங்கினர். தாழ்த்தப்பட்டவர்களை ஆங்கிலேயர்களின் கைக்கூலிகளாகவே கருதினர். எந்த அளவிற்குக் கருதினர் என்பதற்கு ஒரு சிறு சம்பவம். அப்போது இந்தியாவில் புகழ்பெற்ற ஒரு பத்திரிகையாளரான டி.ஏ.ராமன் என்பவரிடம், அவருடன் பயணம் செய்த ஒருவர், இவ்வுலகில் நான் எவரையேனும் என்றேனும் ஒருநாள் கொலைசெய்தால் அவர் அம்பேத்கராகத்தான் இருப்பார் என்று தம் வெறியைக் கொட்டினார். 'நாட்டில் உள்ள பத்துப் பேரைவிட அம்பேத்கரைப் பற்றி மட்டும் இதைவிட இன்னும் மோசமானவற்றை மற்றவர் கூறிடக்

கேட்டேன்' என்று ராமன் கூறினார். (டாக்டர் அம்பேத்கர் வாழ்க்கை வரலாறு, தமிழ், தனஞ்செய்கீர், பக்.265-266) இவ்வாறான வெறிப்பேச்சுகள் இந்தியாவெங்கும் இருந்தன. இது டாக்டர் அம்பேத்கரை மட்டும் பாதிக்காது. ஒட்டுமொத்த தாழ்த்தப்பட்டவர்களையும் பாதிக்கும். அது இன்னும் தாழ்த்தப்பட்டவர்களைக் கீழே அழுத்தவே செய்யும்.

3. அன்றைய காலகட்டத்தில் காங்கிரஸ் ஒரு மாபெரும் இயக்கம். காங்கிரஸ் கலந்துகொள்ளாததாலேயே முதல் வட்டமேஜை மாநாடு தோல்வியில் முடிந்தது என்பதை நோக்கினால் காங்கிரஸ் மாபெரும் இயக்கம் என்பதை உணரலாம். காங்கிரஸின் உதவியில்லாமல் தனித்தொகுதியைக் கொண்டுவர முடியாது.

4. காங்கிரஸைவிட காந்தியடிகளின் பிம்பம் அப்போது பல மடங்கு பெரியதாக உருவாகியிருந்தது. இரண்டாம் வட்டமேஜை மாநாட்டில் தனித்தொகுதியை வன்மையாகக் கண்டித்து வந்திருக்கிறார். நிச்சயமாகத் தனித்தொகுதிக்கு ஆதரவளிக்கமாட்டார்.

5. ஆனால் காந்தியடிகள் வட்டமேஜை மாநாட்டில் தாழ்த்தப்பட்டோர் பிரதிநிதித்துவத்திற்குத் தாம் எதிரியல்ல என்பதையும் வலியுறுத்தியிருந்தார். அதாவது தனித்தொகுதி முறை தவிர கூட்டு வாக்காளர் தொகுதிக்கு காந்தியடிகள் சம்மதிக்கலாம்.

6. எம்.சி.ராஜா அந்தச் சமயங்களில் இந்து மகாசபையுடன் நட்பில் இருந்தார். இந்து மதத்தில் இதனால் பிளவு உண்டாகுவது மட்டுமல்லாமல், தனித்தொகுதி முறை இந்து சமுதாயத்தில் இருந்து தாழ்த்தப்பட்டவரைத் தனியாகப் பிரித்துவிடும். மேலும் அது சமுதாய ஒருங்கிணைவையும் தடுத்துவிடும்.

7. ஏற்கெனவே சமுதாய ஒருங்கிணைவு இல்லை என்றாலும் சீர்திருத்தவாதிகள் சமுதாய

ஒருங்கிணைவுக்காகப் பெரும் முயற்சிகளை எடுத்துக்கொண்டிருந்தனர். அது தடைப்பட்டுவிடும்.

8. தனித்தொகுதி தேசிய நீரோட்டத்திலிருந்து தனியாகப் பிரித்துவிடும்.

9. இரண்டாம் வட்டமேஜை மாநாடு முடிந்தபிறகு டாக்டர் அம்பேத்கர், ரெட்டைமலை சீனிவாசன், எம்.சி.ராஜா ஆகியோர் சந்தித்துக் கொள்ளவேயில்லை. ஒருங்கிணைந்து போராடுவதோ, கோரிக்கையை முன்னெடுத்து நகர்த்துவதற்கான நிலையோ உருவாகியிருக்கவில்லை.

இதுபோன்ற காரணங்கள் எம்.சி.ராஜாவை மனம் மாறச் செய்திருக்கலாம். அதனால் அவர் தனிவாக்காளர் தொகுதி முறைக்குப் பதிலாகக் கூட்டு வாக்காளர் தொகுதி முறைக்கு ஆதரவு தர முற்பட்டார். அதனால்தான் ஏற்கெனவே நட்பில் இருந்த இந்து மகாசபை தலைவர் பி.எஸ். மூஞ்ஜேவுடன் இணைந்து 1932ம் ஆண்டு பிப்ரவரியில் ஓர் ஒப்பந்தம் செய்தார். மக்கள்தொகை அடிப்படையில் இட ஒதுக்கீட்டுடன் கூடிய கூட்டு வாக்காளர் தொகுதி என்பதே அது. அதாவது டாக்டர் அம்பேத்கர் ஏற்றுக்கொண்ட பூனா ஒப்பந்தமும் கிட்டத்தட்ட ராஜா-மூஞ்ஜே ஒப்பந்தத்தையே ஒத்திருந்தது.

கூட்டுத் தொகுதிக்கு ஆதரவளிக்க 1932 பிப்ரவரி 21, 22ம் தேதிகளில் எம்.சி.ராஜா தலைமையில் டெல்லியில் அனைத்திந்திய தாழ்த்தப்பட்டோர் சங்கத்தின் மாநாடு நடைபெற்றது. 21ம் தேதி நடைபெற்ற கூட்டமானது முறைசாராக் கூட்டமாகும். அப்போது எந்தவிதமான தீர்மானமும் நிறைவேற்றப்படவில்லை. 22ம் தேதி பின்வரும் தீர்மானங்கள் ஒருமனதாக நிறைவேற்றப்பட்டன.

இந்த நாட்டு மக்கள் அரசாங்கத்துடன் ஒத்துழைப்பதைத் தடுக்கும் அனைத்து முயற்சிகளையும் செயற்குழு கடுமையாகக் கண்டிப்பதோடு, பிரித்தானிய அரசாங்கத்துடன் இதயபூர்வமான மற்றும் அறிவார்ந்த ஒத்துழைப்பினால் மட்டுமே நாட்டின் முன்னேற்றத்தை அடைய முடியும் என்ற தனது வலுவான நம்பிக்கையை வெளிப்படுத்துகிறது.

இந்தியாவின் புதிய அரசியலமைப்பில் அடிப்படை உரிமைகள் உள்ளடக்கப்பட வேண்டியது மிகவும்

முக்கியமானது. புதிய அரசியலமைப்பை உருவாக்கும்போது தாழ்த்தப்பட்ட வகுப்பினர் என்ற சொல்லுக்குப் பதிலாக 'ஆதி-இந்து' என்ற வார்த்தை பயன்படுத்தப்பட வேண்டும். மாகாண அரசுகள் 'தீண்டத்தகாத' வகுப்புகளின் பட்டியலைத் தயாரிக்க வேண்டும். மேலும் இந்தப் பட்டியல்கள் ஒவ்வொரு மாகாணத்தின் தேர்தல் விதிகளின் கீழ் உள்ள விதிகளில் உள்ளடக்கப்பட வேண்டும். மக்கள்தொகை அடிப்படையில் சட்டமன்றங்களில் இடங்கள் ஒதுக்கப்பட வேண்டும் மற்றும் வங்காளம், மத்திய மாகாணங்கள், பஞ்சாப் மற்றும் ஐக்கிய மாகாணங்களுக்கு நிர்ணயிக்கப்பட்ட இடங்களின் எண்ணிக்கையைக் குறிக்கும் சிறுபான்மை ஒப்பந்தத்தைக் குழு ஒப்புக்கொள்ளவில்லை.

இந்திய சட்ட ஆணையப் பரிந்துரைத்தபடி, வெவ்வேறு சமூகங்களின் மக்கள்தொகைக்கு ஒரே விகிதத்தில் வாக்காளர்களைப் பெற, நேரடித் தேர்தல்கள் சமூகத்திற்குப் பயனளிக்கும். மேலும் தற்போதைய வாக்குரிமைத் தகுதிகள் குறைக்கப்பட வேண்டும் மற்றும் வாக்காளர் எண்ணிக்கையை அதிகரிக்க வேண்டும் என்றும் குழு தீர்மானிக்கிறது. குழு, கல்வியறிவு மற்றும் கல்வி, ஆரம்பப் பள்ளி விட்டுச் செல்லும் சான்றிதழ் ஆகியவை சொத்துகளுக்கு அப்பாற்பட்ட தகுதியாகக் கருதப்பட வேண்டும் என்று முன்மொழிகிறது.

இந்நாட்டு அரசாங்கத்தில் வரவிருக்கும் விரைவான மாற்றங்களைக் கருத்திற்கொண்டும், 1931ம் ஆண்டு டிசம்பர் 1ம் தேதி இரண்டாவது அமர்வின் நிறைவில் வட்டமேஜை மாநாட்டில் மாகாணங்களுக்கு மாகாணச் சுயாட்சி வழங்கப்படும் என்று பிரதமர் கூறியதைக் கருத்தில் கொண்டு, கூட்டுத் தேர்தல் இடஒதுக்கீட்டில் தாழ்த்தப்பட்ட சமூகத்தின் உறுப்பினர்கள் மீண்டும் சட்டமன்றங்களுக்குத் திரும்புவது மிகவும் பயனுள்ளதாக இருக்கும் என்று செயற்குழுவின் கருத்து உள்ளது; கூட்டரசு சட்டமன்றத்தின் கீழ்ச்சபைக்குத் தாழ்த்தப்பட்ட சமூகத்திற்கு ஒதுக்கப்பட்ட இடங்களில் ஓர் இடம் டெல்லி மாகாணத்தின் தாழ்த்தப்பட்ட வகுப்பினருக்கு வழங்கப்பட வேண்டும் என்று தீர்மானம் நிறைவேற்றப்பட்டது.

25-2-1932ம் ஆண்டு பின்வரும் கடிதம் தந்தி மூலமாக அகில இந்திய இந்து மகாசபைத் தலைவர் டாக்டர் பி.எஸ். மூஞ்ஜே மற்றும் அகில இந்திய தாழ்த்தப்பட்ட வகுப்பினர் சங்கத்தின் தலைவர் திரு எம்.சி.ராஜா ஆகியோரால்

கூட்டாக இங்கிலாந்து பிரதமருக்கு அனுப்பப்பட்டது. அதில் பின்வருமாறு குறிப்பிடப்பட்டிருந்தது:

‘டாக்டர் அம்பேத்கரின் தனித் தொகுதிக் கோரிக்கை தொடர்பாக, அகில இந்திய தாழ்த்தப்பட்ட வகுப்பினர் சங்கத்தின் செயற்குழு 21 மற்றும் 22 தேதிகளில் டெல்லியில் நடைபெற்றது, மக்கள்தொகை அடிப்படையில் இட ஒதுக்கீடுகளுடன் கூடிய கூட்டுத்தொகுதியை ஏற்க ஒருமனதாக முடிவு செய்யப்பட்டது. ‘தாழ்த்தப்பட்ட வகுப்புகள் சங்கத்திற்கும் இந்து மகாசபைக்கும் இடையே இப்போது முழுமையான உடன்பாடு நிலவுகிறது’. ஆலோசனைக் குழுவில் திரு. பெந்தால் அவர்கள் மாகாணங்களில் குடிமை உரிமைகள் மற்றும் வர்த்தகம் அல்லது அழைப்புகளைப் பயன்படுத்துதல் தொடர்பாக பல்வேறு மாகாணங்களில் வசிப்பவர்களிடையே பாகுபாடு குறித்த கேள்வியை எழுப்பினார். சில விவாதங்களுக்குப் பிறகு, அத்தகைய பாகுபாட்டைத் தடைசெய்வது விரும்பத்தக்கது என்றும், அதன் விவரங்கள் பாராளுமன்ற வரைவாளரிடம் விடப்பட வேண்டும் என்றும் ஒப்புக்கொள்ளப்பட்டது.

எந்தவொரு நபரும் எந்தவொரு குடியுரிமையையும் இழக்கவோ அல்லது அபராதம் விதிக்கவோ கூடாது என்று குழு ஒப்புக்கொண்டது. மேலும் சிறுபான்மையினர் தங்கள் சொந்த செலவில் உரிமையுடன் தொண்டு, மத சமூக மற்றும் கல்வி நிறுவனங்களை நிறுவவும் கட்டுப்படுத்தவும், தங்கள் மதத்தில் பயிற்சி செய்யவும், தங்கள் சொந்த மொழியைச் சுதந்திரமாகப் பயன்படுத்தவும் குழு ஒப்புக்கொண்டது. குடிமை உரிமைகளை அனுபவிப்பதில் எந்தவொரு குடிமகனுக்கும் எந்தவொரு பழக்கவழக்கம் அல்லது பயன்பாடு கருதி ஏதேனும் குறைபாடு அல்லது இயலாமை அல்லது எந்தப் பாகுபாடும் விதிக்கப்பட்டால், அது சட்டவிரோதமானது என்று அறிவிக்கப்பட வேண்டும் என்ற தாழ்த்தப்பட்ட வகுப்பினரின் கோரிக்கையை குழு ஏற்றுக்கொண்டது.

அகில இந்திய இந்து மகாசபையைப் பிரதிநிதித்துவப்படுத்தும் திரு. மூஞ்ஜே மற்றும் அனைத்திந்திய தாழ்த்தப்பட்டோர் வகுப்பினர்

சங்கத்தை பிரதிநிதித்துவப்படுத்தும் எம்.சி.ராஜா ஆகியோருக்கு இடையே புரிந்துணர்வு ஒப்பந்தம் கையெழுத்தானது. ராஜா கூட்டு வாக்காளர்கள் மூலம் தாழ்த்தப்பட்ட வகுப்பினருக்கு மக்கள்தொகை அடிப்படையில் இடஒதுக்கீடு வழங்க ஒப்புக்கொள்கிறார். இருவரின் கூட்டுக் கையொப்பத்தின் கீழ் இந்த ஒப்பந்தம் முதல்வருக்கு கேபிள் செய்யப்படுகிறது.'

இதே செய்தி இந்திய வாக்குரிமைக் குழுவின் தலைவர் லார்ட் லோதியனிடமும் தெரிவிக்கப்பட்டது.

26-2-1932 அன்று அனைத்திந்திய தாழ்த்தப்பட்ட வகுப்பினர் சங்கத்தின் பொதுச்செயலாளர் ஜி.ஏ.கவாய், எம்.எல்.சி. அவர்களுக்கு டாக்டர் அம்பேத்கர் ஒரு கடிதம் அனுப்பியிருந்தார். அதில் 'ஒன்றை மட்டும் நான் சுட்டிக்காட்ட வேண்டும். திரு. ராஜா தனது கருத்தை மாற்றிக்கொண்டு இப்போது கூட்டு வாக்காளர்களை ஆதரிப்பதைக் கண்டு அதிர்ச்சியடைந்தேன். எல்லா வகையிலும் தற்கொலை செய்துகொள்ளும் இந்தக் கொள்கையில் உங்கள் சங்கம் அவரைப் பின்பற்றாது என்று நம்புகிறேன். ஆனால் அப்படிச் செய்தால், நமக்கிடையிலான நிரந்தரப் பிரிவினையும் அதற்குண்டான விளைவுகளையும், சந்திக்க வேண்டும். உட்போராட்டமும் தவிர்க்கவியலாதவை' என்று குறிப்பிட்டு இருந்தார். இத்தகைய அச்சுறுத்தலுக்கு எதிர்ப்பாக, கவாய் அவர்கள் லோதியன் பிரபுவுக்கு மறுப்புக் கடிதம் எழுதினார்.

வாக்குரிமைக் குழு உறுப்பினர் என்ற முறையில் டாக்டர் அம்பேத்கர் *28-2-1932* அன்று சென்னைக்கு வருகை புரிந்தார். அப்போது ஒடுக்கப்பட்ட மக்கள் *10,000* பேர் கலந்துகொண்டு வரவேற்பு அளித்தனர். ஒடுக்கப்பட்ட படைப்பணியாளர் சங்கம், சென்னை மாகாண ஒடுக்கப்பட்ட வகுப்பினர் கூட்டமைப்பு, ஆதிதிராவிட மலையாளிகள் சபை, ஆதி ஆந்திர மகாசபை, அருந்ததியர் மகாசபை உள்ளிட்ட பெரும்பாலான தென்னிந்திய ஒடுக்கப்பட்ட வகுப்பு மக்கள் இந்த வரவேற்பில் கலந்துகொண்டனர். இக்கூட்டத்தில் தனித்தொகுதிக் கோரிக்கையிலிருந்து கூட்டுத்தொகுதி ஒதுக்கீட்டுக்கு எம்.சி.ராஜா அவர்கள் மாறியதை டாக்டர் அம்பேத்கர் விமர்சித்தார். அனைத்திந்திய ஒடுக்கப்பட்ட மக்கள் பேராயத்தின் காம்ப்டீ மாநாட்டிற்கு முன்னர் எம். சி.ராஜா எந்த இசைவையும் செய்திருக்க வேண்டியதில்லை

என அவர் கூறினார். ஒடுக்கப்பட்ட மக்கள் கவர்ச்சியான வாக்குறுதிப் பசப்பல்களில் மயங்கிவிடாமல் தாங்களே அரசியல் அதிகாரத்தைப் பெற முனைய வேண்டும் என்றும், தங்கள் இன்னல்களை அனுபவித்து அறிந்த தலைவர்கள் பால் மட்டுமே நம்பிக்கை வைக்க வேண்டுமென்றும் அறிவுறுத்தினார்.

சட்டமன்றங்களில் தாழ்த்தப்பட்ட வகுப்பினரின் பிரதிநிதித்துவம் தொடர்பாக இந்து மகாசபை மற்றும் தாழ்த்தப்பட்ட வகுப்புகள் சங்கம் இடையேயான ஒப்பந்தத்தை பற்றிய அறிக்கையை 1-3-1932 அன்று தந்தி மூலம் வைசிராய்க்கு அவருடைய கருத்துக்காக இந்தியாவுக்கான செயலாளரால் அனுப்பப்பட்டது.

5 மார்ச் 1932 அன்று கருத்துக்கேட்டு வந்திருந்த தந்திக்குப் பதிலளிக்கும் விதமாக, வைசிராய் பின்வருமாறு தந்தி மூலம் பதில் அனுப்பினார்:

> 'நாங்கள் முன்னேற்றத்தைக் கவனித்து வருகிறோம், மேலும் கிடைக்கக்கூடிய உறுதியான தகவல்களுக்குப் பின்னர் தந்தி அனுப்புவோம். ராஜாவும் மூஞ்ஜேவும் மூடிய கதவுகளுக்குப் பின்னால் கொண்டுவந்த ஒப்பந்தத்திற்கு நாம் தற்போது பெரிய முக்கியத்துவம் கொடுக்கவில்லை. வாக்குரிமை கமிட்டியின் முன் இதுவரை கொடுக்கப்பட்ட ஆதாரங்களில் இருந்து ராஜாவின் கருத்துக்கள் தாழ்த்தப்பட்ட வகுப்பினரிடையே பொதுவாக ஏற்றுக்கொள்ளப்படும் என்று நினைப்பதற்கு இன்னும் சிறிய காரணங்கள் இல்லை. 'ஹிந்து' பத்திரிக்கைகள் ராஜாவின் பிரகடனத்தைப் பயன்படுத்திக் கொண்டு, தாழ்த்தப்பட்ட வகுப்பினரை அவர் பக்கம் இழுக்க முயற்சி செய்கின்றன.'

6-3-1932 அன்று டாக்டர் மூஞ்ஜேவின் இல்லத்தில் மத்திய சட்டமன்றத்தின் இந்து மற்றும் சீக்கிய உறுப்பினர்கள் மற்றும் பிற இந்துத் தலைவர்களின் கூட்டம் நடைபெற்றது. அக்கூட்டத்தில் சர். ஹரி சிங் கௌர், ராவ் பகதூர் எம். சி.ராஜா, திவான் பகதூர் ஹர்பிலாஸ் சார்தா, டாக்டர் ராதாகுமுத் முகர்ஜி, திரு. அமர்நாத் தத், திரு. டி.கே. லஹிரி சௌத்ரி, பேராசிரியர் சப்லானி, ராஜா சர் ராம்பால் சிங், லாலா ஸ்ரீ ராம், லாலா ஜெகநாத் அகர்வால், லாலா நாராயண் தத், சர்தார் சந்த் சிங், எம். குப்தேஸ்வர்

பிரசாத், திரு. கயா பிரசாத் சிங், லாலா ஹரிவன்ஷ், திரு. பி.என். மிஸ்ரா மற்றும் திரு கணபத் ராய் மற்றும் பலர் கலந்துகொண்டனர்.

இந்து மற்றும் சீக்கிய எம்.எல்.ஏ.க்கள் முன்னிலையில் நடைபெற்ற இக்கூட்டத்தில், டாக்டர் மூஞ்ஜே மற்றும் ராவ் பகதூர் எம்.சி.ராஜா இடையே ஒப்பந்தம் குறித்துப் பேசப்பட்டது. இந்த ஒப்பந்தத்தில் உள்ள 'சட்டமன்றங்களில் தாழ்த்தப்பட்ட வகுப்பினருக்கு மக்கள்தொகை அடிப்படையில் இடஒதுக்கீட்டுடன் கூட்டு வாக்காளர்கள் மூலம் பிரதிநிதித்துவம் செய்வது' குறித்து ஒப்புதல் அளிக்கப்பட்டது.

10-3-1932 அன்று மாலை ஏ.ஆர்.சிவானந்தம் அவர்களின் தலைமையில் கோயம்புத்தூரில் உள்ள இருகூர் ஒடுக்கப்பட்டவர் மகாநாடு நடைபெற்றது. அதில் நிறைவேற்றப்பட்ட தீர்மானத்தில் எம்.சி.ராஜாவைக் கடுமையாக விமர்சித்துத் தீர்மானம் நிறைவேற்றப்பட்டது. தாழ்த்தப்பட்ட மக்கள் முன்னேற்றத்துக்குத் தனித்தொகுதியே சாலச் சிறப்புடையது என ஒரு காலத்தில் பெரிதும் போராடிவந்த ராவ் பகதூர் எம்.சி.ராஜா அவர்கள் பதவி மோகத்தால் இன்று கூட்டுத் தொகுதியை ஆதரிப்பதை இம்மகாநாடு வன்மையாக கண்டிப்பதோடு, அவரிடம் தாழ்த்தப்பட்ட மக்களுக்கு நம்பிக்கையில்லை என்றும் தீர்மானிக்கிறது என்றும், ஒடுக்கப்பட்டவர்கள் முன்னேற்றத்துக்குத் தனித்தொகுதியே பெரிதும் வேண்டப்படுவதால் பட்டம், பதவி மோகங்கொண்ட ஒரு சில தலைவர்கள் என்பவர்களின் கூச்சலைப் பொருட்படுத்தாது தாழ்த்தப்பட்ட சமூகத்தினருக்கு தனித்தொகுதி கொடுத்து ஆதரிக்க வேண்டுமாய் அரசாங்கத்தாரை இம்மாநாடு கேட்டுக்கொள்ளுகிறது என்றும், தாழ்த்தப்பட்டவர்கள் விடுதலைக்குத் தனித்தொகுதியே தேவை என்று லண்டன் வட்டமேஜை மகாநாட்டில் எவ்வித எதிர்ப்புக்கும் அஞ்சாது தைரியமாய்ப் போராடிய தலைவர்களான டாக்டர் பி.ஆர். அம்பேத்கர், ராவ்பகதூர் சீனிவாசன் இவர்களை இக்கூட்டம் பாராட்டுகிறது என்றும் தீர்மானத்தை நிறைவேற்றினர்.

வட்டமேஜை மாநாட்டில் தீண்டப்படாதவர்கள் சார்பில் முன் வைக்கப்பட்ட கோரிக்கைகளைப் பிரதமர் நடுவர் என்ற முறையில் எங்கே ஏற்றுக்கொண்டு விடுவாரோ என்று காந்தியடிகள் பதற்றப்பட்டார். ஆகவே, பிரதமர் எந்த முடிவையும் அறிவிப்பதற்கு முன்னர், அப்போது இந்தியா

மந்திரியாக இருந்த சர்.சாமுவேல் ஹோருக்கு 1932 மார்ச் 11ம் தேதி சிறையிலிருந்தபடியே ஒரு கடிதம் எழுதினார்.

'அன்புள்ள சர். சாமுவேல் அவர்களுக்கு,

இரண்டாவது வட்டமேஜை மாநாட்டில் சிறுபான்மையினரின் கோரிக்கை முன்வைக்கப்பட்டபோது நான் நிகழ்த்திய உரையின் இறுதியில், தாழ்த்தப்பட்ட வகுப்பினருக்குத் தனித்தொகுதி உரிமை அளிக்கப்படுமானால் என் உயிரைக் கொடுத்தேனும் அதனை எதிர்ப்பேன் என்று நான் கூறியது உங்களுக்கு நினைவிருக்கலாம். இது மிகவும் பரபரப்பான சூழ்நிலையில் ஏதோ உணர்ச்சிவசப்பட்டுக் கூறியதல்ல. மாறாக, இது ஆழ்ந்த அர்த்தபாவமிக்க கூற்றாகும், கருத்தாகும். இந்தியாவுக்குத் திரும்பியதும் இந்தக் கருத்தை அனுசரித்து, அடியொட்டி, தனித்தொகுதி யோசனைக்கு, அதிலும் குறிப்பாக தாழ்த்தப்பட்ட வகுப்பினருக்குத் தனித்தொகுதி உரிமை அளிக்கும் திட்டத்திற்கு எதிராக பொதுமக்களின் கருத்தைத் திரட்ட வேண்டும் என்று எண்ணியிருந்தேன். ஆனால் நான் இந்திய மண்ணில் அடியெடுத்து வைத்ததும் சிறை வைக்கப்பட்டதால் இந்த எண்ணம் நிறைவேறவில்லை.

நான் சிறையில் படிப்பதற்கு அனுமதிக்கப்பட்டிருக்கும் பத்திரிகைகளில் வெளிவந்திருக்கும் செய்திகளிலிருந்து மன்னர் பிரான் அரசாங்கம் எந்தக் கணத்திலும் தனது முடிவை அறிவிக்கலாம் என்பதைத் தெரிந்துகொண்டேன். தாழ்த்தப்பட்ட வகுப்பினருக்குத் தனித்தொகுதிகளைத் தோற்றுவிப்பது இந்த முடிவின் நோக்கம் என்றால், எனது சூளுரையைச் செயல்படுத்துவதற்குத் தேவையான நடவடிக்கைகளை உடனடியாக எடுக்க வேண்டும் என்றுதான் முதலில் நினைத்தேன். ஆனால் பிரிட்டிஷ் அரசுக்கு இதுபற்றி முன்கூட்டியே தெரிவிக்காமல் நடவடிக்கை எடுப்பது நியாயமல்ல, உசிதமல்ல என்று கருதுகிறேன். என் கருத்துக்கு நான் அளிக்கும் முக்கியத்துவத்தை அவர்கள் அளிக்கமாட்டார்கள் என்பது இயல்பே.

தாழ்த்தப்பட்ட வகுப்பினருக்கு தனித் தொகுதிகள் உருவாக்கப்படுவதற்கு நான் காட்டிவந்த கடுமையான எதிர்ப்பையும், தெரிவித்து வந்த எல்லா

ஆட்சேபங்களையும் இங்கு மீண்டும் உறுதிப்படுத்த வேண்டிய அவசியமில்லை. என்னை அவர்களில் ஒருவனாக நான் கருதுகிறேன். அவர்கள் விஷயம் மற்றவர்களின் விஷயத்திலிருந்து முற்றிலும் மாறுபட்டது. சட்டமன்றங்களில் அவர்கள் பிரதிநிதித்துவம் பெறுவதை நான் எதிர்க்கவில்லை. மாறாக, பிறர் விஷயத்தில் தேர்தல் விதிகள் கடுமையாக இருந்தாலும், கல்வித்தகுதி, சொத்துரிமை முதலிய எந்தப் பாகுபாடுமின்றி, இவர்களில் வயதுவந்த ஆண், பெண் அனைவரும் வாக்காளர்களாகப் பதிவுசெய்து கொள்ளப்படுவதை நான் உறுதியாக ஆதரிக்கிறேன், அவாவுகிறேன்.

ஆனால் எந்தக் கண்ணோட்டத்திலிருந்து பார்த்தாலும், முற்றிலும் அரசியல் நோக்கிலிருந்து பார்த்தாலும் தனித்தொகுதி முறை அவர்களுக்கும், இந்து சமயத்திற்கும் தீங்கு விளைவிக்கக் கூடியது, கேடு பயப்பது என்று கருதுகிறேன். தனித் தொகுதிகளினால் அவர்களுக்கு ஏற்படக்கூடிய இன்னல் இடுக்கண்களை, துன்ப துயரங்களைப் புரிந்துகொள்வதற்கு, மதிப்பிடுவதற்கு சாதி இந்துக்கள் எனப்படுவோரிடையே அவர்கள் எவ்வாறு பரவியிருக்கிறார்கள், எவ்விதம் அவர்களைச் சார்ந்திருக்கிறார்கள் என்பதைத் தெரிந்துகொள்ள வேண்டும். இது இப்படியென்றால் இந்து சமயத்தைப் பொறுத்தவரையில் தனித் தொகுதி முறை அதனை உடைத்துத் தகர்த்துக் கூறுபோட்டுவிடும்.

எனக்கு இந்த வகுப்பாரின் பிரச்சினை, பிரதானமாக தார்மிக சார்புடையது. சமயத் தொடர்புடையது. இதன் முக்கியத்துவம் அரசியல் முக்கியமானதே என்றாலும் தார்மிக, சமயப் பிரச்சினையுடன் ஒப்பிடும்போது அந்த முக்கியத்துவம் ஒடுங்கி, சுருங்கி குன்றிவிடுகிறது.

இந்த விஷயத்தில் என் உணர்வுகளை நீங்கள் மதிப்பிட வேண்டும்; சிறு வயது முதலே இந்த வகுப்பாரின் நலனில் நான் எவ்வாறு ஆழ்ந்த அக்கறை காட்டி வந்திருக்கிறேன், எனக்குள்ள அனைத்தையும் எவ்விதம் பணயம் வைத்து வந்துள்ளேன் என்பதை நீங்கள் மனத்தில் கொள்ள வேண்டும். எவ்வகையிலும் என்னைப் பெருமைப்படுத்திக் கொள்ள இதைச்

சொல்லவில்லை. திட்டமிட்டு நூற்றாண்டுகள் காலமாகத் தாழ்த்தப்பட்ட வகுப்பினருக்கு இழைக்கப்பட்டு வந்த கொடுமைகளுக்கு, இழிவுகளுக்கு, அவமதிப்புகளுக்கு இந்துக்கள் என்னதான் பிராயச்சித்தம் செய்தாலும், கழுவாய் தேடினாலும் அதனை ஈடுகட்ட முடியாது என்பதை உணர்கிறேன்.

ஆனால் இம்மக்கள் கசக்கிப் பிழியப்பட்டு, அடக்கப்பட்டு, ஒடுக்கப்பட்டு, அல்லல்பட்டு ஆற்றாது விடும் கண்ணீருக்குத் தனித்தொகுதிமுறை ஒரு பரிகாரமாகவோ, நோய் தீர்க்கும் மருந்தாகவோ இருக்க முடியாது என்பதை அறிவேன். எனவே, தாழ்த்தப்பட்ட இனத்தாருக்குத் தனித் தொகுதிகள் அமைப்பதென அரசு முடிவுசெய்யும் பட்சத்தில் அதனை எதிர்த்து நான் சாகும்வரை உண்ணாவிரதம் இருப்பேன் என்பதை மன்னர் பிரான் அரசாங்கத்துக்குப் பணிவோடு தெரிவித்துக் கொள்கிறேன்.

நான் சிறைக் கைதியாக இருக்கும்போது இத்தகைய ஒரு நடவடிக்கையை மேற்கொள்வது மன்னர் பிரான் அரசாங்கத்துக்குப் பெரும் சங்கடத்தை ஏற்படுத்தும் என்பதை வேதனையோடு உணர்கிறேன்; அது மட்டுமல்ல, மிக மோசமானவை என்று இல்லாவிட்டாலும், பெரிதும் உணர்ச்சிவயப்பட்டவை என்று அநேகரால் கருதப்படக்கூடிய முறைகளை என் போன்ற நிலையில் உள்ளவன் இவ்வாறு அரசியல் துறையில் அறிமுகம் செய்வது முற்றிலும் நேர்மையற்ற செயல் என்று பலர் எண்ணக்கூடும் என்பதையும் நான் மனத்துயரோடு அறிந்தே இருக்கிறேன். இத்தகைய குற்றச்சாட்டுகளுக்கு நான் அளிக்கக்கூடிய பதிலெல்லாம், எனது நிலைக்கு ஆதரவாக நான் கூற விரும்புவதெல்லாம் இதுதான்: என்னைப் பொறுத்தவரையில் உத்தேசிக்கப்பட்டுள்ள நடவடிக்கை, ஒரு முறைமை அல்ல, மாறாக அது என்னுள் ஒரு பகுதியாகும், உயிருக்கு உயிராகும், மூச்சில் மூச்சாகும். மனச் சான்றின் அறைகூவலை, கட்டளையை என்னால் புறக்கணிக்க முடியாது, உதறித்தள்ள முடியாது; நேர்மையானவன் என்று நான் பெற்றுள்ள புகழுக்குப் பங்கம் ஏற்படுவதாக

இருந்தாலும் மனச்சான்றை என்னால் அலட்சியம் செய்ய இயலாது.

இப்போதுள்ள நிலைமையில், நான் சிறையிலிருந்து விடுதலை செய்யப்பட்டாலும், உண்ணாவிரதம் இருக்கும் என் கடமையின் முக்கியத்துவத்தை அது எவ்வகையிலும் குறைத்துவிடாது; உண்ணாவிரதத்தைத் தவிர்க்கக் கூடியதாக ஆக்கிவிடாது. எனினும் எனது இந்த அச்சங்கள் எல்லாம் முற்றிலும் ஆதாரமற்றவை என்றும், தாழ்த்தப்பட்ட வகுப்பினருக்கு தனித் தொகுதிகளை உருவாக்கும் உத்தேசம் ஏதும் பிரிட்டிஷ் அரசாங்கத்துக்கு இல்லை என்றும் நம்பவே விரும்புகிறேன்.' *(பாபாசாகேப் டாக்டர் அம்பேத்கர் பேச்சும் எழுத்தும், தொகுதி 16, பக்.128)*

காந்தியடிகள் வட்டமேஜை மாநாட்டில் கூறியதுபோலவே, இந்தக் கடிதத்திலும் உண்ணாவிரதம் இருக்கும் முடிவை பிரிட்டிஷ் அரசுக்குத் தெரியப்படுத்தினார். அதாவது தன்னுடைய கொள்கையில் - நிலைப்பாட்டில் மிகத் தெளிவாகவும் பிடிவாதமும் கொண்டவராகவே தொடர்ந்தார். இதற்கு அரசாங்கத்திடமிருந்து உடனடியாகப் பதில் வரவில்லை.

16-3-1932 அன்று அகில இந்திய தாழ்த்தப்பட்ட வகுப்பின் தலைவரான திரு. தியோருக்கர் தலைமையில், பம்பாயில் உள்ள மாட்டுங்காவிலிருந்து காலை 11:30 மணியளவில் ஊர்வலம் தொடங்கியது. சைக்கிள்கள், லாரிகள், கார்கள் போன்றவற்றில் முக்கிய வீதிகள் வழியாக அணிவகுத்துச் சென்று சுவரொட்டிகளை ஏந்தியபடி, சுமார் 2 மணியளவில் டவுன்ஹாலை அடைந்தனர். வழி நெடுகிலும் ஊர்வலக்காரரர்கள் 'மூஞ்ஜே-ராஜா ஒப்பந்தம் மற்றும் கூட்டுத் தேர்தல்கள் வாழ்க' என்று முழக்கமிட்டனர். 'அம்பேத்கரையும் சோலங்கியையும் புறக்கணிக்கவும்' என்று முழக்கமிட்டனர். டவுன் ஹாலுக்கு வந்ததும் திரு. தியோருக்கர், அமர்வில் இருந்த லோதியன் கமிட்டியை நேர்காணல் செய்தார். இதையடுத்து ஊர்வலம் அமைதியாகக் கலைந்தது.

எம்.சி.ராஜா - மூஞ்ஜே ஒப்பந்தம் தமிழ்நாட்டில் பெரிய தாக்கத்தை ஏற்படுத்தியது. அவரைக் கடுமையாக விமர்சனம் செய்தனர். அதனால் 17-3-1932 அன்று எம்.சி.ராஜா தமிழ்நாட்டில் உள்ளவர்களுக்காகவே ஓர் அறிக்கையை வெளியிட்டார்:

‘1917ஆம் ஆண்டு பெரும் போரை அடுத்து, மதராஸ் பிராமணரல்லாத இயக்கத்தின் தலைவரான மறைந்த டாக்டர் நாயர், அப்போதைய உடனடியான அரசியலமைப்பு மாற்றங்களைக் கருத்தில் கொண்டு தாழ்த்தப்பட்ட வகுப்பினரை நீதிக்கட்சியின் பதாகைக்கு அணிதிரட்ட விரும்பினார். அவர் என்னுடன் கூட்டுறவு கொண்டிருந்தார். மேலும் மெட்ராஸ் பிரசிடென்சியின் தாழ்த்தப்பட்ட வகுப்பினர் அவரது இயக்கத்தில் சேரவேண்டும் என்று விரும்பினார்.

நான் அப்போது சென்னை ஆதிதிராவிட மகாஜன சபையின் செயலாளராக இருந்தேன், அதன் தலைவராக திரு. பி.வி. சுப்பிரமணியம் பிள்ளை இருந்தார். நான் திரு. நாயருடன் ஒப்பந்தம் செய்துகொண்டேன். இது எழுதப்படாத, மிகவும் பிரபலமான ஒப்பந்தங்களைப் போலவே, ஆதி-திராவிடர்களுக்கும் பிராமணரல்லாத சாதி இந்துக்களுக்கும் இடையே பரஸ்பர நலனுக்காக ஏற்படுத்தப்பட்ட ஒப்பந்தமாகும்.

பின்னர், எங்களில் சிலர் பிராமணரல்லாதவர்களுடன் சேர்ந்துகொள்வது புத்திசாலித்தனமா என்று தங்களைத் தாங்களே கேட்டுக்கொண்டனர். அவர்கள் என்னை நோக்கி அலறினார்கள், கூச்சலிட்டார்கள், இதயமற்ற பிராமணரல்லாதவர்களுக்கு எனது சமூகத்தை பண்டமாற்று செய்வதாக குற்றம் சாட்டினார்கள்.

திராவிட மகாஜன சபை போன்ற என்னுடைய போட்டி அமைப்புகளைத் தொடங்கி, எனக்கு எதிராகவும் எனது சங்கத்துக்கு எதிராகவும் சென்னை ஆளுநருக்கு மனுக்கள் எழுதினர். அவர்கள் என்மீது குற்றம் சாட்டி, அவதூறாக பேசினார்கள்.

டாக்டர் நாயர் தாழ்த்தப்பட்ட வகுப்பினருக்கு தேவையான விழிப்புணர்வையும், தேவையான அழைப்பையும் கொடுத்தபோது, நீதிக்கட்சி எனது சமூகத்திற்கு உதவியது. அவர்களின் பிரதிநிதியான சர் கே.வி.ரெட்டி மற்றும் திவான் பகதூர் ராமசுவாமி முதலியார் ஆகியோர் லண்டனில் உள்ள நாடாளுமன்றக் கூட்டுக் குழுவின் முன் ஆஜராகி, எங்கள் வழக்கை முன்வைக்க அவர்களுக்குக் கருணை

இருந்தது. நீதிக்கட்சி ஆட்சிக்கு வந்ததும், நமக்காக இன்னும் பலவற்றைச் செய்திருக்க முடியும் என்றாலும், அவர்கள் எங்கள் நலன்களைப் புறக்கணிக்கவில்லை.

நீதிக்கட்சியின் நல்ல பதவிகளைப் பார்த்து, டாக்டர் நாயருடன் நான் ஒத்துப்போகிறேன் என்று குற்றம் சாட்டிய, சட்டப் பேரவைத் தேர்தலில் நீதிக்கட்சி வேட்பாளர்களுக்கு எதிராகப் பணியாற்றியவர், படிப்படியாக நீதிக்கட்சிக்குள் நுழைந்தார். அவர்கள் நீதிக்கட்சியை தாழ்த்தப்பட்ட வகுப்பினரின் சேம்பியன் என்று போற்றுகிறார்கள்.

வரலாறு திரும்பத் திரும்ப வரும் என்று சொல்வதில் எனக்கு எந்தத் தயக்கமும் இல்லை. இப்போது என்னை துஷ்பிரயோகம் செய்து, தவறான பிரச்சாரம் செய்பவர்கள், இந்து மகாசபையுடன் நான் செய்துகொண்ட ஒப்பந்தத்தின் முக்கியத்துவத்தையும் பயனையும் விரைவில் உணர்வார்கள்.

இந்த உடன்படிக்கையை நான் செய்தபோது, தாழ்த்தப்பட்ட வகுப்பினரின் சில பிரிவினரிடமிருந்து சில எதிர்ப்புகள் இருக்கும் என்று நான் பாராமுகமாக இருக்கவில்லை. எனது சமூகத்தில் மிகச் சிலரே இன்றைய அரசியலைப் பற்றி முழுமையாக அறிந்திருக்கிறார்கள். மாறிவரும் சூழ்நிலைகள், வட்டமேஜை மாநாட்டில் என்ன நடந்தது மற்றும் இப்போது இந்தியாவில் பணிபுரியும் பல குழுக்களில் என்ன நடக்கிறது என்பதை தாழ்த்தப்பட்ட வகுப்பைச் சேர்ந்த எத்தனை பேர் தெரிந்து வைத்திருக்கிறார்கள் என்று தெரியாது.

எல்லா உண்மைகளையும் கணக்கில் எடுத்துக்கொண்டு, எனது சமூகத்தின் நலன்களுக்காக என்னால் இந்த நடவடிக்கையை எடுக்காமல் இருக்க முடியவில்லை. என்னால் முடிந்தவரை சமூகத்தின் நலனுக்காக நான் ஆண்டு முழுவதும் உழைத்து வருகிறேன் என்று நான் சொல்ல வேண்டியதில்லை.

முன்னடியால் வாய்ப்பைப் பெறுவது வெற்றிக்கான பொற்கால விதி. நாம் பணயம் வைக்காத வரை லாபம் ஈட்ட முடியாது. சந்தேகம் சந்தேகத்தை வளர்க்கிறது. நாம் ஒவ்வொருவரும் நம் தாய்நாட்டில் வாழவேண்டும்.

இத்தருணத்தில், மற்றவர்கள் வேகமாக முன்னேறிச் செல்லும்போது அரசியல் முன்னேற்றத்திற்கான காலத்தைக் குறிக்கச் சமூகத்திற்கு அறிவுரை கூறுவது, சமூகத்தின் முன்னேற்றத்திற்கு முட்டுக்கட்டை போடுவதாக அமையும் என்பதே எனது தாழ்மையான கருத்து. இந்தியாவின் மற்ற சமூகங்களுக்கு ஏற்ப சமூகத்தை கொண்டுவர நாம் அனைவரும் ஒன்றுசேர்வோம்.' (The Rajah-Moonje Pact, P.107)

15-5-1932 அன்று ஷ்ரதானந்த் மெமோரியல் டிரஸ்ட் சார்பில், பாகிச்சி ரகுநாத்தில் தாழ்த்தப்பட்ட வகுப்பினரின் மாநாடு நடைபெற்றது. அதில் மூஞ்ஜே-ராஜா ஒப்பந்தத்தை ஆதரித்துத் தீர்மானங்கள் நிறைவேற்றப்பட்டன.

20-3-1932 அன்று மன்ஷ்ரம் கா அகாராவின் தலைவர் கோபி பகத் தலைமையில் பாட்னா நகரில் உள்ள பாட்னாவின் கோவாலியா மோச்சிஸின் பொதுக் கூட்டத்தில், தாழ்த்தப்பட்ட வகுப்பினரின் தலைமைக்கு டாக்டர் அம்பேத்கரின் கூற்றுகளை மறுத்து ராவ் பகதூர் எம்.சி.ராஜா மீது நம்பிக்கை கொண்டிருப்பதாக உறுதியேற்கப்பட்டது. மேலும் தாழ்த்தப்பட்ட வகுப்பினருக்கெனத் தனித் தொகுதி முன்மொழிவைக் கண்டித்துத் தீர்மானங்கள் நிறைவேற்றப்பட்டன.

ராஜா - மூஞ்ஜே இருவரும் சேர்ந்து செய்துகொண்ட உடன்படிக்கை குறித்து பிரதமர் திரு ராம்சே மெக்டொனால்டுக்கு கடிதம் வாயிலாகத் தெரிவித்தனர். அக்கடிதத்தின் நகல் மார்ச் 21ம் தேதி புதுதில்லியில் இருந்து செய்தித்தாள்களில் வெளியிடப்பட்டது. ராவ் பகதூர் எம்.சி.ராஜா, இடஒதுக்கீட்டுடன் கூடிய கூட்டு தேர்தல் தொகுதிக்கான தனது முன்மொழிவு ஒரு தற்காலிக நடவடிக்கை என்றும், இந்து சமூகத்தின் ஓர் அங்கமாக விளங்கும் தனது சமூகம் சுயமாக நிற்கும்வரை இது தேவை என்றும் அதில் தெரிவித்திருந்தார். பத்திரிகையில் வெளிவந்த எம்.சி.ராஜாவின் கடித நகல் பின்வருமாறு:

'தாழ்த்தப்பட்டோர் சங்கத்தின் தலைவராக நானும் அகில இந்திய இந்துமகா சபாவின் தலைவர் டாக்டர் பி.எஸ். மூஞ்ஜேவும் இணைந்து அனுப்பிய தந்தியை உறுதிப்படுத்துவதில் எனக்கு மகிழ்ச்சி. தந்தி பின்வருமாறு: 'டாக்டர் அம்பேத்கரால் தனித் தனித் தேர்தல் தொகுதிகளுக்கான கோரிக்கை தொடர்பாக,

அகில இந்திய தாழ்த்தப்பட்ட வகுப்பினர் சங்கத்தின் செயற்குழு, மக்கள்தொகையின் அடிப்படையில் இடஒதுக்கீட்டுடன் இந்துக்களுடன் கூட்டுத் தேர்தல் தொகுதிகளுக்கு ஆதரவாக ஒருமனதாக தீர்மானித்துள்ளது. இப்போது தாழ்த்தப்பட்ட வகுப்புகள் சங்கம் மற்றும் இந்துமகா சபா இடையே முழுமையான உடன்பாடு நிலவுகிறது.

தாழ்த்தப்பட்ட வகுப்பினரின் ஒரே மத்திய அமைப்பு அகில இந்திய தாழ்த்தப்பட்டோர் சங்கம் ஆகும். இது 1925ல் நிறுவப்பட்டது. அன்று முதல் இந்த சங்கம் இந்தியாவின் பல்வேறு மையங்களில் ஆண்டுதோறும் கூட்டங்களை நடத்தி வருகிறது. இது இந்தியா முழுவதும் உள்ள தாழ்த்தப்பட்டோர் சார்பாக கொள்கைகளை வகுத்து வருகிறது. நான் இதன் தலைவராவேன். 1925, 1926 மற்றும் 1931ம் ஆண்டுகளில் இதன் மாநாடுகளுக்கு தலைமை தாங்கும் பெருமையை பெற்றேன். இந்திய சட்டமன்றத்தின் குழுவான இந்திய மத்திய குழுவில் 1928ல் இந்திய சட்டபூர்வ ஆணையத்துடன் ஒத்துழைக்க அழைக்கப்பட்டேன். 1919 முதல் 1926 வரை சென்னை சட்டமன்ற உறுப்பினராகவும், 1927 முதல் தாழ்த்தப்பட்டோர் பிரதிநிதியாக இந்திய சட்டசபை உறுப்பினராகவும் இருந்து வருகிறேன்.

இந்து மகாசபா என்பது ஒட்டுமொத்த இந்துக்களின் ஒழுங்கமைக்கப்பட்ட அமைப்பாகும். இது 'தீண்டாமைக்கு எதிரான' விஷயங்கள் மற்றும் இந்துக்களுக்கும் சமூகத்தின் தாழ்த்தப்பட்ட வகுப்பினருக்கும் இடையேயான சமூக மற்றும் மத உறவுகளை பிரதிநிதித்துவப்படுத்துகிறது. டாக்டர் B.S. மூஞ்ஜே மகாசபாவின் தலைவர் ஆவார். அவர் 1923 முதல் 1926 வரை மத்திய மாகாணச் சட்டமன்றத்தின் உறுப்பினராக இருந்தார். 1926ல் இந்திய சட்டசபையின் உறுப்பினரானார். இந்தப் பதவியை 1930 வரை வகித்தார். அவர் வட்டமேஜை மாநாட்டின் உறுப்பினர் ஆவார். 1928ல் இந்து மகா சபா மாநாட்டிற்கு தலைமை தாங்கும் பெருமையை அவர் பெற்றார்; அதன்பிறகு ஒவ்வொரு ஆண்டும் அதன் செயல்பாட்டுத் தலைவராக தேர்ந்தெடுக்கப்பட்டார்.

1929 செப்டம்பரில் இந்திய மத்திய குழுவின் அறிக்கையுடன் இணைக்கப்பட்ட என் குறிப்பில், தீண்டத்தகாத வகுப்புகளின் அமைதியான முன்னேற்றம் இந்திய தேசியவாதத்தின் ஒழுங்கான வளர்ச்சிக்கான முன்நிபந்தனை என்றும், முரண்பாடாக தோன்றினாலும், தாழ்த்தப்பட்டோரின் நோக்கமும் அவர்களின் உயர்வுக்காக பாடுபடுபவர்களின் நோக்கமும் அவர்களது வேறுபாட்டை ஒழித்து அவர்கள் இந்து சமூகத்துடன் ஒன்றாக, அந்த உடலின் பிரிக்க முடியாத பகுதியாக மாறவேண்டும் என்பதே என்று சுட்டிக்காட்டினேன். தனிப்பட்ட சமூக சீர்திருத்தவாதிகள் தங்கள் தனிமையான வயல்களை உழுதுகொண்டிருந்தனர். நாட்டின் அரசியலில் மக்கள் அதிக ஆர்வம் காட்டியபோது மட்டுமே சீர்திருத்தங்களுக்கான ஆசை பொதுவானதாகவும் உறுதியானதாகவும் மாறியது.

இப்போது இந்தியாவின் சமூக மற்றும் அரசியல் வரலாற்றில் முதன்முறையாக, இந்து மகாசபா அனைத்திந்திய தாழ்த்தப்பட்டோர் சங்கத்தை ஒரு பொதுத் தளத்தில் பணியாற்ற அழைத்துள்ளது. மேலும் 'தீண்டாமை' என்ற சாபத்தை அகற்ற அழைத்துள்ளது. இந்துக்களிடையே 'தீண்டாமை' என்ற தீமையை நீக்குவதற்கான சாதி இந்துக்களின் ஆழ்ந்த முயற்சியாக இதை நான் கருதமுடியும். இந்த சந்தர்ப்பத்தில் நமது மத சகோதரர்களான இந்துக்களால் தாழ்த்தப்பட்டோருக்கு நீட்டப்பட்ட சகோதரத்துவக் கரத்தை மறுப்பது, 'சமத்துவத்தின்' அடிப்படையில் உருவாக்க நாங்கள் விரும்பும் எங்கள் சமூகத்தின் ஆரோக்கியமான வளர்ச்சிக்கு உகந்ததாக இருக்காது.

இந்து மகா சபாவின் அழைப்பு ஒரு மகிழ்ச்சியான அறிகுறியாகும். மேலும் இது ஏப்ரல் 1928ல் ஜுப்புல் போரில் நடைபெற்ற அவர்களது மாநாட்டில் நிறைவேற்றப்பட்ட தீர்மானங்களுடன் ஒத்துப்போகிறது. இது இந்து சமூக மனசாட்சியின் விழிப்புணர்வை தெளிவாகக் காட்டுகிறது. இந்த சூழ்நிலையில், இந்துக்களின் முக்கிய பிரிவில் நாம் இணைவதற்கான நம்பிக்கையின் ஒரு கதிர், நாட்டின் அரசியல் தோற்றத்தில் தென்படுவதை நான் காண்கிறேன்.

இந்த லட்சியத்தை உணர்தல் மிகவும் தொலைவில் இல்லை என்று நான் ஆர்வமுடன் நம்புகிறேன். இந்த நமது விரும்பிய இலக்கை அடைவதற்கு தடையாக இருப்பது நமக்கு ஆரோக்கியமற்றது மட்டுமல்லாமல் தற்கொலை செய்துகொள்வதற்கு சமமானதாகும்.

மேலும், பிற சிறுபான்மைச் சமூகங்கள் தாழ்த்தப்பட்டோரின் பின்தங்கிய நிலையை சாதகமாகப் பயன்படுத்தி தங்கள் தனித்துவ நலன்களை பலப்படுத்த விரும்புகின்றன. நிரந்தரமான பிரிவினையை ஏற்படுத்தி, இந்துக்களிடையே அரசியல் மற்றும் சமூக ஒருமைப்பாடு மற்றும் ஒற்றுமை உணர்வு வளர்வதைத் தடுக்கும் பாதையை கடைப்பிடிக்க அவர்களை வலியுறுத்துகின்றன என்று நான் உணர்கிறேன்.

இந்தியாவில் ஜனநாயக சக்திகள் வேகமாக முன்னேறி வருவதால், விரைவில் முழுமையான மாகாண தன்னாட்சி முழு ஆட்சியில் இருக்கும். நாட்டின் ஒவ்வொரு சமூகமும் வேகமாக மாறும் சூழ்நிலைகளுக்கு ஏற்ப தங்களை மாற்றிக்கொள்ள வேண்டும். தாழ்த்தப்பட்ட வகுப்பினருக்கு தனித்தேர்தல் தொகுதிக்கான கோரிக்கை ஒரு காலத்தில் முன்வைக்கப்பட்டது. அப்போது ஒரு பாதுகாப்புக் காலம் இருக்கும் என்றும், அரசாங்கம் இதுவரை போல் சிறுபான்மையினரின் நலன்களை பாதுகாக்கும் சிறப்புப் பாதுகாவலராக தொடரும் என்றும் எதிர்பார்க்கப்பட்டது. மாநிலங்களில் முழு அரசாங்கமும் சட்டமன்றத்திற்கு பொறுப்பாக்கப்பட வேண்டும் என்றால், தாழ்த்தப்பட்டோர் போன்ற ஒரு சிறு சிறுபான்மையினர் தங்கள் தனித்துவத்தை கடைப்பிடித்தால், அது நிரந்தரமாக எதிர்க்கட்சியில் இருக்க வேண்டியிருக்கும்.

முஸ்லிம்களின் விஷயத்தில், அவர்கள் முக்கியமான சதவீதத்தை உருவாக்குகிறார்கள் என்பது அவர்களை முற்றிலும் புறக்கணிக்க முடியாததாக்குகிறது. அதேநேரத்தில் சாதி இந்துக்களுக்கும் முஸ்லிம்களுக்கும் இடையேயான ஒரு கூட்டணி நம்மைப் போன்ற எந்த சிறுபான்மையினரையும் அரசியல் அதிகாரத்தில் பங்குபெற முடியாமல் தடுக்கும். இந்த அச்சம் அன்றாட வாழ்க்கையில் இந்துக்களைப் போலவே முஸ்லிம்களும்

தீண்டத்தகாதவர்களை மோசமாக நடத்துகிறார்கள் என்ற உண்மையால் வலுப்படுத்தப்படுகிறது. மேலும், சிறுபான்மைச் சமூகத்தின் பிரதிநிதிகளுக்கு சேவைக்கான வாய்ப்புகள் அவர்கள் பொதுத் தேர்தல் தொகுதிகளில் இணைந்து, ஒரு பொது அரசியல் கருத்தை ஏற்றுக்கொள்ளும்போது மட்டுமே கிடைக்கும்.

இரு சங்கங்களும், அதாவது ஒருபுறம் அகில இந்திய தாழ்த்தப்பட்டோர் சங்கம் மற்றும் மறுபுறம் அகில இந்திய இந்து மகாசபா ஆகியவை மக்கள்தொகை விகிதப்படி ஒதுக்கப்பட்ட இடங்களுடன் கூடிய கூட்டுத் தேர்தல் தொகுதிகளின் அடிப்படையில் புரிந்துணர்வுக்கு வந்துள்ளன. எனவே தாழ்த்தப்பட்டோருக்கு தனித் தேர்தல் தொகுதிகள் இருக்க வேண்டும். லண்டனில் செய்யப்பட்ட சிறுபான்மையினர் ஒப்பந்தத்தின்கீழ், தாழ்த்தப்பட்டோருக்கு சட்டமன்றங்களில் மக்கள்தொகைக்கு ஏற்ப முழு இடங்களை பெற முடியாது என்பதை அவர்கள் இப்போது அறிந்துள்ளனர். அதே நேரத்தில் கூட்டுத் தேர்தல் தொகுதி முறையின்கீழ், அவர்களுக்கு முழு இடஒதுக்கீடு மட்டுமல்லாமல், கூடுதல் இடங்களில் போட்டியிடும் உரிமையும், முழு இந்து தேர்தல்களில் வலுவாக செல்வாக்கு செலுத்தும் உரிமையும் கிடைக்கிறது. இதன் மூலம் 'தீண்டாமை' ஒழிப்புக்கு கூடுதல் உந்துதல் கிடைக்கிறது.

இதற்கு முன்பு குறிப்பிட்ட சிறுபான்மையினர் ஒப்பந்தத்தில் உள்ள இணைப்பில் காணப்படும் புள்ளி விவரங்களின் பகுப்பாய்வு, பஞ்சாப், வங்காளம், மத்திய மாகாணங்கள் மற்றும் ஐக்கிய மாகாணங்களில் உள்ள தாழ்த்தப்பட்டோரின் உரிமையை புறக்கணித்து, டாக்டர் அம்பேத்கர் மற்றும் ராவ்பகதூர் ஸ்ரீனிவாசன் ஆகியோர் தங்களுக்கு எடையளவு எடுத்துக்கொண்டதை காட்டுகிறது. இந்து மகா சபாவுடனான இந்த ஒப்பந்தம் இந்த பாகுபாட்டை சரிசெய்து, இந்தியா முழுவதும் உள்ள தாழ்த்தப்பட்டோருக்கு சமமான நீதியை வழங்குகிறது.

இடஒதுக்கீட்டுக்கான இந்த முன்மொழிவு ஒரு தற்காலிக மருந்தின் தன்மை உடையது என்பதை

தெளிவுபடுத்த இந்த வாய்ப்பை எடுத்துக்கொள்கிறேன். என் சமூகத்தில் தற்போது எழுச்சி ஏற்பட்டுள்ளதால், அவர்கள் விரைவில் தங்கள் உள்ளார்ந்த பலத்தை உணர்ந்து, நாம் அதன் ஒரு முக்கிய பகுதியான இந்து சமூகத்தின் பிற பிரிவுகளுடன் ஆரோக்கியமான போட்டியில் நிற்க முடியும் என்று நான் நம்புகிறேன்.

இந்த தொடர்பில், மறைந்த திரு. மாண்டேகு இந்தியாவுக்கு வந்தபோது, சென்னை மாகாணத்தின் பிராமணரல்லாதோரின் கோரிக்கை தனித் தனித் தேர்தல் தொகுதிகளுக்கானது என்பதையும், ஆனால் கூட்டுத் தேர்தல் தொகுதிகளில் இடஒதுக்கீடு அவர்களுக்கு வழங்கப்பட்டது என்பதையும் நான் குறிப்பிடலாம். இன்று அவர்களுக்கு இந்த பாதுகாப்பு தேவையில்லை. எங்கள் விஷயத்திலும் இதேபோன்ற சோதனை ஆரோக்கியமான வளர்ச்சிக்கு வழிவகுக்கும் என்பதில் எனக்கு சந்தேகமில்லை.

எனவே, தாழ்த்தப்பட்டோர் தனித் தேர்தல் தொகுதிகளை கோரவில்லை. ஆனால் இந்துக்களுடன் கூட்டுத் தேர்தல் தொகுதிகளையும் மக்கள்தொகை அடிப்படையில் இடஒதுக்கீட்டையும் விரும்புகின்றனர் என்ற உண்மையைக் கவனிக்குமாறு கேட்டுக்கொள்கிறேன்.'

இவ்வாறு அரசுக்கு எம்.சி.ராஜா தெரியப்படுத்தினார். அதிலும் இது 'தற்காலிகமானதுதான்' என்பதைக் கவனமுடன் அவர் தெரிவித்திருந்தார்.

29-3-1932 அன்று அகில இந்திய ஷ்ரதானந்த் தலித்-உத்தர் சபா புதுதில்லியில் தாழ்த்தப்பட்ட வகுப்பினருக்கான கூட்டு வாக்காளர்களுக்கு ஆதரவாக *60* பேர் கொண்ட ஊர்வலத்தை நடத்தியது. புது தில்லி ரயில் நிலையம் முதல் லோதியன் கமிட்டியின் அலுவலகம் வரை ஊர்வலம் சென்றது. அங்கு ஊர்வலக்காரர்கள் 'பாரத் மாதா-கி-ஜெய்' மற்றும் 'இந்து தரம்-கி-ஜெய்' என்று முழக்கமிட்டனர். இந்த ஊர்வலத்தை லோத்தியன் பிரபு மற்றும் ஏராளமான பார்வையாளர்கள் கண்டுகளித்தனர். 'மூஞ்ஜே-ராஜா ஒப்பந்தத்தை வரவேற்கிறோம்' என்றும் 'நாங்கள் இந்துக்களின் இந்துக்கள்', 'தனிவாக்காளர்கள் தொகுதி என்பது நமது சமூக முன்னேற்றம், அரசியல், கல்வி மற்றும் முன்னேற்றத்திற்குத் தற்கொலை செய்துகொள்ளும்

முடிவாகும்' என்று ஆங்கிலத்தில் எழுதப்பட்ட கொடிகளை ஊர்வலத்தில் சென்றவர்கள் ஏந்திச் சென்றனர்.

30-3-1932 அன்று வாக்குரிமை கமிட்டியின் முன் எம். சி.ராஜா சாட்சியம் அளித்தார். அப்போது தாங்கள் செய்துகொண்ட (ராஜா-மூஞ்ஜே) ஒப்பந்தத்தை ஆதரித்துப் பேசினார். அதுபோலவே பல்வேறு அமைப்புகள் ராஜா - மூஞ்ஜே ஒப்பந்தத்தை ஆதரித்தும் டாக்டர் அம்பேத்கரின் தலைமையை நிராகரித்தும் தந்திகள் அனுப்பின.

பம்பாயிலிருந்து லார்ட் லோதியன் மற்றும் ராவ் பகதூர் ராஜா ஆகியோருக்கு பின்வரும் அமைப்புகள் சார்பில் தந்திகள் அனுப்பப்பட்டன:

1. மாயவன்ஷி சமாஜ் அமைப்பைச் சார்ந்த திரு. ஜே.எஸ்.காஜ், 'மாயவன்ஷி சமாஜ், குஜராத்தி மொழி பேசும் பிரிவினர், ராஜா-முஞ்ஜே ஒப்பந்தத்தை முழு மனதுடன் ஆதரிக்கின்றனர்' என்று ராவ் பகதூர் ராஜாவுக்குத் தந்தி அனுப்பினார். மேலும் திரு. ஜே.எஸ்.காஜ், லார்ட் லோதியனுக்கு, 'நாங்கள் ராஜா-மூஞ்ஜே ஒப்பந்தத்தை ஆதரிக்கிறோம்' என்று தந்தி அனுப்பினார்.

2. ராஜ்புத் சங்கதன் மகா சபையின் தலைவர் எம். டி.வெர்மன், 'நாங்கள் ராஜா- முஞ்ஜே ஒப்பந்தத்தை ஆதரிக்கிறோம். அம்பேத்கர் மீது நம்பிக்கை இல்லை' என்று லார்ட் லோதியனுக்குத் தந்தி அனுப்பினார்.

3. வால்பகாடியைச் சார்ந்த பாலா மித்ரா மண்டல் செயலாளர் லகாலா வகேலா, 'தாழ்த்தப்பட்ட வகுப்பினர் வயது வந்தோர் வாக்குரிமையுடன் கூடிய கூட்டு வாக்காளர்கள் தொகுதியை விரும்புகின்றனர் மற்றும் ராஜா-முஞ்ஜே ஒப்பந்தத்தை ஆதரிக்கின்றனர். அம்பேத்கர் எங்கள் ஆள் அல்ல என்பதை நினைவில் கொள்ளவும்' என்று லார்ட் லோதியனுக்குத் தந்தி அனுப்பினார்.

4. மேக்வால் சுதாரக் சபாவின் தலைவர் திரு. லக்ஷ்மன் சுரா கோஹில், 'ராஜா-மூஞ்ஜே ஒப்பந்தத்தை ஆதரிக்கிறோம் மற்றும் அம்பேத்கர் மற்றும் அவரது லண்டன் ஒப்பந்தத்தைக் கைவிடு' என்று தந்தி அனுப்பினார்.

5. சதாரா மாவட்டத்தைச் சார்ந்த சதாரா மாவட்ட மஹர் சங்கத்தின் செயலாளர் எல்.

கங்காவனே, ‘மஹர்கள் முழு மனத்துடன் ராஜா-மூஞ்ஜே ஒப்பந்தத்தை ஆதரிக்கிறார்கள். டாக்டர் அம்பேத்கரின் லண்டன் சிறுபான்மை ஒப்பந்தத்துடன் உடன்படவில்லை. எம்.சி.ராஜாவிடம் மட்டும் நம்பிக்கை கொண்டிருப்பதாக’ லார்டு லோதியனுக்கு தந்தி அனுப்பினர்.

6. சதாரா, பூனா, ஷோலாப்பூர், நாசிக், கந்தேஷ், ரத்னகிரி, தானா கொலாபா மற்றும் அகமதுநகர் ஆகிய சமர்களின் தோல் தொழிலாளர்கள் மற்றும் தோல் பதனிடும் தொழிலாளர் சங்கங்களின் சார்பாக திரு.ஷனகர்ராவ் மல்ஹர்ராவ் பாட்டீல், ராஜா-மூஞ்ஜே ஒப்பந்தத்தை ஆதரிப்பதாகவும், அம்பேத்கரையும் அவரது லண்டன் ஒப்பந்தத்தையும் நிராகரிப்பதாகவும் தந்தி அனுப்பினார்.

7. திரு.காலே, (சதாரா மாவட்ட சமர்கள்) வயது வந்தோருக்கான வாக்குரிமையுடன் கூட்டுத் தேர்தல்கள் வேண்டும் எனவும், எம்.சி.ராஜா மீது முழு நம்பிக்கையையும் வெளிப்படுத்தி லார்ட் லோதியனுக்கு தந்தி அனுப்பினார்.

8. திரு. விட்டல் ரனோஜி அஹிரேக்கர் (சம்பர்), ராஜா-மூஞ்ஜே ஒப்பந்தத்தை ஆதரிப்பதாக லார்ட் லோதியனுக்கு தந்தி அனுப்பினார்.

9. செவ்லி ஹிதாவர்த் சமாஜ் அமைப்பைச் சார்ந்த திரு. கே.பி.தலேகோகர் ‘ராஜா-மூஞ்ஜே ஒப்பந்தத்தை ஆதரிப்பதாகவும், அம்பேத்கரை நிராகரிப்பதாகவும் லார்டு லோதியனுக்கு தந்தி அனுப்பினார்.

10. திரு. சகாரம் பௌன் கர்ஜோல்கர், ‘தபோலி சாம்பாரா அமைப்பு ராஜா- மூஞ்ஜே ஒப்பந்தத்தை ஆதரிக்கிறது. அனைவருக்கும் வயது வந்தோருக்கான வாக்குரிமையை ஆதரிக்கிறது’ என்று தந்தி கொடுத்தார்.

11. திரு. கங்காராம் ஹனுமந்தராவ் பண்டிர்கர், ரோஹிதாஸ் சேவா சங்கம் ராஜா மூஞ்ஜே ஒப்பந்தத்தை ஆதரிப்பதாகவும், அம்பேத்கர் மற்றும் அவரது லண்டன் ஒப்பந்தத்தை நிராகரிப்பதாகவும் தந்தி அனுப்பினார்.

12. திரு. ராமச்சந்திர பலராம் தியோலேகர், 'தானா தீண்டத்தகாதவர்கள் ராஜா- மூஞ்ஜே ஒப்பந்தத்தை ஆதரிக்கிறார்கள்' என்று தந்தி அனுப்பினார்.

13. திரு. ஷிவ்ராம் சதானந்த் தேசாய், 'ரோஹிதாஸ் சமூக கிளப் ராஜா- மூஞ்ஜே ஒப்பந்தத்தை ஆதரிப்பதாக' தந்தி அனுப்பினார்.

14. திரு. பி.எல்.தியோருகாஹர், 'ரோஹிதாஸ் கல்விச் சங்கம் ராஜா மூஞ்ஜே ஒப்பந்தத்தை ஆதரிக்கிறது' என்று தந்தி அனுப்பினார்.

15. குர்லா பள்ளி வாரிய உறுப்பினர் திரு. ஷங்கர் கிருஷ்ணாஜி சாண்டோர்கர், 'குர்லாவின் தாழ்த்தப்பட்ட வகுப்பினர் ராஜா மூஞ்ஜே ஒப்பந்தத்தை ஆதரிக்கின்றனர்' என்றார்.

16. திரு. மகாதேவ் கோவிந்த் கோக்கர், 'தீண்டாமை எதிர்ப்பு மத்திய வாரியம் ராஜா-மூஞ்ஜே ஒப்பந்தத்தை ஆதரிக்கிறது' என்றார்.

17. திரு. ஸ்வலராம் குண்டாஜி டோய்ஃபோட், 'தோல் தொழிலாளர்கள் சங்கம் ராஜா-மூஞ்ஜே ஒப்பந்தத்தை ஆதரிக்கிறது' என்றார்.

18. திரு. ஆனந்த வித்தல் அஹிரேகர், 'பம்பாய் மாகாண சம்பர்கள் மத்திய குழு ராஜா-மூஞ்ஜே ஒப்பந்தத்தை ஆதரிக்கிறது' என்றார்.

19. ரோஹிதாஸ் சமாஜ் ஹிதவர்தக் அமைப்பைச் சார்ந்த செயலாளர் கோவிந்த் போர்கார்கர், 'ராஜா மூஞ்ஜே ஒப்பந்தத்தை ஆதரிக்கிறோம்' என்றார்.

20. ரோஹித் சமாஜ் பல்சர் அமைப்பின் தலைவர் திரு. முரார் காரா, 'பல்சார் தாழ்த்தப்பட்ட வகுப்பினர் ராஜா-மூஞ்ஜே ஒப்பந்தத்தை ஆதரிக்கின்றனர்' என்றார்.

21. ஜலால்பூர் ரோஹித் சமாஜ் கச்சோலி அமைப்பின் தலைவர் திரு. தேவ்ஜி தலா பாய், 'ராஜா-மூஞ்ஜே ஒப்பந்தத்திற்கு முழு ஆதரவு அளிப்பதாக' தந்தி அனுப்பினார்.

இப்படி ஏராளமான சங்கங்கள், அமைப்புகள், தலைவர்கள் ராஜா-மூஞ்ஜே ஒப்பந்தத்தை ஆதரித்து வந்தனர்.

எம்.சி.ராஜா தலைவராக இயங்கி வந்த அனைத்திந்திய தாழ்த்தப்பட்ட வகுப்பினர் சங்கத்தின் சார்பில் அதன் துணைப் பொதுச் செயலாளர் ஜி.எம்.தாவரே 31-3-1932 அன்று ஓர் அறிக்கை வெளியிட்டார்:

‘அனைத்திந்திய தாழ்த்தப்பட்ட வகுப்பினர் சங்கம் கூட்டு வாக்காளர்களுக்கு ஆதரவாக இருப்பதால் டாக்டர் அம்பேத்கரும் அவரைப் பின்பற்றுபவர்களும் மிகவும் அதிருப்தி அடைந்துள்ளதாகத் தெரிகிறது. நான் கூட்டு வாக்காளர்களுக்கு ஆதரவாக இருப்பதாகவும், 15-3-1932 அன்று இந்திய வாக்குரிமைக் குழுவின் முன் சாட்சியாக ஆஜராக இருப்பதாகவும் செய்தி கிடைத்ததும், டாக்டர் அம்பேத்கர் மத்திய மாகாணங்கள் மற்றும் பேரார் மாகாணத்தில் உள்ள 5 அல்லது 6 நபர்களுக்கு தன்னை பம்பாயில் வந்து சந்திக்க வேண்டும் என்று தந்தி அனுப்பினார். அதன்படி அவர்கள் பம்பாயில் கூடினர். அவர்களும் வாக்குரிமை கமிட்டியால் சாட்சிகளாக விசாரிக்கப்பட வேண்டும் என்று எனக்குப் புரியவைத்தார்கள். அவர்களில் யாரையும் அழைக்காமல், எனக்குப் பிறகு அடுத்த சாட்சியாக திருமதி ரமாபாய் தாம்பேவைக் கமிட்டி அனுப்பியது. இயற்கையாகவே டாக்டர் அம்பேத்கரின் கட்சி முழு மனத்தையும் இழந்தது மட்டுமல்லாமல் சம்பந்தப்பட்ட நபர்கள் தங்களை ஏளனமாக ஆக்கிக்கொண்டனர்.

அனைத்திந்திய தாழ்த்தப்பட்ட வகுப்பினர் சங்கம் 1926ம் ஆண்டு நாக்பூரில் நடைபெற்ற அகில இந்திய தாழ்த்தப்பட்ட வகுப்பினர் தலைவர்கள் மாநாட்டில் தொடங்கப்பட்டது. அப்போது டாக்டர் அம்பேத்கரும் அழைக்கப்பட்டார். அவர் அழைப்பை நிராகரித்தார். ராவ் பகதூர் எம்.சி.ராஜா, சட்டமன்ற உறுப்பினர் அவர்கள் அணுகப்பட்டு அதன் தலைவராகத் தேர்ந்தெடுக்கப்பட்டார். ராவ் பகதூர் ராஜா தலைவராகவும் டாக்டர் அம்பேத்கர் மற்றும் ஒவ்வொரு மாகாணத்திலிருந்தும் மற்ற பிரதிநிதிகள் சங்கத்தின் துணைத் தலைவர்களாகத் தேர்ந்தெடுக்கப்பட்டனர்.

அதன்பிறகு, 1928ல் டெல்லியில் நடைபெறும் அகில இந்திய தாழ்த்தப்பட்ட வகுப்பினர் மாநாட்டின் ஆண்டுக் கூட்டத்திற்கு டாக்டர்

அம்பேத்கர் தலைவராக தேர்ந்தெடுக்கப்பட வேண்டும் என்று முன்மொழியப்பட்டது. அதன்படி அவர் அழைக்கப்பட்டார். அவர் முதலில் ஒப்புக்கொண்டார். ஆனால் மாநாட்டின் தேதிக்கு இரண்டு நாட்களுக்கு முன்பு, அவர் மாநாட்டை ஒத்திவைக்குமாறு அழைப்பாளர்களுக்கு ஒரு தந்தி அனுப்பினார். இருப்பினும் அது ஒத்திவைக்கப்படவில்லை. எம்.சி.ராஜா இரண்டாவது முறையாக அதன் தலைவராக இருக்குமாறு கோரப்பட்டது. டாக்டர் அம்பேத்கரின் நண்பர் டாக்டர் சோலங்கி மாநாட்டில் கலந்துகொண்டார். மேலும் அனைத்திந்திய தாழ்த்தப்பட்ட வகுப்பினர் சங்கத்தின் இரண்டு தலைவர்களாக, அதாவது எம். சி.ராஜா மற்றும் டாக்டர் அம்பேத்கர் இருக்க வேண்டும் என்று அவர் முன்மொழிந்தார். இந்த முன்மொழிவு தோல்வியடைந்தது. ராவ் பகதூர் எம். சி.ராஜா மீண்டும் சங்கத்தின் தலைவராக ஒருமனதாக தேர்ந்தெடுக்கப்பட்டார்.

இதற்குப் பிறகு, டாக்டர் அம்பேத்கர் எனக்கு ராஜினாமா செய்வது போன்ற கடிதம் எழுதினார். அதை செயற்குழு முன் வைத்தேன். டாக்டர் அம்பேத்கர், திரு. நந்தகோலியின் (Mr. Nandagaoli) உதவி மற்றும் ஒத்துழைப்போடு, ஒரு தனிச் சங்கத்தை நிறுவுவதற்கு, தனது அதிகபட்ச முயற்சியை மேற்கொண்டார். அவர் விரைவில் திரு. நந்தகோலியுடன் முரண்பட்டார். 1930ம் ஆண்டு நாக்பூரில், 'அனைத்திந்திய தாழ்த்தப்பட்ட வகுப்புகள் சங்கத்திற்கு' போட்டியாக 'அனைத்திந்திய தாழ்த்தப்பட்ட வகுப்புகள் காங்கிரஸ்' என்று அழைக்கப்படும் ஒரு தனிச் சங்கத்தை டாக்டர் அம்பேத்கர் நிறுவினார். இந்தியா முழுவதும் உள்ள தாழ்த்தப்பட்ட வகுப்பினரின் நலனுக்காக ஏற்கெனவே நிறுவப்பட்ட அனைத்திந்திய தாழ்த்தப்பட்ட வகுப்புகள் சங்கம் இருக்கும்பொழுது தாழ்த்தப்பட்ட வகுப்பினரிலிருந்தே கற்றறிந்த நற்பண்பு கொண்டவர் ஒரு தனியான போட்டிச் சங்கத்தை நிறுவுவது எப்போதாவது ஒரு ஞானச் செயலாக இருக்குமா?

1926ல் எங்கள் சங்கம் நிறுவப்பட்டபோது, துணைத் தலைவராக டாக்டர் அம்பேத்கரை அழைத்துச்

சென்றோம். இது மட்டுமில்லாமல் இன்னும் மேலே சென்றோம்; ஒவ்வொரு மாநாட்டிற்கும் நாங்கள் அவரை அழைக்கத் தவறவில்லை. ஆனால் டாக்டர் அம்பேத்கர் 1930ல் தாழ்த்தப்பட்ட வகுப்பினருக்காக இந்தப் போட்டி அமைப்பைத் தொடங்கியதன் நோக்கம் என்ன என்பது இன்றுவரை தெரியவில்லை. நமது சமூகத்தை உடைக்க யார் முயற்சித்தார்கள் என்பதோடு, தாழ்த்தப்பட்ட வகுப்பினரிடையே இன்றைய பிளவுக்கு யார் காரணம் என்பதை முடிவுசெய்யும் பொறுப்பை மற்றவர்களிடம் விட்டுவிடுகிறேன்.

நாக்பூர் காங்கிரஸ் மாநாட்டில் *(1930)* அவர் ஆற்றிய உரையும், டாக்டர் அம்பேத்கர் தாழ்த்தப்பட்ட வகுப்பினருக்கான கூட்டு வாக்காளர்களுக்கு ஆதரவாக இருப்பதாகவும், கூட்டு வாக்காளர்களின் கோரிக்கையை ஆதரிக்கும் தீர்மானமும் அந்த மாநாட்டில் நிறைவேற்றப்பட்டது. எங்கள் சங்கத்தின் கீழ் அவருடைய சங்கம் கூட்டப்படவே இல்லை என்பதை நினைவில் கொள்ள வேண்டும். டாக்டர் அம்பேத்கர் அவர்களே தலைவராக இருந்தார். அச்சங்கம் அவருடைய சொந்த உருவாக்கம். சைமன் கமிஷன் இந்தியாவுக்கு விஜயம் செய்தபோது, டாக்டர் அம்பேத்கர் அதன் பம்பாய் கூட்டுறவுக் குழுவில் உறுப்பினராக இருந்தபோது, அவர் கூட்டு வாக்காளர்களுக்கு ஆதரவாக இருந்தார். மேலும் அந்த ஆணையத்தின் சாட்சியாக விசாரிக்கப்பட்டபோது உண்மையில் அதைக் கோரினார். இது மட்டுமன்றி, வட்டமேஜை மாநாட்டின் முதல் அமர்வில்கூட அவர் தனது அதே துப்பாக்கிகளை மாட்டிக்கொண்டார். ஆனால் இரண்டாவது வட்டமேஜை மாநாட்டில் அவர் தனது கருத்தை மாற்றி தனித் தொகுதியின் அதிபராக மாறியது ஏன் என்பதை அவர் இன்னும் வெளியிடவில்லை.

நான் அப்போது தனிவாக்காளர்களுக்கு ஆதரவாக இருந்தேன். எனது சங்கமும் அதற்கு ஆதரவாக இருந்தது. டாக்டர் அம்பேத்கரும் அவர்களுக்காகவே இருந்தார். இதனால் நம் அனைவருக்கும் ஒருமித்த கருத்து இருந்தது. நாக்பூரில் டாக்டர் அம்பேத்கரைப் பின்பற்றியவர்களில் சிலர், எங்கள் சங்கத்துக்கும்

டாக்டர் அம்பேத்கருக்கும் இடையே சமரசம் செய்துகொள்வதில் எந்த சிரமமும் இல்லை என்றனர். குறைந்தது 5 அல்லது 6 பொதுக்கூட்டங்களில், இந்த சமரசத்தை ஏற்படுத்துவதற்கான வழிகளையும் வழிமுறைகளையும் நானே பரிந்துரைத்தேன்.

டாக்டர் அம்பேத்கர் நிறுவிய காங்கிரஸுக்கு முன்பே அகில இந்திய தாழ்த்தப்பட்ட வகுப்பினர் சங்கம் நிறுவப்பட்டது என்று நான் அவர்களிடம் முன்மொழிந்தேன். ஏற்கெனவே இந்தியாவின் பல பகுதிகளில் அகில இந்திய தாழ்த்தப்பட்ட வகுப்பினர் மாநாட்டின் ஏழு வருடாந்திரக் கூட்டமும் மற்றும் இரண்டு சிறப்பு அமர்வுகளும் நடந்திருப்பதால், அதன் பத்தாவது அமர்வு பஞ்சாபில் உள்ள குர்கானில் எனது அனுசரணையில் நடைபெறவிருந்தது. சங்கம் குர்கான் கூட்டத்திற்கு தந்தி அனுப்ப வேண்டும் மற்றும் நாக்பூரில் அடுத்த அமர்வுக்கு அழைக்க வேண்டும்.

டாக்டர் அம்பேத்கர் சங்கத் தலைவராகத் தேர்ந்தெடுக்கப்படுவதற்கு உதவ பத்தாயிரம் அல்லது பதினைந்தாயிரம் உறுப்பினர்களின் கருத்தைப் பட்டியலிடச் சொன்னேன். இதுவே சமரசத்திற்கான சிறந்த வழி. ஆனால் என்னுடைய அத்தகைய சிறந்த முன்மொழிவை அவர்கள் ஏற்கவில்லை. இதற்கு பதிலாக காம்ப்டீயில் காங்கிரஸின் கூட்டத்தை நடத்த அவரது காங்கிரஸ் தீர்மானித்துள்ளது.

டாக்டர் அம்பேத்கர் 1930ல் நாக்பூரில் நடைபெற்ற தனது காங்கிரஸில் தனது தலைமை உரையில், தனது அழைப்பின் பேரில் சுமார் பத்து லட்சம் பிரதிநிதிகள் கலந்துகொள்ளும் வகையில் இவ்வளவு பெரிய மாநாட்டை ஏற்பாடு செய்வதாகக் கூறினார். ஆனால், 1931ல் அவரது தலைமையில் காங்கிரஸ் நடைபெறவில்லை என்பதை நாம் பார்த்தோம். இப்போது இரண்டு ஆண்டுகளுக்குப் பிறகு காம்ப்டீயில் அதன் அடுத்த அமர்வை நடத்துகிறார்கள். இந்த மாநாடு மார்ச் 1932ல் நடைபெறும் என்று அறிவிக்கப்பட்டது. ஆனால் அது 1932 ஏப்ரல் மாதத்துக்கு எந்த காரணமும் தெரிவிக்காமல் ஒத்திவைக்கப்பட்டது.

டாக்டர் அம்பேத்கர் தனது நிலைப்பாட்டை பற்றி நன்கு அறிந்திருந்தார். மேலும் இந்த இரண்டு

ஆண்டுகளுக்குள் தனது காங்கிரஸின் அடுத்த கூட்டத்தை பம்பாயிலோ அல்லது நாக்பூரைத் தவிர வேறு எந்த இடத்திலோ அழைக்கத் துணியவில்லை. டாக்டர் அம்பேத்கர் நாக்பூரில் உள்ள அகில இந்திய தாழ்த்தப்பட்ட வகுப்புகள் காங்கிரஸின் தலைவர் நாற்காலியில் இருந்து தனது ஊதுகுழலை ஊதினார். மேலும் அகில இந்திய தாழ்த்தப்பட்ட வகுப்புகள் சங்கம் ஒரு பிரதிநிதி அமைப்பு அல்ல, காகித சங்கம் என்று கூறி அதையே செய்வதில் இன்னும் மும்முரமாக இருக்கிறார். திராட்சை அவருக்குப் புளிப்பாக இருந்தது!

1930ம் ஆண்டு அகில இந்திய தாழ்த்தப்பட்ட வகுப்பினர் காங்கிரஸை ஒரு போட்டிச் சங்கமாகத் தொடங்கினார் என்றாலும், இப்போது அதில் திருப்தியடையவில்லை. மேலும் 1932ம் ஆண்டு தனது காங்கிரஸின் அடுத்த அமர்வில் தாழ்த்தப்பட்ட வகுப்பினருக்கான மற்றொரு பிரதிநிதி சங்கத்தைத் தொடங்கப்போகிறார்! அவருடைய சொந்த காங்கிரஸ் ஒரு காகித சங்கம் என்பதை அவர் ஒப்புக்கொண்டதாக தெரிகிறது.

‘கூட்டு வாக்காளர்களை நாங்கள் கோருவதற்கான’ காரணங்கள்

இது தொடர்பாக எனக்கு பல கடிதங்கள் வந்துள்ளன. மேலும் பல குறிப்பிடத்தக்க நபர்கள் கூட்டுத் தேர்தல் முறைக்கு தங்கள் ஒப்புதலை ஏற்கெனவே தெரிவித்திருக்கிறார்கள். 1919ம் ஆண்டு முதல் 1931ம் ஆண்டின் இறுதி வரை நாமே ‘தனிவாக்காளர்களுக்கு’ ஆதரவாக இருந்தோம். முழு 12 ஆண்டுகளாக நாங்கள் அந்த திசையில் கடுமையான முயற்சிகளை மேற்கொண்டோம். எங்கள் விகிதாச்சாரத்தை முழு மக்கள் தொகைக்கும் எடுத்துச் சென்றோம்.

ஆனால், எங்களின் முயற்சிகள் அனைத்தும் வீணாகிவிட்டதைக் கண்டறிந்து, அதன் காரணத்தை வேகமாகப் பற்றிக்கொள்வதிலும் எதிர்காலத்தில் நிச்சயமான அழிவை எதிர்நோக்கி இருப்பதாலும், நாங்கள் எங்கள் கருத்துகளை மாற்றவேண்டிய கட்டாயத்தில் இருக்கிறோம். கடந்த 12 ஆண்டுகளாக நாங்கள் எங்கள் உரத்த குரலில் கூறி வருகிறோம்,

நாங்கள் ராணுவத்தின் மீது அல்லது பணப்பையின் அதிகாரத்தின் மீது கட்டுப்பாட்டை விரும்பவில்லை. ஆனால் எங்கள் மக்கள்தொகை விகிதத்தில் சட்டமன்றங்களில் சில இடங்கள் மட்டுமே தேவை மற்றும் எங்கள் அனுபவம் என்ன?

மத்திய மாகாண அரசு தாழ்த்தப்பட்ட வகுப்பினருக்கும் தொழிலாளர்களுக்கும் 10 இடங்களை மட்டுமே பரிந்துரைத்தது. மாகாணத்தின் மக்கள்தொகையின் விகிதாச்சாரத்தின்படி நாங்கள் 22 இடங்களைப் பெறத் தகுதியுடையவர்கள்.

முகமதியர்களின் சதவீதம் 4 தான், இன்னும் 10 இடங்களைப் பெற முடியும். எங்கள் சதவீதம் 20 என்றாலும், தொழிலாளர் இருக்கைகள் கொண்ட தாழ்த்தப்பட்ட வகுப்பினருக்கு 10 இடங்கள் மட்டுமே பரிந்துரைக்கப்பட்டுள்ளன. இது நியாயமா? இது நியாயமான விளையாட்டா? இன்னும் ஆர்வமாக, ஆர்.பி. சீனிவாசன், டாக்டர் அம்பேத்கருடன் கலந்தாலோசித்து, இரண்டாவது வட்டமேஜை மாநாட்டில் தனது உரையில் பிற மாகாண சபைகளில் தாழ்த்தப்பட்ட வகுப்பினருக்கான இடங்களைக் குறைக்கவும், அதன் விளைவாக மெட்ராஸ் மற்றும் பம்பாய் கவுன்சில்களில் இடங்களை அதிகரிக்கவும் முன்மொழிந்தார். அங்குள்ள மக்கள்தொகை விகிதத்திற்கேற்ப அவர்களுக்கு உரிமை இல்லாதபோது, நமது மாகாணத்தை ஏன் பறிக்க வேண்டும், பம்பாய் மற்றும் மெட்ராஸுக்கு அவர்களின் விகிதாச்சாரத்தைவிட அதிக இடங்களை ஏன் வழங்க வேண்டும்?

அவ்வளவு சீக்கிரம் எங்கள் கருத்துகளை மாற்றிவிட்டதாக குற்றம் சாட்டப்பட்டுள்ளோம். எனினும் அது அவ்வாறு இல்லை. அந்தப் பழைய கருத்துகளைக் கைவிட எங்களுக்கு 12 முழு வருடங்கள் தேவைப்பட்டன. மேலும் மேலே ஏற்கெனவே விரிவாகக் கூறப்பட்டவை தவிர அதற்கான காரணங்களும் உள்ளன.

வட்டமேஜை மாநாட்டில் பிரதமர் தனது உரையில் மாகாணச் சுயாட்சி வழங்குவது பற்றி ஏற்கெனவே பேசியதே இத்தகைய மாற்றத்திற்கு முக்கியக் காரணம். இன்றைய அமைப்புக்கும் முன்மொழியப்பட்ட

மாகாணச் சுயாட்சிக்கும் இடையே வேறுபாடு உள்ளது. தற்போதைய முறையின் கீழ் முழு நிர்வாகமும் இன்னும் ஆங்கிலேயர்களின் கைகளில் உள்ளது. கவுன்சில் முடிவு செய்த அனைத்தையும் அரசாங்கம் பாதுகாப்பாக அனுமதிக்க முடியும்.

சில கிராமங்களில் இந்துக்களால் நாங்கள் கொடுமை செய்யப்பட்டபோது, பாதுகாப்பை நாடினோம். அப்பொழுது அரசாங்கத்தின் பாதுகாப்பு நீட்டிக்கப்பட்டது. கிராமங்களில் உள்ள இந்து சமூகத்தின் பிற பிரிவினரால் நம்மை கொடுங்கோன்மை செய்த நிகழ்வுகள் உள்ளன. நாங்கள் பாதுகாப்பை நாடும்போது அரசாங்கம் எங்களுக்கு உதவுகிறது.

இதற்காக எங்கள் அரசுக்கு எனது மனமார்ந்த நன்றியைத் தெரிவித்துக் கொள்கிறேன். ஆனால் இந்த அரசாங்க முறையானது, தற்போது பிரித்தானிய பாராளுமன்றத்தில் நாம் காணும் அரசாங்கத்தின் ஆட்சிகள், பெரும்பான்மைக் கட்சியின் கைகளில் இருக்க உத்தேசிக்கப்பட்ட மாகாண சுயாட்சியைப் பெறுவதற்கு அல்ல. மாகாணங்களில் இந்துக்கள் பெரும்பான்மையாக உள்ளனர். டாக்டர் அம்பேத்கரின் உடன்படிக்கையின்படி சிறுபான்மைச் சமூகங்கள் (முகமதியர்கள், கிறிஸ்தவர்கள் மற்றும் தாழ்த்தப்பட்ட வகுப்பினர் மற்றும் மற்றவர்கள்) இணைந்தாலும், அவர்களால் இந்து பெரும்பான்மையை வெல்ல முடியாது.

உதாரணமாக, அரசாங்கத்தின் முன்மொழிவின்படி, மொத்தம் உள்ள 25 இடங்களில் முகமதியர்களுக்கு 10 இடங்களும், தாழ்த்தப்பட்ட வகுப்பினர் மற்றும் தொழிலாளர்களுக்கு 10 இடங்களும், கிறிஸ்தவர்களில் 3 மற்றும் மலைவாழ் பழங்குடியினருக்கு 2 இடங்களும் மட்டுமே இருக்கும் என்பது மிகவும் தெளிவாக உள்ளது. மொத்தமுள்ள 100 இடங்களில் மீதமுள்ள இடங்கள், அதாவது, 75 இந்துக்களுக்கு சொந்தமானது. எனவே அவர்களைத் தவிர வேறு யாரும் எப்போதும் பெரும்பான்மைக்குக் கட்டளையிட மாட்டார்கள்.

தாழ்த்தப்பட்ட வகுப்பினர் இந்துக்களிடமிருந்து பிரிந்தால், அவையில் எதுவும் செய்ய முடியாது.

நம் சமூகத்திற்குப் பெயருக்குத் தகுந்த ஒன்றைச செய்ய வேண்டும் என்று நாம் உண்மையிலேயே விரும்பினால், நாம் எப்போதும் இந்துக்களுடன் இருக்க வேண்டும். தீண்டாமையை அகற்றுவதே நம்முடைய நோக்கம். அடுத்த அரசியலமைப்புச் சட்டத்தில் நாம் இந்துக்களில் இருந்து வேறுபட்ட சமூகமாக மாறினால், தீண்டாமை ஒழியாது. தீண்டத்தகாதவர்களுக்கும் மற்ற இந்துக்களுக்கும் எப்போதும் கடுமையான விரோதம் இருக்கும், இதயமும் எரிந்துகொண்டிருக்கும். தாழ்த்தப்பட்ட வகுப்பினர் எதையும் பெறமாட்டார்கள். மேலும் நாம் இந்துக்களிடமிருந்து ஒரு அமைப்பாகப் பிரிந்தால், நிவர்த்தி செய்வது நமக்கு மிகவும் கடினமாக இருக்கும்.

இப்போது, கூட்டுத் தேர்தல் முறையின் கீழ் என்று கூறப்பட்டுள்ளது. இந்துக்களுக்குப் பிடித்தது மட்டுமே எப்போதும் திரும்பக் கொடுக்கப்படும். ஆனால் தனித் தேர்தல் முறையிலும் இதையே கூறலாம். உதாரணமாக, தாழ்த்தப்பட்ட வகுப்பைச் சேர்ந்த பட்டதாரி ஒருவர் பண்டாரா மாவட்டத்திற்கான வேட்பாளர் என்றும், மற்ற போட்டி வேட்பாளர் பட்டதாரி அல்ல; மாறாக படிப்பறிவில்லாத பணக்காரர் என்றும் வைத்துக்கொள்வோம்.

அவர்களது உத்தரவின் பேரில் பணப்பையின் காரணமாக பிந்தையது வெற்றி பெறப்படலாம். அப்படியானால், உண்மையிலேயே சேவை செய்யக்கூடிய ஒரு பட்டதாரி வேட்பாளரை நாம் இழக்க நேரிடும்; மேலும் பயனற்ற பிரதிநிதிகள் கவுன்சிலில் ஒரு நாற்காலியைத் தனிவாக்காளர்களால் ஆக்கிரமிப்பதைத் தாண்டி எதுவும் செய்ய மாட்டார்கள். எங்களுடைய இயக்கமும், இந்துக்களின் சமூக இயக்கமும் இல்லாத, திறமையான வேட்பாளர் கிடைக்காத ஒரு தொகுதியில், அத்தகைய பின்தங்கிய மாவட்டத்திலிருந்து, இந்துக்களுக்குப் பிடித்த ஒருவர், கூட்டுத் தேர்தல் முறையின் கீழ் சபையில் சேரலாம் என்பதை ஒப்புக்கொள்கிறேன்.

ஆனால் இந்துக்களில் சீர்திருத்தவாதிகளும் நம்மிடையே திறமையான மனிதர்களும் இருக்கும்போது, தகுதியானவர் மட்டுமே தேர்ந்தெடுக்கப்படுவார். ராவ்

பகதூர் ராஜா ஏற்கெனவே 25 மார்ச் 1932 தேதியிட்ட டைம்ஸ் ஆஃப் இந்தியா நாளிதழில் வெளிவந்த கடிதத்தில், சென்னை மாகாண பிரசிடென்சியில் தனது அனுபவத்தை வெளிப்படுத்தியுள்ளார்.

1919ம் ஆண்டு மாண்டேகு-செம்ஸ்ஃபோர்ட் திட்டம் அமலில் இருந்தபோது, மதராஸின் பிராமணரல்லாத கட்சி, தனிவாக்காளர்களைக் கோரியது. அவர்கள் அதைப் பெறவில்லை. அதற்குப் பதிலாக அவர்களுக்கு சில ஒதுக்கப்பட்ட இடங்களுடன் கூட்டு வாக்காளர்கள் கொடுக்கப்பட்டன. இதன் விளைவாக பிராமணரல்லாதவர்கள் எதையும் இழக்கவில்லை. மாறாக, (பிராமணரல்லாத) நீதிக்கட்சியின் 45 வேட்பாளர்கள் போட்டியின்றித் தேர்ந்தெடுக்கப்படுவதையும், அக்கட்சியிலிருந்து அமைச்சர்களும் தேர்ந்தெடுக்கப்படுவதையும் காண்கிறோம்.

மத்திய மாகாணங்களிலும் இதே நிலைதான். பிராமணர் அல்லாதவர்களின் தலைவர்கள் சைமன் கமிஷனால் ஆய்வு செய்யப்பட்டபோது தனிவாக்காளர்களைக் கோரினர். ஆனால் இன்று, கூட்டுத் தேர்தல் முறையின் கீழ் பிராமணரல்லாதவர்களின் ஜனநாயகக் கட்சி, மற்ற அனைத்துக் குழுக்களையும் இணைக்கும் வகையில் மத்திய மாகாண சபையில் மிகவும் சக்திவாய்ந்ததாக இருப்பதைக் காண்கிறோம். அவர்களால் ஜனநாயகக் கட்சியை தோற்கடிக்க முடியவில்லை. அமைச்சர்களும் இந்தக் கட்சியைச் சேர்ந்தவர்கள்தான். அன்று தனித் தேர்தல் கோரியவர்தான் இன்று ஜனநாயகக் கட்சியின் தலைவர்.

மக்கள் மற்றும் தேசிய கட்சி இரண்டும் இணைந்து, ஜனநாயக கட்சியைத் தோற்கடிக்க முடியவில்லை. புதிய சீர்திருத்தங்களின் கீழ் தாழ்த்தப்பட்ட வகுப்பினர் ஏன் அப்படி நினைக்கக்கூடாது என்று நான் கேட்கலாமா? முகமதியர்கள் தனிவாக்காளர் தொகுதிகளை அனுபவிப்பதால் எமது மாகாணத்தில் ஒரு முகமதியர் மற்றும் முகமதிய அமைச்சரை நியமிப்பதை நாம் காணவில்லை. ஒருமுறை ஒரு முகமது அமைச்சர் நியமிக்கப்பட்டார். ஆனால் அவர் சிறிது நேரத்தில் நீக்கப்பட்டார். இப்போது மத்திய மாகாண சபை உறுப்பினர்களால் தேர்ந்தெடுக்கப்பட்ட

மத்திய மாகாண சட்டசபையின் தலைவராக ஒரு முகமதுவைக் காண்கிறோம். அவர் ஜனநாயகக் கட்சியின் உதவியுடன் தேர்ந்தெடுக்கப்பட்டார், அதாவது இந்துக்களின் உதவியுடன். அவருடைய சாதியைச் சேர்ந்த ஏழு உறுப்பினர்களால் அல்ல. தற்போது முகமதியர்கள் அனுபவித்து வருவதைப் போலவே தாழ்த்தப்பட்ட வகுப்பினரும் தனித் தொகுதிகளில் அனுபவிப்பார்கள் என்று சிலர் கூறுவார்கள். ஆனால் தற்போதைய அரசாட்சி முறைமையில் அது சாத்தியமே தவிர உத்தேச மாகாண சுயாட்சியில் அல்ல.

இந்திய தேசிய காங்கிரஸுக்கும் முகமதியர்களுக்கும் இடையிலான லக்னோ ஒப்பந்தத்தின்படி, முகமதியர்கள் மக்கள்தொகை விகிதாச்சாரத்தின்படி அவர்களுக்குத் தகுதியான இடங்களைவிட அதிக இடங்களைப் பெறுகிறார்கள். இந்த வழியில் அவற்றைப் பாதுகாக்க முடியும். இந்து மகாசபையுடன் இதேபோன்ற ஒப்பந்தம் மூலம் தாழ்த்தப்பட்ட வகுப்பினர் ஏன் நுழையக்கூடாது?

இந்த காரணத்திற்காகவே எங்கள் சங்கம் தனது பார்வையை மாற்றியுள்ளது. தனித் தேர்தல் முறை லாபகரமானது அல்ல, பொருத்தமானது அல்ல என்பதை எங்கள் சங்கம் முழுமையாக நம்புகிறது. இது தற்கொலை மற்றும் நமது நலன்களுக்கு மிகவும் தீங்கு விளைவிக்கும். கூட்டு வாக்காளர்கள் பலனளிக்கிறார்கள், அதில் மட்டுமே நமது அரசியல் ரட்சிப்பை உருவாக்க முடியும். முகமதியர்கள் லக்னோவில் இந்திய தேசிய காங்கிரஸுடன் ஓர் ஒப்பந்தம் செய்தனர். டாக்டர் அம்பேத்கர் இங்கிலாந்தில் ஓர் ஒப்பந்தம் செய்தார்கள்; சிறுபான்மை சமூகங்களுடன் ஓர் ஒப்பந்தம் செய்தார்கள். எம்.சி.ராஜா புதுதில்லியில் டாக்டர் மூஞ்ஜேவுடன் ஒப்பந்தம் செய்தார்கள். இந்த மூன்று ஒப்பந்தங்களில், புது தில்லி ஒப்பந்தம் மட்டுமே சரியானது மற்றும் நியாயமானது.

டாக்டர் அம்பேத்கரின் லண்டன் சிறுபான்மை ஒப்பந்தத்தில் உள்ள குறைபாடுகள்

இந்த ஒப்பந்தம் தாழ்த்தப்பட்ட வகுப்பினருக்குப் பயனளிக்காது. ஆனால் இது முகமதியர்களுக்கு நன்மை

பயக்கும். அம்பேத்கரின் உடன்படிக்கையின்படி தாழ்த்தப்பட்ட வகுப்பினர் தங்கள் விகிதாச்சாரத்தைவிட 59 இடங்கள் குறைவாகவும், முகமதியர்களுக்கு அவர்களின் விகிதாச்சாரத்தைவிட 177 இடங்கள் அதிகமாகவும் கிடைக்கும். டாக்டர் அம்பேத்கரின் மாகாணம் (பம்பாய்) தாழ்த்தப்பட்ட வகுப்பினருக்கு அவர்களின் விகிதாச்சாரத்தைவிட 16 இடங்களையும், ராவ் பகதூர் ஸ்ரீனிவாசனின் மாகாணம் (மெட்ராஸ்) தாழ்த்தப்பட்ட வகுப்பினருக்கு அவர்களின் விகிதாச்சாரத்தைவிட 10 இடங்களையும் கூடுதலாகப் பெறும். ஆனால் மற்ற மாகாணங்களில் தாழ்த்தப்பட்ட வகுப்பினர் தங்கள் சட்டமன்றங்களில் அவர்களின் விகிதாச்சாரத்தைவிட குறைவான இடங்களைப் பெறுவார்கள்.

டாக்டர் அம்பேத்கரின் சுயநலம் இதுபோன்ற நியாயமற்ற மற்றும் பூரணமற்ற உடன்படிக்கையில் நுழைகிறது. டாக்டர் அம்பேத்கர் மிகவும் புத்திசாலியாக இருப்பதால் மற்றவர்களைவிட விஷயங்களை நன்றாகப் புரிந்துகொள்வார் என்று கூறப்படுகிறது. அது கல்வித் தகுதியில் மட்டும் உண்மையாக இருக்கலாம், அரசியலில் அல்ல. ஒரு குவாக் (quack) ஒரு நோயாளியின் நோயை எந்த நேரத்திலும் குணப்படுத்தும் நிகழ்வுகளை நாம் காண்கிறோம். இதை மிகவும் புத்திசாலி மருத்துவரால்கூட குணப்படுத்த முடியவில்லை. நோயாளி, தனது நோயிலிருந்து எப்படியாவது விடுபட வேண்டும் என்று ஆசைப்படுகிறார். ஒரு புத்திசாலி இங்கிலாந்திலிருந்து திரும்பிய மருத்துவரைவிட குவாக்கை விரும்புகிறார். அதே கொள்கைதான் இங்கும். மூஞ்ஜே-ராஜா ஒப்பந்தம் தாழ்த்தப்பட்ட வகுப்பினரின் நோய்களுக்கு இறையாண்மைத் தைலம்போல் தெரிகிறது. டாக்டர் அம்பேத்கரின் முறையானது குறைப்பதற்குப் பதிலாக ஆகமத்தை மோசமாக்கலாம் என்று அஞ்சப்படுகிறது.

ராவ் பகதூர் ராஜா ஒரு தசாப்தத்திற்கும் மேலாக அரசியலில் செலவிட்ட நமது படித்த, திறமையான மற்றும் அனுபவம் வாய்ந்த தலைவர்களில் ஒருவர். அவர் 6 மாதங்களுக்கும் மேலாக சைமன் கமிஷனில் இருந்தார்; மேலும் இங்கிலாந்தில் அரசியலில் சமமான மாதங்களைக் கழித்துள்ளார். அவர் பரந்த அனுபவமுள்ள ஒரு ஸ்டேட்ஸ்மேன் மற்றும் அவர்

தாழ்த்தப்பட்ட வகுப்பினரின் உண்மையான தலைவர் என்று நான் நம்புகிறேன். நம்முடைய ரட்சிப்பு எங்கே இருக்கிறது என்பதை அவரால் மட்டுமே பார்க்க முடிந்தது.' (The Rajah – Moonje Pact, Documents on a Forgotten Chapter of Indian History, P.47)

தன்னுடைய சங்கம் சார்பில் தெளிவான அறிக்கை வெளியிட்டாலும் ராஜா - மூஞ்ஜே ஒப்பந்தம் மற்றும் கூட்டுத்தொகுதி ஏன் வேண்டும் என்பது பற்றிய குழப்பம் தாழ்த்தப்பட்டவர்களிடையே உருவானது. அதைத் தெளிவாக்கும் பொருட்டு 1932 ஏப்ரல் மாதம் ராவ்பகதூர் எம்.சி.ராஜா தனது சமூக மக்களுக்கு ஓர் அறிக்கையை வெளியிட்டார்:

'முஸ்லிம்கள், தாழ்த்தப்பட்டோர், ஆங்கிலோ இந்தியர்கள், ஐரோப்பியர்கள் மற்றும் மாநாட்டின் ஓர் இந்திய கிறிஸ்தவ உறுப்பினர் ஆகியோரால் கூட்டாக முன்வைக்கப்பட்ட வகுப்புவாத பிரச்சினைக்கு தீர்வு காணும் விதிகளாக வட்டமேஜை மாநாடு சிறுபான்மையினர் ஒப்பந்தத்தைப் பற்றி நீங்கள் கேள்விப்பட்டிருப்பீர்கள். உங்களில் பெரும்பாலோர் அதைப் பார்த்திருக்க மாட்டீர்கள். ஆய்வு செய்திருப்பது மிகவும் குறைவு. இந்த ஒப்பந்தம் மேலே குறிப்பிட்ட சமூகங்களுக்கான தனித் தனித் தேர்தல் தொகுதிகளை அடிப்படையாகக் கொண்டது. இதில் ஓர் இணைப்பு உள்ளது. இது இந்த சமூகங்களுக்காக ஒதுக்கப்பட்ட இடங்களின் எண்ணிக்கையை விதிக்கிறது; இந்த ஒப்பந்தத்தின் 9வது பத்தியில், சிறுபான்மைச் சமூகங்கள் இணைப்பில் குறிப்பிட்டுள்ள விகிதத்தைவிட குறைவாக இருக்கக்கூடாது என்று கூறப்பட்டுள்ளது.

இந்த ஒப்பந்தத்தில் ஒரு தரப்புப் பிரதிநிதியாக இருக்கும் ராவ் பகதூர் ஸ்ரீனிவாசன், வட்டமேஜை மாநாட்டின் இரண்டாவது அமர்வின் இரண்டாவது முழுக் கூட்டத்தில் நவம்பர் 30, 1931 அன்று இந்த ஒப்பந்தத்தை ஆதரித்துப் பேசும்போது கூறினார்:

'ஐயா, நாங்கள் கோரியுள்ள இடங்களின் எண்ணிக்கை குறித்த கேள்வியை எடுத்துக்கொள்கிறேன். இந்த விஷயத்தில் நாம் அனைவரும் அறிந்ததுபோல், இரண்டு எதிர்ப்புக் கருத்துகள் இருந்தன.

காங்கிரஸின் கருத்துப்படி எந்தச் சிறுபான்மையும் அதன் மக்கள்தொகை விகிதத்தைவிட அதிகமாகப் பெறக்கூடாது. சிறுபான்மையினர் கருத்துப்படி மக்கள்தொகை அடிப்படைக்குமேல் எடையளவு இருக்க வேண்டும். இப்போது சிறுபான்மை ஒப்பந்தத்தில் உள்ள முன்மொழிவுகளில் சிறுபான்மைக் குழுவிற்குச் சமர்ப்பிக்கப்பட்ட எங்களது பிரதிநிதித்துவம் என்ன? அசாம், பீகார் மற்றும் ஒரிசாவில் எங்கள் பிரதிநிதித்துவம் எங்கள் மக்கள்தொகை விகிதத்தை அணுகுகிறது. வங்காளத்தில் 8 சதவிகிதத்தையும், மத்திய மாகாணங்களில் 4 சதவிகிதத்தையும், பஞ்சாபில் 3.5 சதவிகிதத்தையும், ஐக்கிய மாகாணங்களில் 6.4 சதவிகிதத்தையும் எங்கள் மக்கள்தொகை விகிதப் பிரதிநிதித்துவத்திலிருந்து கைவிட்டுள்ளோம். மத்திய சட்டமன்றத்தில் மக்கள்தொகை அடிப்படையில் நாங்கள் பெறத் தகுதியுடையவர்களிடமிருந்து மேலவையில் 50 சதவிகிதத்தையும், கீழவையில் 25 சதவிகிதத்தையும் கைவிட்டுள்ளோம். எனவே பிரதிநிதித்துவம் மக்கள்தொகைக்கு ஏற்ப வழங்கப்படும் என்ற ஏற்றுக்கொள்ளப்பட்ட கொள்கையின் முழுப் பயனையும் நாங்கள் எடுத்துக்கொள்ளவில்லை என்பது தெரியவரும்.

பாம்பே மற்றும் மெட்ராஸில் எடையளவைக் கோரியுள்ளோம். ஏனெனில் இந்த இரண்டு மாகாணங்களின் சூழ்நிலைகள் அத்தகைய எடையை அவசியமாக்குகின்றன. ஆனால் இங்கும்கூட முஸ்லிம்களைப் போல அதே எடையளவைக் கோரவில்லை. எங்களது எடையளவு சாதி இந்துக்களின் நிலையைக் குறைக்கவில்லை.'

மேலே கூறியவற்றிலிருந்து பின்வருபவை தெளிவாகின்றன:

(1) எந்தச் சிறுபான்மையினரும் அவர்களின் மக்கள்தொகை விகிதத்தைவிட அதிகமாகப் பெறக்கூடாது என்பது காங்கிரஸின் கருத்தாகும்; (2) மக்கள்தொகை அடிப்படைக்கு மேல் எடையளவு இருக்க வேண்டும் என்பது சிறுபான்மையினரின் கருத்தாகும்; (3) பிரதிநிதித்துவம் மக்கள்தொகை விகிதத்தின்படி இருக்க வேண்டும் என்ற ஏற்றுக்கொள்ளப்பட்ட கொள்கையின் முழுப் பயனையும்கூட டாக்டர் அம்பேத்கர் மற்றும் திரு. ஸ்ரீனிவாசன் பெறவில்லை.

பொது மக்களின் நன்மைக்காக, இந்த வட்டமேஜை மாநாட்டுச் சிறுபான்மையினர் ஒப்பந்தத்தின் இணைப்பை நான் மீண்டும் தருகிறேன்:

வட்டமேஜை மாநாடு சிறுபான்மையினர் ஒப்பந்தத்தின்படி தாழ்த்தப்பட்டோர் மற்றும் முஸ்லிம்களுக்கான சட்டமன்றப் பிரதிநிதித்துவம்.

Legislatures	Strength of Chamber	Depressed Classes' Seate.	Muslims' Seats
CENTER All-India		19*	21.5*
Upper	200	20	67
Lower	300	45	100
Assam	100	(13.4)	(34.8)
		13	35
Bengal	200	(24.7)	(54.9)
		35	102
Behar & Orissa	100	(14.5)	(11.3)
		14	25
Bombay	200	(8)	(20)
		28	66
Central Provinces	100	(23.7)	(4.4)
		20	15
Madras	200	(15.4)	(3.7)
		40	14
Punjab	100	(13.5)	(56.5)
		10	51
United Provinces	100	(26.4)	(14.8)
		20	30

(THE INDIAN ANNUAL REGISTER, Vol.I, Jan-June- 1932, Pg No. 333)

‘அங்கீகரிக்கப்படாத ஒப்பந்தம்’

வட்டமேஜை மாநாட்டின் சிறுபான்மையினர் ஒப்பந்தத்தின் ஒரு பகுதியான மேற்கண்ட இணைப்புகளில் உள்ள புள்ளி விவரங்களைப் பகுப்பாய்வு செய்ததில், மக்கள்தொகையின் அடிப்படையில் அவர்களுக்குக் கிடைக்கும் இடங்களைவிட மிகவும் குறைவான இடங்களைத் தாழ்த்தப்பட்டோர் சார்பாகக் கோரி ஏற்றுக்கொள்வதன் மூலம் இந்த இரண்டு தாழ்த்தப்பட்ட வகுப்பின் பிரதிநிதிகள் தாழ்த்தப்பட்டோருக்கு நேர்மறையான தீங்கு விளைவித்துள்ளனர். இதை உங்களுக்கு விளக்குகிறேன். மேலே உள்ள அட்டவணையில் முதல் இரண்டு வரிசைகளை எடுத்துக்கொள்ளுங்கள். மொத்தம் 200 இடங்களில், மேலவையில் மக்கள்தொகையில் 19 சதவீதத்தை உருவாக்கும் தாழ்த்தப்பட்டோருக்கு 38 இடங்கள் வழங்கப்பட வேண்டும். நமது நண்பர்கள் டாக்டர் அம்பேத்கர் மற்றும் திரு.ஸ்ரீனிவாசன் 18 இடங்களை விட்டுக் கொடுக்கத் தயாராக இருந்தனர். 20 இடங்களை மட்டுமே கோரினர்.

இப்போது வட்டமேஜை மாநாட்டில் உள்ள நமது முஸ்லிம் நண்பர்களைப் பார்ப்போம். நாட்டில் முஸ்லிம்கள் மக்கள்தொகையில் 21.5 சதவீதத்தை உருவாக்குகின்றனர். 43 இடங்களுக்கு தகுதியானவர்கள். ஆனால் அவர்களது பிரதிநிதிகள் தங்கள் சமூக நலன்களில் மிகவும் ஆர்வமாக இருந்து 67 இடங்களைப் பெற்றனர்.

கீழவையில் மொத்தம் 300 இடங்களில், மக்கள்தொகை அடிப்படையில் தாழ்த்தப்பட்டோர் 57 இடங்களுக்குத் தகுதியானவர்கள். ஆனால் நமது நண்பர்கள், டாக்டர் அம்பேத்கர் மற்றும் திரு.ஸ்ரீனிவாசன், 12 இடங்களை கைவிட்டு 45 இடங்களை மட்டுமே கோரினர். மறுபுறம் முஸ்லிம் சமூகத்திற்கு அவர்களது பிரதிநிதிகள் எவ்வளவு சிறப்பாகச் சேவை செய்துள்ளனர் என்பதைப் பாருங்கள். மக்கள்தொகை அடிப்படையில் 64 இடங்களுக்குத் தகுதியான முஸ்லிம்கள் முழுமையாக 100 இடங்களைத் தங்களுக்காகப் பெற்றுள்ளனர்.

இந்த உண்மைகளில் இருந்து, வட்டமேஜை மாநாட்டில் உள்ள தாழ்த்தப்பட்டோர் பிரதிநிதிகள் சமூக நலன்களைத் தியாகம் செய்து, அங்கீகரிக்கப்படாத மற்றும் முட்டாள்தனமான ஒப்பந்தத்தில் கையெழுத்திட்டுள்ளனர் என்பது தெளிவாகிறது.

இந்த ஏற்பாடுகள் அனைத்தும் நவம்பர் 1931ல் நடைபெற்றது குறிப்பிடத்தக்கது. அதாவது அக்டோபர் 18, 1931 அன்று சென்னை எழும்பூரில் உள்ள ஸ்பர்டேங்கில் நடைபெற்ற தாழ்த்தப்பட்டோர் சிறப்பு மாநாட்டிற்குப் பிறகும், அக்டோபர் 31, 1931 அன்று பஞ்சாபின் குர்கானில் நடைபெற்ற அகில இந்திய தாழ்த்தப்பட்டோர் மாநாட்டின் 9வது அமர்விற்குப் பிறகும் ஆகும். உண்மைகளை அறிந்து தனது எண்ணங்களில் முன்னணியில் சமூக நலன்களைக் கொண்டிருக்கும் எந்தத் தாழ்த்தப்பட்டோரும் இந்தத் தற்கொலை ஒப்பந்தத்திற்கு ஒருபோதும் ஒப்புக் கொள்ளமாட்டார்கள். ஏழைச் சமூகத்திற்கு ஏதாவது பெறுவதற்காகவும், நமது சமூகத்திற்கு நன்மை அளிப்பதற்காகவும் பிற சமூகங்களுடன் ஒப்பந்தம் செய்கிறோம். இந்த ஒப்பந்தத்தின் மூலம் சமூகம் பெறும் லாபம் அல்லது நன்மை என்ன?

மாகாணச் சட்டமன்றங்கள்

மாகாணச் சட்டமன்றங்களைப் பொறுத்தவரை, சிறுபான்மையினர் ஒப்பந்தத்தின்படி தாழ்த்தப்பட்டோர் பிரதிநிதித்துவம் அசாம், பீகார் மற்றும் ஒரிசாவில் மக்கள்தொகை விகிதத்தை நெருங்குகிறது. எனினும், டாக்டர் அம்பேத்கர் மற்றும் திரு ஸ்ரீனிவாசன் வங்காளத்தில் மக்கள்தொகை விகிதத்தில் 8 சதவிகிதத்தையும், மத்திய மாகாணங்களில் 4 சதவிகிதத்தையும், பஞ்சாபில் 3.5 சதவிகிதத்தையும், ஐக்கிய மாகாணத்தில் 6.4 சதவிகிதத்தையும் விட்டுக் கொடுத்துள்ளனர்.

டாக்டர் அம்பேத்கர் மற்றும் திரு ஸ்ரீனிவாசன் ஆகியோர் திரு ஸ்ரீனிவாசனின் மாகாணமான சென்னையிலும், டாக்டர் அம்பேத்கரின் மாகாணமான மும்பையிலும் தங்கள் சமூகத்திற்கு எடையளவு கிடைத்துள்ளதாகக் கூறுகின்றனர்; ஆனால் முஸ்லிம்கள் கோரியது போன்ற அதே எடையளவை

அவர்கள் கோரவில்லை என ஒப்புக்கொள்கிறார்கள். மெட்ராஸில் 200ல் 40 இடங்களையும், பாம்பேயில் 200ல் 28 இடங்களையும் கோர அனுமதிக்கப்பட்டனர். காகிதத்தில் தாராளமாகத் தோன்றினாலும், சம்பந்தப்பட்ட அதிகாரிகள் இந்தக் கோரிக்கைகளை ஒப்புக்கொள்வதற்கான வாய்ப்பு என்ன? எடுத்துக்காட்டாக மெட்ராஸ் மாகாணத்தை எடுத்துக்கொள்ளுங்கள். மெட்ராஸ் வாக்குரிமைக் குழு என்ன பரிந்துரைத்தது? 220 இடங்கள் கொண்ட கவுன்சிலில் தாழ்த்தப்பட்ட வகுப்பினருக்கு 25 இடங்களைப் பரிந்துரைத்தனர். மெட்ராஸ் அமைச்சரவை என்ன பரிந்துரைத்தது? அவர்கள் மெட்ராஸ் வாக்குரிமைக் குழுவின் பரிந்துரையை மேம்படுத்தி, 210 இடங்கள் கொண்ட கவுன்சிலில் தாழ்த்தப்பட்டோருக்கு 18 இடங்களை மட்டுமே வழங்கியது. இது மெட்ராஸ் குழுவின் பரிந்துரையிலிருந்து 7 இடங்கள் குறைப்பு ஆகும். வட்டமேஜை மாநாட்டில் சிறுபான்மையினர் ஒப்பந்தத்தில் மெட்ராஸின் தாழ்த்தப்பட்டோருக்கு 200ல் 40 இடங்கள் கொடுக்கப்பட்ட நிலையில், இப்போது என்னவாகியுள்ளது. வட்டமேஜை மாநாட்டில் சிறுபான்மையினர் ஒப்பந்தத்தின் பிற உறுப்பினர்களால் சமூகத்திற்கு வழங்கப்பட்ட எடையளவைப் பற்றி மெட்ராஸ் வாக்குரிமைக் குழு மற்றும் மெட்ராஸ் அமைச்சரவை எதுவும் கவலைப்படவில்லை.

இந்தச் சூழ்நிலைகளில், வட்டமேஜை மாநாட்டில் உள்ள நமது புத்திசாலிப் பிரதிநிதிகள் விருப்பப்பட்டோ அல்லது வேறுவிதமாகவோ ஏமாற்றப்பட்டுள்ளனர் என்பதை யார் இப்போது மறுக்க முடியும்?

மக்கள்தொகை அடிப்படையில் சமவிகிதப் பிரதிநிதித்துவக் கொள்கை என்பது ராஜா-மூஞ்ஜே ஒப்பந்தத்தின் மையக் கருத்தாகும். இது இட ஒதுக்கீட்டுடன் கூடிய கூட்டுத் தேர்தல் தொகுதித் திட்டத்தின்கீழ் வெவ்வேறு மாகாணங்களில் பயன்படுத்தப்படும்போது தாழ்த்தப்பட்டோருக்கு என்ன விளைவுகளைத் தரும் என்று இப்போது பார்ப்போம். பின்வரும் புள்ளிவிவரங்கள் அவற்றுக்குச் சொந்தமாகப் பேசுகின்றன.

வட்டமேஜை மாநாட்டில் சிறுபான்மையினர் ஒப்பந்தத்தின்படி சட்டமன்றத்தில் தாழ்த்தப்பட்டோர் பிரதிநிதித்துவத்தை, ராஜா-மூஞ்ஜே ஒப்பந்தத்தின்படி தாழ்த்தப்பட்டோர் பிரதிநிதித்துவத்துடன் ஒப்பிடலாம்.

Legislatures	Strength of Chamber	Seats according to RTO	Seats according to
		Minority pact	Rajaj-Moonje Pact
CENTER All-India			
Upper	200	20	38
Lower	300	45	57
Assam	100	13	13
Bengal	200	35	49
Behar & Orissa	100	14	14
Bombay	200	28	16
Central Provinces	100	20	24
Madras	200	40	39
Punjab	100	10	13
United Provinces	100	20	26

வட்டமேஜை மாநாட்டின் சிறுபான்மையினர் ஒப்பந்தத்தால் வழங்கப்பட்ட எடையளவின்கீழ் சென்னைக்கான புள்ளிவிவரங்களை ஏற்கெனவே ஆராய்ந்து, சென்னை வாக்குரிமைக் குழு மற்றும் சென்னை அமைச்சரவை பரிந்துரைத்த புள்ளிவிவரங்களுடன் ஒப்பிட்டோம். வட்டமேஜை மாநாட்டின் சிறுபான்மையினர் ஒப்பந்தத்தின் புள்ளிவிவரங்களுக்கு மிகக் குறைவான முக்கியத்துவம் கொடுக்கப்பட்டுள்ளதைக் கண்டோம். பாம்பே வாக்குரிமைக் குழு மற்றும் பாம்பே அமைச்சரவை சிறுபான்மையினர் ஒப்பந்தத்தின் புள்ளிவிவரங்களை மேலும் மரியாதையுடன் நடத்தியுள்ளனவா என்பது

உறுதியாகத் தெரியவில்லை. இந்தச் சூழ்நிலையில், சிறுபான்மையினர் ஒப்பந்தத்தில் இந்த இரண்டு மாகாணங்களுக்கு வழங்கப்பட்ட எடையளவு வெறும் கண்துடைப்பு மட்டுமே.

நான் இப்போது உண்மைகளையும் புள்ளி விவரங்களையும் முடிந்தவரை தெளிவாகவும் வெளிப்படையாகவும் உங்கள் முன்வைத்துள்ளேன். யார் உங்களுக்குச் சேவை செய்தார், யார் உங்களைக் காட்டிக் கொடுத்தார் என்பதைத் தீர்ப்பளிப்பது இப்போது உங்களுடையது.'

குறிப்பு: ராஜா-மூஞ்ஜே ஒப்பந்தத்தின்படி, சென்னை மாகாணத்தின் செங்கல்பட்டு மாவட்டத்தில் உள்ள ஆலந்தூர், செம்பியம், வில்லிவாக்கம் மற்றும் பிற ஒன்றியங்களில் அண்மையில் நடைபெற்ற உள்ளாட்சி வாரியத் தேர்தல்களில் போட்டியிட்டு வென்றதுபோல, ஒதுக்கப்பட்ட இடங்களுக்கு அப்பால் கூடுதல் இடங்களுக்குப் போட்டியிடும் உரிமையைத் தாழ்த்தப்பட்டோர் பெறுவார்கள். (THE INDIAN ANNUAL REGISTER, Vol.I, Jan-June- 1932, Pg No. 333)

எம்.சி.ராஜா ஒரு நடைமுறை யதார்த்த அரசியல்வாதி. பல்வேறு தலைவர்கள் மற்றும் கட்சிகளின் பலம்-பலவீனத்தை துல்லியமாக அறிந்தவர். தாங்கள் வைக்கும் கோரிக்கை நடைமுறையில் சாத்தியப்படுமா? மற்றவர்கள் அதைச் சாத்தியப்படுத்த விடுவார்களா, தன் சமூகத்துக்கு உடனடியாக எது பயன்படும் என்பதைப் பற்றியெல்லாம் அவர் ஆய்ந்து அறிந்துதான் தன் முடிவைத் தற்காலிகமாக மாற்றினார். அதாவது தன் சமூகத்திற்குத் தேவைப்படும் அதிகாரத்தை அடைவதற்கான உத்தியை மட்டுமே அதுவும் தற்காலிகமாக மாற்றினார்.

காங்கிரஸ் ஒரு மாபெரும் இயக்கம். காந்தியடிகள் அதைவிட மாபெரும் வளர்ந்துவிட்ட இந்தியத் தலைவர். அவரின் சொல்லுக்காக ஒவ்வொருவரும் மகுடிக்கு மயங்கும் பாம்பைப்போல மயங்கி இருந்தனர். இப்போது காந்தியடிகள் தனித்தொகுதியை எதிர்க்கிறார். அதனால் தனித்தொகுதியை நடைமுறைப்படுத்த காங்கிரஸும் காந்தியும் கண்டிப்பாக ஏற்றுக்கொள்ள மாட்டார்கள். அதுவும் இல்லாமல் காங்கிரஸை - காந்தியை ஆதரிக்கும்

தாழ்த்தப்பட்டவர்களும் குறிப்பிட்ட அளவில் இருந்தனர். அதனால் தாழ்த்தப்பட்டவர்களுக்குள்ளேயே பெரும்பிரிவினை உண்டாகும். அதனால் கூட்டுத் தொகுதியில் கொடுக்கப்படும் இடங்கள் மக்கள்தொகை அடிப்படையில் இருந்தால் அதிகமான எண்ணிக்கையில் தாழ்த்தப்பட்ட மக்கள் பிரதிநிதித்துவம் பெறுவார்கள் என்ற எண்ணத்தின் அடிப்படையில் எம்.சி.ராஜா தன் முந்தைய நிலையைத் தற்காலிகமாக மாற்றிக்கொண்டார்.

மூஞ்ஜே - ராஜா ஒப்பந்தம் குறித்து டாக்டர் அம்பேத்கர் பின்வருமாறு ஓர் அறிக்கை வெளியிட்டார்:

> 'மூஞ்ஜே - ராஜா ஒப்பந்தத்தைப் பற்றி எனக்கு எந்தவிதமான கவலையும் கிடையாது. அதுபோலவே மற்ற எவருக்கும் அதைப் பற்றிய கவலை எதுவும் இருக்க வேண்டிய அவசியமில்லையென்று நினைக்கிறேன். அந்த ஒப்பந்தத்தில் விசேஷம் ஒன்றுமில்லை. தாழ்த்தப்பட்டவர்களுக்குள் தனித்தொகுதி, கூட்டுத்தொகுதி முதலிய விஷயங்களில் கட்சி-பிரதிகட்சி ஏற்பட்டிருப்பதைப் போல் காட்டிக் கொள்வதற்காகவே அத்தகைய முயற்சி செய்யப்பட்டு வருகிறது என்பது வெளிப்படை. இவ்விஷயத்தில், காங்கிரஸும் இந்துமகா சபையும் வழக்கமாகவே ஊக்கங்காட்டி வருகின்றன. இந்தியா முழுதிலுமுள்ள தாழ்த்தப்பட்ட வகுப்பினர்கள் அனைவரும் அதனை ஏற்கெனவே எதிர்த்து வருகின்றனர். இதனாலேயே அந்த ஒப்பந்தத்தின் உண்மையான மதிப்பு நன்கு தெரியவரும். ஆகையினாலே அதைப் பற்றிப் பேசிப் பொழுதைப் போக்குவது அனாவசியமான காரியம். ஆயினும் அந்த ஒப்பந்தம் ஏற்பட்ட விருத்தாந்தத்தைப் பற்றி நான் ஏதேனும் சொல்ல வேண்டுமென்று நமது சிநேகிதர்களில் சிலர் விரும்புகின்றனர். அதிலிருந்து பொது ஜனங்களும், குறிப்பாக தாழ்த்தப்பட்ட வகுப்பினர்களும் தாங்களே உண்மையைக் கண்டுகொள்ள முடியுமென்று நினைக்கின்றனர். அவர்களுடைய கட்டளைக்கிணங்கிக் கீழ்க்கண்ட குறிப்பை வெளியிடுகின்றேன்.
>
> டாக்டர் மூஞ்ஜே ராஜாவோடு உடன்படிக்கை செய்து கொள்ளுவதற்கு முன்பு டாக்டர் மூஞ்ஜே என்னோடு முதலில் விவகாரம் ஆரம்பித்தார். புது டெல்லியில் மூன்று நாட்களாக நாங்கள் இதைப் பற்றி

விவாதித்தோம். பிப்ரவரி மாதம் முதல் தேதி முதல் 3ம் தேதி மட்டும் எங்களுடைய தர்க்கவாதம் நடந்தது. தாழ்த்தப்பட்ட வகுப்பினர்களுக்கு ஐந்து வருஷ காலத்திற்கு மட்டும் தனித்தொகுதி கொடுக்கலாம் என்று டாக்டர் மூஞ்ஜே கூறினார். நான் அதை ஒத்துக்கொள்ளவில்லை. அதனால் எங்களுடைய விவகாரம் முறிந்தது. அந்தச் சமயத்தில் டாக்டருக்கு திரு.ராஜாவைப் பற்றிய ஞாபகமே இருந்ததில்லை. திரு.ராஜா தாழ்த்தப்பட்ட வகுப்பினரின் அதிகாரம் பெற்ற பிரதிநிதியென்று அவர் அந்தக் காலத்தில் நினைத்திருக்கவில்லை.

அகில இந்திய தாழ்த்தப்பட்ட வகுப்பினர் சங்கம் சார்பாக உடன்படிக்கை ஏற்பட்டிருப்பதாகத் தெரிகிறது. திரு. ராஜா இதன் தலைவர் என்று சொல்லப்படுகிறது. திரு.ராஜா இந்தச் சங்கத் தலைவர் என்ற ஹோதாவில் உடன்படிக்கையில் கையெழுத்திட்டிருக்கிறார். தாழ்த்தப்பட்ட வகுப்பினர்களுடைய எண்ணிறந்த ஸ்தாபனங்களைத் தெரிந்தவர்களுக்கு மேலே சொல்லப்பட்ட அகில இந்திய ஸ்தாபனம் பேரளவிலும் ஏட்டளவிலுமே இருப்பதாகத் தோன்றும். அந்தச் சங்கத்தின் கிளைகள் அஸ்ஸாம், வங்காளம், சென்னை, பம்பாய், பீகார், ஒரிசா, பஞ்சாப் முதலிய மாகாணங்களிலே கிடையாது. அதன் கிளைகள் இருப்பதாகச் சொல்லப்படும் இடங்களிலேயும் சங்கத்தின் உத்தியோகஸ்தர்களைத் தவிர வேறு அங்கத்தினர்கள் கிடையாது என்று தெரிகிறது. அத்தகைய ஸ்தாபனம் அகில இந்திய ஸ்தாபனமாகக் கொள்ளப்படுவதில்லை. இன்னும் திரு.ராஜாவின் சங்கம் அகில இந்திய தாழ்த்தப்பட்ட வகுப்பினர் அனைவருக்கும் பிரதிநிதியாக இருக்க முடியாது என்பதையும் தவிர, அந்த ஸ்தாபனம் திரு.மூஞ்ஜேவோடு உடன்படிக்கை செய்து கொள்ளும்படிக்கும், கூட்டுத் தொகுதியை ஒத்துக் கொள்ளும்படிக்கும் திரு.ராஜாவுக்கு எந்தவிதமான அதிகாரமும் கொடுக்கவில்லை.

டெல்லியில் திரு.ராஜா தலைமையில் சென்ற பிப்ரவரி மாதம் 23ம் தேதி ஒரு கூட்டம் நடைபெற்றதாக அசோஷியேட் பிரஸ் தந்தியில் இருந்து தெரிந்தது. அப்போது உடன்படிக்கை விஷயமாக திரு.ராஜாவைப்

பேட்டி கண்டு விஷயத்தைப் பற்றி ஆலோசனை நடைபெறும் என்று சொல்லப்பட்டது. ஆனால் இக்கூட்டத்தில் அவ்விஷயமாக எந்தவிதமான முடிவுக்கும் வரமுடியவில்லை என்று ராஜாவே கூறினார். அக்காரணத்தால் வேறொரு கூட்டம் போட வேண்டுமென்றும், அதற்கு இந்தியாவிலுள்ள பல மாகாணங்களில் இருந்தும் தாழ்த்தப்பட்டவர்களுடைய பிரதிநிதிகள் கட்டாயம் வரவேண்டுமென்றும் அப்போது தீர்மானித்தனர். டெல்லிக் கூட்டத்தில் நடந்த விஷயங்கள் அவ்வளவுதான்.

திரு ராஜாவின் காரியங்களுக்கு அவருடைய வகுப்பினர்களே எந்தவிதமான ஆதரவும் கொடுக்கவில்லை என்று நன்கு தெரிந்தது. ஆகவே டெல்லிக் கூட்டத்தில் தீர்மானம் செய்யப்பட்டிருந்தபடி வேறொரு கூட்டமும் நடைபெறவேயில்லை. பிரதிநிதிகளை அதிகமாகக் கொண்ட வேறொரு கூட்டம் கூட்ட வேண்டுமென்றிருந்த எண்ணத்தையே திரு.ராஜா விட்டுவிட்டார் என்று நன்கு விளங்கிற்று.

ராஜா-மூஞ்ஜே உடன்படிக்கைக்கு உடந்தையாயிருந்து அதனை நிறைவேற்றிக் கொடுத்தவர்கள் மூவர். அவர்கள் திரு. கவாய், திரு.ஜாதவ், திரு.ராஜா முதலானவர்களாவர்.

தலைவர்களுடைய அபிப்பிராயங்கள் எவ்வளவு மாறுபாடுகளை அடைந்துகொண்டே வந்திருக்கின்றன என்பது (நடந்த கடிதப் போக்குவரத்திலிருந்து) நன்கு விளங்கும். அவர்கள் உண்மையிலேயே அபிப்பிராயங்களை மாற்றிக்கொண்டார்களா என்பது சந்தேகமாகவே இருக்கிறது. இவ்வளவு பெரிய மாறுபாடு கொண்ட அபிப்பிராயங்களை அவர்கள் அடைந்து வருவதற்கு அவர்கள் என்ன காரணத்தைச் சொல்லக்கூடும்? இவை நாணய உலகத்தைத் திருப்தி செய்ய முடியுமா? திரு.ராஜா வெகு காலமாகத் தனித்தொகுதியையே ஆதரித்து வந்திருக்கின்றார். அப்படியிருக்க அவர் தான் வாக்குரிமை கமிட்டிக்குத் தனித்த முறையில் அனுப்பிய கடிதத்தில் கூட்டுத் தொகுதியைப் பற்றியோ, தனித்தொகுதியைப் பற்றியோ ஒன்றும் சொல்லாமல் மௌனமாயிருந்துவிட்டது கவனிக்கத்தக்கது. அவர் உடன்படிக்கையில் கையெழுத்திடுவதற்குப் பத்து அல்லது பன்னிரண்டு

நாட்களுக்கு முன்புதான் அவர் தன் கடிதத்தை அனுப்பியிருக்கிறார். திரு.ராஜாவைப் போலவே திரு.கவாயும் தான் அகில இந்திய தாழ்த்தப்பட்ட வகுப்பினர் சங்கத்தின் சார்பாக அனுப்பிய கடிதத்தில் தேர்தல் தொகுதி விஷயமாக வேணுமென்றே மௌனஞ் சாதித்துவிட்டதாகத் தாமே ஒப்புக்கொண்டிருக்கிறார். கூட்டுத் தொகுதியில் தங்களுக்குள்ள புதிய நம்பிக்கையையும் தீர்மானத்தையும் அவர்கள் நல்ல சந்தர்ப்பத்திலும் ஏன் பகிரங்கப்படுத்திக் கொள்ளவில்லை என்று யாரும் கேட்கலாம்.' *(குடிஅரசு 10-4-1932)*

பல்வேறு தரப்பினரும் ஆதரவும் எதிர்ப்பும் தெரிவித்து வந்த வேளையில் திவாகர் பகாரே (மஹார்) மற்றும் கே.ஜி.சந்தோர்கார் (சம்பார்) ஆகியோர் மூஞ்ஜே - ராஜா உடன்படிக்கை பற்றி 'தாழ்த்தப்பட்ட இனங்களைப் பிரித்தல்' என்ற தலைப்பில் அறிக்கை வெளியிட்டனர்:

'ஐயா, இந்து மதத்திலிருந்து தீண்டத்தகாமையின் குறைபாட்டைத் துடைத்தெறிய முடியாமல் டாக்டர் மூஞ்ஜேயும் இந்து மகாசபையும் இருந்தபோதிலும்கூட, அவர்கள் இந்துக்கள் நிறுவனத்தை வலுவானதாகவும் நெருக்கமானதாகவும் ஆக்க முடியாமல் இருந்தனர் என்றாலும்கூட, அந்த இனங்களை வகைப்படுத்தி ஒரு பிரிவை ஏற்படுத்தும் கண்ணோட்டத்துடன் தாழ்த்தப்பட்ட இனங்களின் ஒரு தலைவரைப் பிடிப்பதில் வெற்றியடைந்துள்ளனர். காங்கிரஸினாலும் மகாசபை நிறுவனங்களினாலும் மூஞ்ஜே-ராஜா உடன்படிக்கையின் மதிப்பு உயர்த்தப்படுகின்றது.

தாழ்த்தப்பட்ட இன மக்களின் பெரும்பான்மையினரால் அந்த உடன்படிக்கை ஆதரிக்கப்படுகிறது என்று எளிதில் ஏமாற்றும் விதத்தில் அது பிரதிநிதித்துவப்படுத்தப்படுகிறது. உண்மையில் மூஞ்ஜே-ராஜா உடன்படிக்கைக்கு நாட்டிலுள்ள தாழ்த்தப்பட்ட இனத்தவரின் முன்னணி அமைப்புகள் மற்றும் ஒப்புக்கொள்ளப்பட்ட தலைவர்கள் மூலம் உறுதியாகக் கண்டனம் தெரிவிக்கப்படுகிறது. ஆயினும் காங்கிரஸ் மற்றும் மஹாராஜா அமைப்புகள் ஆவேசமிக்க எதிர்ப்பைப் பற்றிய அனைத்துச் செய்திகளையும் கட்டுப்படுத்துவதற்காக ஒரு சதித் திட்டத்தைக் கொண்டிருந்தன.

கூட்டுத் தேர்தல் தொகுதிகளையும் ஒதுக்கப்பட்ட தொகுதிகளையும் டாக்டர் அம்பேத்கர் ஆதரித்து வாதாடிக் கொண்டிருந்தபோது, தனித்தொகுதி தேர்தல் முறைகளுக்குப் பெரும் ஆதரவாளராக ராவ் பகதூர் எம்.சி.ராஜா இருந்தார்; திரு. ராஜாவின் வற்புறுத்தலின் பேரிலும் மெட்ராஸ் மாநிலத்திலுள்ள தாழ்த்தப்பட்ட இன அமைப்பின் பேரிலும்தான் டாக்டர் அம்பேத்கர் தமது தனிப்பட்ட கண்ணோட்டங்களை ஒதுக்கிவைக்க வேண்டியிருந்தது, வட்டமேஜை மாநாட்டில் தனிப்பட்ட பிரதிநிதித்துவத்திற்கான ஒரு கோரிக்கையை விடுக்க வேண்டியிருந்தது. திரு. ராஜாவிடமிருந்து தமது கோரிக்கைக்கு ஆதரவைப் பெற்றார். அவர், அந்த ராஜா, சில வாரங்களுக்குப் பின்னர் தமது உரையில், கூட்டுத்தேர்தல் தொகுதிகளில் மட்டுமே தாழ்த்தப்பட்ட இனங்களின் இழப்பு மீட்சி அடங்கியுள்ளது என்ற தமது கருத்தை வெளியிட்டார்.

அவருடைய குட்டிக்கரணம் அனைவருக்கும் ஒரு திடீர்த் திருப்பமாக இருந்தது. வெவ்வேறு மாநிலங்களில் தாழ்த்தப்பட்ட இனத்தவரின் இத்தலைவர்கள் மற்றும் பொறுப்புள்ள அமைப்புகளைக் கலந்தாலோசிக்காமல் இந்து மகாசபையின் தலைவர்களுடன் கூட்டுத் தேர்தல் தொகுதிகள் மற்றும் ஒதுக்கப்பட்ட தேர்தல் தொகுதிகளில் அவர் நுழைந்தார். தமது புதிய கொள்கையை நியாயப்படுத்துவதற்கு எந்தக் காரணத்தையும் அவர் கொடுக்கவில்லை.

மெட்ராஸில் உணர்ச்சிகரமான நிகழ்ச்சியில் டாக்டர் அம்பேத்கர் வரவேற்கப்பட்டார். அண்மையில் மெட்ராஸிலேயே பல்லாயிரக்கணக்கான மக்களால் தனிப் பிரதிநிதித்துவத்திற்கான அவரது கோரிக்கையில் ஆதரவளிக்கப்பட்டார் என்ற உண்மையானது, தமது சொந்த மாநிலத்திலேயே ராவ்பகதூர் ராஜா ஆதரவை இழக்கிறார் என்பதை நிரூபிக்கப் போதுமானதாகும். தனித் தேர்தல் தொகுதி ஆதரவில் திணறடிக்கிற அதிகபட்ச தாழ்த்தப்பட்ட இன மக்கள் உள்ளனர் என்பதை வாக்குரிமைக்கான கமிட்டியின் முன்னர் கொடுக்கப்பட்டுவரும் சாட்சிகள் சந்தேகத்திற்கு அப்பாற்பட்டு நிரூபிக்கின்றன.

மூஞ்ஜே-ராஜா உடன்பாட்டின் ஆதரவில் தாழ்த்தப்பட்ட இனங்களைச் சேர்ந்த ஐயாயிரம் பேருக்கு மேம்பட்டவர்கள் கையொப்பமிட்டுத் திரு. பி.ஜே.தியோருக்கர் தலைமையில் ஒரு நினைவுக் குறிப்பை அனுப்பியுள்ளார் என்று பம்பாய் காங்கிரஸும் மகாசபை நிறுவனங்களும் வெளிப்படையாகக் கூறியுள்ளன. இது போலியான தகவல் என்பதைத் தவிர வேறொன்றும் அல்ல என்பது கண்டறியப்பட்டது. தனியுரிமைக் கமிட்டியினால் வழங்கப்பட்ட வினாப் பட்டியலுக்கு ஒரு சில பதில்களின் குவியல் சில குறிப்பிட்ட முக்கியத்துவமற்ற அமைப்புகளின் பெயரில் வெளியிடப்பட்டுள்ளது. அதில் காட்டப்பட்டுள்ள எண்ணிக்கை முற்றிலும் மதிக்கத் தகாதவையாகும். சம்பார் சமுதாயம் என்ற டடோலி சம்பார்களின் துணைப் பிரிவுக்குச் சொந்தமான மிகக் குறைவான சிலர் பிரதிநிதித்துவப்படுகின்றனர். இவர்கள் சட்ட உரு கொடுக்கின்றனர். ஆனால் இவர்கள் மகாராஷ்டிராவில் உள்ள தாழ்த்தப்பட்ட சமுதாயம் என்றழைக்கப்படும் ஒரு சிறிய பிரிவினரையே பிரதிநிதித்துவப் படுத்துகின்றனர்.

இக்காரணத்திற்காகச் சிறப்பாக நடத்தப்படும் ஒரு பொதுக் கூட்டத்தில் தங்களது பெரும்பான்மையை, தாழ்த்தப்பட்ட இனங்களில் தங்களது நண்பர்களை, காங்கிரஸும் மகாசபாவின் ஆட்களும் நிரூபிக்கட்டும் என்று நாங்கள் சவால் விடுகிறோம். இதைச் செய்ய அவர்கள் தயாராக இல்லாதவரை காங்கிரஸும் மஹாசபா நிறுவனங்களும் விடுக்கும் உரிமைக் கோரிக்கைகள் அவமதிப்பைப் பெறத் தகுதியுடையவை என்று கருதப்பட வேண்டும்.' *(டாக்டர் பாபாசாகேப் அம்பேத்கர், பேச்சும் எழுத்தும், தொகுதி 35, பக்.613)*

எதிர்ப்பும் ஆதரவும் நிகழ்ந்துகொண்டிருந்த சமயத்தில் காந்தியடிகள் மார்ச் 11ம் தேதி எழுதிய கடிதத்திற்கு, கிட்டத்தட்ட ஒரு மாதம் கழித்து 13-4-1932ம் ஆண்டு இந்தியா மந்திரி பதில் அனுப்பினார்:

'அன்புள்ள திரு. காந்தி அவர்களுக்கு,

மார்ச் 11ம் தேதியிட்ட உங்களின் கடிதத்துக்குப் பதிலளிக்கும் வகையில் இதனை எழுதுகிறேன்.

தாழ்த்தப்பட்ட வகுப்பினருக்குத் தனித்தொகுதிகள் ஏற்படுத்தும் பிரச்சினையில் உங்கள் உணர்வுகளை நான் முற்றிலுமாகப் புரிந்துகொண்டேன். எந்தவொரு விஷயமாயினும் முற்றிலும் அதன் தகுதிகளின் அடிப்படையில் மட்டுமே எத்தகைய முடிவையும் மேற்கொள்ள நாங்கள் உத்தேசித்திருக்கிறோம் என்பதைச் சொல்லிக்கொள்ள விரும்புகிறேன். லோதியன் பிரபுவின் தலைமையில் அமைக்கப்பட்டிருக்கும் குழு இன்னமும் தனது சுற்றுப்பயணத்தைப் பூர்த்தி செய்யவில்லை என்பது உங்களுக்குத் தெரியும். அது எடுக்கும் முடிவுகள் எங்களிடம் வந்து சேருவதற்கு மேலும் சில வாரங்கள் ஆகும். குழுவின் அறிக்கை எங்களுக்கு வந்து சேர்ந்ததும் அதன் பரிந்துரைகளை நாங்கள் மிகக் கவனமாகப் பரிசீலிப்போம்; குழு தெரிவிக்கும் கருத்துகளையும், அத்தோடு நீங்களும் உங்களைப் போன்றோரும் ஆழமாகவும் மனத்திற் பதியும்படியாகவும் கூறியிருக்கும் அபிப்பிராயங்களையும் கணக்கிலெடுத்துக் கொள்ளாமல் எந்த முடிவையும் எடுக்க மாட்டோம். நீங்கள் எங்கள் நிலையில் இருந்தால் நாங்கள் எடுக்க நினைக்கும் அதே நடவடிக்கையைத்தான் நீங்களும் எடுப்பீர்கள் என்பதில் எனக்கு எத்தகைய ஐயப்பாடும் இல்லை. குழுவின் அறிக்கை வரட்டும். அதனைக் கருத்தூன்றி, ஆழமாக, முற்றிலுமாகப் பரிசீலனை செய்யுங்கள். இது சம்பந்தமாக நீங்கள் ஓர் இறுதி முடிவுக்கு வருவதற்கு முன்னர், இந்தச் சர்ச்சைக்குரிய பிரச்சினை குறித்து இரு தரப்புகளும் தெரிவித்திருக்கும் கருத்துகளை நீங்கள் கணக்கிலெடுத்துக் கொள்வது அவசியம். இதற்கு மேல் நான் எதுவும் சொல்லுவதற்கில்லை. மேலும் அதிகமாகக் கூற வேண்டுமென்று நீங்கள் எதிர்பார்ப்பீர்கள் என்று நானும் நினைக்கவில்லை.'

காந்தியடிகளின் எதிர்பார்ப்புக்கு ஏற்றாற்போல் இந்திய மந்திரி பதில் தரவில்லை. ஆனாலும் காந்தியடிகள் தன் நிலைப்பாட்டில் உறுதியாக நின்றுகொண்டிருந்தார்.

ராஜா-மூஞ்ஜே ஒப்பந்தம் டாக்டர் அம்பேத்கருக்கு ஒரு நெருக்கடியை உண்டுபண்ணியது. அதனால் அனைத்திந்திய ஒடுக்கப்பட்ட வகுப்பு மக்கள் பேராயத்தின் இரண்டாம் அமர்வைக் 'காம்ப்டீ'யில் நடத்துவதென்று டாக்டர் அம்பேத்கர் முடிவெடுத்தார். வரவேற்புக் குழுத் தலைவர்

எல்.என்.ஹர்துஸ் அவர்கள் அமர்வின் முக்கியத்துவம் குறித்துச் சுற்றறிக்கை ஒன்றை வெளியிட்டார். ஏப்ரல் 24, 25 ஆகிய தேதிகளில், வட்டமேஜை மாநாட்டில் நடைபெற்ற சிறுபான்மையோர் குறித்த ஒப்பந்தம் பற்றிக் கலந்தாய்வு நடைபெறும் என்று அவ்வறிக்கை கூறியது. மேலும், 'சிறுபான்மையோர் குறித்த ஒப்பந்தமானது புதிய அரசியல் சாசனத்தின் கீழ் ஒடுக்கப்பட்ட வகுப்பு மக்கள் பெறுதற்குரிய அரசியல் உரிமைகளை உள்ளடக்கியுள்ளது. வட்டமேஜை மாநாட்டில் பெரும்பான்மைச் சமூகத்தின் சார்பாளர்கள் அதை ஏற்றுக்கொள்ளவில்லை. ஆனால் சிறுபான்மையோர் குறித்த ஒப்பந்தத்திற்கு ஒடுக்கப்பட்ட மக்களின் சார்பாளர்கள் தங்கள் முழு ஆதரவையும் நல்கினர். ஆனால் பின்னாளில் இந்திய ஒடுக்கப்பட்ட மக்களுக்காகப் பாடுபடும் அமைப்புகள் எனத் தம்மை அறிமுகம் செய்துகொள்ளும் சில அமைப்புகள், இந்து மகாசபையோடு இணக்கம் கண்டு சிறுபான்மையோர் ஒப்பந்தத்தை மறுதலித்துள்ளன. எனவே, ஒடுக்கப்பட்ட வகுப்பு மக்களின் சார்பாளர்கள் ஒன்றுகூடி, சிறுபான்மையோர் ஒப்பந்தத்தின் பல கூறுகளையும் கூர்ந்து ஆய்ந்து உறுதியான இறுதி முடிவு எடுத்தல் இன்றியமையாததாகின்றது. வட்டமேஜை மாநாட்டில் ஒடுக்கப்பட்ட வகுப்பு மக்களின் சார்பாளர்களாய் கலந்துகொண்ட டாக்டர் அம்பேத்கரும், ராவ்பகதூர் ஆர்.சீனிவாசனும் அமர்வில் கலந்துகொண்டு சிறுபான்மையோர் ஒப்பந்தம் உருவான சூழ்நிலையையும், அந்த ஒப்பந்தத்தின் பல்வேறு கூறுகளையும் விளக்குவார்கள்' என்றும் கூறியது. அதோடு மட்டுமல்லாமல் ராவ்பகதூர் எம்.சி.ராஜா, திரு.ஜி.ஏ.கவாய் ஆகியோரும் அமர்வுக்கு அழைக்கப்படவுள்ளனர் என்றும் கூறியது.

ஆனால் குறிப்பிட்ட அந்த தேதிகளில் மாநாடு நடைபெறவில்லை. அதற்குப் பதிலாக 1932 மே 7ம் தேதி நடைபெற்றது. ராஜா - மூஞ்ஜே ஒப்பந்தத்தின் ஆதரவாளர்கள் நிரம்பிய களம் என்று கருதப்பட்ட நாக்பூரில் ஒடுக்கப்பட்ட மக்களின் பேராயம் கூட்டப்பட்டிருந்தது. இக்கூட்டத்தில் தனித்தொகுதிக்கு ஆதரவு தெரிவித்தும் ராஜா- மூஞ்ஜே ஒப்பந்தத்திற்கு எதிர்ப்பு தெரிவித்தும் வந்திருந்த இருநூறு செய்திகளை மேடையில் வாசித்தனர். தொடர்ந்து மே 8ம் தேதி நடைபெற்ற அக்கூட்டத்தில் ராஜா - மூஞ்ஜே ஒப்பந்தத்தைப் பேராயம் மறுத்துப் புறந்தள்ளியதுடன், ஒடுக்கப்பட்ட வகுப்பு மக்களுக்கு அவ்வொப்பந்தம் தீங்கு விளைவிக்கக்கூடியது என்றும் உரைத்தது.

இந்த மாநாட்டைப் பற்றியும், அங்கு நடந்த சம்பவத்தைப் பற்றியும், யாருக்கு அதிக ஆதரவு இருக்கிறது என்பதைப் பற்றியும் 16-5-1932ல் அரசுக்கு தந்தி அனுப்பப்பட்டது. அதில், ‘டாக்டர் அம்பேத்கர் தற்போது அவரது போட்டியாளரைவிட சற்றே அதிகமான ஆதரவாளர்களைக் கொண்டிருப்பதை காம்ப்டீயில் நடந்த கூட்டம் காட்டினாலும், கேள்விக்குரிய மாநாட்டை தாழ்த்தப்பட்ட வகுப்பினரின் பிரதிநிதி என்று அழைக்க முடியாது. ஏனெனில் எம்.சி.ராஜாவின் தரப்பு பி ரதிநிதித்துவப்படுத்தப்படவில்லை அல்லது அதன் தரப்பு நியாயத்தை வாதிடுவதற்கு வாய்ப்பு வழங்கப்படவில்லை. என்ன ரவுடித்தனம் இருந்தது என்பது தேசியவாதப் பத்திரிகைகளில் மிகைப்படுத்தப்பட்டுள்ளது மற்றும் கூட்டம் ‘ஓர் ஒழுங்கற்ற நிலையில் நடத்தப்பட்டது’ என்று சொல்வது தவறானது. சந்திப்பைப் பற்றிய ஒரு முக்கியமான விஷயம் என்னவென்றால், நாக்பூர்- பண்டாரா பகுதியில் (தாழ்த்தப்பட்ட வகுப்பினர் சம்பந்தப்பட்ட முக்கியமான பகுதி) கணிசமான செல்வாக்கைக் கொண்ட காளிசரண் நந்தகவ்லி அம்பேத்கரின் கொள்கைக்கு மாறுவதாக அறிவித்தார்’ என்று அரசுக்குத் தெரிவிக்கப்பட்டது.

எம்.சி.ராஜாவின் நிலைப்பாட்டில் ஏற்பட்ட திடீர் மாற்றம் உண்மையில் டாக்டர் அம்பேத்கரை மிகவும் கவலைகொள்ளச் செய்தது. லோதியன் குழுவின் முடிவுகளும் டாக்டர் அம்பேத்கருக்குப் பெருமளவில் சாதகமானதாக இல்லை. இதனால் வகுப்புச் சிக்கல் பற்றிய பிரிட்டிஷ் அரசின் முடிவு அறிவிக்கப்படுவதற்கு முன்னர் பிரிட்டிஷ் பிரதம மந்திரியையும் மற்ற அமைச்சர்களையும் சந்திப்பதற்காக வேண்டி 1932 மே 26ம் நாள் டாக்டர் அம்பேத்கர் லண்டனுக்குப் புறப்பட்டார். 1932 ஜூன் 7ம் நாள் டாக்டர் அம்பேத்கர் லண்டனைச் சென்றடைந்தார். அவருடைய கோரிக்கையைப் பற்றி இருபத்திரண்டு பக்கங்களில் தட்டச்சு செய்யப்பட்ட விண்ணப்பத்தை பிரிட்டிஷ் அமைச்சகத்திடம் அளித்தார்.

இச்சமயத்தில் டாக்டர் மூஞ்ஜே லண்டனுக்கு வரவிரும்புவதாகவும் அவருடன் எம்.சி.ராஜா வருகிறார் என்றும் ஒரு வதந்தி லண்டனில் இருந்த இந்தியர் மத்தியில் உலவியது. அதனால் எம்.சி.ராஜா பம்பாயிலிருந்து லண்டனுக்குப் புறப்படுவாரானால் அவருக்குக் கறுப்புக்கொடி காட்டி வழியனுப்புமாறு பம்பாயில் இருந்த தன் தோழர்களுக்கு டாக்டர் அம்பேத்கர் கடிதம் எழுதினார்.

அனைத்திந்திய தாழ்த்தப்பட்ட வகுப்பினர் மாநாட்டின் பத்தாவது அமர்வு 1932ம் ஆண்டு ஜூலை 10ம் தேதி பம்பாயில் நடைபெற்றது. அச்சமயம் டாக்டர் அம்பேத்கரின் ஆதரவாளர்கள் எம்.சி.ராஜாவுக்கு எதிராக இருந்ததால் ரயில்வே நிலையத்தில் அவருக்கு எதிராகக் கருப்புக்கொடி காட்ட விக்டோரியா ரயில் நிலையத்தில் பலர் திரண்டிருந்தனர். அதை அறிந்த எம்.சி.ராஜாவின் ஆதரவாளர்கள் அவரை தாணா ரயில் நிலையத்தில் இறக்கி மோட்டார் சைக்கிளில் மாநாட்டிற்கு அழைத்து வந்தனர். அம்மாநாட்டிற்கு ராவ் பகதூர் எம்.சி.ராஜா தலைமை தாங்கினார். இந்தியாவின் அனைத்துப் பகுதிகளிலிருந்தும் இருநூற்றுக்கும் மேற்பட்ட பிரதிநிதிகள் வந்திருந்தனர். சர் சுனிலால் மேத்தா, திரு. புலபாய் தேசாய் மற்றும் மீரா பென் உட்பட பம்பாயின் பல முக்கிய நபர்கள் அமர்வில் கலந்துகொண்டனர்.

மாநாடு தொடங்கும் முன் மாநாட்டின் அமைப்பாளர்களுக்கும், டாக்டர் அம்பேத்கரைப் பின்பற்றுபவர்கள் சுமார் 200 பேருக்கும் இடையே மோதல் ஏற்பட்டது. கலவரத்தில் கற்கள், தடிகள், பாட்டில்கள் பயன்படுத்தப்பட்டன. இந்த மோதலால் காவல்துறை தலையிட்டுக் கட்டுக்கடங்காத கூட்டத்தைப் பலவந்தமாக கலைக்க வேண்டிய கட்டாயம் ஏற்பட்டது. பின்பு லத்தி சார்ஜ் செய்து கலைத்தனர். இந்த மோதலில் 49 பேர் காயமடைந்தனர். சிலரைக் கைதுசெய்தனர். இதில் அம்பேத்கரின் தொண்டர் ஒருவர் உயிரிழந்தார் என்பது குறிப்பிடத்தக்கது. பம்பாயில் எம்.சி.ராஜா நடத்திட முயன்ற மாநாட்டைத் தம் தொண்டர்கள் கட்டாயம் முறியடித்திருப்பார்கள் என்று உறுதியாக நம்புவதாக டாக்டர் அம்பேத்கர் எழுதிய கடிதம் ஒன்றில் குறிப்பிட்டிருந்தார் என்பதைக் கவனத்தில் கொள்ள வேண்டும்.

இம்மாநாட்டில் எம்.சி.ராஜா ஆற்றிய தலைமை உரையில் கூறியதாவது:

> ‘இந்து மகாசபையுடன் ஒப்பந்தம் செய்துகொள்ள எங்கள் சங்கம் எனக்கு அதிகாரம் அளித்தது உங்களுக்குத் தெரியும். பிப்ரவரி 22, 1932 அன்று, அகில இந்திய தாழ்த்தப்பட்ட வகுப்பினர் சங்கத்தின் செயற்குழு டெல்லியில் கூடி, கூட்டுத் தேர்தல்களின் கீழ் தாழ்த்தப்பட்ட வகுப்பினருக்கான இட ஒதுக்கீட்டை ஆதரித்து ஒரு தீர்மானத்தை

நிறைவேற்றியது; மேலும் இந்து மகாசபையின் தலைவர் டாக்டர் பி.எஸ்.மூஞ்ஜேவுடன் ஒப்பந்தம் செய்துகொள்ள எனக்கு அதிகாரம் அளித்தது.

பிப்ரவரி 22, 1932 அன்று டெல்லியில் நடைபெற்ற செயற்குழுக் கூட்டத்திற்கு முன்னதாக, இந்து மகாசபையுடனும், வாக்காளர்கள் பிரச்சினையிலும் ஓர் ஒப்பந்தம் செய்வது பற்றிக் கலந்தாலோசிக்கத் தாழ்த்தப்பட்ட வகுப்பினரைச் சேர்ந்த பல்வேறு மாகாணங்களில் உள்ள முன்னணி உறுப்பினர்களின் கூட்டம் பிப்ரவரி 21 அன்று நடைபெற்றது. அந்தக் கூட்டத்தில் கூட்டு வாக்காளர்களின் கீழ் இடஒதுக்கீட்டுக்கு ஆதரவாக ஒருமித்த கருத்து உருவானது.

டாக்டர் அம்பேத்கர், பிப்ரவரி 22ம் தேதி செயற்குழுக் கூட்டம் நடத்தப்பட்டு கூட்டு வாக்காளர்களின் கீழ் இட ஒதுக்கீட்டிற்கு ஆதரவாக தீர்மானம் நிறைவேற்றப்பட்டதா என்று சந்தேகம் எழுப்பியுள்ளார்.

பிப்ரவரியில் நடந்த முதல் கூட்டம், ஒரு முறைசாராக் கூட்டமாகும். அதில் செயற்குழு ஆலோசனை நடத்தியது. பல்வேறு மாகாணங்களில் உள்ள முன்னணி உறுப்பினர்களின் பொதுக் கருத்துப்படி 21ம் தேதி நடத்தப்பட்டது. ஆனால் எந்த தீர்மானமும் நிறைவேற்றப்படவில்லை. ஆனால் பிப்ரவரி 22ம் தேதி நடந்த செயற்குழுக் கூட்டத்தில், கூட்டுத் தேர்தலில் இடஒதுக்கீட்டிற்கு ஆதரவாகத் தீர்மானம் நிறைவேற்றி, இந்து மகாசபையுடன் ஒப்பந்தம் செய்துகொள்ள எனக்கு அதிகாரம் அளித்தது.

டாக்டர் அம்பேத்கர், இந்திய வாக்குரிமைக் குழுவின் உறுப்பினர் என்ற பதவியைப் பயன்படுத்தி, சுவாமி அச்சுதானந்த் மற்றும் திரு. பல்டியோ பிரசாத் ஜெய்ஸ்வால் ஆகியோரிடம் கேள்விகளை எழுப்பி, காரியக் கமிட்டி கூட்டத்தின் செல்லுபடியாமை குறித்துச் சந்தேகம் எழுப்பினார்.

இதுகுறித்து மார்ச் 30ம் தேதி, இரு தலைவர்களும் வாக்குரிமைக் குழு முன் சாட்சியமளித்தனர். சுவாமி அச்சுதானந்தர் செயற்குழு உறுப்பினர் மற்றும் கூட்டத்தில் கலந்துகொண்டவர். அவர் கான்பூரில்

இருந்து டெல்லிக்கு அழைக்கப்பட்டு இங்கு பிப்ரவரி 21 மற்றும் 22 தேதிகளில் வீரரத்ன தேவிதாஸுடன் தங்கியிருந்தார். கடந்த 21ம் தேதி நடந்த முறைசாராக் கூட்டத்தில் கலந்துகொண்ட அவர், பிப்ரவரி 22ம் தேதி நடந்த செயற்குழுக் கூட்டத்தில் பங்கேற்கவில்லை. ஆனால், செயற்குழுக் கூட்டத்தில் எந்தத் தீர்மானமும் நிறைவேற்றப்படவில்லை என்று கூறினார்.

திரு. பல்டியோ பிரசேத் ஜெய்ஸ்வால் செயற்குழு உறுப்பினர் அல்ல. ஆனால் உ.பி.யில் இருந்து ஒரு முன்னணி உறுப்பினராக அவர் பிப்ரவரி 21 அன்று நடைபெற்ற முறைசாராக் கூட்டத்திற்கு அழைக்கப்பட்டார். அவர் செயற்குழுவில் உறுப்பினராக இல்லாததால், பிப்ரவரி 22ம் தேதி நடைபெறவுள்ள செயற்குழுக் கூட்டத்தில் பங்கேற்க அவருக்கு அழைப்பு விடுக்கப்படவில்லை. ஆனால், செயற்குழுக் கூட்டத்தில் தீர்மானம் நிறைவேற்றப்படவில்லை என்றும் அவர் கூறினார்.

1932 பிப்ரவரி 21ம் தேதி நடந்த முறைசாராக் கூட்டத்தில் கலந்துகொண்டு டெல்லியை விட்டு வெளியேறிய உடனேயே, திரு. பல்டியோ பிரசாத் எனக்கு எழுதிய - 23, ஹெவெட் சாலை, லக்னோவில் இருந்து 1932 பிப்ரவரி 27 தேதியிட்ட - கடிதத்தின் சில பகுதிகளை இப்போது உங்களுக்குப் படிக்கிறேன்.

இதில் அவர் கூறியிருப்பதாவது: ‘எனக்கு எல்லா நம்பிக்கையும் உள்ள, எனது மக்களைச் சரியான திசையில் கொண்டுசெல்ல என்னால் முடிந்த அனைத்தையும் செய்துவருகிறேன். எனக்கு திரு.கவாய் அல்லது வேறு யாரேனும் உதவி தேவைப்பட்டால் உங்களுக்குத் தெரிவிக்கிறேன். என் மக்கள் மீது எனக்கு ஒரு பிடி கிடைக்கும் வரை நானும் உங்கள் பார்வைக்கு மாறிவிட்டேன் என்று தயவுசெய்து தேவிதாஸுடனோ மற்றவர்களிடமோ சொல்லவேண்டாம். நான் என்னால் முடிந்ததைச் செய்கிறேன், முயற்சியில் வெற்றிபெறுவேன் என்று நம்புகிறேன்.’

இதிலிருந்து பிப்ரவரி 21ம் தேதி நடந்த ஆலோசனைக் கூட்டத்தில், திரு.பல்டியோ பிரசாத், ஒதுக்கீட்டு இடங்களைக் கொண்ட கூட்டுத் தேர்தல்களுக்கு ஆதரவளித்தார் என்பதை நீங்கள் புரிந்துகொள்வீர்கள். அவர் லோதியன் கமிட்டியின் முன் உண்மைகளைத்

தவறாகச் சித்திரிக்காமல் இருந்திருந்தால், இந்த சான்றை நான் உங்களிடம் கொடுத்திருக்க மாட்டேன்.

நமது சங்கத்தின் செயல்பாடுகள் சிலவற்றைக் குறிப்பிடுகிறேன். அகில இந்திய அளவில் இந்தியாவில் உள்ள தாழ்த்தப்பட்ட வகுப்பினரின் ஒரே அமைப்பு நமது சங்கம்தான். ஆளுமை, இந்தியாவின் பல்வேறு மையங்களில் வருடாந்திர அமர்வுகளை நடத்துதல், தாழ்த்தப்பட்ட வகுப்பினர் சார்பாக அகில இந்தியக் கொள்கையை வகுத்தல், சமூகத்தின் உறுப்பினர்களிடையே விழிப்புணர்வை உருவாக்குதல் மற்றும் அரசாங்கத்திற்கு அவ்வப்போது பிரதிநிதித்துவம் செய்தல் இதன் பணிகளாக உள்ளன. 1929ல் சங்கம் நாக்பூரில் உள்ள இந்திய சட்ட ஆணையத்தின் முன் சாட்சியமளித்தது. அகில இந்திய தாழ்த்தப்பட்ட வகுப்பினர் மாநாடுகள் 1926ல் நாக்பூரில், 1927ல் அலகாபாத்தில், 1928ல் டெல்லியில், 1929ல் மெட்ராஸ், 1930ல் அமராவதி, மீரட் மற்றும் அலகாபாத்தில், 1931ல் பஞ்சாபில் உள்ள குர்கானில் நடைபெற்றன. இப்போது 1932ல் பம்பாயில் நடைபெறுகிறது.

பிற சமூகங்களுக்காகப் பேசும் மற்றவர்களின் பிரதிநிதித்துவக் குணம்தான் எங்களின் பிரதிநிதித்துவக் குணம். முழுச் சமூகத்திற்காகவும் ஒருவர் பேசுவது சாத்தியமில்லை. எங்கள் சங்கம் ஓர் ஏழைச் சங்கம் என்பதில் சந்தேகமில்லை. எங்கள் சங்கம் முழுமைத்தன்மை கொண்டதல்ல என்பதை நாங்கள் அங்கீகரிக்கிறோம், ஆனால் இது ஒரே வகையானது. நாங்கள் மக்களுடன் தொடர்பில் இருக்கிறோம். அவர்களின் சிரமங்களை நாங்கள் அறிவோம். நாங்கள் அவர்களின் நம்பிக்கையைப் பெற்றுள்ளோம், நாங்கள் உட்கார்ந்து விவாதித்து சமூகத்திற்கு ஒரு வழியைக் கொடுக்கிறோம்.

இதுவரை, எங்களின் பிரதிநிதித்துவக் குணத்தையோ, நாங்கள் அளித்துவரும் முன்னணியின் ஞானத்தையோ யாரும் மறுக்கவில்லை. எங்கள் சங்கம் எந்த வகையான சங்கத்தையும் போலவே சிறந்தது மற்றும் இந்தியாவில் உள்ள மற்ற அரசியல் அமைப்புகளைப் போலவே அதிக பிரதிநிதித்துவப் பண்புகளையும் கொண்டுள்ளது.

டாக்டர் அம்பேத்கருக்கு ஞாபக சக்தி குறைவு. அவர் சைமன் கமிஷன் முன் தாழ்த்தப்பட்ட வகுப்பினரின் வழக்கை முன்வைத்தபோது பம்பாயின் பஹிஷ்கிருத சபையின் அறிக்கைகளைச் சமர்ப்பித்தார். அதில் 'தேர்தல் முறை' என்ற தலைப்பின் கீழ் சபையின் கருத்து பின்வருமாறு கூறப்பட்டுள்ளது:

'சபையின் கருத்துப்படி, தாழ்த்தப்பட்ட வகுப்பினரைப் பொறுத்தவரையில் இலவசத் தேர்தல் மற்றும் பொதுத் தொகுதிகள் என்பது கேள்விக்குறியே. மறுபுறம், வகுப்புவாத வாக்காளர்களைக் கேட்கச் சபை விரும்பவில்லை. அதன் கருத்துப்படி, தாழ்த்தப்பட்ட வகுப்பினருக்குப் பொதுத் தொகுதிகளில் இடஒதுக்கீடு வழங்கப்பட்டால் போதுமானது. தாழ்த்தப்பட்ட வகுப்பினரிடமிருந்து தேர்தலுக்கான வேட்பாளர்களின் விஷயத்தில், குடியிருப்புத் தகுதியை மொத்தமாகக் கைவிடவும், டெபாசிட் செய்வதற்கான நிபந்தனையில் ஒரு பகுதித் தளர்வையும் சபை வலியுறுத்துகிறது.

தனித் தேர்தல் தொகுதிகளில் இருந்து கூட்டுத் தேர்தல் தொகுதிகளாக மாறுவதை நாம் புரிந்துகொள்ள முடியும். ஆனால் கூட்டுத் தேர்தல்களில் இருந்து தனித் தொகுதிகளாக மாறுவது ஒரு பிற்போக்கு நடவடிக்கையாகும். டாக்டர் அம்பேத்கர் வட்டமேஜை மாநாடுகளில் தாழ்த்தப்பட்ட வகுப்பினரின் சமூகக் குறைபாடுகளை வரைந்தார். மாநாட்டில் காந்தியைத் தவிர மற்ற இந்துக்கள் எங்களுக்குச் சிறப்புப் பிரதிநிதித்துவத்தை எதிர்க்கவில்லை. மறுபுறம், தாழ்த்தப்பட்ட வகுப்பினரின் சிறப்புப் பிரதிநிதித்துவக் கோரிக்கையை அவர்கள் ஆதரித்தனர்.'

ஐரோப்பியர்களும், முஸ்லிம்களும், ஆங்கிலோ இந்தியர்களும் நமது கஷ்டங்களைத் தீர்க்கப் போகிறார்களா? தீண்டாமையை ஒழிக்கப் போகிறார்களா? இதற்கு டாக்டர் அம்பேத்கர் என்ன சொல்கிறார்? அவர் கூறுகிறார்:

'ஆங்கிலேயர்களுக்கு முன்பு நீங்கள் தீண்டாமை காரணமாக மிகவும் மோசமான நிலையில் இருந்தீர்கள். உங்கள் தீண்டாமையை அகற்ற பிரிட்டிஷ் அரசு என்ன செய்தது? ஆங்கிலேயர்களுக்கு முன்பு கிராமக் கிணறுகளில் தண்ணீர் எடுக்க முடியாது. கிணறுகளுக்கான உரிமையை பிரிட்டிஷ் அரசு உங்களுக்குப் பெற்றுத் தந்திருக்கிறதா? ஆங்கிலேயர்களுக்கு முன்பு நீங்கள் கோவிலுக்குள்

நுழைய முடியாது. இப்போது அங்கு நுழைய முடியுமா? ஆங்கிலேயர்களுக்கு முன்பு நீங்கள் காவல்துறையில் நுழைய மறுக்கப்பட்டீர்கள். பிரித்தானிய அரசு உங்களை இப்போது படையில் சேர்க்கிறதா?

உங்கள் தவறுகள் திறந்த புண்களாகவே இருக்கின்றன, அவை சரிசெய்யப்படவில்லை, மேலும் சிறந்த நோக்கங்கள் மற்றும் கொள்கைகளால் செயல்படும் பிரிட்டிஷ் அரசாங்கம் எந்த மாற்றத்தையும் ஏற்படுத்த எப்போதும் சக்தியற்றதாகவே இருக்கும் என்று நான் கூறுகிறேன்.

உங்களால் முடிந்த அளவுக்கு உங்களது குறைகளை யாராலும் அகற்ற முடியாது. அரசியல் அதிகாரம் உங்கள் கையில் கிடைத்தால் ஒழிய உங்களால் இவற்றை நீக்க முடியாது. பிரிட்டிஷ் அரசாங்கம் இருக்கும்வரை அரசியல் அதிகாரத்தின் எந்தப் பங்கும் உங்களுக்கு வராது. ஸ்வராஜ் அரசியலமைப்பில் மட்டுமே அரசியல் அதிகாரத்தை உங்கள் கைகளில் பெறுவதற்கான எந்த வாய்ப்பும் உள்ளது.

நாட்டின் நலன்கள் மீது கவனம் செலுத்தும் ஓர் அரசாங்கம் நமக்கு இருக்க வேண்டும். எங்கிருந்து கீழ்ப்படிதல் முடிவடையும், எதிர்ப்புத் தொடங்கும் என்பதை அறிந்து, திருத்துவதற்கு அஞ்சாத அரசாங்கம் நமக்கு இருக்க வேண்டும். சமூக மற்றும் பொருளாதார வாழ்க்கை நெறிமுறைகள் மிகவும் அவசரமாக அழைக்கின்றன. வேறு வார்த்தைகளில் கூறுவதானால், ஸ்வராஜ் அரசாங்கம் மட்டுமே சாத்தியமாகும்.

எனக்குத் தெரியும், பெரும்பான்மையான நமது மக்களுக்கு, ஸ்வராஜ் ஒரு வித்தியாசமான தோற்றம். அப்படி இருப்பது மிகவும் இயற்கையானது. இது அவர்களின் மனத்தில் சக நாட்டு மக்களால் நடத்தப்பட்ட கொடுங்கோன்மைகள் மற்றும் அடக்குமுறைகள் மற்றும் அநீதிகளை நினைவுபடுத்துகின்றன மற்றும் சுயராஜ்யத்தின் கீழ் இந்த மீறல்கள் மீண்டும் நிகழலாம் என்று அவர்கள் அஞ்சுகிறார்கள். ஆனால், மனிதர்களே, நீங்கள் ஒரு கணம் கடந்த காலத்தை மறந்துவிட்டு, எதிர்காலத்தின் சுயராஜ்யத்தை அதன் ஆரோக்கியமான சாதனங்களுடன் காட்சிப்படுத்தினால், வர்க்கங்களிலிருந்து மக்களைப் பாதுகாக்க, அது ஒரு வித்தியாசமான தோற்றம் அல்ல என்பதை நீங்கள் காண்பீர்கள். இந்த நாட்டின் அரசியல் இறையாண்மைகளாகப் பதவியேற்கப்படுவோரில் நீங்களும் இருப்பதற்கான வாய்ப்பு மற்றும் மற்ற பல விஷயங்களும் சமமாக இருக்கும். கடந்த காலத்தைக் கண்டு மயங்காதீர்கள். உங்கள் முடிவை எடுப்பதில் எந்தத் தரப்பிலிருந்தும் பயம்

அல்லது ஆதரவைப் பெறாதீர்கள். உங்கள் நலன்களை ஆலோசிக்கவும் நீங்கள் சுயராஜ்யத்தை உங்கள் இலக்காக ஏற்றுக்கொள்வீர்கள் என்று நான் உறுதியாக நம்புகிறேன்.'

இதைத்தான் டாக்டர் அம்பேத்கர் ஆகஸ்ட் 1930ல் கூறினார். அதே உணர்வுகளை வட்டமேஜை மாநாட்டின் முதல் அமர்வில் தனது முதல் உரையில் வெளிப்படுத்தினார். மீண்டும், டாக்டர் அம்பேத்கர் பம்பாயில் கோவில் நுழைவுச் சத்தியாகிரக இயக்கத்தை ஏற்பாடு செய்து, 1930ல் நாசிக் கலாராமன் கோவில் நுழைவுச் சத்தியாகிரகத்தை அவரது தலைமையில் நடத்தினார் அல்லவா? பூனாவில் அவர் உரை நிகழ்த்தி, 'இனிமேல் நடக்கும் அனைத்து மாநாடுகளும் கோவில் பிரவேசம், பொதுத் தொட்டிகளில் இருந்து தண்ணீர் குடிப்பது போன்றவற்றுடன் முடிவடைய வேண்டும் என்பது எனது கருத்து' என்று சொல்லி முடிக்கவில்லையா? இப்போது, 22 மே 1932 அன்று பூனாவுக்குச் சென்றபோது அம்பேத்கர் என்ன சொல்கிறார்? தான் கோவில்கள், கிணறுகள் மற்றும் ஜாதிகளுக்கு இடையே விருந்துகளை விரும்பவில்லை என்றும், அரசு சேவை, உணவு, உடை, கல்வி மற்றும் வாய்ப்புகள்தான் வேண்டும் என்று கூறியதாகக் கூறப்படுகிறது.

அன்பர்களே, நமது நண்பர் டாக்டர் அம்பேத்கரின் நிலைத்தன்மை அல்லது மற்றபடி மேலே உள்ள உண்மைகளை உங்கள் முன் வைத்துள்ளேன். அதை உங்கள் சொந்த முடிவிற்கு வர உங்களிடமே விட்டுவிடுகிறேன். இப்போது, எங்கள் நண்பர் ராவ் பகதூர் ஆர்.சீனிவாசனின் நிலைத்தன்மை அல்லது மற்றபடி சில உண்மைகளை உங்கள் முன் வைக்கிறேன்.

எங்கள் நண்பர் திரு. சீனிவாசன் சைமன் கமிஷன் முன்பு ஆஜரானபோது, அவர் சைமன் கமிஷனிடம் தாழ்த்தப்பட்டோருக்குத் தனித் தொகுதி வேண்டுமா என்று உறுப்பினர் ஒருவர் கேட்ட கேள்விக்கு 'தற்போது இல்லை' என்றார். இதற்கு அவர் கூறிய காரணங்கள்: 'தனித் தேர்தல் தொகுதிகளை அமைக்கும் அளவிற்கு நமது மக்கள் இன்னும் முன்னேறவில்லை. நீங்கள் வயது வந்தோருக்கான உரிமையை வழங்காத வரை, தாழ்த்தப்பட்ட வகுப்பினருக்கு தனித் தொகுதிகள் இருக்கக்கூடாது.'

1930 இறுதியில் அவர் முதல் வட்டமேஜை மாநாட்டிற்குச் சென்றபோது, அவர் சென்னையில் தலைவராக உள்ள கூட்டமைப்பு, கூட்டுத் தேர்தல் முறையை ஆதரித்து ஒரு தீர்மானத்தை நிறைவேற்றி, வட்டமேஜை மாநாட்டின் முன் வைக்க ஆணையை வழங்கியது. அப்போது அவர் கூட்டுத் தேர்தல்களுக்காக வாதிட்ட டாக்டர் அம்பேத்கருடன் ஒத்துழைக்குமாறு கேட்டுக்கொள்ளப்பட்டார். கூட்டுத் தேர்தல்களுக்கு வாதிட வேண்டும் என்று கூட்டமைப்பிடம் இருந்து உறுதியான ஆணையைப் பெற்ற நம் நண்பர் இப்போது ஏன் தனிவாக்காளர் தேர்தலுக்கு வாதிட வேண்டும்?

1932ம் ஆண்டு மே 9ம் நாள் 'தி இந்து' நாளிதழில் வெளியான காம்ப்டீயில் நடந்த தாழ்த்தப்பட்ட வகுப்பினர் காங்கிரஸில் ராவ் சாகேப் முனுசுவாமி பிள்ளை என்ற மற்றொரு புகழ்பெற்ற நபரின் உரையைப் படித்தேன். திரு.முனுசாமி பிள்ளை இவ்வாறு கூறியதாக கூறப்படுகிறது:

'வட்டமேஜை மாநாட்டில் தாழ்த்தப்பட்ட வகுப்பினரின் கோரிக்கைகள் சாதி இந்துக்களின் பிரதிநிதிகளால் மிகக் கடுமையாக எதிர்க்கப்பட்டதை நீங்கள் அனைவரும் அறிவீர்கள். சர் தேஜ் பகதூர் சப்ரு, சர் ஏ.பி. பாத்ரோ, திவான் பகதூர் ஏ.ராமஸ்வாமி முதலியார், திரு. என்.எம். ஜோஷி, திரு. ஏ. ரங்கஸ்வாமி ஐயங்கார், டாக்டர் பி.எஸ். மூஞ்ஜே, திவான் பகதூர் எம். ராமச்சந்திர ராவ் மற்றும் பல பிரதிநிதிகளால் தாழ்த்தப்பட்ட வகுப்பினரின் கூற்றுக்கள் ஆதரிக்கப்பட்டது என்பது உண்மையல்ல.'

மீண்டும் அவர் கூறியதாகக் கூறப்படுகிறது:

'இன்றைய நமது அழுத்தமான கருத்து என்னவென்றால், வரும் சில காலத்திற்கு நாம் தனிவாக்காளர் தேர்தல்கள் என்று பேசப்பட வேண்டும்.'

அவரது கருத்தில் 'சில காலம்' என்றால் என்ன என்பதைக் குறிப்பிடத் தவறிவிட்டார்.

திரு. பிள்ளை கடந்த பத்து வருடங்களாகப் பாடிக்கொண்டிருக்கும் பாடலைத்தான், இன்றும் பாடுகிறார். ஆனால், இந்த ஜென்டில்மேன், தாழ்த்தப்பட்ட வகுப்பினருக்கான கூட்டுத் தேர்தல்களின் கீழ் யூனியன் போர்டு, முனிசிபல்

ஆகியவற்றுக்கான இட ஒதுக்கீட்டை ஆதரித்தார். 1930ல் மெட்ராஸ் லோக்கல் போர்டு சட்டம் மெட்ராஸ் லெஜிஸ்லேட்டிவ் கவுன்சிலில் நிறைவேற்றப்பட்டபோது, திரு.பிள்ளை அவர்கள் சென்னை சட்டமன்றத்தில் தனது வரவேற்பு உரையில் மசோதாவுக்குப் பொறுப்பான அமைச்சரை வாழ்த்தினார்.

இந்தச் சட்டம் தற்போது சென்னை மாகாணத்தில் அமலில் உள்ளது மற்றும் உள்ளாட்சி அமைப்புகளுக்கான தேர்தல் தற்போது நடைபெற்று வருகிறது. திரு.முனுசாமி பிள்ளை அவர்களே ஊட்டி முனிசிபல் கவுன்சிலுக்கான பொது இருக்கைக்கு நின்று உயர்சாதி இந்துக்களின் உதவி மற்றும் ஒத்துழைப்பால் போட்டியின்றி வெற்றிபெற்றார். மீண்டும், சமீபத்தில், நீலகிரி மாவட்ட வாரியத்துக்கான கூட்டுத் தேர்தலில் ஒதுக்கப்பட்ட தொகுதியில் நின்று, உயர்சாதி இந்துக்களின் ஆதரவுடன் அவர் போட்டியின்றி வெற்றிபெற்றார்.

இன்னும் திரு. முனுசாமிப் பிள்ளை அதே பழைய பாடலைப் பாடுகிறார்:

'உயர்ந்த, படித்த சாதி இந்துக்களின் செல்வாக்கின் கீழ் சமூகத்தின் திறமையான உறுப்பினர்கள் சபைகளுக்கு வெளியே இருக்கிறார்கள் என்பது வெளிப்படையான உண்மை.'

ஒருவேளை போட்டியின்றி வெற்றிபெற்ற திரு.பிள்ளை திறமையானவர் அல்லவா! இப்போது மெட்ராஸ் கவுன்சிலில் நியமன உறுப்பினராக இருக்கும் திரு. பிள்ளை ஒருவேளை திறமையான மனிதரல்லவா?

சீனிவாசன் தலைவராக இருக்கும் சென்னை தாழ்த்தப்பட்ட வகுப்பினர் கூட்டமைப்பின் உறுப்பினர் திரு.பிள்ளை. சீனிவாசன் 1930ம் ஆண்டு முதல் வட்டமேஜை மாநாட்டிற்கு சென்னையிலிருந்து புறப்படுவதற்குச் சற்று முன்பு தாழ்த்தப்பட்ட வகுப்பினருக்கான கூட்டுத் தொகுதிகளில் இடஒதுக்கீட்டை ஆதரிக்கும் தீர்மானத்தை இந்தக் கூட்டமைப்பு நிறைவேற்றியது அவருக்குத் தெரியுமா? திரு. பிள்ளை தான் சென்னை சட்டமன்றக் குழுவில் உறுப்பினராக இருப்பதில் பெருமை கொள்கிறார். 1919ம் ஆண்டின் இந்திய அரசாங்கச் சட்டத்தின்

கீழ் தாழ்த்தப்பட்ட வகுப்பினருக்கு நியமனம் மூலம் பிரதிநிதித்துவம் அளிக்கப்பட்டாலும், 'அரசியலின் அடிப்படைகளைப் புரிந்துகொள்ளாத நபர்கள் பரிந்துரைக்கப்படுகிறார்கள்' என்று அவர் அரசாங்கத்தை விமர்சிக்கிறார்.

இதில் நான் அவருடன் உடன்படுகிறேன். திரு. சீனிவாசன் மற்றும் திரு. முனுசாமிப் பிள்ளை ஆகியோர் அடங்கிய சென்னை கவுன்சிலில் தற்போது பரிந்துரைக்கப்பட்ட தாழ்த்தப்பட்ட வகுப்பினர், உள்ளாட்சி அமைப்புகள் மற்றும் மாவட்ட முனிசிபல் கவுன்சில்களில் தாழ்த்தப்பட்ட வகுப்பினருக்கான கூட்டுத் தேர்தல்களில் இட ஒதுக்கீட்டை ஆதரித்தனர். அதுவும் ஆகஸ்ட் 1930ல். இந்தக் குழுவே இப்போது சட்டசபைக்கான தேர்தல் முறையை எதிர்க்கிறது.

தங்களைத் தாங்களே சீர்திருத்திக்கொண்டு இந்து மதத்தில் சேர வேண்டும் என்ற இயல்பான போக்கு நம் மக்களிடம் இருக்கும்போது, நமது அணுகுமுறை எப்படி இருக்க வேண்டும்? எங்கள் இயக்கம் ஒரு முன்னோக்கி இயக்கம். முன்னேற்றத்தைத் தடுக்க நாங்கள் விரும்பவில்லை. நாங்கள் மற்ற சமூகங்களுடன் முன்னேற விரும்புகிறோம். நேரத்தைக் குறிக்க நாங்கள் விரும்பவில்லை. எமது வருடாந்த அமர்வுகள் மற்றும் பிரசாரங்கள் மூலம் எமது மக்களின் அரசியல் உணர்வு தூண்டப்பட்டுள்ளது.

'சில நேரம் பிரிந்து' என்று அதே பழைய பாடலைப் பாடாமல், அவர்கள் முன்னோக்கிச் செல்ல உதவுவதே எங்கள் நோக்கம். அரசும் வேகமாக முன்னேறி வருகிறது. மாகாணங்கள் சுயாட்சியை நோக்கி நகர்ந்து கொண்டிருக்கின்றன. தனித் தேர்தல்கள் என்பது டைரிக்கியின் (dyarchy) கீழ் ஒரு வகையான பாதுகாப்பாக இருந்திருக்கும். அதில் நமது பிரதிநிதிகள் அரசாங்கத் தொகுதியுடன் சேர்ந்து நாம் விரும்பியதை எங்களுக்காகப் பாதுகாத்திருக்கலாம்.

ஆனால் மாகாண சுயாட்சியின் கீழ் எமது சமூகத்திற்குப் போதுமான எண்ணிக்கையிலான இடங்களை கூட்டுத் தேர்தலில் பெற்றுக்கொடுப்பதே எமது நோக்கமாக இருக்க வேண்டும்.

முன்பதிவு செய்யப்படாத இடங்களில் போட்டியிடும் சுதந்திரம் கொண்ட சட்டத்தின்

மூலம், நமக்கு வழங்கப்பட்ட பிரதிநிதித்துவத்தின் மூலம் இதைச் செய்யலாம். சபைகளில் நமது செல்வாக்கு நமது கைகளில் உள்ள வாக்குகளின் எண்ணிக்கையைப் பொறுத்தே அமையும். நாம் போதுமான பலமாக இருந்தால், அமைச்சரின் கொள்கையைக் கட்டுப்படுத்தலாம். மேலும் ஒருவர் அல்லது இருவரை அமைச்சரவையில் சேர்க்கலாம். இனிமேல் கட்சி அடிப்படையிலேயே ஆட்சி நடத்தப்படும் என்பதையும் உணர வேண்டும். அதிக எண்ணிக்கையிலான ஆதரவாளர்களைக் கொண்ட கட்சி மற்றும் அதிக எண்ணிக்கையிலான மனிதர்களை தனது கட்சி டிக்கெட்டுகளில் கவுன்சிலுக்குப் பெற முடிந்தால், அந்த கட்சி அரசாங்கத்தில் அதிகாரத்தை வைத்திருக்கும். நமது ஆட்கள் அரசாங்கத்தில் அங்கம் வகிக்க வேண்டுமானால், கூட்டுத் தேர்தல் முறையின் கீழ் பொதுத் தொகுதியில் போட்டியிடும் ஏதாவது ஒரு கட்சியில் உறுப்பினர்களாக இருப்பதன் மூலம் மட்டுமே அவர்கள் அவ்வாறு செய்ய முடியும். தனித் தொகுதிகளின் கீழ் இது சாத்தியமற்றது. இதில் கட்சி டிக்கெட் இல்லை, ஆனால் வகுப்புவாத விருப்பம் மட்டுமே உள்ளது.

பிரிட்டிஷ் அரசாங்கத்தின் சார்பாக சர் சாமுவேல் ஹோரே வெளியிட்ட சமீபத்திய அறிவிப்பு, சில கருத்துகளைக் கோருகிறது. இந்த மாநாடு முக்கியமாகத் தாழ்த்தப்பட்ட வகுப்பினரின் நலன்கள் மற்றும் அவர்களை எவ்வாறு பாதுகாப்பது என்பதில் அக்கறை கொண்டுள்ளது. பிற சமூகத்திடம் இருந்து விலகியிருப்பதன் மூலமும், நமது பாதுகாப்பிற்காக பிரித்தானிய அரசை மட்டுமே எதிர்பார்த்து காத்திருப்பதன் மூலமும் இது சிறந்த பலனைத் தரும் என்ற எண்ணத்தில் இதுவரை நாங்கள் உழைத்து வருகிறோம். ஆனால், இப்போது பிரிட்டிஷ் அரசு தனது கொள்கையை மாற்றி, பொது மக்கள் மீது அதிகாரத்தைப் பகிர்ந்தளிக்கும் முனைப்பில் உள்ளது. இந்தச் சூழ்நிலையில், பொதுக்குழு அரசியலுக்குள்ளேயே நம்மை உறுதிப்படுத்திக் கொள்வது ஞானத்தின் ஒரு பகுதியாகும்.

பிரித்தானிய அரசாங்கமுமே இதைத்தான் சொல்லும். மேலும் பிரதமர் அவர்களால் வகுப்புவாத விருது (Communal Award) அறிவிக்கப்படும்போது, சமூக,

மத வேறுபாடுகள் எதுவாக இருந்தாலும், அரசியல் ரீதியாக சமூகங்கள் ஒன்றுபடுமாறும் மற்றும் ஒரு கூட்டுத் தேர்தலில் சேர அவர் அறிவுறுத்துவார் என்பதில் எனக்கு முழு நம்பிக்கை உள்ளது. எனவே நாங்கள் பிரிட்டிஷ் அரசாங்கத்தின் மீதும், உள்நாட்டில் உள்ள நமது தேசியவாத சகோதரர்கள் மீதும் நம்பிக்கை வைத்துள்ளோம்.

இந்த இரண்டு கட்சிகளும் தங்களுக்குள் எத்தகைய வேறுபாடுகளைக் கொண்டிருந்தாலும், எம்மைப் பொறுத்தவரையில் அவர்கள் எமது அரசியல் எதிர்காலம் முழுவதுமாக மக்களுடன் அடையாளப்படுத்தப்படுவதைப் பற்றி இணக்கமாக இருப்பதை நினைத்து நாம் மகிழ்ச்சியடைகிறோம். ஐக்கிய மாகாணங்களின் ஆளுநராக இருந்த சர் மால்கம் ஹெய்லி சமீபத்தில் இந்திய அரசாங்கத்தில் தனது அனுபவத்தை வெளிப்படுத்தியதன் மூலம் நிலைமையின் இந்த மதிப்பீடு உறுதிப்படுத்தப்பட்டுள்ளது.

அரசியல் நோக்கங்களுக்காக, தாழ்த்தப்பட்ட வகுப்பினரின் தனிச் சமூகத்தை உருவாக்க முயற்சிக்கும் அந்தப் பள்ளியின் மீது தனக்கு எந்த அனுதாபமும் இல்லை என்றும், சமூகம் பிளவுபட்டுள்ள திரிபுகளை தனியொரு அமைப்பாக மாற்றும் ஓர் ஏற்பாட்டிலிருந்து இந்தியாவுக்கு எந்த நன்மையும் இல்லை என்றும் அவர் கூறினார். 'தீண்டாமை' என்ற சாபத்தை நாட்டிலிருந்து அகற்றுவதைக் காண இந்துத் தலைவர்களின் தரப்பில் அதற்கேற்ற உறுதிப்பாடு இருப்பதைக் கவனிப்பதில் நாங்கள் மகிழ்ச்சியடைகிறோம். 'தீண்டாமையை' ஒழிக்க வேண்டும் என்ற அவர்களின் உறுதிப்பாட்டிற்கு நடைமுறைச் சான்று அளிக்கும்போது, ஜூலை 17ம் தேதியை அகில இந்திய 'தீண்டாமை எதிர்ப்பு' தினமாக அனுசரிக்க வேண்டும் என்று சுவாமி ஷ்ரத்தானந்தா நினைவு அறக்கட்டளை வெளியிட்டுள்ள அறிக்கைக்கு உங்கள் கவனத்தை ஈர்க்கிறேன். நாடு முழுவதும் உள்ள இந்துக்கள் தங்களை இந்துக்கள் என்று சொல்லிக் கொள்பவர்களுக்குப் பொதுக் கிணறுகள் மற்றும் கோவில்களைத் திறந்துவிட்டு, தாழ்த்தப்பட்ட வகுப்பு இந்துக்களுக்குச் சமத்துவத்தின் அடிப்படையில்

சாதிகளுக்கு இடையிலான விருந்துக்கு ஏற்பாடு செய்ய வேண்டும்.

சீர்திருத்தப்பட்ட அரசியலமைப்பு உருவாக்கப்பட வேண்டும், மேலும் எந்தத் தாமதமும் இல்லாமல் புதிய அரசியலமைப்பை நாடு அமைக்க வேண்டும் என்று நாங்கள் கோருகின்றோம். இந்த விஷயத்தில், 'தாமதம் ஆபத்தானது' என்ற பழைய பழமொழி குறிப்பாக உண்மை. எமது சமூகத்தைப் பொறுத்தவரையில், சமூகங்களுக்கிடையிலான ஒத்துழைப்பை உள்ளடக்கிய அரசியலமைப்பு அறிமுகப்படுத்தப்பட வேண்டிய தருணம் இதுவாகும்.

இந்த விஷயத்தில் தாமதம் செய்தால், எங்களைப் பெரும்பான்மையினரிடமிருந்து பிரித்து, நம்மைச் சிறுபான்மையினராக ஆக்குவதில் ஆர்வமுள்ளவர்கள் எடுக்கும் நடவடிக்கைகளைத் தொடர மட்டுமே வாய்ப்பளிக்கும். மாநாடுகளைப் பொறுத்தவரை, அவை எங்களுக்குப் போதுமானவை. இதை நான் ஏளனமான மனநிலையில் கூறுகிறேன்.

கடந்த இரண்டு ஆண்டுகளில் நடந்த வட்டமேஜை மாநாடுகள் சிறப்பான பணியைச் செய்துள்ளன. குறிப்பாக மகாத்மா காந்தி இங்கிலாந்து மற்றும் உலகத்தின் முன் முழு அளவில் சுயராஜ்யத்திற்கான வழக்கை முன்வைத்த இரண்டாவது மாநாட்டைக் குறிப்பிடலாம்.

பிரித்தானிய அரசாங்கம் உடனடியாகச் செய்ய வேண்டிய விஷயம் என்னவென்றால், மக்களின் விருப்பங்களையும் அபிலாஷைகளையும் நிறைவேற்றும் வகையில் அரசியலமைப்பை உருவாக்குவதற்குத் தங்களுக்கு ஒத்துழைக்கும் சிறப்பு அறிவும் பிரதிநிதித்துவக் குணமும் கொண்ட மனிதர்களை அழைக்க வேண்டும்.

சூழ்நிலையில் எந்த அரசியலமைப்பும் இறுதியானதாக இருக்க முடியாது அல்லது எந்த நேரத்திலும் எந்த அரசியலமைப்பும் இறுதியானதாக இருக்க முடியாது. இந்திய மக்கள் மீது பகிர்ந்தளிக்கப்பட வேண்டிய அதிகாரம் பிரிட்டிஷ் அரசாங்கத்தின் கைகளில் இருக்கும்வரை, அவர்கள்தான் அதைப் பகிர்ந்தளிக்க வேண்டும். இது தவிர்க்க முடியாதது.

புதிய அரசியலமைப்பு நமது ஆசைகளுக்குப் பதிலளித்து நிறைவேற்றுகிறது என்பதை மட்டுமே நாம் எதிர்பார்க்க முடியும்.

அடுத்த கட்டம் வரும்போது, நாட்டில் பரஸ்பர உடன்படிக்கையின் மூலம் பிரிட்டிஷ் பாராளுமன்றத்தின் முறையான ஒப்புதல் கேட்கப்படும் ஓர் அரசியலமைப்பு பரிணமிக்க, அது எங்களுக்கும் திறந்திருக்கும். அப்போது முடிவு நம்மிடம் இருக்கும். சம்மதம் அவர்களுடையதாக இருக்க வேண்டும். தற்போது, ஒப்புதல் பெறவேண்டும், முடிவு அவர்களுடையது.

தாழ்த்தப்பட்ட வகுப்பினரைப் பொறுத்தவரையில், அரசியலமைப்பை உருவாக்குவதில், நமது முன்னேற்றத்தின் சக்கரத்தில் ஒரு பேட்சாக (batch) அமைதியாக செயல்படும் எந்த ஏற்பாடும் அறிமுகப்படுத்தப்படவில்லை என்பதை நாம் பார்க்க வேண்டும். நிபுணர்களிடம் அவர்களுக்கு தேவையான அறிவு மற்றும் திறமை உள்ளது. ஆனால் அவர்களுக்குத் தேவையான அனுதாபமும் நல்லெண்ணமும் இருக்கிறதா என்று யாருக்குத் தெரியும்?

மேலும் அனுதாபமும், நல்லெண்ணமும் உள்ள நண்பர்களுக்கு, ஷூ எங்கே நேரடியாகக் கிள்ளுகிறது என்பதைப் புரிந்துகொள்ளவும், காலுக்கு ஷூவைப் பொருத்தவும் தேவையான அறிவும் நுண்ணறிவும் இல்லாமல் இருக்கலாம். எனவே புதிய அரசியலமைப்பை உருவாக்குவதற்கான, ஆலோசனைகளை வழங்குவதற்காக அமைக்கப்படும் ஆலோசனைக் குழுவில், நமது கஷ்டங்களையும் குறைபாடுகளையும் அறிந்த, அதேசமயம் பெரிய அளவில் நமது சமூகத்தைச் சேர்ந்த மூன்று அல்லது நான்கு உறுப்பினர்கள் இருக்க வேண்டியது மிகவும் அவசியம். மற்ற சமூகங்களைச் சேர்ந்தவர்களுடன் ஒத்துழைக்கவும், சட்டமன்றப் பணிகளில் அனுபவம் பெற்றிருக்கவும், நமது நலன்களைப் பாதுகாக்கவும், நமது சமூகத்தின் நலன்களைப் பாதிக்காமல் ஒட்டுமொத்த மக்களின் நலன்களை மேம்படுத்தும் அரசியலமைப்பை உருவாக்கவும் இது உதவும். எங்களுக்கும் அனைவருக்கும் நீதி கிடைக்கும்.'

இவ்வாறு எம்.சி.ராஜா பல விஷயங்களை ஆதாரத்துடன் எடுத்துக்காட்டிப் பேசினார். பின்பு தீர்மானங்களை நிறைவேற்றிய பின்னர் மாநாடு நிறைவடைந்தது.

முதல் தீர்மானம், அரசியல் நிர்வாகம் தொடர்பான தாழ்த்தப்பட்ட வகுப்பினரின் உண்மையான நலன்களை, மக்கள்தொகை அடிப்படையில் அனைத்து இடங்களிலும் இடஒதுக்கீடு செய்வதன் மூலமும் கூட்டு வாக்காளர்கள் மூலமும் மட்டுமே சிறப்பாக மேம்படுத்த முடியும் என்று கூறியது. இந்தக் கொள்கையை உள்ளடக்கிய ராஜா- மூஞ்ஜே ஒப்பந்தத்தைத் தடையின்றி ஏற்றுக்கொண்டது.

இரண்டாவது தீர்மானம், கவர்னர் ஜெனரல் மற்றும் கவர்னர்களுக்கான அறிவுறுத்தல்களின் மூலம் தாழ்த்தப்பட்ட வகுப்பினருக்குப் பயனுள்ள பிரதிநிதித்துவத்தைப் பெறுவதற்கான சரியான மற்றும் பயனுள்ள வழிகாட்டுதல்களைச் சேர்க்க பிரிட்டிஷ் அமைச்சரவையை வலியுறுத்தியது.

ராஜா-மூஞ்ஜே ஒப்பந்தத்திற்குப் பல்வேறு தாழ்த்தப்பட்ட அமைப்புகளின் தரப்பிலிருந்தும் ஆதரவு இருந்து வந்தது. அதில் ஒன்று அகில இந்திய தாழ்த்தப்பட்டவர்கள் வகுப்புகள் சங்கத்தின் தலைவர் பி.என்.ராஜ்போஜ் அவர்களுடையது. 7-6-1932 அன்று வைஸ்ராய் மற்றும் இந்தியாவின் கவர்னர் ஜெனரல் அவர்களுக்கு அவர் ஒரு கடிதம் அனுப்பினார்:

> ‘பொதுவாக தாழ்த்தப்பட்ட வகுப்பினரின் பிரதிநிதிகள் மற்றும் குறிப்பாக சாமர் மற்றும் மாங் சமூகங்களின் பிரதிநிதிகளான நாங்கள், டாக்டர் அம்பேத்கரையும், சென்னையைச் சேர்ந்த அவரது சக ஊழியரையும் இதுவரை இந்தியா முழுவதும் உள்ள தாழ்த்தப்பட்ட சமூகங்களின் தலைவர்களாக அங்கீகரிக்கவில்லை என்பதை இதன் மூலம் அறிவிக்கிறோம். அவர்கள் இந்தச் சமூகங்களுக்குத் தனிவாக்காளர்களைப் பரிந்துரைக்கின்றனர். சில மாதங்களுக்கு முன்புதான் டாக்டர் அம்பேத்கர் பல்வேறு பொதுக் கருத்து மையங்களில் இத்தகைய வாக்காளர்களுக்கு தனது எதிர்ப்பை மேடையில் இருந்தும் பத்திரிகைகள் மூலமாகவும் அறிவித்தார்.
>
> வட்டமேஜை மாநாட்டின் உறுப்பினருக்கான தேர்வு அவரது கருத்தில் பெரும் மாற்றத்தை ஏற்படுத்தியது.

இந்த உருமாற்றம் மிகவும் முழுமையானது மற்றும் திடீரென இருந்தது. அது அவரது நண்பர்கள், அபிமானிகள் மற்றும் பின்பற்றுபவர்கள் அனைவரையும் மிகவும் திடுக்கிட வைத்தது. இந்த திடீர் மாற்றத்தை கண்டறிய முடியாது என்று ஒப்புக்கொள்கிறோம்; ஆனால் நமது சமூகங்களின் சிந்தனைப் போக்கை நாம் நன்கு அறிந்திருப்பதால், டாக்டர் அம்பேத்கரும் அவருடைய சக ஊழியர்களும் வட்டமேஜை மாநாட்டில் அவர்கள் ஏற்றுக்கொண்ட வித்தியாசமான சிந்தனையின் மூலம் அவர்கள் பிரதிநிதித்துவப்படுத்துவதாகக் கூறும் சமூகத்திற்கு ஒரு நேர்மறையான அவமதிப்பைச் செய்துள்ளனர்.

ஒருவேளை அறியாமலேயே, தாழ்த்தப்பட்ட சமூகங்களை இந்து மக்களின் பெரும்பகுதியிலிருந்து பிரித்திருக்கலாம். தனிவாக்காளர் என்பது முதலிலிருந்து கடைசி வரை சாபம். ஒருமுறை நிறுவப்பட்ட இந்த நிறுவனம் இந்து சமூகங்களின் அனுதாபங்களை அந்நியப்படுத்தும் மற்றும் சபையில் உள்ள எங்கள் பிரதிநிதிகள் முஸல்மான்களுடன் எப்போதும் கைகோர்ப்பார்கள். முசல்மான்களுக்கும் பொதுவாக இந்துக்களுக்கும் இடையே காதல் குறைவாகவே உள்ளது. இந்த விசித்திரமான நிறுவனத்தில் இந்துக்களின் நலன்களுக்கு எதிராக அவர்கள் எந்த அளவுக்கு அவர்கள் பக்கம் செல்கிறார்களோ, அந்த அளவுக்கு தாழ்த்தப்பட்டவர்களுக்கும் தீண்டத்தகுந்தவர்களுக்கும் இடையே ஏற்கெனவே விரிந்திருக்கும் இடைவெளி விரிவடையும்.

நமது சமூக இயக்கங்கள் அனைத்தும் சந்தேகத்திற்கு இடமின்றி நாம் இந்துக்கள், இந்துக்களாகவே இருக்க வேண்டும் என்ற அடிப்படையிலானது. நமக்குள் ஏதேனும் சண்டை ஏற்பட்டால், அது தீண்டத்தகாதவர்கள் மற்றும் தீண்டத்தக்கவர்களுக்குள் என்று அழைக்கப்படும். முஸ்லிம் செல்வாக்கின் கீழ், மற்றவர்களிடமிருந்து தாழ்த்தப்பட்ட சமூகங்கள் வெகுதூரம் விலகிச் செல்கின்றன. முற்றிலும் உதவியற்ற நிலையில், தாழ்த்தப்பட்ட சமூகங்கள் படிப்படியாக முசல்மான்களின் கைகளில் ஒப்படைக்கப்படும். அவர்களின் நட்பு, அனுபவத்தில் இருந்து, உயர் வகுப்பு இந்துக்களின் அலட்சியத்தைவிட தீங்கு விளைவிக்கும்.

கவுன்சில்கள் நமது சமூகங்களின் அரசியல் முன்னேற்றத்திற்காக மட்டுமே செயல்படும் என்றும், அதனால், பெரும்பான்மையான இந்துக்களுடன் அவர்களின் சமூக உறவுகள் மோசமான மாற்றத்திற்கு உள்ளாகாது என்றும் வாதிடப்படுகிறது. ஆனால் இதெல்லாம் சுத்த பாசாங்கு. ஏனெனில், டாக்டர் அம்பேத்கர் சமூக மீட்பிற்காக அரசியல் அதிகாரம் வேண்டும் என்று திரும்பத் திரும்பச் சொல்லவில்லையா? அப்படிக் கட்டமைக்கப்பட்ட அரசியல் ஆயுதங்களைக் கொண்டு, ஆக்கிரமிப்புச் சமூகங்கள் எப்படி மற்றவர்கள் மீது சமூக அத்துமீறலைச் செய்கின்றன என்பது நமக்குத் தெரியாதா? இது உண்மையென்றால், நமது அரசியல் அதிகாரத்தையும் சமூக மறுசீரமைப்புகளையும் ஒன்றையொன்று ஒதுக்கி வைப்பது என்ற பேச்சு எல்லாமே வெட்கக்கேடானது.

மஹர்களைத் தவிர மற்ற சமூகங்கள் டாக்டர் அம்பேத்கர் தலைமைக்கு தங்கள் விசுவாசத்தை ஒருபோதும் வெளிப்படுத்தவில்லை. அவர்களின் குரல் இதுவரை பொறுப்பான வட்டாரங்களில் கேட்கத் தவறிவிட்டது. டாக்டர் அம்பேத்கர் நம் நலன்கள் பாதிக்கப்படும் என்று அஞ்சினால், அவர் மற்ற இந்துக்களுடன் தனது சொந்த பங்களிப்பை வழங்கினால், தாழ்த்தப்பட்டவர்களில் மனச்சோர்வடைந்த நம்மில் சிலர் அவருக்கு அளிக்கும் ஆலோசனைகள் குறித்து நமக்கே அச்சம் உள்ளது. எங்கள் கைகள் வெளிப்படையாக இருக்கின்றன. இந்த விஷயத்தில் நாங்கள் மிகவும் பதற்றமாக இருக்கிறோம். காரணம் இல்லாமல் இல்லை என்று கூறுகிறோம்.

உண்மையில், வட்டமேஜை மாநாட்டில் ஐக்கிய முன்னணி வெற்றிபெறக்கூடிய பரஸ்பரச் சரிசெய்தல் மற்றும் அரசியல் அதிகாரப் பகிர்வுக்கான தனிப்பட்ட புரிந்துணர்வு விஷயத்தில் விவாதங்களைத் தொடங்க முயற்சி மேற்கொள்ளப்பட்டது. ஆனால் டாக்டர் அம்பேத்கர், உயர் வகுப்பினரைவிட, தனது சமூகத்தில் இருக்கும்போது மிகவும் எளிதாக நோய்வாய்ப்பட்டிருக்கும் சிறிய தாழ்த்தப்பட்ட சமூகங்களின் பிரதிநிதிகளால் முன்வைக்கப்படும் முன்மொழிவுகளைக் கண்டுகொள்ளவும் மாட்டார். எங்களின் நிலைப்பாடு பொறாமைக்குரியதாக

இருக்காது. எனவே, தனித் தேர்தல்கள் என்ற கோட்பாட்டை நாங்கள் எதிர்க்கிறோம். எங்களுடைய கட்டளையின்படி சென்னையைச் சேர்ந்த நமது மூத்த தலைவர் ராவ் பகதூர் ராஜா ஏற்றுக்கொண்ட கொள்கையை முழுமையாக ஆமோதிக்கிறோம்.

இறுதியாக டாக்டர் அம்பேத்கருக்கு எந்தத் தீய எண்ணமும் இல்லை என்பதை நாம் முழு மனத்துடன் தெரிவித்துக் கொள்ள வேண்டும். உண்மையில், தாழ்த்தப்பட்ட வகுப்பினர் தங்களின் தற்போதைய விழிப்புக்கு அவருக்கு மிகவும் கடன்பட்டிருக்கிறார்கள் என்பதை நாம் அறிந்திருக்கிறோம். ஆனால் அவருக்கு விருப்பமான தனிவாக்காளர்களுக்கு நாங்கள் ஆதரவளிக்க முடியாது. அதுவே அவருக்கு எதிரான எங்கள் ஒரே காரணம். இந்த எதிர்ப்பு அரசாங்கத்தின் எதிர்ப்பாக சில இடங்களில் தவறாகச் சித்திரிக்கப்படுகிறது. ஆனால் உண்மை என்னவென்றால், தாழ்த்தப்பட்ட வகுப்பினர், பிரதிநிதித்துவ முறை குறித்த அவர்களின் கருத்துகள் எதுவாக இருந்தாலும், அவர்கள் பிரிட்டிஷ் அரசாங்கத்திற்கு உணர்ச்சியுடன் விசுவாசமாக உள்ளனர். மேலும் இந்த விஷயத்தில் எந்தப் பாகுபாடும் காட்ட முடியாது.'

பிரிட்டிஷ் அரசாங்கத்தால் 17-8-1932 அன்று வகுப்புத் தீர்ப்பின் விவரங்கள் அறிவிக்கப்பட்டன. அந்தத் தீர்ப்பில் தீண்டப்படாதவர்கள் சம்பந்தப்பட்ட பகுதி கீழே தரப்படுகிறது:

'வாக்களிக்கத் தகுதிபெற்ற 'தாழ்த்தப்பட்ட வகுப்பினர்' ஒரு பொதுத் தொகுதியில் வாக்களிப்பர். இந்த வகுப்பினர் இந்த முறையால் மட்டும் சட்டமன்றத்தில் பிரதிநிதித்துவம் பெறுவது சாத்தியமில்லை என்பதால், அட்டவணையில் காட்டியுள்ளபடி அநேகத் தனி இடங்கள் அவர்களுக்கு ஒதுக்கப்படும். தேர்தல் விதிமுறைப்படி 'தாழ்த்தப்பட்ட வகுப்பினர்' மட்டுமே வாக்களிக்கும் தனித் தொகுதிகளில் நடைபெறும் தேர்தல்கள் மூலம் இந்த இடங்கள் நிரப்பப்படும். மேலே குறிப்பிட்டுள்ளவாறு, இத்தகைய ஒரு தனித் தொகுதியில் வாக்களிக்கும் ஒருவர் பொதுத் தொகுதியில் வாக்களிக்கவும் உரிமை

பெற்றிருக்கிறார். தாழ்த்தப்பட்ட வகுப்பினர் மிகப் பெரும் எண்ணிக்கையில் இருக்கும் குறிப்பிட்ட பகுதிகளில் இத்தொகுதிகள் அமைக்கப்படும்; ஆனால் சென்னையைத் தவிர அவை மாகாணம் முழுமையும் உள்ளடக்கியவையாக இருக்க மாட்டா.

வங்காளத்தைப் பொறுத்தவரையில் சில பொதுத் தொகுதிகளில் பெரும்பான்மையான வாக்காளர்கள் தாழ்த்தப்பட்ட வகுப்பைச் சேர்ந்தவர்களாக இருக்கக்கூடும் எனத் தோன்றுகிறது. எனவே, மேற்கொண்டு ஆராய்ந்து முடிவு செய்யும்வரை அந்த மாகாணத்தில் தாழ்த்தப்பட்ட வகுப்பினருக்கான தனித் தொகுதிகளிலிருந்து எத்தனை பேர் தேர்ந்தெடுக்கப்பட வேண்டும் என்பது இன்னும் நிர்ணயிக்கப்படவில்லை. வங்காள சட்டமன்றத்தில் தாழ்த்தப்பட்ட வகுப்பினர் 10க்கும் குறையாமல் இடங்கள் பெறவேண்டும் என்று உத்தேசிக்கப்பட்டுள்ளது.

ஒவ்வொரு மாகாணத்திலும் தாழ்த்தப்பட்ட வகுப்பினருக்கான தனித்தொகுதிகளில் வாக்களிக்க உரிமை பெற்றவர்கள் யார் என்பது இன்னமும் திட்டவட்டமாக, இறுதியாக முடிவு செய்யப்படவில்லை. வாக்குரிமைக் குழு அறிக்கையில் பரிந்துரைக்கப்பட்டுள்ள பொதுக் கோட்பாடுகளின் அடிப்படையில் இது பொதுவாகத் தீர்மானிக்கப்படும். ஆனால் வட இந்தியாவில் சில மாகாணங்களில் தீண்டாமை குறித்த பொதுவிதியைப் பயன்படுத்துவது அங்குள்ள விசேஷ நிலைமைகளுக்கு பொருந்தாத வகையில் சில சந்தர்ப்பங்களில் பொருள்கொள்வதில் போய் முடியக்கூடும்; எனவே இத்தகைய மாகாணத்தில் இது விஷயத்தில் மாற்றம் காண்பது அவசியமாக இருக்கக்கூடும்.

தாழ்த்தப்பட்ட வகுப்பினருக்கான இந்தத் தனித் தொகுதிகள் குறிப்பிட்ட காலத்திற்கும் அதிகமாகத் தேவைப்படும் என்று மன்னர் பிரான் அரசு கருதவில்லை. 6வது பத்தியில் குறிப்பிடப்பட்டிருக்கும் தேர்தல் திருத்தப் பொது அதிகாரங்களின்படி இந்தத் தொகுதிகள் ஏற்கெனவே ஒழிக்கப்படாத பட்சத்தில், இவற்றை 20 ஆண்டுகளுக்குப் பிறகு முடிவுக்குக் கொண்டுவருவதற்கு அரசியல் அமைப்புச் சட்டத்தில் வகைசெய்ய அரசு உத்தேசித்துள்ளது.'

பிரிட்டிஷ் அரசு வெளியிட்ட தீர்ப்பில் முக்கியமான விஷயம் தெளிவுபடுத்தப்பட்டிருந்தது. வட்டமேஜை மாநாட்டில் கேட்ட தனித்தொகுதி மற்றும் 20 ஆண்டுகள் முழுமையாக கொடுக்கப்பட்டிருந்தது. மேலும் டாக்டர் அம்பேத்கர், எம்.சி.ராஜா உள்பட யாரும் கேட்காத இரட்டை வாக்குரிமையையும் அளித்தது. அதாவது தனித்தொகுதியிலும் பொதுத்தொகுதியிலும் தாழ்த்தப்பட்ட சமூகத்தினர் வாக்களிக்கலாம். மற்ற சமூகத்தினர் அதுபோன்று வாக்களிக்க முடியாது. அதனால் டாக்டர் அம்பேத்கர் இந்த இரட்டை வாக்குரிமையின் இரண்டாவது வாக்கு விலைமதிப்பற்ற தனிச்சலுகை என்றும், ஓர் அரசியல் ஆயுதம் என்ற முறையில் அதன் மதிப்பு கணக்கிடற்கரியது என்றும் கூறினார். பிரிட்டிஷ் அரசு வெளியிட்ட தீர்ப்பு வந்த அடுத்த நாளே 18-8-1932ல் காந்தியடிகள் வகுப்புத்தீர்ப்பின் ஷரத்துகளை மாற்றம் செய்யவேண்டி பிரதமருக்குச் சிறைச்சாலையிலிருந்து கடிதம் எழுதினார்.

‘அன்புள்ள நண்பர் அவர்களுக்கு,

தாழ்த்தப்பட்ட வகுப்பினருக்குப் பிரதிநிதித்துவம் அளிக்கும் பிரச்சினை சம்பந்தமாக மார்ச் 11ம் தேதி சர் சாமுவேல் ஹோருக்கு நான் எழுதிய கடிதத்தை உங்களிடமும் அமைச்சரவையிடமும் அவர் காண்பித்திருப்பார் என்பதில் ஐயமில்லை. அந்தக் கடிதத்தை இக்கடிதத்தின் ஒரு பகுதியாகப் பாவித்து, அதனுடன் சேர்த்து இதனைப் படிக்குமாறு வேண்டுகிறேன்.

சிறுபான்மையினருக்குப் பிரதிநிதித்துவம் அளிப்பது சம்பந்தமான பிரிட்டிஷ் முடிவைப் படித்தேன். சர் சாமுவேல் ஹோருக்கு நான் எழுதிய கடிதத்தின் பிரகாரமும், வட்டமேஜை மாநாட்டின் சிறுபான்மையினர் குழுவின் கூட்டம் செயிண்ட் ஜேம்ஸ் மாளிகையில் 1931 நவம்பர் 13ம் தேதி நடைபெற்றபோது, நான் திட்டவட்டமாக அறிவித்தபடியும் என் உயிரைப் பணயம் வைத்து உங்கள் முடிவை எதிர்க்க வேண்டியவனாக இருக்கிறேன். இதைச் செய்வதற்கு எனக்குள்ள ஒரே வழி சாகும்வரை உண்ணாவிரதம் இருப்பதே ஆகும். உப்பு கலந்த அல்லது உப்பு இல்லாத தண்ணீரையும் சோடாவையும் தவிர உண்ணாவிரதத்தின் போது வேறு எந்த ஆகாரத்தையும் உட்கொள்ள மாட்டேன். இதற்கு மத்தியில் பிரிட்டிஷ் அரசாங்கம் தானே முன்வந்தோ

அல்லது பொதுமக்கள் கருத்தின் நிர்ப்பந்தத்தாலோ தனது முடிவை மாற்றிக்கொள்ளுமானால், தாழ்த்தப்பட்ட சமூகத்தினருக்குத் தனித் தொகுதிகளை ஒதுக்கும் தனது திட்டத்தைத் திரும்பப் பெற்றுக் கொள்ளுமானால், என் உண்ணாவிரதத்தை நிறுத்திவிடுவேன். வழக்கமான தேர்தல் விதிகளின்படி அமைந்த பொதுத் தொகுதியிலிருந்து - அது எவ்வளவு விரிந்து பரந்ததாயினும் - தாழ்த்தப்பட்ட மக்களின் பிரதிநிதிகள் தேர்ந்தெடுக்கப்படுவதையே நான் விரும்புகிறேன்.

அரசின் முடிவு மேலே தெரிவித்தபடி மாற்றப்படவில்லையாயின் எனது உண்ணாவிரதம் அடுத்த செப்டம்பர் 20ம் தேதி நண்பகலிலிருந்து தொடங்கும்.

உங்களுக்குப் போதிய முன்னறிவிப்பு தரவேண்டும் என்ற எண்ணத்தில் இந்தக் கடிதத்தின் வாசகத்தை உங்களுக்குத் தந்தி மூலம் தெரிவிக்கும்படி இங்குள்ள அதிகாரிகளைக் கேட்டுக் கொண்டிருக்கிறேன். எத்தகைய மிகத் தாமதமான மார்க்கத்திலும்கூட இந்தக் கடிதம் உங்களுக்கு உரிய சமயத்தில் கிடைக்க வேண்டும் என்பதற்காக நிறைய அவகாசம் தந்திருக்கிறேன்.

இந்தக் கடிதமும் நான் ஏற்கெனவே குறிப்பிட்ட சர். சாமுவேல் ஹோருக்கு எழுதப்பட்ட என் கடிதமும் கூடிய விரைவில் பிரசுரிக்கப்பட வேண்டும் என்றும் வேண்டிக்கொள்கிறேன். என்னைப் பொறுத்தவரையில், சிறை விதிகளை இம்மியும் பிசகாதபடி, மிகக் கண்டிப்பாகக் கடைப்பிடித்திருக்கிறேன். என் விருப்பத்தையோ அல்லது இவ்விரு கடிதங்களின் உள்ளடக்கத்தையோ என்னுடைய தோழர்களான சர்தார் வல்லபாய் பட்டேலையும் திரு. மகாதேவ தேசாயையும் தவிர வேறு எவருக்கும் தெரிவிக்கவில்லை. எனினும் என் கடிதங்கள் குறித்துப் பொதுமக்களின் அபிப்பிராயத்தை அறிய விரும்புகிறேன். எனவே அவற்றை விரைவில் பிரசுரிக்குமாறு கேட்டுக்கொள்கிறேன்.

நான் மேற்கொண்டுள்ள முடிவுக்காக வருந்துகிறேன். சமய ஈடுபாடுள்ளவன் என்ற முறையில், மனச்சான்றினை மீறாப் பண்புடையவன் என்ற

வகையில், இதைத் தவிர எனக்கு வேறு எந்த மார்க்கமும் இல்லை. சர் சாமுவேல் ஹோருக்கு நான் எழுதிய கடிதத்தில் குறிப்பிட்டிருந்தபடி, சங்கடமான நிலையிலிருந்து தப்பித்துக்கொள்ளும் பொருட்டு மன்னர் பிரான் அரசாங்கம் என்னை விடுதலை செய்ய முடிவுசெய்தால்கூட என் உண்ணாவிரதம் நிற்காது; தொடர்ந்து நடைபெறும். ஏனென்றால் வேறு எந்த வழிகளிலும் உங்கள் முடிவை எதிர்த்து நிற்க முடியும் என்ற நம்பிக்கை எனக்கில்லை; கௌரவமான முறையில் தவிர வேறு எந்த வழிகளிலும் என் விடுதலைக்குத் திட்டமிடவும் நான் விரும்பவில்லை.

ஒருகால் எனது கருத்து ஏறுமாறானதாக இருக்கலாம்; தாழ்த்தப்பட்ட வகுப்பினருக்குத் தனித்தொகுதிகள் ஏற்படுத்துவது அவர்களுக்கும் இந்து சமயத்திற்கும் தீங்கானது என்ற என் கணிப்பு முற்றிலும் தவறானதாகவும் இருக்கலாம். இது உண்மையானால் என் வாழ்க்கைத் தத்துவத்தின் இதர அம்சங்களிலும் நான் தவறு இழைத்தவன் ஆகிறேன்; இச்சூழ்நிலையில் உண்ணாவிரதத்தில் எனக்கு நேரிடக்கூடிய மரணம் என் தவறுக்கெல்லாம் ஒரு பிராயச்சித்தமாக இருக்கும்; மேலும், என்னுடைய விவேகத்தில், அறிவு நுட்பத்தில் எண்ணற்ற ஆடவரும் பெண்டிரும் வேறுபாடின்றி குழந்தைகள்போல் வைத்திருக்கும் அசைக்க முடியாத நம்பிக்கையின், பாசத்தின், அன்பின் சுமையை இறக்கிவிட்டதாகவும் இருக்கும். ஆனால், அதேசமயம் எனது நிர்ணயிப்புச் சரியாக இருக்கும் பட்சத்தில் இதில் எனக்கு எள்ளளவும் ஐயமில்லை நான் மேற்கொள்ள உத்தேசித்திருக்கும் நடவடிக்கை நிச்சயம் வெற்றிபெறவே செய்யும்; வாழ்க்கைத் தத்துவத்தை நிறைவேற்றக் கால் நூற்றாண்டுக்கும் மேலாக அயராது, சோராது நான் மேற்கொண்டு வந்துள்ள முயற்சி இதற்கு உறுதுணை புரியும்.'

ஆகஸ்ட் 18ம் தேதி காந்திஜி எழுதிய கடிதத்திற்கு செப்டம்பர் 8ம் நாள் பிரதமர் ஜே. ராம்சே மெக்டொனால்ட் விரிவாகவே பதில் கடிதம் எழுதினார்:

'அன்புள்ள திரு.காந்தி அவர்களுக்கு,

உங்கள் கடிதம் கண்டு மிகுந்த வியப்பும் வருத்தமும் அடைந்தேன். தாழ்த்தப்பட்ட வகுப்பினர் சம்பந்தமாக மன்னர் பிரான் அரசாங்கம் எடுத்துள்ள முடிவு

உண்மையில் எதைக் குறிக்கின்றது என்பதைப் புரிந்துகொள்ளாமல் இக்கடிதத்தை நீங்கள் எழுதியிருப்பதாகவே கருதுகிறேன். தாழ்த்தப்பட்ட வகுப்பினரை இந்து சமூகத்திலிருந்து நிரந்தரமாகப் பிரித்து வைப்பதை, தனிமைப்படுத்தி வைப்பதை நீங்கள் சற்றும் விட்டுக் கொடுக்காமல் உறுதியாக எதிர்த்து வந்திருக்கிறீர்கள் என்பதை நாங்கள் எப்போதுமே புரிந்து வந்திருக்கிறோம். வட்டமேஜை மாநாட்டின் சிறுபான்மையினர் குழுவில் உங்கள் நிலையை மிகத் தெளிவாக எடுத்துரைத்திருக்கிறீர்கள். மார்ச் 11ம் தேதி சர் சாமுவேல் ஹோருக்கு எழுதிய கடிதத்தில் இதனைத் திரும்பவும் வலியுறுத்தியிருக்கிறீர்கள். இந்து சமூகத்தில் மிகப் பெரும் பகுதியினர் உங்கள் கருத்தை ஆதரிக்கின்றனர் என்பதையும் நாங்கள் அறிவோம். எனவே தாழ்த்தப்பட்ட வகுப்பினரின் பிரதிநிதித்துவப் பிரச்சினையைப் பரிசீலனைக்கு எடுத்துக்கொண்டபோது, இவற்றையும் மிகக் கவனமாகக் கருத்தில் கொண்டோம்.

தாழ்த்தப்பட்ட வகுப்பினரின் அமைப்புகளிலிருந்து எங்களுக்கு எண்ணற்ற முறையீடுகள் வந்தன; அவர்கள் எத்தகைய கொடிய சமூக ஏற்றத்தாழ்வுகளுக்கு உள்ளாகி வேதனையும் வாதனையும் பட்டு வருகிறார்கள் என்பது பொதுவாக அனைவரும் அறிந்த உண்மை;

இதனை நீங்களும் மிகப் பல சந்தர்ப்பங்களில் ஒப்புக் கொண்டிருக்கிறீர்கள். இவற்றை எல்லாம் கருத்தில் கொண்டு, சட்டமன்றங்களில் நியாயமான சதவிகிதத்தில் பிரதிநிதித்துவம் பெறுவதற்குத் தாழ்த்தப்பட்ட வகுப்பினருக்குள்ள உரிமைகளைப் பாதுகாப்பது எங்கள் கடமை என உணர்ந்தோம். அதேசமயம் தாழ்த்தப்பட்ட சமூகத்தினை இந்து சமுதாயத்திலிருந்து பிரிக்கக்கூடிய எதையும் செய்துவிடக்கூடாது என்பதிலும் மிகவும் கவனமாக இருந்தோம். சட்டமன்றங்களில் இவர்கள் பிரதிநிதித்துவம் பெறுவதை எதிர்க்கவில்லை என்று நீங்களே உங்கள் மார்ச் 11ம் தேதி கடிதத்தில் குறிப்பிட்டிருக்கிறீர்கள்.

அரசாங்கத் திட்டத்தின்படி தாழ்த்தப்பட்ட வகுப்பினர் இந்து சமூகத்தின் ஒரு பிரிக்க முடியாத பகுதியினராகத்

தொடர்ந்து நீடித்து வருவர்; இந்து வாக்காளர்களுடன் சேர்ந்து சரிசமத்துவ அடிப்படையில் வாக்களிப்பர்; ஆனால் அடுத்த முதல் இருபது ஆண்டுக் காலத்தில் அவர்கள் வாக்காளர்கள் ரீதியில் இந்து சமூகத்தின் ஒரு பகுதியினராகத் தொடர்ந்து நீடித்தவாறே சில குறிப்பிட்ட எண்ணிக்கை உள்ள தனித்தொகுதிகளைப் பெறுவர்; இத்தொகுதிகள் அவர்களது உரிமைகளையும் நலன்களையும் பாதுகாக்கக்கூடிய சாதனங்களாக அமைந்திருக்கும்; தற்போதைய நிலைமையில் இத்தகைய தனித்தொகுதிகளை உருவாக்குவது அவசியம் என்று நாங்கள் திடமாக நம்புகிறோம்.

இந்தத் தனித்தொகுதிகள் உருவாக்கப்பட்டுள்ள பகுதிகளில் தாழ்த்தப்பட்ட வகுப்பு உறுப்பினர்கள் பொது இந்துத் தொகுதிகளில் தங்களுக்கு இருக்கும் வாக்குரிமையை இழந்துவிட மாட்டார்கள்; அதற்குப் பதில் இந்து சமூகத்தில் அவர்கள் அங்கம் வகிப்பது பாதிக்கப்படாமல் இருக்கும் பொருட்டு அவர்களுக்கு இரண்டு வாக்குகள் அளிக்கப்படும்.

தாழ்த்தப்பட்ட மக்களுக்குத் தனித்தொகுதி அமைத்து, எல்லாத் தாழ்த்தப்பட்ட இன வாக்குகளையும் பொதுத்தொகுதிகளில் அல்லது இந்து தொகுதிகளில் சேர்க்கலாம் என்றும், இவ்வாறு செய்தால் உயர் ஜாதி வேட்பாளர்கள் தாழ்த்தப்பட்டோர் வாக்குகளையும் நாடிப்பெற வேண்டிவரும் என்றும், இதன்மூலம் இந்து சமுதாயத்தின் ஒற்றுமையைப் பாதுகாக்க முடியும் என்றும் நீங்கள் தெரிவிக்கும் கருத்து எங்களுக்கு ஏற்புடையதல்ல.

மாகாணங்களில் தேர்தல்கள் நடைபெற்று அவற்றின் மூலம் சட்டமன்றங்களில் பெரும்பான்மை இடங்களைக் கைப்பற்றுவோர்க்கு அதிகாரம் மாறிப் பொறுப்பாட்சி மலரும்; அப்போது தாழ்த்தப்பட்ட மக்களின் நிலை என்ன? சாதி இந்துக்களால் பல நூற்றாண்டுக் காலமாகக் குரூரமாகக் கொடுமைப்படுத்தப்பட்டு வந்தவர்கள், இழிவுபடுத்தப்பட்டு வந்தவர்கள், அலட்சியப்படுத்தப்பட்டு வந்தவர்கள் என்று சர் சாமுவேல் ஹோருக்கு எழுதிய உங்கள் கடிதத்தில் நீங்களே தாழ்த்தப்பட்ட வகுப்பினரைப் பற்றிக் குறிப்பிட்டிருக்கிறீர்கள். பொறுப்பாட்சியின்போது ஒன்பது மாகாணங்களில் ஏழு மாகாணங்களில்

இப்போதைய தாழ்த்தப்பட்ட மக்கள் குறிப்பிட்ட எண்ணிக்கையிலான பிரதிநிதிகளை அவர்கள் தாங்களே தேர்ந்தெடுத்துச் சட்டமன்றங்களுக்கு அனுப்புவது அவசியம் என்று நாங்கள் உணர்ந்தோம்.

அப்போதுதான் அவர்கள் தங்கள் மனக் குறைகளையும் லட்சியங்களையும் எடுத்துரைக்க முடியும், அவற்றை ஆதரித்துக் குரல் எழுப்ப முடியும், சட்டமன்றத்திற்கு வெளியே தங்களுக்கு எதிராக முடிவுகள் எடுப்பதைத் தடுக்க முடியும், தங்களது நிலையை அரசின் கவனத்துக்குக் கொண்டுவர முடியும். சுருக்கமாகக் கூறினால் தாழ்த்தப்பட்ட மக்களுக்காகத் தாழ்த்தப்பட்ட மக்களே பேசும்படியான நிலையில் அவர்களை வைக்கமுடியும் என்று கருதினோம். நியாய உணர்வு படைத்த எவருமே இதனை ஏற்றுக்கொள்வார்கள் என்பதில் ஐயமில்லை.

சில குறிப்பிட்ட இடங்களை ஒதுக்கி, அவற்றுக்கு விசேஷப் பிரதிநிதிகளைத் தேர்ந்தெடுக்கும் முறை இன்றைய நிலைமைகளில் எந்த வாக்குரிமைத் திட்டத்தின் அடிப்படையிலும் காரியச் சாத்தியமானதென்று நாங்கள் கருதவில்லை; இவ்வாறு தேர்ந்தெடுக்கப்படும் உறுப்பினர்கள் தாழ்த்தப்பட்ட மக்களை உண்மையிலேயே பிரதிநிதித்துவப்படுத்துவார்கள் என்றோ, அவர்களுக்குப் பொறுப்புக் கூறக் கடமைப்பட்டிருப்பார்கள் என்றோ நாங்கள் நினைக்கவில்லை. ஏனென்றால், பெரும்பாலான சந்தர்ப்பங்களில் இத்தகைய உறுப்பினர்கள் பெரும்பான்மையினரான மேல்சாதி இந்துக்களால் தேர்ந்தெடுக்கப்பட்டவர்களாகவே இருப்பார்கள்.

எங்கள் திட்டத்தின்படி தாழ்த்தப்பட்ட மக்கள் பொது இந்துத் தொகுதியில் தங்களுக்குள்ள வழக்கமான தேர்தல் உரிமைகளைப் பெறுவதோடு, ஒரு குறிப்பிட்ட எண்ணிக்கையுள்ள தனித்தொகுதிகள் அவர்களுக்கு ஒதுக்கப்படுவதன் காரணமாக ஆரம்ப காலத்தில் விசேஷ அனுகூலம் பெறுகிறார்கள். தனி வகுப்புவாத வாக்காளர்கள் மூலம் தேர்ந்தெடுக்கப்படும் முஸ்லிம்கள் போன்ற சிறுபான்மையினர் விஷயத்தில் கைக்கொள்ளப்படும் பிரதிநிதித்துவ முறையிலிருந்து இது கருத்தளவிலும் செயலளவிலும் முற்றிலும்

மாறுபட்டதாகும். உதாரணமாக ஒரு முஸ்லிம் பொதுத்தொகுதியில் வேட்பாளராக போட்டியிட முடியாது; வாக்களிக்கவும் முடியாது. ஆனால், அதே சமயம் தேர்தல் விதிகளின்படி தகுதிவாய்ந்த தாழ்த்தப்பட்ட வகுப்பைச் சேர்ந்த ஓர் உறுப்பினர் பொதுத் தொகுதியில் வாக்களிக்கவும் வேட்பாளராக நிற்கவும் முடியும்.

முஸ்லிம்களுக்கு ஒதுக்கப்படும் பிரதேசவாரியான இடங்களின் எண்ணிக்கை மேற்கொண்டு அவர்கள் பிரதேச அளவில் இடங்களைப் பெறுவதைச் சாத்தியமற்றதாக்கும் முறையில் அமைக்கப்பட்டுள்ளது; ஏனென்றால் பெரும்பாலான மாகாணங்களில் தங்களது மக்கட்தொகை விகிதாசாரத்துக்கும் அதிகமாகவே அவர்கள் இடங்களைப் பெற்றிருக்கிறார்கள்; ஆனால் தாழ்த்தப்பட்ட இன மக்களின் விஷயம் அப்படியல்ல; அவர்களுக்கான தனித் தொகுதிகளிலிருந்து நிரப்பப்படும் விசேஷ இடங்களின் எண்ணிக்கை எவ்வாறு நிர்ணயிக்கப்படுகிறது? தாழ்த்தப்பட்ட இனத்தோர் அனைவருக்கும் முழுப் பிரதிநிதித்துவம் அளிக்கும் வகையிலும் அவர்களது மக்கட்தொகை விகிதாசாரத்துக்கு ஏற்ப அவர்களுக்கு இடங்களை ஒதுக்கும் அடிப்படையிலும் இந்த எண்ணிக்கை நிர்ணயிக்கப்படவில்லை. அப்படியானால் வேறு எப்படி நிர்ணயிக்கப்படுகிறது? முற்றிலும் தாழ்த்தப்பட்ட மக்களாலேயே தேர்ந்தெடுக்கப்பட்டு, அவர்களுக்காக வாதாடக்கூடிய, குரல் கொடுக்கக்கூடிய, அவர்களது எண்ணங்களை, ஆர்வ விருப்பங்களைப் பிரதிபலிக்கக்கூடிய, குறைந்தபட்ச எண்ணிக்கையுள்ள அவர்களது பிரதிநிதிகளைச் சட்டமன்றத்தில் இடம்பெறச் செய்ய வேண்டும் என்ற ஒரே நோக்கத்துடனேயே இந்த எண்ணிக்கை நிர்ணயிக்கப்படுகிறது. எல்லா இடங்களிலும் தாழ்த்தப்பட்ட வகுப்பினருக்கான தனி இடங்கள் அவர்களது மக்கட்தொகை சதவிகிதத்திற்கு மிகவும் குறைவாகவே உள்ளன.

சாகும்வரை உண்ணாவிரதம் இருக்கும் அதிதீவிர முடிவை நீங்கள் மேற்கொண்டிருக்கிறீர்கள். அது எதற்காக? தாழ்த்தப்பட்ட வகுப்பினர் இந்துக்களுடன் இணைந்து கூட்டுத் தொகுதிகளைப்

பெறவேண்டும் என்பதற்காகவா? அப்படி இருக்க முடியாது. ஏனென்றால் அதற்கு ஏற்கெனவே வழி செய்யப்பட்டிருக்கிறது. அல்லது இந்துக்களின் ஒற்றுமையை நிலைநாட்டுவதற்காகவா? அப்படியும் கூறமுடியாது. ஏனென்றால் அதற்கும் வகை செய்யப்பட்டிருக்கிறது. பின்னர் நீங்கள் உண்ணாவிரதம் இருக்கப்போவதன் நோக்கம்தான் யாது? இன்று அவர்கள் சொல்லவொண்ணாத கொடுமைக்கு உள்ளாக்கப்பட்டிருக்கின்றனர்; எத்தனை எத்தனையோ வழிகளில் பயங்கரமாக இழிவுபடுத்தப்பட்டு வருகின்றனர். இத்தகைய மக்கள், தங்கள் எதிர்காலத்தைப் பெருமளவுக்கு நிர்ணயிக்கக்கூடிய, தங்கள் கதிப்போக்கின் மீது மிகுந்த செல்வாக்குச் செலுத்தக்கூடிய, தங்களது குரலை எதிரொலிக்கக்கூடிய குறிப்பிட்ட எண்ணிக்கை உள்ள தங்கள் பிரதிநிதிகளைத் தாங்களே தங்கள் விருப்பப்படி தேர்ந்தெடுத்து அனுப்புவதைத் தடுக்கும் ஒரே நோக்கத்துடனேயே நீங்கள் உண்ணாவிரதத்தை மேற்கொள்ளத் தீர்மானித்திருக்கிறீர்கள். இவ்வாறுதான் உங்கள் போக்கை என்னால் புரிந்துகொள்ள முடிகிறது.

எல்லாவற்றையும் கவனமாக ஆராய்ந்து நாங்கள் மிக நியாயமான இந்த யோசனைகளை முன்வைத்திருக்கும் பகைப் புலனில், நீங்கள் எடுத்துள்ள முடிவுக்கு என்ன காரணம் என்பதை என்னால் புரிந்துகொள்ள முடியவில்லை; உண்மை நிலையை நீங்கள் தவறாகப் புரிந்துகொண்டிருக்கிறீர்கள் என்றே நினைக்கிறேன்.

சிறுபான்மையினர் பிரச்சினையில் இந்தியர்கள் தங்களுக்குள்ளேயே ஓர் உடன்பாடு காணத் தவறிய பிறகு, அவர்களது வேண்டுகோளின் பேரில் அரசாங்கம் தனது சொந்த விருப்பத்துக்கு மாறாகவே இப்பிரச்சினை குறித்து ஒரு முடிவு எடுக்கும் பொறுப்பை ஏற்றது. இப்போது அத்தகைய முடிவை அது அறிவித்துள்ளது. ஏற்கெனவே திட்டவட்டமாக, தெளிவாக அது அறிவித்த நிபந்தனைகளின் பேரில் அல்லாமல், இந்த முடிவை அரசு எவ்வகையிலும் மாற்றும் என்று எதிர்பார்க்க முடியாது. எனவே, அரசின் முடிவு நீடிக்கும், அதில் எந்த மாற்றமும் இருக்காது என்பதைத் தங்களுக்குத் தெரிவித்துக்கொள்கிறேன். மேலும், பல்வேறு சமுதாயத்தினரின் பலதரப்பட்ட முரண்பாடான

கோரிக்கைகளையும் அவற்றின் தகுதிகளையும் உள்ளார்ந்த முறையில் சீர்தூக்கிப் பார்த்தே அரசு இந்த ஏற்பாடுகளை வகுத்துத் தந்திருக்கிறது; இவற்றிற்குப் பதிலாக வேறு தேர்தல் ஏற்பாடுகளைச் செய்ய வேண்டுமானால் சம்பந்தப்பட்ட தரப்பினர் அனைவரின் உடன்பாட்டுடனேயே அதைச் செய்ய முடியும் என்பதையும் கூறிக்கொள்கிறேன்.

மார்ச் 11ம் தேதி சர் சாமுவேல் ஹோருக்கு நீங்கள் எழுதிய கடிதம் உட்பட இந்தக் கடிதப் போக்குவரத்து முழுவதையும் பிரசுரிக்க வேண்டும் என்று கேட்டிருக்கிறீர்கள். உபவாசம் மேற்கொள்ளுவதற்கு நீங்கள் எடுத்த முடிவுக்கான காரணத்தைப் பொதுமக்களுக்குத் தாங்கள் விளக்கிக்கூறும் வாய்ப்பினைத் தற்சமயம் தாங்கள் சிறையில் இருக்கும் காரணத்தால் மறுப்பது நியாயமற்றது என்று எனக்குத் தோன்றுகிறது; எனவே மறுபரிசீலனை செய்து இந்த வேண்டுகோளைத் தாங்கள் மீண்டும் முன்வைத்தால் அதனை தடையின்றி ஏற்பேன்.

எனினும், அரசு இந்த முடிவை எடுத்ததற்கான உண்மையான விவரங்களையும் சந்தர்ப்பங்களையும் ஆழ்ந்து ஆராய்ந்து பார்க்குமாறும், நீங்கள் உத்தேசித்துள்ள நடவடிக்கையை மேற்கொள்வது உண்மையிலேயே நியாயமானதுதானா என்பதை உங்களை நீங்களே கேட்டுக்கொள்ளுமாறும் மீண்டும் வலியுறுத்துகிறேன்.'

பிரதமரின் இந்தக் கடிதத்தின் மூலம் அவர் இறங்கி வரமாட்டார் என்பதைக் கண்ணுற்று திரு. காந்தி தாம் சாகும்வரை உண்ணாவிரதம் இருக்க முடிவு செய்திருப்பதை செப்டம்பர் 9ம் தேதி கடிதத்தின் மூலம் உறுதிப்படுத்தினார்:

'அன்பார்ந்த நண்பர் அவர்களுக்கு,

தாங்கள் மனம் விட்டு எழுதிய முழுக் கடிதத்தையும் தந்தி வாயிலாக இன்று கிடைக்கப்பெற்றேன். இதற்காக என் நன்றியைத் தெரிவித்துக் கொள்கிறேன். ஆனால் எனது உத்தேச நடவடிக்கைக்கு நான் ஒருபோதும் நினைத்துப் பார்க்க முடியாத வியாக்கியானத்தைத் தாங்கள் தந்திருப்பதற்கு வருந்துகிறேன். நான் எந்தச் சமூகத்தினருக்கு ஆதரவாகப் பேசுகிறேனோ, அந்தச் சமூகத்தினர் நலன்களைப் பலியிடுவதற்கே சாகும்வரை உண்ணாவிரதம் இருக்க நான் விரும்புவதாக என்மீது

குற்றம் சாட்டியிருக்கிறீர்கள். இதுகுறித்து நான் எத்தகைய எதிர்வாதமும் செய்யப்போவதில்லை. நான் மேற்கொள்ளவிருக்கும் தீவிர நடவடிக்கையே இத்தகைய சுயநலமிக்க வியாக்கியானத்திற்கு முற்றுப்புள்ளி வைக்கும் என்று நம்புகிறேன். என்னைப் பொறுத்தவரையில் இது முற்றிலும் சமயச் சார்புடைய பிரச்சினை என்பதை மீண்டும் வலியுறுத்துகிறேன்.

தாழ்த்தப்பட்ட வகுப்பினர் இரண்டு வாக்குகள் பெறுவதற்கு உரிமை பெறுவார்கள் என்று கூறியிருக்கிறீர்கள். ஆனால் இந்த உரிமை அவர்களையோ, பிளவுபடுவதிலிருந்து இந்து சமுதாயத்தையோ காப்பாற்றப் போவதில்லை. தாழ்த்தப்பட்ட வகுப்பினருக்குத் தனித்தொகுதிகளை உருவாக்கும் ஏற்பாட்டில் இந்து தர்மத்தைத் திட்டமிட்டு அழிப்பதற்கு விஷம் வைக்கப்பட்டிருப்பதைக் காண்கிறேன். இந்த ஏற்பாட்டால் மக்களுக்கு எத்தகைய நன்மையும் கிட்டாது. நீங்கள் தாழ்த்தப்பட்டவர்கள்பால் என்னதான் பரிவிரக்கம் கொண்டவராக இருந்தாலும், சம்பந்தப்பட்ட தரப்பினருக்கு ஜீவாதாரமான, சமய முக்கியத்துவம் வாய்ந்த இத்தகைய ஒரு விஷயத்தில் சரியான முடிவெடுக்க முடியாது.

தாழ்த்தப்பட்ட வகுப்பினருக்கு அளவுக்கு அதிகமாகப் பிரதிநிதித்துவம் கொடுப்பதைக்கூட நான் எதிர்க்கவில்லை. இந்துக்களாக நீடிப்பதற்கு அவர்கள் விரும்பும்வரை, ஒரு வரம்புக்குட்பட்ட அளவில்கூட சட்டரீதியாக இந்துமத அரவணைப்பிலிருந்து அவர்கள் பிரிக்கப்படுவதைத்தான் எதிர்க்கிறேன். உங்கள் முடிவு மாறாது என்றால், அந்த அடிப்படையில் அரசியலமைப்புச் சட்டம் உருவாக்கப்படுகிறது என்றால் அதன் பொருள் என்ன? வாழ்க்கையின் ஒவ்வொரு துறையிலும் அடக்கப்பட்டு ஒடுக்கப்பட்டுத் தாழ்ந்து கிடக்கும், வீழ்ந்து கிடக்கும் தங்கள் சகோதரர்களைக் கைதூக்கி விடுவதற்கு, அவர்கள் உய்வும் உயர்வும் பெறுவதற்கு இந்து சமூக சீர்திருத்தச் செம்மல்கள் தங்களைத் தன்னலமற்று அர்ப்பணித்துக் கொண்டு எத்தனை எத்தனையோ அரும்பெரும் பணியாற்றி இருக்கிறார்கள். அந்த மகான்களின் இத்தகைய சீரிய சேவையின், அற்புதப் பணியின் வளர்ச்சியை, முன்னேற்றத்தை உங்களது

இந்த நடவடிக்கையின் மூலம் தடுத்து நிறுத்துகிறீர்கள் என்பதை நீங்கள் உணர்கிறீர்களா?

எனவே, உங்களுக்குத் தெரிவிக்கப்பட்ட முடிவைச் செயல்படுத்தும் நிர்ப்பந்தத்துக்கு உள்ளாகியுள்ளேன்; இதைத் தவிர எனக்கு வேறு வழியில்லை.

உங்கள் கடிதம் வேறொரு தப்பபிப்பிராயத்தையும் தோற்றுவிக்கக்கூடும் என்று கருதுவதால், அதையும் இங்கு தெளிவுபடுத்த விரும்புகிறேன். தாழ்த்தப்பட்ட மக்களின் பிரச்சினையை உங்களது முடிவின் இதர பகுதிகளிலிருந்து பிரித்து அதற்கு நான் தனி முக்கியத்துவம் அளித்திருப்பதைக் கொண்டு உங்கள் முடிவின் இதர அம்சங்களை நான் ஏற்றுக்கொண்டு விட்டதாக எவ்வகையிலும் பொருள் கொள்ளலாகாது. உங்கள் தீர்ப்பின் இதர பல பகுதிகளும் கடும் ஆட்சேபத்துக்குரியவை என்பதே என் கருத்து. தாழ்த்தப்பட்ட வகுப்பினரின் பிரச்சினையில் என் மனச்சான்றின் தூண்டுதலின் பேரில் உயிர்த் தியாகம் செய்ய எடுத்துள்ள முடிவைப் போன்று இவற்றின் விஷயத்திலும் அத்தகைய முடிவை மேற்கொள்ள வேண்டிய அவசியம் இல்லை என்றே கருதுகிறேன்.'

காந்திஜியின் இந்த உண்ணாவிரதம் குறித்து 1932 செப்டம்பர் 13ம் தேதியன்று கொண்டுவரப்பட்ட ஒத்திவைப்புத் தீர்மானத்தின்மீது எம்.சி.ராஜா உரை நிகழ்த்தினார். அதில் பிரிட்டிஷ் அரசைக் குறை கூறியிருந்தார்:

'தாழ்த்தப்பட்ட வகுப்பினரின் பிரச்சினை இன்று எய்தியுள்ள முக்கியத்துவத்தைப் போல் இந்தியாவின் வரலாற்று ஏடுகளில் என்றும் பெற்றதில்லை. இதற்காக மகாத்மா காந்திக்குத் தாழ்த்தப்பட்ட வகுப்பினராகிய நாங்கள் என்றென்றும் பெரிதும் கடமைப்பட்டிருக்கிறோம். எங்களுக்குப் புதுவாழ்வு அளிப்பதே தமது வாழ்க்கையின் அடிப்படை லட்சியம் என்று மிகவும் தெளிவுபடக் கூறியுள்ளார். தாழ்த்தப்பட்ட மக்களின் அவலநிலையை, பரிதாப நிலையை உணரும்படி உலகின் மனச்சான்றை இப்போதாவது தட்டியெழுப்பவில்லையென்றால், மனிதகுலத்தின் தார்மீக முடிவுக்கே நாங்கள் வரவேண்டியிருக்கும்.

தாழ்த்தப்பட்ட வகுப்பினருக்குத் தனி வகுப்புவாரித் தொகுதிகள் ஒதுக்கப்படுவதை மகாத்மா காந்தி

எதிர்க்கிறார்; இதனால் ஏற்பட்டுள்ள நிலைமையே தற்போது அவையின் முன்னுள்ள பிரச்சினை. இத்தகைய ஒரு மாமனிதர், தமது உயிரைப் பணயம் வைக்கும் அளவுக்குச் சந்தர்ப்பச் சூழ்நிலைகள் நிர்ப்பந்திக்கப்பட்டது குறித்து வருத்தமும் வேதனையும் அடையாத மதிப்பிற்குரிய எந்த உறுப்பினரும் இந்த அவையில் இருக்கமாட்டார்கள் என்று நான் உறுதியாக நம்புகிறேன். ஆனால் ஐயா, இந்த நிலை குறித்து அரசாங்கத்துக்கு முன்கூட்டியே போதிய முன்னெச்சரிக்கை தரப்பட்டிருக்கிறது என்பதைக் கடிதப் போக்குவரத்து தெளிவாகக் காட்டுகிறது. எங்கள் மாநாடுகளிலும் இந்து மகாசபை தலைவருடன் நான் கையெழுத்திட்டுள்ள ராஜா-மூஞ்ஜே ஒப்பந்தத்தில் தெரிவிக்கப்பட்டிருக்கும் எங்கள் ஆழ்ந்த கருத்துகளுக்கு அவர்கள் முழு முக்கியத்துவம் அளிக்காவிட்டாலும் மகாத்மா காந்தி தந்துள்ள கடுமையான எச்சரிக்கையையாவது குறைந்தபட்சம் அவர்கள் கணக்கிலெடுத்துக் கொண்டிருக்க வேண்டும்; தனிவாக்காளர் தொகுதிகள் அமைக்கும் ஏற்பாட்டை தவிர்த்திருக்க வேண்டும்.

மகாத்மா காந்திக்குப் பிரதமர் எழுதிய கடிதம் குறித்த எனது முக்கியமான தாக்குதல் இதுதான். அரசிடமும் சட்டமன்றத்திடமும் எங்கள் கருத்துகளை வெளியிட இருபதாண்டுக் காலத்திற்குக் குறைந்தபட்ச இடங்களை எங்களுக்கு ஒதுக்குவதற்கு வழிசெய்யும் வகையில் தனிவாக்காளர் தொகுதிகளைத் தாம் அளித்திருப்பதாகப் பிரதமர் கூறினார். ஆனால் இதில் ஒன்றும் விசேடமில்லை. ஏனென்றால், மாண்ட்போர்டு சீர்திருத்தத்தின் மூலம் நாங்கள் ஏற்கெனவே அனுபவித்து வரும் விசேட சலுகை எண்ணற்ற ஊராட்சி அமைப்புகளிலும் மாகாணச் சட்டமன்றங்களிலும் மத்திய சட்டமன்றத்திலும் நாங்கள் பிரதிநிதித்துவம் பெறுவதற்கு வகைசெய்துள்ளது என்பதை இங்கு வலியுறுத்திக் கூற விரும்புகிறேன். இதன் பொருட்டு நாங்கள் போதிய அளவு ஸ்தாபனரீதியாக ஒன்றுதிரண்டுள்ளோம்; இது விஷயத்தில் எங்களுக்குத் தனிக் கவனிப்போ, விசேட ஆதரவோ, உதவியோ தேவையில்லை.

எதிர்காலத்தில் நாங்கள் மேம்பாடடைவதற்கு, முன்னேற்றம் காண்பதற்கு, வள ஆக்கம்

பெறுவதற்கு உண்மையான பரிகாரமாக நாங்கள் வேண்டுவதெல்லாம் பொதுத் தொகுதிகளிலிருந்து எங்கள் பிரதிநிதிகளைத் தேர்ந்தெடுக்க அதிகாரம் பெற்றிருக்க வேண்டும். அவர்களது செயல்பாடுகளுக்காக அவர்கள் எங்களுக்குப் பொறுப்பு கூறக் கடமைப்பட்டிருக்க வேண்டும் என்பதே ஆகும். இடங்கள் ஒதுக்கீட்டுடன் கூடிய கூட்டுவாக்காளர் தொகுதிகள் திட்டம் நடைமுறை சாத்தியமற்றது என்று பிரதமர் ஏன் கூறுகிறார் என்று தெரியவில்லை. இந்தத் திட்டம் சென்னையிலும் வேறு சில மாகாணங்களில் ஊராட்சி அமைப்புகளிலும் ஏற்கெனவே அமலில் இருந்துவருவதுடன், திருப்திகரமாகச் செயல்பட்டும் வருகிறது.

ஐயா, வகுப்புவாரித் தீர்ப்பில் அறிவிக்கப்பட்டிருக்கும் திட்டம் எங்களைத் தனிமைப்படுத்துகிறது என்பதையும், அரசியல் ரீதியில் தீண்டப்படாதவர்களாக ஆக்குகிறது என்பதையும் இங்கு எடுத்துக்காட்ட விரும்புகிறேன். இதில் தனிமைப்படும் பிரச்சினைக்கே இடமில்லை என்றும், ஏனென்றால் எங்களைத் தேடிவந்து, நாடிவந்து எங்கள் வாக்குகளை வேண்டும் சாதி இந்துக்களுக்கு நாங்கள் வாக்களிக்கலாம் என்றும் பிரதமர் வாதம் செய்கிறார். இந்த வாதம் வியப்பானதாகவும் விசித்திரமானதாகவும் இருக்கிறது. ஆனால் ஐயா, உங்களை ஒன்று கேட்கிறேன், தாழ்த்தப்பட்ட இனப் பிரதிநிதிகள் மேல்சாதி வாக்குகளை நாடவேண்டிய அவசியமில்லாதபோது குடியுரிமை என்னும் பொது லட்சியத்தை எவ்வாறு செயல்படுத்த முடியும்?

சாதி இந்துக்களிடம் எங்கள் சமூகம் எத்தனை எத்தனையோ கோரக்கொடுமைகளை, துன்ப துயரங்களை, வாதனைகளை வேதனைகளை அனுபவித்து வருகிறது என்பதை சாதி இந்துக்களே ஒப்புக்கொள்கின்றனர்; அது மட்டுமன்றி அவர்களிடையே இருந்து ஏராளமான சீர்திருத்தவாதிகள் தோன்றி எங்கள் அந்தஸ்தையும் நிலையையும் மேம்படுத்த தங்களால் முடிந்த அனைத்தையும் செய்துவருகிறார்கள் என்பதையும் இங்கு நான் கூறியாக வேண்டும். சாதி இந்துக்களிடம் ஒரு மனமாற்றம் ஏற்பட்டிருக்கிறது. அவர்களது கண்ணோட்டத்தில் ஒரு திருப்பம் உண்டாகியிருக்கிறது

என்று நான் திடமாக நம்புகிறேன். தாழ்த்தப்பட்ட இனத்தவராகிய நாங்கள் வேறு எந்த சாதி இந்துக்களைப் போன்றே உண்மையான இந்துக்களாக எங்களைக் கருதுகிறோம்; சாதி இந்துக்களைப் போன்றே நாங்களும் இந்துக்கள் என்பதை உணர்கிறோம். இந்துக்களின் தார்மீக மனச்சான்று பெருமளவுக்கு விழிப்படைந்திருப்பதையும், எழுச்சி கொண்டிருப்பதையும் காண்கிறோம்; எனவே, இந்து சமூகத்தின் பிரதான அமைப்பிற்குள்ளேயே மாற்றம் ஏற்படுவதில்தான் எங்களது விமோசனமும், விடுதலையும், நற்கதியும் அமைத்திருப்பதைத் திட்டவட்டமாகப் பார்க்கிறோம். இந்நிலைமையில் அரசு எடுத்துள்ள நடவடிக்கை போற்றிப் பாராட்டத்தக்க இந்த இயக்கத்தின் முன்னேற்றத்தைத் தடுத்து நிறுத்தவே செய்யும் என்று எண்ணுகிறோம். எனவே, ஐயா, பிரதமரது கடிதத்தின் முழு உள்ளடக்கமும், அதில் தெரிவிக்கப்பட்டிருக்கும் கருத்துகளும் எனக்கு மிகுந்த ஏமாற்றத்தையே அளிக்கின்றன என்பதை நான் கூறியாக வேண்டும்.

இன்று நம்மை எதிர்நோக்கும் நெருக்கடி மிகக் கடுமையானது. தம் காலத்தின் மிகப் பெரிய இந்திய மகானின் உயிர் இதில் ஊசலாடுகிறது; இந்த நாட்டின் அடக்கி ஒடுக்கிக் கொடுமைப்படுத்தப்பட்ட, சிறுமைப்படுத்தப்பட்ட கோடானுகோடி மக்களின் எதிர்காலம் இதில் தொக்கி நிற்கிறது. ஒரு மனிதரைக் கொல்வதற்கும் இன்னொருவரை என்றென்றைக்கும் அடிமைத்தனத்தில் ஆழ்த்தி அமுக்கி வைத்திருப்பதற்குமான பொறுப்பை அரசாங்கம் ஏற்றுக்கொள்ளப் போகிறதா? அது நன்கு சிந்தித்து விவேகமான முடிவை எடுக்கட்டும்.' *(டாக்டர் பாபாசாகேப் அம்பேத்கர்: பேச்சும் எழுத்தும், தொகுதி 10, பக்.361-364)*

காந்திஜி செப்டம்பர் 20ம் தேதி முதல் சாகும்வரை உண்ணாவிரதம் இருக்கப் போகிறேன் என்று முடிவெடுத்தவுடன் இந்தியா முழுவதும் ஒரு பதற்றம் ஏற்பட்டது. டாக்டர் அம்பேத்கர் மீது சாதி இந்துக்கள் கோபமும் வன்மமும் கொண்டனர். இந்த கோபமும் வன்மமும் தாழ்த்தப்பட்டவர்கள்மீது எப்போது வேண்டுமானாலும் திரும்பலாம் என்ற பதற்றமான சூழ்நிலையே இருந்தது.

காந்திஜியின் உயிரைக் காப்பாற்றவும் பிரச்சினைக்கு தீர்வு காணவும் செப்டம்பர் 19ம் தேதி பம்பாயில் இந்துத் தலைவர்களின் மாநாடு ஒன்றை நடத்துவதாக பண்டித மதன்மோகன் மாளவியா சிம்லாவிலிருந்து அறிவித்தார். அதைப் பற்றித் தந்தி மூலம் டாக்டர் அம்பேத்கருக்குத் தெரிவித்தார். அதன்படியே இந்துத் தலைவர்களின் மாநாடு 1932 செப்டம்பர் 19ம் நாள் பம்பாயில் உள்ள இந்திய வணிகர் சங்கத்தின் பெரிய அரங்கில் மதன்மோகன் மாளவியா தலைமையில் நடைபெற்றது. மாளவியாவின் அருகில் டாக்டர் அம்பேத்கரும் சோலங்கியும் அமர்ந்திருந்தனர். எம்.சி.ராஜாவும் டாக்டர் மூஞ்ஜேவும் கைகோர்த்தபடியே அரங்கிற்குள் நுழைந்தனர். சர். சிமன்லால், ஹரிலால் சத்தால்வாட், லால்சந்த் ஹீராசந்த், டாக்டர் ராஜேந்திரபிரசாத், கமலா நேரு, சப்ரு, ஆனே, சாயித் ராம் கித்வானி, தாக்கர், டாக்டர் தேஷ்முக், டாக்டர் சாவர்க்கர், கே.நடராஜன், பி.பாலு முதலானோரும் மற்றவர்களும் மேடையில் அமர்ந்திருந்தனர்.

இம்மாநாட்டில் டாக்டர் அம்பேத்கர் தெளிவாக, 'தீண்டப்படாத வகுப்பு மக்களின் நலனுக்கு எதிராக காந்தி உண்ணா நோன்பைத் தொடங்கியிருப்பது மிகவும் வருத்தத்திற்குரியதாகும். காந்தியின் ஒப்பரிய உயிரைக் காப்பாற்ற ஒவ்வொருவரும் முயற்சிக்க வேண்டும் என்பது மிகவும் சரியானதுதான். ஆனால் காந்தியிடமிருந்து மாற்று யோசனை எதுவும் வராத நிலையில் இச்சிக்கலைத் தீர்ப்பதற்கு வழியே தெரியவில்லை. ஆகவே காந்தியிடம் ஒரு மாற்றுத் திட்டத்தை நீங்கள் பெற்றுக்கொண்டு வாருங்கள். அப்போதுதான் என்னால் விவாதத்தில் கலந்துகொள்ள முடியும். ஆனால் ஒன்று மட்டும் உறுதி. காந்தியின் உயிரைக் காப்பாற்ற வேண்டும் என்பதற்காக என் மக்களின் நலனுக்கு எதிராக முன் வைக்கப்படும் எந்தவொரு திட்டத்தையும் நான் ஏற்கமாட்டேன்' என்று கூறி முடித்தார்.

தீண்டாதோருக்குத் தனித்தொகுதிகள் ஒதுக்கப்படுவதை ஆட்சேபித்துத் திட்டமிட்டபடி திரு. காந்தி தமது 'சாகும்வரை உண்ணாவிரதத்தை' 1932 செப்டம்பர் 20ம் நாளன்று தொடங்கினார்.

அதே செப்டம்பர் 20ல் மீண்டும் இந்து தலைவர்களின் மாநாடு கூடியது. தூதுக்குழுவின் தலைவரான சர். சுனிலால், தீண்டப்படாதவர்களுக்குக் கூட்டுத் தொகுதியில் தனி இட ஒதுக்கீடு அளிப்பதில் தனிப்பட்ட முறையில் தனக்கு எவ்விதத் தடையும் இல்லை என்று காந்திஜி

கூறியதாக மாநாட்டில் தெரிவித்தார். அப்போதும் டாக்டர் அம்பேத்கருக்கு திருப்தி இல்லை. அடுத்த நாள் செப்டம்பர் 21 பிற்பகல் 2 மணிவரை மாநாடு ஒத்தி வைக்கப்பட்டது. மாநாட்டின் முக்கிய உறுப்பினர்கள் உடனடியாக பிர்லா வீட்டிற்குச் சென்றனர். அங்கு சர். தேஜ் பகதூர் சப்ரு ஒதுக்கப்பட்ட இடங்களுக்கான முதல்கட்டத் தேர்தலுக்கான திட்டத்தையும், இரண்டாவது கட்டத் தேர்தலுக்கான திட்டத்தையும் உருவாக்கினார்.

ஒதுக்கீடு செய்யப்பட்டுள்ள ஒவ்வொரு இடத்திற்கும் முதலில் தீண்டப்படாதவர்கள் தாங்களே மூன்று பேர்களைத் தேர்ந்தெடுக்க வேண்டும். அதன்பின் அந்த மூவருள் ஒருவரைச் சாதி இந்துக்களும் தீண்டப்படாதவர்களும் கூட்டாகச் சேர்ந்து தேர்தலில் வாக்களித்துத் தேர்ந்தெடுக்க வேண்டும் என்பதே அத்திட்டங்களாகும். டாக்டர் அம்பேத்கர் தன் அமைப்பினருடன் கலந்துபேசி இந்தத் திட்டத்திற்குத் தனது ஆதரவை வழங்கினார். ஆனால் பிரிட்டிஷ் பிரதமர் அவருடைய தீர்ப்பில் அளித்துள்ளதைவிட அதிகமான இடங்கள் ஒதுக்கப்பட வேண்டும் என்று கூறினார். டாக்டர் அம்பேத்கருடைய கருத்தை மாநாட்டுத் தலைவர்கள் ஏற்றுக்கொண்டனர்.

செப்டம்பர் 21 அன்று காந்திஜியுடன் கலந்தாலோசித்தனர். பின்னர் சப்ரு டாக்டர் அம்பேத்கரை பூனாவிற்கு வருமாறு தொலைப்பேசியில் தெரிவித்தார். அன்று நள்ளிரவு டாக்டர் அம்பேத்கர் ரயிலில் புறப்பட்டார். எம்.சி.ராஜாவும் பூனாவிற்கு அழைக்கப்பட்டார். அதே நாளில் எம். சி.ராஜாவும் மாளவியாவும் பம்பாயிலிருந்து பூனாவிற்குப் புறப்பட்டனர்.

செப்டம்பர் 22ம் நாள் அன்று நண்பகலில் சிறையில் காந்தியை ஜெயகர், சப்ரு, மாளவியா ஆகியோர் சென்று பார்த்தனர். அதன்பின் பி.பாலு, எம்.சி.ராஜாவும் காந்தியைச் சந்தித்தனர். அப்போது பி.பாலு மற்றும் எம்.சி.ராஜா இருவரும் அவர் நிறைவடையும்படியான உடன்பாட்டை உருவாக்குவோம் என்று உறுதி கூறினார்கள்.

அன்று மாலை ஜெயகர், பிர்லா, சுனிலால் மேத்தா, ராஜகோபாலாச்சாரி ஆகியோருடன் டாக்டர் அம்பேத்கர் காந்திஜியைச் சந்தித்தார். இருவருக்கும் இடையே பேச்சுவார்த்தை தொடர்ந்தது. காந்திஜி கடைசியாக, ‘வகுப்புவாரி ஒதுக்கீட்டுத் தீர்ப்பில் உங்களுடைய மக்களுக்கு அளிக்கப்பட்டுள்ளதை நீங்கள் இழக்க

விரும்பவில்லை என்பது எனக்குப் புரிகிறது. நீங்கள் கூறுகிற வேட்பாளர் குழுவைத் தேர்வுசெய்யும் திட்டத்தை நான் ஏற்றுக்கொள்கிறேன். ஆனால் அதில் உள்ள ஒரு முரண்பாட்டை நீங்கள் நீக்கிட வேண்டும். அதாவது அதே முறையை எல்லாத் தொகுதிகளுக்கும் பொருந்துவதாக ஆக்கிட வேண்டும். பிறப்பினால் நீங்கள் தீண்டப்படாதவன். நான் விரும்பி மேற்கொண்ட கொள்கையால் தீண்டப்படாதவன். எனவே பிரிக்க முடியாதபடி நாம் ஒன்றென ஆகவேண்டும். இந்துச் சமூகத்தில் பிரிவினை ஏற்படுவதைத் தடுத்திட என் உயிரையும் தர நான் தயாராக இருக்கிறேன்' என்று கூறினார்.

காந்திஜியின் யோசனையை டாக்டர் அம்பேத்கர் ஏற்றுக்கொண்டார். செப்டம்பர் 23 வெள்ளிக்கிழமை அன்று வேட்பாளர் குழுவில் எத்தனை பேர் இருக்க வேண்டும், ஒதுக்கீடு செய்யப்படும் இடங்கள் எத்தனை என்பன பற்றி விவாதிக்கப்பட்டது. மாகாணச் சட்டசபைகளில் மொத்தம் 197 இடங்களை ஒதுக்கிட வேண்டும் என்று டாக்டர் அம்பேத்கர் கூறினார். ஆனால் அது 126 ஆக குறைக்கப்பட்டது. பிறகு முதற்கட்டத் தேர்தல் பத்து ஆண்டுகளுடன் முடிந்துவிட வேண்டும். ஆனால் அதன்பின் பதினைந்து ஆண்டுகள் கழித்துத்தான் இட ஒதுக்கீடு பற்றித் தீண்டப்படாதவர்களிடையே கருத்துக் கணிப்பு நடத்தி ஒரு முடிவெடுக்க வேண்டும் என்று டாக்டர் அம்பேத்கர் வலியுறுத்தினார். இதை முடிவு செய்ய காந்திஜியிடம் டாக்டர் அம்பேத்கர் சென்றார். ஆனால் காந்திஜி ஐந்து ஆண்டுகள் என்று முடிவுசெய்தார். பேச்சுவார்த்தை முடிவு தெரியாமலேயே முற்றுப்பெற்றது.

செப்டம்பர் 24ம் தேதி மீண்டும் பேச்சுவார்த்தை ஆரம்பித்தது. மறுபடியும் காந்திஜியைச் சந்தித்தார் டாக்டர் அம்பேத்கர். உறுதியாக ஐந்து ஆண்டுகள் என்பதை காந்திஜி சொன்னார். இதன் பிறகு கருத்துக் கணிப்பை எப்போது நடத்துவது என்ற கால வரையறையைக் குறிப்பிடாமல் ஒப்பந்தம் செய்துகொள்வது என்பதை டாக்டர் அம்பேத்கரும் மற்றவர்களும் ஏற்றுக்கொண்டனர். இதைக் கேள்விப்பட்ட காந்தி மகிழ்ந்தார். இதற்கான ஒப்பந்தம் உடனடியாக எழுதப்பட்டது. செப்டம்பர் 24ம் தேதி சனிக்கிழமை மாலை ஐந்து மணிக்கு ஒப்பந்தம் கையெழுத்தானது. இது வரலாற்றில் 'பூனா ஒப்பந்தம்' என்று அழைக்கப்பட்டது.

பூனா ஒப்பந்தம்

பூனா ஒப்பந்தத்தின் வாசகங்கள் மற்றும் விதிமுறைகள்

1. பொதுத் தொகுதியிலிருந்து தாழ்த்தப்பட்ட மக்களுக்குக் குறிப்பிட்ட எண்ணிக்கையில் இடங்கள் ஒதுக்கப்படும். இந்த இடங்கள் மாகாணச் சட்டமன்றங்களில் பின்வருமாறு அமைந்திருக்கும்.

சென்னை 30, சிந்துவுடன் கூடிய பம்பாய் 15, பஞ்சாப் 8, பீகாரும் ஒரிசாவும் 18, மத்திய மாகாணங்கள் 20, அஸ்ஸாம் 7, வங்காளம் 30, ஐக்கிய மாகாணங்கள் 20, மொத்தம் 148. (பீகாருக்கும் ஒரிசாவுக்குமான இடங்களை முறைப்படுத்தி இந்த 148 இடங்கள் 152 இடங்களாகப் பிறகு உயர்த்தப்பட்டன.)

பிரதமரின் முடிவில் அறிவிக்கப்பட்ட மாகாணச் சட்டமன்றங்களின் மூலம் மொத்த பலத்தின் அடிப்படையில் அமைந்ததே இந்த எண்ணிக்கை.

2. இந்த இடங்களுக்கான தேர்தல் கூட்டு வாக்காளர் தொகுதிகள் மூலம் நடைபெறும். இதில் பின்கண்ட நடைமுறை பின்பற்றப்படும். ஒரு தொகுதியின் பொதுவாக்காளர் பட்டியலில் பதிவு செய்துகொண்ட தாழ்த்தப்பட்ட இன உறுப்பினர்கள் அனைவரும் ஒரு வாக்காளர் குழுமமாக அமைவார்கள். இவர்கள் ஒவ்வொருவருக்கும் ஒரு வாக்கு இருக்கும். இத்தகைய தனித்தொகுதி ஒவ்வொன்றுக்கும் நான்கு பேர் அடங்கிய ஒரு பட்டியலை இந்த

வாக்காளர்கள் வாக்களித்துத் தேர்ந்தெடுப்பார்கள். இவ்வாறு நடைபெறும் பூர்வாங்கத் தேர்தலில் மிக அதிக வாக்குகள் பெற்ற நான்கு பேர் பொது வாக்காளர் பட்டியலைக் கொண்டு நடைபெறும் தேர்தலில் வேட்பாளர்களாக நிற்பார்கள்.

3. மத்திய சட்டமன்றத்துக்குத் தாழ்த்தப்பட்ட மக்களின் பிரதிநிதிகளைத் தேர்ந்தெடுப்பதிலும் மேலே 2வது விதியில் கூறப்பட்டிருக்கும் அதே நடைமுறையே பின்பற்றப்படும்; கூட்டு வாக்காளர் கோட்பாடும் பூர்வாங்கத் தேர்தல் முறையும் கடைப்பிடிக்கப்படும்.

4. மத்திய சட்டமன்றத்தில் பிரிட்டிஷ் இந்தியாவுக்காக ஒதுக்கப்பட்ட பொதுத் தொகுதிகளில் 18 சதவிகித இடங்கள் மேற்கண்ட சட்டமன்றத்தில் தாழ்த்தப்பட்ட மக்களின் பிரதிநிதிகளுக்காக ஒதுக்கப்படும்.

5. இதுவரை கூறப்பட்டு வந்துள்ளபடி, மத்திய, மாகாணச் சட்டமன்றங்களுக்கான தேர்தல்களில் நிற்கும் தாழ்த்தப்பட்ட இன மக்களின் வேட்பாளர் பட்டியலை முடிவுசெய்யும் பூர்வாங்க தேர்தல் முறையைக் கீழேயுள்ள 6வது விதியின் பிரகாரம் பரஸ்பர உடன்பாட்டின் பேரில் எப்போது வேண்டுமானாலும் ரத்து செய்யலாம்; அவ்வாறு செய்யாத பட்சத்தில் இந்தத் தேர்தல் முறை பத்து ஆண்டுகளுக்குப் பிறகு முடிவுக்கு வரும்.

6. விதி 1 மற்றும் விதி 4ல் கண்டுள்ளபடி மாகாணச் சட்டமன்றங்களிலும் மத்திய சட்டமன்றத்திலும் தாழ்த்தப்பட்ட மக்களுக்குப் பிரதிநிதித்துவம் அளிக்கும் முறையானது, இந்த ஒப்பந்தத்தில் சம்பந்தப்பட்ட சமூகங்களுக்கிடையே பரஸ்பர உடன்பாட்டின் மூலம் தீர்மானிக்கப்படும் வரை தொடர்ந்து நீடிக்கும்.

7. மத்திய, மாகாணச் சட்டமன்றங்களுக்கான தேர்தல்களில் தாழ்த்தப்பட்ட இன மக்கள் வாக்களிப்பதற்கான தகுதி லோதியன் குழுவின் அறிக்கையில் சுட்டிக்காட்டியபடி அமையும்.

8. ஒருவர் தாழ்த்தப்பட்ட இனத்தைச் சேர்ந்தவராக இருக்கும் காரணத்துக்காக எந்த ஊராட்சித் தேர்தல்களிலும் வாக்களிக்கவோ, வேட்பாளராகப்

போட்டியிடவோ அல்லது எந்த அரசு உத்தியோகங்களிலும் நியமிக்கப்படவோ எத்தகைய தடையும் இருக்காது.

அரசு உத்தியோகங்களில் நியமனம் செய்யப்படுவதற்குத் தேவையான கல்வித் தகுதிகள் இருக்குமானால் இத்தகைய நியமனங்களில் தாழ்த்தப்பட்ட மக்களுக்கு நியாயமான பிரதிநிதித்துவம் பெற்றுத் தருவதற்கு எல்லா முயற்சிகளும் மேற்கொள்ளப்படும்.

9. ஒவ்வொரு மாகாணத்திலும் தாழ்த்தப்பட்ட இனத்தவர்களுக்குக் கல்வி வசதிகள் செய்து தரக் கல்வி மானியத்திலிருந்து கணிசமான தொகை ஒதுக்கப்படும்.

இந்த ஒப்பந்தத்தின் விதிகளை திரு. காந்திஜி ஏற்றுக்கொண்டார். ஒப்பந்தத்தில் டாக்டர் அம்பேத்கர், மதன்மோகன் மாளவியா, ஜெயகர், சப்ரு, ஜி.டி.பிர்லா, ராஜகோபாலாச்சாரி, டாக்டர் ராஜேந்திரபிரசாத், ராவ்பகதூர் சீனிவாசன், எம்.சி.ராஜா, தேவதாஸ் காந்தி, பிஸ்வாஸ், ராஜ்போஜ், பி.பாலு, கவாய், தாக்கர், சோலங்கி, சி.வி.மேத்தா, பாக்கலே, காமத் உள்பட 23 பேர் கையெழுத்திட்டனர். கையெழுத்திட்ட பேனாக்களை டாக்டர் அம்பேத்கரும் ராஜாஜியும் மாற்றிக்கொண்டனர். உடனடியாக தேஜ்பகதூர் சப்ரு, டாக்டர் அம்பேத்கர், எம். சி.ராஜா, மதன்மோகன் மாளவியா ஆகியோர் ஒப்பந்தம் ஏற்பட்ட செய்தியைப் பிரிட்டிஷ் பிரதமருக்குத் தந்தி மூலம் செய்தி அனுப்பினர்.

இரட்டை வாக்குரிமையும் தனிவாக்காளர் தொகுதியும் நீக்கப்பட்டது. காந்தியார் உண்ணாவிரதத்தை உடனடியாக நிறுத்திக்கொள்ளவில்லை. லண்டன் பிரதமர் இதற்கு ஒப்புதல் அளிக்கட்டும் என்று கூறிவிட்டார். இச்செய்தி லண்டன் பிரதமருக்கு அனுப்பப்பட்டது. பிரிட்டிஷ் அரசாங்கம் அந்த ஒப்பந்தத்தை ஏற்றுக்கொண்ட தகவலை 26ம் தேதி பிற்பகல் 4.15 மணிக்குச் சிறைத்துறைத் தலைவர் கர்னல் டயல் காந்திஜியிடம் தெரிவித்தார். பிரதமரிடம் இருந்து ஒப்புதல் கிடைத்த பிறகுதான் 26-9-1932 அன்று மாலை 5.15 மணிக்கு உண்ணாவிரதத்தை முடித்துக்கொள்ளச் சம்மதித்து, தனது மனைவி கஸ்தூரிபாய் கொடுத்த ஆரஞ்சுப் பழச்சாற்றை பருகி காந்திஜி தன்னுடைய உண்ணாவிரதத்தை முடித்துக்கொண்டார்.

பூனா ஒப்பந்தப்படி கிடைத்த இடங்கள்

மாநிலங்கள்	ஆங்கிலேயர் தந்தபடி பொது	ஒடுக்கப்பட்டோருக்குத் தனிவாக்காளர் தொகுதி	பூனா ஒப்பந்தப்படி ஒடுக்கப்பட்டோருக்குத் தனித்தொகுதி
சென்னை	134	18	30
பகர்பால் (சிந்து உள்பட)	97 (b)	10	15
வங்காளம்	80 (c)	C	30
ஐக்கிய மாகாணம்	132	12	20
பஞ்சாப்	43	0	8
பிகார் - ஒரிசா	99	7	18
மத்திய மாகாணம்	77	10	20
அஸ்ஸாம்	44 (e)	4	7
வடகிழக்கு மாகாணங்கள்	9	0	
பம்பாய் (சிந்து இல்லாமல்)	109 (b)	10	
சிந்து	19	0	
கூடுதல்	843	71	148

உண்ணாவிரதத்தை முடித்தவுடன் காந்திஜி தாழ்த்தப்பட்டோர் தலைவர்களுக்கு நன்றி தெரிவித்து ஓர் அறிக்கை வெளியிட்டார். இந்த அறிக்கையில் டாக்டர் அம்பேத்கர், ரெட்டைமலை சீனிவாசன் ஆகியோருக்கும் எம்.சி.ராஜா குழுவினருக்கும் தனித்தனியே நன்றியைத் தெரிவித்தார்.

பூனா ஒப்பந்தம் செப்டம்பர் 24ம் தேதி கையெழுத்தான பின்பு 25ம் தேதி பிற்பகல் இரண்டு மணிக்கு இந்திய வணிகர் சங்க அரங்கில் தலைவர்கள் ஒரு கூட்டத்தை நடத்தினார்கள். அக்கூட்டத்தில் தலைமை தாங்கிய மாளவியா பிறப்பின் காரணமாக எவரையும் தீண்டப்படாதவர் என்று கருதக்கூடாது என்று அறிவித்தார். தீண்டாமை இந்த மண்ணிலிருந்தே மறைந்து போகுமாறு செய்ய வேண்டும் என்று இந்துக்களுக்கு வேண்டுகோள் விடுத்தார். ஒப்பந்தத்தை உறுதிசெய்யும் தீர்மானத்தை மதுரதாஸ் வாசஞ்சி முன்மொழிந்தார். சப்ரு அதை வழிமொழிந்தார். தன் கோரிக்கைகளுக்காக டாக்டர் அம்பேத்கர் தீரமுடன் போராடியதற்காக சப்ரு முழு மனத்துடன் அவரைப் பாராட்டினார். டாக்டர் அம்பேத்கர் அத்தீர்மானத்தை ஆதரித்துப் பேசினார்:

> '...சில நாட்களுக்கு முன்பு நான் ஓர் இக்கட்டான நிலைக்கு ஆளாகியிருந்தேன். அதுபோன்ற ஓர் இக்கட்டு வேறு ஒருவருக்கும் நேர்ந்திராது என்று நம்புகிறேன். இரண்டு கடினமான ஒத்த விஷயங்களில் ஒன்றைத் தேர்ந்தெடுக்க வேண்டிய

கட்டாயம் எனக்கு ஏற்பட்டது. அவ்விஷயங்கள் இவைதாம். இந்தியாவின் மாபெரும் மனிதரின் இன்னுயிரைக் காப்பது ஒன்று, தாழ்த்தப்பட்ட சமூகமான என் சமூகத்தின் நலனைப் பாதுகாப்பது மற்றொன்று. எல்லோருடைய ஒத்துழைப்பினாலும் இப்பிரச்சினைக்கு ஒரு தீர்வை என்னால் காண முடிந்திருக்கிறது என்பதை மகிழ்ச்சியுடன் தெரிவித்துக் கொள்கிறேன். காந்தியடிகளின் இன்னுயிரைக் காக்க முடிவதோடு அன்றித் தாழ்த்தப்பட்டோரின் எதிர்கால நலனையும் அதே சமயம் பாதுகாக்க வழி ஏற்பட்டிருக்கிறது. இப்பிரச்சினை தொடர்பாக நடந்த பேச்சுவார்த்தைகளில் விளைந்த நலன்களுக்கான பெருமையின் பெரும் பாகம் காந்தியடிகளுக்கே சேர வேண்டும். நான் காந்தியடிகளைச் சந்தித்துப் பேசியபோது எனக்கு எப்போதும் உண்டாகாத ஓர் உணர்வு உண்டாயிற்று; அவருக்கும் நமக்கும் இவ்வளவு ஒற்றுமைக் கருத்துகள் இருக்கின்றனவே என்பதே அது. (மகிழ்ச்சி ஆரவாரம்)

அவரிடம் சென்ற எந்தப் பூசலும், ஓரளவு யாவரையும் சோதிக்கும் தன்மையனதாகவே இருந்தது; வீரத்திரு தேஜ் பகதூர் அவர்கள் அப்பூசல்களைப் பற்றி உங்களுக்கு ஏற்கெனவே தெரிவித்திருக்கிறார். வட்டமேஜை மாநாட்டில் எனக்கு நேர்மாறான கருத்துகளைக் கொண்டிருந்த காந்தியடிகள் இப்போது அவருடைய மக்களுக்காகப் பரிந்து பேசாது என்னுடைய மீட்சிக்காக விரைந்து வந்தது எனக்கு பெரு வியப்பையே தந்தது. என்னை மிகக் கடுமையான சூழ்நிலையிலிருந்து விடுவித்ததற்காக காந்தியடிகளுக்குக் கடமைப்பட்டிருக்கிறேன். எனக்கு ஏற்படுகின்ற வருத்தமெல்லாம் காந்தியடிகள் ஏன் இந்தப் போக்கை வட்டமேஜை மாநாட்டிலேயே கடைப்பிடிக்கவில்லை என்பதுதான். என்னுடைய கருத்துகளுக்கு அவர் இத்தகைய ஒரு கவனிப்பைக் கொடுத்திருந்தால், இவ்வளவு பெரிய துன்பத்திற்கு அவர் ஆளாகியிருக்க வேண்டியதில்லை. எப்படியாயினும், இவையெல்லாம் நடந்துபோன நிகழ்ச்சிகள். நான் இப்போது இங்கே வந்திருப்பது இந்தத் தீர்மானத்தை ஆதரிப்பதற்கேயாகும்.

செய்தித்தாள்களில் இன்று ஒரு கேள்வி எழுப்பப்பட்டிருக்கிறது. இப்பூனா ஒப்பந்தம்

தாழ்த்தப்பட்ட மக்களின் அனைவரின் முழு ஆதரவையும் பெற முடியுமா என்பதே அது. நான் உங்களுக்கு இதனை நன்கு தெளிவுபடுத்த விரும்புகிறேன். என்னைப் பொறுத்தவரையிலும், என்னோடு ஒன்றி நிற்கும் தாழ்த்தப்பட்டோர் கட்சியைப் பொறுத்த வரையிலும், நாங்கள் இவ்வொப்பந்தத்தை முழு மனத்தோடு ஏற்றுக்கொள்கிறோம். இதைப் பற்றி யாருக்கும் எந்தவித ஐயமும் இருக்கத் தேவையில்லை. எங்களுடைய ஒரே கவலையெல்லாம் இந்து சமூகம் இதனை ஒப்புக்கொள்ளுமா என்பது குறித்துத்தான். (ஓ... ஓ... நாங்கள் ஒப்புவோம்) இந்து சமூகம் தீவினை வசமாக இணைந்த ஒரு முழுமையான அமைப்பாக இல்லை. சிறு சிறு சமூகங்களின் ஒரு கூட்டமைப்பாகவே அது இருக்கிறது. எப்படியும் இந்துக்கள் இவ்வொப்பந்தத்தை மிகவும் புனிதமாகக் கருதி இதனை நடைமுறைப்படுத்த மேன்மையுடன் பாடுபடுவார்கள் என்று அழுத்தமாக நம்புகிறேன்.

பூனா ஒப்பந்தப் பேச்சுவார்த்தைகளில் கலந்துகொண்ட எல்லா நண்பர்களுக்கும் நான் மிகுதியும் கடமையுள்ளவன். எடுத்துக்காட்டாக இன்றைய இந்தியாவில் வகுப்புக் காழ்ப்புகள் எதுவும் இல்லாமல் மேலோங்கி நிற்கும் பெருந்தகை ஒருவர் இருக்கிறார் என்றால், அவர் வீரத்திரு. சப்ரு அவர்கள்தாம். புதிய இந்திய அரசியலமைப்பில் சிறுபான்மைச் சமூகங்கள் கேட்கும் பாதுகாப்புகளுக்கு அவருடைய நேர்மைப் போக்கும் நீதி மனப்பான்மையுமே ஓரளவு ஆறுதலாக உள்ளன.

ராஜகோபாலாச்சாரியாரைப் பற்றியும் நான் குறிப்பிட வேண்டும். எங்கள் பேச்சுவார்த்தைகள் முறியும் நிலையிலிருந்தபோது, அவர் எங்கள் உதவிக்கு வந்தார். அவருடைய கெட்டிக்காரத்தனமே இவ்வொப்பந்தம் நிறைவடைய காரணமாயிருந்தது. இப்பேச்சுவார்த்தைகள் முழுவதன் போதும் சூடான வார்த்தைப் பரிமாற்றங்களும் காரம் மிகுந்த சொற்போர்களும் நடந்தன. அச்சமயமெல்லாம் நடத்தை நயத்தோடும் பொறுமையுணர்வோடும் எங்களிடம் உரையாடியவர் பண்டித மாளவியா அவர்கள். அவருக்கும் என் நன்றி உரித்தாகும்.

சமூகப் பிரச்சினைத் தீர்வில் ஒரு மாற்றம் நுழைக்கப்பட்டிருப்பதை நீங்கள் அறியவேண்டும். சிறுபான்மையர்க்குத் தனித்தேர்தல் தொகுதிகள் வழங்குதல் தேசிய நலனுக்குக் குந்தகம் விளைவிக்கும் என்பதே அம்மாற்றமாகும். இந்த வாதம் என் மனத்துக்கு நிறைவளிக்கவில்லை என்பதைச் சொல்லியே தீரவேண்டும். பெரும்பான்மை மக்களின் பிரதிநிதித்துவத்துக்குத் தனித்தொகுதிகள் கேடு பயக்கும் என்பதை வேண்டுமானால் நான் ஓரளவு ஒத்துக்கொள்ள முடியும். ஆனால், சிறுபான்மை மக்களுக்கு அவை நலன் புரியும் என்பதே என் கருத்து. இந்து சமூகத்தில் தாழ்த்தப்பட்டோரை ஈர்த்துக்கொள்ளக் கூட்டுத் தொகுதி முறை ஒரு இறுதித் தீர்வாக இருக்கும் என்று நான் நினைக்கவில்லை. ஒரு பெரிய சமுதாயப் பிரச்சினைக்குத் தேர்தல் ஒழுங்குபாடு ஒரு தீர்வாக அமைய இயலும் என்பதையும் நான் ஏற்றுக்கொள்வதற்கில்லை. அதற்கு நாம் தற்போது செய்துவரும் ஒழுங்குபாடு போதுமானது அன்று. இவ்வொழுங்கு பாட்டுக்கு மேல் நாம் சென்று, தாழ்த்தப்பட்டோர் இந்து சமூகத்தின் ஓர் உறுப்பாக ஆக்கப்படுவதோடு, அவர்கள் மற்ற சமூகங்களுக்கு இணையான நிலைமையையும் படித்தரத்தையும் பெற நாம் வழிவகைகள் கண்டாக வேண்டும்.

நெடுங்காலமாக தாழ்த்தப்பட்ட வகுப்பினர் தன்மானமில்லாத ஓர் அறியாமைக் கூட்டத்தாராகவே இருந்து வந்தனர். அச்சமயம் அவர்கள் இந்து சமூகத்தினர் தமக்கு கொடுத்த சமுதாய படித்தரத்தை அப்படியே ஏற்றுக் கொண்டிருக்கலாம். ஆனால், கல்வியறிவு பெறப் பெற அவர்கள் இந்தியச் சமுதாயச் சட்டங்களால் தாம் துன்புறுவதை உணரத் தொடங்குவர்; அதன் விளைவாக அவர்கள் இந்து சமூகத்திலிருந்தே பிரிந்து செல்லும் அபாயமும் நேரலாம். இதனை நீங்கள் மனத்தில் கொண்டு இவ்வகையில் வேண்டுவதைச் செய்வீர்கள் என்று நம்புகிறேன்.'

காந்திஜி, தேஜ்பகதூர் சப்ரு, ராஜகோபாலாச்சாரி, மாளவியா ஆகியோரையும் மற்றவர்களையும் குறிப்பிட்டுப் புகழ்ந்தார் டாக்டர் அம்பேத்கர். அதுமட்டுமல்லாமல்

தனித்தேர்தல் பற்றியும் குறிப்பிட்டுப் பேசி, பூனா ஒப்பந்தத்தை அமல்படுத்துவதோடு மட்டுமல்லாமல் தாழ்த்தப்பட்டவர்களுக்கும் மேலும் சமூக உரிமைகளை அளிக்கவேண்டும் என்றும் பேசினார். இப்படியாக பூனா ஒப்பந்தம் நிறைவேறி முடிந்தது.

வட்டமேஜை மாநாட்டில் வைக்கப்பட்ட கோரிக்கைக்குப் பிறகு பிரிட்டிஷ் அரசு தாழ்த்தப்பட்டவர்களுக்கு 71 இடங்களை அளித்தது. ஆனால் தனிவாக்காளர் தொகுதியும், இரட்டை வாக்குரிமையும் அளித்தது. பூனா ஒப்பந்தமோ 148 இடங்களை அளித்தது. ஆனால் பூனா ஒப்பந்தத்தில் தனிவாக்காளர் தொகுதியும், இரட்டை வாக்குரிமையும் நீக்கப்பட்டிருந்தது. உண்மையிலேயே ராஜா-மூஞ்ஜே ஒப்பந்தம் இதையேதான் வலியுறுத்தியது என்றாலும் அது மேலும் ஒரு நன்மையை குறிப்பிட்டிருந்தது. மக்கள்தொகை அடிப்படையில் இட ஒதுக்கீட்டுடன் கூடிய கூட்டு வாக்காளர் தொகுதி எல்லோராலும் ஒப்புக் கொள்ளப்பட்டிருக்குமானால் - எல்லா தாழ்த்தப்பட்ட தலைவர்களும் ஒன்றிணைந்து ராஜா-மூஞ்ஜே ஒப்பந்தத்தை ஆதரித்து இருப்பார்களேயானால் - இன்னும் அதிகப்படியான இடங்களைப் பெற்றிருக்க முடியும். ஏனென்றால் பூனா ஒப்பந்தம் மூலம் சட்டமன்றங்களின் அடிப்படையில் இடங்கள் ஒதுக்கப்பட்டன. ஆனால் ராஜா-மூஞ்ஜே கேட்டது மக்கள்தொகை அடிப்படையில் இடங்கள் ஒதுக்கப்பட வேண்டும் என்பது. மக்கள்தொகை அடிப்படையில் இடங்கள் ஒதுக்கப்பட்டிருந்தால் 148-ஐவிட அதிகமாக கிட்டத்தட்ட 289 இடங்கள் தாழ்த்தப்பட்ட மக்களுக்குக் கிடைத்திருக்கும்.

அதனால்தான் டாக்டர் அம்பேத்கர் உயிருடன் இருக்கும்போதே தனஞ்செய்கீர் என்பவரால் எழுதப்பட்டு வெளிவந்த டாக்டர் பி.ஆர்.அம்பேத்கர் வாழ்க்கை வரலாற்று நூலில் ‘சிக்கலற்றதாகவும் தெளிவானதாகவும் இருந்த ராஜா-மூஞ்ஜே ஒப்பந்தத்தை அம்பேத்கர் ஏன் எதிர்த்தார் என்பது எல்லோருக்கும் வியப்பளிப்பதாகும். நல்லெண்ணம் கொண்ட ஆனாலும் வலிமையற்ற ஒரு தரப்பாரிடமிருந்து இக்கோரிக்கை வந்தது என்பதனாலா?’ என்று எழுதுகிறார்.

கூட்டுத்தொகுதியில் இட ஒதுக்கீடு என்று ஏற்றுக்கொண்ட பிறகு, பூனா ஒப்பந்தத்தைவிட, ராஜா-மூஞ்ஜே ஒப்பந்தமே தாழ்த்தப்பட்டோர்களுக்கு நன்மை அளிக்கக்கூடியது

என்பதை ஆராய்ந்து நோக்கினால் நாம் தெளிவடைய முடியும்.

செப்டம்பர் 25ம் தேதி நடந்த கூட்டத்தில் சில தீர்மானங்கள் இயற்றப்பட்டன.

> ‘இனிமேல் பிறப்பு காரணமாக இந்துக்களிடையே எவரும் தீண்டத்தகாதவராகக் கருதப்படக்கூடாது என்றும், இதுவரை அவ்வாறு கருதப்பட்டவர்களுக்குப் பொதுக் கிணறுகள், பொதுப் பள்ளிக்கூடங்கள், பொதுச் சாலைகள் மற்றும் இதர எல்லாப் பொது நிறுவனங்களையும் பயன்படுத்திக் கொள்வதற்கு இந்துக்களுக்குள்ள அதே உரிமை அளிக்கப்பட வேண்டும் என்றும் இம்மாநாடு தீர்மானிக்கிறது. இந்த உரிமை முதல் வாய்ப்பிலேயே சட்டரீதியாக அங்கீகரிக்கப்பட வேண்டும். சுயராஜ்ய நாடாளுமன்றம் அமைக்கப்படுவதற்கு முன்னர் இத்தகைய அங்கீகாரம் கிடைக்கப் பெறவில்லையென்றால், அந்த நாடாளுமன்றம் நிறுவப்பட்ட உடனேயே அதன் முதல் நடவடிக்கையில் ஒன்றாக இது இருக்க வேண்டும்.
>
> ஆலயப் பிரவேசம் சம்பந்தமாக உள்ள தடை உட்பட தீண்டத்தகாதவர்கள் எனப்படுவோர் மீது மரபுவழி ஆச்சாரங்களும் பழக்க வழக்கங்களும் இப்போது திணித்துள்ள சகலவிதமான சமூகத் தடைகளையும் சட்டரீதியான முறையிலும் அமைதியான வழிகளிலும் வெகு விரைவிலேயே அகற்றுவதற்கு உறுதியாகப் பாடுபடுவது எல்லா இந்துத் தலைவர்களது கடமையாகும் என்பதும் ஒப்புக்கொள்ளப்படுகிறது.’

இந்தத் தீர்மானங்கள் இயற்றப்பட்டவுடன் கோவில்களைத் தாழ்த்தப்பட்டவர்களுக்கு திறந்துவிடுவதிலும், மசோதாக்கள், சட்டங்கள் கொண்டுவருவதிலும் ஆர்வம் காட்டினர்.

1932 செப்டம்பர் 30ம் தேதி பம்பாயில் இந்துக்களின் கூட்டம் ஒன்று கவாஸ்ஜி ஜெஹாங்கீர் மண்டபத்தில் பண்டித மதன்மோகன் மாளவியா தலைமையில் நடைபெற்றது. கூட்டத்தில் ஏராளமானோர் கலந்துகொண்டனர். பல்வேறு மாகாணக் கேந்திரங்களில் கிளைகளுடன் கூடிய ஓர் அகில இந்திய தீண்டாமை எதிர்ப்புக் கழகத்தை அமைப்பதே அக்கூட்டத்தின் நோக்கம் ஆகும். கழகத்தின் தலைமை நிலையம் டில்லியில் இருக்கும். திரு. ஜி.டி. பிர்லா தலைவராகவும், திரு. அமிர்தலால் வி.தாக்கர்

பொதுச்செயலாளராகவும் இருப்பார்கள் என்று முடிவு செய்யப்பட்டது. இது முழுக்க முழுக்க காந்திஜியின் திட்டமாகும். டிசம்பர் 9ம் நாள் அன்று தீண்டாமை எதிர்ப்புக் கழகம் பின்பு தீண்டப்படாதோருக்கான சேவைக் கழகம் என்று காந்திஜியால் பெயர் மாற்றப்பட்டது. அந்தப் பெயரும் மாற்றப்பட்டு 'ஹரிஜன சேவா சங்கம்' என்று பெயர் வைக்கப்பட்டது.

1932 நவம்பர் 1ம் தேதி டாக்டர் சுப்புராயன் அவர்கள் சென்னை சட்ட மேலவையில் ஆலய நுழைவுத் தீர்மானம் ஒன்றைக் கொண்டுவந்தார். தாழ்த்தப்பட்ட மக்கள் சுத்தமாகக் கோவிலுக்குள் சென்று வழிபடுதற்கு ஏற்ற வகையில் சென்னை மாகாண இந்து மதக் கோவில் மற்றும் அறநிலையப் பாதுகாப்புச் சட்டத்தின் 40ம் அம்சத்தை மாற்றியமைக்கும்படியும் அவர் கோரினார். அதே நேரத்தில் தாழ்த்தப்பட்ட சாதியினர் கோவில்களுக்குள் செல்வதற்கு உயர்சாதி இந்துக்கள் கொண்ட ஒரு குழுவின் உடன்பாடு, அறங்காவலர்களின் நல்லெண்ணம் ஆகியவை தேவையென்றும் அவர் குறிப்பிட்டார்; மேலும் பல சாதியினரும் ஒரே இடத்தில் வழிபட வேண்டியது இல்லையென்றும் குறிப்பிட்ட சாதியினர் வழிபாடு செய்வதற்கு எனக் குறிப்பிட்ட இடங்கள் இருந்தாலே போதுமானது என்றும் சுப்பராயனின் தீர்மானம் குறிப்பிட்டது.

அதுபோலவே மத்திய சட்டசபையில் சி.எஸ்.ரங்க ஐயர் ஆலய நுழைவுத் தீர்மானம் ஒன்றைக் கொண்டுவந்தார். ஒரு குறிப்பிட்ட கோவில் எந்த நகராட்சி அல்லது பேரூராட்சி எல்லைக்கு உட்பட்டிருக்கிறதோ அவற்றின் வாக்காளர்களிடையே கருத்துக் கணிப்பு வாக்கெடுப்பு நடத்தி, தாழ்த்தப்பட்ட மக்களைக் கோவிலுக்குள் அனுமதிக்கலாம் என்று பெரும்பாலோர் தீர்ப்பளித்தால் கோவிலின் தர்மகர்த்தாக்கள் அல்லது நிர்வாகி அந்த முடிவைச் செயல்படுத்த வேண்டும் என்பதுதான் சி.எஸ். ரங்க ஐயர் தீர்மானத்தின் சாராம்சம்.

மேலும் எம்.சி.ராஜா மத்திய சட்டசபையில் தீண்டாமை ஒழிப்புச் சட்டத் தீர்மானத்தைக் கொண்டுவந்தார். இதற்கிடையே 1932 நவம்பர் 3ம் தேதி திரு. பிர்லாவும் திரு. தாக்கரும் வெளியிட்ட ஓர் அறிக்கையில் ஹரிஜன சேவா சங்க மத்தியக் குழுவில் இடம் பெற்றிருப்பவர்களின் பெயர்களை வெளியிட்டனர். மத்தியக் குழுவில், 'திரு.ஜி.டி.

பிர்லா, டில்லி மற்றும் கல்கத்தா; சர்.புருஷோத்தம்தாஸ் தாகூர்தாஸ், பம்பாய்; சர்.லல்லுபாய் சாமல்தாஸ், பம்பாய்; டாக்டர் பி.ஆர்.அம்பேத்கர், பம்பாய்; சேட் அம்பாலால் சாராபாய், ஆமதாபாத்; டாக்டர் பி.சி.ராய், கல்கத்தா; லாலாஸ்ரீராம், டில்லி; ராவ் பகதூர் எம்.சி.ராஜா, சென்னை; டாக்டர் டி.எஸ்.எஸ்.ராஜன், திருச்சிராப்பள்ளி; ராவ் பகதூர் இரட்டைமலை சீனிவாசன், சென்னை; திரு.ஏ.வி.தாக்கர், பொதுச்செயலாளர், டில்லி' என்று அறிவிக்கப்பட்டது.

மொத்தம் உள்ள 8 உறுப்பினர்களில் 3 பேர் தீண்டப்படாதோர் இனத்தைச் சேர்ந்தவர்கள். இக்குழுவில் ரெட்டைமலை சீனிவாசன் அவர்களைச் சேர்க்கச் சொல்லி டாக்டர் அம்பேத்கரே பரிந்துரைத்திருந்தார். அதன்படி அவர் சேர்க்கப்பட்டார். இதில் டாக்டர் அம்பேத்கர் சில நாள்களுக்குப் பிறகு ஹரிஜன சேவா சங்கத்திலிருந்து விலகிக்கொண்டார். காரணம், அவர் நினைத்தபடி ஹரிஜன சேவா சங்கம் செயல்படவில்லை. பிறகு எம்.சி.ராஜாவும், ராவ் பகதூர் ரெட்டைமலை சீனிவாசன் அவர்களும் விலகிக்கொண்டனர். விலகிக் கொண்டதற்கான காரணம் ஆய்வுக்குரியதாக இருக்கிறது.

1933

11-1-1933 அன்று தென்னிந்திய நலவுரிமைச் சங்கத்தின் ஆதரவில் பலிஜிவார் பொதுஜன ஊழியர் சங்க மண்டபத்தில் ஆர்.வெங்கடராமன் அவர்கள் தலைமையில் நாட்டராம்பள்ளியில் ஒரு கூட்டம் கூடியது. டாக்டர் சுப்பராயன் சென்னை சட்டசபையிலும், எம்.சி.ராஜா, சி.எஸ். ரங்கையர் ஆகியோர் இந்திய சட்டசபையிலும் கொண்டுவந்திருக்கும் ஆதி இந்து ஆலயப் பிரவேச மசோதாவை ஆதரிக்கும்படி இக்கூட்டம் சட்டசபை அங்கத்தினரைக் கேட்டுக்கொண்டது. அதே மசோதாவுக்கு அனுமதியளிக்கும்படி கவர்னர் ஜெனரல் அவர்களையும் இக்கூட்டம் வேண்டிக்கொண்டது. (குடியரசு 15-1-1933)

1933ம் வருடம் ஜனவரி மாதம் மாட்டுப் பொங்கல் அன்று, காஞ்சி மடத்து கோபூஜை சென்னைக்கடுத்த திருமங்கலத்தில் ஏ.கே.ரங்கநாதையரின் தொழிற்சாலையில் நடைபெற்றது. ஒவ்வொரு நாளும் மடத்தில் உதயத்திற்கு முன் கோபூஜை நடைபெறுவதுண்டு. மாட்டுப் பொங்கலன்று மாலையில் நடைபெறும் பூஜை மிகவும் விசேஷமான பூஜையாகும். மடத்தில் உள்ள பசுக்களுக்கும் கன்றுகளுக்கும் எருதுகளுக்கும் பூஜை நடைபெறும். அந்த மாட்டுப் பொங்கலன்று ராவ் பகதூர் எம். சி.ராஜா, சங்கராச்சாரியார் ஸ்வாமிகளைத் தரிசிக்கத் தமது குடும்பத்துடன் திருமங்கலத்திற்கு வந்திருந்தார். அக்காலத்தில் ஹரிஜன ஆலயப் பிரவேச இயக்கம் மிகவும் மும்முரமாக காந்தியடிகளின் ஆதரவில் நடந்துவந்தது. சனாதனிகள் இதை வன்மையாக

எதிர்த்து வந்தனர். ஆகம சாஸ்திரங்களுக்கு விரோதமாய் ஹரிஜனங்களை ஆலயங்களுக்குள் பிரவேசிக்க அனுமதிப்பது பாவமென்பதாகவே சங்கராச்சாரியார் ஸ்வாமிகள் வெளிப்படையாக அபிப்ராயம் தெரிவித்து வந்தார்கள். இந்த நிலையில்தான் எம்.சி.ராஜா, ஸ்வாமிகளைத் தரிசிக்கச் சென்றார். ஆலயப் பிரவேச விஷயத்தில் ஸ்வாமிகளுடன் சர்ச்சை செய்ய வேண்டும் என்ற எண்ணத்துடன் அவர் செல்லவில்லை. தவத்தினால் மேன்மை பெற்று விளங்கும் பெரியவர்களைத் தரிசித்து அவர்கள் ஆசியைப் பெறவேண்டும் என்பதற்காகவே தமது குடும்பத்துடன் அவர் ஸ்வாமிகளைக் காண வந்தார். ஸ்வாமிகளின் திருமேனியும் அவர்களின் அன்பு நிறைந்த சொற்களும் எம்.சி.ராஜாவின் உள்ளத்தைக் கவர்ந்தன.

எம்.சி.ராஜா, ஸ்வாமிகளை வணங்கியவுடன் ஸ்வாமிகள் அவரை மந்தகாசத்துடன் வரவேற்று, அவரது குடும்ப நலனைப் பற்றி விசாரித்துவிட்டு, பிறகு அரசியலைப் பற்றியும், இந்தியாவின் அப்போதிருந்த நிலையைப் பற்றியும், ஆதிதிராவிடர்களின் நிலையைப் பற்றியும் எம்.சி.ராஜாவிடம் பல கேள்விகளைக் கேட்டார்கள். அந்த உரையாடலில் ஸ்வாமிகளின் ஒப்பற்ற அரசியல் ஞானத்தைக் கண்டு எம்.சி.ராஜா வியந்தார். 'நம் நாட்டிலிருந்து ஏழ்மை அகலவேண்டும்; எல்லா மக்களும் சுகத்தை அடைய வேண்டும்; எந்நிலையிலும் மக்கள் தர்மங்களிலிருந்து விலகலாகாது; கடவுள் நம்பிக்கையுடன் இருந்தால்தான் மனச் சாந்தியுடன் வாழலாம்; சாந்தியில்லாவிட்டால் பேராசை அதிகரிக்கும்; பேராசையினால்தான் உலகில் சண்டைகளும் துன்பங்களும் ஏற்படுகின்றன' என்று தம் அபிப்பிராயத்தை ஸ்வாமிகள் அன்றைய உரையாடலில் வற்புறுத்திக் கூறினார்கள். ஸ்வாமிகளின் பரந்த நோக்கத்தைக் கண்டு எம்.சி.ராஜா மகிழ்வுற்று, ஸ்வாமிகளின் எண்ணங்களை மனத்தில் வைத்துக்கொண்டு, தம்மால் முடிந்தவரை நாட்டுக்குச் சேவை புரிவதாக வாக்களித்தார். பின்னர் அவர் தம் குடும்பத்துடன் ஸ்வாமிகளை வணங்கி விடைபெற்றுக் கொண்டு செல்லும்போது, எம்.சி.ராஜாவின் பக்கத்திலேயே இருந்த அவரது மனைவியார், ஸ்வாமிகள் நின்றுகொண்டிருந்த இடத்திலிருந்து கைப்பிடி அளவுள்ள மண்ணை எடுத்துத் தனது முந்தானையில் சேகரித்து வைத்துக்கொண்டார்.

பின்னர் ஒரு சமயம் சென்னை அரசாங்க அறநிலையப் பாதுகாப்பு மந்திரியாக இருந்த பரமேஸ்வரரின்

பாட்டனாரும், அக்காலத்தில் ஹரிஜனத் தலைவராக விளங்கியவருமான திவான் பகதூர் தாத்தா இரட்டைமலை ஸ்ரீநிவாசன் அவர்கள், சங்கராச்சாரியார் ஸ்வாமிகளைத் தரிசித்து ஹரிஜனங்களின் நலனைக் குறித்து ஸ்வாமிகளிடம் வெகுநேரம் கலந்துரையாடினார். தாழ்த்தப்பட்டோரின் பொருளாதார நிலைமையை உயர்த்தி அவர்கள் கஷ்டமின்றி வாழ்வதற்கு, சில ஆலோசனைகளை ஸ்வாமிகள், தாத்தா இரட்டைமலை ஸ்ரீநிவாசன் அவர்களிடத்தில் தெரிவித்தார்கள். சென்னையில் ஹரிஜனங்களின் வசிப்பிடத்தில் நூதனமாக ஆலயம் கட்டுவிக்க ஐந்நூறு ரூபாய் நன்கொடையாகவும் அளித்தார்கள். (பூஜ்யஸ்ரீ மஹாஸ்வாமிகள் வரலாறு, பாகம் 1, பக். 242)

எம்.சி.ராஜா ஸ்வாமிகளைத் தரிசிக்க மட்டும் சென்றிருக்க மாட்டார். ஆலயப் பிரவேசம், தீண்டாமை ஒழிப்பு போன்ற விஷயங்களைப் பேசியிருப்பார் என்றே தோன்றுகிறது. ஏனென்றால் அச்சமயம் ஆலயப் பிரவேசம், தீண்டாமை ஒழிப்பு போன்றவற்றில் மும்முரமாக வேலை செய்துகொண்டிருந்தார் எம்.சி.ராஜா. இதற்கு எதிரான மனநிலை கொண்ட ஸ்வாமிகளைத் தரிசனம் செய்ய மட்டுமே சென்றார் என்பது ஏற்றுக்கொள்ளும்படியாக இல்லை. ஆலயப் பிரவேசம் பற்றிய பேச்சு நடைபெறவில்லை என்று சொல்லப்பட்டாலும் அதுகுறித்த மேலதிகத் தகவல்கள் கிடைக்கவில்லை. அதுபோலவே அவரது மனைவியார் காலடி மண்ணை எடுத்தார் என்பதும் உறுதிப்படுத்த முடியாத தகவலாகவே இருக்கிறது.

தீண்டாமை இந்நாட்டின் மிகப் பெரிய சாபக்கேடு. மனிதனை மனிதனாக நினைக்காமல் ஒரு சாராரைத் தொடாமல், பார்க்காமல் அவர்களை ஒதுக்கி வைத்துக் கொடுமைப்படுத்துவது மனிதத் தன்மையற்ற செயல். தீண்டாமையை மன உறுத்தல் இன்றிக் கடைப்பிடித்து வருவதில் இந்தியர்கள் பெருமைப்படுகிறார்கள். தொட்டால் தீட்டு, பார்த்தால் தீட்டு என்று பாரம்பரியமாகக் கடைப்பிடித்து வந்தனர் இந்தியர்கள். இதனால் தாழ்த்தப்பட்டவர்கள் சொல்லமுடியாத அளவுக்கு மன ரீதியாகவும், சமூகம் ரீதியாகவும், பொருளாதார ரீதியாகவும், ஆன்மிக ரீதியாகவும் பாதிப்படைந்தனர்.

தாழ்த்தப்பட்டோருக்குப் பல்வேறு கட்டுப்பாடுகளை விதித்தனர். காரணம் அவர்கள் தீண்டப்படாதவர்கள் என்பது மட்டுமே. தீண்டாதவர்கள் தனியான காலனி

பகுதிகளில் வசிக்க வேண்டும்; அவர்கள் நிலம், கால்நடைகள் போன்ற செல்வங்களைச் சேர்ப்பது குற்றம்; சுத்தமான உடை உடுப்பது, செருப்பு அணிவது, கைக்கடிகாரம் அணிவது குற்றம்; தங்கள் குழந்தைகளுக்கு அமலங்கலமான பெயர்களையே வைக்க வேண்டும்; ஓர் இந்துவின் முன்னால் நாற்காலியில் உட்காருவது குற்றம் போன்ற கட்டுப்பாடுகள் கடைப்பிடிக்கப்பட்டன. அதனால் தீண்டாமைப் பழக்கத்தை சட்டப்படி ஒழிக்க எம். சி.ராஜா முடிவெடுத்தார். மேலும் குற்றவியல் நடைமுறைச் சட்டத்தில் திருத்தம் கொண்டுவர முயற்சி மேற்கொண்டார்.

இம்மசோதாக்களின் தொடர்பாக காந்திஜிக்கு எம்.சி.ராஜா ஒரு கடிதம் எழுதினார். அக்கடிதத்திற்கு காந்திஜி 25-2-1933 அன்று பதில் கடிதம் எழுதினார். அதில், 'குற்றவியல் நடைமுறைச் சட்டத்தில் திருத்தம் செய்வதற்கான மசோதாவின் 22வது உடனடி நகலை இணைத்துள்ள உங்கள் கடிதத்திற்கு நன்றி. நான் நிச்சயமாக அதைப் படித்து, ஹரிஜன் இதழின் அடுத்த இதழில் உரையை வெளியிடுவேன். ஹரிஜனில் எனது உரையில், என்னால் இணைக்க முடியாத சிறப்பான கருத்துகள் ஏதேனும் இருந்தால், அதைப் பற்றி உங்களுக்குத் தனியாக எழுதுவேன். ஹரிஜன் இதழின் நகலை நீங்கள் பெற்றுக்கொண்டிருக்கிறீர்கள் என்று நம்புகிறேன். அதில் உங்களுக்கு ஏதேனும் கருத்துகள் இருப்பின் தயவுசெய்து எனக்குத் தெரியப்படுத்தவும். மேலும், தீண்டாமை மசோதாக்களை விரைந்து நிறைவேற்றுவதற்கு உங்களால் முடிந்த அனைத்தையும் சிறப்பாக செய்வதில் நான் மகிழ்ச்சியடைகிறேன். பொதுநலனிற்காக நான் செய்யக்கூடிய எந்தவொரு தாழ்மையான முயற்சிக்கும் நீங்கள் ஏன் எனக்கு நன்றி சொல்ல வேண்டும்? நானும் சமூகத்தின் உறுப்பினரல்லவா? நான் இன்னும் ஒரு தகுதியான உறுப்பினராக இல்லாமல் இருக்கலாம். ஆனால் நான் தகுதியானவனாக ஆவதற்கான அனைத்து முயற்சிகளையும் மேற்கொள்வேன்' என்று குறிப்பிட்டிருந்தார்.

அதுபோலவே எம்.சி.ராஜா 1898ம் ஆண்டு குற்றவியல் நடைமுறைச் சட்டத்தில் திருத்தம் கொண்டுவர ஒரு மசோதா தாக்கல் செய்யவிருக்கும் நகலை காந்திஜிக்கு அனுப்பினார். அதுபற்றி காந்திஜி 4-3-1933 அன்று எழுதும்பொழுது, 'ராவ் பகதூர் எம்.சி.ராஜா, எம்.எல்.ஏ., 1898ம் ஆண்டு குற்றவியல் நடைமுறைச் சட்டத்தில் மேலும்

திருத்தம் செய்ய அவரது மசோதாவின் நகலை எனக்கு அனுப்பியுள்ளார். இந்த நடவடிக்கை ஹரிஜன்களுக்கு அதிக நிவாரணம் அளிக்க வாய்ப்பில்லை. ஆனால் முற்றிலும் தீயதாக நான் கருதும் ஒரு நடைமுறையின் சவப்பெட்டியில் அடிக்கப்பட்ட ஆணியாகத்தான் நான் இதை வரவேற்க வேண்டும்' என்று எழுதினார்.

எம்.சி.ராஜா கல்வி அடித்தள மக்களுக்குப் போய்ச் சேர வேண்டும் என்பதில் தீராத தாகம் கொண்டவர். அதனால் நாயன்மார்களில் ஒருவரான கண்ணப்பர் பெயரில் இலவச வாசகசாலைக்கு உதவும் எண்ணம் கொண்டு செயலாற்றி வந்தார். இலவச வாசகசாலைக்கு நிரந்தரக் கட்டடம் ஏற்படுத்த நிதி வசூலிக்க காந்திஜிக்கு ஒரு கடிதம் எழுதினார். அதற்கு காந்திஜி 22-3-1933 அன்று ஒரு பதில் கடிதம் அனுப்பினார். அதில், 'கண்ணப்பர் இலவச வாசகசாலையின் நிரந்தரக் கட்டடத்தின் நிதிக்கான வேண்டுகோளுடன் உங்கள் கடிதமும் என்னிடம் வந்தடைந்தது. என்னால் முடிந்ததைச் செய்வதை நீங்கள் சார்ந்திருக்கலாம். உங்களின் மசோதா தொடர்பான எனது முந்தைய கடிதத்தை நீங்கள் பெற்றிருப்பீர்கள் என்று கருதுகிறேன். நிச்சயமாக அதில் எந்த ஒப்புதலும் வேண்டியதில்லை அல்லது இப்போது நீங்கள் எந்த ஒப்புதலையும் அனுப்பத் தேவையில்லை. உங்களிடமிருந்து முரண்பாடான கருத்துகள் இல்லாதது எனது கடிதத்தை நீங்கள் பெற்றுள்ளீர்கள் என்பதை அனுமானிக்க எனக்குப் போதமானதாக இருக்கும்' என்று பதில் அனுப்பியிருந்தார்.

அதே நாளில் காந்தியடிகள் டாக்டர் டி.எஸ்.எஸ். ராஜனுக்கு அனுப்பிய கடிதத்தில், 'கண்ணப்பர் இலவச வாசகசாலை தொடர்பாகச் சில கோப்புகளை இணைத்துள்ளேன். உங்களால் என்ன செய்ய முடியும், நான் என்ன செய்ய வேண்டும் என்று தெரியப்படுத்துங்கள். நீங்கள் எனக்குப் பதிலளிக்கும் போது இந்தக் கோப்புகளைத் திரும்ப ஒப்படைத்துவிட வேண்டும்' என்று அனுப்பினார்.

எம்.சி.ராஜா பெரும் முயற்சிகளுக்கிடையே 24-3-1933 அன்று இந்திய சட்டசபையில் தீண்டாமை ஒழிப்பு மசோதா (THE UNTOUCHABILITY ABOLITION BILL) ஒன்றை அறிமுகப்படுத்தினார். உடனடியாக சபையின் உறுப்பினரான ராஜா பகதூர் ஜி. கிருஷ்ணமாச்சாரியார் இம்மசோதாவை எதிர்த்தார். இது இந்து மத கோட்பாடுகளில் தலையிடுவதாகும். சாதி அமைப்பு இல்லாமல் இந்து மதம்

இல்லை. இந்த மசோதா இந்து சமூகத்தில் ஆப்பு வைக்கிறது. எனவே, எதிர்க்க வேண்டும் என்று கூறினார். பின்பு பிரேரணை ஏற்றுக்கொள்ளப்பட்டு எம்.சி.ராஜா தீண்டாமை ஒழிப்பு மசோதாவை அறிமுகப்படுத்தினார்.

24-3-1933 அன்று புலம்பெயர்தல் நிலைக்குழுவின் உறுப்பினர்களாக (Standing Committee on Emigration) 1. கேப்டன் ஷேர் முஹம்மது கான், 2. திரு. என்.எம். ஜோஷி, 3. ராவ் பகதூர் எம்.சி.ராஜா, 4. ராய் பகதூர் சுக்ராஜ் ராய், 5. திரு. எஸ்.ஜி. ஜோக், 6. திரு. பி.வி. ஜாதவ், 7. திவான் பகதூர் ஏ. ராமசுவாமி முதலியார் மற்றும் 8. திரு. F. E. ஜேம்ஸ் ஆகியோர் நியமிக்கப்பட்டனர்.

இதே நாளில் (24-3-1933) மற்றொரு மசோதாவையும் எம். சி.ராஜா அறிமுகப்படுத்த முனைந்தார். தீண்டாமை ஒழிப்பு மசோதா பிரேரணை ஏற்றுக்கொள்ளப்பட்ட பின்பு 1898ம் ஆண்டின் குற்றவியல் நடைமுறை (திருத்தம்) மசோதாவை அறிமுகப்படுத்த அனுமதி கேட்டார். பிரேரணை ஏற்றுக்கொள்ளப்பட்ட பின் எம்.சி.ராஜா மசோதாவை அறிமுகப்படுத்தினார். 1898ம் ஆண்டின் குற்றவியல் நடைமுறை (திருத்தம்) மசோதாவில் சில ஷரத்துகள் சேர்க்க எம்.சி.ராஜா இம்மசோதாவைக் கொண்டுவந்தார்.

> 'சட்டம், வழக்கம் அல்லது பயன்பாட்டினால் தீண்டத்தகாதவர்களாகக் கருதப்படும் மக்களின் உரிமைகளைப் பாதுகாப்பதும், அதில் குறுக்கீடுகளுக்கு எதிராக பாதுகாப்பு வழங்குவதும் அவசியமானது; இது பின்வருமாறு இயற்றப்படுகிறது.
>
> 1. இந்தச் சட்டம் 1933ன் குற்றவியல் நடைமுறை (திருத்தம்) சட்டம் என்று அழைக்கப்படலாம்.
>
> 2. குற்றவியல் நடைமுறைச் சட்டம் 1898ன் பிரிவு 144ன் துணைப் பிரிவு 1க்கு, பின்வரும் நிபந்தனை சேர்க்கப்படும்:
>
> 'எந்தவொரு நபருக்கோ அல்லது நபர்களுக்கோ எதிராக இந்தப் பிரிவின் கீழ் எந்த உத்தரவும் பிறப்பிக்கப்படாது. எந்தவொரு தடை, சினமூட்டுதல் அல்லது காயம் அல்லது மனித உயிருக்கு ஆபத்து அல்லது பாதுகாப்பிற்கு ஆபத்து அல்லது பொது அமைதிக்கு இடையூறு அல்லது கலவரம் அல்லது கலவரம் ஏற்படலாம் அல்லது எழலாம் போன்றவற்றிற்குச்

சட்டப் பழக்கம் அல்லது வழக்கத்திலிருக்கும் தீண்டத்தகாதவர்களே காரணம் என்பதும், அவர் ஒரு சாதி அல்லது சமூகத்தைச் சேர்ந்தவர் என்ற காரணத்திற்காக மட்டுமே, அவருடைய சட்டபூர்வ உரிமைகளைப் பயன்படுத்துவதிலிருந்தும், எந்தவொரு செயலிலிருந்தும் விலகியிருக்குமாறு அவரை வழிநடத்துவதும் கூடாது.'

ஆட்சேபணைகள் மற்றும் காரணங்களின் அறிக்கை

இந்த மசோதா குற்றவியல் நடைமுறைச் சட்டத்தின் 144வது பிரிவின் விதிகள், தீண்டத்தகாதவர்கள் என்ற விளக்கத்தின் கீழ் வரும் நபர்களின் சட்டப்பூர்வ உரிமைகளைப் பயன்படுத்துவதைத் தடுக்கும் ஆபத்தை நீக்கும் நோக்கம் கொண்டது. சட்டத்தில் அவர்களுக்கு மற்ற சாதிகள் மற்றும் சமூகத்தினருடன் சம உரிமை உண்டு. ஆனால், சமுதாயத்தில் அவர்கள் தங்கள் உரிமைகளைப் பயன்படுத்த முடியவில்லை. ஏனெனில் உயர் சாதிகள் என்று அழைக்கப்படும் நபர்கள் அத்தகைய உரிமைகளை அமைதியான முறையில் செயல்படுத்துவதைத் தடுக்கும் நோக்கில் இடையூறுகளை உருவாக்க வாய்ப்புள்ளது. இத்தகைய சூழ்நிலைகளில், தீண்டத்தகாதவர்கள் என்று அழைக்கப்படுபவர்கள் குற்றவியல் நடைமுறைச் சட்டத்தின் 144வது பிரிவின் கீழ் உள்ள உத்தரவுகளால் கட்டுப்படுத்தப்படுவது நியாயமற்றது.

தீண்டத்தகாத வகுப்பினரின் குடிமக்கள் தங்கள் உரிமைகளைச் சட்டபூர்வமாகப் பயன்படுத்துவதைத் தடுக்க விரும்புவோருக்கு எதிராக இந்தப் பிரிவின் கீழ் உத்தரவு பிறப்பிக்கப்பட வேண்டும் என்பதே இதுபோன்ற சந்தர்ப்பங்களில் சரியான போக்காகும். அத்தகைய சந்தர்ப்பங்களில் தீண்டத்தகாத வகுப்பினர் என்று அழைக்கப்படுபவர்களைத் தீவிரமாகப் பாதுகாக்க வேண்டும் மற்றும் அவர்களின் நியாயமான மற்றும் சட்டபூர்வமான உரிமைகளில் தேவையற்ற தலையீடு இருந்தபோதிலும், அவர்களின் உரிமைகளைப் பயன்படுத்த அவர்களுக்கு உதவ வேண்டும்.'

ஆதிதிராவிடர்களுக்கு ஆலயப் பிரவேசத்தைப் பற்றி சென்னை சட்டசபையும், மத்திய சட்டசபையும்

விவாதிக்கும்போது, எம்.சி.ராஜாவின் தலைமையில் தாழ்த்தப்பட்ட வகுப்பினர் ஒரு பிரதிநிதிக் குழுவை அனுப்பி, 1933ம் ஆண்டு மார்ச் மாதம் 29ம் தேதி வைஸ்ராயைச் சந்தித்தனர். ஆலயப்பிரவேச மசோதாக்களை விவாதிக்க மாகாணச் சட்டசபைகளுக்கு அனுமதி கொடுக்கும் அம்மசோதாக்கள் தேர்வுபெற அரசாங்கம் உதவ வேண்டும் எனக் கேட்டுக்கொண்டனர். வைஸ்ராயும் எல்லா உதவிகளையும் செய்ய வாக்களித்தார். *(இரட்டையாட்சி, பக். 285)*

எம்.சி.ராஜாவின் தீண்டாமை ஒழிப்பு மசோதா மறுபடியும் 5-9-1933 அன்று விவாதத்திற்குக் கொண்டுவரப்பட்டது. எம். சி.ராஜா மசோதாவை முன்மொழிந்து பேசினார்:

> ‘இந்துக்கள் மத்தியில் தீண்டாமையை ஒழிப்பது பற்றிய விஷயத்தை மாண்புமிகு சட்ட அமைச்சர், மாண்புமிகு சர். ஹாரி ஹக், திவான்பகதூர் ஹர்பிலாஸ் சார்தா, திரு. சி.எஸ். ரெங்க அய்யர், திரு. காயா பிரசாத் சிங், திரு. டி.என். ராமகிருஷ்ணரெட்டி, திரு. என்.பி.மித்ரா, பி.வி.ஜாதவ், திரு.பி. ராஜாராம் பாண்டியன், கேப்டன் ராவ் பகதூர் சௌத்ரிலால் சந்த், ராய் பகதூர் குன்வர் ரஹோபீர் சிங், ராவ் பகதூர் எஸ்.ஆர்.பண்டிட், திரு. ஆர்.எஸ். சர்மா மற்றும் இச்சட்ட முன்வரைவை முன்மொழிபவரும் அடங்கியதொரு தேர்வுக்குழுவுக்கு அனுப்பிட வகைசெய்திட வேண்டும். இக்குழுவின் கூட்டத்திற்குக் குறைந்தது ஐந்து பேராவது வருகை தந்திருக்க வேண்டும்.’

மேலும் இம்மசோதா பற்றிப் பேசும்போது, ‘ஒடுக்கப்பட்ட இனத்தவருக்கு நியாயம் வழங்குவதில் எடுக்கப்பட்டுள்ள காலம் கடந்த இம்முயற்சி வெற்றிபெறச் செய்வதில் மாண்புமிகு உறுப்பினர்கள் ஒருமனதாக ஒத்துழைக்க வேண்டுமெனக் கேட்டுக்கொள்கிறேன். என்னுடைய இனம் அனுபவித்து வரும் இழிநிலையை உருவாக்குவதில் என் சக இந்துக்கள் செய்யத் தவறிய, செய்திட்ட செயல்களையும், உலகத்தின் பார்வையில் இந்து மதத்தின் மீது ஏற்படுத்தப்பட்டுள்ள வெட்கக்கேட்டையும் இழிநிலையையும் ஆய்ந்திட நான் புகுந்தால் அது மணிக்கணக்காகும். ஒட்டுமொத்த இந்துச் சிந்தனையில் வரவேற்கத் தக்கதொரு பெரிய மாற்றம் ஏற்பட்டிருக்கிற வேளையில் பழங்கால வரலாற்றை மீண்டும் எடுத்துக் கூறி உணர்வுகளைக் கசப்பாக்க நான் விரும்பவில்லை.

நாகரிகமான எந்தவொரு நாடும் மனித குலத்துக்கும் தம் நாட்டின் நலன்களுக்கும் எதிரான சமூகவிரோதப் பழக்கத்தை அங்கீகரிக்கவோ அல்லது அப்பழக்கத்திற்கு ஆதரவும் உதவியும் நல்கிடவோ இயலாதென்ற தத்துவத்தின் அடிப்படையில் இச்சட்ட முன்வரைவு அமைந்துள்ளது' என்று விளக்கினார்.

மேலும் எம்.சி.ராஜா விளக்கும்போது, 'ஓர் அநீதி பழமையானது எனும் உண்மை அதைத் திருத்தியமைப்பதற்கு ஒருநாள்கூடத் தாமதப்படுத்துவதற்கு அடிப்படையாய் அமைந்துவிட முடியாது. மாறாக, மனமாற்றம் பெற்று ஈடுசெய்வதற்கு அதிக வேகம் காட்டுவதற்கு அடிப்படையாக அமைந்திட வேண்டும். இச்செயலுக்குப் பொதுமக்களின் ஆதரவு முழு மனத்துடன் கொடுக்கப்பட்டதையும், அது சட்டமாக வடிவமைக்கப்படுவதில் மக்கள் இயக்கங்கள் ஆர்வமாக இருப்பதையும் கருத்தில் கொண்டு அரசு ஊக்கத்துடன் இத்தகைய நடவடிக்கையை எடுக்குமென்று நாங்கள் எதிர்பார்த்தோம்.

இக்கூட்டத் தொடரிலேயே இந்நடவடிக்கை சட்டமாக இயற்றப்படாவிட்டால் ஒரு தேர்வுக்குழுவை ஏற்படுத்திட வலியுறுத்த நான் விரும்புவதற்கான காரணம், இதுபற்றி எவ்வித தர்க்கமும் எழ வாய்ப்பில்லை என்பதும், நீதி நிர்வாகத்தின் நன்கறியப்பட்ட கொள்கையைக் காலங்கடந்தாவது அங்கீகரிப்பதாயும், நான் பிரதிநிதித்துவப்படுத்துகிற ஒடுக்கப்பட்ட சமுதாயத்திற்குக் குறைந்தபட்ச நீதியை வழங்குவதாயும் அது அமைந்திருப்பதேயாகும். ஆனால் இச்சட்ட முன்வரைவு அனைத்து உறுப்பினர்களுக்கும் சுற்றறிக்கையாக வழங்கப்பட்டிருக்க வேண்டுமென்று சில உறுப்பினர்கள் விரும்புவதால் இப்பேரவை அவ்வாறு செய்ய விரும்பினால் அதற்கு நான் எவ்வித எதிர்ப்பையும் தெரிவிக்க விரும்பவில்லை. தகுந்த காலத்தில் இச்சட்ட முன்வரைவு அனைத்துத் தரப்பினரின் ஆதரவைப் பெற்று நம் நாட்டின் நீதி நிர்வாகத்தில் சகிக்க முடியாத தவறொன்றினைச் சரிசெய்திடும் என்று நான் நம்புகிறேன்.

ஒடுக்கப்பட்ட இனத்தவரின் பிரச்சினை சமயம், மனுக்குலம், தேசியம் என்பனவற்றின் மிகச் சிறந்த கூறுகளைத் தன்னகத்தே இணைத்துள்ளது. 'வாழ்க்கை என்பது ஒரு அருட்தொண்டு, கடமையே அதன் சட்டம்' என நம்பும் பெரும்பான்மையானதொரு இந்தியர்களின் மிகச் சிறந்த ஆற்றல்களும், மிகக் கடுமையான

முயற்சிகளும் வெளிப்படத் தகுதியானதொரு பிரச்சினை. மனுக்குலத்திற்கு வெளியே மனிதக் கொடூரத்தாலும் தப்பெண்ணத்தாலும் தள்ளப்பட்டுள்ளவர்களைத் தூக்கியெடுப்பதிலேயே அக்கடமையின் மிகச் சிறந்த நிறைவேறுதல் அடங்கியிருக்கிறது. மனிதர்களை நிரந்தரமான அடிமைத்தனத்தின் கீழ் வைத்திட முயற்சிப்பதைவிடப் பெரிய பாவம் எதுவுமில்லை. கடவுளின் மக்களை - மக்களின் ஒரு பிரிவினரை வேண்டுமென்றே மிருகத்தனமான பலம் அல்லது சமய, சமூக செப்படி வித்தைகளைக் கொண்டு மிருகங்களின் மட்டத்தில் பிரித்து வைத்திருப்பது அளவிடற்கரிய அபத்தமும், மனிதரின் ஆன்மாவுக்கே எரிச்சலூட்டுவதாகவும் உள்ளது.

சட்டம் எனும் உயரிய பீடத்திலிருந்து எதிர்காலத்தைப் பார்த்தால் இந்து மதம், பண்பாட்டிலும் மெய்யியலிலும் செழித்து விளங்கி, சாதிய மக்களென்றும் சாதியற்ற மக்களென்றும் இருபெரும் பிரிவினராக இருப்போருக்கிடையில் பிரிவுச் சுவர்கள் ஏதுமின்றி பிரிக்க முடியாத ஒன்றுபட்டவர்கள் அடங்கிய மதமாக விளங்கும்' என்று பேசினார்.

பலரும் பேசவிருப்பதால் எந்தவித முடிவும் இம்மசோதாவின்மீது எடுக்கப்படாமல் சபை ஒத்திவைக்கப்பட்டது.

1934

தீண்டாமை ஒழிப்புச் சட்டம் மறுபடியும் 25-1-1934 அன்று சபையில் விவாதத்திற்கு எடுத்துக் கொள்ளப்பட்டது. பண்டிட் சத்யேந்திர நாத் சென், ராஜா பகதூர் ஜி.கிருஷ்ணமாச்சாரியார், சி.எஸ். ரங்க ஐயர், அமர்நாத் தத், பி.தாஸ் போன்றவர்கள் விவாதத்தில் கலந்துகொண்டு பேசினர். மறுபடியும் மசோதாவின் மீதான விவாதம் ஒத்திவைக்கப்பட்டு மீண்டும் 1-2-1934 அன்று விவாதத்திற்கு எடுத்துக்கொள்ளப்பட்டது. காரசாரமான விவாதம் நடைபெற்றது. இறுதியில் 1-8-1934க்குள் கருத்து தெரிவிக்க மக்களிடையே விநியோகிக்கப்பட வேண்டும் என்று ஜி.கிருஷ்ணமாச்சாரியார் ஒரு பிரேரணையைக் கொண்டுவந்தார். எம்.சி.ராஜா அப்பிரேரணையை ஏற்றுக்கொண்டார்.

ஸ்ரீ நாராயண மிஷன் இலவச மருந்தகக் கட்டடத்திற்கு 1934ம் ஆண்டு மே மாதம் 26ம் தேதி அடிக்கல் நாட்டினார் எம்.சி ராஜா அவர்கள். இன்று இந்த இடம் மாம்பலத்தில் மேட்லி ரோடு சுரங்கப்பாதையை ஒட்டி அமைந்துள்ள ஈஸ்வரன் கோவில் தெருவில், அப்பகுதியில் உள்ள எல்லாத் தரப்பு மக்களும் பயன்பெறும் வகையில் சிறந்த இலவச ஆயுர்வேத மருந்தகமாகவும் சிறப்புமிக்க ஸ்ரீ நாராயண மிஷன் C.B.S.E மேல்நிலைப் பள்ளியாகவும் விளங்குகிறது. பெருந்தலைவர் எம்.சி.ராஜா அவர்கள் அடிக்கல் நாட்டியதைக் குறிக்கும் கல்வெட்டை அந்தப் பள்ளியின் முகப்பில் இன்றும் காணலாம்.

தீண்டாமை ஒழிப்பு மசோதாவின் மீது கருத்துகள் பெறப்பட்டு 23-8-1934 அன்று ராவ் பகதூர்

எம்.சி.ராஜா அதனைச் சபையில் சமர்ப்பித்துப் பின்வருமாறு பேசினார்:

'இந்த ஆண்டு பிப்ரவரி 1ம் தேதி, ஆகஸ்ட் 1, 1934க்குள் பொதுமக்களின் கருத்தைப் பெறுவதற்காக இந்த மசோதாவைச் சுற்றறிக்கை செய்வதற்கான ஒரு தீர்மானத்தைச் சபை ஏற்றுக்கொண்டது. இன்றுவரை வங்கம், அசாம், மெட்ராஸ், டெல்லி, பலுசிஸ்தான், வடமேற்கு எல்லைப்புற மாகாணம், கூர்க், பீகார் மற்றும் ஒரிசா ஆகிய மாநிலங்களில் இருந்து இந்த மசோதா குறித்துக் கருத்துகளைப் பெற்றுள்ளோம். இன்னும் பம்பாய், மத்திய மாகாணங்கள், ஐக்கிய மாகாணங்கள், பஞ்சாப் மற்றும் பிற மாகாணங்களில் இருந்து கருத்துகள் வரவேண்டும். எனவே, முழுமையான கருத்துகள் இல்லாமல், இன்று எனது மசோதாவை நகர்த்துவதில் எந்தப் பயனுள்ள நோக்கமும் நிறைவேற்றப்படும் என்று நான் நினைக்கவில்லை. மேலும், ஐயா, இன்று கடைசி உத்தியோகபூர்வமற்ற நாள் என்பதால், இன்று எனது பிரேரணையை முன்வைக்க நான் முன்மொழியவில்லை.'

1935

இந்திய சட்டசபையில் எம்.சி.ராஜா *26-9-1935ல்* குடிமை (சமூக) குறைபாடுகளை அகற்றும் மசோதாவை (THE REMOVAL OF CIVIC DISABILITIES BILL) அறிமுகப்படுத்த அனுமதி கோரினார். அப்போதைய சபையின் தலைவர் மாண்புமிகு சர் அப்துல் ரஹீம் அம்மசோதாவை அறிமுகப்படுத்த அனுமதி வழங்கினார். பின்பு மசோதாவை அறிமுகப்படுத்தும் பிரேரணை ஏற்றுக்கொள்ளப்பட்டு, எம்.சி.ராஜா தான் கொண்டுவந்த மசோதாவை அறிமுகப்படுத்தினார்.

டாக்டர் அம்பேத்கர் இந்து மதத்தைச் சீர்திருத்தி எப்படியாவது தீண்டாமையையும் சாதியையும் ஒழித்துவிட முடியும் என்று கருத்துக் கொண்டிருந்தார். ஆனால் சாதி இந்துக்களின் மனது கெட்டியாக இருந்ததே தவிர சீர்திருத்தத்திற்கு இளகவில்லை. நாசிக்கிற்கு அருகில் இருந்த ஒரு கிராமத்தில் தீண்டப்படாத வகுப்பு இளைஞர்கள் சிலர் இஸ்லாத்தில் இணைவதென முடிவு எடுத்திருந்தனர். 'இன்னும் சிறிது காலம் பொறுத்திருங்கள். இந்து மதத்தின் போக்கினை மாற்றி உயர்த்த முடிகிறதா என்று முயன்று பார்ப்போம்' என்று டாக்டர் அம்பேத்கர் அந்த இளைஞர்களுக்கு அறிவுரை கூறினார்.

இந்து சமயத்தில் மற்றும் சமூகத்தில் சில சாதி இந்துத் தலைவர்கள் தீண்டாமையையும் சாதியையும் ஒழிக்கப் பாடுபட்டு வந்தனர். ஆனால் அந்த முயற்சிகள் கைகூடவில்லை. மஹத் போராட்டத்தின் நிகழ்வுகள் அவருடைய மனத்தை மிகவும் புண்படுத்தியிருந்தன. மஹத் போராட்டம் முடிந்தவுடன் இந்து மதத்தை

விட்டு வெளியேறிவிட வேண்டும் என்ற எண்ணம் அவரை ஆட்கொண்டது. குடிக்க நீர் தர மறுக்கிறார்கள்; சாலையில் நடந்துசெல்ல அனுமதி மறுக்கிறார்கள்; தொட்டால் தீட்டு என்கிறார்கள், பார்த்தால் அதைவிட தீட்டு என்கிறார்கள். நல்ல உடை உடுத்தவும் காலில் செருப்பு அணிந்துகொள்ளவும் அனுமதி மறுக்கிறார்கள். நாயைவிட, மாட்டைவிட கேவலமாக சகமனிதனை நடத்துகிறார்கள். இதெல்லாம் இந்து மதத்தில் இருப்பதாலேயே தாழ்த்தப்பட்டவர்களுக்கு மறுக்கப்படுகிறது. அதனால் வேறு மதத்திற்கு மாறுவதென்று டாக்டர் அம்பேத்கர் முடிவெடுத்தார்.

13-10-1935 அன்று இயோலாவில் ஒரு மாநாடு நடைபெற்றது. அதில் பத்தாயிரத்திற்கும் மேற்பட்டோர் கலந்துகொண்டனர். மாநாட்டின் இறுதியில் பேசிய டாக்டர் அம்பேத்கர், 'இந்து மதத்தின்கீழ் அதன் ஓர் அங்கமாகத் தீண்டப்படாதவர்கள் இருந்தபோதிலும் மிகக் குறைந்தபட்ச மனித உரிமைகளைப் பெறுவதற்குக்கூட அவர்கள் அளவிறந்த தியாகங்கள் செய்திருக்கிறார்கள். இந்து சமூகத்தில் சாதாரணமான மனித உரிமைகளையும் சமத்துவத்தையும் பெறுவதற்காக நடத்திய போராட்டங்கள் பயன் தரவில்லை. நம்முடைய பிரச்சினையைத் தீர்ப்பதற்காக இறுதியானதோர் முடிவினை எடுக்க வேண்டிய நேரம் வந்துவிட்டது. நம்மைத் துன்புறுத்திக்கொண்டிருக்கும் சமூக இயலாமைகளும், நம்மை இழிவுபடுத்தும் அவமதிப்புகளும் நாம் இந்து சமூகத்தில் இருப்பதன் விளைவாக ஏற்படுகின்றன. இவ்வாறெல்லாம் இழிவுபடுத்தும் இந்து மதத்தை விட்டு நீங்கி, சமத்துவத்தையும் சம உரிமையையும் அளிக்கின்ற நியாயமாக நடத்தப்படுவதை உறுதி செய்கின்ற வேறோர் மதத்தைத் தழுவுவது சிறந்ததல்லவா?

இந்து மதத்துடனான தொடர்புகளை அறுத்தெரியுங்கள். வேறோர் மதத்தை ஏற்று ஆறுதலையும் சுயமரியாதையையும் பெறுங்கள். ஆனால் மற்றோர் மதத்தைத் தேர்வுசெய்வதில் எச்சரிக்கையுடன் இருங்கள்.

என் போதாத காலம் நான் இந்துத் தீண்டத்தகாதவனாகப் பிறந்துவிட்டேன். இவ்வாறு நான் பிறக்க நேர்ந்ததைத் தடுப்பது என்பது என் சக்திக்கு அப்பாற்பட்டதாகும். ஆனால் இந்து மதத்தின் மரியாதை கெட்ட, இழிவுபடுத்தும் சூழ்நிலையின்கீழ் நான் வாழ மறுப்பது என்பது என் சக்திக்கு உட்பட்டதே ஆகும். ஆகவே நான் ஓர் இந்துவாகச்

சாகமாட்டேன் என்று உங்களிடம் உறுதி கூறுகின்றேன்' என முழங்கினார்.

டாக்டர் அம்பேத்கரின் மதமாற்றப் பிரகடனம் இந்தியாவில் உள்ள அனைத்துத் தலைவர்களையும் சமூகத்தினரையும் அதிர்ச்சிக்குள்ளாக்கியது. அவருடைய முடிவை ஆதரித்துப் பாராட்டும், எதிர்த்துக் கண்டனங்களும் தொடர்ந்தவண்ணம் இருந்தன. டாக்டர் அம்பேத்கரின் முடிவை மதமாற்றத்தைச் செய்துவரும் சில அந்நிய மதங்கள் வரவேற்றன. காரணம், ஒரு பெரும் சமூகம் அப்படியே தம் மதத்தில் வந்தால் எண்ணிக்கையின் பலம் அதிகமாகும் என்று நினைத்தார்கள். இந்து மதத்தின் அழிவை எதிர்நோக்கியிருப்பவர்களுக்கு இது பெரும் ஆராவாரச் செய்தியாக இருந்தது. கிறிஸ்தவ பாதிரிகளும், இஸ்லாமிய மத குருமார்களும் தங்கள் மதத்தில் இணைய டாக்டர் அம்பேத்கருக்குத் தூதுவிட்டனர். அதுபோலவே பனாரஸ் மகாபோதி சங்கமும், சீக்கிய மத நிர்வாகிகளிடமிருந்தும் டாக்டர் அம்பேத்கருக்கு அழைப்பு வந்தது.

டாக்டர் அம்பேத்கருடைய மதமாற்ற முடிவைப் பலரும் ஆதரித்தாலும் தாழ்த்தப்பட்ட சமூகத்தினருக்குள்ளேயே எதிர்ப்பு வந்தது. டாக்டர் அம்பேத்கருடன் ஒன்றிணைந்து களப்பணியாற்றிய தலைவர்கள் சிலர் அம்பேத்கரின் மதமாற்ற அறிவிப்பை எதிர்த்தனர். பம்பாய் தீண்டப்படாத வகுப்புத் தலைவரான தியோருக்கர், 'வேறோர் மதத்தைத் தழுவுவது பயன் தராது; ஏனெனில் இந்து மதத்தில் தீண்டப்படாதவர்கள் இழிந்த நிலையினராக இருக்கின்ற நிலைமாறி, அவர்கள் மற்றோர் மதத்தில் தீண்டப்படாதவர்களாக இருக்க வேண்டிய நிலை ஏற்படும். மேலும் எல்லா மதங்களிலும் சமத்துவமின்மை ஏதோவொரு வடிவில் இருந்துகொண்டிருக்கிறது' என்று கூறினார்.

பம்பாயில் தீண்டப்படாதவர்களின் மற்றொரு தலைவரான கஜ்ரோல்கர் மதமாற்றத் தீர்மானத்தை அறிந்து அதிர்ச்சியடைந்தார். 'தீண்டப்படாதவர்கள் நம்பிக்கையற்றுக் கிடந்த காலத்தில் அவர்களை வழிநடத்திய அம்பேத்கர், 'மதம் மாறுங்கள்' என்று கூறியிருப்பதைவிட அவர்களைத் 'தற்கொலை செய்துகொள்ளுங்கள்' என்று சொல்லியிருக்கலாம். இச்செய்தி என் போன்றோரின் உள்ளத்தைப் பிளப்பதாகும். மதம் என்பது விற்பது, வாங்குவது போன்ற வணிகப் பொருளன்று' என்று அவர்

கருத்துரைத்தார். சாதி இந்துக்களுக்குச் சமமான நிலையைப் பெற்றிட முயல வேண்டும் என்று நாகபுரியின் தீண்டப்படாத வகுப்புத் தலைவர் ஒருவர் கூறினார். அம்பேத்கரின் தோழரான டாக்டர் சோலங்கியும் இதேபோன்ற கருத்தைத் தெரிவித்தார். 'இளைய தலைமுறையினர் இந்நிலையை மேலும் சீர்செய்வார்கள். தீண்டப்படாத வகுப்பு மக்கள் தங்கள் வாழ்வின் முன்னேற்றத்திற்கும், சமத்துவமாக நடத்தப்படுவதற்கும் தொடர்ந்து போராட வேண்டும்' என்று சோலங்கி அறிவுறுத்தினார்.

வட இந்தியாவில் மட்டுமல்ல, முக்கியமான எதிர்ப்பு தமிழ்நாட்டில் இருந்து வந்தது. அதுவும் எம்.சி.ராஜா மூலமாக வந்தது. டாக்டர் அம்பேத்கரின் மதமாற்ற முடிவைக் குறித்து விவாதிப்பதற்காகவே ஒரு கூட்டம் ஏற்பாடு செய்யப்பட்டது.

9-11-1935 சனிக்கிழமையன்று அனைத்திந்திய ஆதிதிராவிட மகாஜன சபையின் சார்பில் நுங்கம்பாக்கத்திலுள்ள திராவிடப் பாடசாலை வளாகத்தில் பொதுக்கூட்டமொன்று நடைபெற்றது. பண்டிதர் பி.எம். பழனிச்சாமி பிள்ளை தலைமை தாங்கினார். தமது தலைமையுரையில், 'இந்துக்கள் என்று அழைக்கப்படும் உரிமை வேறெந்த சமுதாயத்தினரைக் காட்டிலும் நமது சமுதாயத்தினருக்கே அதிகமாக உள்ளது. மதம் மாறுவது எங்களுக்கு எவ்வித நன்மையையும் தராது. அவ்வாறு கூறுவதால் நாங்கள் அனுபவித்து வந்த கொடுமைகளை நான் குறைத்து மதிப்பிடவில்லை. நம்முடைய உரிமைகளுக்காக நாமே போராட வேண்டும். நடைபெற்றுக் கொண்டிருக்கும் சீர்திருத்தத்தின் வேகம் ஒருவேளை குறைவாக இருக்கக்கூடும். நாம் வாழும் காலத்தின் சிந்தனையை வெகு கவனமாகச் சிந்தித்துப் பார்த்து நம்முடைய நிலையைப் பலவீனப்படுத்தும் எச்செயலையும் தவிர்த்திட வேண்டும். தீண்டாமை ஒழிப்புச் சட்ட முன்வடிவு போன்ற நடவடிக்கைகளை அரசு ஆதரிக்குமாறு வேண்டிக் கேட்டுக்கொள்கிறேன். அரிஜனங்கள் இந்து சமயத்தின் பால் மிகுந்த பற்றுதல் கொண்டவர்கள். அதன் காரணமாகவே காலங்காலமாக நடைபெற்றுவரும் கொடுமையோ அல்லது வேற்று சமயஞ் சார்ந்தவர்கள் தங்கள் முன் வைத்த தூண்டுதல்களோ இந்து கட்டமைப்பிலிருந்து எனது சமுதாயத்தைச் சார்ந்த பெரும் பகுதியினரை வெளியேற்றிடவில்லை' என்று முடிவில் குறிப்பிட்டார்.

சமயம் சார்ந்த காரியங்களையும் சமூகக் காரியங்களையும் அரசியல் காரியங்களையும் குழப்பிக் கொள்ளக்கூடாது என்று திரு வி.ஐ.முனுசாமிப்பிள்ளை குறிப்பிட்டார். டாக்டர் அம்பேத்கர் எழுப்பியுள்ள பிரச்சினையைக் குறித்துச் சிந்திப்பதற்காகவே கூடியிருப்பதாகக் குறிப்பிட்ட முனுசாமிப் பிள்ளையவர்கள் இந்து சமயத்தைப் பற்றி எதையுமே அறியாதவர்களாலும் இந்து சமயத்தின்பால் பற்றில்லாதவர்களாலும் இப்பிரச்சினை பூதாகரமாக்கப்பட்டுள்ளது என்பதுவே தமது தனிப்பட்ட கருத்து என்று குறிப்பிட்டார். சமுதாயத்தின் பிரச்சினையெல்லாம் பெருமளவில் சமூகம் சார்ந்த பிரச்சினையே. இப்பிரச்சினைகளெல்லாம் தங்களுடைய பொருளாதார நிலை மேம்பாடடையும்போது தீர்ந்துவிடும். மலபாரிலுள்ள தியாக்களும் தென்பகுதியில் உள்ள நாடார்களும் கணிசமான முன்னேற்றம் அடைந்துள்ளனர் என்பதை அவர்கள் கவனித்திருக்கக்கூடும். அத்தகைய முன்னேற்றம் ஏற்படக் காரணமே அவர்களெல்லாரும் தங்களது பொருளாதார நிலையை மேம்படுத்துவதில் தங்களது கவனத்தைச் செலுத்தியதுதான் என்று குறிப்பிட்டார்.

மேலும் அவர், தங்களது சமயத்தை மாற்றுவது குறித்துச் சிந்திப்பதற்கு இக்காலம் பொருத்தமானதன்று எனத் தமது உரையைத் தொடருகையில் குறிப்பிட்டார். அரசியல் துறையில் நாம் எவ்வாறு முன்னேறி வருகிறோமென்பதை அவர்கள் கவனித்திருக்கக்கூடும். சீர்திருத்தக் கேள்விக்கு முடிவு காணப்படுவதற்கு முன்னரே இப்பிரச்சினை எழுப்பப்பட்டிருந்தால் நமக்கு எவ்வித ஆட்சேபனையும் இல்லை. ஆனால், தற்போதுள்ள சூழ்நிலையில் சமயஞ்சார்ந்த வாக்குவாதம் நம்முடைய நிலையைப் பலவீனப்படுத்துவதோடு நம்முடைய முன்னேற்றத்தையும் பாதிக்கும் என்று குறிப்பிட்டார். இது சம்பந்தமான தன்னுடைய கருத்துகளை ஏற்கெனவே வெளியிட்டிருப்பதைச் சுட்டிக்காட்டிய பிள்ளையவர்கள் எதையும் அவசர கோலத்தில் செய்யவேண்டாம் எனும் வேண்டுகோளுடன் தனது உரையை முடித்துக்கொண்டார்.

ஆயிரக்கணக்கான ஆண்டுகளாகத் தாங்கள் துன்புற்றாலும் தங்களுடைய சமயத்திற்கு உண்மையுள்ளவர்களாயிருந்து அச்சமயத்தின்படியே தங்களது வாழ்க்கை முறையை ஒழுங்குபடுத்தி வருவதாக திரு. பி.கே.புஷ்பராஜ் கூறினார்.

இந்து சமயத்தின்பால் தாங்கள் கொண்டிருந்த இப்பற்றுதலே தங்களைப் பல்லாண்டு காலமாக ஒன்றிணைத்து சிறிது சிறிதாகத் தாங்கள் முன்னேறிடத் துணை செய்தது. மாறிவரும் நிலைமைகளுக்கேற்ப இந்து சமயம் தன்னையும் மாற்றிக்கொண்டு வந்துள்ளது. காலத்தின் அறிகுறிகளை வைத்துத் தீர்மானிக்கையில் ஏனைய சமூகங்களின் உறுப்பினர்களுக்குச் சமமாகத் தாங்களும் வளர்ந்திட இந்து சமயம் உதவுமென்பது குறித்துத் தமக்கு ஐயமேதுமில்லை. சாதிக்கொடுமையை ஒரு கணமேனும் தாம் மறக்கவில்லை. ஆனால் சாதிய இந்துக்கள் தங்களது தவறை உணர்ந்துவிட்டார்கள். அவர்களுடைய உள்ளங்களில் ஒரு மாற்றம் ஏற்பட்டுள்ளது என்று கூறியவர், மேலும் தங்களது லட்சியத்தை நெருங்கிக் கொண்டிருப்பதாகக் குறிப்பிட்டார். அத்துடன், அவசரப்பட்டுச் செய்யும் ஏதேனும் செயலால் பல்லாண்டு காலமாகப் பொறுமையுடன் செயல்பட்டதன் பலனை அழித்துவிடாதிருக்க வேண்டிக்கொண்டு தமது உரையை முடித்தார்.

அடுத்து உரையாற்றிய திரு. பி.செல்வம் அவர்கள் சட்டப்பேரவையில் பெரும்பான்மைப் பலத்துடன் இருந்தும்கூட 'ஆலயப் பிரவேசச் சட்ட முன்வடிவை' ஏன் அறிமுகம் செய்யவில்லை என்று காங்கிரஸாரைத் தாம் கேட்க விரும்புவதாகக் குறிப்பிட்டார். இப்பிரச்சினையைத் தமது சமுதாயத்தின் அனைத்து உறுப்பினர்களும் அடங்கிய திரளானதொரு கூட்டத்தில் எழுப்பி அதுபற்றி ஆய்வு நடத்திட வேண்டுமென்றார் அவர்.

திரு. நடேசன் உரையாற்றுகையில், 'பூனா ஒப்பந்தம்' எந்த வகையிலும் (சென்னை) நகரில் வாழும் தமது இனத்தவரில் பெரும்பான்மையானவருக்கு ஏற்புடையதல்ல என்று குறிப்பிட்டார்.

திரு. ஏ.பி.பார்த்தசாரதி, தாம் வகித்து வரும் செம்பியம் ஊராட்சி மன்றத் தலைவர் பதவிக்குச் சாதிய இந்துக்களே காரணர் என்பதை வன்மையாக மறுப்பதாக எடுத்த எடுப்பிலேயே குறிப்பிட்டார். தமது சமுதாயத்தினருக்குத் தாம் ஆற்றிய பணியே தமக்கு அப்பதவியைப் பெற்றுத் தந்தது என்பதைத் தெளிவுபடக் கூறினார். டாக்டர் அம்பேத்கர் சில வேளைகளில் சாதிக்கொடுமையால் தமக்கேற்பட்ட மனவேதனை காரணமாகச் சில கருத்துகளை வெளியிட்டார். ஆனால், அன்னாரது

அறிவுரை பின்பற்றப்பட்டால் சமுதாயத்தின் நிலைப்பாடு பலவீனப்பட்டுவிடும் என்று தெளிவுபடுத்தினார்.

திரு. எம்.சி.ராஜா தமது உரையில், சமயஞ்சார்ந்த காரியங்களெல்லாம் பொதுக் கூட்டங்களில் தெளிவாக விவாதிக்கப்படவியலாது. தன்னைப் பொறுத்தவரையிலும் இந்து சமயத்தின்பால் முழு நம்பிக்கை தமக்கிருப்பதாகவும் இந்துவாகவே உயிர்விடத் தயாராக இருப்பதாகவும் குறிப்பிட்டார் (கைத்தட்டல்).

கிறித்தவப் பள்ளியில் தாம் கல்வி கற்றதையும் கிறித்தவப் பள்ளியொன்றில் பணியாற்றியதையும் அவர் குறிப்பிட்டார். தாம் விரும்பியிருந்தால் வெகு காலத்திற்கு முன்பே தமது சமயத்தை மாற்றிக் கொண்டிருக்கக்கூடும். ஆனால் இந்து சமயத்தின்பால் தான் கொண்டிருந்த நம்பிக்கை வெகு பலமாயிருந்தது என்று குறிப்பிட்டார்.

எந்தவொரு சமயத்தையும் புகழ்வதற்கோ அல்லது இகழ்வதற்கோ இக்கூட்டம் கூட்டப்படவில்லை என்பதை எம்.சி.ராஜா தெளிவுபடுத்தினார். ஒரு தலைவரைப் புகழ்ந்து வேறொரு தலைவரை இகழ்ந்து பேசியும் ஒரு நிறுவனத்துக்கெதிராகப் பிரிதொரு நிறுவனத்தைப் பற்றிப் பேசுவதும் தங்களுடைய நிலைப்பாடு வலுவிழந்து போகுமாறு வழிநடத்தக்கூடும். இத்தகைய வழிமுறைகளால் அவர்கள் தங்களுடைய எதிரிகளின் கைகளுக்குள் அகப்பட நேரிடும். ‘ஒன்றுபட்டால் நாம் வாழ்வோம் பிளவுபட்டால் நாம் வீழ்வோம்’ எனும் பொன்மொழியை மனத்தில் இருத்திக்கொள்ள வேண்டும் எனத் தாம் விரும்புவதாகக் குறிப்பிட்டார்.

தொடர்ந்து பேசுகையில் கவிதா பிரச்சினையைப் பற்றி சட்டப்பேரவையில் தாம் ஒரு கேள்வியைப் பதிவு செய்திருப்பதாக அவர் குறிப்பிட்டார். ஆனால் இப்பிரச்சினை தங்களது அதிகார வரம்பிற்கு உட்பட்டதில்லை என்று கூறி இந்திய அரசு இதில் தலையிட மறுத்துவிட்டது. இதுபோன்ற காரியங்களில் அரசு உறுதியான அணுகுமுறையைக் கையாள வேண்டுமென்று தாம் விரும்புவதாகக் குறிப்பிட்டார்.

இந்தியா பரந்துபட்டதொரு துணைக் கண்டம் என்றும் இதுபோன்ற அபூர்வமான நிகழ்ச்சிகள் நடைபெறுவது இயற்கையே என்றும் திரு. ராஜா கூறினார். ஆனால் பதினைந்து ஆண்டுகளுக்கு முன்னர் தங்களுடைய நிலை

எவ்வாறு இருந்தது என்பதையும் தற்போது நிலைமை இருக்கும் விதத்தையும் ஒப்பிட்டுப் பார்க்குமாறு மக்களைக் கேட்டுக்கொண்டார். தாங்கள் முன்னேறியிருப்பதை அவர்களால் மறுக்க முடியுமா? அநேகக் குறைபாடுகள் மறைந்துள்ளன; இன்னும் பல குறைபாடுகள் மறையத் தொடங்கியுள்ளன. இப்பொழுது தேவைப்படுவது யாதெனின் சாதிய இந்துக்களின் குறும்புத்தனமான செயல்களை அரசின் கவனத்திற்குக் கொண்டுவருவதில் தங்களுடைய தலைவர்கள் விழிப்புடன் இருத்தலேயாகும்.

தாழ்த்தப்பட்ட சமுதாயம் இந்துக்களுடன்தான் சேர்ந்திருக்க வேண்டும் என்றும், மக்கள் தங்களுடைய உரிமைகளை மீண்டும் பெற்றிடப் போராட வேண்டுமென்றும் எம்.சி.ராஜா கூறினார். ஒரு காலத்தில் ஆலயங்கள் அவர்களுடையவாய் இருந்ததையும் அவற்றை மீண்டும் பெற்றிடப் போராட வேண்டும் என்றும் அவர் கூறினார். சமயம் என்பது திடநம்பிக்கையின் அடிப்படையில் அமைந்த ஒன்று. எவரேனும் வேறொரு சமயத்தின் பால் அதிக நம்பிக்கையுடையவராய் இருந்தால் அதுபற்றி வேண்டாத பரபரப்பு எதுவுமின்றி அவர் அச்சமயத்தைத் தழுவிக்கொள்ள வேண்டுமென்று எம்.சி.ராஜா உறுதிபடக் கூறினார். சிற்றூர்களிலும்கூட நிலைமைகள் தங்களுக்குச் சாதகமான முறையில் மாறிக்கொண்டிருப்பதை மக்கள் பார்த்திருக்கக் கூடும். இவையாவும் பல்லாண்டு காலமாகப் பொறுமையுடன் பணியாற்றியதன் விளைவாக ஏற்பட்டவையாகும். சமூகப் பிரச்சினைகளில் முக்கியத்துவம் வாய்ந்தது கல்வியே. தங்களுடைய சமுதாயத்தைச் சேர்ந்த ஒருவர் மேலான நிலைக்கு உயர்ந்திடும்போது அவர் அனைவராலும் மரியாதையுடன் நடத்தப்படுவதையும் சமுதாயத்தில் சம அந்தஸ்தில் அவர் வைக்கப்படுவதையும் காட்டிடும் பல நிகழ்வுகள் உண்டென்றார் அவர். மக்களனைவரும் கல்வியறிவு பெற்றவர்களானால் அவர்களுடைய சமூகக் குறைபாடுகள் ஒரு நொடிப்பொழுதில் மறைந்துவிடுமென்று அவர்களுக்கு உறுதியளித்தார்.

தாம் அறிமுகப்படுத்தியுள்ள சமூகக்குறைபாடுகளை நீக்குதல் பற்றிய சட்டமுன்வடிவு சட்டப்பேரவையில் நிறைவேற்றப்பட்டால் அவர்களுடைய சமூகநிலை பேரளவில் மேம்பாடு அடைந்திட அச்சட்டம் பேருதவியாக இருக்கும் என்றும், மக்கள் அச்சட்ட முன்வடிவுக்கு

ஒவ்வொரு நகரத்திலும் சிற்றூரிலும் ஆதரவைத் திரட்ட வேண்டுமென்றும் எம்.சி.ராஜா வேண்டிக்கொண்டார். டாக்டர் அம்பேத்கரால் எழுப்பப்பட்ட தர்க்கத்திற்குரிய பிரச்சினை குறித்துத் தாம் வெகு விரைவில் ஓர் அறிக்கையை வெளியிடவிருப்பதாகவும் குறிப்பிட்டார்.

திரு. ஜே.சிவசண்முகம் பேசுகையில், டாக்டர் அம்பேத்கர் சாதாரணமானதொரு மனிதரல்லர், அறிவாற்றலில் அவருக்கிணையாகப் பிற சமுதாயங்களில்கூட எவருமிலர். அவர் நாசிக் நகரில் சத்தியாகிரகப் போராட்டத்தைத் தலைமையேற்று நடத்தினார். பல துன்பங்களை சந்தித்தார். மதமாற்றத்தை ஆதரித்து அவர் பேசியது எல்லாமே குறைவான ஆர்வத்துடன் அன்று. ஆனால் தற்போதைய சூழ்நிலையில் மக்கள் தமது சமயத்தை மாற்றிக்கொள்ள வேண்டாமென்று சிவசண்முகம் கேட்டுக்கொண்டார். மேலும் தாழ்த்தப்பட்ட சமுதாயத்தின் நலனுக்குகந்ததாய் இராதென்பதால் இந்து சமயத்தில் நம்பிக்கை இல்லாதவருங்கூட தமது சமயத்தை இப்போதுள்ள சூழ்நிலையில் மாற்றிக்கொள்ள வேண்டாமென்று கேட்டுக்கொண்டார்.

கூட்டத்தின் நடவடிக்கைகளை முடிவுக்குக் கொண்டுவரும் வகையில் பேசிய தலைவர், அனைவருமே தங்களது சமயத்தை மாற்றுவதற்கெதிராகப் பேசியது குறித்துத் தாம் மகிழ்வதாக குறிப்பிட்டார். கூட்டம் முடிவுக்கு வந்தது.

கூட்டத்தில் தாம் சொன்னவாறே தம்முடைய ஆழமான கருத்தை அடுத்த நாளே *(12-11-1935)* ராவ் பகதூர் எம்.சி.ராஜா ஓர் அறிக்கையாக வெளியிட்டார்:

> ‘ஒடுக்கப்பட்ட இனத்தவர் இந்து மதத்தைத் துறந்து வருவது பற்றி அண்மைக் காலத்தில் எழுந்துள்ள பிரச்சினை பற்றிய என்னுடைய கருத்துகளை வெளிப்படுத்தக் கோரிடும் கடிதங்கள் நாட்டின் பல பகுதிகளிலிருந்தும் எனக்கு வந்துள்ளன. என்னுடைய நிலைப்பாட்டினைத் தெளிவுபடுத்திட முதற்கண் விரும்புகிறேன். எல்லா மதங்களின் மீதும் எனக்கு மதிப்பும் மரியாதையும் உண்டு. சென்னையிலுள்ள வெஸ்லி கல்லூரி, கிறித்தவக் கல்லூரி போன்ற கிறித்தவ நிறுவனங்களில் கல்வி பயின்றுள்ளேன். ஊரிசு கல்லூரி, வெஸ்லி கல்லூரி ஆகிய கிறித்தவ நிறுவனங்களில் பல்லாண்டு காலமாகப் பணிபுரிந்துள்ளேன். கிறித்துவக்

கொள்கைகளுள் பலவற்றை நான் மனத்தில் பதித்துக் கொண்டிருப்பினும் நான் ஒருபோதும் எனது மதத்தை மாற்றிக்கொள்ளவில்லை. தங்களது ஆன்ம நலனுக்கு உகந்த வகையில் தாங்கள் விரும்பும் எந்த மதத்தையும் நாடவும் தழுவவும் மக்களுக்கு உரிமையுண்டு.

அக்டோபர் 13ம் நாளில் இயோலாவில் (yeola) நடந்த ஒடுக்கப்பட்ட இனத்தவரின் மாநாட்டுத் தலைவரின் உரை முழுமையாக வெளியிடப்படாததினால் அதனை நான் படிக்கவில்லை. இந்து மதத்திலிருந்து தங்களைத் துண்டித்துவிட்டு எந்த மதம் ஏனைய உறுப்பினர்களுக்குச் சமமான அந்தஸ்தைத் தங்களுக்குத் தருமோ அந்த மதத்தைத் தழுவிக்கொள்ளுமாறு கோரிடும் தீர்மானம் ஒன்று இம்மாநாட்டில் நிறைவேற்றப்பட்டதென்று கூறப்படுகிறது. இந்த மாநாடு மாவட்ட அளவிலானதொரு மாநாடே என்பதும், தம்மீது மதிப்பு வைத்துள்ள மாநாட்டுப் பிரதிநிதிகள் தழுவிடத்தக்க மதம் இன்னதென்று மாநாட்டின் தலைவர் குறிப்பிட்டுச் சொல்லவில்லையென்பதும் குறிப்பிடத்தக்கவையாகும்.

பம்பாய் மாநிலத்திலுள்ள ஒடுக்கப்பட்ட இனத்தவரின் பெரும்பகுதியினரின் தலைவராய் விளங்கும் புகழ்பெற்ற கிரிக்கெட் வீரரான திரு. பாலு தமது கவனமானதும் வலிமையானதுமான அறிக்கையைக் கொண்டு மாநாட்டுத் தலைவரை வீழ்த்தியுள்ளார். நாடெங்கிலுமுள்ள நம்மினம் சார்ந்த முன்னணித் தலைவர்களாகிய ராவ் பகதூர் ஆர். சீனிவாசன் எம். எல்.சி., ராவ் சாகிப் வி.ஐ. முனுசுவாமிபிள்ளை எம். எல்.சி, ராவ் சாகிப் எல்.சி. குருசுவாமி முன்னாள் எம். எல்.சி., டாக்டர் ராம் பிரசாத், டாக்டர் சோலங்கி எம்.எல்.சி., திருவாளர்கள் ஆர்.வி. பிஸ்வாஸ், பி.கே. ராஜ்போஜ், என்.எஸ். கஜ்ரோல்கர், சுவாமி ஏ.எஸ். சகஜானந்தம் எம்.எல்.சி போன்றோரும் ஏனையோரும் இத்தீர்மானத்தை ஏற்க இயலாதென்பதைத் தெளிவாகவே குறிப்பிட்டுள்ளார்கள்.

மேல்சாதியினர் என்று அழைக்கப்படும் சாதி இந்துக்களால் நம்முடைய மக்கள் நாட்டின் பல பகுதிகளில் நடத்தப்படும் விதம் குறித்து நம்மவரில் பலர் கொண்டுள்ள வெறுப்புணர்ச்சியை நானும் பகிர்ந்துகொள்கின்ற போதிலும் அவ்வாறு

வெறுப்புணர்வு கொள்வோர் இன்றுள்ள நிலைமையைச் சுமார் 15 ஆண்டுகளுக்கு முன்பிருந்த நிலைமையுடன் ஒப்பிட்டுப் பார்த்திட வேண்டுகிறேன். இன்று நிலைமைகள் பேரளவிற்கு முன்னேறியுள்ளன. இன்று இந்தியாவிலுள்ள கல்வியறிவு பெற்ற பெரும் பகுதியினர் தீண்டாமையெனும் வழக்கத்தைக் கண்டித்துச் சீர்திருத்தம் செய்வோரது அணியில் சேரத் தொடங்கியுள்ளனர். நமது நிலை மற்றும் சமூக அந்தஸ்து பற்றிய உணர்வில் ஏற்பட்டுள்ள எழுச்சியை நோக்குங்கால் தீண்டாமை வழக்கம் ஒழிந்துபோகும் காலம் வெகு அருகாமையிலேயே உள்ளது என்று நான் துணிந்து சொல்வேன். பத்தாண்டுக் காலத்தில் ஒடுக்கப்பட்ட இனத்தவருக்கு ஆதரவாக நிலைமைகள் மாறியிருப்பதையும் ஒடுக்கப்பட்ட இனத்தவரிடையேயும் பேரெழுச்சி ஏற்பட்டுள்ளதையும் நினைவில் கொள்ள வேண்டும்.

மகாத்மா காந்தியின் தூண்டுதலின் பேரில் காங்கிரஸ் கட்சியும் தீண்டாமை ஒழிப்பை மனமார ஏற்றுக்கொண்டுள்ளது. இந்து மகாசபாவும் காங்கிரஸின் கொள்கையைப் பின்பற்றத் தொடங்கியுள்ளது. அவர்களுடைய முயற்சிக்கு நாம் ஆதரவாக இருக்க வேண்டுமேயல்லாமல் அவர்கள் செல்லும் பாதையில் தடைக் கற்களை நாம் போடக்கூடாது.

நடந்து முடிந்த சட்டப்பேரவையில் ஆலயப் பிரவேசச் சட்ட முன்வரைவு மற்றும் தீண்டாமை ஒழிப்புச் சட்ட முன்வரைவு ஆகிய இரு சட்ட முன்வரைவுகள் அறிமுகப்படுத்தப்பட்டு விவாதிக்கப்பட்டன. மற்ற இந்துக்களுடன் ஒடுக்கப்பட்ட இனத்தவருக்கும் சம அந்தஸ்து கொடுப்பதும் அத்தகைய சமத்துவத்துக்கு எதிராகவுள்ள தடைகளை நீக்குவதுமே இவ்விரு சட்ட முன்வரைவுகளின் நோக்கமாகும். இயோலா மாநாட்டை ஒழுங்குபடுத்தியவர்கள் இவ்விரு நடவடிக்கைகளைப் பொறுத்தமட்டிலும் ஆற்றிய பங்கு என்ன? இச்சட்ட முன்வரைவுகளை எதிர்த்தவர்களில் சிலர் அவற்றை முடக்கிப் போடுவதற்கல்லவா உதவினார்கள்? இவ்விரு சட்ட முன்வரைவுகளை எதிர்ப்பதில் தலையாய பங்கு வகிப்பவரும் சனாதன தர்மத்தின் பலத்த ஆதரவாளருமான ராஜ் பகதூர் ஜி. கிருஷ்ணமாச்சாரியார் இம்மாநாட்டின் தலைவரைத்

தம் துணைக்கு அழைக்கவில்லையா? ஆலயப் பிரவேசத்தைத் தாம் விரும்பவில்லையென்று அவர் சொல்லவில்லையா? இப்போதுள்ள பிரச்சினை சாதிய இந்துக்களுக்கும் திரு.காந்திக்கும் இடையேதானே ஒழிய சாதிய இந்துக்களுக்கும் ஒடுக்கப்பட்ட இனத்தவருக்கும் இடையே அல்லவென்று இம்மாநாட்டின் தலைவர் பேசியதை மேற்கோள் காட்டி கிருஷ்ணமாச்சாரியார் பேசவில்லையா? சமூக உயர்வுக்கு மதம் ஒரு கருவியாக அமையும் என்று என்றாவது அவர் நம்பினாராவென்று கிருஷ்ணமாச்சாரியாரைக் கேட்க ஒடுக்கப்பட்ட இனத்தவருக்கு முழு உரிமை உண்டு. பொருளாதாரச் சீர்திருத்தம் ஏற்படும் முன் சமூக சீர்திருத்தம் ஏற்பட வேண்டுமென்று வலியுறுத்திய மகாத்மா காந்தியை அவர் எதிர்த்தது, உண்மையில்லையா? 'மான்செஸ்டர் கார்டியன்' இதழுக்குப் பேட்டியளித்த திரு. சி.எஃப். ஆண்ட்ரூஸ் இதற்குச் சாட்சி.

தங்களுடைய சமய வாழ்க்கை பற்றி எப்போதாவது அக்கறை காட்டினாராவென்றும், தங்கள் இனத்தவரின் சமூகப் பொருளாதார சீர்கேட்டிற்கு இந்து சமயமே காரணமென்றும் என்றாவது கோடிட்டுக் காட்டியிருப்பாரா என்றும் மாநாட்டுத் தலைவரைக் கேட்கும் உரிமை ஒடுக்கப்பட்ட இனத்தவருக்கு உண்டு. இந்து மதம் சீர்திருத்தப்படவே முடியாத மதம் என்ற முடிவுக்கு வருமுன்னரும், தங்களது மதத்தை மாற்றிக்கொள்ளுமாறு ஏழுகோடி மக்களுக்கு அறிவுரை கூறுமுன்னரும் இந்து மதத்திலுள்ள சமூக, சமய சீர்திருத்த இயக்கங்களில் என்றைக்காவது ஏதேனும் ஒரு பங்கினை வகித்துள்ளாரா?

ஏதோவொரு நொடிப்பொழுதில் நடக்கக்கூடிய காரியம் போல் இந்து மதத்தைத் துறந்திட வேண்டும் என்ற எதிர்மறை ஆலோசனையைத் தரும் மாநாட்டுத் தலைவர் நம்மின மக்கள் எந்த திசைநோக்கி நடைபோட வேண்டுமென்றும், தாங்கள் துறந்திடும் இந்து மதத்திற்குப் பதிலாக எந்த மதத்தைத் தழுவிடல் வேண்டுமென்றும் சொல்லவில்லையென்பது குறிப்பிடத்தக்கது. நன்மை பயக்கும் ஆலோசனையைத் தராமல் அழிவைத் தரும் இத்தகைய ஆலோசனையினால் என்ன பயன்? மக்களை எங்கே அழைத்துச் செல்ல அவர்

விரும்புகிறார்? கிறித்தவர்களின் திருமறையில் வரும் மோசேயின் வேடத்தையோ அல்லது ஸெபக் டோர்ஷியின் (Zebek Dorshi) வேடத்தையோ அவர் அணிய விரும்புகிறாரா? அவரைப் பற்றி அதிகமாகப் பேசாதிருப்பதே நலம் பயக்கும். தன்னுடைய லட்சிய வேட்கையையும் பழிவாங்கும் உணர்ச்சியையும் வெளிப்படுத்தி மக்களின் அழிவுக்கு வழிவகுத்திட்ட டி குவின்சியின் கதையைப் படித்தாலே போதுமானது.

இப்போதுகூட தம் மனத்தில் கிறித்தவம், சரதுஸ்திரியம் (Zoroastrianism) அல்லது இஸ்லாம் போன்ற எந்த மதத்தை வைத்து இவ்வாறு பேசினார் என்பதைச் சொல்லிட நாசிக் மாநாட்டின் தலைவருக்குக் காலம் கடந்து விடவில்லை.

உடனடிப் பரிகாரமாக எனக்குத் தோன்றுவது யாதெனில் தீட்டு பற்றி மக்கள் மனத்தில் உள்ள மூடநம்பிக்கையைச் சட்டபூர்வமாகவும் நிர்வாக ரீதியிலும் முழுமையாக ஒழிப்பதுவேயாகும். பொது அமைதியைப் பாதுகாக்கும் போர்வையில் தங்களுடைய சமூக உரிமைகளை நிலைநாட்ட விரும்பும் தீண்டத்தகாதவர்களைத் தண்டிப்பதன் மூலம் இன்று நடைமுறைப்படுத்தப்படும் சட்டங்கள் மூட நம்பிக்கைகளைப் பாதுகாக்கின்றன. கடந்த செப்டம்பர் 26ம் நாளில் இந்துக்களில் சில வகுப்பினரிடையே நிலவும் சமூகக் குறைபாடுகளை அகற்றுதல் என்றழைக்கப்படும் சட்ட முன்வரைவை நான் சட்டப்பேரவையில் அறிமுகப்படுத்தினேன். இதுபோன்ற சட்ட முன்வரைவுகள் சட்டமாக நிறைவேறினால் நடப்பிலுள்ள சட்டங்களின் பிடியில் சிக்கித் துன்புறும் ஒடுக்கப்பட்ட இனத்தவர் சந்திக்கும் சமூக மற்றும் பொதுவான குறைபாடுகளிலிருந்து விடுபடுவர்.

அறிவுஜீவிகளான பொது மக்களால் அநீதியானவை என்றும், சமூக விரோதமானவையென்றும், மத நம்பிக்கைக்கு எதிரானவை என்றும் கருதப்படுகிற சில சமூக வழக்கங்களையும் நடைமுறைகளையும் பிரிட்டிஷ் இந்தியாவிலுள்ள நீதிமன்றங்கள் சட்டபூர்வமானவையென்று அங்கீகரித்திருப்பதினால் உருவாக்கப்பட்டுள்ள தடைகளையும் இச்சட்ட முன்வரைவு ஒழித்துவிடும். இந்து சமூகத்தில்

சமூக மற்றும் சமயரீதியான சமத்துவத்தை நாம் அடையாமற்போனால் அது சாதிய இந்துக்களின் குற்றமாக மட்டும் இராமல் நமது குற்றமாகவும் அமையும். நாம் ஒற்றுமையாக இருக்கிறோமா? சமுதாயத்தின் சார்பில் குரல் கொடுப்பவர்களிடையே நிலவும் ஒற்றுமையின்மை அச்சமுதாயத்தின் உயர்வை வெகு மோசமாகப் பாதித்திருக்கிறதென்பதும், சமுதாயத்திற்காக ஆற்றப்படும் பணியையும் அது பாதித்துள்ளதென்பதும் ஒப்புக்கொள்ளப்பட வேண்டும். நம்மிடையே ஒற்றுமையில்லாவிடில் மக்களின் நலன்களும் பாதிக்கப்பட்டே தீரும். சமுதாயத்தை ஒருங்கிணைத்து ஒன்றுபட்டு நின்று பொறுமையுடனும் மன உறுதியுடனும் உழைத்திட என் மக்களை வேண்டிக் கேட்டுக்கொள்கிறேன். இது நிறைவேறினால் நமது வெற்றி நிச்சயம். பிரச்சினையின் உள் அந்தரங்கங்களைச் சரியாகப் புரிந்து கொள்ளாதவர்களின் மேடைப் பேச்சுகளைக் கேட்டுத் திசைமாறிப் போகாதிருக்குமாறு என்னுடைய மக்களை வேண்டிக் கேட்டுக்கொள்கிறேன்.

தாங்களாகவே கண்டுபிடித்துள்ள காரணங்களுக்காக சமுதாயத்தின் ஒற்றுமையைக் குலைத்து, போட்டி நிறுவனங்களை ஏற்படுத்திப் போட்டியான தலைவர்களாகிச் சமுதாயத்தின் உயர்வைக் குலைப்பவர்களுக்குத் தங்களது ஆதரவை நல்கிட வேண்டாமென்று மக்களை வேண்டிக் கேட்டுக்கொள்கிறேன். நம்முடைய எளிய மனங்கொண்ட ஏழை மக்களின் மனங்களில் அதிருப்தி, அவநம்பிக்கை, வகுப்பு துவேஷம் ஆகியவற்றின் விதைகளை விதைப்பதே இப்போட்டித் தலைவர்களின் இன்றைய வேலையாக உள்ளது. இவர்களைப் போன்ற பொறுமையற்ற தீவிரமான அரசியல்வாதிகளின் உரைகளால் நான் சிறிதளவேனும் கலக்கமடையவில்லை.

ஒடுக்கப்பட்ட இனத்தவருடன் உண்மையாகவே தொடர்பு கொண்டுள்ளவர்களால் ஒரு முக்கியமான வளர்ச்சியைக் காண முடியும். அது யாதெனில், இந்து வழக்கங்கள், சடங்குகள், வழிபாடு ஆகியவற்றைத் தங்களுடைய சமூக, சமயத் தேவைகளுக்குப் பொருந்தும் வகையில் ஏற்றுக்கொண்டு அவற்றை

மாற்றியமைத்துக் கொள்ளும்போது ஒடுக்கப்பட்ட இனத்தவர் தங்களது வரலாற்றில் ஒரு முக்கியமான படிநிலையைக் கடந்து வந்துள்ளனர். ஒவ்வொரு சேரியிலும், மொஹல்லாவிலும், பஸ்தியிலும் ஓர் ஆலயம் இருப்பதைக் காண முடியும். இதுநாள் வரையிலும் இப்பகுதியில் எந்த ஆலயமும் இருந்ததில்லை. வழிபாடு நடைபெறாதிருந்த இடங்களிலெல்லாம் சமயப் புத்தெழுச்சிக்கான மனப்போக்கு மலரத் தொடங்கியுள்ளது. மக்கள் நீராடி, தூய்மையான உடைகளைத் தரித்துச் சமய பக்திக்குரிய அடையாளங்களை அணிகிறார்கள். இவையாவும் சீர்திருத்தப்பட்ட இந்து சமயத்தின் தாக்கத்தினால் விளைந்தவையாகும்.

இந்து சமயம் நமது சமயம்; அது நமக்குப் புனிதமானது. அதைப் பாதுகாத்துத் தூய்மைப்படுத்துவது நமது கடமையாகும். இந்து ஐக்கியத்திலிருந்து பிரிந்து செல்ல நாம் விரும்பவில்லை. நாம் விரும்புவதெல்லாம் மேலானதொரு அங்கீகாரமே; சாதிய இந்துக்களுடன் சம அந்தஸ்து பெற்றவர்கள் நாம் என்ற அங்கீகாரமே. தீண்டாமை ஒழிப்பே நமது லட்சியம். நமது நோக்கம் யாதெனில் நாமும் இந்து சமூகத்தின் பிரிக்கப்படாததும் ஒதுக்கப்படாததுமான அங்கமாக மாறுவதேயாம்.'

எம்.சி.ராஜா மட்டுமல்ல ரெட்டைமலை சீனிவாசனாரும் டாக்டர் அம்பேத்கருடைய கருத்தை எதிர்த்தார்.

1936

மதமாற்றம் பற்றித் தீர்மானிப்பதற்காக மேலும் ஒரு மாநாடு பூனாவில் 1936ம் ஆண்டு ஜனவரி 12, 13ம் தேதி தமிழ்நாட்டைச் சேர்ந்த பேராசிரியர் என். சிவராஜ் தலைமையில் நடைபெற்றது. 'இந்தியாவில் இப்போதுள்ள ஏதாவதொரு மதத்திற்கு மதமாற்றம் பெற்றுச் செல்வதன் மூலம்தான் தீண்டப்படாதவர்கள் தீண்டாமையிலிருந்து விடுபட முடியும் என்று எண்ணிட வேண்டியதில்லை. நாமாக ஒரு புதிய மதத்தை அமைப்பதன் மூலமோ அல்லது பல்வேறு சடங்குகளைக் கொண்ட இந்து மதத்தை ஆரியர்கள் இந்தியாவிற்குக் கொண்டுவருவதற்கு முன்னர் ஆதிதிராவிடர்கள் கடைப்பிடித்து ஒழுகிய மதத்தை மீண்டும் புதுப்பித்தலின் வழியாகவோ நாம் தீண்டாமையிலிருந்து விடுபடலாம்' என்று என். சிவராஜ் தம் தலைமை உரையில் குறிப்பிட்டார். ஏற்கெனவே அம்பேத்கரின் மதமாற்றத்தை விமர்சித்த சோலங்கி இப்போது அப்படியே மாறி மதமாற்றத்தை ஆதரித்தார்.

மகார் வகுப்புத் தலைவர்கள் தவிர, தீண்டப்படாத மற்ற வகுப்புகளில் பெரும்பாலானவற்றின் தலைவர்கள் அம்பேத்கரின் மதமாற்றக் கருத்தினை ஏற்கவில்லை என்று அறிவித்தனர். இதற்கிடையில் கிறிஸ்தவ, இஸ்லாமிய, பௌத்த, சீக்கிய மதத்தைச் சார்ந்தவர்கள் அம்பேத்கரைத் தங்கள் மதத்தில் இணைக்க முயற்சி மேற்கொண்டனர்.

ஏற்கெனவே அம்பேத்கரின் மதமாற்றம் பற்றிய கருத்தை விமர்சித்து காந்திஜி ஓர் அறிக்கை

வெளியிட்டிருந்தார். அம்பேத்கருடைய மதமாற்ற அறிவிப்பு இந்தியாவில் பெரும் விவாதத்தை ஏற்படுத்தியது. இதனால் பலரும் கவலையடைந்தனர். காந்திஜியின் பற்றாளர் சேத்வால்சந்த் ஹீராச் சந்த் அம்பேத்கரைச் சந்தித்து காந்தியிடம் சென்று பேசுவதற்கு அவரைச் சம்மதிக்கச் செய்தார். அதன்படி அம்பேத்கர் வால்சந்துடன் சென்று காந்திஜியை வார்தாவிலும் பின்னர் சேகானிலும் (சேவா கிராமம்) சந்தித்தார். ஆனால் மதமாற்றப் பிரச்சினைக்குத் தீர்வு காண்பதில் அவர்களுக்குள் கருத்தொற்றுமை ஏற்படவில்லை.

இதற்கிடையில் மதம் மாறுவதற்காகப் பொருத்தமானதோர் மதத்தைத் தேர்வு செய்வது பற்றிப் பல மாநிலங்களிலிருந்து அவருடைய நெருங்கிய தோழர்களுடன் அம்பேத்கர் கலந்து பேசினார். சீக்கிய மதத்தைத் தழுவுவது என்று அப்பொழுது அம்பேத்கர் முடிவு செய்திருந்தார். சீக்கிய மதத்தைத் தழுவுவதில் இந்துச் சபையின் தலைவர்களுடைய ஆதரவை அம்பேத்கர் நாடவேண்டும் என்று அவர்களுடைய நண்பர்களும் தோழர்களும் கருதினார்கள். ஏனெனில் சீக்கிய மதம் இந்து மதத்திற்கு அன்னியமானது அல்ல என்று இந்துச் சபையின் தலைவர்கள் நம்புகிறார்கள். சீக்கிய மதம் இந்து மதத்திலிருந்து கிடைத்ததாகும். ஆகவே சீக்கியர்களும் இந்துக்களும் திருமணம் செய்துகொள்ளுகிறார்கள்; இந்து மகாசபையில் சீக்கியரும் உறுப்பினராகிட அனுமதிக்கப்படுகின்றனர்.

அதன்படி இந்து மகாசபையின் முன்னணித் தலைவரான டாக்டர் மூஞ்ஜே பம்பாய்க்கு அழைக்கப்பட்டார். 1936 ஜூன் 18ம் நாள் இரவு ஏழரை மணிக்கு டாக்டர் அம்பேத்கரின் வீடான ராஜகிரகாவில் டாக்டர் மூஞ்ஜேவுடன் டாக்டர் அம்பேத்கரும் மற்றும் இரு நண்பர்களும் கூடிப் பேசினார்கள். டாக்டர் அம்பேத்கர் மதமாற்றம் குறித்த அனைத்துச் சிக்கல்களையும் தெளிவுபடுத்தினார். மூஞ்ஜேவுடன் மனந்திறந்து பேசினார். அடுத்த நாள் அம்பேத்கரின் நோக்கம் ஓர் அறிக்கை வடிவில் தயாரிக்கப்பட்டு மூஞ்ஜேவிடம் தரப்பட்டது. தனிப்பட்ட முறையில் அந்த அறிக்கையை ஏற்றுக்கொள்வதாக மூஞ்ஜே கூறினார். அதைப் பற்றி டாக்டர் எம்.ஆர்.ஜெயகர், டாக்டர் என்.டி.சாவர்க்கர் ஆகியோருடன் டாக்டர் மூஞ்ஜே பேசிய பிறகு தீண்டப்படாத வகுப்பு இந்துக்கள் சீக்கிய மதத்திற்கு மாறுவதற்கான ஒப்புதலை இந்துத் தலைவர்களிடம்

பெறுவதற்காக ஜூன் 22ம் நாள் அவர் பம்பாயை விட்டுப் புறப்பட்டார்.

மதமாற்றத்தின் நோக்கங்கள் அடங்கிய அம்பேத்கரின் அறிக்கையின் நகலை மூஞ்ஜே பல இந்துத் தலைவர்களுக்கு அவர்களின் ஒப்புதலுக்காக அனுப்பினார். அந்த அறிக்கைக்கு ஒப்புதல் தந்து கடிதம் எழுதியவர்களில் டாக்டர் எம்.ஆர்.ஜெயகர், சேத்ஜீகல் கிஷோர் பிர்லா, சர்.சி.விஜயராகவாச்சாரியார், ராஜா நரேந்திரநாத் முதலானோர் குறிப்பிடத்தக்கவர்கள்.

1932ல் கூட்டு வாக்காளர் தொகுதி குறித்துத் தன்னுடன் ஓர் ஒப்பந்தம் செய்துகொண்ட எம்.சி.ராஜாவுக்கு மூஞ்ஜே 1936 ஜூன் 30ம் நாள் ஒரு கடிதம் எழுதினார். அக்கடிதம் பின்வருமாறு:

> ‘பம்பாய் நண்பர்கள் சிலரும் திரு. சேத் ஜுகல் கிஷோர் பிர்லாவும் விடுத்த அழைப்பின் பேரில் டாக்டர் அம்பேத்கரின் ஒப்புதலுடன் ஜூன் 18ல் பம்பாய்க்கு நான் செல்ல நேரிட்டது. அங்கு மூன்று நாட்களாக டாக்டர் அம்பேத்கர் என்னுடன் நீண்ட நேரமாக உரையாடினார். முடிவில் இந்து மதத்துக்கெதிரான அவரது போராட்டத்தை அமைதியான வழியில் தீர்வுக்குக் கொண்டு வருவதற்குரிய முன்வடிவம் வரைவு செய்யப்பட்டது. டாக்டர் அம்பேத்கர் அதனை முழுமையாக ஒப்புக்கொண்டார்.
>
> முன்வடிவம்
>
> இஸ்லாம் மார்க்கத்தையும் கிறித்தவத்தையும் விட்டுவிட்டு சீக்கிய மதத்தைத் தாமும் தம்முடைய தொண்டர்களும் தழுவும் முடிவையும், இந்துக்களும் சீக்கியர்களும் தங்களுடைய கலாசாரத்தைப் பரப்பிடும் முயற்சிக்கு மனப்பூர்வமாகவும் உண்மையாகவும் தமது ஒத்துழைப்பைத் தரவிருப்பதையும், ஒடுக்கப்பட்ட இனத்தவரை முஸ்லிம் வட்டத்திற்குள் இழுத்துக்கொள்ள முஸ்லிம் இயக்கத்தினர் மேற்கொள்ளும் நடவடிக்கைகளை எதிர்ப்பதையும் டாக்டர் அம்பேத்கர் அறிவிக்க முன்வந்தால் ஒடுக்கப்பட்ட இனத்தவர் இந்து கலாசாரத்திற்குள்ளேயே நிலைத்திருக்கச் சம்மதித்திருப்பதன் அடிப்படையில் இந்து மகா சபை

கீழ்க்காணும் அறிவிப்பை வெளியிட ஆயத்தமாக உள்ளது:

(அ) ஒடுக்கப்பட்ட இனத்தவர் சீக்கிய மதத்திற்கு மாறுவதையும்

(ஆ) அட்டவணை இனத்தவரும், பூனா ஒப்பந்தத்தில் காண்கிறபடி ஒடுக்கப்பட்ட இனத்தவரும் (புதிய சீக்கியரானவர்கள்), சீக்கியரல்லாதவரும் போட்டியிடும் அரசியல் உரிமைகளை ஒடுக்கப்பட்ட இனத்தவர் அனுபவிப்பதையும் இந்து மகா சபை எதிர்க்காது.

இந்து மகா சபையினர் இம்முன்வடிவத்தை ஆய்வு செய்யும் பொருட்டு அவர்கள் முன் இதனை வைத்திடும் முன்பாக நண்பர்களுடன் ஆலோசனை செய்யும் பொருட்டு நான் இன்று காலை பம்பாயிலிருந்து திரும்பியுள்ளேன். பண்டித மாளவியாவையும் முடிந்தால் பாட்டியாலாவின் மகாராஜாவையும் சந்திக்க முயன்று கொண்டிருக்கிறேன். இப்பிரச்சினை மிக உணர்வுபூர்வமானதொரு பிரச்சினை. எனவே இதுபற்றி நீங்கள் சிந்தித்து உங்களுடைய கருத்துகளை எனக்குத் தெரிவிக்க வேண்டுகிறேன். ஏதேனும் ஒருவழியில் இதனைத் தீர்மானிக்கும் வரையிலும் இக்காரியம் முழுக்க முழுக்க ரகசியமாகவே வைக்கப்பட்டிருக்கும்.

பின்குறிப்பு:

டாக்டர் அம்பேத்கர் தம்முடைய கருத்துகளை வெளியிட்டு அதன் நகல் ஒன்றினை என்னிடம் தந்தார்கள். அதையும் கூர்ந்து படிப்பதற்காக இத்துடன் இணைத்துள்ளேன். உங்களது பதிலைத் தயவுகூர்ந்து எனது நாக்பூர் முகவரிக்கு அனுப்புங்கள்.' (THE INDIAN ANNUAL REGISTER, Vol. II - July-Dec. 1936, P.276)

மத மாற்றத்தைப் பற்றி டாக்டர் அம்பேத்கர் டாக்டர் மூஞ்ஜேவுக்குக் கொடுத்த அறிக்கை மிக முக்கியமானது. டாக்டர் மூஞ்ஜேயின் கடிதத்தில் சுருக்கமாகக் குறிப்பிட்டுள்ள டாக்டர் அம்பேத்கரின் அறிக்கை பின்வருமாறு:

'ஒடுக்கப்பட்ட இனத்தவரிடையே பெருத்த ஆதரவைப் பெற்றுவரும் மதமாற்றம் செய்யும் இயக்கத்தைப் பற்றி இந்துக்கள் அலட்சியமாக எண்ணிட முடியாது. மதம்

மாறும் எண்ணத்தைக் கைவிடுமாறு ஒடுக்கப்பட்ட இனத்தவரைக் கோருவது இந்துக்களின் பார்வையில் மிகச் சிறந்ததொன்றாய் இருக்கும் என்பதில் ஐயமில்லை. அது சாத்தியமில்லையென்றால் ஒடுக்கப்பட்ட இனத்தவர் எடுக்கவிருக்கும் அடுத்த கட்ட நடவடிக்கையைக் குறித்து இந்துக்கள் கவலைகொள்ள வேண்டும். காரணம் யாதெனில் அந்நடவடிக்கை இந்துக்களின் தலை விதியையும் நாட்டின் தலைவிதியையும் பொறுத்தமட்டிலும் மிகக் கடுமையான விளைவுகளை ஏற்படுத்தும். ஒடுக்கப்பட்ட இனத்தவர் இந்து மதத்திலேயே தொடர்ந்து நீடிக்குமாறு இந்துக்கள் செய்யாவிட்டால் இந்துக்களுக்கும் நாட்டிற்கும் எந்த தீமையையும் ஏற்படுத்தாததொரு மதத்தைத் தழுவிட இந்துக்கள் துணை நிற்க வேண்டும்.

ஒடுக்கப்பட்ட இனத்தவர் தங்களுக்கென்று புதிய மதம் ஒன்றைத் தோற்றுவிப்பர் என்று சொல்லவியலாது. பெரும்பாலும் இருக்கிற மதங்களுள் ஒன்றை அவர்கள் தழுவுவார்கள். எப்படியிருப்பினும் இதுபோன்ற அனுமானத்துடன் இந்துக்கள் தொடர்ந்து செயல்படலாம். ஒடுக்கப்பட்ட இனத்தவர் எந்த மதத்தைத் தழுவுவர் என்பதே முதல் கேள்வி. தங்களுக்கு அதிக அளவில் நன்மை தரும் சமயத்தையே அவர்கள் தழுவுவார்கள் என்பது வெளிப்படையான உண்மையாகும்.

ஒடுக்கப்பட்ட இனத்தவர் தெரிந்தெடுக்கத்தக்க வகையில் மூன்று மதங்கள் உள்ளன. அவை இஸ்லாம், கிறிஸ்தவம், சீக்கியம் என்பவைகளே. இம்மூன்று மதங்களையும் ஒப்பிட்டு நோக்குகையில் ஒடுக்கப்பட்ட இனத்தவர் விரும்புவதைத் தருவது இஸ்லாம் மதமே. பொருளாதார ரீதியில் பார்த்தால் இஸ்லாம் மதத்திற்கு எல்லையற்ற வளங்கள் உண்டு. சமூக ரீதியில் பார்த்தால் முகம்மதியர்கள் இந்தியாவெங்கிலும் பரவியுள்ளார்கள்.

ஒவ்வொரு மாநிலத்திலும் முகம்மதியர்கள் இருக்கிறார்கள். ஒடுக்கப்பட்ட இனங்களிலிருந்து இஸ்லாமிய மதத்துக்கு மாறுபவர்களை அவர்கள் பாதுகாத்து அவர்களுக்கு அனைத்து உதவிகளையும் செய்ய அவர்களால் முடியும். அரசியல் ரீதியாக

பார்த்தால் முகம்மதியர்களுக்கு உரிய எல்லா உரிமைகளையும் ஒடுக்கப்பட்ட இனத்தவர் பெறுவர். இஸ்லாம் மதத்திற்கு மாறுவதால் சட்டப்பேரவைகளில் பிரதிநிதித்துவம், அரசுப் பணிகளில் இடம் போன்ற அரசியல் உரிமைகளை இழக்கும் நிலை ஏற்படாது.

இஸ்லாமைப் போலவே கிறித்தவமும் கவர்ந்திழுக்க வல்லதாய்த் தோன்றுகிறது. ஒடுக்கப்பட்ட இனத்தவரின் மதமாற்றத்திற்குத் தேவையான உதவிகளைச் செய்யவியலாத வகையில் இந்தியக் கிறித்தவர்கள் எண்ணிக்கையில் சிறியவர்களாயிருந்தாலும் அமெரிக்கா, இங்கிலாந்து போன்ற கிறித்தவ நாடுகள் ஒடுக்கப்பட்ட இனத்தவர் கிறித்தவத்தைத் தழுவிட ஆயத்தமாகவுள்ளதைக் காட்டும் தருணத்தில் தங்களது பெரும் செல்வத்தைக் கொட்டி ஆதரிப்பார்கள். சமூகரீதியில் பார்த்தால் ஒடுக்கப்பட்ட இனத்திலிருந்து தங்களுடைய மதத்திற்கு மாறுபவர்களுக்கு உதவ முடியாத அளவுக்கு எண்ணிக்கையில் பலவீனமானதாகக் கிறித்தவ சமூகம் இருக்கிறது. ஆனால் கிறித்தவத்திற்கு அரசின் ஆதரவு இருக்கிறது. அரசியல் ரீதியாகப் பார்த்தால் மதம் மாறுபவர்களுக்கு இஸ்லாம் தருகிற அதே உரிமைகளைக் கிறித்தவமும் தரும். முஸ்லிம்களைப் போலவே இந்தியக் கிறித்தவர்களும் சட்டப்பேரவைகளிலும் அரசுப் பணிகளிலும் சிறப்புப் பிரதிநிதித்துவம் பெறத் தகுதியுடையவர் என்று அரசியல் சாசனம் அங்கீகரித்துள்ளது.

கிறித்தவம், இஸ்லாம் ஆகியவற்றுடன் ஒப்பிடுகையில் சீக்கிய மதத்தில் குறைவான வசீகரத்தன்மையே உள்ளது. 40 லட்சம் மக்களடங்கிய சிறிய சமுதாயமாக இருப்பதால் சீக்கியர்களால் நிதியுதவி செய்யவியலாது. சமூகரீதியில் பார்த்தால் ஒடுக்கப்பட்ட இனத்தவருக்கு அவர்களால் பேருதவிகரமாய் இருக்க முடியாது. அவர்கள் பஞ்சாப் மாநிலத்தில் மட்டுமே உள்ளனர். ஒடுக்கப்பட்ட இனத்தவரில் பெருவாரியானவர்களைப் பொறுத்தமட்டிலும் சீக்கியர்களால் அவர்களுக்கு சமூகரீதியான உதவி எதையும் செய்ய முடியாது. அரசியல் ரீதியாகப் பார்த்தால் இஸ்லாம் அல்லது கிறிஸ்தவத்தோடு ஒப்பிட்டுப் பார்க்கையில் சீக்கிய சமயம் அனுகூலமான நிலையில் இல்லை.

பஞ்சாபுக்கு வெளியே சட்டப்பேரவைகளிலும் அரசுப் பணிகளிலும் தனிப் பிரதிநிதித்துவத்திற்கு சீக்கியர்கள் அங்கீகரிக்கப்படவில்லை.

இரண்டாவது கேள்வி யாதெனில் இம்மூன்று மதங்களையும் இந்துக்களின் கண்ணோட்டத்தில் பார்க்கும்போது எது சிறந்த மதம்? இஸ்லாம், கிறித்தவம், சீக்கிய மதம் ஆகியவற்றுள் சீக்கிய மதமே சிறந்தது. ஒடுக்கப்பட்ட இனத்தவர் இஸ்லாம் மார்க்கத்திலோ அல்லது கிறித்தவ மார்க்கத்திலோ சேர்ந்தால் அவர்கள் இந்து சமயத்தை விட்டு மாத்திரமல்ல இந்து கலாசாரத்தை விட்டும் வெளியேறிவிடுகிறார்கள். ஆனால் அவர்கள் சீக்கியர்களானாலோ அவர்கள் இந்து கலாசாரத்திற்குள்ளேயே இருக்கிறார்கள். இந்துக்களுக்கு இது ஒரு பெரிய லாபமே.

மதமாற்றத்தினால் ஒட்டுமொத்தமாக நாட்டுக்கு ஏற்படும் நன்மைகள் யாவையென்பதும் மனத்தில் கொள்ளத்தக்கதொரு காரியமாகும். இஸ்லாம் அல்லது கிறித்தவத்துக்கு மாறுவது ஒடுக்கப்பட்ட இனத்தவரைப் பலமற்றவர்களாக்கிவிடும். அவர்கள் இஸ்லாம் மார்க்கத்தில் சேர்ந்தால் முஸ்லிம்களின் எண்ணிக்கை இரு மடங்காகி முஸ்லிம் மேலாதிக்கம் எனும் ஆபத்து உண்மையானதாகிடும். அவர்கள் கிறித்தவ மார்க்கத்தில் சேர்ந்தால் கிறித்தவர்களின் எண்ணிக்கை அடிப்படையிலான பலம் ஐந்து அல்லது ஆறு மடங்கு பெருகிடும். அத்தகையதொரு நிலை பிரிட்டிஷார் இந்த நாட்டின் மீது கொண்டுள்ள ஆதிக்கம் பலம் பெற்றிடச் செய்யும். நேர்மாறாக அவர்கள் சீக்கிய மார்க்கத்தைத் தழுவினால் அது நாட்டின் லட்சியத்தைப் பாதிக்காமல் இந்நாட்டின் லட்சியம் நிறைவேறிட உதவும். அவர்கள் பலமற்றவர்களாகவும் ஆகிடமாட்டார்கள். மாறாக இந்நாட்டின் அரசியல் ரீதியான முன்னேற்றத்திற்கு அவர்கள் துணையாயிருப்பார்கள். இவ்வாறாக ஒடுக்கப்பட்டவர்கள் தங்கள் மதத்தை மாற்றிக்கொள்ள வேண்டிய நிலை ஏற்பட்டால், அவர்கள் சீக்கிய மார்க்கத்தில் சேருவதே நாட்டின் நலனுக்குகந்ததாகும்.

மூன்றாவது கேள்வி யாதெனில் ஒடுக்கப்பட்ட இனத்தவர் சீக்கிய மதத்தில் சேருதல் இந்துக்களின் நலனுக்குகந்ததாய் அமையுமென்றால், ஒடுக்கப்பட்ட

மக்கள் ஏற்றுக்கொள்ளத் தக்கதாக இஸ்லாம் அல்லது கிறித்துவம் இருப்பது போன்ற நல்லதொரு மாற்று மதமாகச் சீக்கிய மதத்தை மாற்றிய இந்துக்கள் ஆயத்தமாயிருக்கிறார்களா? அவ்வாறு ஆயத்தமாயிருந்தால் இஸ்லாம் மார்க்கத்துடனும் கிறித்தவ மார்க்கத்துடனும் ஒப்பிட்டுப் பார்க்கையில் சீக்கிய மார்க்கத்தை ஏற்றுக்கொள்ளத் தடையாயிருப்பவற்றை அகற்றிட அவர்கள் முயல வேண்டும். குறைபாடுகள் யாவும் பொருளாதார, சமூக, மற்றும் அரசியல் ரீதியானவை. சமூக ரீதியிலான குறைபாடுகளை அகற்றுவதில் சீக்கியர்களுக்கு இந்துக்கள் உதவிட முடியாது. ஆனால் பொருளாதார மற்றும் அரசியல் ரீதியான குறைபாடுகளை அகற்றிட சீக்கியருக்கு உதவிட அவர்களால் நிச்சயமாக முடியும். இவ்விரண்டில் அரசியல் ரீதியான குறைபாடுகளை அவசர கதியில் அகற்றிட வேண்டும். காரணம் யாதெனில் அது சீக்கியர்களின் வாழ்க்கையில் பெரும் தடைக்கல்லாக மாறக்கூடும்.

அரசியல் ரீதியான குறைபாட்டினை நீக்குதல் என்பது அதிர்ஷ்டவசமாக ஒரு சிறிய விஷயமாயிருக்கிறது. செய்யத் தேவையானதெல்லாம் ஒடுக்கப்பட்ட இனத்தைச் சேர்ந்தவர் சீக்கிய மதத்திற்கு மாறும்போது அவர் முற்காலங்களில் பெற்றிருந்த அரசியல் உரிமைகளை இழந்து போகாதிருக்கும் வகையில் அட்டவணை சாதியினர் பட்டியலில் 'சீக்கியர்' எனும் சொல்லையும் (பஞ்சாப் மாநிலத்திற்கு வெளியேயுள்ள ஒவ்வொரு மாநிலத்தினரின் நலனுக்காக) சேர்த்துக்கொள்வதே. வகுப்பு வாரியான சலுகைகள் அளிக்கும் திட்டத்தின் கீழ் செய்யப்படும் எந்த மாற்றத்திற்கும் உடன்படும் உரிமை அச்சலுகைகளைப் பெறும் இனத்தவருக்கு வழங்கப்பட்டுள்ளது; அதே உடன்பாட்டின்படி செய்யப்படும் மாற்றங்களை ஏற்றுக்கொள்வதாக அரசும் தன்னைக் கட்டுப்படுத்தியுள்ளது. பரஸ்பரம் ஏற்றுக்கொள்ளக்கூடியதொரு உடன்பாட்டை இந்துக்கள் ஒடுக்கப்பட்ட இனத்தவருடன் செய்துகொண்டால் இம்மாற்றத்தை எளிதில் கொணரவியலும்.

இத்தகைய ஏற்பாடு பூனா ஒப்பந்தத்தில் அடிப்படை மாற்றம் எதனையும் ஏற்படுத்தப் போவதில்லை. பூனா

ஒப்பந்தத்தின் கீழ் ஒடுக்கப்பட்ட இனத்தவருக்கு ஒதுக்கப்பட்டுள்ள இடங்கள் மாறாமலேயே இருக்கும். இம்முறையினால் அறிமுகப்படுத்தப்படவிருக்கும் ஒரே மாற்றம் யாதெனில் சீக்கியரல்லாத ஒடுக்கப்பட்ட இனத்தவரும் சீக்கிய மதத்தில் சேர்ந்துள்ள ஒடுக்கப்பட்ட இனத்தவரும் போட்டியிடும் உரிமை பெறுவர். இது சீக்கியராக மாறும் ஒடுக்கப்பட்ட இனத்தவரின் குறைபாட்டை நீக்குகிறது.

நான்கு கேள்விகள்

இப்பரிந்துரையை எதிர்க்கக்கூடிய இந்துக்கள் கீழ்க்காணும் நான்கு கேள்விகளுக்குப் பதில் அளித்தாக வேண்டும்.

1. பூனா ஒப்பந்தத்தின் கீழ் ஒடுக்கப்பட்ட இனத்தவருக்கு ஒதுக்கப்பட்டுள்ள இடங்கள் மீண்டும் இந்துக்களுக்கு வந்து சேர முடியாது. ஒடுக்கப்பட்ட இனத்தவர் முஸ்லிம்களாகவோ அல்லது கிறித்தவர்களாகவோ மாறினால் அவ்விடங்கள் முஸ்லிம்களுக்கோ அல்லது கிறித்தவர்களுக்கோ போய்ச் சேரும். காரணம் யாதெனில் ஒடுக்கப்பட்ட இனத்தவரின் மதமாற்றத்தினால் முஸ்லிம்கள் அல்லது கிறித்தவர்களின் மக்கள்தொகை பெருகினால் சட்டப்பேரவைகளில் கூடுதல் பிரதிநிதித்துவத்தை முஸ்லிம்களும் கிறித்தவர்களும் கேட்பர் என்பது திண்ணம். இவ்வாறாக இவ்விடங்கள் வேறு மதத்தவருக்குப் போவதாயிருந்தால் அதை சீக்கியர்களுக்குப் போக அனுமதித்தாலென்ன?

2. அரசியல் சாசனத்தின்கீழ் ஒடுக்கப்பட்ட இனத்தைச் சார்ந்த ஒருவர் முஸ்லிமாகவோ அல்லது கிறித்தவராகவோ மாறுவதன் காரணமாகத் தமது அரசியல்ரீதியான உரிமைகளை இழக்க மாட்டாரென்றால், அதே ஒடுக்கப்பட்ட இனஞ்சார்ந்தவர் சீக்கியராக மதம் மாறுவதனால் ஏன் தமது அரசியல் ரீதியான உரிமைகளை இழக்க வேண்டும்? இவ்வாறான நிலைமை இஸ்லாம் மற்றும் கிறித்தவத்தைத் தழுவுவதற்குச் சன்மானமும் சீக்கியத்தைத் தழுவுவதற்குத் தண்டனையும் தருவதாக அமைந்துள்ளது. இம்முறை ஒடுக்கப்பட்ட இனத்தவரை இஸ்லாம் மற்றும் கிறித்தவ அமைப்புக்கு

நேரே துரத்திவிடுவது போலிருக்கிறது. இந்நிலைமை இவ்வாறிருக்க அனுமதிப்பது இந்துக்களின் நலனுக்குகந்ததா?

3. ஒடுக்கப்பட்ட இனத்தவர் சீக்கிய மதத்திற்கு மாறுவதால் தங்களுடைய அரசியல்ரீதியான உரிமைகளை இழந்து விடமாட்டார்கள். காரணம் யாதெனில், பூனா ஒப்பந்தம் மற்றும் பேரவையில் அட்டவணைச் சாதியினரின் பிரதிநிதித்துவம் பற்றிய சட்டத்தினடிப்படையில் ஒடுக்கப்பட்ட இனத்தவருக்கு அளிக்கப்பட்டுள்ள சிறப்புப் பிரதிநிதித்துவம் அவர்கள் இந்து சமயத்தைச் சார்ந்திருக்கும் அடிப்படையில் அமையவில்லை. குறிப்பிட்ட சாதிகள் அல்லது இனங்களின் உறுப்பினர்களாக அவர்கள் இருப்பதைச் சார்ந்தே அவர்களுக்கான பிரதிநிதித்துவம் வழங்கப்பட்டுள்ளது. அவ்வாறிருக்க புகார் கூறும் நிலைக்குச் சீக்கியர்களைத் தள்ளிவிடுவதும், இந்துக்களுக்கெதிரான வெறுப்பை உருவாக்குவதும் ஏன்?

4. அரசியல் அங்கீகாரத்திற்காகப் பல்வேறு மாநிலங்களிலுள்ள சீக்கியரை அட்டவணைச் சாதிகளின் பட்டியலில் சேர்க்கலாம் எனும் ஆலோசனை விநோதமானதொரு ஆலோசனையல்ல. மாறாக இத்தகையதொரு அங்கீகாரத்தை வழங்காதிருப்பதே விநோதமானதாகத் தோன்றும். பஞ்சாபிலுள்ள சீக்கியர்கள் அரசியல் ரீதியான நோக்கங்களுக்காக அங்கீகரிக்கப்படுகையில் ஏனைய மாநிலங்களிலுள்ள சீக்கியர்களும் ஏன் அவ்வாறே அங்கீகரிக்கப்படலாகாது? பஞ்சாபிலுள்ள ஒடுக்கப்பட்ட இனத்தவர் சீக்கியராக மாறுவதால் தங்களுடைய உரிமைகளை இழக்கவியலாது எனும்போது மற்ற மாநிலங்களிலுள்ள ஒடுக்கப்பட்ட இனத்தவர் சீக்கியராக மாறும்போது அத்தகையோரின் தலைவிதி ஏன் வேறு வகையில் மாற்றியமைக்கப்பட வேண்டும்?'

இதுதான் டாக்டர் அம்பேத்கர் டாக்டர் மூஞ்ஜேவுக்கு அளித்த அறிக்கை. இவ்வறிக்கையில் டாக்டர் அம்பேத்கர் தேசத்தின்மீதும் வரலாற்றின்மீதும் எவ்வளவு நம்பிக்கை வைத்திருக்கிறார் என்பது புலனாகும்.

டாக்டர் மூஞ்ஜே அனுப்பிய டாக்டர் அம்பேத்கரின் அறிக்கையுடன் கூடிய கடிதத்திற்கு எம்.சி.ராஜா பதில் கடிதம் அனுப்பினார்:

'ஜூன் 30 நாளிட்ட தங்களின் மடலைப் பெற்றுக்கொண்டேன். ஒடுக்கப்பட்ட இனத்தவர் இந்து மதத்தைக் கை கழுவிவிட்டு வேறு ஏதேனும் ஒரு மதத்தைத் தழுவிக்கொள்ள வேண்டும் என்ற டாக்டர் அம்பேத்கரின் ஆலோசனை பற்றிய எனது கருத்தை நான் ஏற்கெனவே தெரிவித்துள்ளேன். ஆன்மிக மாற்றம் எனப்படும் மதமாற்றத்திற்கும் சமூக, பொருளாதார அரசியல் காரணங்களுக்காக ஒரு சமுதாயத்திலிருந்து வேறொரு சமுதாயத்திற்குப் புலம்பெயர்வதற்கு இடையேயுள்ள ஒரு வேறுபாட்டை நான் காண்கிறேன்.

டாக்டர் அம்பேத்கரின் ஆலோசனையின் அடிப்படையில் ஒடுக்கப்பட்ட இனத்தவருடைய முழுப் பிரச்சினையையும் சமய பிரச்சினையாக அல்லாது சமுதாயப் புலப்பெயர்ச்சி பெறும் பிரச்சினையாகவே தாங்கள் பார்க்கிறீர்களென்று நான் சொல்லுவதைப் பொறுத்தருள வேண்டும். இந்து மகாசபாவின் தலைவர் இதை ஓர் அரசியல் பிரச்சினையாகவும், சமூக, பொருளாதாரப் பிரச்சினையாகவும் பாராமல் சமயப் பிரச்சினையாகவே பார்த்திடல் வேண்டும் என்றுதாம் ஒருவர் எதிர்பார்க்க வேண்டும்.

இந்து மகாசபாவின் தலைவர் என்ற முறையில் தாங்கள் ஒடுக்கப்பட்ட இனத்தவரின் ஆன்மிக முன்னேற்றத்துக்கு முதலிடம் அளித்து அவர்களின் சமூக, பொருளாதார முன்னேற்றத்தை அதற்கு அடுத்தபடியாகவும் அரசியல் ரீதியான பிரச்சினையாக இறுதியிலும் வைத்துப் பார்த்திருந்தால் தங்களுடைய கரிசனையைப் புரிந்திட இயலும். அரசியல் ரீதியான அமைப்பு முறையில் ஒடுக்கப்பட்ட இனத்தவர் பெற்றிட வேண்டிய இடத்தைப் பற்றித் தாங்கள் காட்டும் பரிவு இவ்வினத்தவர் பால் தாங்கள் கொண்டுள்ள அக்கறையின் உள்ளான நோக்கத்தை வெளிக்காட்டுவதுடன் இத்தகைய பரிவு குதிரைக்கு முன்னால் குதிரை வண்டியை நிறுத்துவது போன்றதாயுள்ளது.

இந்து மகாசபாவின் தலைவர் என்ற முறையில் இவ்வின மக்களின் சமுதாய, சமூகக் குறைபாடுகளை நீக்கி அவர்களுக்குச் சமூகரீதியில் உள்ள அவலத்தைக் களைவீர்கள் என்றே ஒருவர் எதிர்பார்ப்பார். மற்ற மக்களுடன் சேர்ந்து சமமாக ஆலயங்களில் வழிபாடு நடத்துவதற்குரிய உரிமைகளை இம்மக்களுக்குப் பெற்றுத் தருவதையும் திரு. காந்தியால் தொடங்கப்பெற்றுள்ள அரிசன இயக்கத்தை நாடெங்கிலும் பரப்புவதையும்கூட தங்களிடமிருந்து எதிர்பார்க்கவில்லை. இதைச் செய்வதற்குப் பதிலாகத் தாங்கள் செய்துகொண்டிருப்பது என்ன? ஒடுக்கப்பட்ட இனத்தவரைச் சமயரீதியில் சீக்கியருடன் இணைத்து அரசியல் ரீதியாக இந்துக்களாகவே வைத்திருப்பதன் மூலம் அவர்களைத் தாங்கள் துண்டாடுகிறீர்கள்.

இவையாவும் ஒடுக்கப்பட்ட இனத்தவரின் நலன்களைக் கருத்தில் கொண்டு செய்யப்படாமல் இந்து மற்றும் சீக்கிய சமுதாயங்களின் நலன்களை மனத்தில் கொண்டே செய்யப்படுவதாக எனக்குத் தோன்றுகிறது. பல்வேறு சமுதாயங்களின் தலைவர்களிடையே நடைபெறும் பேரத்தின் விளைவாக ஓர் அரசியல் கூடாரத்திலிருந்து மற்றொரு அரசியல் கூடாரத்திற்கு விரட்டிவிடப்படும் ஆடுமாடுகளல்ல நாங்கள். வெற்றிக்கு வழிகாட்டும் பாதையில் எங்களுடைய மனவிருப்பத்தின்படியே நடைபோடும் உறுதியான சமுதாயமாகவே இருந்திட நாங்கள் விழைகிறோம். இந்துக்களாக எங்களுக்குரிய பிறப்புரிமைகளைத் தூக்கியெறிந்திடாமல் இந்து மதத்திலேயே நிலைத்திருந்து கொண்டே அதனை வாழ்வதற்கேற்றதொரு மதமாக - எங்களது சமுதாயத்திற்கு மட்டுமல்லாமல் எங்களைப் போலவே துன்பங்களை அனுபவித்துக் கொண்டிருக்கிற ஏனைய சமுதாயங்களுக்கும் அனுகூலமானதொரு மதமாக மாற்றியமைக்கப் பாடுபடுகிறோம். இந்து மதத்தைப் பலவீனப்படுத்துவது எங்கள் நோக்கமன்று; மாறாக அதிலேயே நிலைத்திருந்து அதனைச் சீர்திருத்துவதன் மூலமாக இந்து மதத்தைப் பயன்படுத்துவதே எங்கள் நோக்கம். சமுதாயக் கலகம் மற்றும் போட்டிகள் நடைபெறும் விளையாட்டில் இடம்பெறும் பகடைக் காய்களாக நாங்கள் இருந்திட விரும்பவில்லை.

தங்களுடைய தீர்மானம் இந்துக்கள், சீக்கியர்கள் மற்றும் முஸ்லிம்களின் தேர்தல் சார்ந்த அனுகூலங்களைப் பற்றியதாக அமைந்துள்ளது. இந்து சமயக் கூடாரத்திலிருந்து நாங்கள் வெளியேற வேண்டுமென்று தாங்கள் விரும்பினால், மதமாற்றம் என்று தவறாக அழைக்கப்படும் எமது சமுதாயத்தின் புலப்பெயர்ச்சிக்காகப் போட்டியிட்டுக் கொண்டிருக்கும் சீக்கியர்கள் அல்லது முஸ்லிம்கள் இவற்றில் ஏதேனும் ஒரு கூடாரத்தை நாங்கள் தேர்ந்தெடுக்க வேண்டியதிருக்கும்.

முஸ்லிம்களுக்குக் கோபமூட்டி அவர்களுக்கெதிராக நாங்கள் ஏன் அணிதிரள வேண்டும்? சீக்கியர்கள் மற்றும் இந்துக்களைப் போலவே அவர்களும் எங்களுடைய சகோதரர்களே. ஒடுக்கப்பட்ட இனத்தவர் சீக்கியராக மாறித் தங்களை 'புதிய சீக்கியர்கள்' என்றழைத்திட வேண்டுமெனில், 'புதிய சீக்கியர்கள்' என்றழைக்கப்படும் ஒடுக்கப்பட்ட இனத்தவர் சீக்கியரிடையேகூட ஒடுக்குதலுக்குப்பட்டிருப்பதால் பஞ்சாபில் தற்போதுள்ளது போன்றே இந்தியாவெங்கிலும் சீக்கியர் - இந்து - முஸ்லிம் பிரச்சினையை அது உருவாக்கும்.

மதமாற்றம் அல்லது சமுதாயப் புலப்பெயர்ச்சி எனும் பிரச்சினை அரசியல் சதுரங்கத்தைப் பொறுத்தமட்டிலும் தென்னிந்தியாவில் உள்ள எம்மினத்தவரை எவ்வகையிலும் பாதிக்காது. ஒரு சில பகுதிகளில் தனித்தொகுதியாகவும் வேறு இடங்களில் கலப்புத் தொகுதியாகவும் இருந்து சமய ரீதியாகவும் அரசியல் ரீதியாகவும் இந்துக்கள் எனும் எமது அந்தஸ்தைப் பாதுகாத்துக் கொண்டே வாழ்வதில் நாங்கள் மனநிறைவடைந்துள்ளோம். பூனா ஒப்பந்தம் இவ்வாறான முறையையே வகுத்துள்ளது. எனவே தங்களுடைய மடலில் முன்மொழியப்பட்டிருக்கும் அரசியல் சித்து விளையாட்டுக்கெல்லாம் நான் உடன்படப் போவதில்லை.

ஒடுக்கப்பட்ட இனத்தவர் தொலைதூரத்திலுள்ள இடத்தைச் சென்றடைவதற்கான ரயில் பயணத்திற்குத் தேவையான பயணச்சீட்டைப் பெற்றுத்தர

முயற்சிப்பதை விடுத்து, இந்து மதத்திற்குள்ளும் இந்து சமுதாயத்தினுள்ளும் அவர்கள் தங்கியிருந்திடத் தக்க வகையில் சாதகமான சூழ்நிலையை உருவாக்கும் அரும்பணியில் இந்து மகாசபா தன்னை ஈடுபடுத்திக் கொள்ள வேண்டுமென்று நான் விரும்பிக் கேட்டுக்கொள்கிறேன்.

தாங்கள் எழுப்பியுள்ள கேள்வி பெரும் விவாதத்தை உருவாக்கக் கூடுமென்பதால் அத்தகு சூழ்நிலை ஏற்படும் காலம் வரையிலும் எனது பதிலைப் பகிரங்கமாக வெளியிடாதிருக்க விரும்புகிறேன்.'

இந்தக் கடிதத்தின் மூலம் எம்.சி.ராஜா இந்து மதத்தின்மீது எவ்வளவு நம்பிக்கை வைத்திருக்கிறார் என்பதைப் புரிந்துகொள்ள முடியும்.

எம்.சி.ராஜா, காந்திஜி, ராஜாஜி, மாளவியா ஆகியோருக்கு டாக்டர் அம்பேத்கரின் மதமாற்றம் பற்றித் தன்னுடைய கருத்தையும் குறிப்பிட்டுக் கடிதம் எழுதி அவர்களுடைய அறிவுரையைக் கோரினார்.

1936 ஜூலை 26ல் காந்திஜி எம்.சி.ராஜாவுக்கு இதுகுறித்துக் கடிதம் அனுப்பினார். அதில் 'டாக்டர் மூஞ்ஜேவுக்குத் தாங்கள் அனுப்பியிருந்த கடிதத்தைப் பொதுப்படையாக ஏற்றுக்கொள்வதில் எனக்கு எவ்வித சங்கடமும் இல்லை. டாக்டர் மூஞ்ஜேயின் நிலைப்பாட்டையோ டாக்டர் அம்பேத்கரின் நிலைப்பாட்டையோ என்னால் புரிந்துகொள்ளவே முடியவில்லை. தீண்டாமை ஒழிப்பு தனியானதொரு பிரச்சினையாகவே இருக்கிறது. என்னைப் பொறுத்தமட்டிலும் அது ஆழமான சமயம் சார்ந்த பிரச்சினை. மனந்திரும்பும் உணர்வுடன் சவர்ண இந்துக்கள் தாமாக முன்வந்து அதனை ஒழிப்பதில்தான் இந்து சமயத்தின் வாழ்வே அடங்கியிருக்கிறது. என்னைப் பொறுத்தமட்டிலும் அது பேரம் பேசுவதற்குரிய பிரச்சினையாக ஒருபோதும் இருக்க முடியாது. கிட்டத்தட்ட என்னுடைய நிலைப்பாட்டையே தாங்களும் எடுத்திருப்பது பற்றி நான் மகிழ்ச்சியடைகிறேன்.' என்று குறிப்பிட்டிருந்தார்.

எம்.சி.ராஜாவுக்கு திரு.சி.ராஜகோபாலாச்சாரியார் எழுதிய பதில் கடிதத்தில், 'தங்களுடைய குறிப்பும் பின்னிணைப்புக்களும் என்னை வந்தடைந்தன. கடிதம் முழுவதையும் உன்னிப்பாகப் படித்துப் பார்த்தேன்.

கடிதத்தைத் தாங்கள் திரு காந்திக்கு அனுப்பியுள்ளமை குறித்து நான் மகிழ்கிறேன். திரு. மூஞ்ஜேயின் கருத்தை ஒட்டுமொத்தமாக நிராகரித்து உள்ளதையும், தாங்கள் பதிலளித்துள்ள பாணியையும் குறித்து நான் மகிழ்ச்சியடைகிறேன்’ என்று எழுதினார்.

ஜுலை 30ல் பண்டித மாளவியா திரு.ராஜாவுக்கு அனுப்பியிருந்த தந்தியில், ‘டாக்டர் மூஞ்ஜேவுக்கு எழுதிய கடிதத்தின் நகலுக்கு நன்றி. தங்களுடன் நான் உடன்படுகிறேன்’ என்று குறிப்பிட்டிருந்தார்.

காந்தி, மாளவியா, ராஜகோபாலாச்சாரி இம்மூவருமே அம்பேத்கர் - மூஞ்ஜே முயற்சிக்கு எதிர்ப்புத் தெரிவித்திருந்தனர். நம்பிக்கைக்குரிய நண்பர் என்ற அடிப்படையில் மூஞ்ஜே ராஜாவுக்கு கடிதம் எழுதினார். ஆனால் அக்கடிதத்தை வெளியிடுமாறு காந்திஜி எம். சி.ராஜாவிடம் வற்புறுத்தினார். எம்.சி.ராஜாவுக்கும் மூஞ்ஜேவுக்கும் இடையிலான கடிதங்களை வெளியிடுவதற்கு அனுமதியளிக்க வேண்டுமென்று கேட்டு மூஞ்ஜேவுக்கு காந்தி கடிதம் எழுதினார். இந்துத் தலைவர்களின் ஒப்புதலைப் பெறுவதற்காக மூஞ்ஜே ஓரிடத்திலிருந்து மற்றோர் இடத்திற்குச் சென்று கொண்டேயிருந்ததால் காந்தியின் கடிதம் அவருக்கு உரிய காலத்தில் கிடைக்கவில்லை.

எம்.சி.ராஜாவுக்கும் மூஞ்ஜேவுக்கும் இடையில் ரகசியமாகப் பரிமாறிக் கொள்ளப்பட்ட கடிதங்களை எம்.சி.ராஜா வெளியிட வேண்டும் என்ற காந்தியின் நோக்கம் நேர்மையானதல்ல என்றும் முகமதியரையும், கிறித்துவர்களையும், அரசையும் அம்பேத்கருக்கு எதிராகச் செயல்படச் செய்து அவரை வீழ்த்துவதற்கு ஒரு கருவியாக எம்.சி.ராஜாவை காந்தி பயன்படுத்திக் கொண்டார் என்றும் காந்திஜி மீது விமர்சனம் வைக்கப்பட்டது. ஆகவே மூஞ்ஜேவின் இசைவின்றியே அவர்கள் இருவருக்கும் இடையிலான கடிதங்களை எம்.சி.ராஜா பத்திரிகைகளில் வெளியிட்டுவிட்டார்.

மதமாற்றம் குறித்த பலரின் குற்றச்சாட்டுகளுக்கு டாக்டர் அம்பேத்கர் பதிலளித்தார்:

> ‘மூஞ்ஜேவின் இசைவின்றி அவருடைய கடிதங்களை எம்.சி.ராஜா பத்திரிக்கைகளுக்கு வெளியிட்டிருக்கக் கூடாது. அவ்வாறு அவர் செய்தது

நம்பிக்கைத் துரோகமாகும். ராஜாவுக்குச் சமய உணர்வை நிறைவுசெய்வது தவிர வேறொன்றும் தேவையில்லையெனில் சட்டசபைகளில் இட ஒதுக்கீடு பெறுவது போன்ற இம்மண்ணுலக வாழ்வின் தேவைகளை அவர் ஏன் வலியுறுத்தினார்? இந்துவாக வாழ்ந்து இந்துவாக இறக்க விரும்புகின்ற ராஜா பொருளாதார நல நோக்கங்கொண்ட திட்டங்களை ஆதரித்தது ஏன்?

தீண்டப்படாதவர்களின் மதமாற்ற முடிவைப் பற்றி, காந்தியும் மாளவியாவும் இப்பொழுது குறை சொல்கிறார்கள். ஆனால் அந்த உரிமை அவர்களுக்கு இல்லை. ஏனெனில் பூனா ஒப்பந்தத்தின்போது தீண்டப்படாதவர்களின் மேம்பாட்டிற்காக அவர்கள் அளித்த வாக்குறுதிகளை முற்றிலுமாக நிறைவேற்றத் தவறிவிட்டார்கள், காந்தி சொல்வது அறிவுக்குப் பொருத்தமற்றதாக இருக்கிறது. மதமாற்றத்தை ஒரு பண்டமாகத் தன்னால் கருதிடமுடியாது என்று காந்தி இப்போது சொல்கிறார். ஆனால் பூனா ஒப்பந்தத்தின்போது தீண்டாமைப் பிரச்சினையை முற்றிலுமாக ஒரு பண்டமாகக் கருதியே செயல்பட்டார். இப்போது இதை இல்லை என்று மாற்றிப் பேசுவது பொய் என்று காந்திக்குத் தோன்றவில்லையா?'

இவ்வாறு அம்பேத்கர் காந்திக்கும் மாளவியாவுக்கும் விடைபகன்றார். மேலும், தங்களின் எதிர்காலத்தைப் பற்றி ஆழ்ந்த அக்கறை கொண்டிருக்கின்ற இந்துக்கள், ராஜகோபாலாச்சாரி நல்ல மனநிலையில்தான் அவருடைய அறிக்கையை எழுதினாரா என்று ஐயப்படும் அளவிற்கு ராஜகோபாலாச்சாரியின் அறிக்கை நேர்மையற்றதாக இருக்கிறது என்று அம்பேத்கர் சொன்னார்.

'சீக்கிய மதத்திற்கு மதம் மாறுவது என்ற கருத்தைச் சங்கராச்சாரியார், டாக்டர் குற்றக்கோட்டி உட்பட பல முக்கிய இந்துத் தலைவர்கள் ஆதரித்திருக்கிறார்கள். உண்மையில் சீக்கிய மதத்திற்குச் செல்வது பற்றிய எண்ணத்தை உருவாக்கி அதை என்னிடம் வற்புறுத்தியவர்கள் இந்துக்கள்தான். சீக்கியத்தை ஒரு மாற்றாக நான் கணக்கில் எடுத்துக்கொண்டதற்கு இந்துக்களின் எதிர்காலத்தைப் பற்றிக் குறிப்பிடத்தக்க அளவில் நான் கொண்டிருக்கின்ற அக்கறையே காரணமாகும்' என்று மனம் நெகிழ்ந்து

அம்பேத்கர் அவருடைய அறிக்கையின் இறுதியில் குறிப்பிட்டிருந்தார்.

எம்.சி.ராஜாவின் கருத்தும் டாக்டர் அம்பேத்கரின் கருத்தும் மோதிக்கொண்டது இது முதல்முறை அல்ல. ஏற்கெனவே தனித்தொகுதி மற்றும் கூட்டுத்தொகுதி விஷயத்தில் முதல்முறையாக மோதிக்கொண்டது. இது இரண்டாவது முறை. அவரவர்களுடைய கருத்தில் இருவரும் உறுதியாகவே நின்றனர்.

மதமாற்றம் பற்றிய விவாதம் நடைபெற்றுக் கொண்டிருக்கும் சமயத்தில் 1936 மார்ச் கடைசி வாரத்தில் டெல்லியில் சட்டப்பேரவைக்கு வந்திருந்த ராவ் பகதூர் எம்.சி.ராஜா, மகாத்மா காந்தியடிகள் ஹரிஜன காலனியில் இருப்பதை அறிந்து சந்திக்க விரும்புவதாகச் செய்தி அனுப்பினார். இளைஞர்களுக்கு துளசிதாஸ் ராமாயண பாராயணம் காலை 6.30 மணிமுதல் 9 மணிவரை நடக்கும். அதன்பிறகு சந்திக்கலாம் என்று தகவல் வந்தது. அதனால் மார்ச் 21ம் தேதி எம்.சி.ராஜா காலை 8.30 மணிக்குச் சரியான நேரத்தில் வந்தார். பாராயணத்திற்குப் பிறகு காந்தியிடம் உரையாடத் தொடங்கினார். எல்லை நிர்ணயக் குழுவின் பரிந்துரைகளைப் பற்றியும், அந்நேரத்தைய பிரச்சினைகளையும் சட்டமன்றத்தால் நியமிக்கப்பட்ட குழு சமீபத்தில் பரிசீலித்து, மேலும் எவ்வாறு தொடரலாம் என்பது குறித்தும் காந்திஜியின் ஆலோசனைகளைக் கேட்டறிந்தார்.

எம்.சி.ராஜா, வெகுஜனங்களின் மதமாற்றங்கள் பற்றிய பேச்சில் அதிக அக்கறை கொண்டிருந்தார். மேலும் ஹரிஜனங்களிடையே தீவிர மதப் பிரச்சாரத்தை மேற்கொள்ள முடியவில்லையா என்று ஆச்சரியப்பட்டார். சேரிகள் தோறும் பஜனை கோஷ்டிகளை உருவாக்கி, பஜனைகளையும் கதைகளையும் கூறவேண்டும் என்றார். ‘வடக்கிலிருந்து பஜனை செய்பவர்களை அனுப்பலாம்’ என்று காந்திஜி கூறினார். அதற்கு எம்.சி.ராஜா, ‘தெற்கு வடக்கைச் சார்ந்திருக்க வேண்டிய அவசியமில்லை; தெற்கில் சமயப் பாடல்களின் தீராத பொக்கிஷங்கள் உள்ளன. அது எளிதானதாக இருக்கும். தியாகராஜரின் ஆன்மாவைத் தூண்டும் பஜனைகளைக் கேட்டிருக்கிறேன். ராஜகோபாலாச்சாரி மற்றும் டாக்டர் ராஜன் இதைப் பற்றி உங்களுக்குப் பல குறிப்புகளைத் தருவார்கள். மலபாரைப் பொறுத்தவரை, வள்ளத்தோள் நாராயண் மேனனைவிட

சிறந்த வழிகாட்டியை நீங்கள் நினைக்க முடியாது. ஹரிஜனர்களில்கூட நிறைய இசைத் திறமைகள் இருப்பதாக நான் உங்களுக்கு உறுதியளிக்கிறேன். நாங்கள் பாவ்நகர் சென்றிருந்த பொழுது, ஒரு ஹரிஜன பையன் தனது எளிமையான இசையால் அனைவரையும் கவர்ந்திழுத்தான். பூர்வீக மழலையர் பள்ளியில், அனசுயாபாஹா தனது கைக்குழந்தையுடன், தனது அசாத்தியமான உழைப்பை கொடுத்தார் மற்றும் அதேநேரத்தில் அவர் நல்ல பாடல் நட்சத்திரமாக இருந்தார்' என்று பதில் அளித்தார்.

இருவரின் பேச்சும் இயல்பாகவே டாக்டர் அம்பேத்கரின் அணுகுமுறையைப் பற்றி திரும்பியது. 'அவர் சிறந்தவராக இருப்பதற்கு எல்லாக் காரணங்களும் இருக்கின்றன. ஏனெனில் அவர் அவமானங்களையும் அவமதிப்புகளையும் அனுபவிக்க வேண்டியிருந்தது. அந்த அனுபவம்தான் நம்மையும் அவர் கசப்புடனும் வெறுப்புடனும் நினைக்கத் தூண்டியிருக்க வேண்டும்' என்று காந்திஜி கூறினார். மேலும், 'அப்படி அவர் நினைப்பது தவறு இல்லை. ஆனால் அது இந்து மதத்தின் தவறு அல்ல. இந்துக்களின் தவறு என்பதை அவர் உணரத் தவறுகிறார்' என்றும் கூறினார்.

'ஆனால் இப்போதும் இந்த அவமானங்களை அவர் அனுபவிக்க வேண்டுமா? அவை கடந்த காலத்தின் ஒரு விஷயமாக இருக்க வேண்டும்' என்று எம்.சி.ராஜா கூறினார். மேலும் 'அந்தக் குறிப்பிட்ட அவமானங்கள் கடந்த காலத்தின் ஒரு விஷயம். ஆனால் இப்போதுகூட ஒரு மரபுவழி பிராமணர்களின் வீட்டில் அனுமதிக்கப்பட மாட்டார்' என்றார். அதற்கு காந்திஜி 'ஆனால் ஒரு மரபுவழி பிராமணனின் வீட்டிற்குள் ஏன் நுழைய வேண்டும்?' என்றார். மேலும் காந்திஜி கூறும்போது, 'அவர் அதில் நுழைய விரும்பவில்லை. இந்து மதம் சார்ந்த ஒரு மந்திரி, உட்செல்ல மறுக்கப்பட்டால் கோபப்பட மாட்டார். டாக்டர் அம்பேத்கர் உட்பட பல இந்துக்களை இரவு உணவிற்கு அழைத்துவிட்டு, மற்ற சவர்ணாக்கள் சிறந்த முறையில் நடந்துகொண்டு, இரவு உணவிற்கு டாக்டரைப் பிரிந்து செல்லச் சொல்லி அவர்கள் பாகுபாடு காட்டினால், டாக்டர் அம்பேத்கருடன் சேர்ந்து அந்த வீட்டை விட்டு வெளியேறுவது மற்ற இந்துக்களின் கடமை. நாம் அனைவரும் அவ்வாறு செய்தால் டாக்டர் அம்பேத்கர் நம்மில் ஒருவராக எளிதில் உணருவார்' என்றார்.

'...ஆனால் மகாத்மாஜி, நாங்கள் விரைவான முன்னேற்றங்களைச் செய்துள்ளோம், அதன் முடிவைப் பார்ப்போம்' என்றார் எம்.சி.ராஜா.

காந்திஜி தொடர்ந்தார், 'தீண்டாமை என்ற அரக்கன் வீழ்த்தப்படுவான் என்பதில் சந்தேகமில்லை. அந்த மிகப் பெரும் அரக்கன், இறக்கும் வேளையில்கூட, பல தீமைகளைச் செய்ய வல்லவன். ஆனால், ஒவ்வொரு ஹரிஜனர்களும், உயர் வகுப்பு இந்துக்கள் என்று தங்களை அழைத்துக் கொள்பவர்கள் அளவிற்கு வளர வேண்டும் என்ற கனவைக் கொண்டுள்ளேன். டாக்டர் அம்பேத்கர் ஒருமுறை என்னிடம், 'தீண்டாமை முழுவதுமாக நீக்கப்பட்ட பிறகு, நமது மக்களுக்கு உயர்ந்த அங்கீகாரம் கிடைத்துவிடுமல்லவா?' என்று திட்டவட்டமாக கேட்டார். நான் கூறினேன், 'வர்ணத்தை இன்று தனக்கு ஏற்றவாறு மனிதன் மாற்றிக் கொண்டுவிட்டான். என் கருத்தாக்கத்தின்படி, உண்மையான, தூய்மையான இந்து மதம் இன்று இல்லை. பிராமணன், ஒரு எறும்பு, ஒரு யானை மற்றும் ஒரு நாய் - உண்பவன் அனைவரையும் ஒரே அந்தஸ்தில் வைத்திருந்த மிக உயர்ந்த தத்துவம் நம்முடையது. இன்று ஒவ்வொரு தத்துவமும் தனது இயற்பண்பிலிருந்து நழுவி, நாம் அதை வாழத் தவறிவிட்டோம். இந்து மதம் அனைத்து மனித இனத்திற்கு மட்டுமல்ல அனைத்து உயிர்களுக்குமான சகோதரத்துவத்தை வலியுறுத்துகிறது. ஆனால். இது ஒருவரை தலை சுற்றச் செய்யும் ஒரு கருத்தாக்கம். நாம் அதற்காக உழைக்க வேண்டிய தருணம் இது. மனிதனுக்கும் மனிதனுக்கும் இடையே உண்மையான வாழ்க்கைச் சமத்துவத்தை மீட்டெடுக்கும் தருணத்தில், மனிதனுக்கும் முழுப் படைப்புக்கும் இடையில் சமத்துவத்தை நிலைநாட்ட முடியும். அந்த நாள் வரும்போது பூமியில் அமைதியும், மனிதர்களுக்குள் நல்லெண்ணமும் இருக்கும்.'

எம்.சி.ராஜா, 'புதிய அரசியலமைப்பின் கீழ், தாழ்த்தப்பட்டவர்கள் காங்கிரஸ் கட்சி, நீதிக்கட்சி போன்ற கட்சிகளுடன் தங்களை அடையாளப்படுத்திக் கொள்ளலாமா என்று தாங்கள் அறிவுரை கூற வேண்டும்' என்று காந்திஜியிடம் கேட்டார்.

அதற்கு காந்திஜி, 'நீங்கள் எந்தக் கட்சியுடனும் உங்களை அடையாளப்படுத்திக் கொள்ளக்கூடாது. தற்போதுள்ள ஆட்சி முறையைப் பற்றிய எனது எண்ணங்கள் மாறவில்லை.

ஆனால் பல ஆண்டுகளாக நீங்கள் அனுபவித்து வரும் விசித்திரமான குறைபாடுகள் காரணமாக, நீங்கள் இந்தியாவில் உள்ள முன்னோடிக் கட்சியுடன்கூட உங்களை அடையாளம் காட்டமுடியும் என்று நான் எதிர்பார்க்கவில்லை. அரசாங்கம் உங்களுக்கு எதைக் கொடுத்தாலும் ஏற்றுக்கொள்வீர்கள். ஆனால் உங்கள் சுயமரியாதையை நீங்கள் தியாகம் செய்ய மாட்டீர்கள். காங்கிரஸ் நிகழ்ச்சிகளில் எது நல்லதோ அதையே சகித்துக்கொள்வீர்கள். உதாரணமாக உப்புச் சத்தியாகிரகம். உங்களின் நலன்களை ஒத்த இந்தியாவின் ஏழைகளிடமிருந்து ஹரிஜனங்களை எந்த வகையிலும் தனிமைப்படுத்த அனுமதிக்க மாட்டீர்கள் என்று உலகுக்குச் சொல்லுங்கள். அதே நேரத்தில் நீங்கள் எந்தக் கட்சியிலும் சேரமாட்டீர்கள். உங்களால் இதைச் செய்ய முடிந்தால், இந்தியாவில் ஹரிஜனங்கள் மிகப் பெரிய காரணியாக இருப்பார்கள். இந்த ஹரிஜனங்கள் இப்படி விழிப்புடன் இருக்கும்போது அவர்கள் நீக்க முடியாத சக்தியாக மாறுவார்கள்' என்று கூறினார். *(ஹரிஜன், மார்ச் 28, 1936)*

எம்.சி.ராஜாவின் மனத்தில் எப்போதுமே தாழ்த்தப்பட்டவர்கள் சாதியால், தீண்டாமையால் படும் அவதிகளை எப்படிக் களைவது என்ற எண்ணமே ஓடிக்கொண்டிருந்தது. அதனால் எம்.சி.ராஜா குடிமை (சமூக) குறைபாடுகளை அகற்றும் மசோதாவை (THE REMOVAL OF CIVIC DISABILITIES BILL) மறுபடியும் *17-4-1936* அன்று இந்திய சட்டசபையில் கொண்டுவந்தார். மசோதாவைப் பற்றிப் பேசும்போது, 'சில வகை இந்துக்களிடையே உள்ள சமூக குறைபாடுகளை அகற்றுவதற்கான மசோதாவை மாண்புமிகு சட்ட உறுப்பினர், மாண்புமிகு உள்துறை உறுப்பினர், திவான் பகதூர் ஆர்.வி. கிருஷ்ணா ஐயர், பாபு பைஜ் நாத் பஜோரியா, ராய் ஆகியோர் அடங்கிய ஒரு தேர்வுக் குழுவிற்கு அனுப்ப வேண்டும். பகதூர் சோத் பாக்சந்த் சோனி, திரு. ஆர்.எஸ். சர்மா, திரு. பூலாபாஸ் ஜே. தேசாய், திரு. சி.என். முத்துரங்க முதலியார், டாக்டர் டி.எஸ். எஸ். ராஜன், திரு. என்.வி. காட்கில், ஹபு கைலாஷ் பிஹாரி லால், திரு. முஹம்மது அசார் அலி, பாய் பரமானந்த், அகில் சந்திர தத், திரு. ஸ்ரீ பிரகாசா, சர்தார் சந்த் சிங், திரு. ஓ. பி. குப்தா, திரு. அமரேந்திர நாத் சட்டோபாத்யாயா மற்றும் எம்.சி.ராஜா கொண்ட ஒரு தேர்வுக் குழுவிற்கு அனுப்ப வேண்டும் மற்றும் குழுவை அமைப்பதற்கும் கூட்டுவதற்கும்

அவசியமான உறுப்பினர்களின் எண்ணிக்கை ஐந்தாக இருக்க வேண்டும்' என்று கேட்டுக்கொண்டார்.

மேலும் எம்.சி.ராஜா இம்மசோதாவை விளக்கிப் பேசும்போது, 'தற்போதுள்ள சட்டங்களின் கீழ் தாழ்த்தப்பட்ட வகுப்பினரின் குடிமை மற்றும் மதச்சார்பற்ற குறைபாடுகளை நீக்க இந்த மசோதா முயல்கிறது. சாதி இந்துக்கள் மீது எந்த ஊனத்தையும் திணிக்க முயலவில்லை, மதத்தில் தலையிடவும் இல்லை. அநியாயம், சமூக விரோதம் மற்றும் மதச்சார்பற்றதாகக் கருதப்படும் சில சமூக பழக்கவழக்கங்கள் மற்றும் பயன்பாடுகளுக்குச் சட்டப்பூர்வ அங்கீகாரம் அளிப்பதற்காக பிரிட்டிஷ் இந்திய நீதிமன்றங்கள் உருவாக்கிய தடைகளை அகற்றும் நோக்கத்துடன் இந்த மசோதா உள்ளது.

நீதித்துறை நோக்கங்களுக்காக எந்த தீண்டாமை வழக்கத்தையும் அங்கீகரிக்கக் கூடாது என்று தேவைப்படும் நீதிமன்றங்களுக்கு இது சட்ட விதிகளை வகுக்கிறது. தற்போதுள்ள சட்டத் தடைகளை நீக்குவதற்கு நாம் ஏன் சட்டம் இயற்ற வேண்டும்.? ஏனென்றால் சட்டங்களால் மட்டுமே சட்டங்களை மாற்ற முடியும்.

எனக்குத் தெரிந்த வரையில், மரபுவழிக் கருத்தும் இந்த மசோதாவுக்கு ஆதரவாக உள்ளது என்பதைச் சொல்வதில் மகிழ்ச்சி அடைகிறேன். இந்து சமுதாயத்தின் முக்கியமான பிரிவினருக்கு எதிரான பழமையான குற்றத்தைச் சரிசெய்வதற்கான இந்த முயற்சியின் பின்னணியில் பொதுமக்களின் கருத்து தெளிவாகவும் உறுதியாகவும் உள்ளது' என்று கூறினார்.

மசோதாவின் மேல் நடைபெற்ற விவாதத்திற்குப் பிறகு 1936ம் ஆண்டு ஜூலை 31ம் தேதிக்குள் பொதுமக்களின் கருத்தை அறிவதற்காக இந்த மசோதா விநியோகிக்கப்பட வேண்டும் என்றும், பிரேரணை ஏற்றுக்கொள்ளப்பட்டது என்றும் சபையின் தலைவர் அறிவித்தார்.

தொடர்ந்து தாழ்த்தப்பட்ட மக்களின் உரிமைகளுக்காக பல்வேறு இடங்களுக்குச் சென்று போராடிக்கொண்டிருந்தார் எம்.சி.ராஜா.

கர்நாடக மாநிலத்தில் உள்ள மைசூர் என்றாலே அங்கு உள்ள அரண்மனைதான் (Mysore Palace) எல்லோருக்கும் நினைவுக்கு வரும். மைசூரின் அடையாளமே அந்த அரண்மனைதான்.

இந்த அரண்மனை 1897ல் கட்டத் தொடங்கி 1912ம் ஆண்டு கட்டி முடிக்கப்பட்டது. இந்த அரண்மனையில் எல்லாச் சமூகமும் உள்ளே சென்றுவர அனுமதி இருந்தது. ஆனால் தாழ்த்தப்பட்டவர்கள் உள்ளே செல்ல அனுமதி இல்லை. இந்த அரண்மனையில் தசரா தர்பார் விழா நடக்கும். விழா நடக்கும் சமயங்களில்கூட உள்ளே விட அனுமதி இல்லாமல் தடை செய்யப்பட்டிருந்தது. இதை எதிர்த்துப் பல தலித் தலைவர்கள் போராடினார்கள்.

1936ம் ஆண்டில், அனைத்திந்திய தாழ்த்தப்பட்ட வகுப்பினர் சங்கத்தின் தலைவரான எம்.சி.ராஜாவின் தலைமையில் போராட்டம் நடைபெற்றது. அதன் காரணமாக அதே வருடம் தலித்துகள் முதன்முறையாக மைசூர் அரண்மனைக்குள் நுழைந்தனர். தங்களுடைய உரிமையை நிலைநாட்டினர். மேலும், மைசூர் மாநிலத்தில் (கர்நாடகா) அட்டவணை வகுப்புகளின் வளர்ச்சியைத் தீவிரப்படுத்த ஐந்தாண்டுத் திட்டத்தை உருவாக்க ஆறு பேர் கொண்ட குழு அமைக்கப்பட்டது.

இதே காலகட்டத்தில் காந்திஜி அவர்களின் ஆலோசனையின் பேரில், ஹரிஜன மக்களின் கோவில் நுழைவுக்கு ஆதரவான பொதுக்கருத்தை மக்களிடையே ஏற்படுத்தும் வகையில் திருவிதாங்கூர், கொச்சின், பிரிட்டிஷ் மலபார் ஆகிய பகுதிகளில் 1936 ஏப்ரல் முதல் ஜூன் வரை தீவிர பிரச்சாரம் செய்யப்பட்டது. திருமதி. ராமேஸ்வரி நேரு மற்றும் திரு.ஜி.டி.பிர்லா ஆகியோர் கேரளாவின் பல பகுதிகளுக்கும் சென்று, பிரசாரம் நடைபெறும் இடங்களில் கோவில் நுழைவு பற்றிய தங்கள் கருத்துகளை மக்களிடம் முன்வைத்தனர். திருமதி. நேரு அவர்கள் ஏப்ரல் 19 அன்று திருவனந்தபுரத்தில் நடைபெற்ற 'டெம்பிள் பே கான்பரன்ஸில்' (Temple Bay Conference) தலைமையேற்றுக் கலந்துகொண்டார்.

ஹரிஜன மக்களின் கோவில் நுழைவு பற்றிய இந்த பிரசாரங்கள் மக்களிடையே பெரும் எழுச்சிமிக்க வரவேற்பை பெற்றது. இந்த எழுச்சிமிக்க பிரச்சாரங்களின் விளைவாக, மேன்மை பொருந்திய திருவிதாங்கூர் சமஸ்தான மகாராஜா அவர்கள், மே 1936ல் அனைத்துப் பள்ளிகள், சத்திரங்கள், குடிநீர்த் தொட்டிகள் மற்றும் கிணறுகள் ஆகியவை அனைத்தையும் இந்துக்களுக்கும், இந்துக்கள் அல்லாதவருக்கும், ஹரிஜனர்களுக்கும் என அனைத்து மக்களுக்கும் பொதுவானவையாக்கினார். இந்த உத்தரவைத் தொடர்ந்து நவம்பர் 12, 1936 அன்று மகாராஜாவின் 'ஆலய

நுழைவுப் பிரகடனம்' அறிவிக்கப்பட்டது. இதன் மூலம் தாழ்த்தப்பட்ட மக்கள் - ஹரிஜன மக்கள் தங்கு தடையின்றி அனைத்துக் கோவில்களுக்குள்ளும் சென்று வழிபட முழுச் சுதந்திரம் அளிக்கப்பட்டது. இந்து தர்மத்தைச் சீர்திருத்த முயன்ற ஸ்ரீமத் ராமானுஜரின் செயலுக்கு ஒப்பான உயர்வான முயற்சியாக மகாராஜாவின் செயல் பாராட்டப்பட்டது.

பிரகடனத்தில் குறிப்பிடப்பட்டுள்ளவை கீழ்வருமாறு:

> 'நமது மதத்தின் உண்மை மற்றும் செல்லுபடியாகும் தன்மையை ஆழமாக நம்புகிறோம். அது தெய்வீக வழிகாட்டுதலின் அடிப்படையிலும், அனைத்தையும் புரிந்துகொள்ளும் சகிப்புத்தன்மையின் அடிப்படையிலும் உள்ளது என்று நம்புகிறோம். பல நூற்றாண்டுகளாக அதன் நடைமுறைக்கேற்ப, மாறிவரும் காலத்தின் தேவைக்கேற்ப தன்னை மாற்றிக் கொள்வது இந்து மதத்தைப் போன்று வேறு எதுவுமில்லை. இந்து பிரஜைகளின் பிறப்பு அல்லது ஜாதி அல்லது சமூகம் காரணமாக நியாயங்கள் மறுக்கப்படுகின்றன. இந்து நம்பிக்கையின் பெயரால், நாங்கள் முடிவெடுத்து, இதன் மூலம் அறிவித்து, ஆணையிட்டு கட்டளையிடுவது என்னவென்றால், மேற்கண்ட நிபந்தனைகளும் விதிகளும் அவர்களின் சரியான சூழலைப் பேணுவதற்கும், அவர்களின் சடங்குகளைச் செய்வதற்கும் மற்றும் அனுசரிப்புகளைப் பேணுவதற்கும் எங்களால் விதிக்கப்பட்டிருந்தது. இனிமேல் எந்த ஒரு இந்துவும், பிறப்பால் அல்லது மதத்தால் நம் கட்டுப்பாட்டில் உள்ள கோவில்களில் நுழைவதற்கும் வழிபடுவதற்கும் எந்தத் தடையும் விதிக்கப்படக்கூடாது.'

திருவிதாங்கூர் அரசு, தங்களுடைய கட்டுப்பாட்டின் கீழ் இருந்த 1600 கோவில்களினுள் தாழ்த்தப்பட்டவர்கள் சென்று வழிபாடு செய்யலாம் என்று அறிவித்தது. இந்த அறிவிப்புக்குப் பின்புலமாக சர்.சி.பி.ராமசாமி ஐயர் இருந்தார். அவரைப் பலரும் போற்றினர்.

திருவிதாங்கூர் மகாராஜாவின் இந்த ஆலய நுழைவுப் பிரகடனத்தை ஆதரித்து எம்.சி.ராஜா பின்வருமாறு தனது பாராட்டுதல்களை தெரிவித்தார்:

> 'மேன்மை பொருந்திய மாகாராஜாவின் ஆணை வெளியிடுவதும், நியமிப்பதும் மற்றும்

கட்டளையிடுவதும் என்னவென்றால், இனி நமது மாநிலத்திலுள்ள அனைத்துக் கோவில்களும் அனைத்து இந்துக்களுக்கும் திறந்துவிடப்படும். பிறப்பால் மட்டுமின்றி இந்து தர்மத்தின் மீது நம்பிக்கையுடைவர்களுக்கும் இது பொருந்தும். இது பூனா ஒப்பந்தத்தின் உணர்வையும், நம்பிக்கையையும் முழுமையாக நிறைவேற்றுகிறது. இதன் நோக்கம் யாதெனில், தாங்கள் இந்துக்களா என்ற சந்தேகத்தின் விளிம்பில் நின்றுகொண்டு, எங்கெல்லாம் வளமான மேய்ச்சல் நிலங்களும், நீரும் உள்ளதோ அங்கு வெளியேறிச் செல்லத் தயாராக இருக்கும் பெரும்பான்மையான இந்து மக்களை இந்து அரசியலுக்குள் கொண்டு வருவதேயாகும். இந்த உத்தரவு தனிப்பட்ட மத நம்பிக்கையின்றி வகுப்புவாத இடம்பெயர்வைக் கொண்டுவரும் நோக்கம் கொண்ட எந்தவொரு மதமாற்ற இயக்கத்தின் ஆணிவேரையும் அசைக்கிறது.

இது ராஜா ராம் மோகன் ராய் அவர்களால் தொடங்கப்பட்ட சமூக சீர்திருத்த இயக்கத்தின் வெற்றிச் சமிக்ஞையாகக் கருதப்பட வேண்டும் மற்றும் நாட்டின் பல்வேறு பகுதிகளில் சமூக சீர்திருத்தவாதக் குழுக்களின் தொடர்ச்சியான முயற்சியால் நூறு ஆண்டுகளுக்கும் மேலாக இச்சீர்திருத்தங்கள் சாத்தியமாகியுள்ளன. மேலும் இது கிறிஸ்தவம் மற்றும் இஸ்லாம் போன்ற மதமாற்ற மதங்களுக்கு, முடிவில்லாத உள்ளடக்குதல் திறன் மற்றும் மாறிவரும் சூழலுக்கு ஏற்பத் தன்னை மாற்றிக்கொள்ளும் மேதைமை பொருந்திய இந்து மதம் வழங்கிய பதிலடியாகும்.' (Temple entry legislation, S.R. வெங்கட்ராமன், பக்.28 & 37)

1936ம் ஆண்டு அஹமதாபாத்தில் டிசம்பர் மாதம் 23ம் தேதி முதல் 27ம் தேதி வரை நடைபெற்ற அகில இந்திய பெண்கள் மாநாட்டில் எம்.சி.ராஜா கொண்டுவந்த இந்துக்களின் குறிப்பிட்ட வகுப்பினரிடையே உள்ள சமூகக் குறைபாடுகளை அகற்றுவதற்கான மசோதாவிற்கு ஆதரவு தெரிவித்து தீர்மானம் இயற்றப்பட்டது.

1936ல் பேரரசு பாராளுமன்றச் சங்கத்தில் (Empire Parliamentary Associaltion - British India Branch) எம்.சி.ராஜா வாழ்நாள் உறுப்பினராக (Life Member) சேர்க்கப்பட்டார்.

1937

1935ம் ஆண்டு இந்திய அரசமைப்புச் சட்டத்தின் அடிப்படையில் முதல் பொதுத் தேர்தலை 1937 பிப்ரவரியில் நடத்துவது என்று இந்திய அரசு முடிவு எடுத்திருந்தது. இந்த நிலையில் நீதிக்கட்சியைச் சேர்ந்த சில தலைவர்களும், டாக்டர் பி. சுப்பராயன், எஸ். ராமநாதன், கே. சீத்தாராம ரெட்டி போன்றவர்களும் காங்கிரஸ் கட்சியில் தம்மை ஈடுபடுத்திக்கொண்டனர். நீதிக்கட்சியினர் அதிகார மமதையிலும், பணத்திமிரிலும், அலட்சியப்போக்கிலும், பெரும்போக்கான மிதப்புத் தன்மையிலும் ஆழ்ந்து கிடந்ததால் பொதுமக்களின் ஆதரவைப் பெருமளவுக்கு இழந்து காணப்பட்டனர். தேர்தல் நெருங்க நெருங்க நீதிக்கட்சியைச் சேர்ந்த பலர் நீதிக்கட்சியை விட்டுவிட்டு காங்கிரஸில் சேரத் தொடங்கினர்.

1937ம் ஆண்டு நடைபெற்ற தேர்தலில் காங்கிரஸ் மாபெரும் வெற்றியை ஈட்டியது. நீதிக்கட்சியோ படுதோல்வி அடைந்தது. சட்டமன்றத்தில் மொத்தம் 215 இடங்களில், காங்கிரஸ் கட்சிக்கு 159 இடங்களும், தென்னிந்திய வர்த்தக சபைக்கு ஒன்றும், நீதிக்கட்சிக்கு 18 இடங்களும், நாட்டுக்கோட்டை நகரத்தார் சங்கத்திற்கு ஒன்றும், நீதிக்கட்சி ஆதரவாளர்களுக்கு இரண்டு இடங்களும், சுயேச்சைகளுக்கும் பிற கட்சிகளுக்கும் 34 இடங்களும் கிடைத்தன. இந்தத் தேர்தலில் பொப்பிலி அரசர், பி.டி. ராஜன், வெங்கடகிரி குமாரராஜா, ஏ.பி. பாத்ரோ போன்ற நீதிக்கட்சியின் மாபெரும் தலைவர்கள் பலரும் தோல்வியுற்றனர். 1937ம் ஆண்டு தேர்தல் நீதிக்கட்சியின்

செல்வாக்கையும் வலிவையும் பெரும் அளவுக்கு மங்க வைத்துவிட்டது என்றுதான் சொல்லவேண்டும்.

1937 தேர்தலில் காங்கிரஸ் கட்சியானது, பெரும்பாலான இடங்களில் வெற்றிபெற்று, ஆட்சியை அமைக்கும் தகுதியைப் பெற்றிருந்தபோதிலும் அது ஆட்சியை அமைக்க முன்வரவில்லை. அமைச்சரவை மீது ஆளுநருக்கு இருந்த சில ஆதிக்கக் கட்டுப்பாடுகளைக் குறைக்கும் அளவுக்கு 1935 அரசமைப்புச் சட்டம் திருத்தி அமைக்கப்பட வேண்டும் என்றும், அது நிறைவேறுகின்ற வரையில் ஆட்சிப் பொறுப்பை ஏற்கப்போவதில்லை என்றும் காங்கிரஸ் கட்சியினர் கூறிவந்தனர்.

ஆட்சிப் பொறுப்பை ஏற்க காங்கிரஸ் கட்சி முன்வராதநிலை ஏற்படவே ஆளுநர் ஜான் எர்ஸ்கின், எதிர்க்கட்சியினராக விளங்கிய நீதிக்கட்சியினரையும் நியமன உறுப்பினர்களையும் அழைத்து இடைக்காலப் பொறுப்பு அமைச்சரவையை அமைக்குமாறு கேட்டுக்கொண்டார். அதற்கு நீதிக்கட்சியினர் இசைவு அளித்தனர். நீதிக்கட்சியின் தலைவர்களில் ஒருவரான கூர்ம வெங்கட ரெட்டி நாயுடு, சென்னை மாகாண இடைக்கால அமைச்சரவையின் முதலமைச்சராக 1 ஏப்ரல் 1937ல் பதவியேற்றுக் கொண்டார்.

நீதிக்கட்சியின் தலைவர்களில் ஒருவரான கூர்ம வெங்கட ரெட்டி நாயுடு தலைமையிலான அமைச்சரவையில் ஏ.டி.பன்னீர்செல்வம் வீடு மற்றும் நிதித்துறை அமைச்சராகவும், எம்.ஏ.முத்தையா செட்டியார் உள்ளாட்சித்துறை அமைச்சராகவும், பி.கலிபுல்லா சாஹிப் பகதூர் பொதுப்பணித்துறை அமைச்சராகவும், ஆர்.எம்.பாலட் கல்வி மற்றும் பொதுச் சுகாதாரத்துறை அமைச்சராகவும், கவர்னரின் பரிந்துரையின்பேரில் எம்.சி.ராஜா வளர்ச்சித்துறை அமைச்சராகவும் பொறுப்பேற்றுக்கொண்டனர்.

இடைக்கால நீதிக்கட்சி ஆட்சியில் எம்.சி.ராஜா பதவி ஏற்றுக்கொண்டவுடன் பல்வேறு விமர்சனங்கள் எழுந்தன. இதுவரை நீதிக்கட்சியை எதிர்த்துவந்த எம்.சி.ராஜா தற்போது நீதிக்கட்சி ஆட்சியில் அமைச்சராகப் பதவியேற்றது ஏன் என்பன போன்ற விமர்சனங்கள் திட்டமிட்டுப் பரப்பப்பட்டன. இந்த விமர்சனங்களுக்குப் பதிலளிக்கும் விதமாக 12-4-1937 அன்று எம்.சி.ராஜா அறிக்கை ஒன்றினை வெளியிட்டார்:

'மேதகு ஆளுநரின் அமைச்சரவையில் நான் சேர்ந்தது குறித்து சில வட்டாரங்களில் தவறான கருத்து நிலவுவதால் நான் அமைச்சரவையில் சேர்ந்ததற்கான காரணத்தை விளக்கிச் சில வார்த்தைகளைச் சொல்வது அவசியமாகிறது. பொதுத் தொகுதியால் தேர்ந்தெடுக்கப்பட்ட அட்டவணைச் சாதியினரின் பிரதிநிதியாக நான் அமைச்சரவையில் அங்கம் வகிக்கிறேன். நான் நீதிக்கட்சியை (Justice Party) சேர்ந்தவனல்லன். அக்கட்சியின் சார்பில் நிறுத்தப்பட்டிருந்த வேட்பாளரை எதிர்த்து நின்று நான் தேர்தலில் வெற்றிபெற்றேன். பொது நன்மைக்கென்றும் அட்டவணைச் சாதியினரின் மேம்பாட்டிற்கென்றும் எடுக்கப்படும் நடவடிக்கைகளை ஆதரிப்பதில் ஒடுக்கப்பட்ட இனத்தவர் ஏதேனும் ஒரு கட்சியுடன் ஒத்துழைக்க வேண்டுமென்றாலும்கூட எனது இன மக்கள் எந்தவொரு அரசியல் கட்சியையும் சாராமல் தனித்தே நிற்க வேண்டும் என்னும் உண்மையை நீதிக்கட்சியுடன் எனக்கேற்பட்ட அனுபவம் சுற்றுத் தந்துள்ளது. இந்த குறிக்கோளுடனேயே தேர்தல்களை மனத்தில்கொண்டு திவான் பகதூர் ஆர். சீனிவாசனும் நானும் அட்டவணைச் சாதிகளின் கட்சியை உருவாக்குவதில் முன்னணியில் நின்றோம்.

இக்கட்சியின் கொள்கையை 'ஒத்துழைப்பு' எனும் ஒரே சொல்லால் வெளிப்படுத்தலாம் - மக்களின் நலனையும் முன்னேற்றத்தையும் முன்னிட்டு சாதி இந்துக்களுடனும் ஏனைய இனத்தவருடனும் அரசாங்கத்துடனும் ஒத்துழைப்பதே எமது கொள்கை. மக்களுக்கு உயர்ந்தபட்ச நன்மையைத் தரும் வகையில் புதிய அரசியல் சாசனம் வடிவமைக்கப்பட வேண்டும் என்று நாங்கள் விரும்பினோம். அத்தகையதொரு அரசியல் சாசனத்தை உடைத்தெறியும் எந்த கொள்கைக்கும் நாங்கள் எதிரானவர்கள் என்றும் அறிவித்தோம்.

எனவே காங்கிரஸ் கட்சி பதவி ஏற்கத் தீர்மானித்து அரசியல் சாசனத்தை வடிவமைத்திடத் தொடங்கியதும் அக்கட்சியுடன் பயனுள்ளதொரு ஒத்துழைப்பை வழங்கும் காலம் கனியும் என்று எதிர்பார்த்தேன். அமைச்சரவை அமைப்பதற்கான அழைப்பினை காங்கிரஸ் தலைவர்கள் மறுத்தது

நாட்டிலுள்ள பலரும் நானும் வருத்தமுறும் செயலாக அமைந்துவிட்டது.

காங்கிரஸுடனான என்னுடைய உறவு 1932ல் திரு. காந்தி உண்ணா நோன்பிருந்த நேரத்தில் தொடங்கியது. அவ்வமயம் இந்தியச் சட்டப்பேரவையில் இடம்பெற்றிருந்த நான் பொதுத் தொகுதியில் அட்டவணைச் சாதிகளுக்கு இட ஒதுக்கீடு செய்யப்பட வேண்டுமென்று வாதாடினேன். பின்னர், தற்போது 1935ம் வருடத்திய இந்திய அரசின் சட்டத்தில் இடம்பெற்றுள்ள பூனா ஒப்பந்தம் உருவாகுவதில் பண்டித மதன் மோகன் மாளவியா, சர். தேஜ் பகதூர் சப்ரு, திரு. எம். ஆர். ஜெயகர், திருமதி சரோஜினி நாயுடு, திரு. சி. ராஜகோபாலாச்சாரி ஆகிய தேசியத் தலைவர்களுடன் ஒத்துழைத்துள்ளேன். அந்நாளிலிருந்து ஹரிஜன சேவா சங்கத்தால் செய்யப்பட்டு வரும் தீண்டாமை ஒழிப்புப் பிரசாரத்திலும் ஒத்துழைத்திருக்கிறேன். திரு. ஜி.டி. பிர்லா தலைவராகவுள்ள இச்சங்கத்தின் இயக்குநர்களின் கழகத்தில் நான் இடம்பெற்றுள்ளேன். சமூகக் குறைபாடுகள் நிமித்தமாக இந்து சமுதாயத்தை விட்டு வெளியேறிட வேண்டாமென்று என்னுடைய இனத்தைச் சேர்ந்தவர்களுக்கு நான் அறிவுரை நல்கியுள்ளதை இங்கு குறிப்பிடத் தேவையில்லை. திரு. காந்தியும் மற்ற தேசியத் தலைவர்களும் அக்குறைபாடுகளைக் களைந்திடப் பெரிதும் முயலுவதை நானறிவேன். பூனா ஒப்பந்தத்தை அமல்படுத்துவதில் இத்தகைய அறிவுரையினை வழங்குவது எனது கடமையென்றே கருதுகிறேன். காங்கிரஸுடன் நான் ஒத்துழைப்பது பெரும்பாலும் சமூகரீதியிலும் சமூக லட்சியங்களால் உந்தப்பட்ட வகையிலுமே அமைந்துள்ளது என்பது இதன் மூலம் தெரியவரும்.

கடந்த ஆண்டின் தொடக்கத்தில் டெல்லியிலுள்ள ஹரிஜனக் காலனியில் திரு. காந்தி தங்கியிருந்த வேளையில் நான் அவரைப் பேட்டி கண்டேன். வரவிருக்கும் தேர்தல்களில் செய்ய வேண்டியதென்னவென்று - அதாவது ஏதேனும் ஒரு அரசியல் கட்சியில் சேருமாறு ஹரிஜனங்களுக்கு காந்தி ஆலோசனை வழங்குவாரா என்று

அப்பேட்டியின்போது நான் கேட்டேன். அவருடைய ஆலோசனை மிகத் தெளிவாகவும் தவறுக்கு இடம் தராத வகையிலும் அமைந்திருந்தது. அவர் சொன்னதாவது:

'நீங்கள் எந்தவொரு கட்சியுடனும் உங்களை அடையாளப்படுத்திக் கொள்ளக் கூடாது. நடைமுறையில் உள்ள ஆட்சி முறையைக் குறித்த எனது கருத்துகள் மாறாமலிருப்பினும், பல்லாண்டு காலமாக நீங்கள் தாங்கிக் கொண்டிருக்கும் விநோதமான குறைபாடுகள் மாறாமலேயே இருக்கும் பட்சத்தில் இந்தியாவிலுள்ள மிக முற்போக்கான கட்சி உட்பட வேறெந்தவொரு கட்சியுடனும் நீங்கள் உங்களை அடையாளப்படுத்திக் கொள்ள வேண்டுமென்று நான் எதிர்பார்க்கப் போவதில்லை. அரசாங்கத்தால் தரப்படும் எதையும் நீங்கள் ஏற்றுக்கொள்ளுங்கள். ஆனால் உங்களுடைய சுயமரியாதையை நீங்கள் தியாகம் செய்யவே கூடாது. மதுவிலக்கு, உப்புவரி ஒழிப்பு போன்ற காங்கிரஸ் கட்சியின் திட்டங்களில் உள்ள நல்லவைகளை நீங்கள் ஆதரிக்கலாம். ஆனால் ஏழை இந்தியாவிலிருந்து எந்தவகையிலும் ஹரிஜனங்கள் தனிமைப்படுத்தப்படுவதை நீங்கள் ஒப்புக்கொள்ளவே கூடாது. இந்தியாவின் நலன்களும் உங்களுடைய நலன்களும் ஒன்றோடு ஒன்று இணைந்தே உள்ளன.'

அரசியல் கட்சி என்ற முறையில் காங்கிரஸ் கட்சிக்கு உடனடி ஆதாயம் பெற்றுத்தரும் எந்தவொரு சிந்தனையுமில்லாமல், முழுக்க முழுக்க ஹரிஜனங்களின் நலன்களைக் கருத்தில் கொண்டே திரு. காந்தி தந்த உன்னதமான அறிவுரை இத்தகையதாகவே அமைந்திருந்தது.

எனவே தேர்தல்களுக்கு முன்னர் ஆரம்பக் கட்டத் தேர்தல்களில் அட்டவணை சாதிகளிலிருந்து வேட்பாளர்களை நிறுத்திட சென்னை மாநில காங்கிரஸ் கட்சி முயன்றபோது இக்காரியத்தை நான் திரு. காந்திக்குத் தெரியப்படுத்தினேன். அவரது பதில் ஆணித்தரமாயிருந்தது. அவர் சொன்னதாவது: 'முன்பு நான் தந்த அறிவுரை இன்னமும் மாறாமலேயே இருக்கிறது.' இதுபற்றி நடைபெற்ற கடிதப் போக்குவரத்தின் விளைவாகச் சென்னை மாநில காங்கிரஸ் கமிட்டியின் தலைவர் என்ற முறையில் திரு. எஸ். சத்தியமூர்த்தி காங்கிரஸ் வேட்பாளர்களாகத்

தேர்தலில் நிற்க விரும்பும் அட்டவணைச் சாதியினர் பின்வரும் நிபந்தனைகளை கருத்தில் கொள்ள வேண்டுமென்று சென்னை செய்தித்தாள்களில் செய்தி வெளியிட்டார்:

1. ஹரிஜனங்களின் உயர்வு காங்கிரஸ் கட்சியின் செயல் திட்டத்தில் பிரிக்க முடியாததொரு பகுதியாக எப்பொழுதும் இருக்கும்.

2. அரசுடன் ஒத்துழையாதிருக்கும் எந்த திட்டமும், சட்டப் பேரவைகளைப் புறக்கணிக்கும் திட்டமும் காங்கிரஸால் மேற்கொள்ளப்படுகையில் அத்தகைய தீர்மானங்களின்படி செயல்பட விரும்பாத சூழ்நிலையில் அவை ஹரிஜனங்களைக் கட்டுப்படுத்துவதில்லை.

3. பிற காங்கிரஸ் உறுப்பினர்களைப் பொறுத்தமட்டிலும் கட்சியின் சட்டதிட்டங்கள் எத்தகையதாயிருப்பினும் சிறப்பு நிவாரணம் மற்றும் ஹரிஜன சமுதாயத்தின் உயர்வுக்காக அரசாங்கத்தின் உதவியை நாடுவதில் ஹரிஜன உறுப்பினர்கள் சுயாதீனமாகச் செயல்படலாம்.

4. கட்சியின் ஏற்கப்பட்ட கொள்கையிலிருந்து வேறுபடும்போது ஹரிஜன சமுதாயத்தின் நலன்களைப் பாதிக்கும் விஷயங்களில் கருத்துகளைச் சொல்வதற்கும் சுயமாகவே வாக்களிப்பதற்கும் காங்கிரஸ் கட்சியிலுள்ள ஹரிஜன உறுப்பினர்களுக்கு முழுச் சுதந்திரம் உண்டு.

5. மேலே தரப்பட்டுள்ள அறிக்கை மற்றும் சலுகைகளின் அடிப்படையில் ஹரிஜனங்கள் காங்கிரஸில் சேர்ந்து அக்கட்சியின் வேட்பாளர்களாகப் போட்டியிடுவார்கள் என்று எதிர்பார்க்கப்படுகிறது.

இதற்கு முன்பு நடந்தவற்றிலிருந்து தெளிவாகிய உண்மை காங்கிரஸ் வேட்பாளர்களாகப் போட்டியிட்ட அட்டவணைச் சாதிகளின் பிரதிநிதிகள் தங்களுடைய நலன்களையும் ஒட்டுமொத்தமான இனத்தின் நலன்களையும் பாதிக்கும் காரியங்களில் காங்கிரஸ் கட்சி பின்பற்றக்கூடிய ஒத்துழையாமைக் கொள்கையைப் பின்பற்றாமல் தங்களுடைய சொந்தத் தீர்மானத்தின்படியே செயல்படுவதற்கான

உரிமை பெற்றிருந்தார்கள் என்பதே. திரு. காந்தி ஒன்றுக்கும் மேற்பட்ட ஹரிஜனத் தலைவர்களிடம் சொல்லியிருப்பது போல இவ்வினத்தவர் அரசியல் சாசனத்திற்கெதிராகப் போராடும் அளவிற்குப் பலம் வாய்ந்தவர்களல்லர்.'

இவ்வாறு எம்.சி.ராஜா நீதிக்கட்சிக்கும் காங்கிரஸில் உள்ள அட்டவணைச் சாதியினருக்கும் புரியும்படி அறிக்கை வெளியிட்டார்.

'முதன்முதலாகத் தாழ்த்தப்பட்ட சமுதாயத்தின் பிரதிநிதியை அமைச்சர் பதவியில் அமர்த்தியது நீதிக்கட்சி' என்று பெருமை பொங்க, 'களத்தில் நின்ற காவலர்கள்' என்ற நூலில் எழுதியிருக்கிறார் திராவிட இயக்க எழுத்தாளர் க.திருநாவுக்கரசு அவர்கள். நீதிக்கட்சி ஆட்சியில்தான் முதன்முதலில் தலித் ஒருவர் அமைச்சர் ஆக்கப்பட்டார் என்று இன்றுவரை பரப்புரை செய்யப்பட்டு வருகிறது. அது எவ்வளவு பெரிய பொய் என்பதை அமைச்சர் பொறுப்பேற்ற 12 நாள்களிலேயே எம்.சி.ராஜா தெளிவாக்கியிருக்கிறார். 1920 முதல் 1937 வரையிலான காலகட்டத்தில் ஐந்து தேர்தல்களை தமிழ்நாடு கடந்திருக்கிறது. 1926-30 காலகட்டத்தைத் தவிர, 17 ஆண்டுகளில் 13 ஆண்டுகள் நீதிக்கட்சி ஆட்சியில் இருந்தது. அப்பொழுதெல்லாம் தலித்துகளை அமைச்சராக்கவில்லை நீதிக்கட்சி. ஆனாலும் இன்றுவரை திராவிட இயக்கத்தினர் திரும்பத் திரும்ப அதே பொய்யைப் பரப்பி வருகின்றனர்.

தென்னாற்காடு மாவட்ட ஆதிதிராவிட மாநாட்டிற்காக 1937 மே மாதம் 6ம் தேதி சென்னையிருந்து சிதம்பரம் வந்து இறங்கிய அமைச்சர் எம்.சி.ராஜா அவர்களை, சுவாமி சகஜானந்தா, எம்.எல்.ஏ., உள்ளூர் அதிகாரிகள் மற்றும் பலர் ஸ்டேஷன் வந்து வரவேற்றனர். திரு. ரெட்டைமலை ஆர். சீனிவாசன் எம்.எல்.சி. மற்றும் கூட்டுறவுச் சங்கங்களின் இணைப் பதிவாளர் திரு.கிரியப்பா அவர்களும் வருகை தந்தனர்.

அமைச்சர் எம்.சி.ராஜா காலையில் அங்கிருந்த கால்நடை மருத்துவமனையைப் பார்வையிட்டு ஆய்வுசெய்தார். அவருக்கு வெள்ளம்படுகை மீனவர் கூட்டுறவு சங்கம் சார்பில் வரவேற்பு வழங்கப்பட்டது.

பின்னர் நந்தனார் கல்விக்கழகத்தில் திரு. ரெட்டைமலை ஆர்.சீனிவாசன் எம்.எல்.சி., தலைமையில் நடைபெற்ற தென் ஆற்காடு மாவட்ட ஆதிதிராவிட மாநாட்டை அமைச்சர்

எம்.சி.ராஜா தொடங்கி வைத்தார். மாவட்ட ஆதிதிராவிட மகாஜன சபையின் சார்பில் சுவாமி சகஜானந்தா எம்.எல்.ஏ., அமைச்சர் எம்.சி.ராஜா மற்றும் திரு.ஆர்.சீனிவாசன் ஆகியோரை வரவேற்றுப் பேசினார். இம்மாநாட்டில் சிறப்புரையாற்றிய எம்.சி.ராஜா, உள்ளூர் காங்கிரஸ்காரர்கள் தம்மைப் புறக்கணிக்க முயற்சிகள் மேற்கொண்டபோதிலும் ஹரிஜனங்கள் பெருமளவில் மாநாட்டில் கலந்துகொண்டிருப்பது குறித்து தாம் மகிழ்ச்சியடைவதாகக் கூறினார். தற்போதுள்ள அமைச்சரவையின்பால் ஹரிஜனங்கள் கொண்டுள்ள நம்பிக்கையைக் காட்டுவதாய் இது அமைந்துள்ளதெனவும் குறிப்பிட்டார்.

பூனா ஒப்பந்தத்தை முடிவுக்குக் கொண்டுவருவதில் திரு. எம்.சி.ராஜா பங்கெடுக்கவில்லை என்று காங்கிரஸ் கட்சியைச் சேர்ந்த சட்டப்பேரவை உறுப்பினரான திரு. வி.ஐ. முனிசாமிப் பிள்ளை கடலூரில் ஆற்றிய உரையில் குற்றஞ்சாட்டியிருந்ததற்குப் பதிலுரையாக எம்.சி. ராஜா, 'இதிகாச உண்ணாவிரதம்' எனும் தலைப்பில் திரு. பியாரிலால் எழுதியிருந்த நூலைக் குறிப்பிட்டு பூனா ஒப்பந்தத்தில் கையெழுத்திட்ட ஒடுக்கப்பட்ட இனத்தவரின் தலைவர்கள் திவான் பகதூர் ஆர். சீனிவாசன், டாக்டர் அம்பேத்கர் மற்றும் தாம் (எம்.சி.ராஜா) என்பதைக் கூறினார்.

திரு. முனிசாமிப்பிள்ளையின் பெயர் அதில் இடம்பெறவில்லை என்றபோதிலும் பூனா ஒப்பந்தத்தின்போது தாம் (எம்.சி.ராஜா) குறிப்பிடத் தகுந்த பங்காற்றிடவில்லையென்று கூறுமளவுக்கு நெஞ்சுரம் கொண்டிருந்ததை எம்.சி.ராஜா சுட்டிக்காட்டினார். தாமும் டாக்டர் அம்பேத்கரும் இல்லாதிருந்தால் பூனா ஒப்பந்தம் கையெழுத்தாகியிராதென்று திரு. காந்தியே குறிப்பிட்டிருந்தார். தம்மை இழித்துரைப்பதின் வாயிலாக காங்கிரஸில் சில் பதவியைப் பெறலாமென்று திரு. முனிசாமி பிள்ளை நம்பக்கூடும். ஆனால் பூனா ஒப்பந்தம் கையொப்பமாகி இரண்டாண்டுகள் கழிந்த பின்னர் திரு. காந்திக்கு ஒரு கோரிக்கையை அனுப்பி வைத்திடக்கோரும் தீர்மானம் 1934ல் உதகமண்டலம் நகராட்சி மன்றத்தில் வந்தபோது திரு. முனிசாமி பிள்ளை அதனை எதிர்த்தாரென்பதால் அவரைப் போன்ற புதிய தலைவர்களைக் குறித்து எச்சரிக்கையாயிருக்குமாறு காங்கிரஸ்காரர்களை திரு. எம்.சி. ராஜா கேட்டுக்கொண்டார்.

எம்.சி.ராஜா தொடர்ந்து கூறியதாவது, 'அரசாங்கத்தை எதிர்ப்பதற்காக எங்களையும் காங்கிரஸ் அரசியலுக்குள் இழுப்பது திரு. காந்தியின் நோக்கமல்ல. 'அரசியல் சாசனத்தை எதிர்க்க உங்களால் (ஹரிஜனங்களால்) இயலாது. அரசால் உங்களுக்கு வழங்கப்படுவதைப் பெற்றுக்கொள்ளுங்கள். உங்களுடைய கட்சியினர் காங்கிரஸில் சேர விரும்பினால் திரு. சத்தியமூர்த்தி உங்களுக்குத் தந்த நிபந்தனைகளின் அடிப்படையில் மட்டுமே காங்கிரஸில் சேர்ந்திட அவர்களை அனுமதியுங்கள்' என்று தெளிவாக அவர் என்னிடம் கூறினார். 'ஹரிஜன வேட்பாளருக்குக் கொடுக்கப்பட்ட நிபந்தனைகளில் ஒன்று யாதெனில் காங்கிரஸ் மேற்கொள்ளும் ஒத்துழையாமைப் போராட்டமோ அல்லது சட்டப்பேரவைகளின் புறக்கணிப்போ ஹரிஜன உறுப்பினர்களைக் கட்டுப்படுத்தத் தேவையில்லை என்பதே.'

இதுபோன்ற தீர்மானத்திற்கு இணங்கிட அவர்கள் உடன்படாவிட்டால் பின்வரும் வகையில் அமைந்துள்ள வேறொரு நிபந்தனையையும் அறிந்துகொள்வதில் தங்களுக்கு ஆர்வமிருக்கும் என்று எண்ணுகிறேன். அது யாதெனில், 'ஏனைய காங்கிரஸ் கட்சியின் சட்டப்பேரவை உறுப்பினர்களுக்கு வழங்கப்பட்டுள்ள கட்சியின் கட்டளைகள் எத்தன்மையதாய் இருந்தாலும் ஹரிஜனங்களின் முன்னேற்றத்திற்காகவும் சிறப்பு நிவாரணத்திற்காகவும் அரசின் உதவியைப் பெறும் விஷயத்தில் ஹரிஜன உறுப்பினர்கள் சுதந்திரமாகச் செயல்படும் உரிமை பெற்றிருப்பார்கள்' என்பதே.'

ஹரிஜனங்களுக்கு காங்கிரஸ் கட்சி கொடுத்திருந்த தெளிவான உறுதிமொழிகளை சென்னை காங்கிரஸ் கட்சி முழுமையாக மறந்துவிட்டிருப்பது விநோதமாக இருக்கிறது. நாக்பூரிலுள்ள அனைத்திந்திய ஒடுக்கப்பட்ட இனத்தவரின் சங்கத்தின் துணைச்செயலாளராகிய திரு. தியோதரின் வேண்டுகோளுக்கு திரு. காந்தியளித்திருந்த பதிலை எம். சி. ராஜா மேற்கோளாகக் காட்டினார். குறைந்தது ஐந்து ஹரிஜன உறுப்பினர்களாவது சட்டப்பேரவைக்குத் தேர்ந்தெடுக்கப்பட வேண்டுமென்று 1934 செப்டம்பர் 16ல் திரு. காந்தி உறுதியளித்திருந்தார். 'காங்கிரஸ் கட்சி அரசாங்கத்துடன் வாழ்வா சாவா எனும் போராட்டத்தில் ஈடுபட்டிருக்கும் வேளையில் ஹரிஜன வேட்பாளர்களை ஏற்றுக்கொண்டு அவர்களையும் காங்கிரஸ் அரசியலுக்குள் இழுத்துக்கொண்டு செல்வது காங்கிரஸ் பார்லிமெண்டரி

குழு செய்யும் தவறான செயலாகும்’ என்று எம்.சி.ராஜா கூறினார்.

பதவியை ஏற்றுக்கொள்ளும் எந்தக் கட்சியுடனும் ஒத்துழைக்கத் தாம் எப்போதும் ஆயத்தமாக இருப்பதாக எம்.சி.ராஜா கூறினார். அதை அவர் ரகசியமாக வைத்துக்கொள்ளாமல், தமது தேர்தல் அறிக்கையில் அதை வெளிப்படையாகவே குறிப்பிட்டிருந்தார். சென்னை மாவட்ட ஹரிஜன சேவா சங்கத்தின் தலைவராகிய திவான் பகதூர் வி.பாஷ்யம் அய்யங்காருடனும், தமிழ்நாடு ஹரிஜன சேவா சங்கத்தின் முன்னாள் தலைவர் டாக்டர் டி.எஸ்.எஸ்.ராஜனுடனும் நாட்டார் பகுதிகளுக்குத் தாம் விஜயம் செய்ததைக் குறிப்பிட்டு அப்பகுதியில் உள்ள ஹரிஜனங்களின் குறைபாடுகளை எம்.சி.ராஜா சுட்டிக்காட்டினார்.

‘கொழுத்த சம்பளம்’ தாம் பெறுவதைக் காங்கிரஸ்காரர்கள் குறைகூறுவது முட்டாள்தனமானது. காங்கிரஸ் எம்.எல். ஏக்களில் எத்தனை பேர் தங்களுடைய படிகளை (allowances) மறுத்திட ஆர்வமாயுள்ளனர் என்று கேள்வியெழுப்பினார். திரு. பக்தவத்சலம் திருமுடிவாக்கம், திருநீர்மலை, மீஞ்சூர் ஆகிய பகுதிகளிலுள்ள ஆலயங்களின் அறங்காவலராக இருந்தபோது அக்கோவில்களை ஹரிஜனங்களுக்குத் திறந்துவிட எப்போதாவது முயற்சி செய்தாரா என்று அமைச்சர் எம்.சி.ராஜா கேள்வி எழுப்பினார்.

மேலும் கூறும்போது, ‘கடந்த ஆறு ஆண்டுகளாக ஒடுக்கப்பட்ட இனத்தவரின் கல்வி மேம்பாட்டுக்காக அரும்பணியாற்றி வந்த நந்தனார் கல்விக் கழகத்திற்கு ஆண்டொன்றுக்கு ரூ.3000/- அனுமதித்திட கடலூர் மாவட்ட காங்கிரஸ் போர்டு மறுத்ததை (தி மெட்ராஸ் மெயில் இச்செய்தியை வெளியிட்டிருந்தது) குறித்து அமைச்சர் எம்.சி.ராஜா வருத்தம் தெரிவித்தார். ‘ஒடுக்கப்பட்ட இனத்தவருக்குக் கல்வி பெறுவதற்கான வசதிகளை ஏற்படுத்தித் தருவதற்காகப் போதுமான நிதியுதவி ஒதுக்கீடு செய்யப்பட வேண்டும் என்று பூனா ஒப்பந்தத்தின் 9ம் பிரிவு தெளிவாகக் கூறியுள்ளது. இவ்விடுதியைப் பார்வையிட்ட திரு. காந்தி, திரு. ஏ.வி. தக்கார், பாபு ராஜேந்திர பிரசாத் ஆகியோர் விடுதியின் சேவையைப் பாராட்டி எழுதியுள்ளனர்’ என்று கூறினார்.

‘காங்கிரஸ் கட்சி பெரும்பான்மை பெறும்போதெல்லாம் அக்கட்சி ஹரிஜனங்களின் சார்பாக நின்று அச்சமூகத்தின்

கல்வி வளர்ச்சிக்கு உதவும் என்று ஹரிஜனங்கள் எண்ணினார்கள். அது நிறைவேறவில்லை. நிதியுதவியை ஒதுக்கீடு செய்ய மறுத்த செயல் எதிர்காலத்தில் காங்கிரஸ் எங்கெங்கெல்லாம் பெரும்பான்மைப் பலம் பெறுமோ அங்கெல்லாம் என்ன நிகழும் என்பதற்கான அச்சாரமாய் விளங்கிற்று' என்றார்.

இந்த மாவட்டக் கழகத்தில் நடைபெற்றதைக் கருத்தில் கொண்டு மேதகு ஆளுநர் தமக்கிருக்கும் சிறப்பு அதிகாரங்களைப் பயன்படுத்த வேண்டுமென்று சுவாமி சகஜானந்தா விரும்பினாரென்றால் அவருடைய கோரிக்கை நியாயமானதே. முடிவாக, நாட்டிலுள்ள ஏனைய அரசியல் கட்சிகளுடன் ஒத்துழைக்கவும், இந்து கூடாரத்தினுள்ளேயே தமது இனத்தவரை வைத்துக்கொள்ளவும் தம்மாலியன்றதைக் கடந்த காலத்தில் செய்து வந்ததையும் அமைச்சர் எம்.சி.ராஜா குறிப்பிட்டு கடலூர் மாவட்டக் கழகத்தில் நடந்துள்ளதைப் போன்ற அர்த்தமற்ற செயல்கள் ஒடுக்கப்பட்ட இனத்தவரை இந்துக் கூடாரத்திலிருந்து துரத்திவிடுமோவென்று தாம் பயப்படுவதாகக் குறிப்பிட்டார். எம்.சி.ராஜாவின் தலைமையுரைக்குப் பிறகு தீர்மானங்கள் நிறைவேற்றப்பட்டு மாநாடு முடிவுற்றது.

வளர்ச்சித்துறை அமைச்சரான பின்பு எம்.சி.ராஜா பல மாவட்டங்களில் சுற்றுப்பயணம் செய்தார். 20-5-1937 அன்று ஈரோடு அருகே பழையக்கோட்டையில் நடைபெற்ற கூட்டத்தில் கலந்துகொண்டார் எம்.சி.ராஜா. அங்கு அவருக்கு வரவேற்புரை வாசித்தளிக்கப்பட்டது. வரவேற்புரைக்குப் பதிலளித்துப் பேசிய எம்.சி.ராஜா, கிணறுகளும் சாலைகளும் தொழில்துறையின் பணியின் விளைவாக ஏற்பட்டிருக்க அவையெல்லாம் காங்கிரஸ் கட்சியின் பணியால் விளைந்தவை என்று திரு.ராஜகோபாலாச்சாரியார் செங்கல்பட்டு மாவட்ட காங்கிரஸ் மாநாட்டில் பேசியதைக் கேட்டுத் தாம் வியப்படைந்ததாகக் குறிப்பிட்டார். தென்னிந்தியாவில் ஹரிஜனங்களின் முன்னேற்றத்திற்கு காங்கிரஸ் எதையுமே செய்யவில்லை என்று விமர்சித்தார். மேலும் காங்கிரஸ்காரர்களைக் குறித்து எச்சரிக்கையாய் இருக்க வேண்டுமென்றும் அவர்களால் திசை திருப்பிவிடத் தங்களை அனுமதிக்க கூடாதென்றும் கூட்டத்தினரை திரு. ராஜா கேட்டுக்கொண்டார். அவர்களுடைய குறைகளை மிகச் சீரிய முறையில் தாம் பரிசீலிப்பதாக ஹரிஜனங்களுக்கு உறுதியளித்தார்.

19-6-1937 அன்று தஞ்சாவூர் வாணி விலாஸ் அரங்கில் தஞ்சாவூர் மாவட்ட ஆதிதிராவிட கத்தோலிக்கர்களின் மாநாடு நடைபெற்றது. அதில் சிறப்பு அழைப்பாளராக அமைச்சர் எம்.சி.ராஜா கலந்துகொண்டு மாநாட்டைத் தொடங்கி வைத்தார். அவர் பேசும்போது, 'கும்பகோணம் பேராலயத்தில் தங்களுக்கு இழைக்கப்பட்ட கொடுமைகளைப் பற்றிய தங்களுடைய உள்ளக் குமுறல்களை வெளிப்படுத்துவதற்காகவே இம்மாநாடு கூட்டப்பட்டுள்ளது. இப்பிரச்சினை வெறுமனே சமயம் சார்ந்த ஒன்றாக மட்டுமே இருந்திருப்பின் நாமும் நம்முடைய இந்து சகோதரர்களும் இதில் தலையிட வேண்டிய கட்டாயம் ஏற்பட்டிருக்காது. ஆனால் கிறித்துவப் பேராலயத்தில் கடைப்பிடிக்கபட்டுவரும் வேறுபாடுகள் சமூக அந்தஸ்து எனும் பிரச்சினை பற்றியதாயிருப்பதால் தீண்டாமையையும் அத்துடன் கூடிய அருவருக்கத்தக்க வேறுபாடுகளையும் ஒழித்துக் கட்டுவதற்கான யுத்தத்தை - ஒடுக்கப்பட்ட இனத்தைச் சேர்ந்த இந்துக்களும் நடத்திவரும் யுத்தத்தை நடத்துவதில் கிறித்துவ சகோதரர்களுடன் இணைந்து அவர்களுக்கு உதவிட வேண்டுமென்று தாம் உணர்ந்ததாலேயே இப்பிரச்சினையில் தாம் தலையிடுவதாகவும் குறிப்பிட்டார்.

பின்பு எம்.சி.ராஜா அவர்களுக்கு தஞ்சாவூர் மாவட்ட ஆதிதிராவிடர் கூட்டுறவுச் சங்கத்தினரால் வரவேற்பு அளிக்கப்பட்டது. அதில் பேசும்போது, கூட்டுறவுச் சங்கங்கள் ஆதிதிராவிடரின் மன, உடல், சுகாதார, பொருளாதார முன்னேற்றம் கருதி அமைக்கப்பட்டனவென்று கூறினார். மேலும், 'அந்த எண்ணத்திற்கு வெகுதொலைவில் இன்று ஆதிதிராவிடர் இருப்பது உண்மையே. அதற்குரிய காரணம் யாதெனில் கூட்டுறவுச் சங்கங்கள் ஏழை ஆதிதிராவிடர்களுக்கு எளிதாகக் கடன் வழங்கும் செயலுடன் தங்களுடைய பணியை நிறுத்திக்கொண்டதுவே. எழுத்தறிவின்மையை ஒழிப்பதும் அச்சங்கங்கள் எடுத்து நடத்தக் கூடியதொரு பணியே. இரவு நேரப் பள்ளிக்கூடங்களை சங்கங்களின் பொறுப்பில் நன்மைதரும் வகையில் நடத்தலாம். ஆதிதிராவிடர்களின் முன்னேற்றத்திற்குத் தடைக்கல்லாக இருப்பது வறுமையே. எனவே தங்களிடத்து உறுப்பினர்களின் வருமானம் ஈட்டும் சக்தியைப் பெருக்குவதற்கும் அச்சக்தியைப் பயன்படுத்துவதற்குரிய வாய்ப்புக்களையும் உருவாக்கிடப் போராடுவதே அச்சமுதாயத்தின் உறுப்பினர்களின்

ஒருங்கிணைந்த முயற்சியாக இருக்க வேண்டும்' என்றும் கூறினார்.

4-7-1937 அன்று வட ஆற்காடு மாவட்ட ஆதிதிராவிடர் மாநாடு நடைபெற்றது. அம்மாநாட்டை தொடங்கி வைத்து எம்.சி.ராஜா உரையாற்றினார். அப்போது பேசுகையில், 'இன்று நிலவும் சூழ்நிலையின் உண்மை நிலைமையை உணர்ந்து *1935*ம் வருடத்திய இந்திய அரசின் சட்டம் நமக்குத் தந்துள்ள வாய்ப்புகளின் மூலம் மக்களின் நலன்களைப் பேணுவதில் நாம் தோள் கொடுத்து உழைக்க வேண்டும். சீர்திருத்தங்கள் குறைபாடுள்ளவையென்று கருதப்பட்டால் இருக்கிற அளவின்படியே அவைகளை ஏற்றுக்கொண்டு அவைகள் வெற்றிபெற்றிடப் பாடுபட்டுக்கொண்டே மக்களின் நன்மைக்காகக் கூடுதலான சீர்திருத்தங்களைக் கோருவதே நாம் செய்யத்தக்க நல்ல செயலாகும். லட்சியவாதிகளாக இருக்கும் அதேவேளையில் நாம் யதார்த்தவாதிகளாகவும் இருக்க வேண்டும். இந்த நமது குறிக்கோளை மனத்திலிருத்தி சீர்திருத்தங்களை அமல்படுத்துவதில் நாம் அரசுடன் ஒத்துழைப்போம்' என்றார்.

மேலும் பேசும்போது, 'அரசியலில் ஒரு கட்சியின் கொள்கை, திட்டங்கள் மற்றும் தத்துவங்கள் மட்டுமல்லாது அக்கட்சியை உற்சாகமூட்டி இயக்கிக்கொண்டிருக்கும் நபர்களின் ஆளுமையும் கருத்தில் கொள்ளப்படும். ஒரு கட்சிக்கு மற்றெல்லாக் கட்சிகளைக் காட்டிலும் ஞானத்தில் சிறந்த அரசியல் சிந்தனை, அனைத்துத் தரப்பினருக்கும் பொருந்தக்கூடிய திட்டங்கள், மிக உயரிய அறநெறி சார்ந்த தத்துவங்கள் மற்றும் நாட்டுப்பற்றும் இருந்தும்கூட அதன் தலைவரோ அல்லது தலைவர்களோ பொது நன்மைக்கான ஆர்வத்தால் தூண்டப்பட்டவர்களாயிராத பட்சத்தில் அக்கட்சி வெகு விரைவிலோ அல்லது பிற்காலத்திலோ பொதுமக்கள் முன்பு வேடம் கலைந்த நிலையில் நிற்க வேண்டியது வரும்' என்று தலைமையின் முக்கியத்துவத்தை எடுத்துரைத்தார்.

தம் மக்களுக்கு வாதாடிய நீதிக்கட்சி சார்பில் இருந்த ஒரே தலைவர் நாயர் என்பதை நினைவுகூர்ந்தார் எம்.சி.ராஜா. 'இதுபோன்ற சந்தர்ப்பத்தில் இம்மாநிலத்தில் ஒடுக்கப்பட்ட இனத்தவரின் இழிநிலையைப் போக்கிடும் இயக்கத்திற்காக அருஞ்சாதனை புரிந்த நீதிக்கட்சியின் நிறுவனர்களுள்

ஒருவரான காலஞ்சென்ற டாக்டர் டி.எம். நாயரின் பங்களிப்பை நன்றியுடன் நினைத்துப் பார்க்காமலிருக்க என்னால் இயலவில்லை. 1917ல் நான் சென்னையில் கூட்டியிருந்த ஆதிதிராவிடர்களின் கூட்டத்தை நினைத்துப் பார்க்கிறேன். ஆதிதிராவிடர்களிடையே உரையாற்றிய டாக்டர் டி.எம் நாயர் ஆதிதிராவிடர்களை விழித்தெழுந்திடுமாறு வேண்டுகோள் விடுத்தார். அங்கனம் எழுந்து நிற்காவிடின் என்றென்றுமாக வீழ்ந்து போவோம் என்றும் எச்சரித்தார். நாயர் ஒரு ஜனநாயகவாதியாகத் திகழ்ந்தார். டாக்டர் நாயர் மட்டும் அவ்வியக்கத்தின் தலைவராக இன்று இருந்திருந்தால் அவ்வியக்கத்திலும் கட்சியிலும் ஜனநாயக முறையைப் பாதுகாத்திருப்பார்; அவர் தேசியவாதியாகவும் இருந்தார்' என்று நாயரின் பங்களிப்பை தம் பேச்சில் ஞாபகமூட்டினார்.

காந்திஜி பற்றிப் பேசும்போது, 'தற்போது நடைமுறையிலிருக்கும் தீமைகளைக் குறித்த விழிப்புணர்ச்சியை இந்து சமூகத்தினருக்கு ஏற்படுத்தியதன் மூலம் மகாத்மா காந்தி ஆற்றிய பணி காலப்போக்கில் ஒரு பெரும் சமூக அரசியல், சமயப்புரட்சியை ஏற்படுத்தும்' என்றார்.

தங்களுக்காகப் பாடுபட்டவர்களையும் நினைவுகூர்ந்தார் எம்.சி.ராஜா. 'ஒடுக்கப்பட்ட இனத்தவருக்கு ஆலயங்களைத் தங்கள் மாநிலத்தில் திறந்துவைத்துள்ள திருவிதாங்கூர் மகாராஜா மற்றும் மகாராணியின் நடவடிக்கை நமது மக்களுக்கு ஒரு புதிய நம்பிக்கையையும் மதிப்பையும் தந்துள்ளது. இவ்வியக்கங்களுக்கு முன்பும் அவற்றைத் தொடர்ந்தும் ஐரோப்பியக் கிறித்தவ மிஷனரிகள் நமது இனமக்களின் அவலநிலையைப் போக்கும் கொள்கையைப் பின்பற்றினார்கள். 1919ல் தொடங்கப்பெற்ற தொழிலாளர் துறைப் பள்ளிக்கூடங்கள், குடிநீர்க் கிணறுகள், வீடுகள், நிலங்கள் போன்றவற்றை நமக்குத் தந்து, அவை நமது இனத்திற்குப் பேருதவியாக இருந்து வருகின்றன' என்றார் எம்.சி.ராஜா.

பின்பு தம் பேச்சில் காங்கிரஸ் கட்சியின் மீது விமர்சனம் வைத்தார் எம்.சி.ராஜா. அவர் பேசுகையில், 'மகாத்மா காந்தியால் தூண்டப்பெற்ற நிலையில் காங்கிரஸ் கட்சி இப்பிரச்சினையை ஆய்ந்து 1921ல் தீண்டாமை ஒழிப்பிற்கான தீர்மானத்தை நிறைவேற்றி அதனைத் தமது

செயல்திட்டத்தில் ஒரு அம்சமாகச் சேர்த்துக்கொண்டது. ஆனால் 1932ல் பூனா ஒப்பந்தம் நிறைவேற்றப்படும் வரையிலும் காங்கிரஸ் கட்சி தீண்டாமை ஒழிப்பில் எந்தக் கவனமும் செலுத்தவில்லை. நமது சமுதாயத்திலுள்ள ஒடுக்கும் அம்சங்களை நீக்குவதில் தமது சக்தியைப் பயன்படுத்தவும் காங்கிரஸ் கட்சி முன்வரவில்லை. தீண்டாமை ஒழிப்பு ஏதோ காங்கிரஸ் கட்சியின் சாதனை என்பது போல் சில வேளைகளில் சித்தரிக்கப்படுகிறது. ஆனால் அது உண்மையல்ல. தொகுதி ஒதுக்கீட்டுடன் கூடிய கூட்டுத்தொகுதி முறையை நாம் ஏற்றுக்கொண்டதன் மூலம் மகாத்மா காந்தி தமது புகழ்பெற்ற உண்ணாநோன்பைக் கைவிட உதவினோம் என்ற உண்மை காங்கிரஸ்காரர்கள் நம்மை நன்றி மறந்தவர்களென்று குற்றஞ்சாட்டுவதை விட்டுவிட்டு அவர்கள் நமக்கு நன்றியுள்ளவர்களாயிருக்க வேண்டுமென்பதை உணர்த்துகிறது. அவர்களுடைய கொள்கைகள் நன்மை தருவனவாய் இருக்குமோ அல்லது அறிவுக்குரியவைகளாயிருக்குமோ எப்படியிருப்பினும் அடிமைகள் போன்று நாம் அவர்களைப் பின்பற்றப் போவதில்லை' என்று ஆதாரத்துடன் எடுத்துரைத்தார்.

பூனா ஒப்பந்தத்தின்போது கொடுக்கப்பட்ட வாக்குறுதிகளையும் நினைவுகூர்ந்தார் எம்.சி.ராஜா. 'நம் நாட்டிலுள்ள பிற அமைப்புகளுக்கும் நமக்குமுள்ள உறவைத் தெளிவுபடுத்துகிற பூனா ஒப்பந்தத்தின் அடிப்படைத் தத்துவங்களைக் குறிப்பிட்டாக வேண்டும். தங்களுடைய நலன்களைப் பிரதிநிதித்துவப்படுத்தும் வகையில் தாங்கள் முழு நம்பிக்கை வைத்திருக்கும் நபர்களை - அட்டவணைச் சாதியினரைத் தெரிந்தெடுக்கும் அடிப்படைத் தேர்தலுக்குப் பூனா ஒப்பந்தம் இடமளிக்கிறது. இதுவே முதன்மையான கருத்தாகும். அதன்படி நம்முடைய பிரதிநிதிகளைச் சுதந்திரமாக நாமே தெரிந்தெடுக்க அனுமதிக்கப்பட வேண்டும். இவ்வகையில் நாம் நமது தனித் தன்மையைப் பாதுகாத்துக்கொண்டு சாதி இந்துக்களுடன் ஒத்துழைக்க வேண்டும். சுதந்திரமும் ஒத்துழைப்புமே நமது கொள்கை வாசகம். காங்கிரஸ் கட்சியுடன் நாம் ஒத்துழைப்பது அக்கட்சியின் நன்மை பயக்கும் திட்டங்களுக்காக மட்டுமே. கேடுண்டாக்கும் அனைத்துக் கொள்கைகளுக்கும் நாம் எதிரானவர்களென்பதைத் தெளிவாகச் சொல்லியுள்ளோம். அவர்கள் ஈடுபடும் ஒத்துழையாமைச் செயல்களையோ, அவர்களது ஒத்துழையாதிருக்கும் மனப்பான்மையையோ பின்பற்றாதிருப்பதற்காக நம்மை எவரும் குறை

சொல்லக்கூடாது. நம்முடைய அளவுகோல்களால் மட்டுமே நாம் மதிப்பிடப்பட வேண்டுமேயொழிய நாம் சார்ந்திராத கட்சியின் அளவுகோல்களால் அல்ல. அவர்களுடைய அளவுகோல்களை நம்மீது திணிப்பது கொடுங்கோன்மையும் அடக்குமுறையுமாகும்' என்று காட்டமாகக் கூறினார்.

காங்கிரஸ் கட்சிக்கு எதிரான குற்றச்சாட்டுகளை அடுக்கினார் எம்.சி.ராஜா, 'காங்கிரஸால் ஆதிதிராவிடர்கள் ஒடுக்கப்படுவது முற்றிலுமாக நியாயப்படுத்தப்படத் தக்கதல்ல. பூனா ஒப்பந்தத்தின்போது அவர்கள் நமக்குச் சிறப்புப் பாதுகாப்பு அளிப்பதாக வாக்களித்ததைக் காங்கிரஸாருக்கு நான் நினைவூட்ட விரும்புகிறேன். அச்சமயத்தில் தாங்கள் அரசுடன் ஒத்துழைக்காதபோதிலும் நாம் அரசுடன் ஒத்துழைக்கலாமென்றும், காங்கிரஸின் கொள்கை எதுவாயிருந்தாலும் நம்மினத்தின் இழிநிலையைப் போக்குவதற்காக எவ்வகையான வழிமுறைகளையும் நாம் பின்பற்றுவதற்கு நமக்கு உரிமை உண்டென்றும் காங்கிரஸார் நம்மிடம் சொன்னார்கள். நடைமுறையைப் பார்த்தால் காங்கிரஸ்காரர்கள் தங்களுடைய வார்த்தைகளை மறந்திருக்கிறார்கள். தங்களது இனத்தைச் சேர்ந்த ஒரு அமைச்சரைக்கூட வரவேற்று அவருடன் உரையாடிட ஆதிதிராவிடக் காங்கிரஸ்காரர்கள் அனுமதிக்கப்படுவதில்லை. ஆனால் காங்கிரஸ் தலைவர்கள் ஆளுநர்களுடன் தனியே உரையாடுகிறார்கள்.

பதவியை ஏற்றுக்கொண்டு தங்களுக்குத் தேவையான பொருளாதார நன்மைகளையும் சமூக நன்மைகளையும் பெற்றுத் தருவதைக் கைவிட்டு தங்களுடைய அன்றாட வாழ்க்கைக்குப் பொருந்தாத காரணங்களுக்காக காங்கிரஸ் தலைவர்கள் ஒதுங்கி நிற்பது குறித்துப் பெரும்பாலான ஹரிஜனங்கள் ஏமாற்றமடைந்துள்ளார்கள். காங்கிரஸ் தலைவர்களுக்கு பூனா ஒப்பந்தத்தின் மீதும், மகாத்மா காந்தி மீதும் எவ்வகையான மதிப்பு இருந்திருந்தால் தங்களுடைய ஒத்துழையாமைக் கொள்கையில் அவர்களோடு நாமும் இணைந்திருக்கிறோம் என்று உலகை நம்பச் செய்வதற்காக நமது சமுதாயத்தினின்று சிலரைப் பிரித்தெடுத்து, பிரித்தாளும் கொள்கையைப் பின்பற்றி அவர்களைக் கொண்டே நம்மைத் தாக்கச் சொல்லமாட்டார்கள். இவையாவும் சில காங்கிரஸ் தலைவர்களின் புத்திசாலித்தனமான தந்திரங்களாக இருக்கலாமேயொழிய அவை காந்திய உணர்வுக்கு முற்றிலும் பொருந்தாத

ஒன்றாகும்' என்று காங்கிரஸின் பிரித்தாளும் சூழ்ச்சியை விமர்சித்தார்.

தம் உரையை முடிக்கும்போது தம் இன மக்களுக்கு அறிவுரை வழங்கினார் எம்.சி.ராஜா. 'நான் ஏற்கெனவே சொல்லியிருப்பது போல் நாம் முதலாவது நமது தனித்தன்மையைப் பேணிப் பாதுகாத்துக்கொண்டு பின்னர் சாதிய இந்துக்களுடன் ஒத்துழைக்க வேண்டும். சுதந்திரமும் ஒத்துழைப்புமே நமது கொள்கை வாசகம். அரசாங்கத்துடனும் சாதி இந்துக்களுடனும் உறவாடுகையில் சுதந்திரமும், சாதி இந்துக்களுடனும் அரசாங்கத்துடனும் செயல்படுவதில் ஒத்துழைப்பும் காட்டுவதே நமது கொள்கை. எனவே, அனைத்து ஹரிஜனங்களையும் நான் வேண்டிக் கேட்டுக்கொள்வது யாதெனில் துண்டு துண்டாக சிதறிப்போக அனுமதியாமல் ஒன்றுபட்டு நிற்கவேண்டுமென்பதே. ஒன்றுபட்டால் நாம் வாழ்வோம்: பிளவுபட்டால் நாம் வீழ்வோம். அதேவேளையில் போட்டி போட்டுக்கொண்டிருக்கும் மற்ற கட்சிகளுடன் இணைந்துவிடாமல் நாம் ஒத்துழைக்க வேண்டும்.

காங்கிரஸ் என்ற பெயரிலோ அல்லது வேறெந்த கட்சியின் பெயரிலோ நமக்கு இடையூறு செய்யாமல் நமது தனித்தன்மையை மதிக்குமாறு காங்கிரஸ்காரர்களை நான் கேட்டுக்கொள்கிறேன். காங்கிரஸ் கட்சியுடன் முழுமையாக நாம் இணைய முடியாதிருப்பதற்கான காரணம் யாதெனில் ஒத்துழையாமை, அரசியல் சாசனத்தை மீறுதல் போன்ற பலமற்ற கொள்கைகளே. மக்களுக்குச் சேவை செய்ய விரும்பும் எல்லா சமுதாயத்துடனும் எல்லா அமைப்புகளுடனும் ஒத்துழைத்திட நாங்கள் ஆயத்தமாயிருக்கிறோம்' என்று பேசி முடித்தார்.

இந்நிலையில் 1935 இந்திய அரசின் சட்டத்தின் கீழ் மாகாண ஆளுநர்களுக்கு வழங்கப்பட்ட சிறப்பு அதிகாரங்களை இந்திய தேசிய காங்கிரஸ் கட்சி தொடர்ந்து எதிர்த்து வந்தது. இச்சிறப்புச் சட்டத்தின்படி, மாகாண ஆளுநர்களுக்கு, மாகாணத்தின் நிதி மற்றும் வேறு சில விடயங்களில் மாகாண அமைச்சரவையைக் கட்டுப்படுத்தும் சிறப்பு அதிகாரங்கள் இருந்தன. அதை நீக்கும்படி வலியுறுத்தி வந்தது.

காங்கிரஸ் தேசியத் தலைவர்கள் இந்திய வைஸ்ராயை அணுகி, மாகாண ஆளுநர்கள், 1935 இந்திய அரசின்

சட்டத்தின் கீழ் அவர்களுக்கு வழங்கப்பட்ட சிறப்பு அதிகாரங்களை முறைகேடாக பயன்படுத்த மாட்டார்கள் என்ற உறுதிமொழியைப் பெற்றனர்.

22 ஜூன் 1937ல் இந்தியத் தலைமை ஆளுநர் விக்டர் ஹோப், இரண்டாம் லின்லித்கொ பிரபு, 1935ம் ஆண்டின் சட்டத்தை அமல்படுத்துவதில் காங்கிரஸுடன் சேர்ந்து செயல்பட பிரிட்டிஷ் அரசின் விருப்பத்தை வெளிப்படுத்தும் அறிக்கை ஒன்றை வெளியிட்டார்.

1 ஜூலை 1937ல் இதனை ஏற்ற காங்கிரஸ் செயற்குழு (CWC), தாங்கள் வென்ற ஆறு மாகாணங்களில ஆட்சியமைக்க ஒப்புக்கொண்டது.

ஜூலை 14 அன்று, கூர்ம வெங்கட ரெட்டி நாயுடு ராஜினாமா செய்தார். அவருடன் அவருடைய அமைச்சரவையும் கலைந்தது. 15-7-1937ல் சென்னை மாகாணத்தின் முதலமைச்சராக சி.ராஜகோபாலாச்சாரியார் அவர்கள் பொறுப்பு ஏற்றுக்கொண்டார். காங்கிரஸ் அமைச்சரவையில் திரு.வி.ஐ.முனுசாமிப்பிள்ளை அவர்களுக்கு வேளாண்மை மற்றும் ஊரக வளர்ச்சித்துறை அமைச்சராகப் பதவி வழங்கப்பட்டது.

குடிமை (சமூக) குறைபாடுகளை அகற்றும் மசோதாவை (THE REMOVAL OF CIVIC DISABILITIES BILL) விவாதத்திற்கு எடுத்துக்கொள்ள மெட்ராஸ் சட்டமன்றத்தில் 29-9-1937 அன்று எம்.சி.ராஜா ஒரு தீர்மானம் கொண்டு வந்தார். மசோதா பற்றிய கருத்துக் கேட்பிற்கு உள்ளூர் நிர்வாகத்திற்கு மசோதா அனுப்பப்பட்டது.

இதற்கு அடுத்த மாதம் மெட்ராஸ் இந்து கோவில் நுழைவுக் குறைபாடுகள் நீக்க மசோதாவை (The Madras Hindu Temple Entry Disabilities Removal Bill) விவாதத்திற்கு எடுத்துக்கொள்ள மெட்ராஸ் சட்டசபையில் 28-10-1937 அன்று ஒரு தீர்மானம் கொண்டுவந்தார். 1927ம் ஆண்டு சென்னை இந்து சமய அறநிலையத்துறைச் சட்டத்தின் பிரிவு 40ல் உள்ள தடைகளை நீக்குவது இந்த மசோதாவின் நோக்கம் ஆகும்.

எம்.சி.ராஜா கொண்டுவந்த மசோதாவின் அம்சங்கள்:

1. இச்சட்டம் நடைமுறைக்கு வந்தபிறகு ஒதுக்கப்பட்ட சாதியினருக்கு கோவிலைத் திறந்துவிடுதல் பற்றி விவாதிக்க வேண்டுமென 50க்கும் குறைவுபடாத வாக்காளர்கள் அக்கோவில் அறங்காவலரை எழுத்து

வடிவில் கேட்டுக்கொண்டால், அறங்காவலர் இதுகுறித்து விவாதிக்க வாக்காளர் பேரவையைக் கூட்ட வேண்டும்.

2. வாக்காளர் பேரவையில் பெரும்பான்மை உறுப்பினர்கள் அவ்வாறு கோவிலைத் திறக்க முடிவெடுத்தால், அது அறங்காவலரையும் கோவில் பக்தர்களையும் கட்டுப்படுத்தும்.

3. அதன்பின் அந்த முடிவைக் கோவில் அறங்காவலர் வெளியிட வேண்டும். இத்தகைய அறிவிப்பு வெளியான ஒரு மாதத்துக்குள் 50க்கும் குறைவுபடாத வாக்காளர் இதற்கு எவ்வித மறுப்பும் தெரிவிக்கவில்லையெனில், ஒதுக்கப்பட்ட சாதியினருக்குக் கோவிலை அறங்காவலர் திறந்துவிட வேண்டும். நாட்டில் புழங்கும் சட்டம், நடைமுறைப் பழக்கம் ஆகியனவற்றுக்கு இந்த முடிவு மாறுபட்டாலும் இவ்வாறு செய்ய வேண்டும்.

4. 50க்கும் மேற்பட்ட வாக்காளர்கள் மறுப்புத் தெரிவித்தால், மீண்டும் வாக்காளர் பேரவையைக் கூட்டி பெரும்பான்மையினர் முடிவைத் தெரிந்துகொள்ள வேண்டும். இதுவே இறுதியானதாகும்.

5. கோவிலின் ஒழுங்கையும் சுத்தத்தையும் பேணுவதற்கு உரிய பொதுவான முறைகளைப் பின்பற்றுதல், கோவில் சடங்குகளை உரிய முறையில் நடைமுறைப்படுத்துதல் ஆகிய விதிமுறைகளுக்குக் கட்டுப்பட்டு வழிபாடு செய்யும் நோக்கத்திற்காக ஒதுக்கப்பட்ட சாதிகளைக் கோவிலுக்குள் அனுமதிக்க வேண்டும்.

இந்த மசோதாவின் நோக்கங்களும் காரணங்களும்:

> 'இந்து சமுதாயத்தின் சில பிரிவினரைத் தீண்டத்தகாதவர்கள் என்று வேறுபடுத்தி வைக்கும் வழக்கமும் அதன் காரணமாக அவர்கள் அனுபவிக்கும் சமூகக் குறைபாடுகளும் உலக நாடுகளின் கண்டனத்துக்கு உள்ளாகியிருக்கின்றன. இவ்வழக்கத்தை உடைத்தெறிந்திடவும் குறைபாடுகளை நீக்கிடவும் இவ்வினங்களின் தலைவர்களும் சாதிய இந்துக்களிடையேயுள்ள சீர்திருத்தவாதிகளும்

தொடர்ந்து போராடி வருகிறார்கள். அண்மைக்கால நிகழ்வுகள் இப்போராட்டத்தை ஒரு உச்சகட்டத்திற்கு கொண்டுவந்துள்ளன. தற்காலத்தில் 'ஒடுக்கப்பட்ட இனங்கள்' என்று பொதுவாக அழைக்கப்படும் இம்மக்களின் குறைபாடுகளை நீக்க வேண்டுமென்னும் பெரிய உணர்வலை இந்தியாவெங்கிலும் வீசுகிறது.

சாதிய இந்துக்களுடன் சேர்ந்து சாதாரணமான இந்து ஆலயங்களுக்குள் நுழைவதை இவ்வினத்தவருக்கு மறுப்பதற்கெதிராகப் பொதுமக்களின் கருத்து உருவாகி வருகிறது. பொது இந்து ஆலயங்கள் சாதிய இந்துக்களின் அனைத்துப் பிரிவினரும் தங்களுடைய பொதுக் கடவுளர்களை வழிபடுவதற்கென்று சுதந்திரமாகக் கூடுமிடங்களாக இருப்பதால் வழிபாடு நடத்துவதற்காக ஒடுக்கப்பட்ட இனத்தவரும் இவ்வாலயங்களில் நுழைவதற்குரிய உரிமை பெற்றிருக்க வேண்டும் என்று கருதப்படுகிறது.

பொதுமக்களின் கருத்தில் பெரியதொரு முன்னேற்றம் ஏற்பட்டுள்ளதெனினும் ஏற்கெனவே வகுக்கப்பட்டுள்ள நடைமுறை இம்மக்களுக்கெதிராகவே உள்ளது. எந்தவித மாற்றமும் புதுமையும் அனுமதிக்கப்படுவதில்லை. இவ்வின மக்கள் இந்து ஆலயங்களில் பிரவேசிப்பது இந்திய தண்டனைச் சட்டத்தின் கீழ் தண்டிக்கப்படத்தக்க ஆலயத் தீட்டு ஏற்படுத்தும் செயலன்று என நீதிமன்றங்கள் கருதுவதோடு, இத்தகைய பிரவேசத்தை ஆதரிக்கும் பக்தர்களின் கருத்தின் அடிப்படையில் அறங்காவலர்கள் ஆலயப் பிரவேசத்தை அனுமதிக்கும் அதிகாரம் பெற்றவர்களா என்னும் ஐயப்பாடும் வருகிறது. பெரும்பாலான அறங்காவலர்களின் கருத்தின்படி குறிப்பாக 1927ம் ஆண்டின் சென்னை இந்து அறநிலையங்களின் சட்டம் 11ன் 40ம் பிரிவு எவ்வகையான மாற்றத்திற்கும் இடையூறாக உள்ளது. எனவே இத்தகைய சீர்திருத்தத்தை ஆதரிக்கும் பொது மக்களின் கருத்து நிலவும் பகுதிகளில் நிலுவையில் உள்ள தடையை நீக்கிட உதவும் வகையில் அனைவருக்கும் அனுமதியளிக்கும் தன்மையுடையதொரு சட்டத்தை நிறைவேற்றுதல் அவசியமாகிறது.'

எம்.சி.ராஜா கொண்டுவந்த இந்த மசோதா புரட்சிகரமானதாக இல்லையென்றாலும் தீண்டாமை

ஒழிப்புக்கான முன்னெடுப்புப் பணிகளில் இது முதன்மையானது. ஆனால் இதில் சாதி இந்துக்களின் ஒத்துழைப்போடு அல்லது அனுமதியோடு நடக்கக்கூடியதாக இருக்கிறது. சாதி இந்துக்கள் மனமுவந்து இதை ஏற்றுக்கொள்வார்களா என்ற ஐயம் தாழ்த்தப்பட்ட தலைவர்களுக்கு அப்போதே இருந்து வந்தது. அப்போதைய காலகட்டத்தில் இந்த மசோதா பெரும் பேசுபொருளாக ஆனது.

1937ம் ஆண்டு நாக்பூரில் டிசம்பர் மாதம் 28ம் தேதி முதல் 31ம் தேதி வரை நடைபெற்ற அகில இந்திய பெண்கள் மாநாட்டில் எம்.சி.ராஜா கொண்டுவந்த இந்துக்களின் குறிப்பிட்ட வகுப்பினரிடையே உள்ள சமூகக் குறைபாடுகளை அகற்றுவதற்கான மசோதாவிற்கு ஆதரவு தெரிவித்துத் தீர்மானம் இயற்றப்பட்டது.

1938

மெட்ராஸ் இந்து கோவில் நுழைவுக் குறைபாடுகள் நீக்க மசோதா (The Madras Hindu Temple Entry Disabilities Removal Bill) மறுபடியும் மெட்ராஸ் சட்டசபையில் எம்.சி.ராஜா அவர்களால் 30-3-1938 அன்று அறிமுகப்படுத்தப்பட்டது.

இந்த மசோதாவைச் சட்டமாகக் கொண்டுவர சென்னை காங்கிரஸ் கட்சிக்கு ஆர்வம் இல்லாமல் இருந்தது. காங்கிரஸ் கட்சியின் திட்டங்களில் ஒன்று ஆலய நுழைவை ஆதரிக்க வேண்டும் என்பது. பூனா ஒப்பந்தத்தின்போதும் அது உறுதி செய்யப்பட்டது. ஆனாலும் எம்.சி.ராஜா கொண்டுவந்த ஆலய நுழைவு மசோதாவை நிறைவேற்ற முதலமைச்சர் ராஜாஜியும் சென்னை காங்கிரஸ் கட்சியும் காலம் தாழ்த்திக்கொண்டே வந்தனர்.

இதற்கிடையே குடிமை (சமூக) குறைபாடுகளை அகற்றும் மசோதாவை (THE REMOVAL OF CIVIC DISABILITIES BILL) மறுபடியும் மெட்ராஸ் சட்டமன்றத்தில் 17-8-1938 அன்று எம்.சி.ராஜா கொண்டுவந்தார். தேர்வுக்குழுவின் அறிக்கை ஆகஸ்ட் 19 அன்று இந்திய அரசுக்கு அனுப்பப்பட்டது. தேர்வுக்குழு இம்மசோதாவை ஆராய்ந்தது. குழு சில விதிகளை மாற்றம் செய்திருந்தது. அதனால் எம்.சி.ராஜா விதிகளைப் பற்றிய தன் கருத்தைச் சபையின் முன் கொண்டுவந்தார். 'கோவில்கள் அல்லது மத நிறுவனங்களின் பயன்பாடுகளைப் பாதிக்கச்செய்வது அசல் மசோதாவின் நோக்கம் அல்ல; இதை முழுமையாகத் தெளிவுபடுத்தும் வகையில், மசோதாவின் பிரிவு 2ன் பத்தி 1ல்

உள்ள 'மற்ற சேவை' என்ற வெளிப்பாட்டைக் குழு தவிர்த்துவிட்டு, அதற்குப் பதிலாக 'மதச்சார்பற்ற நிறுவனம்' என்ற சொற்றொடரைப் பயன்படுத்தியது. பத்தி 2ன் பிரிவு 2, பத்தி 1ல் சேர்க்கப்பட்டுள்ளதையும் நீங்கள் கவனிப்பீர்கள். இதனால் அதில் உள்ள ஏற்பாடு பத்தி 1ல் குறிப்பிடப்பட்டுள்ள விஷயங்களுக்கு மட்டுமே பொருந்தும் என்பது தெளிவாக இருக்கும். மற்ற மாற்றங்கள் அனைத்தும் வெறும் வரைவு மாற்றங்கள் மட்டுமே. இந்த மசோதாவுக்காக அவர்கள் ஆற்றிய மதிப்புமிக்க சேவைகளுக்காகத் தேர்வுக்குழுவின் உறுப்பினர்களுக்கு நன்றியைத் தெரிவித்துக்கொள்கிறேன். இந்த மசோதாவைத் தேர்வுக் குழுவுக்குப் பரிந்துரைக்கும்போது நான் ஏற்கெனவே ஒரு நீண்ட உரையை ஆற்றியிருப்பதால், மேலும் நான் புதிதாக சேர்க்க எதுவும் இல்லை' என்று எம்.சி.ராஜா தன்னுடைய கருத்தை பதிவுசெய்தார்.

திரு.ஆர்.எம்.பாலட் பிரேரணையை ஆதரித்தார். பிரேரணை முன்வைக்கப்பட்டு நிறைவேற்றப்பட்டதுடன் மசோதா பரிசீலனைக்கு எடுத்துக்கொள்ளப்பட்டது. நீண்ட விவாதம் நடைபெற்றது. இதன்மேல் நடைபெற்ற விவாதத்தில் கலந்துகொண்டு ஸ்வாமி சகஜானந்தம் அவர்கள் பேசியபோது, 'சாதாரணமாக ஒரு ஓட்டலுக்குப் போய் சாப்பிடச் சென்றால் ஓட்டல்காரர்கள், அங்கே இரு, இங்கு வராதே, நாங்கள் இப்படிச் சொல்வதின் காரணம் மத சம்பந்தம்தான், மதத்தினால்தான் இங்கு வித்தியாசம் ஏற்பட்டிருக்கிறது என்கிறார்கள். நாங்கள் அது விஷயம் மத சம்பந்தம் இல்லையென்று சொன்னால் அவர்கள் ஒரு சமயம் உண்டு என்பார்கள். ஆகையினால் இன்னின்ன இடங்களில் இந்த பில் வியாபிக்கக்கூடியது என்ற விஷயத்தை கனம் முதல்மந்திரி விளக்கிக் காட்டும்படி கேட்டுக்கொள்கிறேன்' என்று கேட்டார்.

இதற்குப் பிறகு எம்.சி.ராஜா பேசும்போது, 'இந்த மசோதா ஒரு மதச்சார்பற்ற மசோதா; மேலும், நான் ஏற்கெனவே கூறியது போல், இந்த மசோதாவின் விதிகள் மத நிறுவனங்களைப் பாதிக்காது என்பதைத் தெரிவுக்குழு ஏற்கெனவே தெளிவாகக் கூறியுள்ளது. ஒரு கோவிலுக்கு சொந்தமான கிணறு என்பது ஒரு மத நிறுவனம். கோவிலுக்கு வெளியே இருக்கும் கிணறுகள் போல் இதை பொதுக் கிணறு என்று சொல்ல முடியாது. எனவே கோவில்கள் இந்தச் சட்டத்தின் கீழ் வராது. உணவகங்கள்

மற்றும் பொது ஹோட்டல்களை உள்ளடக்கியதாக இந்த மசோதா இருக்கிறது' என்று தெளிவுபடுத்தினார்.

கடைசியில் முதல்மந்திரி ராஜகோபாலாச்சாரியார் ஆதரித்துப் பேசினார். பிரேரணை முன்வைக்கப்பட்டு நிறைவேற்றப்பட்டது மற்றும் திருத்தப்பட்ட மசோதா சட்டமாக நிறைவேற்றப்பட்டது.

எம்.சி.ராஜாவின் மெட்ராஸ் இந்து கோவில் நுழைவுக் குறைபாடுகள் நீக்க மசோதா (The Madras Hindu Temple Entry Disabilities Removal Bill) காலம் தாழ்த்தப்பட்டுக்கொண்டே வந்ததில் எம்.சி.ராஜாவுக்கு நிம்மதி போயிற்று. இந்த மசோதாவை ஒரேவொரு ஜில்லாவிலாவது செயல்படுத்துங்கள். அதாவது சேலத்தை தேர்ந்தெடுத்துத் திட்டத்தைச் செயல்படுத்துமாறு ராஜாஜிக்கு வேண்டுகோள் விடுத்தார். ஆனால் ராஜாஜியும் பிறகு மசோதாவை அமைச்சரவையும் நிராகரித்தது. தம்மை நம்பவைத்து ஏமாற்றுகிறார்கள் காங்கிரஸும் ராஜாஜியும் என்பதை உணர்ந்த எம்.சி.ராஜா காந்திஜிக்கு 1938 ஆகஸ்ட் 25ம் தேதி அன்று ஒரு நீண்ட கடிதம் எழுதினார். அதில்,

'அன்புள்ள காந்திஜி

தாழ்த்தப்பட்ட வகுப்பினரைப் பற்றி இந்த மாகாணத்தின் நிலைமையை உங்கள் கவனத்திற்குக் கொண்டுவருவதற்கு நான் வருந்துகிறேன்.

தாழ்த்தப்பட்ட மக்களின் உண்மையான குரல் சட்டமன்றங்களில் உறுதியாக ஒலிக்கவேண்டும் என்பதற்காக எங்களில் பலர் தனிவாக்காளர் தொகுதிகளை ஆதரித்து வந்தபோது, அவர்களை அரசியல் ரீதியில் மட்டுமன்றி, சமூக ரீதியிலும் சமய ரீதியிலும் இந்து அரவணைப்பில் கொண்டுவர வேண்டும் என்பதற்காக நீங்கள் எவ்வாறு உங்கள் உயிரைப் பணயம் வைத்தீர்கள் என்பது உங்களுக்கு நினைவிருக்கலாம். சட்டமன்றங்களில் எங்கள் கோரிக்கைகளையும் குறைபாடுகளையும், ஆர்வ விருப்பங்களையும் அபிலாஷைகளையும் கடமை உணர்ச்சியோடும், பற்றுறுதியோடும் பிரதிபலிக்கக்கூடிய எங்கள் பிரதிநிதிகளை நாங்கள் தேர்ந்தெடுப்பதில் எந்தக் குறுக்கீடும் இருக்கக் கூடாது என்ற நிபந்தனையின்பேரில் இந்துக்களுடன் சேர்ந்து கூட்டு வாக்காளர் தொகுதியை எங்கள் மக்களை

ஏற்கச் செய்ததில் எனக்கும் ஓரளவு பங்குண்டு. இந்த இணக்கத்துடன்தான் வேட்பாளர் பட்டியல் தேர்தல் ஏற்பாடு செய்யப்பட்டது.

இவற்றை எல்லாம் என்னைப் போலவே நீங்களும் அறிவீர்கள். ஆனால் இவை யாவற்றையும் நான் ஏன் நினைவுபடுத்துகிறேன் என்பதற்குக் காரணம் இருக்கிறது. இங்கு ஒரு முக்கிய விஷயத்தை உங்கள் கவனத்திற்குக் கொண்டுவர விரும்புகிறேன்: எங்களைப் பொறுத்தவரையில் பூனா ஒப்பந்தத்தை உளமாரக் கடைப்பிடித்தோம்; தனிவாக்காளர் தொகுதிக்கான கிளர்ச்சியையும் கைவிட்டோம். ஆனால் அப்படியிருக்கும்போது சாதி இந்துக்களைப் பிரதிநிதித்துவப்படுத்தும் சென்னையிலுள்ள காங்கிரஸ்காரர்கள் ஒப்பந்தத்திலிருந்து விலகிச் சென்று வருகிறார்கள், அதற்கு மாறாக நடந்துகொண்டு வருகிறார்கள்; இதனால் சட்டமன்றத்திலுள்ள எங்கள் சமூகத்தினர் அமைச்சரவை விஷயங்களிலும்கூட சாதி இந்துக்களைக் குருட்டுத்தனமாகப் பின்பற்றிச் சென்று அவர்களுடன் சேர்ந்து வாக்களிக்க வேண்டியிருக்கிறது.

தேர்தல்களின் ஆரம்ப கட்டத்தில் தாழ்த்தப்பட்ட மக்களிடையேயான பூர்வாங்கத் தேர்தலுக்கு காங்கிரஸ் கமிட்டி வேட்பாளர்கள் நியமிப்பதை ஆட்சேபித்தனர். திரு.எஸ்.சத்தியமூர்த்தி முன்வைக்கும் சில நிபந்தனைகளின் பேரில் என் சமூகத்தினரை காங்கிரஸில் சேர நான் அனுமதிக்கலாம் என்று நீங்கள் கூறினீர்கள்; காங்கிரஸிலுள்ள தாழ்த்தப்பட்ட இனத்தைச் சேர்ந்த உறுப்பினர்கள் தங்கள் சமூகத்தைப் பாதிக்கக்கூடிய விஷயங்களில் காங்கிரஸ் உறுப்பினர்களுடன் சேர்ந்து வாக்களிக்க வேண்டியதில்லை, அவர்கள் தம் அபிப்பிராயப்படி, வசதிப்படி வாக்களிக்கலாம் என்பது திரு.சத்தியமூர்த்தி ஏற்றுக்கொண்ட நிபந்தனைகளில் ஒன்று.

அண்மையில் சட்டமன்றத்தில் ஆலயப் பிரவேச மசோதா மீது நடைபெற்ற விவாதம் ஓர் அருவருப்பான உண்மையை அம்பலப்படுத்தியுள்ளது; இந்த மசோதாவைப் பொறுப்பு கமிட்டியின் பரிசீலனைக்கு அனுப்பலாம் என்று பரிந்துரைத்து நான் ஒரு தீர்மானம் கொண்டுவந்தபோது, தாழ்த்தப்பட்ட உறுப்பினர்கள் அனைவரும் காங்கிரஸ் கட்சியின் கட்டுப்பாட்டுக்கு

உட்பட்டு அத்தீர்மானத்தை எதிர்த்து வாக்களிக்க வேண்டிய நிர்ப்பந்தம் ஏற்பட்டுள்ளது. திரு. ராஜகோபாலாச்சாரியார் பிரதிநிதித்துவப்படுத்தும் சாதி இந்துக்களின் ஆணவ ஆணைக்கு என் சமூகம் எவ்விதம் கீழ்ப்படிய வேண்டியிருக்கிறது என்பதற்கு இதைவிட வேறு உதாரணம் இருக்க முடியுமா? என் சமூகம் தன் மதிப்பை இழந்திருப்பதற்கு வேறு எடுத்துக்காட்டு இருக்க முடியுமா?

மேலே குறிப்பிட்ட மசோதாவின் வாசகங்களை நீங்கள் அறிவீர்கள். ஒரு கோவிலின் பெரும்பாலான பக்தர்கள் அக்கோவிலில் ஹரிஜனங்கள் வழிபட அனுமதிக்கும் மிகச் சாதாரணமான மசோதா இது. இதில் எத்தகைய நிர்ப்பந்தத்துக்கும் பலவந்தத்துக்கும் இடமில்லை. இந்த மசோதாவுக்கு நீங்கள் மனமுவந்து ஆசி வழங்கியிருக்கிறீர்கள். திரு. ராஜகோபாலாச்சாரியாராலேயே இம்மசோதா தயாரிக்கப்பட்டு, நீங்கள் அங்கீகரித்திருக்கிறீர்கள்.

சட்டமன்றத்தின் முந்தைய கூட்டத்தொடரில் திரு.ராஜகோபாலாச்சாரியாரின் ஒப்புதலுடன் மசோதாவைக் கொண்டு வந்தேன். இதற்கு முழு ஆதரவளிப்பதாக அவரும் கூறினார். அரசாங்கமே தனது மசோதாவாக இதைக் கொண்டுவரலாமே என்று யோசனை கூறினேன். இதை மறுத்து மசோதாவை என்னையே கொண்டுவரும்படி அவர் கூறினார். இது சம்பந்தமாக 1938 ஜூலை 12ம் தேதி அவரைச் சந்தித்தேன். மசோதாவை பொறுப்பு கமிட்டிக்கு அனுப்பக் கோரும் தீர்மானத்துக்கு நான் அறிவிப்பு கொடுத்திருப்பதாக தெரிவித்தேன். இதற்கு அவர் எந்த ஆட்சேபமும் தெரிவிக்கவில்லை.

இதற்கிடையே என்ன நடந்ததோ தெரியவில்லை. மசோதாவைப் பொறுப்பு கமிட்டியின் பரிசீலனைக்கு அனுப்பக் கோரும் எனது தீர்மானம் அவையில் விவாதத்திற்கு வருவதற்கு இரண்டு தினங்களுக்கு முன் ராஜகோபாலாச்சாரியார் என்னைக் கூப்பிட்டனுப்பினார்; மசோதாவைத் திரும்பப் பெற்றுக்கொள்ளும்படி கூறினார்; ஆனால் நான் மறுத்துவிட்டேன். காலக்கிரமத்தில் நான் மசோதாவை அவையின் பரிசீலனைக்கு முன்வைத்தேன். திரு. ராஜகோபாலாச்சாரியார் எழுந்து நின்று மசோதாவை

எதிர்த்தார்; அதனை திரும்பப் பெற்றுக்கொள்ளும்படி என்னைக் கேட்டுக்கொண்டார்; இதர மாவட்டங்களுக்கு அல்லாமல் மலபாருக்கு மட்டும் இதேபோன்ற ஆலயப் பிரவேச மசோதவைக் கொண்டுவரப் போவதாகக் கூறினார்.

திரு ராஜாகோபாலச்சாரியாரது உரையின் விளைவு எந்த மக்களது சமூக, மத மேம்பாட்டிற்காக இந்த நடவடிக்கை மேற்கொள்ளப்பட்டதோ, அதற்கு எதிராக எனது சொந்த சமூகத்தினரை வாக்களிக்கச் செய்து எனது தீர்மானத்தை தோற்கடிப்பதாக இருந்தது. மேலும், திரு. ராஜகோபாலாச்சாரியார் காட்டும் இந்த எதிர்ப்பு மொத்தத்தில் நாடு முழுவதும் ஆலயப் பிரவேச எதிர்ப்புக்கு வலுவூட்டுவதாக இருக்கும்.

சமூக, மத சுதந்திரம் பெறும் எங்கள் முயற்சிக்கு காங்கிரஸ் உண்மையிலேயே துணைபுரியும் என்ற முழு நம்பிக்கையில் நாங்கள் பூனா ஒப்பந்தத்திற்கு உடந்தையாக இருந்தது விவேகமானதுதானா என்று இவையாவும் என்னை மன உளைச்சல் கொள்ளச் செய்கின்றன. காங்கிரஸ் தலைமையில் சாதி இந்துக்களுடன் கூட்டு வாக்காளர் தொகுதி ஏற்பாட்டில் நாங்களும் சேர்ந்ததானது எங்களுக்கு உதவியாக இருக்கும் என்று நினைத்தோம்; ஆனால் அதற்கு மாறாக சாதி இந்துத் தலைவர்களால் வழிநடத்தப்படும் காங்கிரஸ் எங்கள் சுதந்திரத்தை அழிப்பதிலும் எங்களைக் கொண்டே எங்கள் குரல்வளையை நசுக்குவதிலும்தான் முனைந்து ஈடுபட்டிருக்கிறது என்று எண்ணும் நிலைக்கு நான் தள்ளப்பட்டிருக்கிறேன்.

இப்போது திடீரென்று, சற்றும் எதிர்பாராத வகையில் மேற்கொண்டிருக்கும் போக்கிற்கு உங்கள் ஒப்புதலைப் பெற்றிருக்கிறாரா என்று விவாதத்தின்போது திரு. ராஜகோபாலாச்சாரியாரைக் கேட்டேன். நான் பேசிமுடித்த பிறகு இந்தக் கேள்விக்கு பதிலளிக்கும் வாய்ப்பு திரு. ராஜகோபாலாச்சாரியாருக்கு வழங்கப்படும் என்று சபாநாயகர் கூறினார். எனக்குப் பிறகு பேசும் வாய்ப்பு அளிக்கப்பட்ட போதிலும், அவர் இந்தக் கேள்வியைத் தவிர்த்துவிட்டு எதுவுமே பதிலளிக்கவில்லை.

ஹரிஜன முன்னேற்றம் குறித்து, அதிலும் குறிப்பாக ஆலயப் பிரவேசம் சம்பந்தமாக சென்னை காங்கிரஸ் அமைச்சரவை கடைப்பிடித்துவரும் இந்தப் போக்கு விஷயத்தில் உங்களது ஆழ்ந்த கவனத்தைச் செலுத்துவீர்கள் என்று நம்புகிறேன். எங்கள் சமூகத்தைச் சேர்ந்தவர்கள் இந்தப் பிரச்சினையில் மிகுந்த கவலையும் அதிர்ச்சியும் அடைந்திருக்கிறார்கள்; பூனா ஒப்பந்தத்தை நிராகரிப்பது குறித்தும், தனிவாக்காளர் தொகுதி பெறுவதற்கு கிளர்ச்சி செய்வது குறித்தும், இதன் பொருட்டு ஏதேனும் ஒருவகையான அதிரடி நடவடிக்கை எடுப்பது குறித்தும் யோசித்து வருகிறார்கள்; அவர்களை அழைத்து நான் பேசுவதற்குமுன் உங்களது கருத்தை அறிய விரும்புகிறேன்'

என்று எழுதினார். இக்கடிதத்திற்கு காந்திஜி எந்தப் பதிலும் உடனடியாக அனுப்பவில்லை என்பதால் மீண்டும் காந்திஜிக்கு செப்டம்பர் 12ம் தேதி ஒரு கடிதம் அனுப்பினார். அதில்,

'அமைச்சரவை என் மசோதாவை நிராகரித்ததை எதிர்த்து கிளர்ச்சி தொடங்கும்படி என் சமூகத்தினர் என்னை நிர்ப்பந்தித்து வருகிறார்கள்; அதனைச் சமாளிப்பது எனக்கு மிகவும் சிரமமாக இருக்கிறது; தங்கள் பதிலை ஆவலுடன் எதிர்பார்க்கிறேன்'

என்று குறிப்பிட்டிருந்தார். இக்கடிதத்திற்கு காந்திஜி செப்டம்பர் 14ம் தேதி எம்.சி.ராஜாவுக்குப் பதில் அனுப்பினார். அதில்,

'அன்பார்ந்த நண்பரே,

உங்கள் கடிதத்திற்குப் பதிலளிப்பதில் ஏற்பட்ட தாமதத்திற்கு மன்னிக்க வேண்டுகிறேன். எனக்குச் சமாளிக்க முடியாத அளவுக்கு வேலை, உங்கள் தந்தி கிடைக்கப் பெற்றேன். திரு. சி.ராஜகோபாலாச்சாரியார் தமக்குச் சிறந்தது எனப் பட்டதைச் செய்வார்; அவரை நீங்கள் நம்பவேண்டும் என்று விரும்புகிறேன். அவர் தமது சொந்த வழியில் காரியங்களைச் செய்ய அனுமதிக்கப்பட வேண்டும். அவரை நம்ப இயலாது என்றால் உங்களுக்குச் சரியானது என்று தோன்றுவதைச் செய்யலாம். எனக்குத் தெரிந்ததெல்லாம் ஹரிஜனங்களுக்கு

அவரைவிட ஒரு சிறந்த நண்பர் இருக்க முடியாது என்பதுதான். அவரைப் போய்ப் பாருங்கள்; அவருடன் விவாதியுங்கள்; அவரை உங்கள் வழிக்குத் திருப்ப இயலவில்லை என்றால் அவரைப் பொறுத்துக் கொள்ளுங்கள்; இதுதான் எனது அறிவுரை'

என்று ராஜாஜியின் வழியில் செல்லுமாறு அறிவுறுத்தினார். காந்திஜியின் இந்த அறிவுரையை ஏற்றுக்கொள்ளாத எம். சி.ராஜா மீண்டும் ஒரு கடிதத்தை செப்டம்பர் 21 அன்று காந்திஜிக்கு எழுதி அனுப்பினார். அதில்,

'எனது கடிதத்திற்கு நீங்கள் பதிலளித்ததற்கு நன்றி. சென்னை கோவில் நுழைவு மசோதாவை நிராகரித்த காங்கிரஸ் அமைச்சகம் மற்றும் சென்னையில் உள்ள காங்கிரஸ் கட்சியின் நடவடிக்கை குறித்து நீங்கள் உங்கள் கருத்தை தெரிவிக்காததற்கு வருந்துகிறேன். உங்கள் மௌனம், அவர்களின் செயலில் நீங்கள் மகிழ்ச்சியடையவில்லை என்று நினைக்கத் தூண்டுகிறது. ஆனால் அவ்வாறு சொல்வதைப் புத்திசாலித்தனமாக நீங்கள் நினைக்கவில்லை. ஆனால் சி.ஆரை நம்பும்படி நீங்கள் எனக்கு அறிவுறுத்துகிறீர்கள்.

ராஜாஜி என்ன செய்தாலும், எப்படிச் செய்தாலும் அவரை நம்புவது அவருடனான தனிப்பட்ட பற்றுதலால் உங்களுக்கு எளிதானது. நான் அவரை கடைசிவரை நம்பினேன் என்பதை ஒப்புக்கொள்கிறேன். ஆனால் எனது சமூகத்தின் சமூக மற்றும் மத முன்னேற்றத்திற்காக அவர் கொடுத்த திடீர் அடிக்குப் பிறகு, எனது சமூகத்தின் மீதான விசுவாசம் உங்கள் ஆலோசனையை ஏற்கவிடாமல் தடுக்கிறது.

எரவாடா உண்ணாவிரதத்தின்போது எனது சமூக மக்களுக்கு அளிக்கப்பட்ட வாக்குறுதிகள் குறித்தும், சென்னையிலுள்ள உங்கள் பிரதிநிதியால் அவை எந்த அளவுக்குச் செயல்படுத்தப்பட்டு வருகின்றன என்பது பற்றியும் ஆழ்ந்து சிந்தித்துப் பார்க்கும்படி உங்களை வேண்டுகிறேன். என் மக்களுக்குத் தனிவாக்காளர்கள் தொகுதிகளை வழங்க வகைசெய்யும் வகுப்புத் தீர்ப்பை மாற்றி, கூட்டு வாக்காளர் தொகுதியில் சாதி இந்துக்களுடன் அவர்களை இணைக்கும் பொருட்டே இந்த உண்ணாவிரதம் மேற்கொள்ளப்பட்டது;

தீண்டாமையை அறவே ஒழித்துக்கட்டுவதற்கு எல்லா நடவடிக்கைகளும் எடுத்துக்கொள்ளப்படும் என்றும் அப்போது உறுதி கூறப்பட்டது. ஆலயப்பிரவேசம் என்பது தீண்டாமை ஒழிப்பின் சாராம்சம், அதன் இன்றியமையாத ஒரு பகுதி என்று நீங்களே பல சந்தர்ப்பங்களில் கூறியிருக்கிறீர்கள்.

ஆக சாதி இந்துக்களுடன் கூட்டுவாக்காளர் தொகுதிகளில் நாங்கள் இடம்பெறுவதும், எங்கள் சமூக, மத அந்தஸ்தை உயர்த்துவது சம்பந்தமான பிரச்சினையில் காங்கிரஸ் அமைச்சரவை கடைப்பிடிக்கும் போக்கும் ஜீவாதாரமான முறையில் பரஸ்பரம் பின்னிப் பிணைந்தவை என்பது தெளிவு.

இந்நிலைமையில் இந்து கோவில்களில் பிரவேசிக்க எங்களுக்குச் சுதந்திரம் இல்லை என்றால் நாங்கள் இந்துக்கள் அல்ல என்றாகிறது; நாங்கள் இந்துக்கள் அல்ல என்றால் இவர்களுடன் சேர்ந்து கூட்டு வாக்காளர் தொகுதிகளில் நாங்கள் ஏன் இடம்பெற வேண்டும்? முஸ்லிம்களுக்கும் ஏனைய சமூகத்தினருக்கும் எதிராக இவர்களது எண்ணிக்கையைப் பெருக்குவதற்காகவா?

சென்னையிலுள்ள நிலைமையை இந்தக் கண்ணோட்டத்திலிருந்து பார்த்தால், ஆலயப்பிரவேச மசோதா நிராகரிக்கப்பட்டது சென்னை காங்கிரஸ் அரசாங்கம் தாழ்த்தப்பட்ட வகுப்பினருக்கு இழைத்த பச்சையான, அப்பட்டமான துரோகம் என்பதை நீங்கள் உணர்ந்துகொள்வீர்கள்.

எனது சமூகத்தின் பொருளாதார நிலைமையை மேம்படுத்துவதற்காக பொது நிதியிலிருந்தோ அல்லது தனியார் நிதி வளங்களிலிருந்தோகூட எவ்வளவுதான் பணம் செலவிட்டாலும் ஆலயப் பிரவேசத்தின் மூலம் தீண்டாமையை அகற்றுவதற்கு அது ஈடாகாது. தாழ்த்தப்பட்ட இன மக்களின் நலனைப் பேணுவதில், அவர்களது உய்வுக்கும் உயர்வுக்கும் செய்வதில் சாதி இந்துக்களுக்குள்ள நேர்மைக்கு, வாய்மைக்கு ஆலயப்பிரவேசம் ஓர் உரைகல் என்று நீங்களே ஒருமுறை கூறியிருக்கிறீர்கள்.

திரு. ராஜகோபாலாச்சாரியாரின் மலபார் ஆலயப்பிரவேச மசோதா ஒரு கடினமான

மாவட்டத்தைச் சாமர்த்தியமாகத் தேர்ந்தெடுத்திருப்பதோடு, சாதி இந்துக்களின் சித்தத்துக்கு, விருப்பத்துக்கு எங்கள் சமூகத்தை அடிபணிந்து போகும்படியும் செய்துள்ளது. தொழிலாளர் ஆணையருக்கு உதவுவதற்கான ஆலோசனைக் குழுமங்களின் நியமன விஷயத்திலும் இதே கொள்கை மேலும் கடைப்பிடிக்கப்பட்டிருக்கிறது. எங்களது மக்களின் எதிர்காலத்துக்கு வழிகாட்டுவதற்கு இம்மாகாணத்திலுள்ள ஹரிஜன சேவா சங்கங்களைச் சேர்ந்த சாதி இந்துக்களுக்கு ஏராளமான அரசாங்க வசதிகள் செய்து தரப்பட்டிருக்கின்றன. சென்னை ஆலயப் பிரவேச மசோதாவை நிராகரித்த பிறகு அண்மையில் திரு. ராஜகோபாலாச்சாரியார் எடுத்துக்கொண்ட நடவடிக்கைகள் குறித்து எனது கருத்துகள் தங்களுக்கு உடன்பாடானவையாக இருக்கும் என்று நான் எதிர்பார்க்கவில்லை; ஆனால் மறக்க முடியாத உங்கள் உண்ணாவிரதத்தின்போது தாழ்த்தப்பட்ட மக்களுக்குப் பல வாக்குறுதிகள் அளிக்கப்பட்ட பின்னணியில், தாழ்த்தப்பட்டோரின் நிலை சம்பந்தமாகச் சென்னையிலுள்ள நிலவரம் குறித்து நீங்கள் முழுக் கவனம் செலுத்துவீர்கள் என்று எதிர்பார்க்கிறேன்.

இதனை வெறும் அரசியல் தந்திரமாக அல்லாமல் மனச்சான்று சம்பந்தப்பட்ட விஷயமாக எடுத்துக்கொள்ள தார்மீக ரீதியில் நீங்கள் கட்டுப்பட்டிருக்கிறீர்கள், கடமைப்பட்டிருக்கிறீர்கள். தீண்டாமை மற்றும் ஆலயப்பிரவேசம் சம்பந்தப்பட்ட இந்தப் பிரச்சினையில் தங்களது 'உள் ஒளியை' நாடினால் நீங்கள் இன்னும் அதிகம் மனம் திறந்து, ஒளிவுமறைவற்றுப் பேசுவீர்கள் என்றும், உங்களைப் பின்பற்றுபவர்களிடம் மனப்பண்புகளை வளர்ப்பதற்கு அவசியமான தியாகங்களைச் செய்வீர்கள் என்றும் திடமாக நம்புகிறேன்.

இந்தக் கடிதப் போக்குவரத்தைப் பத்திரிகைகளில் பிரசுரிப்பதற்கு அனுப்பலாம் என்றிருக்கிறேன்; ஆனால் இம்மாத இறுதிக்குள் தங்களிடமிருந்து மேற்கொண்டு தகவல் வரும்வரை காத்திருப்பேன்'

என்று சென்னை காங்கிரஸ் கட்சியின் துரோகத்தை குறிப்பிட்டு எழுதினார் எம்.சி.ராஜா. மேற்கண்ட

எம்.சி.ராஜாவின் கடிதத்திற்கு திரு. காந்தி அக்டோபர் 5ம் தேதி பின்கண்டவாறு பதிலளித்தார்:

'அன்பார்ந்த நண்பரே,

மிகுந்த சிரமத்திற்கிடையே என் அலுவல்களைச் செய்து வருகிறேன். இந்தக் கடிதத்தைக்கூட பெஷாவருக்குச் செல்லும் வழியில் ரயிலில்தான் எழுதுகிறேன். நம்மிடையே நடைபெற்ற கடிதப் போக்குவரத்தை எப்போது அவசியம் என்று நினைக்கிறீர்களோ அப்போது நீங்கள் பிரசுரிக்கலாம்.

நீங்கள் தவறான எண்ணத்தில் இருக்கிறீர்கள் என்பதையே உங்கள் கடைசிக் கடிதம் காட்டுகிறது. ஒருசார்புடன் ராஜாஜிக்குச் சாதகமாக நான் நடந்துகொள்ளவில்லை. தீண்டாமை விஷயத்தில் நான் எவ்வளவு உறுதியாக இருக்கிறானோ, அவ்வளவு உறுதியாக அவரும் இருக்கிறார் என்பதை நான் அறிவேன். ஆதலால் எவ்வாறு காரியம் ஆற்ற வேண்டும் என்று அவர் எடுத்துள்ள முடிவை நான் மதிக்க வேண்டும். இவ்வளவு தொலைவில் இருந்துகொண்டு அவரது செயலை மதிப்பிடுவது சாத்தியமல்ல. சனாதனிகளின் மனத்தை மாற்றுவதே இந்த முழு இயக்கத்தின் நோக்கம் என்பதை நீங்கள் பார்க்க வேண்டும். சீர்திருத்தங்களே பலியாகிவிடும் அளவுக்கு நாம் அளவுக்கு அதிகமாக வேகம் காட்டக்கூடாது. நமது இயக்கம் விறுவிறுப்புடனேயே நடைபெற்று வருகிறது.

இந்த ஆலயப் பிரவேசப் பிரச்சினையை ஒரு மாபெரும் சமயச் சீர்திருத்தம் எனக் கூறவேண்டும். சமயப் பற்றுகொண்ட உங்கள் மனத்தை இதில் செலுத்த வேண்டுமென்று விரும்புகிறேன். அவ்வாறு செய்வீர்களானால் உங்கள் மனப்பூர்வமான ஆதரவை ராஜாஜிக்கு அளித்து அவரது முயற்சி வெற்றிபெறச் செய்ய வேண்டும்'

என்று மேலும் மேலும் ராஜாஜியுடன் ஒத்துழைக்க வேண்டி எழுதினார் காந்திஜி. கடைசியாக எம்.சி.ராஜா காந்திஜிக்கு 17-10-1938 அன்று ஒரு கடிதம் எழுதினார். அதில் நேரடியாகவே ராஜகோபாலாச்சாரியாரைக் குற்றம் சுமத்தி எழுதினார்:

‘அன்புள்ள காந்தி அவர்களுக்கு,

உங்களது 5வது கடிதத்திற்கு நன்றி. பெஷாவர் செல்லும் ரயிலில், உங்கள் உடல்நிலை சரியில்லாத போதும் கடிதம் எழுதியமைக்கு நன்றி. இது நீங்கள் எங்கள் சமூகத்தை எவ்வளவு ஆழமாக நேசிக்கிறீர்கள் என்பதையும், தீண்டாமையை ஒழிக்க எவ்வளவு ஆத்மார்த்தமாக விரும்புகிறீர்கள் என்பதையும் காட்டுகிறது. உங்களைப் பின்தொடர்பவர்களும், இந்த பிரஸிடென்ஸியின் தலைமைப் பொறுப்பில் இருப்பவர்களும் உங்களின் இந்த அக்கறையில் பாதியையாவது கொண்டிருக்க வேண்டுமென்று விரும்புகிறேன். இந்த நாட்டில் அரசியலை வழிநடத்த விரும்பும் தங்களைப் போன்ற மதத் தலைவர்களின் தலைவிதி, உங்களைச் சுற்றியுள்ளவர்கள் உங்கள் முன் சரியாகவும், நீங்கள் விரும்புவது போலவும் இருந்துவிட்டு, உங்களை விட்டு நகர்ந்தபின், அவர்களது சுயரூபத்தை காட்டுகின்றனர். உங்களது வழிகாட்டுதலை மறந்துவிடுகிறார்கள் என்பதை நினைவுபடுத்த விரும்புகிறேன். நான் எனது சமூகத்தின் நலனை நினைக்கும்பொழுது ராஜகோபாலாச்சாரியார் பற்றியும் கூற வேண்டும். அவர் நம்மிடம் நடந்துகொள்வதும், அவரது நடவடிக்கைகளும் முற்றிலும் வேறாக இருக்கின்றன. நீங்கள் நம்புவதற்கும், உங்கள் பாசத்திற்கும் அவர் தகுதியானவர் இல்லை. நான் இதைக் கூற வருத்தமாக இருக்கிறது. ஆனால் கூறித்தான் ஆக வேண்டும்.

அவரது உள்ளார்ந்த தப்பிதமான எண்ணங்கள் நாளுக்கு நாள் வளர்ந்து கொண்டேயிருக்கின்றன. எனவேதான், அவருக்கு நீங்கள் சனாதனிகள் எதிர்ப்பு என்று கூறுவதை சமாளிப்பது கடினமாக உள்ளது.

நீங்கள் சனாதனிகளின் மனங்களை மாற்ற முயன்றீர்கள். ஆனால் அதில் உங்களால் வெற்றிபெற முடியவில்லை. நீங்களே தோல்வியுற்ற நிலையில், அவர்களின் பார்வையில் நியாயமானவராக காட்டிக்கொள்ள முயலும் ராஜகோபாலாச்சாரியார் இதில் வெற்றிபெறுவார் என்று நினைக்கிறீர்களா?

தாழ்த்தப்பட்ட வகுப்பைச் சேர்ந்த நாங்கள் ராஜகோபாலாச்சாரியார் ‘சனாதனிகளின் இதயத்தை

மாற்றும் நாள்' வரை காத்திருக்க வேண்டுமெனில், எங்கள் இறுதிக் காலம் வரை காத்திருக்க வேண்டியதாக இருக்கும்.

அவர் என்ன செய்துகொண்டிருக்கிறார்? சனாதனிகளின் செல்வாக்கை பெற முயற்சித்து, எங்களின் சுதந்திரம் மற்றும் சுயமரியாதையை தியாகம் செய்து அவரின் தற்போதைய பொறுப்பை தக்கவைத்துக் கொள்ள முயல்கிறார். இது பிரிட்டனும் பிரான்சும் செக்கோஸ்லோவேகியாவை அமைதி எனும் பலிபீடத்தில் பலியிட்டதைப் போல உள்ளது.

சீர்திருத்தவாதிகள் அந்தந்தப் பகுதிகளில் உள்ள சனாதனவாதிகளின் எதிர்ப்பைச் சமாளிக்க உதவும் குறைந்தபட்ச அனுமதிச் சட்டத்தை நிறைவேற்றுவதற்கு பொது மக்களின் கருத்தே போதுமான அளவு வலுவாக உள்ளது என்பது அவருக்கு நன்றாக தெரியும். ராஜகோபாலாச்சாரியார் சனாதனவாதிகளின் எதிர்ப்பை முறியடிக்கவில்லை, மாறாக சீர்திருத்தவாதிகள் அவரவர் பகுதிகளில் அதைச் செய்துகொள்ளட்டும் என்று விட்டுவிட்டார். காங்கிரஸில் உள்ள அனைவரையும் அவரவர் மனசாட்சிப்படி ஓட்டளிக்க அனுமதிக்காமல், காங்கிரஸின் விதிகளின்படி இப்படித்தான் ஓட்டளிக்க வேண்டுமென்று அவர்களை கட்டளையிட்டு எதிராக ஓட்டளிக்க வைக்காமலிருந்தால், ஆலய நுழைவுப் போராட்டத்திற்கான தங்களது முன்னெடுப்பும், உண்ணாவிரதமும் பாழாகியிருக்காது. மெட்ராஸ் ஆலய நுழைவு மசோதா நிறைவேற்றப்பட்டதன் பலனைத் தந்திருக்கும்.

ஆனால் அவரைப் பின்தொடர்பவர்களே ஆச்சர்யப்படத்தக்க வகையில், அவர் அதனை எதிர்ப்பதாக அறிவித்தார். ஏனெனில் நமது சமூகத்தைவிட மிகச் சிறிய அளவில் உள்ள அவரது சமூகமான சனாதனிகள் அதை விரும்பவில்லை.

காங்கிரஸின் உள்ளேயும், வெளியேயும் அறிவார்ந்த தேசியவாதிகளின் கருத்துகளைவிட, சனாதனிகளின் கருத்துக்கே மிக முக்கியத்துவம் தருகிறார். நீண்ட காலமாக ஒடுக்கப்பட்ட எங்களது மக்களின் உணர்வுகளைப் பற்றி அவர் சிறிதும் கவலைப்படவில்லை.

ராஜகோபாலாச்சாரியார் ஆலய நுழைவுப் போராட்டத்தை சனாதனவாதிகளின் எதிர்ப்பு வலுவாக இருப்பதால் நாட்டின் ஒரு மூலைக்கு நகர்த்துகிறார். ஆனால் இதை அவர் மனதாரக் கூற முடியாது. அவர் பிரச்சினைகளை நேர்மையாக எதிர்கொள்வதற்கு பதிலாக அவற்றை தட்டிக்கழிக்கிறார்.

உங்களது சீடரை எச்சரித்து, அவரை திருத்தி மீண்டும் உங்களது தவவழிப் பாதையில் இணைக்க வேண்டியது உங்கள் கடமை. இதுவே உங்களையே நம்பியுள்ள, உங்களைப் பின்பற்றி சாதி இந்துக்களுடன் தங்களை அடையாளப்படுத்திக் கொண்ட எங்களது சமூக மக்களுக்கு நீங்கள் வழங்கும் சமூகநீதியாகும். இனியும் நாங்கள் துரோகத்தை சகித்துக்கொள்ள விரும்பவில்லை.

உங்களுடன் கருத்து வேறுபாடு ஏற்படுவதை நான் விரும்பவில்லை. ஆனாலும் நீங்களும் நானும் ஒத்த கருத்தைக் கொண்டிருப்பினும் அவை செயல்முறைப்படுத்துபவர் துரோகம் இழைக்கிறார். அவர் உங்களது மறைமுக நம்பிக்கைக்குரியவர், உங்களால் பதவியில் அமர்த்தப்பட்டவர். அந்த பதவி நன்மைக்கோ அல்லது தீமைக்கோ, பெரிய நோக்கங்களுக்காகவோ அல்லது குறுகிய நோக்கங்களுக்காகவோ பயன்படுத்தப்படலாம். உங்களது நம்பிக்கை தவறானது என்பதைக் கூறுவதைத் தவிர எனக்கு வேறு மாற்றுக்கருத்து இல்லை'

என்று மிகக் காட்டமாகவே குற்றம் சாட்டி எழுதினார். எம்.சி.ராஜாவிடம் அவருடைய மசோதாவை வாபஸ் வாங்க வலியுறுத்தப்பட்டது. ஆனால் எம்.சி.ராஜா வாபஸ் வாங்க மறுத்துவிட்டார். பின் ஓட்டு விடப்பட்டதில் எம்.சி.ராஜாவின் மசோதா தோல்வியுற்றது.

எம்.சி.ராஜாவின் மசோதாவை சட்டமாக்கக்கூடிய அதிகாரம் காங்கிரஸுக்கும் ராஜாஜிக்கும் இருந்தும் அதைச் செய்யவில்லை. காரணம், இந்த மசோதா சட்டமானால் எம்.சி.ராஜாவுக்குப் புகழ் சேர்ந்துவிடும். மாறாக அப்புகழ் காங்கிரஸுக்குச் சேரவேண்டும் என்பதாலேயே கடைசிவரை சென்னை கோவில் நுழைவு மசோதாவை நிறைவேற்றாமலேயே செய்துவிட்டனர்

ராஜாஜியும் காங்கிரஸும் என்ற பேச்சு அப்போது தாழ்த்தப்பட்டவர்களிடையே உலா வந்தது. எம். சி.ராஜாவுக்கும் காந்திஜிக்கும் இடையே நடைபெற்ற கடிதங்களைத் தொகுத்து அப்போது 'DEPRESSED CLASSES BETRAYED BY GANDHIJI AND CONGRESS - M.C.RAJAH-M.K.GANDHI CORRESPONDENCE' என்ற தலைப்பில் சிறிய புத்தகமாக வெளியிட்டனர்.

இதற்கிடையே ராஜாஜி மலபார் கோவில் நுழைவுச் சட்டத்தைக் கொண்டுவர ஏற்பாடு செய்தார். ராஜாஜியின் மனமாற்றம் ஏன் ஏற்பட்டது என்பது பற்றி ராஜ்மோகன் காந்தி எழுதுகிறார்:

> *'ஆரம்பத்தில், அதாவது 1938 ஜனவரியில் எம். சி.ராஜாவின் திட்டத்துக்கு ஆதரவு தருவதாக வாக்களித்திருந்தார் ஸி.ஆர். இதன்படி கோவிலை ஹரிஜனங்களுக்குத் திறந்துவிடும் உரிமை, அந்தக் கோவிலில் வழிபடுவோருக்கே விடப்பட்டிருந்தது. அவர்கள் பெரும்பான்மை வாக்குகள் அளித்து இதற்கு வழிவகுக்கலாம். 1933லேயே இந்த மசோதாவை ராஜா தயாரிக்க ஸி.ஆர்.தான் உதவியிருந்தார். ஆனால் இப்போது 1938 ஆகஸ்டில் அதாவது எம்.சி.ராஜாவின் மசோதா சட்டசபையின் பரிசீலனைக்கு உள்ளாகச் சில நாட்களே பாக்கியிருந்தபோது திடீரென்று ஸி.ஆர் மனம் மாறினார். அவசரப்படக்கூடாது. முன்னெச்சரிக்கையாகச் செயல்பட வேண்டும் என்று கருதினார் போலும். மலபார் மாகாணத்தை மட்டுமே இந்த மசோதா பாதிக்கும் என்று முடிவு செய்துவிட்டார்.*
>
> *எதற்காக இந்த முன்னெச்சரிக்கை? மாகாணத்தின் அனைத்து ஆஸ்திகர்களின் கோபமும் தன்பேரில் ஒரே சமயத்தில் திரும்புவதை அவர் விரும்பாததுதான். ஏற்கெனவே ஹிந்து விஷயத்தில் அவர் சந்தித்து வந்த இடைவிடாத எதிர்ப்பு போதாதென்று இது வேறு சேரவேண்டுமா? ஏன் மலபாரைத் தேர்ந்தெடுக்க வேண்டும் அவர்? அது திருவனந்தபுரத்துக்கு அருகில் இருக்கிறது என்பதால். ஸி.ஆரின் வார்த்தைகளில் சொல்வதென்றால் 'மலபார், திருவனந்தபுரத்துக்கு ஒன்றுவிட்ட சகோதரன்'. திருவனந்தபுரத்தில் இளம் மகாராஜாவின் ஆக்ஞையின் பேரில்*

பொதுக்கோவில்கள் ஏற்கெனவே ஹரிஜனங்களுக்குத் திறந்து விடப்பட்டிருந்தன.'

அதாவது எங்கு எதிர்ப்பு இருக்காதோ, அங்கு முதலில் செயல்படுத்தலாம், தமக்கு எதிர்ப்பு இருக்காது என்ற திட்டத்துடன் செயல்பட்டிருக்கிறார். மலபார் சட்டம் கொண்டுவருவதன் மூலம் காங்கிரஸ் கட்சிக்கும் தனக்கும் புகழ் கிடைக்கும் என்றுகூட அவர் நினைத்திருக்கலாம். மலபார் மசோதாவை ராஜாஜி கொண்டுவந்தவுடன் அதை எதிர்க்காமல் ஆதரித்தார் எம்.சி.ராஜா. தான் கொண்டுவந்த மசோதாவை எதிர்த்தவர்கள் என்று பாராமல் தன் சமுதாயத்திற்கு யார் நல்லது செய்தாலும் அதை ஆதரிக்க வேண்டும் என்ற அடிப்படையில் ராஜாஜி கொண்டுவந்த மலபார் கோவில் நுழைவு மசோதாவை ஆதரித்தார் எம். சி.ராஜா. மலபார் கோவில் நுழைவு மசோதா செப்டம்பர் மாதம் 1938ல் சட்டமாக நிறைவேறியது.

1939 - 1941

1939

எம்.சி.ராஜா தொடர்ந்து சட்டமன்றத்தில் கேள்விகள் கேட்டு ஆதிதிராவிட சமுதாயத்திற்குக் குரல் கொடுத்துவந்தார். 1939ம் ஆண்டு டெல்லியில் டிசம்பர் மாதம் 28ம் தேதி முதல் ஜனவரி 1ம் தேதி வரை நடைபெற்ற அகில இந்திய பெண்கள் மாநாட்டில் எம்.சி.ராஜா கொண்டுவந்த இந்துக்களின் குறிப்பிட்ட வகுப்பினரிடையே உள்ள சமூகக் குறைபாடுகளை அகற்றுவதற்கான மசோதாவிற்கு மீண்டும் ஆதரவு தெரிவித்துத் தீர்மானம் இயற்றப்பட்டது.

1940

1940ம் ஆண்டு அலகாபாத்தில் ஜனவரி மாதம் 27ம் தேதி முதல் 31ம் தேதி வரை நடைபெற்ற அகில இந்திய பெண்கள் மாநாட்டில் எம்.சி.ராஜா கொண்டுவந்த இந்துக்களின் குறிப்பிட்ட வகுப்பினரிடையே உள்ள சமூகக் குறைபாடுகளை அகற்றுவதற்கான மசோதாவிற்கு மீண்டும் ஆதரவு தெரிவித்துத் தீர்மானம் இயற்றப்பட்டது.

1941

1941 ஜூலை மாதத்தின் கடைசி வாரத்தில் வைசிராய் இந்தியப் பிரதிநிதிகளாக எட்டுப் பேரைப் புதியதாகச் சேர்த்து அவருடைய நிர்வாக கவுன்சிலை விரிவுபடுத்தினார். பாதுகாப்பு ஆலோசனைக் குழு ஒன்றையும் ஏற்படுத்தினார். இந்தப் பாதுகாப்பு ஆலோசனைக் குழுவில் டாக்டர் அம்பேத்கர், எம். சி.ராஜா, ஜம்னாதாஸ் மேத்தா, ராம்ராவ் தேஷ்முக்

மற்றும் புகழ்பெற்ற இந்தியத் தலைவர்களும் சிற்றரசர்களும் உறுப்பினர்களாக நியமிக்கப்பட்டனர்.

1941ம் ஆண்டு பெங்களூரில் டிசம்பர் மாதம் 27ம் தேதி முதல் 31ம் தேதி வரை நடைபெற்ற அகில இந்திய பெண்கள் மாநாட்டில் எம்.சி.ராஜா கொண்டுவந்த இந்துக்களின் குறிப்பிட்ட வகுப்பினரிடையே உள்ள சமூகக் குறைபாடுகளை அகற்றுவதற்கான மசோதாவிற்கு மீண்டும் ஆதரவு தெரிவித்துத் தீர்மானம் இயற்றப்பட்டது.

1942

1942ல் இரண்டாம் உலகப்போர் நடந்துகொண்டிருந்தது. அதில் பிரிட்டன் சிங்கப்பூரை ஜப்பானிடம் பறிகொடுத்தது. தங்களுடைய ஆதிக்கம் கொஞ்சம் கொஞ்சமாகச் சரியத் தொடங்கியதை பிரிட்டன் உணர்ந்தது. உலகப்போரில் கீழ்த்திசை நாடுகளின் போர்முனையில் ஏற்பட்ட தோல்விகளின் விளைவாகவும் அமெரிக்காவும் சீனாவும் கொடுத்த நெருக்கடிகளாலும் இந்திய அரசியலில் ஒரு மாற்றத்தைக் கொண்டுவர பிரிட்டன் முடிவெடுத்தது. அதனால் இந்திய அரசியல் சிக்கலைத் தீர்ப்பதற்கான ஒரு திட்டத்துடன் சர் ஸ்டாஃபோர்டு கிரிப்ஸ் 1942 மார்ச் மாதம் இந்தியாவிற்கு வந்தார். காங்கிரஸ் உள்ளிட்ட பல அரசியல் கட்சிகள், அமைப்புகள் அவரிடம் தங்கள் திட்டங்களை முன்வைத்தன.

1942 மார்ச் 30ம் நாள் டாக்டர் அம்பேத்கர், எம்.சி.ராஜா ஆகியோர் இணைந்து சென்று கிரிப்ஸைச் சந்தித்தனர். தங்கள் கோரிக்கைகளையும் திட்டங்களையும் அவரிடம் விரிவாக எடுத்துரைத்தனர்.

கிரிப்ஸ் குழுவிடம் டாக்டர் அம்பேத்கரும் எம். சி.ராஜாவும் என்ன கோரிக்கை வைத்தனர் என்பதை கிரிப்ஸ் கூறுகிறார்:

> ‘இந்தியாவில் அதிலும் குறிப்பாக மதராசிலும் பம்பாயிலும் தாழ்த்தப்பட்ட வகுப்பினரின் நிலைமையை என்னிடம் அவர்கள் எடுத்துரைத்தனர். பின்னர், தற்போதைய தேர்தல் முறையின்படி அரசியல் நிர்ணய சபையில் தங்களுக்கு மிகக் குறைந்த பிரதிநிதித்துவமே

கிடைக்கும் என்பதையும் சுட்டிக்காட்டினர்; தங்கள் பிரதிநிதிகள் எனப்படுவோரில் பெரும்பாலோர் காங்கிரஸ்காரரர்களாக இருப்பதே இதற்குக் காரணம் என்றும், இதனால் தங்கள் நிலைமை பெரிதும் பலவீனமாக இருக்கும் என்றும் தெரிவித்தனர். அரசியல் நிர்ணய சபையில் தாங்கள் சமர்ப்பிக்கவிருக்கும் கோரிக்கைகளைச் சுருக்கமாகக் கூறினர். அடுத்து, வருண, மத சிறுபான்மையினராக எங்களை நீங்கள் கருதுவீர்களா என்றும் கேட்டனர். ‘ஆம்’ என்று இதற்குப் பதிலளித்தேன். தாழ்த்தப்பட்ட வகுப்பினரின் பாதுகாப்புக்காக ஒப்பந்தத்தில் எவ்வகையான ஷரத்துகள் இடம்பெறக்கூடும் என்றும் வினவினர். இதற்குப் பின்வருமாறு பதிலளித்தேன்: இந்த ஷரத்துகள் சர்வதேச சங்கத்தின் சிறுபான்மையினரின் ஒப்பந்தங்களில் காணப்படும் ஷரத்துகளின் அடிப்படையில் அமைந்திருக்கக்கூடும்; அரசியலமைப்புச் சட்டத்தில் இது சம்பந்தமாக ஏற்கெனவே விஷேச ஷரத்துகள் இருக்குமாயின் ஒப்பந்தத்தில் அவை அப்படியே இடம்பெறும்; இதில் ஏதேனும் சிக்கல் ஏற்படுமானால் இப்பிரச்சினை ஒரு நிபுணர் குழுவின் பரிசீலனைக்கு விடப்படும்; இந்திய அரசாங்கம் இக்குழுவின் முடிவை ஏற்றுச் செயல்படுத்தக் கடமைப்பட்டுள்ளது; அவ்வாறு செய்யவில்லை எனில் அது ஒப்பந்தத்தை மீறிய செயலாகக் கருதப்படும்; இதன் பேரில் அந்தக் குறிப்பிட்ட சந்தர்ப்ப சூழ்நிலைமைகளுக்கு உகந்த நடவடிக்கையை பிரிட்டிஷ் அரசாங்கம் மேற்கொள்ளும். இத்தகைய பாதுகாப்பு நடவடிக்கை போதுமானதல்ல என்று அவர்களுக்குத் தோன்றக்கூடும் என்பதில் ஐயமில்லை; எனினும் இந்தியாவில் எந்தவொரு சிறுபான்மையினரையும் பாதுகாப்பதற்கு நாங்கள் தலையிட இதைத் தவிர வேறு வழியேதும் இல்லை என்பதை அவர்களுக்கு விளக்கிக் கூறினேன்.

இடைக்காலத்தைப் பொறுத்தவரையில், மத்தியில் அமைக்கப்படும் நிர்வாக கவுன்சிலில் பணியாற்றுமாறு தாழ்த்தப்பட்ட வகுப்பினரின் சில பிரதிநிதிகள் கேட்டுக்கொள்ளப்படுவார்கள்; மாகாண அரசாங்கங்கள் செயல்படுவது சம்பந்தமாகச் சில தாற்காலிக ஏற்பாடுகளை மேற்கொள்வது இந்த

நிர்வாகக் குழுவின் முதல் பணிகளில் ஒன்றாக இருக்கும் என்பதில் ஐயமில்லை என்பதை அவர்களுக்குச் சுட்டிக்காட்டினேன்.

பிரதான சக்திகளில் ஒன்றாகத் தாங்கள் கருதப்பட வேண்டும், புதிய நிர்வாகக் குழுவை அமைக்கும்போது வைசிராய் தங்களைக் கலந்தாலோசிக்க வேண்டும் என்ற கருத்தினை திரு. அம்பேத்கர் வெளியிட்டார். இது நான் சம்பந்தப்பட்ட விஷயமல்ல, இந்த விஷயத்தில் யாரைக் கலந்தாலோசிக்க வேண்டும் என்பதை வைசிராய்தான் முடிவெடுப்பார் என்று தெரிவித்தேன்.

நிலைமை குறித்து அவர்கள் பெரிதும் மகிழ்ச்சி அடையாதது முற்றிலும் இயல்பே. எனினும் இத்திட்டத்தை அவர்கள் எதிர்ப்பார்கள் என்று நான் கருதவில்லை; ஏனென்றால் இதைவிட அவர்களுக்கு அதிக பாதுகாப்பு அளிக்கக்கூடிய மாற்று ஏற்பாடு வேறு எதுவும் இல்லை.' (பாபாசாகேப் டாக்டர் அம்பேத்கர் நூல் தொகுப்பு, தொகுதி 19, பக். 59)

பல கட்சிகளையும் இயங்கங்களையும் சந்தித்த பின் கிரிப்ஸ் தனது திட்டத்தை அறிவித்தார். அதில், 'போர் நிறுத்தம் ஏற்பட்டவுடனேயே ஓர் அரசியல் அமைப்புச் சபையைக் கூட்ட வேண்டும். இந்திய அரசியல் அமைப்பு அவை, இந்தியச் சிற்றரசுகளின் ஒத்துழைப்புடன் அரசியல் அமைப்புச் சட்டத்தை வடித்திட வேண்டும். ஆனால் இந்திய யூனியனில் சேருவது அல்லது சேராமல் இருப்பது என்பது சிற்றரசுகளின் உரிமை. அதில் யாரும் தலையிட முடியாது. அரசியல் அமைப்பு அவை பிரிட்டிஷ் அரசுடன் ஓர் ஒப்பந்தம் செய்துகொள்ள வேண்டும்' என்று கூறப்பட்டிருந்தது.

கிரிப்ஸின் இந்தத் திட்டத்தை காங்கிரஸ் உள்பட பலரும் எதிர்த்தனர். டாக்டர் அம்பேத்கரும் எம்.சி.ராஜாவும் பல தாழ்த்தப்பட்ட தலைவர்களையும் அமைப்புகளையும் கலந்து ஆலோசித்தனர். முடிவில் கிரிப்ஸின் திட்டத்தை இருவரும் எதிர்த்தனர். தங்கள் எதிர்ப்பை 1942 ஏப்ரல் 1 அன்று கடிதம் மூலம் கிரிப்ஸுக்கு அனுப்பினர்:

'இந்தியாவின் அரசியலமைப்பு சம்பந்தமாக மன்னர் பிரான் அரசாங்கம் வெளியிட்டுள்ள பிரேரணைகள் தாழ்த்தப்பட்ட வகுப்பினருக்கு ஏற்புடையவை அல்ல

என்பதை மார்ச் 30ம் தேதி தங்களைச் சந்தித்தபோது தங்களிடம் கூறினோம்; இதற்கான காரணங்களையும் அந்த நேர்காணலில் உங்கள் முன்வைத்தோம். இதன் பின்னர் பல்வேறு மாகாண மற்றும் மத்திய சட்டமன்றங்களிலுள்ள தாழ்த்தப்பட்ட வகுப்பினரின் பல பிரதிநிதிகளைக் கலந்து ஆலோசித்தோம். இந்தப் பிரேரணைகள் சம்பந்தமாக தங்களிடம் நாங்கள் தெரிவித்த கருத்தையே அவர்கள் அனைவரும் ஒருமனதாக உறுதி செய்தனர்.

இந்தப் பிரேரணைகள் தாழ்த்தப்பட்ட வகுப்பினருக்கு மிகப் பெரும் தீங்கு விளைவிக்கக் கூடியவை, மிகக் கடுமையான, கொடூரமான இந்து ஆட்சியின் கீழ், ஆதிக்கத்தின் கீழ் அவர்களைக் கொண்டுவந்து சேர்க்கும் என்பதில் எங்களுக்கு எள்ளளவும் ஐயமில்லை. துயர்மிக்க, இருள் படிந்த கடந்த காலத்துக்கு மீண்டும் எங்களை இட்டுச் செல்லும் இத்தகைய பயங்கர விளைவை நாங்கள் ஒருபோதும் சகித்துக்கொள்ள மாட்டோம்; இப்படிப்பட்ட பெருங்கேட்டை, அவலத்தை எங்கள் சக்தி முழுவதையும் கொண்டு எதிர்ப்பதற்கு நாங்கள் திட உறுதி கொண்டுள்ளோம்.

தாழ்த்தப்பட்ட வகுப்பினரின் எதிர்காலம் சம்பந்தமாக நாங்கள் கொண்டுள்ள ஆழ்ந்த கவலையை, பெருத்த அச்சத்தை மாட்சிமை தங்கிய மன்னர் பிரான் அரசாங்கத்துக்குத் தெரிவிக்க வேண்டுகிறோம். தாழ்த்தப்பட்ட வகுப்பினர் தாங்களே முன்வந்து ஏற்காத, அவர்களது பாதுகாப்புக்கு அவசியமான விதிமுறையைத் தன்னுள் கொண்டிராத ஓர் அரசியலமைப்புச் சட்டத்தை அவர்கள் மீது திணிக்க மன்னர் பிரான் அரசாங்கம் முடிவு செய்யுமானால் அதனை நம்பிக்கைத் துரோகமாகவே நாங்கள் கருதுவோம் என்பதையும் அவர்களுக்கு எடுத்துரைக்குமாறு கேட்டுக்கொள்கிறோம்.

தாழ்த்தப்பட்ட வகுப்பினரின் பிரதிநிதிகள் என்ற அடிப்படையில் நாங்கள் அழைக்கப்பட்டிருக்கிறோம். தாழ்த்தப்பட்ட வகுப்பினரை ஒரு சிறு கட்சியினராக மன்னர் பிரான் அரசாங்கம் கருதவில்லை என்னும் எண்ணத்தை எங்களிடம் தோற்றுவித்தமைக்காக உங்களுக்கு நன்றி தெரிவித்துக்கொள்ள விரும்புகிறோம்.

இதுகுறித்து எங்களிடம் ஓரளவு ஐயம் இருந்தது என்பதும், எங்கள் நிலைமை குறித்த ஒரு சரியான விளக்கத்தைத் தங்களிடம் கேட்டிருந்தோம் என்பதும் தங்களுக்கு நினைவிருக்கும்.' (பாபாசாகேப் டாக்டர் அம்பேத்கர் நூல் தொகுப்பு, தொகுதி 19, பக். 61)

கிரிப்ஸை சந்தித்தபோது கிரிப்ஸ் கேட்ட கேள்விகள் டாக்டர் அம்பேத்கரையும் எம்.சி.ராஜாவையும் சிந்திக்க செய்தன. உங்களுடைய அமைப்பின் பலம் என்ன, யாருக்காக நீங்கள் போராடுகிறீர்கள், எந்த மக்களை நீங்கள் பிரதிநிதிப்படுத்துகிறீர்கள் போன்ற கேள்விகள் பரந்துபட்ட அமைப்பு ஒன்று தேவை என்பதை அவர்களுக்கு உணர்த்தின. அதனால் டெல்லியில் தாழ்த்தப்பட்ட தலைவர்களை அழைத்து கிரிப்ஸின் திட்டம் குறித்து டாக்டர் அம்பேத்கர் பேசினார். அதுவரையில் டாக்டர் அம்பேத்கரும் எம்.சி.ராஜாவும் எதிரெதிர் நிலையில் நின்று பணிபுரிந்து வந்தனர். இப்போது இருவரும் ஒன்றாக இணைந்து பணிபுரிய வேண்டியதன் தேவையை உணர்ந்து கலந்துரையாடினர். இருவரும் ஒரே கொள்கையில் பயணம் செய்ய முடிவெடுத்துப் பயணப்பட்டனர்.

இதற்கிடையில் எம்.சி.ராஜாவின் கல்வி அனுபவத்தைக் கொண்டு 1942ம் ஆண்டு அண்ணாமலை பல்கலைக்கழகத்திற்கு செனட் உறுப்பினராக எம்.சி.ராஜா நியமிக்கப்பட்டார். (The Annamalai University, The Calendar for 1942-1945)

டாக்டர் அம்பேத்கரின் 50வது பிறந்தநாள் ஏப்ரல் 14ல் வந்தது. இந்த 50வது பிறந்தநாளைக் கோலாகலமாகக் கொண்டாடுவது என்று தீர்மானித்து, பொன்விழா பிறந்தநாளை 9 நாள்களுக்குக் கொண்டாட முடிவெடுக்கப்பட்டது. பூனாவின் முக்கிய வீதிகளிலும் கண்டோன்மெண்ட் பகுதிகளிலும் டாக்டர் அம்பேத்கரின் பிறந்தநாள் ஊர்வலங்கள் நடத்தப்பட்டன. ஷனிவார்வடாவில் பேராசிரியர் எஸ்.எம். மத்தே தலைமையில் பிறந்தநாள் விழாப் பொதுக்கூட்டம் நடைபெற்றது. அக்கூட்டத்தில் எம்.சி.ராஜா கலந்துகொண்டு உரையாற்றினார்.

1942 ஜூலை 2ம் தேதி வைசிராய், தன்னுடைய நிர்வாக குழுவில் உறுப்பினர்களாக 14 இந்தியர்களையும், 5 ஐரோப்பியர்களையும் நியமித்தார். அதில் டாக்டர்

அம்பேத்கரும் இடம்பெற்றிருந்தார். டாக்டர் அம்பேத்கர் நிர்வாகக் குழுவில் உறுப்பினராக இடம்பெற்றதில் இத்தேசம் பெருமைகொண்டது. ஏனென்றால் இதற்குமுன் இந்திய வரலாற்றில் தாழ்த்தப்பட்ட சமூகத்தைச் சார்ந்த ஒருவர் நாட்டை ஆளும் ஆட்சி அதிகாரத்தில் ஓர் உயர்ந்த பதவியைப் பெற்றதில்லை. இதுவே முதல்முறை.

டாக்டர் அம்பேத்கரைப் பாராட்டி நூற்றுக்கணக்கான பாராட்டுக் கடிதங்களும் தந்திகளும் வந்தன. வீர சாவர்க்கர், சர்.தேஜ் பகதூர் சப்ரு, எம்.சி.ராஜா போன்றவர்கள் டாக்டர் அம்பேத்கரை வாழ்த்திப் பாராட்டுதல்களை அனுப்பினர்.

1943

*1943*ம் ஆண்டு இந்திய கல்விச் சங்கத்தின் சாதாரண உறுப்பினராக (Indian Education Association ordinary member) எம்.சி.ராஜா இருந்தார். இரண்டாம் உலகப்போர் நடைபெற்றுக்கொண்டிருந்த சமயத்தில் எம்.சி.ராஜா தேசிய போர்முனைப் பகுதி அமைப்பாளராக நியமிக்கப்பட்டிருந்தார். அரசாங்கத்தின் சார்பில் வெளிவந்த யுத்த சஞ்சிகை இதழில் எம்.சி.ராஜா 'தாழ்த்தப்பட்டோர் அடைந்த ஏமாற்றம் - பிரிட்டிஷ் அரசாங்கத்தின் பொறுப்புகள் - நான்கு வகை விடுதலைகளும் வேண்டும்' என்ற தலைப்பில் ஒரு கட்டுரை எழுதினார். அதில் ஆதிதிராவிடர்கள் அடைந்த ஏமாற்றங்கள் குறித்தும் எழுதினார்.

> 'யுத்தத்தைப் பற்றி பொதுவாக ஜனங்களின் போக்கிலேயே ஒரு பெருத்த மாறுதல் ஏற்பட்டிருக்கிறது. இதற்குக் காரணம் 'தேசியப் போர்முனை' இயக்கந்தான். இந்த இயக்கத்தை சுமார் ஒரு வருஷத்திற்கு முன்பு மேன்மை தங்கிய வைசிராய் பிரபு தோற்றுவித்தார். மக்கள் கொண்டிருந்த தோல்வி மனப்பான்மையை இந்த இயக்கந்தான் போக்கியது. யுத்தத்தின் முடிவு என்னாகும் என்பது பற்றி சந்தேகங் கொள்ளுகிறவர்கள் இப்போது யாரும் இல்லை. தப்பிக்க வழியில்லை என்னும் எண்ணமுடையவர்கள் இப்போது ஒருவரும் கிடையாது. மக்களுக்குள் பயத்தை உண்டாக்கும் பொருட்டு பிரசாரம் செய்கிறவர்கள்கூட, இப்போது வாயடைத்துப் போயிருக்கிறார்கள்.

யுத்தப் பிரச்சினையைக் குறித்து ஜவஹர்லாலுக்கும் காந்தியாருக்கும் ஏற்பட்ட வேற்றுமையை பொதுவாக ஜனங்கள் கவனித்திருப்பார்கள். யுத்த சம்பந்தமாக காங்கிரஸ் என்ன முறையைக் கைக்கொள்ள வேண்டுமென்று விவாதித்தார்கள். அப்போது ஜவஹர்லாலின் எண்ணமெல்லாம் நேச நாடுகள் வெற்றிபெற வேண்டுமென்பதிலேயே பதிந்திருந்தது; ஆனால், காந்தியாரின் எண்ணமெல்லாம் ஜப்பானியர்கள் இந்தியாவிற்கு வந்து வசப்படுத்திக் கொள்ளுவதிலேயே இருந்தது. அது, ஜப்பானியரால் கடுமையான ஆபத்து ஏற்படக்கூடிய காலம். அப்போது காங்கிரஸ் கைக்கொள்ள வேண்டிய முறையொன்றை காந்தியார் வகுத்தார். அதுதான் 'எதிரியோடு பலாத்காரமற்ற முறையில் ஒத்துழையாதிருப்பது' என்பது. இது தற்போதுள்ள அரசாங்கத்திடம் சமாதானமாகவும் நேசமாகவும் இருப்பதாகத் தோன்றும். ஆனால் இதன் உள் அர்த்தம் என்னவென்றால், ஜப்பானியர்கள் இந்தியாவில் வந்து இறங்குவார்கள் என்பதுதான். ஜவஹர்லால் எந்த விஷயத்தைக் குறித்தும் நேர்மையான முறையில் ஆலோசித்துக் கொண்டிருந்தவர். ஆகையால் ரஷ்யா, அமெரிக்கா, சீனா, பிரிட்டன், இந்தியா ஆகிய நாடுகள் சேர்ந்துள்ள நேச தேசங்கள் முடிவில் வெற்றிபெறும் என்பது பற்றி அவருக்குச் சந்தேகமே கிடையாது. அந்தக் காலத்தில் ஒவ்வொரு நாட்டின் நிலைமையும் மிகவும் ஆபத்தாயிருந்தது.

எப்பொழுதும் ஆசையினின்றுதான் எண்ணம் பிறக்கிறது. காந்தியாரின் எண்ணம் என்ன தெரியுமா? 'ஜப்பானியர்கள் இந்தியாவிற்கு வரும்போது நான் போப் கிரிகரி போல அவர்களுக்கு எதிரில் போகச் சந்தர்ப்பங் கிடைக்கும். நம்மைத் தாக்க வருகிறவர்களைத் தலைவாசலிலேயே சந்திப்பேன். சமாதான முறையைக் கொண்டே வெல்ல வேண்டும் என்னும் எனக்கினிமையான மந்திரத்தை அவர்களுக்கு ஓதுவேன். போராட வேண்டாமென்று நான் அவர்களை வேண்டிக்கொள்ளுவேன். சமாதானமாகவே நாட்டை வசப்படுத்திக் கொள்ளும்படி அனுமதிப்பேன். அவர்களுடைய அனுமதியின் பேரில் நானும் காங்கிரஸூம் நாட்டை ஆள அனுமதிக்க வேண்டுமென்று கோருவேன்.'

இந்த எண்ணங்களிலும் ஆசைகளிலும் மண்விழுந்தது. சமீப காலத்தில் நிகழ்ந்த சம்பவங்களையும் யுத்த முன்னேற்றத்தையும் சீர்தூக்கிப் பார்க்கிறவர்களுக்கு இது நன்றாகத் தெரியும். வெற்றிபெற வேண்டுமென்பது பற்றி, நாம் கொண்டிருப்பது ஆசை, நம்பிக்கை மட்டுமல்ல; உறுதி கொண்டிருக்கிறோம். இந்த உறுதிக்குத் தகுந்த ஆதாரங்கள் உண்டு. இதற்குத் தேசியப் போர்முனை இயக்கத்தின் வேலையும் ஒரு காரணந்தான்.

நாம் வெற்றிபெற வேண்டுமானால், பெரிதும் முயல வேண்டுமென்றும், ஏராளமான தியாகங்கள் செய்ய வேண்டுமென்றும், அமெரிக்கத் தலைவர் ரூஸ்வெல்டும் பிரிட்டிஷ் முதல் மந்திரி சர்ச்சிலும் எப்போதும் சொல்லிக்கொண்டிருக்கிறார்கள் என்பது உண்மையே. என்றாலும் நாம் வெற்றிபெறுவது மட்டும் உறுதி. இருள் நீங்கிவிட்டது. வெற்றிச் சூரியன் தோன்றிவிட்டான்.

இந்தப் பரந்த உலகத்தில் யுத்தத்தின் போக்கு இப்படியிருக்கிறது; ஆனால் இந்தியாவில் நிலைமை எப்படியிருக்கிறது? நேச நாட்டுப் படைகள் இங்கே வந்துவிட்டன. அவசியமானால், தரையிலும் போராடத் தயாராயிருக்கின்றன. வெளிநாட்டார் இந்தியாவைத் தாக்கி அக்கிரமங்கள் செய்யாதபடி இவை தடுக்கக்கூடியவை. இந்நாட்டு மக்களைக் காப்பாற்றும் பொருட்டு இராணுவத்தார் என்னென்ன ஏற்பாடுகள் செய்திருக்கிறார்கள் என்று நாம் தகுந்தபடி உணர்ந்து கொள்ளுவதில்லை. இந்த ராணுவத்தில் இந்தியர்களும் இந்தியரல்லாதவர்களும் இருக்கிறார்கள். இந்தியப் படையினர் மத்திய கிழக்கிலும் வட ஆப்பிரிக்காவிலும், பிரிட்டிஷ் படைகளும் அமெரிக்கப் படைகளும் இந்தியாவிலும் பலவகைகளிலும் பாதுகாப்பு ஏற்பாடுகள் செய்திருக்கிறார்கள்.

வெளிநாடுகளில் இந்தியப் படைகள் செய்துவரும் வேலைகள் அனைவருக்கும் தெரியும். இந்த யுத்த சரித்திரத்திலேயே இதுவொரு மிகச் சிறந்த பகுதியாக விளங்கும். பிரிட்டிஷ் படைகளும் இந்தியப் படைகளும் இந்தியாவில் என்ன செய்கின்றனவென்று இப்போது வெகுவாகத் தெரியாது. அவர்களுடைய

வேலைகள் நடைபெற்றுக் கொண்டிருக்கும்போது, அவற்றை வெளியிடாதிருப்பது நல்லதுதான். இவர்கள் வேலைகள் எல்லாம் முடிந்த பிறகு, அவர்கள் இங்கே வேலையற்றுப் போய் வந்திருக்கவில்லையென்றும், அவர்கள் மிகுந்த பலமுள்ளவர்கள் என்றும், அவர்களால் நமக்குப் பாதுகாப்பு அதிகம் என்றும், அவர்களால் ஊக்கமும் உறுதியும் நமக்கு உண்டாகின்றன என்றும் தெரிந்துகொள்ளுவோம். ஆபத்திற்கு உதவுகிறவர்கள்தான் உண்மையான நண்பர்கள்.

மேன்மை தங்கிய லின்லித்கோ பிரபுவும், ஜெனரல் வேவலும் இந்நாட்டு விஷயங்களுக்குத் தலைவர்களாக இருக்கும் பாக்கியம் நமக்கு வாய்த்திருக்கிறது. ஒவ்வொரு நிமிஷமும் நடைபெறும் சம்பவங்களை இவ்விருவரும் கவனித்துக் கொண்டிருக்கிறார்கள். சிவில், ராணுவம், பொருளாதாரம், கைத்தொழில், அரசியல், நிர்வாகம் முதலிய இலாகாக்களுக்குக் கட்டளைகள் பிறப்பிக்கின்றார்கள். யுத்தத்தில் வெற்றிபெறவும் கட்டுப்பாடான சமாதானத்தை நிலைநாட்டவும் இந்த இலாகாக்கள் பெரிதும் உதவும். நம் மாகாணத்திலும் மேன்மை தங்கிய ஆர்தர் ஹோப் துரையவர்களைக் கவர்னராக அடையும் பாக்கியம் பெற்றிருக்கிறோம். இவருடைய ஆலோசகர்கள் விஷய ஞானம் மிகவும் உடையவர்கள். இவர்களுடைய உதவியைக் கொண்டு அவர் சட்டத்தையும் சமாதானத்தையும் நிலைநாட்டிக் கொண்டுவருகிறார். அன்றியும் எல்லா வகை யுத்த வேலைகளிலும் பொது ஜனங்களின் கூட்டுறவையும் ஆதரவையும் திரட்டி, யுத்தத்தில் வெற்றிபெற வேண்டுமென்னும் எண்ணம் பொதுவாக ஜனங்கள் மனத்தில் வேரூன்றும்படி, ஏற்பாடுகள் செய்து வருகிறார்.

இந்த யுத்தத்தில் வெற்றிபெற வேண்டி செய்யப்படும் எல்லா வேலைகளாலும், இந்நாட்டிலுள்ள எல்லா இனத்தவர்களுக்கும் என்ன பலனுண்டு? தகுந்த ஆலோசனையின் பேரில்தான் பல இனத்தவர்கள் என்று சொல்லுகிறேன். ஏனென்றால், பல இனங்களையும் ஒரே இனம் என்று கூறுவதால் பலனில்லை. இங்கே இல்லாத ஒற்றுமை, இருப்பதாகத் தப்பெண்ணங் கொண்டதனால், பெருந் தீமைகள் நிகழ்ந்துவிட்டன.

பல இனத்தவர்களுக்குள்ளும் ஒரே வகை இயல்புகள் இருக்கின்றனவென்னும் காரணம் பற்றி, முழு ஒற்றுமை ஏற்பட்டு விட்டதாகக் கூற முடியாது. வேற்றுமைகளையும் நாம் கவனிக்க வேண்டும். இவை முக்கியமானவை. எந்த விஷயத்தைக் குறித்தும் இவை முடிவு செய்யத்தக்கவை. பொருளாதாரத் துறையில் இது மிகவும் முக்கியம். எல்லோருக்கும் வயிறு உண்டு என்றால் எல்லோருக்கும் ஒரே வயிறுதான் இருக்கிறது என்று பொருள் கொள்ளலாமா? ஒருவர் சாப்பிட்டால், மற்றவர்களுடைய பசியெல்லாம் நீங்கிவிடுமா? இப்போது நம் நாட்டிற்குத் தேவை ஒற்றுமையல்ல; ஆனால் இசைந்த வாழ்வுதான். பொது மக்களுக்கு நன்மை தரத்தக்க முறையில், இந்நாட்டை ஆட்சிபுரிந்து வந்தவர்களிடமிருந்து ஆதிக்கத்தைப் பிடுங்கிக்கொள்ளும் பொருட்டு, ஒற்றுமை ஏற்பட்டு விட்டதாக மேல் வாரியாக வாதிக்கலாம். இப்போது நமக்கு என்ன வேண்டுமென்றால், பல இனத்தவர்களுக்குள்ளாகவும் இசைந்த வாழ்வுதான் வேண்டும்.

இதனால், அவர்களுக்குள் கூட்டுறவு உண்டாகும். அவர்களது பொது நோக்கங்கள் ஈடேறும். ஆதிக்கத்தைப் பகிர்ந்துகொள்ளுவதில், எல்லோருக்கும் நீதியும் நியாயமும் வழங்கப்படும். அப்போதுதான் எல்லா இனத்தவர்களுக்குள்ளும் இசைந்த கூட்டுறவு ஏற்படும். இந்தக் கூட்டுறவு ஏற்பட்டு நெடுநாட்களுக்குப் பிறகுதான் அரசியல் ஒற்றுமை ஏற்படக்கூடும்.

இந்தச் சமயத்தில் இந்தியாவின் எதிர்காலத்தைப் பற்றி, இங்குள்ள ஆலோசனைக்காரர்களின் மனத்தைக் கிளறிக்கொண்டிருக்கும் பிரச்சினை ஒன்று உண்டு. இந்தியாவில் தம் ஆதிக்கத்தை விட்டுக்கொடுக்க பிரிட்டிஷார் விரும்புகிறார்களா என்பதுதான் அந்தப் பிரச்சினை. இதை விட்டுக் கொடுக்கத் தாம் விரும்புவது மட்டுமன்றி, ஆவலாகவுமிருப்பதாக அவர்கள் பலமுறை கூறியிருக்கிறார்கள். அரசியல் பல்லவியைப் பாட வேண்டுமென்று நினைக்கிறவர்கள்தான், இந்த வார்த்தைகளை நம்பாதது போலப் பாசாங்கு செய்கிறார்கள். பலவீனமான இனத்தவர்களின் நன்மைகளைப் பாதுகாக்க வேண்டிய பொறுப்பு ஆதிக்கத்தில்

உள்ளவர்களுக்கு உண்டு. இந்தப் பொறுப்பையும் அரசாங்கத்தார் கைவிட்டு விடுவார்களா? ஆதிக்கம் மிகுந்தவர்களின் இஷ்டப்படி எல்லாம் நடக்கும்படி ஆதிக்கமற்றவர்களை ஒப்புக்கொடுத்து விடுவார்களா? இப்போது இந்தியாவிலுள்ள தாழ்த்தப்பட்டவர்களின் உள்ளங்களில் உண்மையானதோர் அச்சம் தோன்றியிருக்கிறது. அதாவது, நாம் வெற்றிபெறும்போது - வெற்றியடைவது உறுதி - இதுவரை பல கஷ்டங்களுக்கிடையே பிரிட்டிஷ் அரசாங்கத்தார் நேர்மையாகவும் கருணையோடும் நடந்துகொண்டது போலவே, இனியும், தாழ்த்தப்பட்டவர்களிடம் நடந்து கொள்ளுவார்களா? இதற்கு ஜாதி இந்துக்களின் எதிர்ப்புக் கொஞ்சமா? இனி ஏற்படக்கூடிய தேர்தல் பொதுத் தொகுதியில் ஜாதி இந்துக்களல்லவா பெரும்பான்மையோர். இதுவரை எங்கள் அனுபவத்திலிருந்து, பிரிட்டிஷாரின் மேற்பார்வையும் ஆதிக்கமும் இல்லையானால், இந்தத் தாழ்த்தப்பட்ட இனத்தவர்களை ஜாதி இந்துக்கள் வெகுவாக அலட்சியம் செய்வார்கள் என்பது உறுதி. இன்னும் பலவகைக் கட்டுப்பாடுகளுக்கும் கஷ்டங்களுக்கும் உள்ளாக்குகிறார்கள். இவை ஜாதி இந்துக்களின் சார்பாக காந்தியார் வகுத்த முறைகள். இந்த முறைகளின்படி தம்முடன் சேர்த்துக் கொள்வது போல் சேர்த்து, எங்களுக்குள்ள அரசியல் சுயேச்சையைப் பறிமுதல் செய்துவிடுகிறார்கள்.

அரசியல் சுயேச்சையைக் கொண்டுதான், அறிவு முன்னேற்றமடையும். சமுதாய உயர்வு உண்டாகும். பொருள் நிலையும் பெருகும். பண்டைக் கால பண்ணைக்காரன் இன்று சமூக அடிமையாயிருக்கிறான். இனி அறிவுத்துறையிலும் அரசியல்துறையிலும் கொடுமைக்கு ஆளாக நேரலாம். பல ஊழி காலமாக நம் அடிமைத்தனத்திலிருந்து விடுபட்டு தலைதூக்க உதவியது, பிரிட்டிஷ் அரசாங்கமல்லவா? அவர்கள் ஜனநாயக உணர்ச்சியுடையவர்கள், நீதியும் நேர்மையும் கொண்டவர்கள். பொருளாதாரங் காரணமாகவும் அரசியல் காரணமாகவும் இவர்கள் தம் உணர்ச்சிப்படி நடந்துகொள்ள ஒட்டாதபடி தடைகள் ஏற்பட்டன. என்றாலும் தாழ்த்தப்பட்ட இனத்தவர்களுக்குத் தம்மால் இயன்றவரை உதவினார்கள். இனி ஏற்படப் போகும் அரசியல் அமைப்புப் போராட்ட

நிர்ப்பந்த காலத்திலுங்கூட, இந்த இனத்தவர்களின் நன்மைகளைத் தியாகஞ் செய்துவிட மாட்டார்கள் என்று நான் பெரிதும் நம்புகிறேன். தம் ஆதிக்கத்தை விட்டுக் கொடுக்க மனமில்லாமல்தான், தாழ்த்தப்பட்டவர்களிடம் அரசாங்கத்தார் கவலையும் அனுதாபமும் காட்டுகிறார்கள் என்று சொல்வது எளிது. இப்படி அந்த அரசியல் கட்சிகள் சொல்வதற்குக் காரணம் என்னவென்றால், ஆதிக்கத்தைக் கைப்பற்ற வேண்டுமென்னும் பேராசைதான். ஆனால், அதற்கேற்றபடி, எளிய இனத்தவர்களிடம் நீதியோடும் நேர்மையோடும் நடந்துகொள்ள வேண்டுமென்னும் உண்மையான உணர்ச்சி அவர்களிடம் இல்லை.

இந்தச் சமயத்தில் தாழ்த்தப்பட்ட இனத்தவர்களின் நிலை என்ன? இந்த இனத்தவர்கள் பொது மக்களின் முக்கியமான பெரும் பகுதியினர். அவர்களுடைய எதிர்கால வாழ்வு அஞ்சத்தக்கதாகவுமில்லை; சிறப்பானதாகவும் தோன்றவில்லை. நாட்டின் யதேச்சை பற்றி, மற்ற இனத்தவர்களின் கோரிக்கைகள் பற்றி, பிரிட்டிஷ் அரசாங்கத்தின் போக்கு எதுவோ, அதையொட்டித்தான் எல்லாம் அமையும். பரிபூரண சுயாட்சி வழங்குவதாக அரசாங்கத்தார் வாக்குறுதி கொடுத்திருக்கிறார்கள். இந்த நாட்டு நிர்வாகம் பற்றி தமக்குள்ள எல்லா ஆதிக்கத்தையும் பொறுப்பையும் விட்டுக் கொடுப்பதாகவும் கூறியிருக்கிறார்கள். சிறுபான்மை வகுப்பினரில் அநேகரும், தாழ்த்தப்பட்டவர்களும் சம்மதித்தால் மட்டுந்தான், தமக்குள்ள ஆதிக்கத்தை மாற்றித் தரக் கூடுமென்று வற்புறுத்துகிறார்கள். இதுவும் நம் அதிர்ஷ்டந்தான்.

இந்நாட்டிலும், வெளிநாடுகளிலும் இது பற்றி பொதுஜனங்களின் கருத்தை சிருஷ்டிக்கிறார்கள். அதுவும், மகா கெட்டிக்காரத்தனமாகவும் பெரும் பொருளுதவியைக் கொண்டும், வாயில்லா பூச்சிகளாகவும், நசுக்கப்பட்ட இனத்தவர்களாகவும் உள்ளவர்கள் மீது, நெடுநாட்களாக ஆதிக்கம் செலுத்திக் கொண்டு வந்தவர்கள்தான் இப்படிச் சிருஷ்டிக்கிறவர்கள். இப்படிச் சிருஷ்டிக்கப்பட்ட பொது ஜனக் கருத்துக்கு மாறாகத் தாம் விதிக்கும் நிபந்தனையை, பிரிட்டிஷ் அரசாங்கத்தார் வற்புறுத்துவார்களா என்பதுதான் கேள்வி.

இங்கிலாந்திலிருந்தும் இந்தியாவிலிருந்தும் மட்டுமன்றி உலகத்தின் மற்றெல்லாப் பாகங்களிலுமிருந்தும், அமெரிக்காவிலும் சீனாவிலுமிருந்துங்கூட பிரிட்டிஷ் அரசாங்கத்தார் மீது ஒரு குறை கூறுகிறார்கள். அதாவது, பிரிட்டிஷ் அரசாங்கத்தார் கூறும் வாக்குறுதியை நிறைவேற்றும் எண்ணம் அவர்களுக்கில்லையென்றும், ஆதிக்கத்தை விட்டுக் கொடுக்க அவர்கள் விரும்பவில்லையென்றும் குறை கூறுகிறார்கள். இதனால், அரசாங்கத்தார் தடுமாற்றமடைவார்களா? நெடுநாட்களாக அடிமைத்தனத்திற்கு ஆளாகியிருந்தவர்களைக் காட்டிக் கொடுத்து விடுவார்களா?

தாழ்த்தப்பட்டவர்கள் தலைக்கு மேலே இரண்டு ஆபத்துக்கள் இருக்கின்றன. இவ்விரண்டும் இரண்டு வகை அறியாமையினால் உண்டானவை. ஒன்று, மேல்நாடுகளிலுள்ள நல்லெண்ணமுள்ள லட்சியவாதிகளின் அறியாமையால் ஏற்படுகிறது. மற்றொன்று, ஜாதிக் கட்டுப்பாட்டிற்கும், புரோகிதக் கட்டுப்பாட்டிற்கும் உள்ளாகியிருக்கும் இந்நாட்டவர்களின் அறியாமையால் ஏற்படுவது. இவர்கள்தான் பொதுத் தேர்தல்களில் இந்துக்கள் என்னும் பெரும்பான்மையோராயிருக்கிறவர்கள். மக்களைப் பல பல வகுப்பினராகப் பிரித்து வைப்பதற்காக மட்டும் சாதி வேற்றுமை முளைக்கவில்லை. ஒவ்வொரு சாதிக்கும் தனிப் பழக்கவழக்கமும் மூடநம்பிக்கையும் அரண்களாக அமைந்திருக்கின்றன. ஜாதி உயர்வு தாழ்விற்கு ஏற்றபடி கட்டுப்பாடுகளும் உயர்ந்துகொண்டே போகும். இதன் பயனாக, தாம் மற்றவர்களைவிட வேறுபட்டவர்கள் என்னும் தனித்தன்மை அவர்களுடைய உள்ளத்தே உண்டாகிறது. ஆகவே அளவு கடந்த பாரபட்சமும், நியாயமற்ற மனக் கசப்பும் உண்டாக இடமுண்டாகிறது. இந்தக் காரணத்தால்தான், தாழ்த்தப்பட்டவர்களை பல நூற்றாண்டுகளாக அடிமைப்படுத்தி வைத்திருந்தார்கள்.

இந்தியாவைப் பற்றி நல்லெண்ணமுடையவர்கள் இருக்கிறார்கள். ஆனால் அவர்களுக்கு இந்தியாவைக் குறித்து விஷய ஞானம் போதாது. அவர்கள் இந்தியாவிற்கு நன்மை செய்ய விரும்புவார்களானால்,

ஒரு காரியம் செய்ய வேண்டும். எந்தவிதத் தொடர்புமில்லாத, திறமை வாய்ந்த சமுதாய அறிஞர்கள் அடங்கிய தூதுக் கோஷ்டியொன்றை இந்தியாவிற்கு அனுப்ப வேண்டும். இவர்கள், இந்திய மக்களின் சமுதாய நிலை, உறவு முதலியவற்றைக் குறித்து விசாரணை செய்ய வேண்டும். அரசியல் துறையில் செய்யப்படும் செயல்களும் தீர்மானங்களும் இவற்றையொட்டித்தான் நடைபெறுகின்றன. இப்படிப்பட்ட ஒரு தூதுக் கோஷ்டியை அமெரிக்க ஜனத் தலைவர் ரூஸ்வெல்ட் இந்தியாவிற்கு அனுப்ப வேண்டும். இந்தத் தூதுக் கோஷ்டியினர் போதுமான காலம் இந்திய மக்களிடையே பழக வேண்டும். இன்று இந்திய மக்கள் உள்ள சமுதாய நிலையை உணர்ந்துகொள்ள வேண்டும். தாழ்த்தப்பட்டவர்கள் என்னென்ன செய்யக்கூடாதென்று தடுக்கப்பட்டிருக்கிறார்களென்றும் அவர்கள் தெரிந்துகொள்ள வேண்டும். இப்படிப்பட்டதோர் தூதுக் கோஷ்டியை அவர் அனுப்புவாரானால், அநேக தலைமுறைகளுக்கு நிலைத்திருக்கக்கூடிய சமுதாய அமைப்பிற்கும் அரசியல் அமைப்பிற்கும் முதன்முதல் அவர் விதை விதைத்தவராவார்.

சில மாதங்களுக்கு முன்பு சர்ச்சிலும், ரூஸ்வெல்டும் அட்லாண்டிக் மகாசமுத்திரத்தில் ஒரு இடத்தில் சந்தித்துப் பேசினார்கள். அதன் பிறகு சர்ச்சில் ஒரு செய்தி விடுத்தார். ஹிட்லர் ஆதிக்கத்திற்குள்ளான ஐரோப்பிய நாடுகளில் மக்கள் படும் கஷ்டங்களைக் குறித்துத் தெரிவித்தார். அப்போது அவர் கீழ்க்கண்டவாறு கூறினார்:

‘குகை இருண்டு நீளமானதாக இருக்கலாம்; ஆனால் முடிவில் வெளிச்சம் ‘இருக்கிறது.’

அதுபோலவே, இந்தியாவிலுள்ள தாழ்த்தப்பட்டவர்களுங்கூட நீண்ட இருண்ட குகை வழியாகத்தான், தம் வாழ்நாட்களை கழித்துக் கொண்டிருக்கிறார்கள். என்றாலும் ஆங்காங்கே இந்தக் குகைக்குச் சில திறப்புகள் இருக்கின்றன. உதாரணமாக, புத்தர், அசோகர், ராமானுஜர், ராஜா ராம்மோகன்ராய், கேசவ சந்திரசென், ரானடே, டாக்டர் டி.எம். நாயர் ஆகியோர் காலத்திலும், மாண்டேகு சேம்ஸ்போர்டு சீர்திருத்தம் ஏற்பட்ட

பிறகுந்தான், தாழ்த்தப்பட்டவர்களின் நீண்ட இருண்ட வாழ்க்கையில், வான ஒளி வீசியது. 1935ம் வருஷத்திய சீர்திருத்தத்தின்படி இவர்களுக்குத் தேர்தலில் தனித்தொகுதி ஏற்பட்டபோது, இவர்களைச் சூழ்ந்திருந்த இருள் சற்று நீங்கியது போலத் தோன்றியது. இந்தச் சமயத்தில்தான் பூனா ஒப்பந்தம் ஏற்பட்டது. இதுபற்றி அவர்கள் கொஞ்சமும் சந்தேகம் கொள்ளாதபடி சம்மதித்தனர். இது காரணமாக அவர்கள் அரசியல் சிறையில் அடைபட்டனர். அதிலிருந்து அவர்கள் இன்னும் மீளவில்லை. இப்போது இவர்களுக்கு ஒரு புதிய நம்பிக்கை ஏற்பட்டிருக்கிறது. அதாவது, இந்த யுத்தத்தில் நேச நாட்டினர் வெற்றிபெறுவார்கள். அப்போது நிலைமை மாறும். பல நூற்றாண்டுகளாகத் தாம். இருந்து வந்த அடிமைத்தனத்திலிருந்து மீட்சி பெறக்கூடும். சமுதாயத் துறையிலும், அரசியல் துறையிலும் தம்மை இன்னும் அடிமைப்படுத்தியே வைத்திருக்க வேண்டுமென்று விரும்புகிறவர்களின் முயற்சிகள் கவிழும். அப்போது விடுதலை உத்வேகம் கிளம்பும். இதன் பயனாக சுயேச்சை தானாகவே உண்டாகும்.

தேசியக் கூட்டத்தினருக்கு மட்டுந்தான் சுயேச்சை வேண்டுமென்று கோருகிறார்களே ஒழிய, ஒரு இனத்தார் மற்றொரு இனத்தாரோடு பழகும்போது இவர்கள் சுயேச்சை வழங்க மறுக்கிறார்கள். ஒரு இனத்தார் மற்ற இனத்தாருக்கு சுயேச்சை வழங்க வேண்டும் என்று நினைப்பதுகூட கிடையாது. இந்த சுயேச்சையின் பயனாகப் பல இனத்தவர்களுக்குள்ளும் கூட்டுறவு ஏற்படும். ஒரு இனத்தவர் மற்றொரு இனத்தவரை அடிமைப்படுத்தி வைப்பதும் எளியவரை வலியவர்கள் அடக்கியாளுவதும், இதனால் நீங்கும். தாழ்த்தப்பட்டவர்கள் சம்பந்தப்பட்டவரை இது முழுதும் உண்மை. சென்னை மாகாணத்தின் படைகளுக்குப் பெரும்பாலும் சிப்பாய்களைக் கொடுத்து உதவியது தாழ்த்தப்பட்ட இனத்தவர்கள்தான். இவர்கள் மத்திய கிழக்கிலும் வட ஆப்பிரிக்காவிலும் தம் சிறந்த சேவகத்தினால் சிறந்த புகழ் பெற்றிருக்கிறார்கள். விடுதலையை முன்னிட்டும் நியாயத்தை நிலைநாட்டவும், தம் உயிரையுங் கொடுக்கத் துணிந்து போர் முனைக்குத் தாம் போகும்போது, தம் இனத்தவர்கள் இருந்த

அதே பரிதாபகரமான நிலையிலேயே இருப்பதை, அவர்கள் போர் முனையிலிருந்து திரும்பி வந்த பிறகும் காணுவார்களானால், அவர்கள் மனம் என்ன பாடுபடும்!

அரசியல்வாதிகளின் மனப்படியே எல்லாம் நடப்பதானால், படையினருக்கு அரசியலில் இடமே கிடையாது. பிரிட்டிஷ் அரசாங்கத்தார், தம் ஆதிக்கத்தை ஒப்புக்கொடுக்கும் முன்பு, அவர்கள் நிறைவேற்ற வேண்டிய கடமை ஒன்று உண்டு. அதாவது, அக்கிரமக்கார எதிரிகளிடமிருந்து இந்த நாட்டை மீட்டவர்களான தாழ்த்தப்பட்டவர்கள் உள்ளிட்ட பலரையும், இருந்த இடத்திலேயே இருந்துகொண்டு ஏதோ நாட்டிற்குத் தாம் பிரமாதமாகத் தொண்டு செய்துவிட்டதாக வாய்ச் சவடால் வீசும் குறும்பர்களின் எதேச்சாதிகாரத்திற்கு உள்ளாக்கக் கூடாது. அட்லான்டிக் பிரகடனத்தில் குறிக்கப்பட்டுள்ள நான்கு வகை விடுதலைகளும் யுத்தத்தின் ஒரு கட்டத்தில் தொகுக்கப்பட்டவையானாலும், எல்லா நாட்டவருக்கும் எல்லா இனத்தவருக்கும் இது பொருந்த வேண்டுமென்னும் நோக்கத்தோடுதான் தொகுக்கப்பட்டது. இதுபற்றி சந்தேகமே கிடையாது. இந்த விடுதலைகள் சில நாடுகளின் அரசியல்துறைக்கு மட்டுமன்றி, எல்லா நாடுகளின் சமுதாயத் துறைக்கும் பொருந்தியதாக அமைய வேண்டும். வறுமை, அச்சம், ஆதிக்கம், மத இழிவு ஆகியவற்றிலிருந்து தாழ்த்தப்பட்டவர்கள் விடுதலை பெற வேண்டும். இந்திய மக்களின் சமுதாய வாழ்வில் இந்நான்கு வகை விடுதலைகளும் கைகூட வேண்டுமென்பதுதான் என் மனமார்ந்த கோரிக்கை.' *(யுத்த சஞ்சிகை, மலர் III - இதழ் 1, ஜனவரி 1943)*

தொடர்ந்து போர் மற்றும் ஆதிதிராவிடர்கள் செய்ய வேண்டியவை குறித்து எழுதி வந்தார். Madras War Review இதழில் National War Front and Scheduled Classes என்ற தலைப்பில் ஒரு கட்டுரை எழுதினார். (Vol.IV, No.36 A, May 21, 1943)

எம்.சி.ராஜாவின் நண்பரான திரு.வி.க.வின் மணிவிழா *(1943)* சிறப்பாகக் கொண்டாட ஒரு குழு அமைக்கப்பட்டது. அக்குழுவின் தலைவர் சி.எஸ்.ரத்தினசபாபதி முதலியார். உதவித் தலைவர்கள்: ராஜா சர் அண்ணாமலை

செட்டியார், சக்கரவர்த்தி ராஜகோபாலாச்சாரியார், ஈ.வெ. ராமசாமி நாயக்கர், எம்.சி.ராஜா, கே.பாலசுப்பிரமணிய ஐயர், திவான்பகதூர் டி.எம்.நாராயணசாமி பிள்ளை.

1916லிருந்து ஆதிதிராவிட சமுதாயத்திற்காக இடைவிடாமல் பணிசெய்ய ஆரம்பித்த எம்.சி.ராஜாவின் உடல், தன் மக்களுக்காக இந்தியாவில் பல்வேறு மாநிலங்களில் மாநாடுகளை நடத்தியதாலும், இந்தியா முழுவதும் தொடர்ந்து பயணம் செய்ததாலும் மெல்ல மெல்லச் சோர்வடையத் தொடங்கியது. ஆதிதிராவிட மக்களுக்காகவே தன் வாழ்க்கையைத் தியாகம் செய்த எம்.சி.ராஜா 1943ம் ஆண்டு ஆகஸ்ட் மாதம் 23ம் தேதி திங்கட்கிழமை இரவு தம் 60வது வயதில் சென்னை பரங்கிமலையிலுள்ள தமது இல்லத்தில் காலமானார். பல்வேறு தலைவர்கள் எம்.சி.ராஜாவின் மறைவிற்குப் புகழ் அஞ்சலி செலுத்தினர்.

இந்தியாவின் முதல் தலித் முன்னாள் பாராளுமன்ற செயலாளர் மற்றும் எம்.எல்.ஏ.வான B.S. மூர்த்தி அவர்கள் வெளியிட்டிருந்த அறிக்கையில், ‘திவான் பகதூர் எம்.சி.ராஜாவின் திடீர் மறைவுச் செய்தி பெரும் அதிர்ச்சியை அளிக்கிறது. அவர் நமது தலைவர்களில் முதன்மையானவர். தனது வாழ்நாள் முழுவதையும் ஹரிஜன சமூகத்தின் தளராத சேவையில் செலவழித்தது அவரது பெருமைக்குரிய பாக்கியமாகும். இந்தியாவில் பட்டியலிடப்பட்ட வகுப்பினரிடையே தற்போது காணப்படும் பெரிய அளவிற்கான முன்னேற்றத்திற்கு அவரது இடைவிடாத முயற்சிகளே காரணமாகும். அவர் ஒரு துணிச்சலான மற்றும் சாதுரியமான தலைவராக இருந்தார், அவருடைய மரணம் சமூகத்திற்கும் நாட்டிற்கும் ஈடுசெய்ய முடியாத இழப்பாகும்’ என்று குறிப்பிட்டிருந்தார்.

பெருந்தலைவர் மறைவு குறித்து அகில இந்திய தாழ்த்தப்பட்டோர் கூட்டமைப்பு தலைவர் பேராசிரியர் தந்தை சிவராஜ் வெளியிட்ட அறிக்கையில், ‘எம்.சி.ராஜாவின் சேவைகள் சந்தேகத்திற்கு இடமின்றி நாட்டின் நியாயமான அரசியல் அங்கீகாரத்திற்கான போராட்டத்தில் பெரும் உதவியாக இருந்திருக்கும் சமயத்தில், அவரது மரணம் அனுபவம் வாய்ந்த தலைவரை நம் மத்தியில் இருந்து அகற்றிவிட்டது‘ என்று கூறியிருந்தார்.

திரு.ராஜாஜி விடுத்த அறிக்கையில், ‘தங்கள் மதிப்புமிக்க தலைவர்களில் ஒருவரை இழந்த இந்தியாவின்

ஹரிஜனங்களுக்காக நான் மிகவும் வருந்துகிறேன். நான் 24 ஆண்டுகளுக்கு முன்பு திரு ராஜாவை முதன்முதலில் சந்தித்தேன். பூனா ஒப்பந்த நாட்களில் அவரை மிகவும் நெருக்கமாக சந்தித்தேன், அவர் நண்பரானார். அதன்பிறகு நீண்ட காலம் ஒன்றாக வேலைசெய்வதில் எங்களுக்கு எந்த சிரமமும் இல்லை. சமீபகாலமாக, அவர் எனக்கு எதிராக சில கோபத்தை வளர்த்தார். ஆனால் இந்த திடீர் மற்றும் மிகவும் எதிர்பாராத நிகழ்வுக்கு முன் இவை அனைத்தும் ஒன்றுமில்லாமல் போய்விட்டது' என்று குறிப்பிட்டிருந்தார். (Selected Works of C. Rajagopalachari, Vol.VII, P.209)

ஈ.வெ.ராமசாமி நாயக்கரின் 'விடுதலை' இதழ், 'தோழன் திவான் பகதூர் எம்.சி.ராஜா எம்.எல்.ஏ., அவர்கள் திங்களிரவு தம் 60ஆவது வயதில் சென்னை பரங்கிமலையிலுள்ள தமது இல்லத்தில் காலமானார் என்ற செய்தி அறிந்து ஆற்றொணாத் துயரம் அடைந்தோம். ஒடுக்கப்பட்ட சமூக நலன் கருதி உழைத்தவருள் இவரைச் சிறப்பாகக் கூறவேண்டும். ஒடுக்கப்பட்ட மக்களுக்காக உண்மையாக உழைக்க வந்தவர்கள் மிகச் சிலரே. அதிலும் அயர்வும் தளர்வும் அடையாமல் உழைத்தவர் நம் தோழர் திவான் பகதூர் எம்.சி.ராஜா அவர்களேயாவர். இவருடைய மரணமானது, ஒடுக்கப்பட்ட சமூகத்தினருக்கு ஈடுசெய்ய முடியாத மிகப் பெரிய நஷ்டமேயாகும். ஒடுக்கப்பட்ட குலத்தின் உயர்வு கருதி 1917ஆவது ஆண்டு முதலே இவர் உழைத்து வந்தார். அந்தக் காலத்திலேயே நம் சமூகக் குறைகளை அகற்றுமாறு இந்தியா மந்திரியிடம் தூது சென்றார். சென்னை சட்டசபையிலும் மத்திய சட்டசபையிலும் அங்கம் வகித்து இவர் அரும்பணியாற்றினார். சிறிது காலம் சென்னை மாகாண மந்திரியாகவுமிருந்தார். ஒடுக்கப்பட்டோர் மட்டுமின்றிப் பார்ப்பனரல்லாதார் சமூகமே இவர் மாட்டு மிகுந்த அன்பும் மதிப்பும் கொண்டிருந்தது. எனவே, இவர் பிரிவு பொதுவாக திராவிட நாட்டுக்கே ஒரு பெரும் நஷ்டம் என்று கூறவேண்டும்' என்று எழுதியது ('விடுதலை' 25.8.1943)

எம்.சி.ராஜா நட்பின் இலக்கணமாக திகழ்ந்தவர். திரு.வி.க.வின் மணிவிழா நடைபெற்றபோது எம். சி.ராஜா உயிருடன் இல்லை. அதைப் பற்றி திரு.வி.க. சொல்லும்பொழுது, 'என் வாழ்க்கையில் நட்புக்கு இலக்கியமாக யான் கண்டவருள் ஒருவராகிய எம்.சி.ராஜா எனது மணிவிழாக் குழுவிலும் ஒருவராய் விளங்கினர். மணிவிழாவில் அவர்தம் பருவுடல் கலந்துகொள்ளவில்லை;

அவர்தம் நுண்ணுடலே கலந்துகொண்டது. நுண்ணுடல் தாங்கியுள்ள ராஜா இன்னும் என் நண்பரே. அந்நட்புக்கு அழிவு கிடையாது' என்றார்.

யாரெல்லாம் சாதிக்கு ஆதரவாக உள்ளார்களோ அவர்களை எப்போதுமே ஏற்றுக்கொண்டதில்லை எம்.சி.ராஜா. அதனால்தான் நீதிக்கட்சியை ஏற்றுக்கொண்ட பின் அவர்களின் சாதியவாத செயல்களால் நீதிக்கட்சியை விமர்சனம் செய்தார். சாதியத்தை ஏற்றுக்கொண்ட பிராமணர்களையும் பிராமணரல்லாதவர்களையும் அவர் விமர்சனம் செய்தே வந்திருக்கிறார். இதுபற்றி சாவெல் ஜிமண்ட் என்பவர் கூறும்போது, 'ஒடுக்கப்பட்டவர்களின் தேசியத் தலைவர் திரு.எம்.சி.ராஜா, பிராமணர் அல்லாதவர்கள் இந்த விஷயத்தில் பிராமணர்களைவிட சிறந்தவர்கள் அல்ல என்று என்னிடம் கூறினார். பிராமணர்கள் மதக் கொடுமையின் காரணமாகவும் பிராமணரல்லாத வணிகர்கள் மற்றும் நில உரிமையாளர்கள் பொருளாதார காரணங்களுக்காகவும் தீண்டாமை மற்றும் அணுக முடியாத தன்மையை அகற்றுவதற்கு எதிராக உள்ளனர் என்றும் கூறினார்' என்று கூறுகிறார். (Living India, P.104, SAVEL ZIMAND, LONGMANS, GREEN AND CO., 1928)

எம்.சி.ராஜா பன்முகத்தன்மை கொண்டவர். இருப்பினும் அவர் ஒரு பெரும் புரட்சியாளர் என்பதை மறுக்க முடியாது. தன் வாழ்நாள் முழுவதையும் தான் சார்ந்த சமுதாயத்திற்காக அர்ப்பணித்தவர். அவர் ஓர் அரசியல்வாதி என்பதைவிட அரசியல் யதார்த்தத்தைப் புரிந்துகொண்ட – கள நிலவரத்தைப் புரிந்துகொண்ட – மாபெரும் அரசியல் சாணக்கியர். அவர் எடுத்த முடிவுகள் கள நிலவரத்தைக் கணக்கிட்டு, பின்பு என்ன சூழ்நிலை ஏற்படும் என்பதை உணர்ந்து எடுக்கப்பட்டவை. அவரின் போராட்டத்தால் – அவரைப் போன்ற தலைவர்கள் முன்னெடுத்த போராட்டத்தால் பெறப்பட்ட உரிமைகளின் மீதுதான் பட்டியல் சமூக மக்கள் வீறுநடைபோட்டுப் போய்க்கொண்டிருக்கிறார்கள் என்றால் அது மிகையல்ல.

பயன்பட்ட நூல்கள்

1. கோ.கேசவன் நூல் தொகுப்பு 2, கோ.கேசவன் அறக்கட்டளை, சென்னை – 103.

2. பெருந்தலைவர் எம்.சி.ராஜா சிந்தனைகள், முதல் தொகுதி, தொகுப்பாசிரியர் வே.அலெக்ஸ், எழுத்து பதிப்பகம்.

3. நீதிக்கட்சி வரலாறு, க.திருநாவுக்கரசு, நக்கீரன் பதிப்பகம்.

4. டாக்டர் பி.ஆர்.அம்பேத்கர் வாழ்க்கை வரலாறு, தனஞ்செய்கீர், தமிழில் க.முகிலன், மார்க்சிய பெரியாரியப் பொதுவுடைமைக் கட்சி வெளியீடு.

5. எழுதாக் கிளவி, ஸ்டாலின் ராஜாங்கம், காலச்சுவடு பதிப்பகம்.

6. நீதிக்கட்சி இயக்கம் 1917, தொகுப்பாசிரியர் டி.வரதராஜுலு நாயுடு, திராவிடர் கழக (இயக்க) வெளியீடு.

7. தாழ்த்தப்பட்டவர்களுக்குப் பாடுபட்டதா நீதிக்கட்சி?, ம.வெங்கடேசன், கிழக்கு பதிப்பகம்.

8. தலித்துகளும் தண்ணீரும், கோ.ரகுபதி, காலச்சுவடு பதிப்பகம்.

9. ஆதி திராவிடர் வரலாறு - தலைவர்கள் – ஆவணங்கள், தொகுப்பு - கௌதம சன்னா, ஆழி வெளியீடு.

10. ஆதிதிராவிடர் மாநாடுகள், தொகுப்பாசிரியர் வாலாசா வல்லவன், வெளியீடு – Dravidian Stock.

11. தலித் பொதுவுரிமைப் போராட்டம், கோ.ரகுபதி, காலச்சுவடு பதிப்பகம்.

12. திராவிடப் பத்திரிகைகளில் ஆதிதிராவிடர் ஆவணங்கள், கோ.ரகுபதி, தடாகம் வெளியீடு.

13. அடையாள உருவாக்கமும் அடையாள வேறுபாடுகளும், தொகுப்பாசிரியர்கள் அ.ஜெகநாதன், இல.ஜெயச்சந்திரன், குருநானக் ஆய்வு வட்டம் வெளியீடு.

14. பெரியாரும் பூனா ஒப்பந்தமும், காட்டாறு வெளியீடு.

15. இரட்டைமலை சீனிவாசனின் மத நிலைப்பாடு, கோ.ரகுபதி, தடாகம் வெளியீடு.

16. இரட்டை வாக்குரிமை குறித்தான சில ஆய்வுகள், அ.ஜெகநாதன், கவின் நண்பர்கள் வெளியீடு.

17. பூனா ஒப்பந்தம் புதைக்கப்பட்ட உண்மைகள், முருகு. இராசாங்கம், செங்குயில் பதிப்பகம், கும்பகோணம்.

18. தாழ்ந்த வகுப்பார் கேட்கும் அனுகூலங்கள், முனைவர் வி.ரேவதி, தன்னானே கலைக்குழு வெளியீடு, புதுச்சேரி.

எம்.சி.ராஜாவின் ஆக்கங்கள்

KINDERGARTEN ROOM

(Nursery Rhymes and Jingles, Kindergarten Games, Action, Marching, Kollattam and Kummi Songs and Riddles.)

TAMIL

BY

Rao Bahadur M. C. RAJAH, M. L A., F. M. U.

Formerly Superintendent, Wesley College Lower School

AND

Sreemathi R. RANGANAYAKI AMMALL

Hony. Superintendent, A. D. C. School, Madras

(Third Edition—Revised & Enlarged)

THE INDIAN PUBLISHING HOUSE, LTD.

1930

கிண்டர்கார்டன் பாடல்கள்

1. கைகளை வீசுதல்

கை வீசம்மா! கை வீசு
கடைக்குப் போகலாம் கை வீசு;
அப்பம் வாங்கலாம் கை வீசு
அமர்ந்து தின்னலாம் கை வீசு;
மிட்டாய் வாங்கலாம் கை வீசு
மெதுவாய்த் தின்னலாம் கை வீசு;
பழங்கள் வாங்கலாம் கை வீசு
பரிந்து புசிக்கலாம் கை வீசு;
சொக்காய் வாங்கலாம் கை வீசு
சொகுசாய்ப் போடலாம் கை வீசு;
கம்மல் வாங்கலாம் கை வீசு
காதில் அணியலாம் கை வீசு;
கோவிலுக்குப் போகலாம் கை வீசு
கும்பிட்டு வரலாம் கை வீசு;
பள்ளிக்குப் போகலாம் கை வீசு
படித்து வரலாம் கை வீசு.

2. நிலாவை அழைத்தல்

நிலா! நிலா! வா வா,
நில்லாமல் ஓடிவா,
மலைமேல் ஏறிவா,
மல்லிகைப்பூ கொண்டுவா.

3. விரலாட்டம்

சின்ன சின்ன கை
சிங்காரக் கை
ஓமக் கை
ஒன்பது கை
பத்துக் கை.

4. நிலாச் சோறு சமைத்தல்

அரிசியைக் குற்று முன்னே
அரித்துக் கழுவு பின்னே;
உலையில் அரிசி போடு
உடனே மேலே மூடு;
கொதித்து வெந்தபின் வடித்து
கொட்டி ஆற்றி எடுத்து;
கத்திரிக் காயை அரிந்து
காரம் புளிப்புத் தெளித்து,
உப்பும் காயமும் போட்டு
ஒத்தி ருக்கக் கூட்டு;
வெந்த பின்னே தாளித்து
விரித்த இலையில் படைத்து,
யாவரும் கூடிப் புசிப்போம்;
இன்பமாக வசிப்போம்.

5. நிலாவோடு வார்த்தை ஆடிக் காண்பித்தல்

நிலா! நிலா! எங்கே போறாய்?
மலையாங் குளத்துக்கு மண்ணெடுக்கப் போகிறேன்.
மண் என்னத்திற்கு?
சொப்புப் பண்ண.
சொப் பென்னத்திற்கு?
பணம் போட.
பணம் என்னத்திற்கு?
மாடு வாங்க.
மாடென்னத்திற்கு?
சாணம் போட.
சாணம் என்னத்திற்கு?
வீடு மெழுக.
வீடென்னத்திற்கு?
பிள்ளை பெற.
பிள்ளை என்னத்திற்கு?
ஓலைப் பாயிலே ஓடி விளையாட,
ஈச்சம் பாயிலே இருந்து விளையாட,
பிரப்பம் பாயிலே புரண்டு விளையாட,
கோரைப்பாயிலே குதித்து விளையாட,
தாழம் பாயிலே தவழ்ந்து விளையாட.

6. சாய்ந்தாடல்

சாய்ந்தா டம்மா! சாய்ந்தாடு
தாமரைப் பூவே! சாய்ந்தாடு;

குத்து விளக்கே! சாய்ந்தாடு
 கோவில் புறாவே! சாய்ந்தாடு;
பச்சைக் கிளியே! சாய்ந்தாடு
 பவழக் கொடியே! சாய்ந்தாடு;
சோலைக் குயிலே! சாய்ந்தாடு
 சுந்தர மயிலே! சாய்ந்தாடு;
கண்ணே! மணியே! சாய்ந்தாடு
 கற்பகக் கொடியே! சாய்ந்தாடு;
கட்டிக் கரும்பே! சாய்ந்தாடு
 கனியே பாலே! சாய்ந்தாடு.

7. கட்டிய கையை வாங்குதல்

இவ்வளவு வேண்டுமா பாகற்காய்?
 அதுவும் வேண்டாம் பீர்க்கங்காய்.
இவ்வளவு வேண்டுமா பீர்க்கங்காய்?
 அதுவும் வேண்டாம் கத்தரிக்காய்.
இவ்வளவு வேண்டுமா கத்தரிக்காய்?
 அதுவும் வேண்டாம் வாழைக்காய்.
இவ்வளவு வேண்டுமா வாழைக்காய்?
 அதுவும் வேண்டாம் முருங்கக்காய்.

8. கண்களை மூடி ஆடுதல்

உங்களம்மாள் என்னென்ன போட்டாள்?
 பாலும் சோறும் போட்டாள்.
ஈ விழுந்ததா? எறும்பு விழுந்ததா?
 எறும்பு விழுந்தது.
எடுத்து விட்டுக் குடித்தாயா? சும்மா குடித்தாயா?
 சும்மா குடித்தேன்.
உனக்கொரு காயும், எனக்கொரு பழமும்
 தேடிக் கொண்டு வா!
காயே வா, பழமே வா,
 காஞ்சீ புரத்து நெல்லே வா!

9. மழையை வரவழைத்தல்

கொட்டைப்பாக்கு நறுக்கித் தருவேன்
கோவில் மண்ணைத் தெள்ளித்தருவேன்
மழைவா! வெய்யில்போ!
ஜோர் மழைவா!

10. ஏழாம்காய் ஆட்டம்

1ம்-காய். ஆலைப்பொறுக்கி - ஆசாரக்கள்ளி
தூக்கம் தெளிந்த - தூவாடைக் காரி
பாக்கு மரத்துக்குப் - பாவாடைக் காரி. (1)

2ம்-காய். வீறி இரண்டெடுக்க - வீசம் தண்டெடுக்க
மாதா மண்ணெடுக்க. (2)

3ம்-காய். முக்கோடு, தக்கோடு - மூன்றாம் பரிக்கோடு. (3)

4ம் காய். நான்கு நடலம் - தேங்கு படலம். (4)

5ம்—காய். ஐந்து களாக்காய் — குச்சி மிளகாய். (5)

6ம்-காய். ஆக்கோரளி வாழை - அண்ணன் தம்பி
பெருவாழை. (6)

7ம் காய். ஏழண்ணன் காட்டிலே - எங்களண்ணன்
வீட்டிலே - மஞ்சள் சரட்டிலே. (7)

பொதை பொதை பம்பரம், செட்டி சிதம்பரம்,
கொங்கு கோலாட்டம்.

11. நான்கு மூலைகளிலும் நின்று சுற்றி விளையாடல்

காயே கடப்பங்காய்,
காஞ்சீ புரத்துக் கத்தரிக்காய்;
உப்பே ஊறுகாய்,
ஊறப்போட்ட நெல்லிக்காய்.

12. புட்டம் தட்டி ஆடுதல்

ஒருபுட்டம் திருப்புட்டம் - ஓடிவா மங்களம்
பருப்பும் சோறாம் - பன்னிரண்டு வகையாம்
செக்கைத் திருப்பி - செவ்வெண்ணை வார்த்து
மாடும் கன்றும் வரும்போது மஞ்சள் தண்ணீர்
குளிக்கும்போது
காலை மடக்கம்மா கனகம்மா.

13. அத்தை மகனை ஏசல்

பூ, பூ, புளியாம்பூ!
பொன்னத்தான் கொண்டைக்குத் தாழம்பூ
அத்தை மகன் வாசலிலே
அதோ நிற்கிறான் பாருங்கள்,
மீசையின் முறுக்கைப் பார்
மேலே சரிகை குட்டையைப் பார்,
சொக்காயின் சொகுசைப் பார்
தோவத்தியின் மினுக்கைப் பார்,

கையில் குடையின் ஒழுங்கைப் பார்
கடியாரத்தின் கொலுசைப் பார்,
இங்கே வந்த காரியம்
என்னவென்று கேளுங்கள்.

14. உல்லாச வழி நடை வார்த்தைகள்

நீ எங்கே போனாய்?	ஊருக்குப் போனேன்
எந்த ஊர்?	மயிலாப்பூர்
என்ன மயில்?	காட்டு மயில்
என்ன காடு ?	ஆற்காடு
என்ன ஆறு?	பாலாறு
என்ன பால்?	கள்ளிப்பால்
என்ன கள்ளி?	இலைக்கள்ளி
என்ன இலை?	வாழை இலை
என்ன வாழை?	கற்பூர வாழை
என்ன கற்பூரம்?	ரச கற்பூரம்
என்ன ரசம்?	மிளகு ரசம்
என்ன மிளகு?	வால் மிளகு
என்ன வால்?	நாய் வால்
என்ன நாய்?	மர நாய்
என்ன மரம்?	பலா மரம்
என்ன பலா?	வேர்ப் பலா
என்ன வேர்?	வெட்டி வேர்
என்ன வெட்டி?	பனை வெட்டி
என்ன பனை?	தாளிப் பனை
என்ன தாளி?	விருந்தாளி
என்ன விருந்து?	மண விருந்து
என்ன மணம்?	பூ மணம்
என்ன பூ?	மாம் பூ
என்ன மா?	அம்மா.

15. சிற்றுண்டி உண்ணல்

மண்ணடியில் விற்கும் லட்டு
வாங்கி மடியில் கட்டு,
எடுத்துக் கொஞ்சம் பிட்டு
எனக்கே முன்னே இட்டு,
உண்டு விடு ஏப்பம்
ஓடு கொஞ்சம் பார்ப்போம்.

16. தோட்ட விளையாடல்

புங்கமிலை, புளியமிலை, எங்கிருக்கிறது?
பொன்னப்பன் தோட்டத்தில் மிகுத்திருக்கிறது;

அப்பா! வாரேன் அவ்விடத்தில் பூச்சி இருக்கிறது
பூச்சிக்கு என்கையில் மருந்து இருக்கிறது.

17. தலை பிடித்தாட்டல்

சின்னீ! தலை நொந்ததே
சின்னக்கா! தலை நொந்ததே
பாப்பா! தலை நொந்ததே
பாப்பக்கா! தலை நொந்ததே.

18. சொல் பழக்கம் கற்பிக்கும் பாடல்

கும்பகோணமே கோணம்
குறவன் நட்டதே சோளம்,
ஸ்ரீ ராமர் விட்டதே பாணம்
அது எங்கே போனதோ காணம்.

19. உள்ளங்கையில் நெல்லுக்குற்றிக் காட்டும் பாடல்

அகத்திக் கீரை பிண்ணாக்கு
அதிலே கொஞ்சம் நெய்வாரு,
பிஞ்சி கத்திரிக் காய்பொரியல்
பின்னும் கொஞ்சம் நெய்வாரு.

20. பராக்குக் காட்டல்

காக்கா! கண்ணுக்கு மை கொண்டுவா!
குருவீ! கொண்டைக்குப் பூ கொண்டுவா!
கொக்கே! குழந்தைக்குத் தேன் கொண்டுவா!
கிளியே! கிண்ணத்தில் பால் கொண்டு வா!
அப்பா! முன்னே வாருங்கள்,
அழாதே என்று சொல்லுங்கள்.

21. தாலாட்டு

1

ஆராரோ ஆரரிரோ, ஆராரோ ஆரரிரோ;
முத்தே பவழமே
முக்கனியே சர்க்கரையே,
கொத்து மருக்கொழுந்தே
கோமளமே கண்வளராய். (ஆராரோ)

பொன்னே நவமணியே
பூங்கொடியே பூஷணமே,
அன்னமே எம்முடைய
ஆசையே கண்வளராய். (ஆராரோ)

கற்கண்டே பாகே
கனிரசமே செங்கரும்பே,
கற்பகமே என்னுடைய
கண்மணியே கண்வளராய். (ஆராரோ)

2

ஆராரோ ஆராரோ, ஆராரோ ஆராரோ;
சீரார் பசுங்கிளியே
தெவிட்டாத செந்தேனே,
பேரார் குலக்கொழுந்தே
பெருமானே ஆராரோ. (ஆராரோ)

மாணிக்கக் கால் நாட்டி
வஜ்ரவடம் பூட்டி,
ஆணிப் பொன் தொட்டிலிட்டேன்
அருமருந்தே கண்வளராய். (ஆராரோ)

மானே மரகதமே
மல்லிகையே சண்பகமே,
தேனே பசுங் கிளியே
செல்வமே கண்வளராய். (ஆராரோ)

3

இராகம் - நீலாம்பரி; தாளம் - ஏகம்

ஆறிரண்டும் காவேரி
அதன் நடுவே சீரங்கம்
*சுவாமி இரண்டு கையினாலே
தந்த என் திரவியமோ!

பச்சை இலுப்பை வெட்டி
பால்வடியத் தொட்டிலிட்டு
தொட்டிலிட்ட அம்மானே நீ
பட்டினியாய்ப் போகாதே.

ஆராரோ ஆராரோ
என்னரசே ஆராரோ
சீராரும் எங்கள் குல
தீபமே நீ ஆராரோ.

கங்கைபுனை ஸ்ரீநாதன்
கருணையினால் என்வயிற்றில்

மங்களமாய் வந்துதித்த
மணியே நீ கண்வளராய்.

பாலே பழரசமே
பகர வொண்ணாத் தெள்ளமுதே
மேலே விண்ணோர் மகிழ
வித்தே நீ கண்வளராய்.

* சீரங்க ராஜரிட திருக்கழுத்து ஆணிமுத்தோ

வேதமனு நூற்கலைகள்
விளங்கிவரும் இந்நாட்டில்
கீதமொழி கேட்கவந்த
கிளியே நீ துயில் கொள்வாய்.

வண்ண மணித் தொட்டிலிலே
வாய்த்த செம்பொற் கட்டிலிலே
கண்ணே என் கண்மணியே
கற்பகமே நித்திரை செய்.

தண்டைமணி சத்தமிட
தாய்மார்கள் முத்தமிட
தொண்டையுடன் வாய்மூடித்
துரைமகனே கண்வளராய்.

அத்தைமனம் நோகாமல் உன்
அண்ணன் மனம் வேகாமல்
சித்தமதில் தயை கொண்டு
சிகாமணியே கண்ணுறங்காய்.

தாய்மார்கள் வைதாரோ
தாதியர் என் செய்தாரோ
வாய்திறந்து சொல்லி எங்கள்
மன்னவனே கண்வளர்வாய்

அத்தை அடித்தாளோ
அக்காள் (தான்) அடித்தாளோ
முத்தான வாய் திறந்து
மொழிந்துறங்காய் கண்மணியே.

தங்கத்தால் யானைகளும்
தந்தத்தால் சேனைகளும்
அந்தமாக நான் கொடுப்பேன்
புத்திரனே கண்வளராய்.

பொற்சரிகை வஸ்திரமும்
போற்று பல சித்திரமும்
நற்சரிகை அங்கியுமே
நான் தருவேன் கண்வளராய்.

பஞ்சவர்ணக் கிளிகொஞ்ச
பாடும் குயில் ஓசைமிஞ்ச
எஞ்சலில்லாப் பஞ்சணைமேல்
என்மகனே கண்வளராய்.

தந்தையொரு பக்கம் நிற்க
தாயுமொரு பக்கம் நிற்க
சிந்தை மகிழ்விற் பார்க்கும்
தெருட்கடலே கண்வளராய்.

சரியாய் தவம் தானம்
தருமங்கள் செய்த எங்கள்
கலிதீர்க்க வந்துதித்த
காதலனே கண்வளராய்.

இளையோருடன் தெருவில்
இன்பமாய்த் தேருருட்டி
விளையாடி வந்து நின்ற
வேலவனே கண்வளராய்

மதுரையிலே குதிரைகட்டி
மாந்தோப்பு விடுதிவிட்டு
சடுதியிலே வந்திறங்கும்
என் செல்வமகன் பால் குடமோ.

அடித்தாரைச் சொல்லி யழு
ஆக்கினைகள் பண்ணி வைப்போம்
தொட்டாரைச் சொல்லி யழு
தண்டனைகள் பண்ணிவைப் போம்.

ஆதலாற் கண்மணியே
அழகுமிகும் விண் மணியே
நீதியொடு நற்குணமும்
நீ பெரிதா யெண்ணி நிற்பாய்.

இணையில்லா இவ்வுயிர்தான்
இவ்வுடலை விட்டாலும்
குணமே பெரிய தென்று
கொண்டு நீ வாழ்ந்திடுவாய்.

22. புல்லும் காகமும்

புல்லே! புல்லே! ஏன் மறைத்தாய்?
மாடு வந்து மேயவில்லை.
ஏன் மாடே மேயவில்லை?
பையன் என்னை ஓட்ட வில்லை.
ஏன் பையா ஓட்டவில்லை?
அம்மா கஞ்சி வார்க்க வில்லை.
ஏன் அம்மா வார்க்க வில்லை?
குழந்தை அழுததாலே.
ஏன் குழந்தாய் நீ அழுதாய்?
எறும்பு என்னைக் கடித்ததாலே.
ஏன் எறும்பே நீ கடித்தாய்?
புற்றிலே கைவிட்டால் நான் சும்மா இருப்பேனா,
கடித்தேன் நறுக், நறுக்கென்று.

23. காகத்தோடு வார்த்தை ஆடல்

காக்கா! காக்கா! எங்கே போனாய்?
இரைமேயப் போனேன்.
இரை என்ன எடுத்தாய்?
வைக்கோ லெடுத்தேன்.
வைக்கோலை என்ன செய்தாய்?
மாட்டுக்குப் போட்டேன்.
மாடு என்ன கொடுத்தது?
சாணி கொடுத்தது.
சாணியை என்ன செய்தாய்?
வறட்டி தட்டினேன்.
வறட்டியை என்ன செய்தாய்?
குயவனுக்குக் கொடுத்தேன்.
குயவன் என்ன கொடுத்தான்?
தோண்டி கொடுத்தான்.

தோண்டியை என்ன செய்தாய்?
        கிணற்றில் போட்டேன்.
கிணறு என்ன கொடுத்தது?
        தண்ணீர் கொடுத்தது.
தண்ணீரை என்ன செய்தாய்?
        பூஞ்செடி மாஞ்செடிக்கு வார்த்தேன்.
பூஞ்செடி மாஞ்செடி என்ன கொடுத்தது?
        பூஞ்செடி பூவும், மாஞ்செடி பழமும் கொடுத்தன.

24. கிளிப் பாடல்

அரச மரத்துக் கிளி
        ஆசாரம் பேசும் கிளி
பாலன் வடி வேலன் கிளி
        பாடுது பார் ஆடுது பார்,
எல்லோரும் வாருங்களே பாருங்களே.

புன்னை மரத்துக் கிளி
        புதுமை மெத்தப் பேசும் கிளி
மாணிக்கம் வளர்த்த கிளி
        மாண்பாகப் பேசுது பார்,
எல்லோரும் வாருங்களே பாருங்களே.

பாக்கு மரத்துக் கிளி
        பதங்கள் மெத்தப் பாடுங்கிளி
மரகதம் வளர்த்த கிளி
        மகிழ்வாக ஆடுது பார்,
எல்லோரும் வாருங்களே பாருங்களே.

நந்த வனத்துக் கிளி
        நாகரீகம் பேசுங் கிளி
நடராஜன் வளர்த்த கிளி
        நலமுடனே பாடுது பார்,
எல்லோரும் வாருங்களே பாருங்களே.

பூங்கா வனத்துக் கிளி
        புலவர்போலப் பேசுங் கிளி
பாங்காய் வளர்த்த கிளி
        பாடுது பார் ஆடுது பார்,
எல்லோரும் வாருங்களே பாருங்களே.

25. கொக்குப் பாட்டு

கொக்கு கொக்கு பூ போடு
கோவில் புறாவே பூ போடு
எங்கள் வீட்டில் பூ போடு
தட்டான் வீட்டில் கல் போடு.

26. பனைமரப் பாட்டு

பனைமரமே! பனைமரமே!
ஏன் வளர்ந்தாய் பனைமரமே!
நான் வளர்ந்த காரியத்தை
நாட்டாரே! சொல்லுகிறேன்.
பாரா முகமாய் இருக்காமல்
பட்சமுடன் கேட்டிருங்கள்.
படுக்கப் பாய் நானாவேன்
பாய் முடையத் தோப்பாவேன்,
வெட்ட நல்ல விறகாவேன்
வீடு கட்ட வாரையாவேன்,
கட்ட நல்ல கயிறாவேன்
கன்று கட்டத் தும்பாவேன்,
வார வட்டை நானாவேன்
வரிச்சல்களும் தானாவேன்,
பலத்தசுமை சால்களுக்குப்
புரிமணையும் தானாவேன்,
நனைந்து வருவார்க்கு
சம்பங்குடை நானாவேன்,
பசித்து வருவார்க்குப்
பனம்பழமும் நான் தருவேன்,
களைத்து வருவார்க்குக்
கள்ளமுதம் நான் தருவேன்,
பாலர் பெரியோர்க்குப்
பதனிமிக நான் தருவேன்,
சித்திரக் கோடையிலே
சிறந்த நல்ல நுங்காவேன்,
காளையர்க்கும் கன்னியர்க்கும்
களைதீர்க்கும் விசிறியாவேன்,
ஓதுகின்ற பிள்ளைகட்கும்
ஓலைத் தடுக்காவேன்,
எழுதுகின்ற பிள்ளைகட்கும்
எழுத்தாணிக் கூடாவேன்,

அரிச்சுவடி என்னாலே
　　வருக்கப்பாடம் என்னாலே,
எண்சுவடி என்னாலே
　　குழிமாற்றும் என்னாலே,
வர்த்தகரும் செட்டிகளும்
　　வழியறிவ தென்னாலே,
கணக்கர்களும் முதலிகளும்
　　கணக்கறிவ தென்னாலே,
பலசரக்கு மண்டிகளில்
　　பத்திரமாய் நானிருப்பேன்,
கார்த்திகை மாதத்திலே
　　கருத்தறிந்த பிள்ளைகட்கு,
திருத்தமுள்ள மாவலியாய்த்
　　தெருவெங்கும் சுற்றிடுவேன்,
அரண்மனையில் நானிருப்பேன்
　　ஆஸனத்தில் நானிருப்பேன்,
மச்சுள்ளே நானிருப்பேன்
　　மாளிகையில் நானிருப்பேன்,
குச்சுள்ளே நானிருப்பேன்
　　குடிசைக்குள் நானிருப்பேன்..
ஏரிக்கரை மேலே
　　என்னாளும் வீற்றிருப்பேன்.

27. என்ன செய்தாய்

தம்பி! இந்நேரம் என்ன செய்தாய்?
　　புல் பிடுங்கினேன்.
புல்லை என்ன செய்தாய்?
　　பசுவுக்குப் போட்டேன்.
பசு என்ன கொடுத்தது?
　　பால் கொடுத்தது.
பாலை என்ன செய்தாய்?
　　அம்மாளிடம் கொடுத்தேன்.
அம்மா என்ன கொடுத்தார்?
　　பாயஸம் கொடுத்தார்.
பாயஸத்தை என்ன செய்தாய்?
　　பூனைக்குக் கொடுத்தேன்.
பூனை என்ன செய்தது?
　　மியாவ், மியாவ் என்று கத்தினது.

28. கை எங்கே

சொட சொடாப் பழம்
கிள்ளாப் பிரண்டை கீப் பிரண்டை
மாப் பிரண்டை மல்லிகை மொட்டே!
உங்கள் அப்பன் தலையில் என்ன பூச்சி?

(முருக்கம் பூச்சி)

முருக்கம் பூச்சி தின்றவனே !
முந்நாழி எண்ணெய் குடித்தவனே!
காக்கா வாழைப்பழம் தின்றவனே! கையை மடக்கு.
கை எங்கே? காக்கா கொண்டு போயிற்று.
காக்கா எங்கே? புளிய மரத்திலே.
புளியமரம் எங்கே? வெட்டி விட்டார்கள்.
வெட்டின கட்டை எங்கே?
சூளை போட்டு விட்டார்கள்.
சூளை போட்ட சாம்பல் எங்கே?
பல் தேய்த்து விட்டார்கள்.
பல் தேய்த்த இடம் எங்கே?
குயவன் மண்ணெடுத்து விட்டான்.
மண்ணை என்ன செய்தான் ?
பாளை செய்தான்.
பாளையை என்ன பண்ணினாய்?
பூஞ்செடிக்கும் மாஞ்செடிக்கும் ஜலங்கொட்டினேன்
பூஞ்செடி என்ன கொடுத்தது?
பூ கொடுத்தது.
மாஞ்செடி என்ன கொடுத்தது?
மாம்பழம் கொடுத்தது.
பூவையும், பழத்தையும், என்ன செய்தாய்?
என் தம்பியும் நானும் பங்கிட்டுக் கொண்டோம்.

29. ஈயும் குதிரையும்

ஈ - ஓ கொழுத்த கன்றே! என் பெயரைச் சொல்லு?

கன்று - எனக்குத் தெரியாது, என் தாயைக் கேள்.

ஈ - ஓ கொழுத்த கன்றே! கன்றின் தாயே! என் பெயரைச் சொல்லு?

கன்றின் தாய் - எனக்குத் தெரியாது. என்னை மேய்க்கும் இடையனைக் கேள்.

ஈ - ஓ கொழுத்த கன்றே! கன்றின் தாயே! கன்று மேய்க்கும் இடையா! என் பெயரைச் சொல்லு?

இடையன் - எனக்குத் தெரியாது, என் கையில் இருக்கும் கோலைக் கேள்.

ஈ - ஓ கொழுத்த கன்றே! கன்றின் தாயே! கன்று மேய்க்கும் இடையா! இடையன் கைக்கோலே! என் பெயரைச் சொல்?

கோல் – எனக்குத் தெரியாது; நானிருந்த மரத்தைக் கேள்.

ஈ - ஓ கொழுத்த கன்றே! கன்றின் தாயே! கன்று மேய்க்கும் இடையா! இடையன் கைக்கோலே! கோலீன்ற கொடி மரமே! என் பெயரைச் சொல்லு?

மரம் - எனக்குக் தெரியாது, என்மேல் குந்தி இருக்கும் கொக்கைக் கேள்.

ஈ - ஓ கொழுத்த கன்றே! கன்றின் தாயே! கன்று மேய்க்கும் இடையா! இடையன் கைக்கோலே! கோலீன்ற கொடி மரமே! மரத்தில் குந்தி இருக்கும் கொக்கே! என் பெயரைச் சொல்லு?

கொக்கு – எனக்குத் தெரியாது; நான் நீந்தும் குளத்தைக் கேள்.

ஈ - ஓ கொழுத்த கன்றே! கன்றின் தாயே! கன்று மேய்க்கும் இடையா! இடையன் கைக்கோலே! கோலீன்ற கொடி மரமே! மரத்தில் குந்தி இருக்கும் கொக்கே! கொக்கு நீந்தும் குளமே! என் பெயரைச் சொல்லு?

குளம் - எனக்குத் தெரியாது; குளத்தில் வாழும் மீனைக் கேள்.

ஈ - ஓ கொழுத்த கன்றே! கன்றின் தாயே! கன்று மேய்க்கும் இடையா! இடையன் கைக்கோலே! கோலீன்ற கொடி மரமே! மரத்தில் குந்தி இருக்கும் கொக்கே! கொக்கு நீந்தும் குளமே! குளத்தில் வாழும் மீனே! என் பெயரைச் சொல்லு?

மீன் - எனக்குத் தெரியாது; என்னைப் பிடிக்கும் செம்படவனைக் கேள்.

ஈ - ஓ கொழுத்த கன்றே! கன்றின் தாயே! கன்று மேய்க்கும் இடையா! இடையன் கைக்கோலே! கோலீன்ற கொடி மரமே! மரத்தில் குந்தி இருக்கும் கொக்கே! கொக்கு

நீந்தும் குளமே! குளத்தில் வாழும் மீனே! மீனைப் பிடிக்கும் செம்படவா! என் பெயரைச் சொல்லு?

செம்படவன் - எனக்குத் தெரியாது; என் கையிலிருக்கும் சட்டியைக் கேள்.

ஈ - ஓ கொழுத்த கன்றே! கன்றின் தாயே! கன்று மேய்க்கும் இடையா! இடையன் கைக்கோலே! கோலீன்ற கொடி மரமே! மரத்தில் குந்தி இருக்கும் கொக்கே! கொக்கு நீந்தும் குளமே! குளத்தில் வாழும் மீனே! மீனைப் பிடிக்கும் செம்படவா! செம்படவன் கையில் இருக்கும் சட்டியே! என் பெயரைச் சொல்லு?

சட்டி - எனக்குத் தெரியாது; என்னைப் பண்ணின குயவனைக் கேள்.

ஈ - ஓ கொழுத்த கன்றே! கன்றின் தாயே! கன்று மேய்க்கும் இடையா! இடையன் கைக்கோலே! கோலீன்ற கொடி மரமே! மரத்தில் குந்தி இருக்கும் கொக்கே! கொக்கு நீந்தும் குளமே! குளத்தில் வாழும் மீனே! மீனைப் பிடிக்கும் செம்படவா! செம்படவன் கையிலிருக்கும் சட்டியே! சட்டி பண்ணும் குயவா! என் பெயரைச் சொல்லு?

குயவன் - எனக்குத் தெரியாது; நான் மண் எடுக்கும் குழியைக் கேள்.

ஈ - ஓ கொழுத்த கன்றே! கன்றின் தாயே! கன்று மேய்க்கும் இடையா! இடையன் கைக்கோலே! கோலீன்ற கொடி மரமே! மரத்தில் குந்தி இருக்கும் கொக்கே! கொக்கு நீந்தும் குளமே! குளத்தில் வாழும் மீனே! மீனைப் பிடிக்கும் செம்படவா! செம்படவன் கையிலிருக்கும் சட்டியே! சட்டி பண்ணும் குயவா! குயவன் மண் எடுக்கும் குழியே! என் பெயரைச் சொல்லு?

குழி - எனக்குத் தெரியாது. என் மேல் முளைக்கும் புல்லைக் கேள்.

ஈ - ஓ கொழுத்த கன்றே! கன்றின் தாயே! கன்று மேய்க்கும் இடையா! இடையன் கைக்கோலே! கோலீன்ற கொடி மரமே! மரத்தில் குந்தி இருக்கும் கொக்கே! கொக்கு நீந்தும் குளமே! குளத்தில் வாழும் மீனே! மீனைப் பிடிக்கும் செம்படவா! செம்படவன் கையிலிருக்கும் சட்டியே! சட்டி பண்ணும் குயவா! குயவன் மண்

எடுக்கும் குழியே! குழியின் மேல் முளைக்கும் புல்லே! என் பெயரைச் சொல்லு?

புல் - எனக்குத் தெரியாது. என்னை மேயும் குதிரையைக் கேள்.

ஈ - ஓ கொழுத்த கன்றே! கன்றின் தாயே! கன்று மேய்க்கும் இடையா! இடையன் கைக்கோலே! கோலீன்ற கொடி மரமே! மரத்தில் குந்தி இருக்கும் கொக்கே! கொக்கு நீந்தும் குளமே! குளத்தில் வாழும் மீனே! மீனைப் பிடிக்கும் செம்படவா! செம்படவன் கையிலிருக்கும் சட்டியே! சட்டி பண்ணும் குயவா! குயவன் மண் எடுக்கும் குழியே! குழியின் மேல் முளைக்கும் புல்லே! புல்லை மேயும் குதிரையே! என் பெயரைச் சொல்லு?

குதிரை - ஈ, ஈ, ஈ, என்று கனைத்தது.

30. வட்டம் சுற்றி ஆடுதல்

'நேநெந்து வெதகுதுரா' என்ற மெட்டு

எனதன்புள்ள தோழர் தோழிகளே!
வட்டம் சுற்றிப் பாடிக்களிக்கவே
வட்டம் சுற்றிப் பாடிக்களிக்கும்போது
மிக விரைவாய் நின்று போவோம்.
கைகளைத்தட்டி, மனப்பூர்வமாய், மகிழ்ந்திடுவோம்,
வளைந்து வலமிட, சுலபமாய் சுற்றிடுவோம்.

31. காலாலுதைப் பந்தாட்டம்

'ஹாரேபஹாரஹ' என்ற மெட்டு

பாலரே நாமெல்லோருமே
காலாலுதைப் பந்துதைத் தாடுவோம்;
பாடுவோம், ஆடுவோம், நாடுவோம்.
பந்துதையாப் பாராமரிக்கையாய்
விடுவோனவன் தோற்றானென
உடனே கைதட்டுவோம்.

32. தவளை ஆட்டம்

'வாலகுங்குரு' என்ற மெட்டு

சடுதி தடியை எடுத்திடுவோம்
தவளை தன்னை ஓட்டிடவே,
தட தடவென்று விரட்டிட அதுவும்
தியங்குது பார் அது தோழர்களே.

33. மோதிர மாட்டம்

'பட்டுவாகூந்தன' என்ற மெட்டு

கைகளைப் பின்னால் கட்டிய பின்பு வட்டமாய் உட்காருவோம்
பையவே ஒருவர் எழுந்திருந்து சுற்றியே ஓடிடுவோம்,
அகத்தின் அழகை முகத்தினாலறிய ஆடுவோம் இவ்வாட்டம்
பகுத்துமே சொல்வீர் பாலரே எவரிடம் கொடுத்தேன் மோதிரத்தை.

34. நடைப்பாட்டு

இங்கிலீஷ் நோட்

1

கைகள் பின் கட்டிக் கால் சேர்த்து நிற்பீர்
மார்ச் என்று கேட்டுடன் மகிழ்வதாய் நடப்பீர்
கவனமாய் இடதுகால் முன்வைப்பீர்
பதியப்பின் வலது கால் வை, வை, வை.
பக்கம் பாராதெனைத் தொடர்வீர்
பாலரே பாரினில் புகழ் அடைவீர்.

2

நேசரும் நேசியரும் ஒயிலாய்ச் செல்லவே
நேசரும் நேசியரும் உரத்திப்பாடியே
நேசரும் நேசியரும் ஒழுங்காய்க் கூடியே
வகுப்புக் கேகுவோம் வாரீர்.

3

'ஐமௌலேகுத்' என்ற மெட்டு

வன்னமதான வகுப்பேகத் தோழரே! வரிசையாய் வாரீர்;
ஆனந்தமாய் அப்யாசங்கள் செய்யப் பலஉள
கற்றிடுவோம், பலனுற்றிடுவோம். (வன்னமதான)

4

'பட்டுவாகூந்தன' என்ற மெட்டு

தோழரே வாரீர் தோழிகள் வாரீர் சுந்தரமாய்த் தொடர்ந்து,
தாழவே பின்னால் கைகளைக் கட்டி வரிசையாய் நடப்போம்.

இடது காலதை முன் தூக்கி வைத்து
இணைபிரியாமல் எல்லோரும் சேர்ந்து,
இசையாய்ப் பாடியே தோழரே நாமும்
வரிசையாய் நடப்போம்.

வட்டமாய் நமது வகுப்பினில் நின்று
கைகளைத் தான் கோத்துத்
திட்டமாய் நமது வாத்தியாருக்கு
வந்தனம் செய்வோமே.

35. கோலாட்டம்

1

'தோஜோரு வாலா' என்ற மெட்டு

பல்லவி

சீருடன் கோலடிப் போமே, கோலடிப் போமே நாம்.

அநுபல்லவி

பேருடனே ஒருங்கு கூடிப் பிசகில்லாமலே
ஞானபதம் களிப்பாய் பாடியே
வேணும் வரம் தன்னை நாடியே (சீருடன்)

சரணம்

ஆர்ப்பரியாமலே ஆனந்தமாகவே
அனைவரும் ஒரு புறமதாக அழகாய் வட்டமிட்டு
(சீருடன்)

2

'நாத நார் வாரீர்' என்ற மெட்டு

தோழிகள் வாரீர் சீராகவே நாமெல்லாம்
சூழ்ந்து கோலாடிக் களிப்போம்.

மாழை மல்லி ஞானபரன், வாழ்வடியை ஓர் மனதாய்,
எண்ணிப் பதம், கண்ணியமாய், பாடி இனிது கூடி (தோழி)

நல்லொழுக்கம் தாழ்மை குணம், நாகரீகம் ஞான அன்பு,
நாடியவும், கூடியவும், பாடி இனிது கூடி (தோழி)

பள்ளியில் நாம் கற்கும் கல்வி, பாக்கியமாய் நாமதனை,
பற்றுவகை, தோன்றிடப் பண், பாடி இனிது கூடி (தோழி)

36. கும்மி

'மூச்சுக்குரா' என்ற மெட்டு

பல்லவி

பெண்களா கூடி நாம் கும்மி அடிப்போம்;

அநுபல்லவி

பெருமையாய் நமது மெய்ப் பரனடி போற்றி, (பெண்)

சரணங்கள்

சுத்த மதி விளங்கிச் சுகவாழ் விற்றுலங்க
சத்திய மிகுந்த உத்தமனடி போற்றி (பெண்)

2

மெய்யன்பு துதித்துக் கல்வி மென்மேலும் பெருக
துய்யநின் திருவருள் சூழடி போற்றி (பெண்)

37. விடு கதைகள்

1. ஜாடி மேலே குரங்கு - முந்திரிப்பழம்
2. சொம்பு நிறைய கெம்பு - மாதுளம்பழம்
3. காட்டிலே துளி இரத்தம் - குண்டுமணி (குன்றி மணி)
4. ஊருக்கெல்லாம் ஒரே கல் - உப்பு
5. ஊருக்கெல்லாம் ஒரே துப்பட்டி - ஆகாயம்
6. கிணற்றைச் சுற்றிப் புல் - கண் இரப்பை
7. ஏறாத மரத்திலே எண்ணாயிரங் காய் - கேழ்வரகு
8. கொக்கு நிற்க நிற்க குளம் வற்ற வற்ற - விளக்கு
9. ஒரு புட்டியில் இரண்டு தைலம் - முட்டை
10. அந்தரத்தில் பறந்திடும் பருந்தல்ல,
    அழகான வாலுண்டு அனுமானல்ல,
    விந்தையுடன் கட்டுண்ணுங் கட்டுமல்ல,
    வேந்தரது திருநாமம் அவர்க்கே உண்டு - காற்றடி
11. போவான் வருவான் திம்மப்பன்
    ஒரு காலில் நிற்பான் திம்மப்பன் - கதவு
12. ஆயாள் வீட்டுத் தோட்டத்திலே
    பச்சைப் பாம்பு தொங்குகிறது - புடலங்காய்

38. ராஜவாழ்த்து

கர்த்தாவே! ராஜனை,
எங்கள் நல்வேந்தனை
காத்தருள் புரிவீர்.
வெற்றி கெம்பீரமும்,
கீர்த்தி ப்ரதாபமும்,
தீர்க்காயுள் ஆட்சியும்,
தந்தருள்வீர்,

முற்றிற்று

PRINCE EDWARD
The Prince of Wales

எட்வர்ட் இளவரசர்

BY

Rao Bahadur M. C. Rajah, M.L.C.,

Fellow of the Madras University; Superintendent, Wesley College Lower School; Honorary Presidency Magistrate; Honorary Asst. Registrar of Co-operative Societies; Member, H. R. H. The Prince of Wales Executive Committee; District Commissioner, Boy Scouts, Madras & Chingleput District.

MADRAS
PRINTED AT THE HUXLEY PRESS
1925

முகவுரை

பல்லாற்றானும் மாணவர்கட்கு நன்னெறியை உண்டாக்குதற்கென என்னால் இயற்றப்பெற்ற இளவரசர் எட்வர்ட் என்னும் நூலை தங்களது பாடசாலையில் பாடமாக வைத்து ஆதரிக்கும் மானேஜர்களுக்கும் தலைமை உபாத்திமார்கட்கும் நான் நன்றி பாராட்டுகிறேன்.

இந்நூலை இரண்டாமுறை பதிப்பிக்குங்கால் இதற்கு அநுகூலமாக திருத்தங்கள் செய்தும் கண்ணுற்றும் கொடுத்தவர்களாகிய சென்னை ஆதிதிராவிட தரும் பாடசாலை கௌரவ சூப்பிரண்டெண்டெண்ட் ஸ்ரீமதி ரங்கநாயகி ராஜன் அம்மாள் அவர்களுக்கு என்றென்றும் கடமைப்படுகிறேன்.

பரங்கிமலை
(11-3-25)

ம.சி.ராஜா.

எட்வர்ட் இளவரசர்

பிள்ளைகளே, உங்களுக்குக் கதை கேட்பதில் அதிகப் பிரியம் அல்லவா? உங்கள் பாட்டியார் உங்களுக்குப் பல கதைகள் சொல்லியிருப்பார். நான் இப்பொழுது உங்களுக்கு ஒரு புதுக் கதை சொல்லப்போகிறேன். நமது எட்வர்ட் என்னும் வேல்ஸ் இளவரசரைப் பற்றிய கதை இதுவரையில் நீங்கள் கேட்டுள்ள கதைகளைக் காட்டிலும் மிக இன்பமானது.

எட்வர்ட் இளவரசர் 1894-ம் வருஷம் ஜூன் மாதம் 23-ஆம் தேதி பிறந்தார். அப்பொழுது மாட்சிமை தங்கிய விக்டோரியா மகாராணியார் நம் சக்கரவர்த்தினி.

விக்டோரியா மகாராணியார் நம்மை 63-வருடங்கள் நன்றாக ஆண்டுவந்தார். அவ்விராணியார் தமது அரசாட்சியில் நமக்கு பல நன்மைகளைச் செய்தார். அவ்விராணியாரை நாம் ஒருபொழுதும் மறக்க முடியாது. இம்மேன்மை பொருந்திய விக்டோரியா மகாராணியாரே நம் எட்வர்ட் இளவரசருக்குப் பெரிய பாட்டியார். நம் எட்வர்ட் இளவரசர் மேல் நம் மகாராணியாருக்கு அன்பு அதிகம். நம் மகாராணியார் நம் இளவரசருக்குப் பல விலை உயர்ந்த வெகுமதிகளைக் கொடுத்தார். நீங்கள் உங்கள் பாட்டியாரை நேசிப்பதுபோல் நம் இளவரசரும் தம் பெரிய பாட்டியாரை அதிகமாக நேசித்தார்.

நமது இளவரசருக்கு ஏழு பெயர்கள் உண்டு. இப்பெயர்களைக் கேட்க உங்களுக்குப் பிரியம் என்று எண்ணுகிறேன். அவை எட்வர்ட், ஆல்பர்ட், கிரிஸ்டியன், ஜியார்ஜ், ஆண்ட்ரூ, ப்ரெட்ரிக், டேவிட் என்பவையே. இப்பெயர்களுள் டேவிட் எனும் பெயரே அதிகமாக அரண்மனையில் வழங்கிவந்தது.

இவர் பெற்றோருக்கு இவர் மீது அதிக ஆசை. ஆகையால் இவரை அவர்கள் அதிக ஊக்கத்துடன் வளர்த்து வந்தார். நமது சக்கரவர்த்தி ஐந்தாவது ஜியார்ஜ் மன்னர் இவர் தந்தையார். தம் சக்கரவர்த்தினி மேரி மகாராணியார் இவர் தாயார். நம் ஐந்தாவது ஜியார்ஜ் மன்னருக்கு ஐந்து புத்திரர்களும் ஒரு புத்திரியும் உண்டு. அவர்கள் எட்வர்ட் இளவரசர், ஆல்பர்ட் இளவரசர், மேரி இளவரசி, ஹென்ரி இளவரசர், ஜியார்ஜ் இளவரசர், ஜான் இளவரசர் என்பவர்களே. இவர்களுள் நம் எட்வர்ட் இளவரசரே மூத்தவர். ஆகையால் நம் எட்வர்ட் இளவரசருக்கு வேல்ஸ் இளவரசர் என்ற பட்டப்பெயர் கிடைத்தது.

விக்டோரியா மகாராணியார்

இவருடைய இளைய சகோதரியாகிய மேரி இளவரசியாருக்கு 1921-ம் வருஷம் நவம்பர் மாதத்தில் இங்கிலாண்டில் கலியாணம் நிச்சயமானது. லாஸிலஸ் என்னும் ஒரு பிரபு இவ்விளவரசியாரைத் திருமணம் புரிந்தார். அவர் ஒரு சிறந்த போர் வீரர். இந்த விசேஷ காலத்தில் நம் எட்வர்ட் இளவரசர் அங்கில்லை. நம்மைக் காண ஆவல் கொண்டு நம் தேசமாகிய இந்தியாவுக்கு அவர் முன்னதாக வந்துவிட்டார். இவர் பெற்றோர் இவரை இளமையில் அடக்கம், அன்பு, ஈகை முதலிய நற்குணங்களில் பழக்கி வந்தார்கள். இளமைப் பருவத்தில் இவரது முகமலர்ச்சியும், இனிய நோக்கும், மழலைச் சொல்லும் எல்லோரையும் மகிழ்வித்தன.

ஒருநாள் ஒரு தையற்காரன் நம் இளவரசருக்கு உடுப்புத் தைத்து வந்து அரண்மனை வாசலில் நின்றுகொண்டிருந்தான். தையற்காரன் வெளியில் நின்றிருந்ததைக் கண்டு மனம் இரங்கி வெளியில் ஓடிவந்து அவனை அவர் உள்ளே அழைத்தார். தையற்காரனோ உள்ளே போகவில்லை. "நீ பயப்படவேண்டாம், உள்ளே ஒருவரும் இல்லை, என் பாட்டனார்தான் இருக்கிறார், நீ தாராளமாக வரலாம்" என்று மறுபடியும் அவனை நம் இளவரசர் கூப்பிட்டார். பிள்ளைகளே, நீங்களும் நம் இளவரசரைப்போல் எளியாரிடத்தில் அன்பு பாராட்ட வேண்டும்.

நம் இளவரசரின் பாட்டனார் யார் என்று உங்களுக்குத் தெரியுமா? அவர்தான் ஏழாவது எட்வர்ட் மன்னர். நம் வேல்ஸ் இளவரசர் மீது இவருக்கு அன்பு அதிகம். இவரது செல்லப் பிள்ளையாக நம்மிளவரசர் விளங்கி வந்தார்.

எட்டாவது வயதில் நம்மிளவரசர் கல்வி கற்க ஆரம்பித்தார். ஹேன்சல் எனும் போதகாசிரியரிடம் இவர் எல்லா நூல்களையும் கற்றுத் தேர்ந்தார். இவருக்குக் காவ்யங்களில் வெகு பிரியம், இவருக்கு ஞாபகசக்தி அதிகம். இவர் இனிய குரலோடு நன்றாய்ப் பாடுவார்.

ஒருநாள் பிள்ளைகளுக்கு என்று ஏற்பட்டிருந்த ஓர் விருந்துக்கு நம்மிளவரசர் போயிருந்தார். அப்பொழுது ஓர் மாது இவருக்கு ஓர் பட்டாக்கத்தியை வெகுமதியாகக் கொடுத்தாள். இவர் அதைப் பெற்று சந்தோஷித்தார். பிறகு இவர் அதைத் தன் தந்தைக்குக் காட்டினார். அதைக் கண்ட அவர் தந்தையார் கத்தி வெகுமதி செய்த மாதுக்கு வந்தனமளிக்கத் தம் மகனுக்குச் சொன்னார். அவ்வாறே தடை செய்யாமல் உடனே இவர் ஒரு நாற்காலியின் மேலேறி நின்றுகொண்டு அப்பெண்மணியை நோக்கி, "நீங்கள் எனக்கு அளித்த வெகுமதிக்காக வந்தனமளிக்கிறேன். இந்த நாளை நான் எப்பொழுதும் மறவாமல் ஞாபகத்தில் வைப்பேன்" என்று சொன்னார். பிள்ளைகளே! இவர் பெருந்தன்மை எவ்வளவு மெச்சத்தகுந்தது பாருங்கள். இப்படிப்பட்ட நம்மிளவரசரை நீங்களெல்லோரும் நிச்சயமாய் நேசிக்கவேண்டியது அவசியம்.

நம்மிளவரசர் கருணை நிறைந்தவர், உங்களெல்லோரையும் அவர் நேசிக்கிறார். எல்லாப் பிராணிகளையும் நேசிக்கிறார். அவர் எந்தப் பிராணியையும் அடிப்பதில்லை, சிலர் தங்கள் நாய்களின் வாலை வெட்டும் வழக்கத்தை

நீங்கள் கண்டிருப்பீர்கள். அப்படிச் செய்வது அந்த நாய்களுக்கு வேதனையை கொடுக்கும். இவர் ஒருநாள் ஒருவன் தன் நாய் வாலை வெட்டுவதைப் பார்த்து அதற்காக மிகவும் துக்கித்தார். பிறகு அவர், “நான் தகுந்த வயதை அடைந்து ராஜாவானால் நாய்களின் வாலை ஒருவரும் வெட்டக்கூடாது என்று ஒரு சட்டம் அவசியம் ஏற்படுத்துவேன்” என்று சொன்னார். பிள்ளைகளே, இப்படிப்பட்ட தயாள குணமுள்ள நம்மிளவரசரைக் காண நீங்கள் ஆவலாக இருக்கிறீர்கள் என்பதிலும், அவரைப்பற்றி அதிகம் தெரிந்துகொள்ள விரும்புகிறீர்கள் என்பதிலும் சந்தேகமில்லை.

ஒருநாள் நம்மிளவரசருக்கு உடம்பு அசௌக்கியமாயிருந்தது. அப்பொழுது அவருக்குதவியாக 'நர்ஸ்' என்று சொல்லப்படும் ஒரு ஆயாள் அருகில் இருந்தாள். பிள்ளைகளே! வியாதியாய் இருக்கும்பொழுது நீங்கள் வியாதியின் கொடுமையினால் கோபங்கொள்ளுதல் வழக்கமல்லவா? அதுபோல் ஒருநாள் நம்மிளவரசருக்கு அந்த ஆயாள் வியாதிக்கு மருந்து கொடுக்கும்போது அவள் மீது சிறிது கோபங்கொண்டார். அதற்கு அவ்வாயாள் அவர் மேல் கோபங்கொள்ளாமல் முன்பொரு காலத்தில் வியாதியாயிருந்த ஒரு சிறு பெண்மணியின் பொறுமையையும் குணத்தையும் அவரிடம் புகழ்ந்து பேசினாள். அவர் அதைக் கேட்டு சந்தோஷித்து அந்தச் சிறு பெண்மணியின் பொறுமைக்கு அவளை மிக மெச்சினார். அதன்றியும், அச்சிறு பெண்மணிக்குத் தம்மால் மிகவும் மதிக்கப்பெற்ற யுத்த வீரர்களுள் முக்கியரான லார்ட் ராபர்ட்ஸ் என்பவரின் உருவ பிம்பமொன்றை அப்பெண்மணியின் குணத்தைக் கொண்டாடியதற்கு அடையாளமாய் அவ்வாயாளிடம் வெகுமதியாகக் கொடுத்து அனுப்பினார். அவ்வுருவ பிம்பம் நம் இளவரசரின் மதிப்பில் விலை மதிக்கமுடியாத உயர்ந்த பொருள்களிலொன்று. பிள்ளைகளே! இவரது பெருந்தன்மையையும், கொடையின் சிறப்பையும் கேட்டறிந்த நீங்கள் அவ்வாறே நடக்க முயல வேண்டும்.

பதின்மூன்றாவது வயதில் இவர் மாலுமி கலாசாலையில் கல்வி கற்க ஆரம்பித்தார். அக்கலாசாலையில் இவர் சாதாரண பிள்ளையைப்போல் படித்து வந்தார். அங்குப் படிக்கும் எல்லாப் பிள்ளைகளையும் தம்மைப்போல் பாவித்து வந்தார். இளவரசர் என்ற எண்ணமே இவருக்கு அப்பொழுதில்லை.

ஏழாவது எட்வர்ட் அரசர்

அக்கலாசாலையில் கல்வி கற்கும்போது, ஒரு சமயத்தில் நம்மிளவரசர் வியாதியடைந்தார். பிள்ளைகளே! நீங்கள் வியாதியாயிருக்கும்போது உங்களுக்குப் போஜனத்தில் பிரியமிராதல்லவா? அதுபோல் நம் இளவரசருக்கும் சாப்பாட்டில் உருசி இல்லாமலிருந்தது. சரியாய்ச் சாப்பிடாததினாலும், வியாதியினாலும் நாளுக்குநாள் அவர் பலஹீனமடைந்து வந்தார். அதைக் கண்ட வேலைக்காரரர் இவருக்குத் தனியாய் விசேஷமான பலவகை உணவுகளைச் செய்து சாப்பாட்டு மேசையின்மேல் இவருக்குத் தனியாய் வைத்தார்கள். எல்லாப் பிள்ளைகளும் சாப்பிடும்போது நம்மிளவரசருக்குத் தனியாய் வைத்திருக்கும் உணவுகளை மற்றப் பிள்ளைகள் பெறாததைக் கண்டு, எல்லாப் பிள்ளைகளுக்கும் சாதாரணமாய் கொடுக்கும் சாப்பாட்டில் அவருக்கு உருசியாயிருந்ததை மட்டும் புசித்துவிட்டு, அவருக்கென்று தனியாய் செய்துவைத்த உணவுகளைத் தள்ளிவிட்டார். பிள்ளைகளே! அவர் ஏன் அப்படிச் செய்தார் என்று நீங்கள் யோசிக்கலாம். அவர் மாலுமி வித்தியாசாலையில் சேரும்போது அவர் தகப்பனாராகிய நம் ஐந்தாம் ஜார்ஜ் மன்னர், அவருக்கு, "உனக்கும் மற்றப் பிள்ளைகளுக்கும் யாதொரு வித்தியாசமுமில்லை, ஆகையினால் மற்றப் பிள்ளைகளுக்கு என்னென்ன நடக்கிறதோ அதைத்தான் நீயும் எதிர்பார்க்கக்கூடும். நீ ஓர் இராஜகுமாரனென்கிற பெருமை உன்னிடத்திலிருக்கவே கூடாது" என்று உபதேசம் செய்தனுப்பினார். இந்த நற்புத்திகளை நம்மிளவரசர் எப்பொழுதும் ஞாபகத்தில்

வைத்துக்கொண்டிருந்ததுதான் அவர் அப்படிச் செய்ததன் காரணம். பிள்ளைகளே, நம்மிளவரசரின் குணம் எப்படிப்பட்டது பார்த்தீர்களா! நீங்களும் அவரைப்போல் உங்கள் பெற்றோருக்குக் கீழ்ப்படிந்து நடக்கவேண்டும்.

உயர்தரப் படிப்புக்காக நமது இளவரசர் பிறகு ஆக்ஸ்போர்ட் காலேஜிக்கு அனுப்பப்பட்டார். அவர் அவ்விடத்தில் மூன்று வருஷம் கல்வி கற்றார். அக்காலத்தில் அங்குள்ள போதகாசிரியர்களுக்குக் கீழ்ப்படிந்து நடந்தும், பாடங்களை நன்றாகப் படித்தும், அவர் தம் ஆசிரியர்களை மகிழ்வித்தார். ஜெர்மன் யுத்தம் உண்டானபடியாலும், யுத்த முனைக்குப் போக இவர் விரும்பியபடியாலும் அதிக காலம் அவ்விடம் கல்வி கற்க நம்மிளவரசருக்குச் சாத்தியப்படவில்லை. பிள்ளைகளே! நீங்கள் இந்த ஜெர்மன் மகா யுத்தத்தைப் பற்றிக் கேள்விப்பட்டிருக்கிறீர்களல்லவா? ஜெர்மனி என்பது, யூரோப் கண்டத்திலுள்ள ஒரு தேசம். அக்காலத்தில் அத்தேசத்தைக் கேய்சர் என்னும் ஓர் சக்ரவர்த்தி ஆண்டார். அவர் தம்மை யுத்தத்தில் வெல்லும் போர் வீரர் ஒருவரும் இல்லையென்று கர்வங்கொண்டு இந்த யுத்தத்தைத் திடீரென்று ஆரம்பித்தார். ஆனால் முடிவில் அவர் தோல்வியடைந்தார். அவர் சேனையாட்களோ கொடிய குரூரமுடையவர்கள். இந்த யுத்தத்தில் பல பேர்களை அவர்கள் கொன்றார்கள். இந்த யுத்தம் 1914-ம் வருஷம் ஆகஸ்டு மாதத்தில் ஆரம்பித்தது. நமதிளவரசருக்கு அப்பொழுது வயது இருபதுதான். அவர் சேனையில் அப்பொழுதே சேர்ந்திருந்தபோதிலும் அவருக்குப் போதுமான யுத்தப் பயிற்சி இருக்கவில்லை. அதனால் அப்பொழுது யுத்த சேனாதிபதியாயிருந்த லார்ட் கிச்சனர் என்பவர் இவரை யுத்தமுனைக்குச் சேனைகளோடு அனுப்பவில்லை. இருந்தபோதிலும் நமது இளவரசர் சேனாதிபதியிடம் சென்று தம்மை யுத்தமுனைக்கு அனுப்பும்படி மன்றாடிக் கேட்டுக்கொண்டார். அப்பொழுதும் அவரை அவர் அனுப்பச் சம்மதிக்கவில்லை. பிறகு நமது இளவரசர் சேனாதிபதியைப் பார்த்து, "என்னை ஏன் யுத்த முனைக்கு அனுப்பப் பயப்படுகிறீர்? நான் யுத்தமுனையில் கொல்லப்பட்டாலென்ன, மற்றும் என்னுடன் பிறந்தவர்கள் நால்வரில்லையா?" என்று கேட்டார். லார்டு கிச்சனர் இவரது மனத்துணிவையும் தைரியத்தையும் கண்டு சந்தோஷித்தாரானாலும், இவரை அப்பொழுது யுத்தமுனைக்கு அனுப்பவில்லை. பிள்ளைகளே! இவரது மனோதிடமும் தைரியமும் நீங்கள்

எல்லோரும் மெச்சத்தக்கதல்லவா? நம் இளவரசரின் சுதேச பக்தி, சுதேசத்தைக் காப்பாற்றும் நிமித்தம் அவர்கொண்ட யுத்தப் பிரியம், தேசத்தின் க்ஷேமத்தினைக் கருதித் தம் உயிரையும் கொடுக்கத் துணிந்தது முதலிய நற்குணங்களில் நீங்கள் கண்வைத்து அவைகளைக் கற்றுப் பழகப் பாருங்கள். பிள்ளைகளே! ஒருவன் உயிரைக்காட்டிலும் அவன் செய்ய வேண்டிய கடமையே பெரிதாகும் என்பதை நம் இளவரசரிடம் கற்று அதன்படி நீங்கள் நடந்துகொள்ளுங்கள்.

ஐந்தாவது ஜார்ஜ் மன்னர்

1914ம் ஆண்டு நவம்பர் மாதத்தில் நம்மிளவரசர் பிரான்ஸ் தேசம் சென்று அங்கு நான்கு வருடங்கள் யுத்த சேனையிலிருந்து தம் வேலையை ஒழுங்காகப் பார்த்து வந்தார். 1915ம் வருஷத்தில் இவர் தமது மோட்டார் வண்டியில் யுத்த முனைக்குச் சென்றார். அவ்விடத்தில் இவர் தம் வண்டியைத் தம் சாரதி வசம் விட்டு யுத்த சேனையுட் சென்று தம் வேலையை முடித்துக்கொண்டு ஐந்து நிமிஷத்தில் திரும்பினார். திரும்பி வந்து பார்க்கும்போது, எதிரிகளின் ‘பாம்’ என்னும் வெடிகுண்டுகளால் தம் வண்டி உடைக்கப்பட்டும் சாரதி கொல்லப்பட்டும் இருந்ததை அவர் கண்டார். நம் இளவரசர் தப்பிப் பிழைத்ததே அதிக ஆச்சரியம். யுத்தத்தில் காயம்பட்டு ஆஸ்பத்திரிகளில் கிடந்தவர்களை நம் இளவரசர் அடிக்கடி போய்ப் பார்த்து அவர்களுக்கு தைரியமான வார்த்தைகளைச் சொல்லி அவர்களை சந்தோஷப்படுத்தி வந்தார்.

யுத்தம் முடிந்ததும் நம் இளவரசர் இங்கிலாண்டுக்குத் திரும்பிப் போனார். நம் இளவரசரைச் சேர்ந்த தேசத்தின் ஒரு பாகத்தில் ஏழைக் குடிகள் வசிக்கிறார்கள். அக்குடிகளிடத்தில் நம்மிளவரசருக்குப் பிரீதி அதிகம்.

அவர் தம் ஒழிவு காலத்தை அக்குடிகளோடு கலந்திருந்து களிப்புடன் கழித்துவந்தார். அவர் அவ்வேழைக் குடிகளுக்குப் புதிய வீடுகள், புதிய பாதைகள் முதலிய வசதிகளை ஏற்படுத்தினார். பணக்காரரென்றும் ஏழையென்றும் பேதமில்லாமல் சமமாய் எல்லோருடனும் அவர் கலந்து உறவு கொண்டாடி வந்தார். அப்படியே எல்லோரும் அவரையும் நேசித்தார்கள்.

வேல்ஸ் இளவரசர்

நம் இளவரசருக்குக் கடற் பிரயாணம் செய்வதில் அதிகப் பிரியம். அவர் கப்பலில் நெடுந்தூரம் கஷ்டப்பட்டு பிரயாணம் செய்திருக்கிறார். கனடா, அமெரிக்காக் கண்டத்தைச் சேர்ந்த ஐக்கிய மாகாணங்கள், நியூசிலாந்த், ஆஸ்திரேலியா முதலிய இடங்களுக்கு அவர் போய் வந்திருக்கிறார்.

ஒரு காலத்தில் நம்மிளவரசர் ஆஸ்திரேலியாவில் ரயில் வண்டியில் போய்க்கொண்டிருக்கையில் வண்டி தண்டவாளக் கம்பியைவிட்டு நழுவிப்போய் தரையில் குடை கவிழ்ந்துவிட்டது. பிள்ளைகளே! அப்பொழுது நம் இளவரசர் என்ன செய்தார் என்று நினைக்கிறீர்கள்? அவர் பயப்படவில்லை. அவர் மனோதிடத்துடனும், சந்தோஷத்துடனும் வண்டிக்குள்ளிருந்து அடிபடாமல் வெளியே வந்தார். அவர் தைரியமே தைரியம். நீங்களும் அவரைப் போலவே தைரியத்தைக் கடைப்பிடித்து நடப்பீர்களென்று நம்புகிறேன். அங்கிருந்த எல்லோரும் இந்த விபத்தை பெரிய அபாயமாக நினைத்தபோதிலும்

நம் இளவரசர் அதை ஒரு சிறு விளையாட்டாக எண்ணி சந்தோஷித்தார்.

சாதாரணமாய் எல்லா விளையாட்டுகளிலும் நம் இளவரசருக்கு அதிக இஷ்டம். மீன் பிடித்தல், நீந்துதல், படகு தள்ளல் முதலியவற்றில் அவர் நிபுணர். புட்பால் (காலால் பந்தை உதைத்து விளையாடல்), கிரிக்கெட், டென்னிஸ், கால்ஃப், மிருகவேட்டை, குதிரைச்சவாரி, மோட்டார் வண்டி ஓட்டுதல் முதலியவைகளில் அவர் நன்றாய்த் தேர்ந்தவர்.

அவருக்குப் புஸ்தகங்களைப் படிப்பதிலும், கப்பல் பிரயாணம் செய்வதிலும் அதிக சந்தோஷம். அவர் நமக்குப் பலவித நன்மைகளைச் செய்திருப்பதுடன் நமக்குப் பலவித நல்ல ஞானமான வார்த்தைகளைச் சொல்லியுமிருக்கிறார். அவரை நாம் ஒருபோதும் மறக்கக்கூடாது.

கடவுளின் கிருபையால் நம் இளவரசர் அதிக காலம் இவ்வுலகில் நிலைத்து நிற்பாராக.

கடவுள் நம் சக்கரவர்த்தி ஐந்தாவது ஜியார்ஜ் மன்னரையும் அவரைச் சேர்ந்தவர்களையும் காப்பாற்றுவாராக.

GOD SAVE THE KING

கர்த்தாவே, ராஜனை,
எங்கள் நல் வேந்தனை
தற்காருமேன்;
வெற்றி கெம்பீரமும்
கீர்த்தி ப்ரதாபமும்
தீர்க்காயுள் ஆட்சியும்
நீர் ஈயுமேன்.

GOVERNMENT HOUSE,
MADRAS,
Jan. 14th 1922.

SIR,

I am desired by the Prince of Wales to thank you for sending the copies of the pamphlet which you have written for the children of the Madras Presidency, and which His Royal Highness was much interested to see.

Believe me,

Yours faithfully,

(Sd.) GODFREY THOMAS.

GOVERNMENT HOUSE,
MADRAS,
3rd Jan. 1922.

No. L-2-1.

DEAR MR. RAJAH,

I am to acknowledge with many thanks the receipt of your letter dated the 31st ultimo and two copies of "Prince Edward". I am to say that His Excellency considers it a most useful little book. Let me add my thanks for the copy you have given me.

Yours sincerely,

(Sd.) E. C. SMITH.

www.ingramcontent.com/pod-product-compliance
Lightning Source LLC
LaVergne TN
LVHW100414051026
849518LV00004B/1277
9788198341433